AA000677

జాతక సౌగంధము

(శతమంజరి యోగావళీ సంహిత)

వి.ఆర్.కె. లక్ష్మీమోహన్, బి.ఎ;

(జ్యోతిస్నాతక్, కలకత్తా)

జె.పి. పబ్లికేషన్స్

గోగావారి వీధి, అరండల్‌పేట,

విజయవాడ - 2. ఫోన్ : 0866-2439464

e-mail: jppublications@yahoo.com

Jataka Sowgandham

by: *V.R.K. Lakshmimohan*, B.A.,

I.S.B. N. 978-81-920539-0-5

First Edition : July, 2011
2012

Cover Design : N.V. RAMANA

Printed at : **Gopala Swamy Printers**
VIJAYAWADA-3.

Published by : **J.P. PUBLICATIONS,**
Eluru Road, Vijayawada - 520 002.
Ph : 0866-2439464

Price :

ముందుమాట

అతి ప్రాచీనములయిన కొన్ని జ్యోతిషగ్రంథములను చదివినపుడు ఈ శాస్త్రము అనంతము అని అన్పించకమానదు. మహామహులు రచించిన గ్రంథములయందు నిభిడీకృతమయిన అనేక రహస్యములను తెలుసుకొనుటకు ఒక జన్మ చాలదనిపిస్తుంది.

ఈ శాస్త్రము అతి ప్రాచీనమయిన భారతీయ స్వంతమైన విజ్ఞాన శాస్త్రము. ఈ శాస్త్రము వేదములయందు ఇమిడి వున్నదే. ఈ శాస్త్రము ఆదినుండియూ వివిధ శాఖలుగా విస్తరించి, అనేక విషయములను దేశహితములను తెలియజేయుటకు ఒక ఉపకరణముగానున్నది.

ఆకసమునందు విహరించు గ్రహముల, నక్షత్రముల, సంచార విషయములను సమూలాగ్రముగా తెలియజేయునది సిద్ధాంతము.

గ్రహములు, నక్షత్రములయొక్క కిరణ ప్రభావము వలన భూమిపైనున్న ప్రాణులకు కలుగబోవు శుభాశుభములను తెలియజేయు భాగమే జాతక భాగము.

ఈ భూమిపై పాలకులగూర్చి, ముందు కలుగబోవు ఉపద్రవములను, వర్షాభావములను గూర్చి, వాతావరణమును గూర్చి, సస్యావృద్ధి క్షయములను గూర్చి, భూకంపనములు మొదలగు వాటిని గూర్చి తెలియజేయు శాస్త్రము సంహితజ్యోతిష మనబడును.

ఈ మూడు భాగములు కలసి పూర్ణజ్యోతిషశాస్త్రముగా తెలియవలయును.

నేను అతి ప్రాచీనమయిన కొన్ని గ్రంథములను అనుసరించి ఈ గ్రంథమును వ్రాయుట సంభవించినది. కొంతవరకు జ్యోతిషమును అభ్యసించువారికి ఉపయోగకరమని తలంతును.

చివరిలో 1914 సంవత్సరమున బ్రహ్మశ్రీ బెంగుళూరి సిద్ధాన్తి శ్రీ శివశంకర శాస్త్రుల వారిచే వ్రాయబడిన 'జాతక యోగావళిః' అను శతయోగమంజరిని నా శక్తి కొలది తెలిగించి వున్నాను. అందు వివిధములయిన యోగములను కూడా యిచ్చివున్నాను.

ఈ యోగావళి '**శ్రీమన్నారదగర్గాదీన్ ధ్యాత్వాజ్ఞాత్వాచతిన్మతం।**
కథ్యతేవేంకటేశేన శ్రీయోగ శతమంజరీ॥ - అని వ్రాసివుండుట వలన

ఈ యోగములు శ్రీవేంకటేశ్వరశర్మ అను ప్రాచీన దైవజ్ఞులు రచించినట్లు తెలియుచున్నది. ఏమయిననూ అంతటి విజ్ఞానుల విరచితమయిన గ్రంథములను నేను వ్రాయుట సాహసమే. ఇందున్న తప్పులను పండితులు క్షమింతురని ఆశిస్తూ ..

వి.ఆర్.కె. లక్ష్మిమోహన్

విషయసూచిక

జాతకసౌగంధము

"శ్రీ రామ సహితాం సీతాం నమస్కృత్య యధామతిం
శింశుమారస్య చక్ర స్యఫలం వక్ష్యామి సమ్మదే"

శ్రీరామ సహిత సీతాదేవిని మనసున స్మరించి శింశు మారచక్రము యొక్క ఫలము లను దెలుపు శాస్త్ర రచనకు శ్రీకారమొనరించుచున్నాను.

సప్తవింశతి తారాణాం దస్రాదీనాం పృథక్ పృథక్
పాదైశ్చర్గర్భనే శింశుమారం ప్రతిష్ఠితం
ప్రాక్రా ్పగ్గతోడు చక్రంచేతరష్టోత్తర శతాంఘ్రికం
ప్రత్యఙ్ముకం చలత్యేన మేరోర్నిత్యం ప్రదక్షిణం
నవాంఘ్రి రూపిణస్స ర్వేమేషాద్యారాశయఃక్రమాత్
గ్రహాస్త దేశ్వరాస్తే తుకాలావస్థా ప్రదర్శితే॥

అశ్వనీ మొదలగు యిరువదిఏడు నక్షత్రములకు ఒక్కొక్క నక్షత్రమునకు నాలుగుపాదముల వంతున 108 పాదములయినవి. ఆ మొత్తము 108 పాదములను12 భాగములను చేయగా 12 రాశులకు, ఒక్కొక్క రాశికి రెండు నక్షత్రముల ఒక పాదము అనగా 9 పాదములు ఒక రాశి అగును. ఈ 12 రాశులకు రవ్యాది గ్రహములు ఆదిపత్యము వహింపగా శింశు మారచక్రము ఏర్పడుచున్నది. ఈ శింశుమారచక్రము ప్రతిరోజు ఆకాశము నుండి తూర్పు దిశ యందు వుదయించి పడమర దిశ యందు అస్తమయముగుచున్నది. మేరుపర్వతమునకు ప్రదక్షిణము చేయుచూ బ్రహాండము వలె ఒక్కొక్క దినమునకు 21600 లిప్తల (అనగా 24 గంటలు, అనగా ఒకరోజు) కాలగమనములో బ్రహ్మాండ యాత్ర జరుపుచున్నదని తెలియవలయును.

కాలమాన నిర్ణయము

60 విలిప్తలు 1 లిప్త అనగా విఘడియ

60 విఘడియలు 1ఘడియ

60 ఘడియలు లేక 21600 లిప్తలు 1 రోజు

7 దినములు ఒక వారము

15 దినముల ఒక పక్షము

2 పక్షములు ఒక మాసము

2 మాసములు ఒక ఋతువు

3 ఋతువులు ఒక ఆయనము

2 ఆయనములు ఒక సంవత్సరము

365 దినములు 6 గంటల 12 నిముషముల 30 సెకనులు ఒక సంత్సరము

1 మనుష్య మాసము 1పితృ దినము

1 మనుష్య సంవత్సరము 1 దేవ దినము

432000 సంవత్సరములు 1 కలియుగము

కృత, త్రేతా, ద్వాపర, కలియుగములు కలిసి ఒక మహాయుగము

30 మహాయుగములు 1 మన్వంతరము

14 మన్వంతరములు బ్రహ్మకు 1 పగలు

1000 మహాయుగములు 1 కల్పము

2 కల్పములు బ్రహ్మము 1 దినము

100 సంవ్సతరములు బ్రహ్మ జీవితము

బ్రహ్మ జీవితము ఒక విష్ణుదినము

విష్ణు 100 సం॥లు జీవించిన

విష్ణు జీవితము 1 రుద్రదినము

రుద్రుడు100 సంవత్సరములు జీవించును

1 బ్రహ్మ ప్రళయము 1మహా కల్పము

1 విష్ణు ప్రళయము 1 మహా కల్పము

ద్వాదశరాశ్యాధి పతుల వివరము

శ్లో॥ సింహస్యాధిపతి స్సూర్యశ్చంద్రః కర్కట ప్రభుః
మేషవృశ్చిక యోర్భౌమః కన్యామిథన యోర్బుధః
ధనుర్మీనద్వ యోర్మంత్రీ తులావృషభయోర్భ ృగుః
మకరేకుంభ రాణేచనాయక స్సూర్యనందనః

అనగా సూర్యునకు సింహము, చంద్రునకు కర్కాటకము, కుజనకు మేష వృశ్చికముల, బుధునకు కన్యామిధునములు, గురునకు ధనుర్మీనములు, శుక్రునకు తులావృషభములు రవి పుత్రుడైన శనికి కుంభములు స్వక్షేత్రరాసులని తెలుపబడినది. నవగ్రహములకు స్వక్షేత్ర, ఉచ్ఛ,పరమోచ్ఛ మూలత్రికోణ, నీచ, పరమనీచ భాగములు ఈ విధముగా వివరింపంబడినది.

శ్లో॥ క్రియగోమృగ కన్యకాకుళీరాఝషదట యుగ్మధనూంపిబోచ్ఛ
భాని! రవిముఖఖ చరస్యనేయణంలీనం హరి ౨ మయ ౮
మానః సరో ౨౭ నరో౨౦ భభాగాః
నీచంతత్సప్తవ ంప్రోక్తం రాహుకేత్వేస్తు షోడ్రశ!
గుళికస్యతుకుంభాదిభాగా స్వ ్వక్షేత్రేముచ్యతే!!

అనగా సూర్యనకు మేషము ఉచ్ఛరాశి అందు 10 భాగములు పరమోచ్ఛ దీనికి 7వ రాశి అయిన తుల అందు 10 భాగాలు పరమనీచ. సింహము స్వక్షేత్రము. అందు 20 భాగాలు మూల త్రికోణము. మిగిలిన 10 భాగాలు స్వక్షేత్రము. చంద్రునకు వృషభము ఉచ్ఛ అందు 3 భాగాలు పరమోచ్ఛ మిగిలిన 27 భాగాలు మూలత్రికోణము. కర్కాటకము స్వక్షేత్రము. వృషభమునకు 7వ రాశియగు వృశ్చికమునీచ అందు 3 భాగములు పరమనీచ. కుజునకు మేష, వృశ్చికములు స్వక్షేత్రములు. మకరము ఉచ్ఛ అందు 18 భాగాలు పరమోచ్ఛ. దీనికి 7వ రాశియైన కర్కాటకము నీచ అందు 18 భాగాలు పరమనీచ. మేషమునందలి 12 భాగములు మూలత్రికోణము. మిగిలిన 18 భాగములు స్వక్షేత్రము. బుధునకు కన్యామిధునములు స్వక్షేత్రములు అందులో కన్య

ఉచ్ఛరాశి అందు 15 భాగములు పరమోచ్ఛ మిగిలిన 15 భాగములు మూలత్రికోణము. దీనికి 7వ రాశి మీనము నీచ అందు 15 భాగములు పరమనీచ. గురునకు ధనుర్మీనములు స్వక్షేత్రముల. కర్కాటకము ఉచ్ఛ అందు 5 భాగములు పరమోచ్ఛ దీనికి 7వ రాశియగు మకరము నీచ అందు 5 భాగములు పరమనీచ ధనూరాశి యందలి మొదటి 10 భాగములు మూలత్రికోణములు మిగిలిన 20 భాగాలు స్వక్షేత్రము. శుక్రునకు తులావృషభములు స్వకేత్రములు. మీనము ఉచ్ఛ అందలి 23 భాగములు పరమోచ్ఛ. దీనికి 7వ రాశియైన కన్య నీచ. అందలి 23 భాగములు పరమనీచ. తులారాశిలో 17 భాగములు మూలత్రికోణము, మిగిలిన 13 భాగాలు స్వక్షేత్రము. శనికి మకర కుంభములు స్వక్షేత్రములు తులారాశి ఉచ్ఛ అందు 20 భాగములు పరమోచ్ఛ, దీనికి 7వ రాశి మేషము నీచ, అందలి 20 భాగములు పరమనీచ, కుంభములో20 భాగాలు మూలత్రికోణము మిగిలిన 10 భాగములు స్వక్షేత్రము. రాహునకు కుంభము స్వక్షేత్రము వృషభము ఉచ్ఛ అందు 12 భాగాలు పరమోచ్ఛ. దీనికి 7వ రాశియగు వృశ్చికము నీచ అందలి 12 భాగాలు పరమనీచ. కేతువునకు సింహము స్వక్షేత్రము. వృశ్చికము ఉచ్ఛ అందలి 12 భాగాలు పరమోచ్ఛ. దీనికి 7వ రాశియైన వృషభము నీచ అందలి 12 భాగాలు పరమనీచ.

కకారాది అక్షర సంఖ్య సంజ్ఞలు

శ్లో॥ కకారాది ఝకారాంతం టకారదినవాంతకం
పకారాది మకారాంతం యకారాద్యష్ట సంజ్ఞికం॥

తాత్పర్యము : క1, ఖ2, గ3, ఘ4, జ5, చ6, ఛ7, జ8, ఝ9 ఇవి 'క' వర్గ సంఖ్యలు. ట1, ఠ2, డ3, ఢ4, ణ5, త6, థ7, ద8, ధ9 ఇవి 'ట'వర్గ సంజ్ఞలు. ప1, ఫ2, బ3, భ4, మ5, ఇవి 'ప' వర్గులు. య1, ర2, ల3, వ4, శ5, ష6, స7, హ8 యివి 'య'వర్గులు.

12 రాశులు ఒక భాగణము, 30 భాగములు ఒక రాశి, 1 రాశికి 4 పాదములు ఒక పాదమునకు 2 నక్షత్రముల 20 ఘడియలు వంతున 9 పాదములు 1

రాశి. భగణమునకు 12 రాశులు. రాశికి 30 భాగములు. భాగమునకు 20 లిప్తలు, లిప్త ఒకటికి 20 విలిప్తలు వంతున లెక్కించవలయును.

రాహుకేతువులకు స్వక్షేత్ర, ఉచ్ఛ మొదలగునవి ఉత్తరకాలామృతము నందు ఇట్లు వివరింపబడినవి.

శ్లో॥ తుంగంత ద్వృషభశ్చ వృశ్చిత ఇతిస్రాద్రాహుకేత్వో గృహే
కుంభోళీమిధునాంగనేతు భవతో మూలత్రికోణాభిదే
సింహకర్కట కద్వయెరిపు గృహేతాళీ గృహేమిత్రభే
జో దేవేజ్య గృహేసమేఖలబలం తుంగాది గౌతౌయది॥

(ఉత్తరకాలామృతే)

రాహువునకు వృషభము, కేతువునకు వృశ్చికము ఉచ్ఛరాశులు, రాహువునకు కుంభము, కేతువునకు వృశ్చికము స్వక్షేత్రములు. రాహువునకు మిధునము. కేతువునకు కన్యమూలత్రికోణములు, రాహువునకు సింహము, కేతువునకు కర్కాటకము శతృక్షేత్రములు. రాహువునకు తుల, కేతువునకు మకరము మిత్రక్షేత్రములు. రాహువునకు మేషము కేతువునకు ధనుర్మీనములు సమక్షేత్రములు. రాహుకేతువులు ఉచ్ఛరాసులందున్నపుడు మొదటి యందు సంపూర్ణబలము గలిగియుందురు.

శ్లో॥ క్రూరా భానుతమశ్శనిధ్వజ కుజాశుక్రార్య
సౌమ్యేందవస్యా మ్యాస్తే పురుషాఃకుజార్కగురువోరాహ్వీం
దుశక్రాస్త్రియః॥ తచ్ఛేషాస్తున పుంసకా గురు భృగూ
విప్రాకుజార్క నృపౌ వైశ్యా చంద్రబుదౌతదన్యకులజో మందస్తువర్ణేశ్వరః॥

కాలామృతమందు గ్రహముల క్రూర సౌమాది వివరము ఈ విధముగా వివరించబడినది. రవి, రాహు, శని, కుజులు పాప గ్రహములు. శుక్ర, బుధ, గురు, చంద్రులు శుభగ్రహములు. కుజ, రవి, గురులు పురుషగ్రహములు. రాహు, చంద్ర శుక్రులు స్త్రీ గ్రహములు. బుధ, శని, కేతువులు సంపుసక

గ్రహములు. గురు, శుక్రులు బ్రాహ్మణులు. కుజ, రవులు క్షత్రియులు. చంద్ర, బుధులు వైశ్య గ్రహములు. శని నాల్గవ వర్ణస్తునిగా తెలియజేయబడినది.

శ్లో॥ శత్రూమందశితా సమశ్చశశిజో మిత్రాణి శేషారవేః ।
తీక్ష్ణాంశు హిమరశ్మిజశ్చ సుహృదౌశేషా స్సమాశ్శీతగోః
జీవేందూష్ణకరాః కుజస్యసుహృదో జ్ఞో రిస్సితార్కీ సవకా।
మిత్రే సూర్య సితౌబుధస్యహిమగు శ్శత్రుస్సమాశ్చాపరే ।

శ్లో॥ సూరేస్సౌమ్య సితావరే రవిసుతో మధ్యోపరేత్వన్యధా।
సౌమార్కే సుహృదౌ సమౌకుజ గురూ శుక్రస్య శేషావరే।
శుక్రజ్ఞౌ సుహృదౌ సమస్సుర గురుస్సౌ రస్య చాన్యే రయః
తత్కాలేచ దశాయ బంధు సహజస్వాం తేషు మిత్రం స్థితాః॥
(బృహజ్జాతకే)

సత్యాచార్యుల మతానుసారము మరియు బృహజ్జాతకములను పరిశీలించిన గ్రహములకు శత్రుమిత్ర సమనిర్ణయములు ఈ క్రింది విధముగా గ్రహింప వలయును.

రవికి శని, శుక్రులు శత్రువులు. బుధుడు సముడు. గురు, ఛంద్రకుజులు మిత్రులు. చంద్రునకు రవి, బుధులు మిత్రులు. గురు, శుక్ర శనులుసములు. శత్రువులు లేరు. కుజునకు గురు, రవి, చంద్రులు మిత్రులు, బుధుడు శత్రువు. శుక్ర, శనులు సములు. బుధునకు రవి, శుక్రులు మిత్రులు. చంద్రుడు శత్రువు. కుజ, గురు, శనులు సములు. గురువునకు బుధ, శుక్రులు శత్రువులు. శని సముడు. రవి, చంద్ర, కుజులు మిత్రులు. శుక్రునకు బుదశనులు మిత్రులు కుజ గురులు సములు. రవి చంద్రులు శత్రువులు. శనికి బుధ, శుక్రులు మిత్రులు గురుడు సముడు. రవి చంద్రులు శత్రువులు. శనికి బుధ, శుక్రలు మిత్రులు గురుడు సముడు. రవి, కుజ, చంద్రులు శుత్రువులు.

లగ్నమునకు 10, 11, 4, 3, 2, 12 రాసులందున్న గ్రహములు తాత్కాలిక మిత్రులగుదురని తెలియవలయును.

గ్రహములకు శత్రు, మిత్ర, సమత్వమును తెలియజేయు పట్టిక

గ్రహములు	మిత్ర గ్రహములు	శత్రుగ్రహములు	సమగ్రములు
రవి	చంద్ర, కుజ, గురు	శని, శుక్ర	బుధ
చంద్రుడు	రవి, బుధ	లేరు	కుజ, గురు, శుక్ర
కుజుడు	రవి, చంద్ర, గురు	బుధుడు	శుక్ర, శని
బుధనకు	రవి, శుక్ర	చంద్ర	గురు, కుజ, శని
గురునకు	రవి, చంద్ర, కుజ	బుధ, శుక్ర	శని
శుక్రునకు	బుధ, శని	రవి, చంద్ర	కుజ, గురు
శనికి	బుధ, శుక్ర	రవి, చంద్ర,	కుజ,

గురుడు

లగ్నమునకు 3, 2, 12, 10, 11, 4 రాశులందున్న గ్రహములు తాత్కాలిక మిత్రులు.

శ్లో॥ భవంతి తాత్కాలిక మిత్ర భూతాస్సర్వేచ వాక్సో దరబంధుయుక్తాః ।
స్వస్వాత్క క్రమాద్వ్యా త్క మతస్త దైవ మన్య స్థితాస్తత్సమయాకి భూతాః॥

గ్రహముల తాత్కాలిక శత్రు, మిత్ర సమత్వంబుల వివరములను పరిశీలించిన - ప్రతి యొక్క గ్రహము తానున్న స్థానమునకు 2, 3, 4 స్థానములందున గ్రహములు, వ్యుత్క్రమములనగా 12, 11, 10వ స్థానములందున్న గ్రహములు. ఆ గ్రహమునకు తాత్కాలిక అన్యోన్య మిత్రులని తెలుపబడినది. అనగా ఏ గ్రహమునకైననూ తానున్న రాశికి 2, 3, 4, 10, 11, 12 స్థానములందున్న గ్రహములు తాత్కాలిక మిత్రులుగను, ఏ గ్రహమునకైననూ తానున్న రాశికి 4, 2, 3, 8, 9 యీ స్థానములందున్న గ్రహములు అన్యోన్య తాత్కాలిక శత్రువులని తెలియవలయును.

శ్లో॥ తత్కాల మిత్రంతు ని సర్గ మిత్రద్వయంభవేత్తత్వధిమిత్ర
సంజ్ఞాం। తదైవశత్రు స్త్వధిశత్ర సంజ్ఞా ఏకత్రా శత్రుసమాతాము పైతి.

ప్రతి గ్రహమునకు మిత్ర, శత్రు అధిశత్రు సమత్వములను వివరించునపుడు పూర్వపు నైసర్గిక మిత్రత్వమును, తాత్కాలిక మిత్రత్వమును రెండునూ ఒక గ్రహమునకు కలిగిన యెడల ఆ గ్రహము అధిమిత్రుడగును. ఒక గ్రహమునకు నైసర్గిక శత్రుత్వము, తాత్కాలిక శతృత్వము రెండునూ కలిగెనేని ఆ గ్రహము అధి శుత్రుగ్రహ మగును. ఏదేని గ్రహమునకు తాత్కాలిక నైసర్గికములలో ఒకటి శతృత్వము కలిగి యుండెనేని ఆ గ్రహము సమగ్రహమగును.

శ్లో॥ పశ్యంతి సప్తమాత్సర్వే శనిజీవకుజాఃపునః
విశేష తశ్చ త్రిదశ త్రికోణ శతరశంగా

(జాతకచంద్రికా)

గ్రహముల దృష్టి ప్రమాణమును గూర్చి వివరించబడగా, ఈ తొమ్మిది గ్రహములు తామున్న స్థానముల నుండి సప్తమ స్థానమును చూచుచుండును. శని, కుజులు విశేష దృష్టిచే వీక్షించుట కలదు. శని 3, 10 స్థానములను ప్రత్యేక దృష్టిచే, కుజుడు 4, 8 స్థానములను దేవగురువు 5, 9 స్థానములను ప్రత్యేక వీక్షణచే చూచుచుందురు.

శ్లో॥ నీతాకిమేషముకు౨౩౬ తాధార వృషభమునకు ౨౬౦ తురగ
మిధునమునకు, ౩౨౬ పాలగా కర్కాటకమునకు ౩౩౧ నరాంగ
సిహ్వాం ౩౨౦, శంకాల కన్య ౩౧౫, వరాంగతుల ౩౨౪ గం
డీగాః వృశ్చికం ౩౨౦, ధీకాలధనస్సు ౩౧౯, గుంజార మకరం
౨౮౩, యమాఖు కుంభం ౨౫౧, రైవరామీనం ౨౪౨,
౩౩౩ మేషాదిమీనాంత వినాడి కాస్మృతాః॥

(దైవజ్ఞ కర్ణామృతే)

స్ఫులగ్నప్రమాణ విఘటికా నిర్ణయము చేయునపుడు క్రితం చెప్పిన శ్లోక మందున్న అక్షర సంఖ్య, సంజ్ఞ చేతను మేషము మొదలు మీనము వరకు 12 లగ్నములకు 12 సంఖ్యలు వ్రాయబడినవి. ఆయా లగ్నముల యొక్క ప్రమాణ విఘడియలను 20చే భాగించగా లబ్దము ఘడియలు శేషము విఘడియలు అగును. ఈ ప్రకారముగా లగ్న ప్రమాణమునకు ఘడియ, విఘడియలు సాధించవచ్చును.

శ్లో॥ ద్వాదశమండల భగణం తస్యార్ధే సిహ్వాతోరవిర్భాదః
కర్కటకాత్ప్రతిలో మంశశేత దాన్యేపిత స్థానాత్॥

భగణమునకు రవిచంద్రుల ఆధిపత్యము వివరించుచున్నారు. ఈ పన్నెండు రాశుల చక్రమును భచక్రమందురు. ఇందు సింహ, కన్య, తుల, వృశ్చికము, ధనస్సు, మకరము. ఈ ఆరు రాశులు భగణార్ధమని పిలువబడును. దీనికి రవి అధిపతి అగుచున్నాడు. కర్కాటకము, మిధునము, వృషభము, మేషము, మీనము, కుంభము అను యీ ఆరు రాశులను భగణార్ధమందురు. దీనికి చంద్రుడు అధిపతి అగుచున్నాడు. యీ అధిపతులననుసరించి ఫలితములను తెల్సుకొనవలయును. యెట్లనగా-

శ్లో॥ భానోరర్ధేవిహగై శ్మూరాస్తే జస్వినశ్చ సాహసికాః
శశినోమృదవ స్సామ్యా స్సౌభాగ్యయుతాః ప్రజాయంతే॥

సూర్య భగణార్ధము నందు గ్రహములుండా జన్మించినవారు ప్రతాప వంతులు, సాహసోపేతులు అగుదురు. చంద్ర భగణార్ధము నందు గ్రహములుండగా పుట్టినవారు మృదు స్వభావము గలవారును, సౌమ్యవంతులును, శుభములు చేయువారు శుభములతో కూడినవారును అగుదురు.

మేషాది పన్నెండు రాశుల యొక్క స్వభావములను తెలుసుకొనుట ముఖ్యము.

శ్లో॥ అజాదితః క్రూర శుభౌపుమాం స్త్రీచరస్థిరో మిశ్రతను శ్చద్రుష్టాః
కులీర మినాళిగృహాంత సంధిం వదంతి గండాంత మితిప్రసిద్ధం॥

మేషము మొదలు బేసిరాసుల క్రూరరాసులనియు, సమరాసులు సౌమ్యరాసుల నియు, విషమరాసులనియు, పురుషరాసులనియు, సమరాసులు స్త్రీ రాసులుల నియు తెలియవలయును. మేషము చరరాసి, వృషభము స్థిరరాశి, మిధునము ద్వి స్వభావరాశి అనియు, యీ ప్రకారము మీనాంతము వరకు, చరస్థిర ద్విస్వభావ రాసులుగా తెలియవలయును. కటక, మీన, వృశ్చిక, రాసుల అంత్య సంధి ముఖ్యముగా గండాంతమని చెప్పబడినది.

గ్రహముల షడ్బల నిర్ణయము చేయునపుడు

శ్లో॥ స్వోచ్ఛే సుహృద్భే స్వనవాంశ కేవిస్వక్షే దృగాణేద్వి రసాంశకేపి

త్రిశాంశ కే బాధక ళాంశకేచయ్యా స్యంతి తేస్థాన బలంగ్రహేంద్రా

స్థానబలమును నిర్ణయించునపుడు స్వఉచ్ఛయందును, మిత్రక్షేత్రమందును, స్వనావాంశయందును, స్వక్షేత్రయందును, స్వద్రేక్కాణముందును, తన ద్వాదశాంశయందును, త్రిశాంశయందును, తన షోడశాంశయందును వున్నటువంటి గ్రహములు స్థానబలము గలవిగా చెప్పబడినవి.

శ్లో॥ లగ్నేబుధే క్యాబలినౌతు పూర్వే విర్యాయ మేతద్ధశమేర్క భౌమౌ

అస్తీర్క సూమర్బలవాన్ జలేశేబందౌ నిశానాధకవీకు బేరే॥

దిగ్బలము గూర్తి ననిర్ణయములో బుదగురువులు తూర్వు దిక్కునకు బలవంతులు. లగ్న మందున్న యోడల బలవంతులగుదురు. రవికుజులు దక్షిణ దిక్కు అనగా లగ్నాత్‌దశమ స్థానమున వున్న యోడల బలవంతులు, శని పశ్చిమ అనగా లగ్నాతి సప్తమమున, చంద్రశుక్రులు ఉత్తరమున అనగా లగ్నమునకు చతుర్థమున వున్న యెడల బలవంతులని చెప్పబడినది.

శ్లో॥ తత్సప్తమే దిగ్బం సూన్యమాహూస్త దంతరే చేత్యను పాతేవా

స్వమాస హోరాదిన వత్సరేషు వీర్యా న్వితాభాను ముఖాగ్రహేంద్రాః॥

అనిన ఏ గ్రహము ఎక్కడ దిగ్భల వంతుడని చెప్పబడినాడో దానికి సప్తమస్థాన మందు దిగ్భలములేని వారని తెలియవలయును. తన మాసమందును, తన హోర యందును, తనవారమందును, తన సంవత్సరమందును వున్న సూర్యాది నవ గ్రహములు కాలబలము గలవారగుదురు.

శ్లో॥ రాత్రౌబలాస్యుశ్శని చంద్రభౌ మ్రాస్త యోగ్రహాశ్చాహ్నిరవి

జ్యశుక్రాః సదాబలీవిట్సిత కృష్ణ పక్ష యో స్సామ్యాస్తధాన్యే సబలాః క్రమేణ॥

శనిచంద్ర కుజులు రాత్రి యందు బలవంతులు, రవి, గురు, శుక్రులు పగటియందు బలవంతులుగ నుందురు. బుధుడు పగలు, రాత్రియందును. శుక్లపక్షమునందు శుభగ్రహములును, కృష్ణ పక్షమునందు పాప గ్రహంబలును కాల్బలముగలవారని తెలియవలయును.

శ్లో॥ శుభేక్షితాః పూర్ణబలాస్తుదృ ష్టేర్బలం హిపాపంతుఖలైశ్చదృ ష్టే।

దృగ్దృశ్య యేర్ధ ష్టురపేహబాంతరం యధానుపాతంఖలు దృగ్బలాయ॥

దృక్ బలము గూర్చి చెప్పునపుడు శుభగ్రహములచే చూడబడిన గ్రహములు. పూర్ణదృష్టి గలవారగుదురు. పాపగ్రహ వీక్షణ గలిగిన గ్రహములు పాప దృష్టి గలవారగుదురు. ద్రష్టు దృశ్య గ్రహాంతరము వలన త్రైరాశికముదే దృగ్బలసాధన.

శ్లో॥ సామ్యాయనేత్వవి బలీదివసాధినాథ శ్చంద్రస్త దన్యసమయేబల
పూర్ణతాయ! వక్రాన్వితాఃక్షితిసుతాదిఖగాస్సమస్తాః యుద్దేజయీ ధనపదిగ్గతి
కాంతియుక్తాః।

చేష్టాబలమును వివరించునపుడు రవి ఉత్తరాయణమునందును, చంద్రుడు దక్షిణాయమునందును బలవంతులని తెలియవలయును. కుజుడు మొదలైన పంచగ్రహములు (ఇచట రాహుకేతువులను మినహాయించుట గుర్తించ వలయును) వక్రగతులైరేని బలవంతులు. కుజాది పంచగ్రహములలో గ్రహ యుద్ధమునందు జయమును పొంది, గోళమందు ఉత్తరముగా నుండి కాంతి వంతుడై వెలుగొందు గ్రహము బలవంతమగునని శాస్త్రము తెలుపుచున్నది.

శ్లో॥ మందారసౌమ్య గురుశుక్ర శశాంక సూర్యానైసర్గికాఖ్య బలినః
ఖచరాఃక్రమేణ। తస్థాన దిక్కాల దృగుక్త చేష్టానైసర్గిక కంషడ్బలమేవముక్తం॥
(ఉడుశశాప్రదీపికాయాం)

నైసర్గిక బలమును లెక్కించునపుడు శని, కుజ, బుధ, గురు, శుక్ర, చంద్ర, రవులు ఉత్తరోత్తరముగా అనగా శని మొదలు ఒకరికంటె ఒకరు క్రమముగా బలవంతులుగా వుందురని చెప్పబడినది. ఇది నైసర్గిక బలము 1. స్థానబలము, 2. కాలబలము, 3. దృగ్బలము, 4. చేష్టాబలము, 5. నైసర్గికబలము, 6 దిగ్బలము ఈ 6 కలసి షడ్బలములు అయినవి.

శ్లో॥ త్రిశాంద్భాగాత్మకో రాశిర్హోరారాశ్యర్ధముచ్యతే। లగ్నత్రిభాగో
ద్రేక్కాణోనవాంశోనమాంశకః। ద్వాదశాంశోద్వాదశాంశస్త్రిం
శాంశో త్రింశదంశకాః।
జ్ఞాఆవ్యాశ్చాత్రిషడ్వర్గా స్తత్తదీశా క్రమేణతు॥

షడ్వర్గులను నిర్ణయించుట ఒకరాశికి ముప్పయి భాగములుండును. రాశిని రెండు భాగాలు చేసిన హోర అనబడును. లగ్నమును మూడు భాగాలు చేసిన యెడల ద్రేక్కాణమనబడును. లగ్నము తొమ్మిది భాగాలు చేసిన నవాంశ అగును. లగ్నమును పన్నెండు భాగాలు చేయగా ద్వాదశాంశమగును. లగ్నమును ముప్పయి భాగాలు చేయగా అది తిశాంశమనబడును. ఇది షడ్వర్గ నిర్ణయము. ఈ షడ్వర్గమునకు అధిపతులను తెలుసుకొనుట ముఖ్యము.

శ్లో॥ హోరార్కేం ద్వోరోజగాశౌ। యుగ్మభే చంద్రసూర్య యోః।

చరేన్వపుతనవపాః । స్థిరేధర్మ స్వపుత్రపాః ॥

ఓజరాశులయిన మేషము, మిధునము, సింహము, తులా, ధనస్సు, కుంభము ఇవి ఆరును ఓజరాశులు. ఈ రాసులను రెండు భాగాలు చేసిన రెండు హోరలగును. మొదటి హోరలకు రవి అధిపతి, రెండవ హోరలకు చంద్రుడు ఆధిపత్యము గల వాడగుచున్నాడు. చంద్ర లగ్నములనగా మేషము, కర్కాటకము, తుల మకరములు. ఈ నాలుగు రాశులు చరకాసులు. ఈ రానులను ఒక్కోరాసిని మూడు భాగాలు చేయగా మూడు ద్రేక్కోణములగుచున్నవి. మొదటి ద్రేక్కోణమునకు లగ్నాధిపతిగను, రెండవ ద్రేక్కోణములకు పంచమాధి పతియును, మూడవ ద్రేక్కోణములకునవమాధి పతియును అధిపతులగు చున్నారు. వృషభ, సింహ, వృశ్చిక, కుంభమను ఈ నాలుగు స్థిరలగ్నములు. ఈ రాసులను ఒక్కింటికి మూడు భాగాలు చేయగా మూడు ద్రేక్కోణములగును. మొదటి ద్రేక్కోణమునకు నవమాధిపతియును, రెండవ ద్రేక్కోణమునకు లగ్నాధిపతియు, మూడవ ద్రేక్కోణమునకు పంచమాధిపతియు ద్రేక్కోణాది, పతులగుచున్నారు.

శ్లో॥ ద్విశరీరే పుత్రధర్మ స్వపాద్రేక్కోణనాయకాః।

ద్విస్వభావరాశిని గూర్చి తెలుసుకొనుటకు రాశిని మూడు భాగాలు చేసిన మూడు ద్రేక్కోణములగును. మొదటి ద్రేక్కోణమునకు పంచమాధిపతియును, రెండవ ద్రేక్కోణమునకు నవమాధిపతియును, మూడవ ద్రేక్కోణమునకు లగ్నాధిపతియును, ద్రేక్కోణాధిపతులుగా నిర్ణయించుట జరిగినది.

అతి ముఖ్యమైన నవాంశాధిపతిని నిర్ణయించుటకు సారావళిని ఆధారంగా తీసుకుంటే-

శ్లో॥ మేషసింహ్వా ధనుషి ష్వజాదయో । కన్యకామృఘ వృషీ మృగా
దయః॥ తాళికుంభ మిధునే తులాదయో మీన కర్క్యాళిషు కర్కటాదయః॥
(సారావళి)

మేషము, సింహము, ధనూరాసులకు మేషాదిగాను కన్య, మకర, వృషభ రాసులకు మకరరాశిగాను, తుల, కుంభము, మిధున రాసులకు తులాది గానూ, మీన, కర్కాటక, వృశ్చిక రాసులకు కర్కాటకకాది గాను చూడవలయును. అనగా లగ్నమును తొమ్మిది భాగాలు చేయుటనే నవాంశ అందురు.

శ్లో॥ లగ్నరాశి ముపక్రమ్య ద్వాదశాంశేశ్వరాః క్రమాత్ ॥

ద్వాదశాంశమును సాధించుటకు జన్మ లగ్నమును 12 భాగాలు చేయగా ద్వాదశాంశమందురు. జన్మ లగ్నాధిపతి మొదలు క్రమముగా ద్వాదశాంశాధిపతుల గుదురు. అనగా మొదటి అంశమునకు లగ్నాధిపతియు, మిగతా అంశములకు లగ్నరాశ్యాది క్రమ ప్రకారము రాశ్యాధిపతులు అంశాధిపతులగుచున్నారు.

శ్లో॥ భౌమమందేజ్యా సౌమ్యాశ్చ శుక్రః పంచో జభేక్రమాత్ ।
త్రింశనాయక యుగ్మేతువ్యత్యా యేవ గ్రహాస్మృతాః॥
భాగ్యాసుః పంచపంచాష్టా సప్తసంచేతితే క్రమాత్॥

త్రిశాంశాధిపతిని నిర్ణయించుటకు జన్మలగ్నము బేసిరాశి అయిన యెడల లగ్నమును ముప్పయి భాగాలు చేయగా కుజుడు ఐదు భాగాలకు, శని ఐదు భాగాలకు, గురువు ఎనిమిది భాగాలకు, బుధుడు ఏడు భాగాలకును, శుక్రుడు ఐదు భాగాలకును క్రమముగా అధిపతులగుచున్నారు.

లగ్నము సమరాశి అయిన యెడల క్రమముగా శుక్రునకు అయిదు భాగాలకును, బుధునకు ఏడు భాగాలును, గురునకు ఎనిమిది భాగాలును, శనికి అయిదు భాగాలును, కుజునకు అయిదు భాగాలును, బేసి రాశులకు క్రమముగా కుజ, శని, గురు, బుధ, శుక్రులు త్రిశాంశాధిపతులు అగుచున్నారు. సమరాశులకు తల క్రిందులుగా శుక్ర, బుధ, గురు, శని, కుజులు త్రిశాంశాధి పతులని శాస్త్రము తెలియచేయుచున్నది.

ఉత్తరకాలామృతమున మాందీ గ్రహ గుణికా[illegible] వివరములను తెలుసుకొనిన

శ్లో॥ చారుః ౨౬ ఖారి ౨౨ జటా ౧౮ వయోనట ౧౪ తనూ ౬ రూనం ౨
ద్యుమానాహతం । ఖాంగా ౩౦ స్తం రవివాసరాది షుటికాన్త
త్కాలభేమందజః। రాత్రేర్మానమహః ప్రమాణమహి ౮ హృ
త్కండప్రమాణం భవేదరకాద్యా శనివాసరాం తదివసే -వారేశ్వరాత్షండపాః।

అక్షర సంజ్ఞలచే తెలియజేయబడిన ఈ శ్లోకమున అర్థము ఆదివారమునాడు ఉదయాదిగా చారుః 26 ఘడియల మీద మాందీ గ్రహముండునని తెలియవలయును. సోమవారమునాడు 22 ఘడియల మీదను మాందీ గ్రహముండును. మంగళవారము నాడు 18 ఘడియల మీదను, బుధవారము ఉదయాదిగా 14 ఘడియల మీదను, గురువారము రోజు 10 ఘడియల మీదను, మాందీ గ్రహముండును. శుక్రవారమునాడు ఉదయాదిగా 6 ఘడియలమీద మాంద్రీ గ్రహముండును. శనివారము నాడు ఉదయాదిగా 9 ఘడియల మద మాందీ గ్రహముండును. ఆదివారము మొదలు శనివారము వరకు చెప్పబడినవి. యివి మధ్య స్థమైన ప్రమాణములు. అనగా 30 ఘడియల ప్రమాణమున్న రోజున ఈ విధముగా అమలగును. కాబట్టి అహః ప్రమాణమును, వృద్ధి క్షయములను బట్టి ఈ ఘడియలు కూడా ఎక్కువ తక్కువలను అనుసరించ వలయును. ఇందులకు త్రైరాశికము చేసి ఇష్టవారాంకమును స్ఫుటము చేయవలయును. కాబట్టి తద్వారాంకములను ఇష్ట దిన ప్రమాణముచే గుణించి 30చే భాగింపగా వచ్చిన లబ్ధము ఆ రోజు మాందీస్ఫుట ఘడియలగును. ఆ స్ఫుట ఘటికలవేళకు ఏ లగ్నమగునో ఆ లగ్నమందు శనిపుత్రుడయిన మాందీ గ్రహముండును. నవాంశను కూడా సాధించవచ్చును. గుళికను సాధించు విధానము చెప్పబడుచున్నది.

శ్లో॥ అంత్యాంశో హినిరీశ్వరస్తు గుళికశ్శన్యం శక స్తన్నిశోవారేశాది
హపంచమాదిత అయంఖండాంతర భేం శేభవేత్ । శ్యాతాంమంద
సుతావు భావతి ఖిలావిత్యేవమూచే మునిర్మాండవ్యః కలయత్రతౌ
నివసతౌతత్రైవ హని ప్రదౌ ॥

రాత్రి ప్రమాణమును అహః ప్రమాణమును ఆదివారము నుండి శనివారము వరకు ఏడు రోజులందలి రాత్రి మానమును గాని దిన కాలమానమును గాని ఎనిమిది భాగాలు చేయగా ఒక్కొక్క భాగమునకు ఒక్కొక్క గ్రహమధి పతియగును. ప్రతి వారమునాడు ఆవారాధిపతి మొదలుకొని గ్రహక్రమముగా ఏడు భాగములకును ఏడు గ్రహములు అధిపతులై ఎనిమిదవ భాగమునకు అధిపతి లేకుండును. ఆ ఎనిమిది పాళ్ళలో శని యొక్క భాగము ఏది అగునో అదియే గుళికుని స్థానమగును. ఇది పగటి కాలమున గుళికుని సాధించు విధానము. ఇప్పుడు రాత్రియందు గుళికుని సాధించు విధమును తెల్సుకుందాము. రాత్రి ప్రమాణమును 8 భాగాలు చేసి అవారాధిపతి ఐదవ వారాధిపతి మొదలు గ్రహక్రమముగా 7 భాగాలకు ఏడు గ్రహాలు అధిపతులై ఎనిమిదవ భాగము నిష్పతి భాగమైనను శన్యంశమునకు గుళికుడను పేరు. అట్టి గుళికుని ఖండాంతమునకు ఏ లగ్నము ఏ నవాంశము అగునో వానియందే గుళికుడు వుండునని చెప్పవలెను. మిగిలిన భాగమునందు ఆవారాధిపతి మొదలుకొనియు రాత్రి అయిన యెడల ఆ రోజువారాధిపతికి అయిదవవాడు మొదలు లెక్కింపవలెను.

శ్లో॥ శడ్ద శభవదుశ్చిక్యాన్య పచయ సంజ్ఞానికీర్త్యంతే,
స్వతనుసుఖ సుతాన్త తపశ్ఛిద్రవ్యయ సంజ్ఞితానిచాన్యాని ॥

ఉపచయ, అపచయ రాశులను గూర్చి - లగ్నమునకు 6, 10, 11, 3 స్థానములు ఉపచయములని పిలువబడుచున్నవి. 1, 2, 4, 5, 7, 8, 9, 12 స్థానములు అపచయములని పిలువబడును.

అటులనే హ్రస్వ, దీర్ఘ, సమరాసులను గురించి తెలుసుకొనవలెననిన - సారావళినను సరించి

శ్లో॥ హ్రస్వాస్తిమి గౌజ ఘటామిధున ధనుఃకర్కిమృగముఖాశ్చ సమాః
వృశ్చిక కన్యా మృగవతి వణిజోధీర్ఘాన్ స్సమాఖ్యాతాః॥
(సారావళి)

మీన, మేష, వృషభ, కుంభములు హ్రస్వరాసులు అనగా పొట్టివి అని మిధున, కర్కట, ధనుర్మకర రాశులు సమరాసులుగాను, సింహ, కన్యా, తులా, వృశ్చికములు దీర్ఘ ప్రమాణములు కలవి. అనగా పొడవైనవి.

శ్లో॥ ఏభిర్లగ్నాధిగతైర్హ్వ ప్రభృతీనివై శరీరాణి,
సదృశానివి జాయం తేయుత గగన చరైశ్చతుల్యాని ॥

లగ్నము మొదలు జాతకుని శిరో భాగమును మొదలు అవయములన్నియు, ఈ హ్రస్వ దీర్ఘ సమరాసులతో సమానమైన ప్రమాణమును గలిగి యుండి, ఆ స్థానములలో నున్న గ్రహముల యొక్క లేక గ్రహములతో సమానమైన ప్రమాణమును గలిగి వుండునని తెలియచున్నవి.

రాశులననుసరించి దిక్కులను నిర్ణయించుట ముఖ్యమయినదిగా తెల్సుకొన వలెను.

శ్లో॥ ఐంద్రాద్యం పరివర్తై స్త్రీతయం త్రితయంత్రి భిస్తుమేషాద్యైః
ఏ బిర్ధిక్షుని బద్ధైర్యాతాదీని వికల్పా యేత్క్రమేణ॥

తూర్పు దక్షిణ, పశ్చిమ ఉత్తర దిశల నాలుగింటి యందు వరుసగా మేషాది రాసులు మూడు పర్యాయములు తిరిగి వచ్చిన యెడల ఒక్కొక్క దిక్కునందు మూడేసి రాసులుండును. అప్పుడు మేష, సింహ, ధనస్సులు తూర్పు దిక్కునకును, వృషభ, కన్యా, మకరములు దక్షిణమునకు మిధున, తులా, కుంభములు పడమరకును, కర్కాటక, వృశ్చిక, మీనములు ఉత్తరమునకును అధిపతులు. వీటిననుసరించి యాత్రలు మొదలగు వాటిని నిర్ణయించ వలయును. ఇదే విధముగ రాసుల బలమును, రాసుల ఉదయించు స్థితిని తెలుసుకొనుట జ్యోతిషమున ముఖ్యము.

శ్లో॥ నక్తంబలామిధునకర్కి మృగాజగోశ్వాద్యుశ్శేష్టకాహరితు
లాళిఘటాంఆకన్యాః! పృష్టోదయాస్సమిధునా మిధునం విహా
య శేషాశ్శిరోభిరుదయం త్యుభ యేనమీనః॥

మేష, వృషభ, కర్కాటక, ధనుర్మకరములు రాత్రి బలరాసులు. సింహకన్యా తులా వృశ్చిక, కుంభమీనములు దినబలరాసులు. మేషవృషభ కర్కాటక ధను ర్మకరములు పృష్టోదయరాసులు, మిధున సింహకన్యా తులావృశ్చిక కుంభములు శీర్షోదయ రాసులు. మీనము ఒక్కటి ఉభయోదయరాశి అగుచున్నది.

శ్లో॥ కేంద్రాత్పరం పణపరమాపోక్లేమ సంజ్ఞితంత యోః పరతః ।బాల యువస్థవిరత్వేక్రమేణ ఫలదాగ్రహేస్తేషు॥

లగ్న చతుర్థ సప్తమ దశమములు కేంద్రములని తెలియవలయును. ఆ కేంద్రముల తదుపరి రాశులు అనగా 2, 5, 8, 11 రాసులను పణ పరములని తెలియును. ఈ పణపరములకు తర్వాతి రాశులు అనగా 3, 6, 9, 12 రాశులు ఆపోక్లేమములని తెలియును. ఆ కేంద్ర పణపరాపోక్లేమములందున్న గ్రహములు క్రమముగా బాల్య యవ్వన వార్ధక్యముల యుందు ఫలితములను తెలియ జేయును. లగ్నము ఐదు, తొమ్మిది స్థానములు కోణములనబడును. రాసుల జాతులను కూడా మనము తెల్సుకొనుట ముఖ్యము.

శ్లో॥ చాపసింహ్వాక్రియా భూపాః మీనాళి వృషభాద్విజాః।
నృయుక్కుంభ తులావైశ్యోశుద్రా స్త్రీ మృగకర్కటాః ॥

మీనము వృశ్చికము వృషభము అను ఈ మూడు రాసులు బ్రహ్మణ జాతివి. ధనస్సు, సింహము మేషము ఈ మూడు రాసుల క్షత్రియ జాతి రాసులు. మిధునము, కుంభము, తులా అను మూడు రాసులు వైశ్య జాతివి. కన్యా, మకర, కర్కాటకములు శూద్ర జాతి రాసులని తెల్సుకొనవలయును. అష్ట దిక్కులకు నవగ్రహాధిపత్యము నిర్ణయించుట తెల్సుకొనవలెను.

శ్లో॥ భాను శ్శుక్ర క్షమాపుత్ర స్సింహికేయ శ్శనీశ్శశీ
సౌమ్యస్త్రి దశమంత్రీచప్రాచ్యాది దిగధీశ్వరాః॥

తూర్పునకు రవియు, ఆగ్నేయమునకు శుక్రుడు, దక్షిణమ్మునకు కుజుడు, నైరుతికి రాహువు, పడమరకు శనియును, వాయవ్యమునకు చంద్రుడు, ఉత్తరమునకు బుధుడు, ఈశాన్యమునకు గురుడును అష్టదిక్కులకు ఈ గ్రహములు ఆధిపత్యము వహించుచున్నారు. ఈ విధముగానే గ్రహములకు వర్ణ నిర్ణయము చేయుట తెల్సుకుందాము.

శ్లో॥ తామ్ర సిదారుణ హరితక పీత విచిత్రాసితా ఇనాదీనాం।
పానకజల గుహకేశవ శచీవేధనః పతయః॥

రవికి ఎరుపురంగును, చంద్రునకు తెలుపురంగును, ముదురు ఎఋపు

రంగు కుజునకు, బుధునకు ఆకుపచ్చ, బృహస్పతికి పసుపురంగును, శుక్రునకు చిత్ర వర్ణమును, శనికి నలుపు రంగును ఈ వర్ణములు రవ్యాది సప్త గ్రహములకు అధిపతులగుచున్నారు. రవికి అగ్ని చంద్రునకు జలము, కుజునకు కుమార స్వామి, బుధునకు విష్ణువు, గురువునకు ఇంద్రుడు, శుక్రనకు శచీదేవి, శనికి బ్రహ్మదేవుడు ఇటుల సూర్యాది గ్రహములకు అధిపతులగుచున్నారు.

శుక్ర కేరళ రహస్య అనుగ్రంథమున గ్రహకారకత్వములను ఈ విధముగా తెలియజేసినారు.

రవి : ఆత్మకారకుడు, ఉత్సాహము, వనములు, పర్వతములు, పితృకారకుడు

చంద్ర : మనోకారకత్వము, పుష్పములు, సుగంధములు, జలము, తల్లి, కావ్యములు

కుజ : భూమి, ప్రాకారములు, రోగములు, వ్రణములు, సాహసము, శస్త్రములు, అగ్ని, ఉత్పాతములు, భాతృకారకత్వము.

బుధ : గణితము, కావ్యము, శిల్ప, జ్యోతిష, విద్య, బుద్ధి, ప్రజ్ఞ, కారకత్వము

గురుడు : కీర్తి, గృహము, బంగారము, పుత్రులు, వస్త్రములు, అశ్వములు

శుక్రుడు : కాముకత్వము, సుఖము, గీతము, విద్య, హాస్యవర్తనము, సరస సల్లాపము, శిల్ప, జ్యోతిషము, మణిమాణిక్యముల, ప్రవాళము, కళత్రకారకత్వము

శని : ఆయుర్ధాయము, ఆయుధములు, ప్రవాసము, శృంఖలము.

రాహుః : యవన, గూడార్థములు, రాజసము, బలోపేతము, వ్యయ కారకత్వము

కేతుః : ఆలస్యము, నిద్ర, ముక్కు, స్వప్నములు, మోక్షకారకత్వము

తర్వాత గ్రహస్ఫుట సాధనమును గూర్చి తెలుసుకొనుట అవశ్యము

కాలసాధన విషయమును వివరించి, జాతక, తాజిక, ముహూర్త ప్రశ్నా పర్వముల యందు తాత్కాల రాశులయందుండెడి గ్రహముల అత్యంత ఉపయో గముగానుండుట వలన గ్రహస్ఫుటము చేయుట అనెడిది అత్యవసరమయినది.

స్ఫుటగ్రహములను సిద్ధాంత ప్రకారము సాధించుట కొంచెము కష్టతరము గనుక, పంచాంగ రీత్యా స్థూల గ్రహసాధనము చేయుట సులభమయిన పద్ధతి. రాశ్యాధి గ్రహములనగా భాగాలు, లిప్తలు అని అర్ధము. ఒక రాశికి 30 భాగాలు, ఒక భాగానికి 60 లిప్తలు, ఒక లిప్తకి విలిప్తలు 60. ఒక లిప్త 60 లిప్తలు, ఒక భాగం 30 భాగాలు, ఒక రాశి 12 రాశులు ఒక భాగణము. రాశి స్థానమందు 12 పూర్తికాగానే భగణమందు ఒకటి ఎక్కును. కనుక రాశి స్థానమందు 12 కాగానే అక్కడ (0) నుంచవలెను. అంతేకానీ 12 వుంచరాదు. ఈ విధముగానే గ్రహములు, భావములు వటి సంధులు మొదలగు వాటిని గ్రహించవలయును. ఇప్పుడు పంచాంగరీత్యా స్థూలమార్గమున రాశ్యాధి గ్రహసాధనను నేర్చుకుందుము.

శ్లో॥ దస్రా ద్యాత భసంఘ పాదనిచయా త్త్రైటై హృతాదాశ్రయః
స్తచ్ఛేషాత్త్రిగుణా 30 హతాత్ఖగ హృతాద్భాగః తర్కా
హతాత్ శేషాన్నంద ౯ హృతాత్కలా స్యుర... సన్నక్షత్రయా
తాత్కఖేభ ౮౦౦ ఘ్నా ద్భక్షము ఖావసాన ఘటికా భక్తాః కలాస్త ద్యుతిః॥
రాశ్యాద్యానవ ఖేభరౌ రవిముఖాః పంచాంగ శుద్ధా అమీ
జన్మ ప్రశ్న ముహూర్త కాలజ ఖగైస్సర్వం ఫలం సాధయేత్॥

ఏ రోజునకు, ఏ సమయమునకు ఏ గ్రహమునకు స్ఫుటము సాధించవలెనో ఆ కాలమునకు ఆ గ్రహము అశ్వనీ మొదలుగా నెన్ని నక్షత్రములు నడచెనో అంత సంఖ్యను తీసుకుని, ఆ సంఖ్యను నాలుగుచే గుణించి, తొమ్మిదిచే భాగింపగా వచ్చిన లబ్ధము రాసులగును. ఆ శేషమును అరవైచే గుణించి తొమ్మిదిచే భాగింపగా వచ్చిన లబ్ధము లిప్తలగును. ఇటుట వచ్చిన రాసులు భాగాలు లిప్తలు, విలిప్తలు గుర్తుంచుకొనవలయును. దీనికి బాధ్యమని పేరు. తరువాత ఆ గ్రహము అప్పుడుఏ నక్షత్రమున నున్నచో, ఆ గ్రహము ఎప్పుడు ప్రవేసించెనో అది మొదలు తిరిగి దానిపై నక్షత్రమందెపుడు ఆ రెండి మధ్య ఎన్ని దినములు విరామముండునో అన్ని దినములు ఎన్ని ఘడియలు ఎన్ని విఘడియలు మొత్తమగునో ఆ మొత్తము ఆ గ్రహమునకు ఋక్ష్యాద్యాత మానమనబడును. దీనికి ప్రమాణము అని గుర్తుగా వ్రాసికొన వలయును. ఆ

తగువాత ఆ గ్రహమా నక్షత్రయందు ప్రవేశించినది ఆదిగా మనకు కావలసిన కాలమునకు గడచిపోయిన దినములు ఘడియలు ఎన్ని అగునో దానికి ఇచ్ఛమని గుర్తు వ్రాసుకొనవలెను. తరువాత యిచ్ఛ అను దానిని 800 వందలచే గుణించి, ఆ గ్రహమునకు వెనుక సాధించిన ఋక్షాద్యంతమానమను పేరు గల ప్రమాణము చేత భాగింపగా వచ్చిన లబ్ధము భాగలగును. ఆ శేషము లిప్తలగును. ఈ భాగలిప్తలను క్రితం సాధించిన బాధ్యమను పేరు గల రాశ్యాధిలో కూడగా అయినది రాశ్యాది స్ఫుటగ్రహమగును. ఈ విధముగా మనకు కావలసిన కాలమునకు, రవ్యాది గ్రహములన్నింటికి సాధించవలెను. రాశ్యాధి గ్రహములు జన్మకాల వర్ష ప్రవేశముహూర్త ప్రశ్నకాలాదుల యందు ముఖ్యముగా సాధించి వాని వలన సర్వ కార్యములు నెరవేర్చుకొనవచ్చును. అత్యంత ఉపయోగకరమైన విషయమని జ్యోతిష శాస్త్రమభ్యసించువారు గ్రహించవలయును.

నవ గ్రహములు మేషాది రాసులందుండు కాలమును తెలియవలయును

శ్లో॥ బుధ శుక్ర రవిర్మాసం మాసం మాసార్థతః కుజః
గురుద్వాదశమాసాశ్చత్రింశన్మా సాశ్మనైశ్వరంః
రాహో రష్టాదశనైశ్చవకేతోరపిత దైవచ॥

మేషాదిరాసులందు బుధ, శుక్ర, రవులు ఒకనెలవుందురు. కుజుడు 1 1/2 మాసముండును. గురువు ఒక సంవత్సరము, శని 2 1/2 సంవత్సరములు రాహు కేతువులు 1 1/2 సంవత్సరము వుందురు.

పాద భాయలచే కాలమును లెక్కించు విధమును గూర్చి తెల్సుకొందాము.

శ్లో॥ అహస్సార్థాద్రినేత్రోనం 35/30 శిష్టం పాదయుతం హరః
వసు ౮ ఘ్నంత్రి ౩ హృతం ఘస్రమానం హారహృతం ఘటీః

ఏ దినమునకయితే సమయ నిర్ణయము చేయ తలచితిమో, ఆ దిన ప్రమాణములో 27/30 తీసివేసి మిగిలిన దానితో పాదభాయలు కలిపినట్లయిన హారము వచ్చును. దిన ప్రమాణమును ఎనిమిదిచే గుణించి మూడుచే భాగించగా వచ్చిన ఘటికలను వెనుక సాధించిన హారముచే భాగింపగా వచ్చిన లబ్ధము ఘడియలగును. ఆ వచ్చిన శేషమును అరవైచే గుణించి వెనుకటి హారము విభజించిన విఘడియలు వచ్చును.

ఈ విధమయిన ప్రొద్దుకట్టుట అనెడు పద్ధతి అతిప్రాచీన కాలము నందు సమయము తెల్సుకొనుటకు వుపయోగించిన పద్ధతి. ప్రస్తుతము మనకున్న సాధనాలను అనుసరించి అతి సులభముగా కాలనిర్ణయము చేయగలుగు చున్నాము. అందువలన మన ప్రాచీన మహాఋషులు చెప్పిన పద్ధతులు ఆచరణలో లేవు.

చంద్రునికి గల శుభాశుభములను గూర్చి తెలియచేయుచూ

శ్లో॥ క్షేతేందుః పాపసంయుక్తో బుధమాందీచ పాపినః
పూర్ణ చంద్రుశుద్ధబుధో గురుశుక్రావాశ్శుభప్రదా॥

క్షీణచంద్రుడు పాపగ్రహమని తెలియవలయును. పాప గ్రహముతో కూడిన బుధుడు పాప గ్రహమనియే జెప్పవలయును. శుద్ధ బుధుడును పూర్ణచంద్రుడును గురుశుక్రులు శుభప్రదులు.

శ్లో॥ ప్రణవాద్యబ్ధ సంయుక్తానవ ౯ నాగా ౮ శ్వ ౭ భూమయః౧
భవంతి శకవర్షాణి శాలివాహన భూపతేః॥

1789 అనేదానిని దృవముగా నుంచుకుని ఆ దృవాంకముతో ప్రభవనామ సంవత్సరము మొదలుకొని తన యిష్ట సంవత్సరము వరకు గతించిన సంవత్సరములను కలిపినట్లయిన శాలివాహన శక శతాబ్ధములగును.

పైన వ్రాసిన శాలివాహన శకముతో 3179 ని కలుపగా కలి సంవత్సరము లగును.

శ్లో॥ కృతే త్వాధాన లగ్నశ్చేత్రేతాయాంతుజలోదయః
శీర్షోదయే ద్వాపరేతుకలౌ భూపత నంస్మృతం॥

(దక్షస్మృతి)

కృతయుగమున గర్భాధాన లగ్నమునే జన్మ లగ్నముగా ఎంచిరి. త్రేతాయుగ మున జలోదయ లగ్నమే జన్మలగ్నమనియు, ద్వాపర యుగమునందు శీర్షోదయ లగ్నమునే జన్మలగ్నముగా నిర్ణయించిరి. కలియుగమున భూపతన లగ్నమే జన్మలగ్నమని చెప్పబడినది.

శ్లో॥ కృతత్రేతా ద్వాపరేషు అస్థిగాః ప్రాణసంతతిః
అమితాయుర్భవేత్తేషా మన్నమాశ్రయ తేకలౌ॥
(హరీతస్మృతి)

ఒక్కొక్క యుగములో ప్రాణుల ఆయుర్ధాయమును హరీతస్మృతిలో ఇట్లు వివరింపబడినది. కృత, త్రేతా, ద్వాపర యుగములందు మనుష్యులు ఎముకలు నశించువరకు జీవించుదురనియు, దీనిని అమితాయుర్ధాయముగా చెప్పబడినది. కలియుగమున మనుష్యులు అన్నపానాదులు తీసుకొను శక్తివున్నంత వరకే జీవించుదురని చెప్పబడినది. అందువలన యిది అమితాయుర్ధాయము కాదని తెలియవలయును.

శ్లో॥ చంద్రలగ్నాధి పోయత్రతత త్రికోణ మధావివా
తత్సప్తమ త్రికోణేవాభవేల్లగ్న స్యనిర్ణయః ॥

చంద్రుడున్న లగ్నాధిపతి యెచట నుండునో వానికి 8, 5, రాసులు లగ్న మగును. లేని యెడల అతనున్న రాశికి 7వ రాశికి, 5, 9 రాశులు లగ్నమగును. ఇది నిర్ణయము.

శ్లో॥ యద్రాశౌచంద్రమాస్తి ష్టే తల్లగ్నంభవతి ధృవం॥

ఏరాశియందు చంద్రుడుండునో ఆ రాశిలగ్నమగును. అనగా చంద్రుడు చరలగ్న మందున్న లగ్నము చరలగ్నమగును. చంద్రుడు స్థిరలగ్నమందున్న యెడల లగ్నము స్థిరరాశి యందుడును. చంద్రుడు ద్విస్వభావలగ్నముందున్న యెడల లగ్నము ద్విస్వభావలగ్నమే యగును. ఇది నిశ్చయము. ఇంకొక విధముగా తెలుపవలయునన్న తనకు సందేహము గల ఘడియల వరకు ఉదయాది ఘడియలను నాలుగుచే గుణించి పన్నెండుచే భాగించగా శేషము యంత సంఖ్యవుండునో మేషాదిగా అన్నవ సంఖ్య జన్మలగ్నమగునమటకు సందేహము లేదు. మరొక విధమున నిర్ణయము. రవి యొక్క రవితో కలసిన వారి యొక్క దశలను కలిపి పన్నెండుచే భాగింపగా శేషము వచ్చిన సంఖ్య ఎంత అగునో మేషాదిగా ఆ సంఖ్య జన్మ లగ్నమగును.

శ్లో॥ సూర్యోదయాది నాడీ నామర్ధం కుర్యాద్విచక్షణః
సూర్యస్థోడు సమారభ్య తావత్సంఖ్యాకతారకాః
యద్రాశౌని పతేరాశిస్త ల్లగ్నం జన్మసంజ్ఞికం॥

జన్మలగ్నమును గూర్చి మరొక విధముగా చెప్పబడినది. సూర్యోదయము

మొదలు జనన కాల ఘడియ వరకు లెక్కించిన ఘడియలను సగము చేయగా ఎంత అగునో ఆ కాలమున సూర్యుడున్న నక్షత్రము మొదలు కొని వెనుక వచ్చిన సంఖ్యకు సమానమగు సంఖ్య గల నక్షత్రము ఏ లగ్నమున ప్రవేశమగునో ఆ లగ్నము జన్మలగ్నమనుటలో సందేహము లేదు.

శ్లో॥ ఏకద్విత్రింశకాస్సప్తన వాంశ ద్వాదశాంశకాః
త్రిశాంశా ఇతి విజ్ఞా యాగ్రహాణాం సప్తవర్గకాం॥

క్రితం చెప్పబడిన లగ్న, హోర, ద్రేక్కాణ, సప్తాంశ, నవాంశ, ద్వాదశాంశ, త్రింశాంశములను నవ గ్రహములకు సప్త వర్గములనబడును. వీటి ఫలములను ఇప్పుడు తెలిసికొందుము.

శ్లో॥ మూలత్రికోణగే స్వోచ్ఛే స్వక్షేత్రేపిచ కేంద్రగే శత్వారే ఉత్తమాంశా
స్త్యురమీశుభఫలాధికాః॥

ఒకటి మూలత్రికోణము, రెండు స్వోచ్ఛ, మూడు స్వక్షేత్రము, నాలుగు కేంద్రములు. ఈ నాలుగు ఉత్తమాంశలగుచున్నవి. ఇవి అత్యధిక ఫలముల నిచ్చునని శాస్త్రము తెలియచేయుచున్నది.

శ్లో॥ సప్తవర్గోద్భవాంశాశ్చసాధి మిత్రాంశకాఅమీ
సోత్తమాంశకషష్ట్యంశాః వర్గాః ప్రోక్తాస్త్ర యోదశ॥

అధిమిత్రాంశలతో గూడిన సప్త వర్గో ద్భవాంశములను ఉత్తమాంశలతో గూడిన షష్ట్యంశములును, అను వీటిని త్రయోదశ వర్గములని చెప్పబడుచున్నవి. ఈ విధము త్రయోదశ వర్గములను గుణించవలయును.

శ్లో॥ ఉత్తమంతు త్రివర్గ క్యేచతుర్వర్గ క్య గోపురం
సింహసనం పంచవర్గే ద్వివర్గే పారిజాతకం ॥

పైన చెప్పబడిన వర్గములతో త్రివర్గక శుభత్వము అగునేని ఉత్తమాంశ అగును. చతుర్వగర్గక్య శుభత్వము గోపురాంశమగును. పంచవర్గక్య శుభత్వము సింహాస నాంశమగును. ద్వైవర్గక్య శుభత్వము పారిజాతాంశమనబడును.

శ్లో॥ పారావతం షట్సు భత్వే దేవలోకస్తు సప్తకే
అష్టవర్గ శుభత్వేతు కుంకుమాంశ ఇతీరితః॥

షడ్వర్గక్య శుభత్వము పారావతాంశమని చెప్పబడినది. సప్తవర్గక్య శుభత్వము కుంకుమాంశయని తెలియవలయును.

శ్లో॥ నవవర్గ శుభత్వేతు భావే దైరావతాంశకః
దశవర్గే వైష్టవంతు ఏకాదశ శుభేశివః॥

నవ వర్గక్య శుభత్వమును ఐరావతాంశమని చెప్పబడినది. దశవర్గక్య శుభత్వము వైష్ణవాంశమని చెప్పబడినది. ఏకాదశ వర్గక్య శుభత్వమును శివాంశమనియు చెప్పబడినది.

శ్లో॥ ద్వాదశానాం శుభత్వేతు భాన్య దంశ ఇతీరితః
త్రయోదశానాం వర్గానాంశుభీవైశేష కాంశకః॥

వర్గాంశల గురించి చెప్పుచూ ద్వాదశవర్గక్య శుభత్వమును భాస్వదంశమనియు చెప్పబడినది. త్రయోదశవర్గక్య శుభత్వతు వైశేషకాంశమనియు తెలియచేయ బడినది.

తదుపరి గ్రహములయొక్క యోగములను గూర్చి ఈ విధముగా తెలియ జేయబడుచున్నది.

శ్లో॥ క్రమాద్గ్రహాఃపాచక బోధకశ్చసకారకోవేధక సంజ్ఞి కస్తు
మందారజీవామర శతృపూజ్యా శ్శుక్రా రసూర్యాత్మజ వాసకేశాః॥

రవి మొదలగు గ్రహములకు పాచక, బోధక, కారక, వేధక సంజ్ఞలను తెలుసు కొనుట ముఖ్యము. ఇప్పుడు చెప్పవచ్చిన గ్రహక్రమము ఒక్కొక్కటి రవ్యాది గ్రహము లకు పాచక, బోధక, కారక, వేదక అనెడి సంజ్ఞ గలవియగును. రవికి శని కుజ గురులు శుక్రులును; చంద్రునకు శుక్ర, కుజ శని రవులు క్రమముగా పాచక, బోధక, కారక, వేధక సంజ్ఞలగుచున్నారు. ముందుగా కుజునకు సంజ్ఞ చెప్పునపుడు-

శ్లో॥ రవీందు సూర్యాత్మజ చంద్రపుత్రాశ్శశాంక జీవాస్చు జిదావనీయాః
సూర్యాత్మజారేందు దినాధి నాథా స్సామ్యాక్క దేవేజ్యాది నేశపుత్రాః॥

కుజునకు రవిచంద్ర బుధులును; బుధునకు చంద్ర గురు శుక్ర కుజులును,

గురునకు శని కుజ చంద్ర రవులును; శుక్రునకు బుధ రవి గురు శనులును వరుసగా పాచక, బోధక, కారక, వేధకులు అగుదురని తెలియవలయును.

శ్లో॥ శుక్రేందు దేవేజ్యధరాసు తాస్తు భవంతి తత్పాకముఖాగ్రహేంద్రాః
స్థానాని వృక్షే క్రమ శోగ్రహాణాం షట్సప్త ధర్మాయగతాఃక్రమేణ॥

శనికి శుక్ర, చంద్ర గురు కుజులును పాచక, బోధక, కారక, వేధక గ్రహములగు నని తెలియవలయును. ఆయా గ్రహములకు పాచకాది సంజ్ఞలను ఏఏ స్థానములందుండి పొందునో ఆ స్థానములను గ్రహములకు క్రమముగా చెప్పబడినది రవికి 6, 7, 9, 11 స్థానములను పొందిన పూర్వోక్త గ్రహములు పాచకాది సంజ్ఞలను కలిగి యుండును. అనగా రవికి 6వ స్థానమందున్న శని రవి ఫల పాచకుడగును. రవికి సప్తమమందున్న కుజుడు రవి ఫల భోధకుడగును. రవి వున్న రాశికి నవమమందున్న గురుడు రవి ఫలకారకుడగుచున్నాడు. రవి వున్న రాశికి ఏకాదశ మందున్న శుక్రుడు సూర్యఫల వేధకునిగా తెలియ వలయును. ఇప్పుడు చెప్పబడిన స్థానములను బట్టి ప్రతి గ్రహమునకు యితర గ్రహములిచ్చు పాచక, బోధక, కారక వేధక, గ్రహములు యిచ్చు ఫలితములను తెలియ వలయును.

శ్లో॥ భానోశ్చ శేరాత్మజ భాగ్య లాభయుక్తా స్తృతీయ్యే ధధరాసుతస్య
ధనారిలాభాం త్యగతాబ్జ సూనోర్త్సతీయ్యా బంద్వాత్మ జసోదరాశ్చ

చంద్రుడున్న రాశికి 5, 9, 11, 3 స్థానములందున్న శుక్ర, కుజ, శని రవులును, కుజుడున్న రాశికి 2, 6, 11, 12, స్థానములందున్న రవి, చంద్ర, శని, బుధులును బుధనకు 2, 4, 5, 3, స్థానములయందుండు పూర్వోక్త చంద్ర, గురు, శుక్రు కుజులు.

సూర్యునకు షట్సప్త ధర్మాయగతాః 6, 7, 9, 11, క్రమముగా ఈ స్థానము లందున్న శని, కుజ,గురు శుక్రులు క్రమముగా, పాచక, బోధక, కారక వేధకులని తెలుసుకొనవలయును. రవికి 6వ స్థానమందున్న శని రవి ఫలపాచకుడగును. పాచక గ్రహము ఒక గ్రహమిచ్చిన ఫలములను వృద్ధి చేయును. అనగా కాంతి వంతము అనగా ప్రకాశింపజేయును. బోధక గ్రహము ఫలములను బోధపరచు వాడని తెలియవలయును. కారక గ్రహము ఫలమును చేయించువాడు అనగా

కర్త యగును. వేధక గ్రహము ఫలములను చెడగొట్టువాడగును. ఈ విధముగా గ్రహములిచ్చు ఫలితములను గ్రహించవలయును.

శ్లో॥ గురోస్తు షష్టాష్టమకామరిః శాశ్చక్రార్ధ నారివ్యయ బుధ యుక్తాః।
తృతీయ్యా లాభారికళత్రగాస్తుది నేశనూనోః ప్రవదంతి తజ్ఞాః॥

బృహస్పతి వున్న స్థానమునకు 6, 8, 7, 12 స్థానములందు శని కుజ చంద్ర రవులను, శుక్రునకు 2, 6, 12, 4 స్థానములందుండు బుధ రవి గురు శనులును, శనికి 3, 11, 6, 7, స్థానములందుండు శుక్ర చంద్ర కుజగురులును, ఆయా గ్రహములకు పాచక, బోధక, కారక వేధక సంజ్ఞలను పొందునని చెప్పబడినది. ఆయా గ్రహములకు పాచకాది గ్రహము శతృ మితృలగుచున్నాదని తెలియ వలయును. తెలియవలయును.

శ్లో॥ శతృర్ధి నేశస్యతుపాచక స్యాత్ మిత్రాణి శేషాశ్చ శినస్తువైరీ
తదైవ భౌ మస్యతు వేధకశ్చ శతృర్భుధ స్యాత్మక రోగురోస్తు॥

రవిచంద్రులకు పాచక గ్రహములు శతృవులు. మిగతా గ్రహములు మిత్రులుగ పరిగణింపవలయును. కుజునకు వేధక గ్రహము శత్రువు. మిగిలినవారు మిత్రుల గుదురు. బుధునకు బోధక గ్రహము శత్రువు. మిగతా గ్రహములు మిత్రులు అని తెలియవలయును.

శ్లో॥ పాపగ్రహోవేధక సంజ్ఞి తశ్చ శతృర్భవేదాస్ఫుజితశ్చవైరీ
సకారకోవైధక సంజ్ఞతశ్చ శనేస్తు తత్కారక ఖేచరిః॥

బృహస్పతికి పాచక గ్రహము, వేధక గ్రహము శత్రువులగుదురు. శుక్రునకు కారక గ్రహము, వేదక గ్రహములు శత్రువులగుదరు. శనికి కారక గ్రహము శత్రువగును. పాచకాది గ్రహములు ఇచ్చు యోగములను, ఫలితములను తెలుసు కుందము.

శ్లో॥ మృష్టాన్న పానాంబర భూషణాప్తిం రాజ్యార్ధ భూలాభమతీవ సౌఖ్యం।
ధైర్యం మహోత్సాహమతీవ శక్తింకుర్యాద్గ్రహః పాచక సంజ్ఞ కోయం॥

పాచక గ్రహము మృష్టాన్న పానంబులను మంచి వస్త్రంబులను భూషణము లను, రాజ్యమును, భూములను, ధనమును, సుఖ, సౌఖ్యములను, ధైర్యోత్సాహములను, సామర్థ్యంబును జాతకునకు యిచ్చును.

శ్లో॥ మిత్రేయథాన్యాయ ఫలం తదన్యే గ్రహేతదన్య త్ఫలమాత్నోతి

మిత్రగ్రహ ము ఏ విధముగా శుభఫలములను యిచ్చెదరో అట్లే శత్రు గ్రహములు వ్యతిరేక ఫలములను జూపుదురు.

శ్లో॥ సమగ్ర రాజ్యం బహురాజపూజాం విద్యా వినోద్రాంకిత గద్యపద్యం।
యశస్తపః ప్రాప్తి మతీవభాగ్యం కుర్యాద్గ్రహో బోధక సంజ్ఞతోయం॥

బోధక గ్రహఫలితములను ఈ విధముగా తెలియవలయును. రాజ్యాధికారము, అనేక రాజులచే పూజింపబడుటయు, విద్యను, వినోదములను, కావ్య రచనలను, మంచికీర్తిని, తపశ్శక్తిని, విశేష ధన ధాన్యములను కలిగించునని తెలియవలయును.

శ్లో॥ గ్రహేచతిస్మిన్ సఫలం వదంతి మిత్రేవి పర్యాసఫలంతదన్యే

బోధక గ్రహము ఆయా గ్రహమునకు మిత్రగ్రహమయినచో పూర్వోక్త ఫలములనే యిచ్చువాడగునని మహాఋషులు చెప్పియున్నారు. శత్రువు అయిన యెడల చెప్పబడిన ఫలములకు వ్యతిరేక ఫలములు నిచ్చునని తెలియ వలయును.

శ్లో॥ భాగ్యం క్వచిక్షీణ ఫలం క్వచిచ్చ దారార్థ బంధ్వాత్మ జరోగపీడాం

కారక యోగమును పొందిన గ్రహము జాతకునకు కొంత కాలము భాగ్య సంపదలనిచ్చి, కొంత కాలము సంపదలను క్షీణింపజేసి భార్యా, పుత్రులు, బంధువులకు పీడను కలుగజేయును.

శ్లో॥ చోరాగ్ని పీడాకలహం జనైశ్చసకారకో మిత్రసమో యదిస్యాత్
సకారకోవైరి సమ్యో తత్తు వదంతి వైలోమ్యఫలం విశేషాత్॥

అదే కారక గ్రహము మిత్ర, లేక సమమైన యెడల దొంగల భయము, అగ్ని భయము, జనులతో తగాదాలు కలిగించును. ఆ కారక గ్రహము శత్రు సమమైన యెడల పూర్వోక్త ఫలములను ప్రక్కకు త్రోసి విపరీత శుభఫలములను యిచ్చు వాడగుచున్నాడు. తర్వాత వేదక గ్రహమును గూర్చి యిట్లు తెలియవలయును.

శ్లో॥ చోరాగ్ని శత్రుక్షితిపాల సంపైె రతీవదుఃఖం స్వపదచ్యుతించ
విదేశయానందన నాశనంచవదేద్ధ హేత త్ఫల మన్యధాస్యాత్

వేదక గ్రహము యోగ మిచ్చుటలో మిత్ర సమమైన యెడల చోరులు, అగ్ని, శత్రువులు, రాజులచే అధిక దుఃఖమును, స్థానచలనము, విదేశగమనము, ధననాశనము మొదలగు అవయోగములు కలుగజేయును. శత్రుసమమైన శుభ ఫలములను కలిగించును. గ్రహముల యొక్క శుభ, అశుభ, ఫలములను పూర్తిగా తెలియుటకు గమనింపుడు.

శ్లో॥ పాకేశాత్పుషిరాంత్య శత్రుభవనే యుక్తోపహారేశ్వర
స్తచ్ఛత్రుర్భ వతీహ లాభభవనే స్వోచ్చాత్మజేబంధు భే
భాగ్యే వాదన మే సమన్విత ఖగస్త చ్ఛోభనాఖ్య గ్రహ
స్తర్కా ర్యాన్విత ఖే చరస్తు శుభదః ప్రోక్తోగ్రహాణాంక్రమః॥

దశానాధునకు 6, 8, 12, స్థానములందున్న అంతర్భశానాధుడు ఆదశానాధునకు శత్రువగును. దశానాధునకు లాభస్థానము, స్వోచ్ఛయందును, పంచమమందును, చతుర్ధమందును, నవమమందును వున్న గ్రహములు శుభ గ్రహములనబడును. అయాదశా ప్రవేశ కాలమున పూర్వోక్త శుభస్థానమందున్న శుభగ్రహము శుభమైన ఫలములనిచ్చును.

శ్లో॥ పాకక్రియాదిసహితద్యు చరస్తు శత్రుస్సాత్థాన తోతిశుభదస్వతి
శోభనాఖ్యః॥ స్థానానురూప ఫలమత్ర వించింత్య మార్గంజ్ఞాత్వా
వదంతిమున యోజగ తుంప్రసిధ్యై॥

పాచకాది గ్రహములు శత్రువులై పూర్వోక్తశుభ స్థానములయందున్న యెడల అతి శుభ ఫలములనిచ్చును. ఈ పాచకాది యోగ విషయమై పూర్వోక్త స్థానమును బట్టి శుభ అశుభ మార్గమును చక్కగా యోచించి గ్రహములకు శుభాశుభములను తెల్సుకొని మహాఋషులు లోకమెల్ల తెలియుటకు గాను స్థానముల యొక్క ఫలములను తెలియజేసిరి.

జన్మకాలమునకు దృక్సిద్ధములైనటువంటి సిద్ధాంత శాస్త్ర సమ్మతమైన సూర్యాదిస్పుట గ్రహములను సంధి సహితముగా లగ్నాది పన్నెండు భావములను క్రోడీకరించుకుని పూర్వయుక్త షడ్బల విచార సిద్ధమగు

బలములచేత యీ సంజ్ఞా ప్రకరణమును వుపయోగించి ఫలములను నిర్ణయించవలయును.

యీ క్రింది యివ్వబడిన చక్రము ద్వారా పాచక బోధక కారక వేదక సంజ్ఞలను పొందిన గ్రహముల యొక్క పూర్వోక్త ఫలములను తెలియజేయును.

గ్రహములు సంజ్ఞలు	రవికి	చంద్రునకు	కుజునకు	బుధునకు	గురునకు	శుక్రునకు	శనికి
పాచకగ్రహము	6 శని	5 శుక్రుడు	2 రవి	2 చంద్ర	6 శని	2 బుధుడు	3 శుక్ర
బోధక గ్రహము	7 కుజ	9 కుజ	6 చంద్ర	4 గురు	8 కుజ	6 రవి	11 చంద్ర
కారక గ్రహము	9 గురు	11 శని	11 శని	5 శుక్ర	7 చంద్ర	12 గురు	6 గురు
వేధక గ్రహము	11 శుక్ర	3 రవి	12 బుధ	3 కుజ	12 రవి	4 శని	7 కుజ

ఈ సప్త గ్రహములు వారి దశలయందు వారు యిచ్చిన శుభ ఫలములను పాచక గ్రహము ప్రకాశింపజేయును. బోధక గ్రహము వారిచ్చిన ఫలమును బోధపరచును. కారక గ్రహము వారు యిచ్చిన ఫలములను అనుభవమును తెచ్చువాడగును. వేధక గ్రహము వారిచ్చిన శుభఫలములను చెడగొట్టువాడగును. జ్యోతిష శాస్త్రజ్ఞులు ఈ విధముగా ఫలములను జాతకునకు తెలియజేయ వలయును.

గ్రహములకు అవస్థలను నిర్ణయించుట అతిముఖ్యమని జ్యోతిషమును అభ్యసించువారు గ్రహించవలసిన ముఖ్య విషయము. శుక్ర కేరళ రహస్యమను గ్రంథములో

శ్లో॥ మేషాదిగణ యేత్రా జ్ఞాశ్చంద్రావస్థా ప్రకీర్తితః
ఇతరేషాం గ్రహాణాంతు చంద్రస్తం రశిమారభేత్॥
(శుక్రకేరళరహస్యే)

మేషరాశి మొదలుకొని చంద్రుడున్న రాశి వరకు లెక్కించిన వచ్చినవి చంద్రావస్థలగును. ఇతర గ్రహములకు చంద్రుడున్న రాశి మొదలు ఇతర గ్రహము లున్న రాశివరకు లెక్కింపగా ఇతర గ్రహావస్థలగును.

శ్లో॥ అంశేతు చంద్రరాశ్యాది గణానా పరికల్పితా
ఇతరేషాంతు సర్వేషాం మేషాదిగణయే ద్బుద్ధదిలః॥

అంశ చక్రము నందు చంద్రుడున్న రాశి మొదలుకుని మేషరాశి వరకు

లెక్కించగా వచ్చినవి చంద్ర సూక్ష్మావస్థలగును. ఇతర గ్రహములకు అన్నిటికీ మేషాదిగా చంద్రుడున్న రాశివరకు లెక్కించగా ఇతర గ్రహ సూక్ష్మావస్థలువచ్చును. చంద్రుని యొక్క పన్నెండు అవస్థలను యిట్లు తెలుసుకొనవలెను.

శ్లో॥ ప్రవాస నష్టేచ మృతి ర్జయంచహాస్యం చక్రీడారతి సుప్తయశ్చ
భుక్తిర్ జ్వరం కంపిత సుస్థిరాశ్చభవంత్య వస్థాస్సతతంశశాంకీ॥

1. ప్రవాసము, 2. నష్టము, 3. మృతి, 4. జయం, 5. హాస్యం, 6. క్రీడ, 7. రతి, 8 సుప్తి (నిద్ర), 9 భోజనం, 10. జ్వరం, 11. కంపితం (త్వరపాటు), 12. స్థిరత్వం అను ఈ ద్వాదశములు చంద్రావస్థలు. అటులనే యితర గ్రహావస్థలను గూర్చి-

శ్లో॥ ధీరం ప్రకంపీ గమితశ్చ భోగీభుక్తి శ్శయానః కుపితోదయాళుః
సుప్తః ప్రమోదశ్చ సుఖంభయంచ భవంత్యవస్థాస్స తితం గ్రహేషు॥

1. దీరత్వము, 2. ప్రకంపనము, 3. గమనము, 4. భోగము, 5 భోజనము, 6. శయనము, 7. కోపము, 8 దయా స్వభావము, 9. సుప్తి (నిద్ర) 10. సంతోషము, 11. సుఖము, 12. భయము ఈ 12 అవస్థలు చంద్రునికి తప్ప మిగిలిన గ్రహములకు అవస్థలుగా అన్వయించవలయును. ఇపుడు గ్రహావస్థల యొక్క ఫలములను తెలుసుకొందాము.

శ్లో॥ ఇదం గోప్యమిదం గోప్యం గోప్యాద్గోప్యతరం మహత్
పారాశరేణమునినా బోధితంచ ప్రకాశితం॥

(పారాశర్యే)

జ్యోతిషానికి అద్యుడైన పరాశరమునీశ్వరుల చేత చెప్పబడిన ఈ గ్రహావస్థలు అతిముఖ్యమైనవి గావున అయోగ్యులకు తెలుపకూడదని చెప్పబడినది.

శ్లో॥ ధీరావస్థా స్థితః ఖేటో ధైర్య వృద్ధిం బలం ధనం
ఆయుః కీర్తించ కురతే తజ్జాతిక ఫలం విదుః॥

దీరావస్తను పొందినటువంటి గ్రహము ధైర్యమును, బలమును, ధనమును, ఆయుషును, కీర్తిని జాతకునకు కలుగచేయును.

శ్లో॥ కంపావస్థాస్థితః ఖేటోమనః ఖేదం రిపోద్భ యం
ధనహానించకురుతే వదంతి ముని సత్తమా॥

కంపావస్థను పొందిన గ్రహము మనస్సుకు కలతను, దుఃఖమును, శత్రు భయమును, ధననాశనమును, జాతకునికి కలిగించును.

శ్లో॥ గమనాయా మనస్థాయాం స్థితః ఖేటస్సదా సుఖం
అర్థలాభం గమనం కరోతిమున యో విదుః

గమనావస్థను పొందిన గ్రహము సుఖ సంతోషములను, ధనలాభములను, ప్రయాణములను జాతకునికి కలుగచేయును.

శ్లో॥ భోగావ స్థాస్థితం ఖేటోభోగ బళీవాగ్యాది సంపదః
స్త్రీ సౌఖ్యం పుత్ర లాభంచ జ్యోతిశ్శాస్త్ర విశారదః

అనగా భోగావస్థ యందున్న గ్రహము భోగములును, భాగ్యములను అధికముగా యిచ్చును. సంపదలను, స్త్రీ సౌఖ్యమును, పుత్ర లాభమును, కలుగచేయునని ఋషులు చెప్పియున్నారు.

శ్లో॥ భుక్తా వస్థాస్థితః ఖేటో సౌఖ్యభోజనం సంపదం
దేహ పుష్టించ సతతం కరోతి మునిసత్తమాః॥

భుక్తావస్థయందున్న గ్రహము సుఖమును, రుచికరమైన భోజనమును, సంపదలను, దేహదారుఢ్యమును జాతకునకు కలుగజేయునని మునీశ్వరుల ఉవాచ.

శ్లో॥ శయనాయ మవస్థాయాం స్థితః ఖేటోజ్వరాద్భయం
వ్రణరోగాది సంప్రాప్తిం కరోత్యేవం న సంశయంః॥

శయనావస్త యందున్న గ్రహము జ్వరము, అందువలన భయము, వ్రణములను రోగములను జాతకునికి కలుగచేయును. అనుమానించపనిలేదు.

శ్లో॥ దయావస్థాస్థితః ఖేటో జ్ఞానం విద్యాంధనం శ్రియం
భూలాభం వస్త్రలాభంచం కురుతేముని సత్తమా॥

దయావస్థ యందున్న గ్రహము జ్ఞానమును, విద్యను, సంపదను, భూలాభ మును, వస్త్ర లాభమును జాతకునికి కలుగజేయునని తెలిపియున్నారు.

శ్లో॥ కోపావస్థాస్థితః ఖేటోరాజకోపం నృపాద్భయం
బంధుద్వేషాదికం బైవకురుతే జ్ఞాని నోవిదుః॥

కోపావస్థయందున్న గ్రహము రాజకోపమును, రాజుల వలన భయమును, బంధు ద్వేషమును, మొదలగు ఫలములను కలుగజేయునని పూర్వీకులు చెప్పియుండిరి.

శ్లో॥ సుప్తావస్థాస్థితః ఖేటో మరణాది భయం క్వచిత్
రాజరోగాది సంప్రాప్తిః నిర్ధనం కురుతేవిదుః॥

నిద్రావస్థ యందున్న గ్రహము మరణ భయమును, రాజరోగాది భయమును, ధనములేకుండునట్లు చేయుటయును, జాతకునికి కలుగజేయును.

శ్లో॥ ప్రమోదాయ మనస్థాయా స్థితః ఖేటస్సుఖంసదా
సంతోషం రాజసన్మా నంకురుతే సౌఖ్యాజీవనం॥

సంతోషావస్థయందున్న గ్రహము ఎప్పుడునూ సుఖమును, సంతోషమును, రాజసన్మానమును, సుఖజీవనమును, జాతకునికి కలుగజేయును.

శ్లో॥ సుఖావ స్థాస్థితః ఖేటో సుఖవాహన సంపదం
మిత్రలాభం పుత్ర వృద్ధిం కురుతే దైవ చింతకాః॥

సుఖావస్థ యందున్న గ్రహము సుఖమును, వాహనమును, సంపత్తును, మిత్రులను వారి వలన లాభమును, పుత్ర వృద్ధిని జాతకునికి కలుగజేయును.

శ్లో॥ భయావస్థాస్థితః ఖేట స్సర్వదాభయజీవనం
బుద్ధిహైన్యం చచాంచల్యా కురుతే శాస్త్ర పారకాః॥

భయావస్థ యందున్న గ్రహము యెల్లప్పుడునూ భయముతో కూడిన జీవితమును, బుద్ధి లేనితనమును, చంచల స్వభావమును జాతకునికి కలుగజేయునని పెద్దలు చెప్పియున్నారు.

శ్లో॥ మేషాది జన్మరాశ్యంతంధ్రువం మేషాది యేగ్రహాః
రాశి గుణ్యాంచ తత్తుల్యాంతద్ధశాగుణితంపునః
సప్త వింశతి భాగాశ్చత చ్ఛేషం సమయం విదుః॥

మేషరాశి మొదలు లగ్న పర్యంతము లెక్కించిన సంఖ్యను మేషము మొదలు గ్రహమువున్న రాశి వరకు లెక్కించినసంఖ్య హెచ్చించి యీహెచ్చించిన సంఖ్యను ఆ గ్రహము యొక్క దశా సంవత్సరములచేత గుణించిన వచ్చిన మొత్తము సంఖ్యను 27చే భాగించగా వచ్చిన శేషములు ఆ గ్రహసమయము లగును.

గ్రహ సమయములు	*ఫలములు*
స్నాన సమయము	ధైర్యము
వస్త్రధారణ	ప్రభుత్వము
తిలకధారణము	భూలాభము, క్షేమము
జపము	శత్రుజయము, రాజ్యము
శివపూజ	శత్రుజయము
ఔపాసనము	దుఃఖము
విష్ణుపూజ	జయము, సంపత్తు
విప్రపూజ	రాజ్య లాభము
నమస్కారము	శుభము
అదిప్రదక్షిణము	ధాన్యలాభము
వైశ్వదేవము	సుభోగము
అతిథిపూజా	జయ శీలము, భోగము
భోజనము	భోగము
విద్యా ప్రసంగము	పాండిత్యము
ఆక్రోశము	వ్యసనము, పాపము
తాంబూలచర్వణము	స్త్రీ సౌఖ్యము
వాగ్విలాసము	జయము
కిరీటధారణము	గజారోహణము
జలపానము	సుఖము
ఆలస్యము	భయము
శయనము	అశుభము
అమృతాశనము	తృప్తి
గంధపుష్పధారణము	రాజ్యలాభము
స్త్రీ సల్లాపము	స్త్రీ సౌఖ్యము
భోగము	సంతానవృద్ధి
నిద్రా	భోగహీనము
రత్నపరీక్ష	ధనధాన్యలాభము

లగ్న సాధనము

శ్లో॥ నాడ్యాదికం లగ్న గతం ఖగుణ 30 ఘ్నం స్వమానహృత్
భాగాధి లబ్ధం సంసాధ్యం గతరాశి యుతం తనుః॥
(దైవజ్ఞ కర్ణామృతే)

సూర్యఅయనాంశలు లేకుండానే చదువరులకు అతి సులభముగా రాశ్యాది లగ్నమును తెల్సుకొనుసాధించువిధానమును తెలియజేయబడుచున్నది. ముందుగాఘటికాదిలగ్న భుక్తిని తెల్సుకొనవలయును. ఎట్లనగా, తన యిష్టతిథినాడు తన యిష్ట ఘడియలు పెట్టుకొని, అందు ఆ నాటి పంచాగమునందు ఆ తిథి చివరన రాశి వుండు భుక్తి అను ఘటికలను, ఘటికా, విఘటికలను కలిపి అందులో ముందు వ్రాసిన మేషాది సంక్రమణ గదులలో తన యిష్టతిథిరోజుకు నడుచుచున్న సంక్రమణలన్నియూ, వరుసగా ఏ గడిలోని ఘటికలు పోవునో దానిని తీసివేయగా మిగిలినది, పోయిన లగ్నమునకు పై లగ్నమందు భుక్తియని గ్రహించవలయును. ఇదే తత్కాల లగ్న భుక్తి ఘటికాది అని చెప్పవలయును. ఉదాహరణగా : నందన నామసంవత్సరము ఆశ్వీయుజ మాసము శుద్ధ చతుర్ధశి గురువారము సూర్యోదయం, ఇష్టకాల ఘడియలు విఘడియలు 32; 38 ఇందులో ఈ రోజున పంచాగము చివరలో వ్రాయబడిన భుక్తియను ఘటికాది 3, 37ను కలిపితే అయినది 36.15 అది శోద్య సంఖ్య

అని గుర్తుంచుకొనవలెను. తరువాత యిష్ట కాలము (అనగా మనము లగ్న సాధించుకాలము అని తెలియవలయును)నకు రవి సంక్రమణము ఏదో తెలుసుకొని ఆ గదులలో రవి సంక్రమణ పంక్తిలో వరుసగా 12 గదులను చూడవలయును. ఈ రోజున రవి కన్యా సంక్రమణ యందున్నందున, ఆ గదులలో మీది నుండి క్రిందికి నిలువుగా వ్రాసియున్న 12 సంక్రమణలలో కన్యా సంక్రమణమునకు జవాబుగా అడ్డపంక్తిని వ్రాసియున్న 12 లగ్నాంత మొత్తమును చూచి అందులో వెనుకటి శోధ సంఖ్య 36.15లో పొదిగిన మొత్తము ఏదో దానిని తీసివేయవలయును. అపుడు శోధన సంఖ్య 36.15 భారములో కన్యా సంక్రమణ కాలములో పొదిగినది మీనాలగ్నాంతము మొత్తము ఘటకాది 34.27 వున్నది. అపుడు దీనిని శోద్య సంఖ్య అయిన 36.15లో తీసివేయగా శేషము 1.48. ఇది ఆ కాలమునకు మేషలగ్న ప్రమాణములో అయిన భుక్తియని తెలిసికొన వలయును. ఇట్లు ఘటికాది లగ్న భుక్తిని సాధించి దాని వ్లలన రాశ్యాది లగ్న సాధనములను చెప్పుచున్నాడు. నాడ్యాదికమనే శ్లోకమునకు టీక. లగ్న గతం లగ్న భుక్తిని 21 గుణఘ్నం 30 చేత గుణించిన స్వమాన హృత్ తత్కాల లగ్న ప్రమాణము చేత భాగింపబడినదై భాగాది భాగాలు మొదలుగా గల లబ్దమును సాధించి గతించిన రాసులలో కలిపితే లగ్నమనే పేరు గల తనుస్థానమగుచున్నది. దీనికి తను భావమని పేరు.

వెనుకటి మాదిరిగా సాధింపబడిన ఘటికాది లగ్నభుక్తిని 30చే గుణించి ఆ లగ్న ప్రమాణమున ఘటికేల చేత భాగింపగా వచ్చిన లబ్ధము భాగాలగును. శేషమును 60చే గుణించి లగ్న ప్రమాణముచే భాగింపగా వచ్చిన లబ్దము లిప్తలగును. ఇట్లు వచ్చిన భాగాధిలో ప్రథమమున రాశి స్థానమందు తత్కాల లగ్నము యొక్క వెనుకటి లగ్నము వరకు మేషాదిగా ఎన్ని రాసులు గతించినవో ఆ గత రాశి సంఖ్యను ఆ రాశి స్థానము నందుంచగా అది రాశ్యాధి లగ్నమగును.

ఇట్లు రాశ్యాధి లగ్నమును సాధించి ఇక ద్వాదశ భావములను సాధింపదలచి ముందుగా దశమ భావమును సాధించుట ఎటులనో తెల్సుకుందాము.

శ్లో॥ భాగ్యాస్స్యురత్న నాడికారస హతాస్తద్ధీన యుక్ప్రాక్పరేసూర్యః
ఖంపరసం౬ సుఖం కథిత తల్ల గ్నంచ షడ్భంమదః! వ్యస్తా భ్రారి
౬లవో థభూచ్యుత ఇ మౌభూ యోంగ పాతళయోక్షేప్యాషడ్త
నుగస్స సంధయ ఇమేషడ్భా న్వితాస్స్యుః పరే॥

(మార్తాండే)

అర్థము : నత= నాడికాః, నతి ఘడియా విఘడియలు, రసహతాః= రస ౬చేతి హతాః= గుణింపబడినదై, భాగాః= భాగలు, స్యుః= అగుచున్నవి. ఇక్కడ భాగా అనుచోట భాగలు, లిప్తలు అని అర్ధము. తత్= ఆభాగాధికము చేత హీన= తీసివేయబడినటువంటి, యుక్ = కలపబడినటువంటి, సూర్యః= రాశ్యాది స్ఫుటసూర్యుడు, ప్రాక్ః పూర్యకపాలమందును, పరే = పశ్చాత్కపాలమందును, ఖం = దశమభావమగుచున్నది. తత్ = ఆదిశమభావము, సరసం = ఆరురాసులు గూర్పబడినదై, సుఖం= చతుర్ధభావమగుచున్నది. ఖదితతల్లగ్నం= చెప్పబడిన ఆ లగ్నము, షడ్భం= ఆరు రాశులతోనూ, గూర్చబడినదై, మదః= సప్తమ భావమగుచున్నది. వ్యస్త్రా భ్రాలవఃవ్యస్త = సప్తబావరహితమైన, అభ్ర = దశిమభావము యొక్క, అరిలవః = ఆరవభాగమున్నూ, అథ= అటుపిమ్మట, భూధ్యుతశ్చ= ఒకటి నుండి తీసివేసినదయి, ఇమౌ= ఈ రెండునూ, అంగపాతలయో= అంగలగ్నమందు, చతుర్ధభావము నందును, భూయః= తిరిగి తిరిగి, క్షేప్యా= కలువబడినది, తనుగతః= లగ్నాది నుండి, ససంధయ= సంధులతో గూడియున్నదయి, షట్= ఆరుభావము లునూ, ఇమే= ఈ అరురాసులును, షడ్భాన్వితాః= ఆరురాసులతో గూడినవై, పరే= యితర భావములను, తత్సంధులును, స్యుః= అగుచున్నవి. ముందుగా దశమ భావమును సాధించవలెను. అందు నతమనునది ఆధారము ఆ నతమును గురించి తెల్సుకొనుట ముఖ్యము.

శ్లో॥ రాత్రేశ్శేషమితం యుతం దినదళె నాహ్ను గతంశేషకం
విశ్లేష్యం ఖలు పూర్వ పశ్చిమన తంత్రిం శచ్యుతంచోన్నతిం॥ ౧౦౯

కావలసిన దినము నాటి పగటి కాలమును సగము చేయగా, అది దినార్ధము

(పగలులో సగము) అగును. రాత్రి యందు సూర్యాస్తమ యాది రెండు యాముల వరకును రాత్రి గతించిన ఘడియలను, రెండు జాములపై నుండి, రాత్రి శేష ఘడియలను, ఆ రోజు దినార్థముతో కలుపగా, అది నతమగును. పగటి యందు ఇష్టకాలమయిన యెడల సూర్యోదయాది రెండు ఝాముల వరకును, గత ఘడియలను పరమందు దినశేషకాలమును, ఆరోజు దినార్థములో తీసివేయగా, అది నతమనబడును. ఈ నతమును సాధించి, ఈ నతము యొక్క ఘడియలను 6చే గుణించిన యెడల భాగ లిప్తలు అగును. ఈ భాగాధికములను ఇష్టకాలస్ఫుట రవిలో పూర్వక పాలమందున్నటువంటి రుణమునూ, పశ్చిమకపాల మంధు ధనమును జేయుగా దశమ భావము వచ్ఛును.

పూర్వకపాలమనగా, అర్ధరాత్రి మొదలు పరదిన మధ్యాహ్నము వరకు పూర్వ కపాలమని పిలవబడును. పశ్చిమ కపాలమనగా పగలు, మధ్యాహ్నం మొదలు ఆ రోజు అర్ధరాత్రి వరకు పశ్చిమకపాలము. ధనము అనగా కలుపుట, రుణమనగా తీసివేయుట అని తెలియవలయును.

ఉదాహరణము : నందన సంవత్సరము, ఆశ్వీయుజ శుద్ధ 15 గురువారమున సూర్యాస్తమయాది కావలసిన కాలఘడియలు ౩, ౨ ఇది పూర్వరాత్రి కాలము. అందువలన రాత్రి గతము 3,2, ఈ రోజు దినమానము 29, 36 దీనిలో సగము 14, 48 ఇది దినార్థము. ఈ దినార్థము నందు వెనుకటి రాత్రి గతమును కలుపగా 17.50 అయినది. మధ్యాహ్నము నుండి అర్ధరాత్రి కాలమునకు ముందు సమయమే కనుక, పశ్చిమకపాలమని, నతమని తెలియుచున్నది. ఈ నతము 17.50. దీనిని 6చే హెచ్చింపగా, పశ్చిమ 107 భాగములయినది. ఈ భాగములను 30చే భాగించగా లబ్ధము 3 రాశులు, శేషము 17 భాగలు. ఈ రాశి భాగలను ఈదినమున యిష్ట కాలమునకు వెనుక సాధించిన స్ఫుట రవిరాశ్యాధి 5.21, 7లో పశ్చిమకపాలము. కలుపగా 9, 8, 7 అయినది. ఈ రాశ్యాదియే దశమ భావమగును. ఈ దశమ భావముతో 6 రాశులు కలుపగా 3,8, 7 అయినది. ఇది చతుర్థ భావము. ఇప్పుడు మిగిలిన ధనాభావములను సాధించవలయును.

వెనుక సాధించబడిన లగ్న రాశ్యాది 0, 12, 27 దీనిలో ఆరు రాసులు రాశి స్థానమందు కూడగా పైన సప్తమ భావము 6, 12, 27 దీనిని పైన గుర్తుంచుకున్న దశమ భావము, 9, 8, 7 తీసివేయగా శేషరాశ్యాది 2, 25, 40 దీని యొక్క షష్ఠాంశము అనగా, ఆరవ భాగము తీయవలయును. కాబట్టి ఆ శేషరాశిలో

రాశిస్థానము 2, దీనిని 6 చే భాగించగా లబ్ధము రాసులు 0 ఆ శేషము 2 దీనిని 30చే గుణించి క్రింది భాగలు 25 కూడగా అయినటువంటి భాగాలు 85 దీనిని ఆ చే భాగించగా వచ్చిన లబ్ధము 15. ఇవి భాగలు ఆ శేషము 1 దీనిని 60 చే గుణించి క్రింది లిప్తలు 40 ఇవి కూడగా అయిన లిప్తలు 100. దీనిని 6చే భాగింపగావచ్చినవి 16 ఇవి లిప్తలు. ఈ వచ్చిన రాశ్యాది 0, 14, 16. ఇది షష్టాంశమని ఒకచోట వ్రాసుకొనవలయును. ఇప్పుడు ధనాదిభావములు ఎట్లు సాధించవలయునో చూతము. వెనుక వ్రాయబడిన లగ్న రాశ్యాది 0, 12, 27 యిందులో పైన వ్రాసిన షష్టాంశమును, రాశ్యాదిని 0, 14, 12 కలుపగా 0, 26, 43 అయినది. ఇది లగ్నమునకు ధన భావమునకు మధ్య నుండి సంధి దీనిలో షష్టాంశమును కూడగా 1, 10, 58 ఇది ధన భావము. ఈ ధన భావములోనే యీ షష్టాంశమును కలుపగా 1, 25, 15 యిది ధన, భాతృభావముల మధ్య సంధి. ఈ సంధిలోనే షష్టాంశమును కలుపగా, 2, 9, 31 ఇది భాతృ భావము. దీనిలో షష్టాంశమును కలుపగా 2, 23, 47 ఇది భాతృ మాతృ భావముల మధ్య సంధి. చతుర్ధ భావము ముందుగానే సాధించబడినది. మాతృభావము 3, 8, 3 లగ్నము మొదలుకొని ఈ మాతృ భావము వరకు మాత్రమే ఆ షష్ట్యాంశమును కలుపుచూ వుండవలెను. పిమ్మట మాతృ భావము మొదలు షష్టమ భావము వరకు మరియొక పద్ధతి కలదు. ఎట్లనిన వెనుకటి షష్ట్యాంశము 0, 14, 16ను 1 రాశిలో నుండి తీసివేయగా 0, 14, 44 యిది శుద్ధ రాశ్యాది అనబడును. ఈ శుద్ధరాశ్యాదిని మాతృ చతుర్ధ భావములలో కూడగా, 3, 23, 51 అయినది. ఇది మాతృ పుత్రభావముల మధ్య సంధి. దీనిలో శుద్ధ రాశ్యాది కూడగా అగుచున్నది. 4, 9, 75 ఇది పంచమ భావమగును. దీనిలో శుద్ధ రాశ్యాది మొత్తము కూడగా అయినది 4, 25, 19 శతృ భావముల మధ్య సంధియగును. దీనిలో శుద్ధరాశ్యాదిని కూడిగా నది 5. 26. 47 ఇది శతృ కళత్ర భావముల భావముల మధ్య సంధి అగును. ఈ ప్రకారము లగ్నాది షష్టమ భావాంతము 6 భావములను 6 సంధులును అగును. పిమ్మట లగ్నాది వరుసగా, ప్రతి భావములోనూ, ప్రతి సంధిలోనూ రాశిస్థానము నందు ఆరు కూడగా, వరుసగా సప్తమ భావము మొదలు ద్వాదశ భావాంతరము వరకు 6 భావములున్న 6 సంధులు అగును.

పైన చెప్పబడిన భావ సంధులను గూర్చి యీ క్రింది పట్టిక వివరించును.

భావములు,సంధులు	తనుభావము	సంధి	ధన భావము	సంధి	భ్రాతృభావము	సంధి	మాతృభావము	సంధి	పుత్ర భావము	సంధి	శత్రుభావము	సంధి	కళత్రభావము	సంధి	ఆయుర్భావము	సంధి	భాగ్యభావము	సంధి	రాజ్యభావము	సంధి	లాభము భావము	సంధి	వ్యయభావము	సంధి
రాశులు	0	0	1	1	2	2	3	3	4	4	5	5	6	6	7	7	8	8	9	9	10	10	11	11
భాగలు	12	26	10	25	9	23	8	23	9	25	11	26	12	26	10	25	9	23	8	23	9	25	11	26
లిప్తలు	27	43	59	15	31	47	7	51	35	19	3	47	27	43	59	15	31	42	7	51	35	19	3	47

పూర్వము సాధించిన స్ఫుట గ్రహములను స్ఫుట గ్రహరాశ్యాదులను భావము లందుండుటను తెలియటకు ఈ చక్రమును జూడవలయును.

స్ఫుట రవిః 5, 21, 7 స్ఫుట బుధః 5, 20, 5 స్ఫుట శనిః 5, 13, 22
స్ఫుట చంద్రః 11, 24, 42 స్ఫుట గురుః 0, 0, స్ఫుట రాహుః 0, 16, 48
స్ఫుట కుజః 9, 25, 12 స్ఫుట శుక్రః 4, 6, 25 స్ఫుట కేతుః 6, 16, 48

ద్వాదశ భావములందున్న గ్రహములను తెల్సుకొనుటకు వివరముగా వ్రాయబడినది.

శ్లో॥ ఖేలటేసం ధిద్వయాంత స్థేఫలంత ద్భావజం భవేత్
తదారోహం పూర్వసంధే రవరోధం తథోత్తరే॥
(శీకేశవః)

రాశ్యాది గ్రహము యే భావ సంబంధమైన రెండు సంధులకు లోబడి వుండునో, ఆ భావమందే ఆ గ్రహమున్నట్లు లెక్క. ఆ గ్రహము ఆ భావము యొక్క పూర్వపు సంధి భాగలను దాటి భావము యొక్క భాగలకు అభిముఖముగా వెళుతున్న యెడల ఆ గ్రహము "భావ ఆరోహ" గ్రహమని తెలియును. భావ భాగలను అతి క్రమించి భావము యొక్క వుత్తర సంధికి వెళ్ళుచున్న యెడల ఆ గ్రహము ఆ భావావరోహ గ్రహమని చెప్పబడినది. అనగా రాశ్యాది రవి 5, 21, 7 దీని వెనుక వ్రాసిన ద్వాదశ భావరాశ్యాది చక్రములో వ్రాసిన భావములలో శత్రుభావము యొక్క రాశ్యాది 5, 11, 3 దీని వుత్తర సంధి 5, 26, 47 కనుక భావమును దాటి ఉత్తర సంధికి వెళ్ళుచున్నది కాబట్టి

రవి శత్రు షష్టమ భావమందుండి అవరోహ గ్రహమని పించుకుంటున్నది. కనుక రవిని భారచక్రములో లగ్నాదిగా 6వ స్థానములో వేయవలెను. ఈ విధముగానే అన్ని గ్రహములను కనిపెట్టి భావచక్రమున వ్రాయవలెను. ఒక వేళ ఎప్పుడైనా రాశి చక్రములో లగ్నాదిగా ఒకగడిలో వున్న గ్రహము బావచక్రములో వేరొక గడిలోనికి పడిన యెడల, అప్పుడు గ్రహమునకు వర్గ శుభత్వము, బలసాధనము మొదలగు సమస్త ఫలసాధనమునకు రాశిచక్రమే అతిముఖ్యమని గ్రహించ వలయును. ఈ విధముగా 12 భావములనూ, 12 సంధులునూ సాధించి వ్రాయవలసివచ్చినను. ఈ భావసాధనము జాతక, తాజక, ముహూర్తప్రశ్నల యందు మిక్కిలి వుపయెూగవు. భావలగ్నసాధనమును గురించి తెల్సుకుందాము.

జాతకుని సూర్యోదయాది జనన ఘడియలను 5చేత భాగించినపుడు వచ్చిన లబ్ధములో ఆ శేషమును ఒక అంకెగా తలంచి, ఆ అంకెను వెనుకటి లబ్ధముతో కలుపగా ఎంత వచ్చునో గుర్తించి, జాతకుని జన్మ వారాదిపతి అంశ చక్రమందు ఏ రాశి యందుండునో రాశి చక్రములో ఆ వారాధిపతి యున్న రాశే మొదలుకొని వెనుక గురుతుగా వ్రాసి వుంచిన సంఖ్య ఎంతగునో అన్నో సంఖ్య గల రాశి భావచక్రములో భావలగ్నమగును.

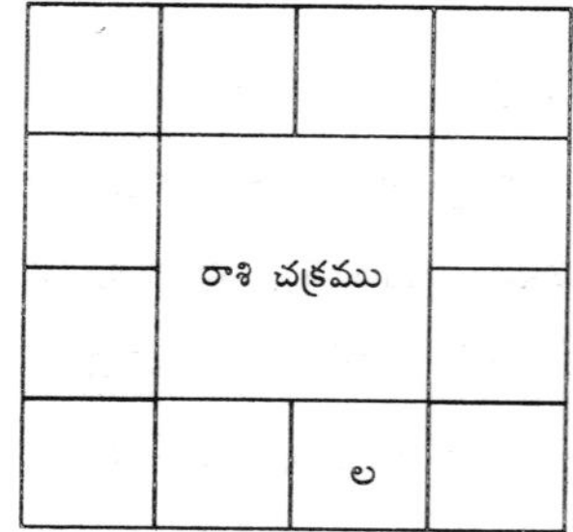

శుక్ర			రా
రవి	అంశ చక్రము		
			కుజ
కే		ల	బుధ

పై జాతకము నందు; జాతకునికి సూర్యోదయాది జనన కాల ఘడియలు 42, 40 దీనిని 5 చే భాగింపగా వచ్చిన లబ్ధము 8 శేషము, 2.40 దీనిని ఒక అంకెగా తలచిన, ఈఒకటిని పైలబ్ధములో కలుపగా తొమ్మిది. జాతకుని

జన్మవారము ఆదివారము. ఆ వారాధిపతి రవి. ఈ రవి అంశయందు కుంభాంశలో వున్నాడు కనుక రాశిచక్రములో కుంభము మొదలు విభక్త మొత్తపు సంఖ్య 9 వరకు లెక్కింపగా తొమ్మిదవ లగ్నము తులయైనది. కనుక భావలగ్నము తులయైనది ఇది భావలగ్న సాధన విధానము.

శ్లో॥ ఆర్కముక్త శ్చేయస్సాద్ద్వితీయే శీఘ్రణోభవేత్
దేవేస్తుతీ యేసమతా గతిమందా చతుర్ధకే॥

రవిచే విడువబడిన గ్రహము ఆదాయమనియు, రవికి ద్వితీయము నందున్న గ్రహమునకు శ్రీఘ గ్రహమనియు, రవికి తృతీయ మందున్న గ్రహము సమగ్రహమనియు, చతుర్ధమందున్న గ్రహము మందగతి యనియు గ్రహముల యొక్క గమనములను తెలియజేయుచున్నారు.

శ్లో॥ పంచమే వ్యదవాషష్టే కించిద్వ క్రాచవక్రగా
సప్తమాష్టమ యోరర్కా దతివక్ర గతిర్భవేత్।

రవి మొదలు పంచమమందున్న గ్రహము కొంచెము వక్ర గ్రహమనియు షష్టమమందున్న గ్రహము వక్ర గ్రహమనియు, సప్తమ, అష్టమములందున్న గ్రహములు అతి వక్రములనియు చెప్పబడుచున్నవి.

శ్లో॥ నవమే దశమే భానోః ఖేటానాం కుటిలాగతిః
ఏకాదశే ద్వాదశేచ శీఘ్రాశీఘ్రాత రాః క్రమాత్॥

రవికి నవమందున్న గ్రహమునకు ఋజుగతియనియు, దశమమందున్న గ్రహమునకు కుటిలగతి యినియు, ఏకాదశ ముందున్న గ్రహమునకు శీఘ్ర గతియనియు, ద్వాదశ మందున్న గ్రహమునకు అతి శీఘ్ర గతియనియు చెప్పబడినది.

శ్లో॥ రవి సంయుతే ఖేటస్య గతిరస్తా హ్యాయాభవేత్॥

రవితో కలసి వున్న గ్రహమును అస్తంగతిగ్రహమని చెప్పవలయును. ఇట్లు రవి వున్నస్థానము బట్టి తక్కిన గ్రహముల యొక్క స్థితిని బట్టి ఫలములను, ఆ గ్రమచలనమును బట్టి వెంటనే ఐనను లేక నిదానముగా నైననూ జాతకునికి కలుగునని చెప్పబడెను. ఇప్పుడు మేషాది సంక్రమణములు 12 యందును

ఒక లగ్నము అంత్యమగుటకు ఎంతకాలము అగునో దానిని బట్టి యింత రాత్రి ప్రొద్దు అయినదని తెలిసికొనుటకు ఒక చక్రము నందు తెలుపబడుచున్నది. ఈ చక్రము వలన సూర్యోదయాది తన యిష్ట లగ్నము యొక్క ఆఖరుకు వుదయిం నుంచి లెక్క కట్టకుండా, ఏ విధమైన తేడాలు లేకుండా వుదయాది ఎంత సమయమైన యీ ఈ చక్రమును చూచిన తెలిసికొనవచ్చును. ఇది అత్యంత వుపయోగకరము.

సంక్రమణము	మేషలగ్నాంతమున్నైన ఘటియలు	వృషభలగ్నాంతము	మిధునాంతము వరకు	కటకాంతమునకు	సింహాంతమునకు	కన్యాంతమునకు	తులాంతమునకు	వృశ్చికాంతమునకు	ధనురాంతమునకు	మకరాంతమునకు	కుంభాంతమునకు	మీనాంతమునకు
మేషే	04:20	09:16	14:42	20:13	25:33	30:48	36:12	41:45	47:04	51:47	55:58	60:00
వృషభే	04:60	04:56	10:22	15:53	21:13	26:28	31:52	37:25	42:44	47:27	51:38	55:40
మిధునే	55:04	60:00	05:26	10:57	16:17	21:32	26:56	32:29	37:48	42:31	46:42	50:44
కర్కాటకే	49:38	54:34	60:00	05:31	10:51	16:06	21:30	27:03	32:22	37:05	41:16	45:18
సింహే	44:07	49:03	54:29	60:00	05:20	10:15	15:59	21:32	26:51	31:34	35:45	39:47
కన్యాయాం	38:47	43:43	49:09	54:40	60:00	05:15	10:39	16:12	21:31	26:14	30:25	34:27
తులాయాం	33:32	38:28	43:54	49:25	54:45	60:00	05:24	10:57	16:16	20:59	25:10	29:12
వృశ్చికే	28:08	33:04	38:30	44:01	49:21	54:36	60:00	05:33	10:52	15:35	19:46	23:48
ధనుషే	22:35	27:31	32:57	38:28	43:48	49:03	54:27	60:00	05:19	10:02	14:13	18:15
మకరే	17:16	22:12	27:38	33:09	38:29	43:44	59:08	54:41	60:00	04:43	08:54	12:56
కుంభే	12:33	17:29	22:55	28:26	33:46	39:01	44:25	49:58	55:17	60:00	04:11	08:13
మీనే	08:22	13:18	18:44	24:15	29:35	34:50	40:14	45:47	54:06	55:49	60:00	04:02

శ్లో॥ శుద్ధాస్త్రావిఘటీః క్రమాన్నరవధూవుంస్త్ర్యా దిభేద స్ఫుతోమాం
దీరాశి నవాంశ యోజ - ననభాచ్చంద్రక్ష తోవా వదేత్!
తత్తద్రాశివశాచ్ఛ సప్తమ గృహాత్తత్త త్రికోణాచ్ఛ వాజ్జన్మస్యా
న్నవ మాంశరాశి పవశాద్వీర్యాధికార్తద్వదేత్॥

జాతక పత్రికల యందు వ్రాయబడిన జన్మకాల ఘటికా విఘటికను 4చేత గుణించి, 9చే భాగించగా శేషముతో సమానమగు అశ్వాన్యాదిగానైననూ, లేక మఘాదిగానైననూ లేక మూలాది గానైననూ జన్మ నక్షత్ర త్రిసంఖ్యయగును. శేషము 1 వున్న యెడల అశ్వనిగాని, మఖగాని మూలగాని జన్మనక్షత్ర మగుచున్నది. ఆ శేషము 2 అయిన భరణి, పుబ్బ లేక పూర్వాషాడ అగును. ఆ శేషముతో సమానమగు సంఖ్యతో సమానమగు మూడు నవకములలో ఒకటియగును. నవకమనగా అశ్వని మొదలు తొమ్మిది నక్షత్రములు, మఖ మొదలు తొమ్మిది నక్షత్రములు మూల మొదలు తొమ్మిది నక్షత్రములు త్రినవకములని పేరు. మొత్తము 27 నక్షత్రములు అగును. ఆ నక్షత్రములలోనే శేషముతో సమమగు నక్షత్రము జన్మనక్షత్ర సామ్యము వరకు పరోపదిష్ట ఘంటికలలో రహితములేక సహితముచేయుగా, జన్మకాల ఘంటికల స్ఫుటమగును. ఇది ఒక విధానము. మరోక విధమున అవరోపదిష్ట ఘటికా విఘంటికలను చేసి, 225చే భాగింపగా వచ్చిన లబ్ధమును విడిచిపెట్టి, శేషవిఘటికల నుంచి, ఆ సంఖ్యలో వెనుక చెప్పిన ఈ 15, 30, 45, 60, 75 యీ సంఖ్యలలో ఏ సంఖ్య పోవునో ఆ సంఖ్యను తీసివేయవలెను. తరువాత ఖండములోనే జనన మగునని తెలియును. ఆ జననమును స్థిరపరచి యా ఖండము వలన స్త్రీ లేక పురుష జననమని తెలియవలయును. దీని విధమును ఇట్లు తెలియవలయును. మొదటి ఖండము 15లో జననమయిన పురుషుడు, రెండవ ఖండము 30లో జన్మించిన స్త్రీ అనియు, 45లో జననము పురుషునిగా, 60లో జన్మించిన స్త్రీగా, ఈ విధముగా స్త్రీ, పురుష బేధములను చెప్పవలయును. ఒకవేళ స్త్రీ పురుష జననములు సరిపడక వున్న యెడల వెనుక ముందు ఖండమునకు జరిపి జనన కాలమును సరిదిద్ద వలయును.

లగ్నమును గూర్చిన సందిగ్ధము లేక అనుమానమును పరీక్షించు పద్ధతిని కూడా తెలుసుకొనవలెను. దీనిని తెల్సుకొనుటకు జన్మకాలమునకు మాందీయను గ్రహము ఏ రాశి యందుండునో, యేనవాంశయందుండునో ఆ రాశి గాని, దాని నవాంశగాని, వాని నవ్తమ రాశిగాని లేక దాని పంచమరాసులుగాని జన్మ లగ్నము అవవలెను. మరియు ఆ కాలమునకు చంద్రుడున్న రాశ్యాంశలను బట్టి ఆ చెప్పబడిన ఏది బలవంతమగునో దానిని బట్టి లగ్న నిశ్చయము చేయవలయును. ఈ విధముగా కాలస్ఫుట లగ్నస్ఫుటములను చేయవలయును.

అక్షర సంజ్ఞల చేత నవగ్రహ దశానిర్ణయము చేయు విధము ఇచ్చట వివరింపబడుచున్నది. అది ఎట్లనగా-

శ్లో॥ ఇన శశికుజ రాహుజీర్ణ మదజ్ఞ కేతు భృగు ఇతినవానాం
కృత్తికాది క్రమేణ। తనుః నయ౧౦ సనిః జాయా౧౮ తోయ౧౬
ధాయా౧౯ సటాః సాః నర౨౦ ఇతివిదుర బ్ధా న్యాస్కరాది క్రమేణ॥

కృత్తిక మొదలు పుబ్బ నక్షత్రము వరకును తొమ్మిది నక్షత్రములకునూ ఉత్తర మొదలు పూర్వాషాఢ నక్షత్రము వరకు తొమ్మిదికిని ఉత్తరాషాఢ మొదలు భరణి వరకు క్రమముగా సూర్యాది నవగ్రహములు దశానాథులగుచున్నారు. అది కృత్తికానక్షత్రమునకు రవి, అధిపతి, రవి, మహాదశ 6 సం॥లు. రోహిణీ నక్షత్రమునకు. చంద్రదశ 10 సం॥లు, మృగశిరదకు కుజదశ 7 సం॥లు. ఆరుద్రకు రాహుదశ 18 సం॥లు, పునర్వసునకు గురుదశ 16 సం॥లు, పుష్యమికి శని దశ 19 సం॥లు, ఆశ్లేషకు బుధ దశ 17 సం॥లు, మఖకు కేతుదశ 7 సం॥లు, పుబ్బకు శుక్రమహాదశ 20 సం॥లు మిగిలిన నక్షత్రములకు వరుసగా రవ్యాది నవగ్రహములు కృత్తికాదిగా 27 నక్షత్రములకు దశానాథులగుచున్నారు. ఈ గ్రహముల యొక్క దశాసంవత్సరములను కూడగా నూటయిరవై సంవత్సరములగును. ఈ సంవత్సరముల మొత్తమునే మనుజుని పూర్ణాయుర్ధాయమని చెప్పబడినది.

ఇప్పుడు జన్మకాల దశాశేషమును లెక్కకట్టు పద్ధతి చెప్పబడుచున్నది.

శ్లో॥ జన్మర్క్షా గమనాడికా విఘటికా స్తత్తద్దశాతుడితానాడ్యా వ్యష్టి హతాయుతా విఘటికా స్తచ్చైవ్యరాశిర్భవేత్ । ఆద్యంత స్థితనాడికా విఘటికాభిర్భాజితోవత్సరాశ్శేషం ద్వాదశభీరినైరి ఖుర్రుతుభిర్ని ఘ్నాశ్చమాసాదికం॥

జన్మకాలమున ఏ నక్షత్రముండునో అదియే జన్మక్షత్రము అని తెలియ వలయును. ఈ నక్షత్రమును వెనుక నక్షత్రమును 60లో తీసివేయగా మిగిలినది మరనాడు నక్షత్రశేషమును కలుపగా, ఎంత మొత్తమగునో అది జన్మనక్షత్ర అంత్యమగును. దీనిని జన్మ "ఋక్ష్యాద్యంతము" అందురు. ఈ ఋక్ష్యాద్యంత ఘటికా, విఘటికలను, విఘటికలుగా చేసి దానిని "హారము" అందురు. జన్మ నక్షత్రములో భుక్తి ఘడియలు పోగా శేషమగు ఘడియలను విఘడియలను వేరు వేరుగా జన్మనక్షత్రము యొక్క దశనాధుని యొక్క దశాసంవత్సరముల చేత హెచ్చించిన ఘడియలను 60చే గుణించిన విఘడియల మొత్తములో దశా సంవత్సరములచే గుణించిన విఘడియలను కలిపిన మొత్తమును, వెనుక వ్రాసుకున్న హారమును, దానిచే భాగింపగా వచ్చిన లబ్ధము సంవత్సరములగును. ఆ శేషమును పన్నెండుచే గుణించి, వెనుకటిహారముచే భాగించగా వచ్చిన లబ్ధము మాసములగును. ఆ శేషమును 30చే గుణించి, వెనుకటి హారముచే భాగించగా వచ్చిన ఘడియలగును. ఆ శేషమును 60చే గుణించి, వెనుకటి హారముచే భాగించగా వచ్చిన లబ్ధము విఘడియలగును. ఆ శేషమును 60చే గుణించి, వెనుకటిహారముచే భాగించగా వచ్చిన లబ్ధము విఘడియలగును. ఈ విధముగా జన్మకాల దశా శేషము నందు సంవత్సరములు, మాసములు, దినములు, ఘడియలు, విఘడియలు మొదలగునవి లెక్కకట్టవచ్చును. మరల ఇందులో అంతర్ధశ, విదశ, సూక్ష్మ, ప్రాణ దశలను నిర్ణయించుట కూడా తెలుసుకొన వలయును. అది ఎట్లనగా-

శ్లో॥ స్వదాశద్విగుణీకృత్వా తద్దశేన హతంపునః
ఖాగ్ని నావిభజేల్లబ్ధం వర్ష మాసదినానిచ

అనగా ఆయా గ్రహముల యొక్క మహాదశా సంవత్సరములను 3చేత హెచ్చించి మొత్తమును అంతర్దశానాధుని సంవత్సరములచే గుణించి 30 చేత భాగింపగా వచ్చిన లబ్ధము మాసములని తెలియవలయును. శేషము దినములగును. ఇది అంతర్దశ యొక్క మాసములను రోజులను తెలుసుకొను విధానము

శ్లో॥ అంతర్దశాందినీ కృతావ్వ స్వస్వవ ర్షేణ వర్ధయేత్
పరమాయుర్విభజ్యాంప్తం దివసాఘటికాస్మృతాః॥

అంతర్ధశామాసములను దినముల క్రింది మార్చి శేషదినములు కలిపిన మొత్తమును విదశానాధుని సంవత్సరములచేత హెచ్చించి, నూటయిరవై చేత భాగించగా వచ్చు లబ్ధము విదశాదినములని శేషమును 60చే గుణించి 120చేత భాగింపగా వచ్చిన లబ్ధము ఘడియలని, ఆ శేషమును 60చేత గుణించి, 120చేత భాగింపగా వచ్చిన లబ్ధము విఘడియలని తెలియును.

శ్లో॥ దినానిషష్టి గుణీతాతద్దశాపిహతంపునః
హరియేఘటికా లబ్ధం సూక్ష్మేశాది దశాఫలం॥

విదశాదినములను 60చేత గుణించి ఘడియలను కలిపిన మొత్తమును సూక్ష్మదశా నాధుని సంవత్సరములచే గుణించి 120చేత భాగింపగా వచ్చిన లబ్ధము ఘడియలని, ఆ శేషమును 60చేత గుణించి, 120 చేత భాగింపగా వచ్చిన లబ్ధము విఘడియలని తెలియవలయును. శేషము యింకనూ మిగిలిన యెడల 60చేత హెచ్చించి, 120చేత భాగింపగా వచ్చిన లబ్ధము పరలని తెలియును.

శ్లో॥ ఘటికాషష్టి గుణితా తద్దశేన హతంపునః
హరయే ఘటికాలబ్ధం ప్రాణేశాది దశాఫలం॥

అనగా సూక్ష్మ దశయందు వచ్చిన ఘడియలను అరవైచే హెచ్చించి, క్రింద

విఘడియలను కలిపి, ప్రాణదశానాధుని దశా సంవత్సరములచే గుణించిన మొత్తమును నూట ఇరవైచే భాగింపగా వచ్చిన లబ్ధము ఘడియలగును. శేషమును అరవైచే హెచ్చించి, నూట ఇరవై చేత భాగించినవచ్చునవి.విఘడియల గునని తెలుసుకోవలయును.

లగ్న భావము

లగ్నభావము లేక తనుభావము అనునది జాతకుని యొక్క శరీరము, నిర్మాణమును మొదలగు వాటిని గురించి వివరించును. తనుభావమనగా రాశి చక్రమందలి మొదటి భావమనియు, అదియే లగ్నమనియూ గ్రహించవలెను. ఈ లగ్న భావమును గూర్చి విచారించునపుడు లగ్నము లేక తనుభావమును గూర్చి వివరించు తెలియజేయు విషయములను గురించి యివ్వబడిన వివరములు ఈ భావము తనువును గూర్చియే గాక జ్ఞానము, కీర్తి, గుణము, నీతి, బలము, స్వభావము ఆధారము, సౌందర్యము, మూర్తి, జన్మ భూమి, ఆత్మరాజనీతి, ఆయువు మొదలగు వాటి గూర్చియు వివరించును.

ఋషి గణప్రోక్తమగు ఈ జ్యోతిషశాస్త్రము గ్రహయోగవశంబున నానా విధములగు భావజనితములైన ఫలితములను, బుద్ధిబలమునుపయోగించి, యోచించి చెప్పవలయునని తెలుసుకొనవలయును.

శ్లో॥ భావాస్సర్వే శుభపతియుతావీక్షితావాశుభేశైః
తత్తద్భావాస్సకలఫలదాః పాపదృగ్యోగహీనాః
పాపస్సర్వేభవనపతయశ్చే చ్చు భాస్యుస్త థైవం
సర్వం ఖేటైశ్శుభమపిఫలం నీచమూఢా రిహీనైః॥

లగ్నాది గాకల ద్వాదశ భావములు అనగా పన్నెండు రాశులు. శుభభావాధిపతు లతో వున్నపుడు, లేక చూడబడుతున్న యెడల, పాపగ్రహములు, పాప భావాధిపతుల యొక్క దృష్టి లేక సంబంధము లేకున్న యెడల ఆ భావములు సకల శుభములను చేకూర్చును. రవి, కుజ, శని, రాహు, కేతు మొదలయిన

పాపగ్రహములన్నియూ శుభభావాధిపతులైన యెడల ఆ పాపగ్రహములు కూడా శుభయోగులే అగుదురు. పైన చెప్పిన విధముగా నీచ, మూఢ, శతృ, గ్రహ భావ సంబంధము లేని శుభభావాధిపతుల చేత సమస్త శుభములు కలుగ గలవని చెప్పబడినది.

శ్లో॥ లగ్నాధి భావాద్రిపురం ధ్రః రిప్పే పాపగ్రహస్తద్భవనాది నాథాః
సౌమ్యాస్తునాత్యంత ఫలప్రదాస్తద్భాహది కానాం ఫలమేవమాహుః॥

లగ్నాదిగా షష్టామ, ద్వాదశ భావములనాశ్రయించిన రవ్యాది గ్రహములు పాపగ్రహములు, ఆ యొక్క షష్టాష్టమ, ద్వాదశాధిపతులును, పాపఫలములను ఇచ్చునని శాస్త్రము చెప్పుచున్నది. ఆ షష్టాష్టమ ద్వాదశములందు పూర్ణచంద్రుడు మొదలగు శుభగ్రహములు వున్న యెడల లేక ఆ రాసులకు చంద్రాది శుభగ్రహములు అధిపతులైన యెడల అత్యంత శుభములను ఇవ్వలేరని తెలియవలయును. ఇట్లు ఆయా భావములకు, గ్రహాదులకు ఫలమును నిర్ణయించవలయునని మహాఋషులు చెప్పియున్నారు.

శ్లో॥ యద్భావనా ధోరిపు రంధ్రే రిఫే దుస్థానపోయద్భవన స్థితోవా
తద్భావనాశంకధయంతి తజ్ఞా శ్శుభేక్షితే తద్భవనస్య సౌఖ్యం॥

యేభావాధిపతియగు గ్రహము 6, 8, 12 స్థానములలో ఉన్న యెడల మరియు ఆ 6, 8, 12 రాశుల యొక్క ఆధిపత్య గ్రహము ఏ భావమందున్ననూ, ఆ భావమునకు చెడుకలుగనని మహాపురుషులు చెప్పియున్నారు. ఏ భావమైతే శుభగ్రహములచేత చూడబడునో ఆ భావము శుభములను కలుగజేయునని ఋషులు చెప్పియున్నారు.

శ్లో॥ తత్తద్భావాస్త్రికోణే స్వ షుఖమదన భే చాస్వదేశౌమ్యాయుక్తే
పాపానాం దృష్టిహీనే, నవపతి సహితే పాపఖేటైర యుక్తే
భావానాం పుష్టిమా హుస్సకల శుభకరీబాన్య ధాచేత్ర్పణాశో
మిశ్రం మిశ్ర గ్రహేంద్రై స్సకల మపిఫలం మూర్తి భావాదికానాం.

ఆ భావములు పంచమ, నవమముల యందు, లగ్న చతుర్థి, సప్తమ, దశమ ములయందున్న యెడల, నవమాధిపతితో కలసినట్లైన పాపగ్రహ సంబంధము లేకున్నట్లయిన ఆ భావములు సకల శుభములను యిచ్చునవి అగును. ఈ విధముగా లేక ఆ భావములు వేరే విధముగా నున్న యెడల, ఆయా భావమునకు మిక్కిలి చెడులు కలుగును. భావము చెడిపోవును. శుభము అశుభదృష్టి సంబంధాలు ఏ భావములకు కలుగునో ఆ భావములు మంచి, చెడులను రెంటినీ కలుగ జేయును. ఇట్లు లగ్నము నుండి ద్వాదశ భావముల యొక్క శుభాశుభ మిశ్రమములను ఆలోచించి, ఫలితములను నిర్ణయించవలయును.

శ్లో॥ నాశస్థానగతో దివాకరక రైర్లు ప్తస్తు యాద్రాశిపోనీ చారాతిగతో
ధవాయదిభవేత్సౌ మ్యైర్న యుక్తేక్షితః తద్భావస్య వినాశనం
మునిగణాశ్శం సంతిఖేస్త్రటైర్యు తశ్చేత్తత్రాపి ఫలప్రదోనహి తదాల
గ్నాది భానాం క్రమః॥

భావములను గూర్చి వివరించుచూ, యేభావాధిపతి అష్టమమందున్ననూ, అస్తంగతుడైననూ, నీచలోనున్ననూ శత్రుస్థాన గతుడయిననూ, శుభప్రావీక్షణ అయినా లేకున్ననూ, అటువంటి గ్రహము ఏ భావమందువుండునో ఆ భావమునకు నాశనము కలుగునని పరాశరాదులు చెప్పియున్నారు. క్రితము చెప్పిన విధముగా నుండు గ్రహములు శుభగ్రహములతో కలిసి యున్ననూ మంచి ఫలితములను యివ్వవని తెలియవలయును. కాబట్టి లగ్నాదిగా పన్నెండు భావములకునూ, ఈ విధమైన ఫలములను అన్వయించవలెనని తెలియ వలయును.

జాతకుని జననము ఏ గృహ భాగమందు అయినది తెలియజేయుటకు వివరములను ఈ క్రింది విధముగా చెప్పవలయును.

శ్లో॥ కర్కాజాలివణిఘ్నటేషుజననం చేత్ప్రాగ్గృహేస్యాచ్ఛిశోః
స్సింహేవామక రేపినాయది భవేద్యామ్యేవృషేపశ్చిమే
కన్యాచాపన్న యుగ్మ షేషు జననం చేత్స్యా దుదీబ్యాందిశీ
త్యేమలగ్న నవాంశయోర్బలవశాత్తత ద్గృహంత్వాదిశేత్॥

శిశువు యొక్క జన్మ లగ్నము కర్కాటకము, మేషము, వృశ్చికము, తులా, కుంభములలో ఏదైననూ తూర్పు యింటి యందు జననమని చెప్పవలయును. సింహము, మకరములలో ఏదైననూ దక్షిణపు యింటియందు జననము. వృషభ లగ్న మయినపుడు పడమటి గృహమునందనియూ, కన్య, ధనస్సు, మీనము, మిధునము అను ద్విస్వభావరాసులయిన యెడల ఉత్తర గృహము నందు జననమని చెప్పవలయును. ఈ విధముగా జన్మ లగ్నము అయిన రాశిని బట్టి కానీ, జననకాల నవాంశ రాశి వలన కానీ, ఈ రెండింటిలో ఏది బలముగా నున్నదో గ్రహించి ఆ రాశిని బట్టి జన్మము ఏ దిక్కున గృహము నందు జరిగెనో చెప్పవచ్చును. జన్మ సమయమున బిట్టి తండ్రి వున్న ప్రదేశమును, తల్లి యొక్క ప్రసవము సుఖమా బాధకరమా అనునది కూడా చెప్పవచ్చును.

శ్లో॥ లగ్నం శీతకరేన సశ్యతి చరేగ్రామాంతరేచస్థిరే! స్వగ్రామేద్వి తనూద
యేయది తదామార్గే పితుస్స్యా స్థితిః అర్కే భాగ్యగతే
ధనాష్టమగతే త్వేతద్భవేదన్య ధాబై న్నైవం సహితేఖివైర్యది విధౌహతుః
ప్రసూతిశ్రమాత్॥

ఈ యోగమందు చంద్రుడు లగ్నమును వీక్షించకుండెనేని రవి లగ్న అష్టమ నవములలో ఒకదాని యందుండి విధి ఇట్లుండగా రవి చరరాశి యందున్న యెడల తండ్రి వేరు గ్రామమునందున్నటుల, రవిస్థిరరాశి యందున్న యెడల తండ్రి స్వగ్రామము నందున్నాడనియు తెలియవలయును. రవి ద్విస్వభావరాశి యందుండెనేని దారిలో వున్నాడనియూ, చంద్రునికి పాప గ్రహ సంబంధము గానీ, పాపగ్రహవీక్షణ గానీ యున్న యెడల తల్లి చాలా ప్రసవవేదన అనుభవించె ననిని చెప్పవలయును. సూతికాగృహ వివరములను యింకా వివరముగా తెల్సుకొనుటకు వివరములను తెలిజేయుచున్నారు.

శ్లో॥ లగ్నేం ద్వంతరగాః ప్రసూతి గృహగాబా హ్యేతు బాహ్యంగతా
శ్చంద్రా త్తైలమధోదయాదవి భావేద్వర్తీ – చదీపోరవేః అర్క
శ్శుక్ర కుజాహిమందశశి విజ్ఞీవాది గీశాః క్రమాత్కేంద్ర స్థాదిక వీర్య
వత్తగది శోద్వారం భలేదగ్రతః॥

అనగా లగ్నమునకును, చంద్ర లగ్నమునకును మధ్య ఎన్ని గ్రహములున్నవో అందరు మనుష్యులు ప్రసవము జరిగిన గదిలో వున్నారని, చంద్రలగ్నమునకు బయట ఎన్ని గ్రహములున్నవో అందరు గది బయటవున్నారని తెలియవలయును. అందు శుభులు ఎంత మంది వున్నారో అందరు సువాసినీ (ముత్తయిదువులు) స్త్రీలనియూ, పాపగ్రహములెన్ని యుండునో అందరు వైధవ్యము పొందిన స్త్రీలుందురని తెలియజేయవలయును. ఇంకనూ ఆగ్రహముల జాతులను బట్టి అక్కడ వున్న స్త్రీల యొక్క వివరములను తెలుసుకొనవలయును. చంద్ర గ్రహము వలన తైలమును గురించి చెప్పవలయును. అనగా చంద్రుడు రాశి యందు ప్రథమ భాగమునందున్న యెడల దీప ప్రమిద యందు నూనె నిండుగా నున్న దనియు, రాశి చివరి భాగములో నున్న యెడల ప్రమిదలో చమురు లేదనియూ మధ్య భాగాలలో నున్నపుడు అంటే చంద్రుడు రాశి 30 భాగాలలో భుక్తమైన భాగములను తీసివేసి మిగిలిన ఎన్ని భాగలుండునో వాటి నిత్రైరాశికము చేసి దీప ప్రమిదలో అంత భాగము నూనె వున్నదని తెలుసుకొనవలయును. దీనిని వివరముగా చెప్పవలసివచ్చినపుడు ఒక జాతకమున చంద్రుడు తానున్న రాశిలో 3 భాగలు భుక్తియై నాడు అనుకొనిన 30లో నుండి 3 తీసివేయగా 27 భాగలు మిగులును. వీటిని త్రైరాశికము చేయగా, ప్రమిదలోపట్టు నూనెతో 10 భాగాలకు 1 భాగము తగ్గి 9 భాగముల నూనె జననకాలమునకు నిలువవున్నదని తెలియును. తరువాత ప్రమిద యందలి వత్తి కూడా జన్మ లగ్నములో భుక్తము పోగా మిగిలిన భాగములను బట్టి వెనుకటి మాదిరిగా త్రైరాశికము చేయుట వలన యింత భాగము వత్తి కాలిపోయి, యింత మిగిలి వున్నదని తెలియవలయును.

ఇంకా వివరములలోనికి పోయిన యెడల రవి వలన కూడా వెలుగును అనగా దీపమును గురించి చెప్పవలయును. రవి చరరాశి యందున్న యెడల దీపము స్థిరముగ ఒక్కచోటనే వున్నదని చెప్పవలయును. రవి చరరాశి యందున్న యెడల దీపమును గదులలో అటుఇటూ త్రిప్పుచున్నారని తెలుసుకోవలయును. రవి ద్విస్వభా రాశి యందు వున్న యెడల దీపము గాలిచేత రెపరెపలాడుచూ వూగుతున్నదని తెలియవలయును. ఆదిగా వరాహమిహి రాచ్ఛురుయ్యలు వంటివారు తమ తమ గ్రంథములందు యిదే అభిప్రాయమును తెలియజేసిరి.

ప్రసవమైన గృహము యొక్క ద్వారములను తెలుసుకొనుట చెప్పబడినది. తూర్పు మొదలు ఈశాన్యము వరకు క్రమముగా రవి, శుక్ర, కుజ, రాహు, శని, చంద్ర, బుధ, గురులు ఎనిమిది మంది ఎనిమిది దిక్కులకు అధిపతులుగా నిర్ణయమైనది. జన్మ లగ్నమునకు కేంద్రమందున్న గ్రహములలో ఏ గ్రహము అధిక బలము కలదిగా నున్నదో తెల్సుకొని, వానికి చెప్పబడిన దిక్కునకు అభిముఖముగా నున్న దిక్కు నందు ద్వారము కలదని చెప్పవలయును. ఒక్కొక్కప్పుడు 2, 3, గ్రహములు బలముగా నున్నపుడు వారందరికీ నిర్ణయించబడిన దిక్కుల అభిముఖముగా నున్న దిక్కుల యందు అన్నింటికీ ద్వారములున్నవని తెల్సుకొనవలయును.

కష్ట ప్రసవమును గురించి తెలుపుచూ-

శ్లో॥ క్లేశోమాతుః క్రూరైర్బంధ్వ స్తగతైశ్శశాంకయు క్తై ర్వా॥
(గ్రంథాంతరే)

జన్మ సమయమున చంద్రుడు ఏ స్థానము నందున్నాడో అది మొదలు సప్తమ, చతుర్థము లందు పాపగ్రహములు వున్న తల్లి చాలా ప్రసవ వేదననుభవించెనని తెలుసుకొనవలయును. జననముగురించి యింకనూ వివరము తెలిజేయబడినది.

శ్లో॥ లగ్నాధి పేం శకపతా లగ్న స్థేవక్రితే గ్రహోవ్యధవా
విపరీతగతో మోక్షోవాచ్యో గర్భస్యసంక్లేశః॥
(సర్వార్థ చింతామణి)

జనన పరిస్థితులను తెలియజేయుచూ సర్వార్థచింతామణి యందు చెప్పబడిన వివరణ యిచ్చుట చూపబడినది. చంద్రుడు ఏ రాశి యందున్ననూ, మకర కుంభనవాంశలు పొందిన యెడల చీకటి యందు ప్రసవము జరిగినదనియూ, చంద్రుడు చతుర్థమందుండి శనివీక్షణ పొందిన యెడల ఏ రాశి నందైననూ వుండి, కర్కట మీన నవాంశలయందున్ననూ మరియు శని యుతి పొందిననూ అంధకారమున ప్రసవము జరిగినది చెప్పవలయును. ఈ చెప్పబడిన పూర్వ పరిస్థితులువున్ననూ చంద్రుడు రవిచే చూడబడిన యెడల అంధకారము నందు కాదని, వెలుగువున్నదని తెలియవలయును. బలవంతుడగు రవి కుజునిచే చూడబడిన యెడల దీపమున్న ఇంటి యందు ప్రసవము జరిగినని చెప్ప వలయును. రెండు లేక ఎక్కువ గ్రహములు జనన సమయమునకు నీచతో నున్నపుడు గడ్డి పరకలచే చేయబడిన ఆసనము భూమి పై పరచినచోట ప్రసవము జరిగినదని తెలియవలయును. చంద్రుడు లగ్న మందుకానీ, చతుర్థమందుకానీ, లేక నీచ యందు కానీ వున్న యెడల భూమిపైన శయనించిన తరుణమున ప్రసవమగుట సంభవమని సారావళి యందు తెలియజేయబడినది. శీర్షోదయరాశి యందు జన్మించిన యెడల మొదట శిరస్సు ఉద్భవించినదని, పృష్టోదయరాశి జన్మ లగ్న మైనపుడు శిశువు ముందు పాదములలో పుట్టినదనియు, ఉభయరాశి లగ్నమైనపుడు శిశువు చేతులను ముందు జాపి జన్మించెనని తెలియవలయును.

శ్లో॥ పితృమాతృ గృహే సుతద్భులాత్తరు సాలాది ఘనీచగైశ్చుభైః
యదినైకగతైస్తు వీక్షితావుద యేం దూవిజనే ప్రసూయతే॥

పగటి యందు రవి, రాత్రి యందు శని బలవంతులై వున్నపుడు పితృ గృహముందు జననమని తెలుసుకొనవలయును. పగలు శుక్రుడు రాత్రి చంద్రుడు బలవంతులైయున్నపుడు మాతృ గృహము నందు జననమగును. పగలు శని రాత్రియందు రవి బలవంతులైయున్న యెడల పినతండ్రి, పెదతండ్రి, మేనత్త మొదలైన వారియింటి యందు జననము. పగలు చంద్రుడు రాత్రి

యందు శుక్రుడు బలవంతులై వున్న యెడల పినతల్లి, పెద్దతల్లి మేనమామల యింటి యందు జననము జరుగును. శుభగ్రహములన్నియునూ నీచస్థానము లందున్నపుడు చెట్ల క్రింద, నదీ సమీపమున గుంటయైన ప్రదేశము లందు జననము జరుగునని తెలుసుకొవలయును. ఒకే రాశి యందున్న శుభగ్రహములు లగ్న చంద్రులను చూడని యెడల జనన సంచారము లేని చోట అడవి యందు ప్రసవమని చెప్పవలయును. ఒకే రాశి యందున్న శుభగ్రహములు లగ్న చంద్రులను చూస్తున్న యెడల జనము నివసించు ప్రదేశములలోనే జనన మగునని గ్రంథాంతరమున తెలుపడినది.

శ్లో॥ అప్యోదయ మాప్య గశ్శశే సంపూర్ణస్తమవేక్షి తేధవా
మేఘూరణ బంధులగ్నగః స్యామ్నాతిస్సలిలే నసంశయః॥

జల సమీపమున ప్రసవమును గూర్చి, జలరాశి లగ్నమై అందు చంద్రుడున్నపుడు నీటి సమీపమున జననమని తెలియజేయ్యబడినది. ఏ రాశియందైననూ పూర్ణచంద్రుడు వుండి లగ్నమైన జలరాశిని వీక్షించినచో నీటి సమీపము నందే జననమని తెలియవలయును. జలరాశి లగ్నమై చంద్రుడు చతుర్థ, దశమస్థానముల యందున్న యెడల నీటి సమీపముననే ప్రసవము జరుగును.

శ్లో॥ పూర్ణేశశిని స్వరాశిగే సౌమ్యే లగ్నగతే శుభే సుఖే
లగ్నేజలజేస్త గేపివాచంద్రదేపోతగతా ప్రసూయతే॥

పూర్ణచంద్రుడు స్వక్షేత్రమైన కర్కాటక మందుండి, బుధుడు లగ్నమందును గురువు చతుర్థమందున్నపుడు ఓడ యందు లేక పడవ యందు ప్రసవము జరిగెనని చెప్పవలయును. జలరాసులైన కర్కాటక, మకర వృత్తార్థము, మీనములలో ఒకటి లగ్నమై చంద్రుడు సప్తమస్థానము నందున్న యెడల నావ యందు ప్రసవించెనని తెలియవలయును.

జాతకుని యొక్క అంగములను గూర్చి తెలుసుకొనుటకు వివరణము యివ్వబడినది.

శ్లో॥ సర్వేద్వాదశరాశయస్సు ముదితా లగ్నాది షట్కంతనో
ర్వామ్యాంగంచ తనోస్త్రియ స్తదితరేషట్పోత్తరాంగం భవేత్
లగ్నం ప్రాణమయం శశిస్తు భవనం దేహస్త యేస్తత్ఫలం
భావాద్భావ పతేశ్చకారకవశాత్తత్ఫం యోజయేత్॥

పన్నెండు రాసులు గల జాతకచక్రము నందు జన్మ లగ్నము మొదలు మొదటి ఆరు రాశులు పూర్వ భాగమని, మిగిలిన ఆరు రాసులు ఉత్తర భాగమనియు పిలువబడుచున్నవి. ఈ మొదటి ఆరు రాసులు జాతకుని యొక్క శరీరమనియూ, ఉత్తర భాగమునందలి ఆరు రాశులు భార్య యొక్క శరీరమనియూ చెప్పబడినది. అనగా పురుషుని యొక్క కుడి భాగము పురుషరూపమనియూ, ఎడమ భాగము స్త్రీ రూపమనియూ వేదముల యందు తెలియజేయబడినది. జన్మలగ్నము ప్రాణ మనియు, చంద్ర లగ్నము శరీరము కాబట్టి, దేహము ప్రాణము గల వానికే ఫలాసుభవ యోగము గాన వీనికి గ్రహ ఫలంబులు చెప్పబడినది. కాబట్టి ప్రాణము, దేహమునకు కారణమైన జన్మ, చంద్రలగ్నములను వారి నుండి వున్న గ్రహములను పరిగణించి ఫలములను చెప్పుటయే జ్యోతిష శాస్త్రము. లగ్నమనగా 'లగ్నత్వాల్లంగ్న' అనగా మనకు భూమ్యాకాశములు కలిసినట్లు కనిపించునో అచట ఉదయించినవే మనకు జనన కాలయందు ఫలము లిచ్చుటకు శక్తి కలిగి యున్నవి. కనుక జన్మ సమయము నందు మేషాదిగా గల పన్నెండు రాసులలో ఏ రాశి ఆ స్థలమున లగ్నమైన స్థానము నందు ఉదయించుచున్నదో అదియే జన్మకాల, జన్మలగ్నముగా గుర్తించవలయును. శిశువు భూమిపై పడు సమయమున, ఆ శిశువునకును, ఆ ఉదయస్థానమునకును సమముగా నుండును. ఈ కారణము చేత భూమ్యాకాశములు కలియు (లగ్నమగు) చోటును ఆ రాశివుండును గాన, దానిని లగ్న రాశి అని పిలిచెదరు. అచట ఉదయించుట వలన ఉదయరాశి అని శిశువు యొక్క శరీరముతో సమ సూత్రము కలిగి యున్నది గాన తనుస్థానమనియూ, మొదలగు పేర్లు కలిగినవి. రవికి ఆత్మకారకుడని, చంద్రుని మనోఃకారకుడని చెప్పుట ఈశ్రతులవలన కలిగినవే. అందువలనే ప్రాణదేహ

రూపములగు లగ్న చంద్ర లగ్నముల వల్ల జాతకుని యొక్క శుభాశుభములను చెప్పవలయును. ఇట్లు జన్మించిన శిశువునకు శుభాశుభయోగముల తెలుసుకొనుట శాస్త్ర భాగము కావున వివరములను ఇట్లు తెల్సుకొందుము.

శ్లో॥ దుఃఖీభవేత్వా బహుత్వయోగాత్॥

జన్మలగ్నము నందు ఎక్కువ పాపగ్రహములున్న యెడల జాతకుడు జన్మాది మరణకాలము వరకు కష్టములను అనుభవించువాడగును.

శ్లో॥ వర్గోత్త మంశేయదిలగ్న నాథే! స్వోచ్ఛాంశకేవాస్వ సుహృద్ధృ
గాణే! శుభాన్వితే వాశుభదృష్టి యుక్తే! నరోభివేదామరణాంత సౌఖ్య॥
(సర్వార్థచింతామణి)

లగ్నాధిపతి వర్గోత్తమాంశయందున్ననూ, స్వకీయ ఉచ్ఛాంశమందున్ననూ లేక స్వద్రేక్కోణము నందున్ననూ, మిత్రద్రేక్కోణము నందున్ననూ, లేక శుభగ్రహము లతో కూడియున్ననూ లేక చూడబడుచున్ననూ అటువంటి జాతకుడు జన్మము మొదలు చివరి వరకు సుఖసౌఖ్యములను పొందుచుండును.

శ్లో॥ లగ్నేశేశు భరాశిస్థే శుభఖేట నిరీక్షితే
శుభగ్రహేణ సందృష్టే షోఢశాబ్ధాత్పరంసుఖం॥

లగ్నాధిపతి శుభరాశిగతుడై శుభగ్రహములలో కలసివున్ననూ, చూడబడిననూ, పదహారు సంవత్సరముల తర్వాత జాతకుడు సుఖించును.

శ్లో॥ లగ్నేశేధన రాశి స్థెధనే శేలగ్న గేయది లగ్నేశే
దశయే వాపి వింశద్వర్షాత్పరంసుఖం॥

లగ్నాధిపతి ధనరాశియందుకాని, దశమ మందుగాని ఉన్నపుడు ధనాధిపతి లగ్నమందున్న యెడల ఇరవై సంవత్సరములు తర్వాత జాతకుడు భోగభాగ్యము లను అనుభవించుట సంభవించును. వీటితో పాటుగా అసౌఖ్యములను కూడా విచారించవలయును.

శ్లో॥ లగ్నేశ్వరః క్రూరసమన్వితశ్చేద్దేహస్య సౌఖ్యాది వినాశమహుః॥

లగ్నాధిపతి కనుక క్రూర గ్రహములతో కలిసియున్న యెడల జాతకునకు దేహ సౌఖ్య ముండదని తెలియవలయును.

శ్లో॥ దుస్థాన పేనాపి విలగ్నవదేయుతే విలగ్నేతనురోగభాక్స్యాత్
పాపేవిలగ్నే తుబలైర్విహీనే లగ్నేశ్వరోగనిపీడితస్స్యాత్॥

లగ్నాధిపతి ఆరు ఎనిమిది పన్నెండు రాశుల యొక్క అధిపతులతో కలిసి లగ్నమందున్న యెడల దేహము రోగములమయమగును. మరియు పాప గ్రహములు లగ్నమందున్న యెడల లగ్నాధిపతి బలహీనుడయితే జాతకునకు వ్యాధులు సంక్రమించును. పాపగ్రహములును షష్టాద్వాదశాధిపతులుగా తీసుకొనవలయును.

శ్లో॥ శిలాప్రహారైర్వ్రణ ముత్తమాంగేతుసూరిభిర్వాకథయంతితజ్ఞః
శనౌతథాబ్రేద్వ్రణముత్తమాంగే దావాగ్నిశస్త్రైః పతనేనవాపి॥

రాళ్ళతో కొట్టబడుట వలనగానీ, మశూచికము చేతగానీ, ఖడ్గము మొదలగు ఆయుధములచేత గానీ శిరస్సునందు వ్రణములు కలుగును. ఇంకనూ శని లగ్నాధిపతియై లగ్నమందు పాపులుండిన, లేకపాపులచే చూడబడిన యెడల, అగ్నిచేతగానీ, శస్త్రములచేతగానీ, ఉన్నత స్థలము నుండి పడుటవలన గానీ, తలయందు వ్రణములు కలుగును.

శ్లో॥ భౌమేవిలగ్నేశని సూర్య దృష్టే మసూరిభిః పాలితదేహభాక్స్యాత్।
శనౌవిలగ్నే బహుపాపదృష్టే పిశాచ బోరైర్భవతి ప్రపీడా॥

కుజుడు లగ్నము నందుండి శనిచేత చూడబడుచున్నపుడు జాతకుడు స్ఫోటకములచేత బాధింపబడును. శనిలగ్నమందు పాపగ్రహ వీక్షణ కలిగెనేని గాలి, ధూళి సోకుట పిశాచబాధలు, చోర బాధలు కలుగును.

శ్లో॥ క్రూరాల యెరిపు గృహేత్వధవాపినీ చేత్క్రూరేక్షితెయదియుతే
వ్యయరంధ్ర సంస్థే। షష్టంగతే తనుపతౌతనుగేఖ లేవాతత్కాల
సంభవనరస్య నదే హసౌఖ్యం॥

(జాతకానుభవదర్పణే)

లగ్నాధిపతి పాపరాశియందు కానీ, శత్రుక్షేత్ర మందుగానీ, నీచయందుగానీ, వుండిపాపులచే చూడబడిననూ, కలసియున్ననూ, పన్నెండు ఎనిమిది స్థానము లందున్ననూ, లగ్నాధిపతి షష్టమమందున్ననూ, లగ్నమందు పాపగ్రహములు న్ననూ జాతకునకు సుఖసౌఖ్యములుండవు. లగ్నాధిపతి నీచ స్థానములగు 6, 8, 12, స్థానము లందున్నపుడు, ఆ స్థానాధిపతులచే చూడబడిననూ, ఒకరి స్థానమున మరొక రున్ననూ దషములను రద్దుపరచి బహుసుఖవంతునిగా చేయుదురు. శుభాధిపత్యము కలిగిన యెడల శుభస్థితియు, శుభగ్రహ సంబంధమును కూడా కలిగియుండవలెను. పాపస్థితి కలిగినపుడు పాప గ్రహ సంబంధమే మంచిది కాబట్టి లగ్నాధిపతి యొక్క బలమును బట్టి ఆలోచించవల యును. లగ్నాధిపతికి లగ్నస్థితి లేక చతుర్థస్థితి ఐననూ, నవమాధిపతికి లగ్నస్థితి లేక నవమస్థితియైననూ, గురు, శుక్ర సంబంధమున్ననూ జాతకుడు సుఖవంతుడగును.

జాతకమున లావు, సన్నని దేహములు ఎట్లు కలుగునో వివరించుచున్నారు.

శ్లో॥ లగ్నేగురౌతేన నిరీక్షితేవాజలర్క్షే గేతాపి జలేవిలగ్నే
సౌమ్యాన్వితే శోభనఖేచరేంద్ర దృష్టేత్వాతి స్థూలముదాహరంత॥

జన్మలగ్నమున గురువున్ననూ, జలరాశియందున్న గురువుచే లగ్నము వీక్షింపబడిననూ, శుభులు జలరాశియైన లగ్నమునందున్ననూ, చూచిననూ, జాతకుడు స్థూలమైన శరీరము కలవాడని తెలియజేయబడినది.

శ్లో॥ లగ్నేజలర్క్షే శుభఖేచరేంద్రై రేక్షేతనోః స్థౌల్యముదాహరంతి
లగ్నాధిపేతోయ ఖగేబలాఢ్యేసౌమ్యాన్వితే చేత్తను పుష్టిమాహుః

జలరాశి జన్మలగ్నమై శుభగ్రహములున్న యెడల స్థూలమైన శరీరము కలవాడని తెలియవలయును. లగ్నాధిపతి జలగ్రహమై, బలవంతుడై శుభగ్రహములచే కలిసియున్న యెడల స్థూలదేహము కలిగియుండును.

శ్లో॥ లగ్నాధిపే చేజ్జలరాశి సంస్థే శుభాన్వితే తోయఖగైః ప్రదృష్టె
లగ్నే శుభాక్షేత్రగతేపి చైవం లగ్నేశ్వరస్థాంశపతౌ జలరక్షే॥

లగ్నాధిపతి జలక్షేత్రము లేక రాశి యందు శుభగ్రహములతో కలిసియుండి,

జలగ్రహములచే చూడబడినపుడు జాతకునికి అతి లావుగా దేహముండును. జన్మలగ్నము శుభక్షేత్రమై, లగ్నాధిపతి స్వనవాంశమును పొందియుండి, రాశ్యాధిపతి జలరాశి యందున్న యెడల జాతకుడు స్థూలదేహము కలవాడగును.

శ్లో॥ యధాభవేత్పంచ ఘటీవిలగ్నే శుభంయదా దేహకృశత్వమాహుః
శుష్కేఖ గేలగ్నగతే విలగ్నే శుష్కేణఖెటేన నీరీక్షితేవా॥

రెండు గంటల ప్రమాణము గల లగ్నమందు పుట్టిన (ఐదు ఘడియలు) జాతకము శుభ జాతకమగును. గొప్ప తెలివివంతుడని కూడా చెప్పబడినది. శుష్కగ్రహము లగ్నమందున్ననూ, శుష్కగ్రహము లగ్నమును చూచిననూ జాతకుడు బక్కచిక్కియుండును. శుష్కగ్రహమనగాకు యిచ్చట పాపగ్రహముగా తీసుకొనవలయును.

శ్లో॥ లగ్నేశ్వరేశుష్కగతే తదైవాశుష్క గ్రహణాంభవనేస్థితేవా
లగ్నాధిపే నాశగతేపి శుష్కరాశౌతనోః కృశ్రమతీవకష్టం।

జన్మలగ్నాధిపతి పాపగ్రహములేక శుష్క గ్రహములతో కలసిననూ, శుష్కగ్రహరాసుల యందున్ననూ, దేహము చిక్కియుండును. లగ్నాధిపతి శుష్కక్షేత్రమైన అష్టమ రాశి యందున్న యెడల దేహమునకు కృశత్వము, దుఃఖము అతికష్టములు కలుగును. శుష్కరాశి అనిన నిర్జల రాశి అని తెలియవలయును.

శ్లో॥ దేహనేత రిశుభేతర గ్రహైరన్వితే తికగతే విలాసినీ
దేహసౌఖ్యమిహనేతి జన్మనోవాచ్యమంబురు హజైత్రలోచనీ
(కాళిదాసకేరళే)

లగ్నాధిపతి త్రికములయందున్ననూ, త్రికాధిపతులతో కలసిననూ, లేక లగ్నమునకు రెండుగానీ, పన్నెండవ స్థానముల యందుగానీ వున్న యెడల జాతకునకు సుఖముండదు. శరీరక శ్రమననుభవించుచునే యుండును. గురుచంద్రులు పాపులతో కలిసిననూ, పాపులచే చూడబడిననూ, శిరస్సునందు రోగము, శరీరము నందు బాధలు కలుగును. లగ్నమందు శుభగ్రహములున్న యెడల దీర్ఘాయుర్ధాయుము కలుగును. తర్వాతగా, ధనప్రాప్తి, జీవన విధానములను గూర్చి తెలుసుకొనుటకు సర్వార్ధచింతామణి యందు నిర్ధేశించిన విధానమును పరిశీలింతము.

శ్లో॥ అర్థాప్తింకథయే ద్విలగ్న శశినోః ప్రాబల్యతః ఖైచరైః
మానస్థైః పితృమాతృసోదర సుహృత్పుత్రాంగనా భోధనం
భృత్యాద్వాదిన నాథలగ్నశశినాం మధ్యే బలీయస్తతః కర్మేశస్య
నవాంశరాశి పవశాద్వృ త్తిం జగుస్తద్వధః॥

(సర్వార్ధచింతామణి)

జన్మ సమయమున లగ్న చందునకు దశమ స్థానమందుండు రవ్యాది గ్రహములచేత వాటి యొక్క బలములచేత జాతకునికి ధనము ప్రాప్తించునని చెప్పబడుచున్నది. దీనిని వివరించినచో జన్మకాల లగ్నమునకైననూ, చంద్ర లగ్నమునకైననూ దశమ స్థానమునందు రవివున్న యెడల తండ్రిద్వారానూ, చంద్రుడున్న యెడల తల్లివలననూ, కుజుడున్న యెడల సోదరులు లేక జ్ఞాతులవలననూ, బుధుడున్న యెడల మిత్రుల వలననూ, మేనమామ వలననూ, గురుడున్న యెడల పుత్రుల వలననూ, శుక్రుడున్న యెడల స్త్రీల వలననూ, శనియున్న యెడల భృత్యులు, మ్లేచ్ఛులవలననూ, ధనము ఆయా గ్రహముల దశలయందు కలుగునని చెప్పబడినది. లగ్న, చంద్రలగ్నములకు దశమమున గ్రహములేవియూ లేనపుడు లగ్న రవి చంద్రులలో ఎవరికి ఎక్కువ బలము కలిగివున్నదో వారి నుండి దశమ భావాధిపతి యగు గ్రహమునకు ఏ నవాంశరాశి యగునో ఆ రాశ్యాధిపతి వలన జాతకునకు జీవన వృత్తి భుక్తి కలుగునని శాస్త్రము తెలుపుచున్నది.

శ్లో॥ భైషజ్యచామీకరతోయ యానపణ్యేనముక్తామణి విప్రలంభాత్
ద్యూతాగమన్యాయక వృత్తి మార్గాజీవత్య సౌవాసరనాయకాంశీ॥

(సర్వార్ధచింతామణి)

లగ్న రవిచంద్రుల యొక్క దశమ స్థానాధిపతి స్థితతనవాంశరాశ్యాధిపతి రవి ఐన యెడల మందులు, బంగారుపని, నీరు యుద్ధప్రయాణము లేక ఓడలపైన వర్తకము మొదలగు లావాదేవీల చేత, ముత్యములు, మణులు వీటి యొక్క పరిష్కాముల వలననూ, జూదము, కాముకత్వము వీటి వలననూ న్యాయపరమగు వ్యాపారము వలననూ జాతకుని జీవనము జరుగును.

*శ్లో॥ మంత్రోపదేశరసవాద వినోదమార్గైరా వృత్తి భిస్సకల శాస్త్రపురాణ మార్గః
జ్ఞానోపదేశ నిపుణఃక్షితిపారి పూజ్యోజీవత్య సావితివదేద్ధిననాయకాంశే॥*

రవ్యాంశమే అయిన యెడల మంత్రోపదేశమిచ్చుటయు, రసవాదము చేయుటయు, విలాసమార్గముచేత ఆరంభించి, పూర్తిచేయుచుండెడి సర్వ శాస్త్రములచేతనూ పురాణమార్గములచేతనూ, జ్ఞానముపదేశించుట యందు నిపుణుడై జాతకుడు జీవనమును కొనసాగించును.

*శ్లో॥ జలోద్భవానాం క్రయవిక్రయేణ కృషే సముత్పన్న వినోదమారాత్।
రాజాంగనా సంశ్రయవృత్తి రూపాన్ని శాకరాంశేవసన క్రియాయాం॥*

చంద్రాంశ అయినయెడల నీటియందు ఉద్భవించిన శంఖములు, ముత్యములు, ప్రవాళములు, మొదలగువానిని వ్యాపారమునందుపయోగించి ధనము సంపాదించును. వ్యవసాయమువలననూ, వినోదమార్గములచేతను, రాజస్త్రీలనాశ్రయించుట వలననూ, వస్త్ర వ్యాపారముల వలననూ జాతకుడు ధనమార్జించి జీవించును.

*శ్లో॥ ధాతో ర్వివాదేనరణ ప్రహారాత్త ప్రాభివాదాత్కాల హప్రియాద్వా
జీవత్య నౌసాహసమార్గ రూపాద్ధ రాసుతాం శేయదిచోరవృత్యా॥*

అదియే కుజ నవాంశమయ్యేనేని బంగారము, వెండి, యిత్తడి, రాగి, మనశ్శిలా హరితాళకాదులును ధాతువుల వ్యాపారము వలన, యుద్ధ సంబంధమగు ఖడ్గముల విక్రయముల వలననూ వాటిని తయారు చేయుట వలననూ, నిప్పుతో కాల్చి తయారు చేసెడు వస్తువుల వలననూ, తగాదాలు పెట్టుటవలననూ, దొంగతనములు చేయుట వలననూ జాతకుని జీవన భృతి కల్గునని నిర్ణయము.

*శ్లో॥ శిల్పాది శ్శాస్త్రాగ్రమ కావ్యమార్గా జ్జోతిర్గతి జ్ఞానవశాద్బుధాంశే
పరార్థ్య వేదాధ్యయ నాజ్జపాశ్చ పురోహిత వ్యాజవశాచ్ఛవృత్తిః*

బుధాంశ అయిన యెడల చిత్రకళ వలన, రచనావ్యాసాంగములవలన పుష్ప మాలలు కట్టుట వలననూ, శాస్త్రములు, ఆగమశాస్త్రము నందు కావ్య సంబంధము వలననూ, జ్యోతిష శాస్త్రము వలననూ, జ్ఞాన మార్గము వలననూ, పరులకు వేదముచెప్పి గడించుట వలననూ, జాతకుడు జీవనమును పొందును.

శ్లో॥ జీవాంశకే భూసర దేవతానాము పాస్తికాధ్యాపక మార్గరూపాక
పూరాణశాస్త్రాగమ నీతి మార్గాధర్మోపదేశేనచవృత్తి మాహుః॥

లగ్న రవిచంద్రులకు, దశమ స్థానాధిపతి యున్న నవాంశ బృహత్పతాంశ అయిన యెడల, దేవ బ్రాహ్మణుల నాశ్రయించుట వలన, వేదములు నేర్పి ధనమునార్జించుట చేతనూ, పురాణములు బోధించుట వలననూ, యజ్ఞముల వలననూ, దానములను, ఉపవాసమును తీర్థయాత్రలను మొదలగు వాటి ధర్మములను చెప్పి ధనమును సంపాదించి జాతకుడు జీవించును.

శ్లో॥ సువర్ణ మాణిక్య గజాశ్వ మాల్యాద్గవాం క్రయాజ్జీవనమాహురార్యాః
శుద్ధోదకక్షీర ధధిక్రయేణ స్త్రీయః ప్రతోభేన భృగోర్నవాంశే॥

పూర్వము వలెనే శుక్రాంశమయిన యెడల బంగారము, వజ్రములు, వైడూర్యములు, మాణిక్యములు, ఏనుగులు, గుఱ్ఱములు, పుష్పములు వీని యొక్క వ్యాపారముల వలన పశువులు మొదలగువాని వ్యాపారముల వలననూ, మంచినీరు, పాలు, పెరుగు వీని వ్యాపారముల వలననూ, స్త్రీల యొక్క ధనము వలననూ జాతకుడు జీవించును.

శ్లో॥ శన్యంశకేకుచ్ఛిత మార్గతృత్యాశిల్పాది భిర్ధారుమ యైర్వధాద్యైః
విన్యస్తభారాజ్జినవి ప్రలంభాదన్యోన్య వైరోద్భవమార్గమూలాత్॥

లగ్న రవిచంద్రులకు దశమ స్థానాధిపతియున్న నవాంశ శన్మంశమయిన యెడల జాతి ఆచారములచే విడువబడినవాడును, చెడు మార్గములచేత, దారుణమయిన రాళ్ళచేత, మృగములు, పక్షులను వధించుట చేత, బరువులు మోయుట వలననూ, జనులను బాధించుట వలననూ, ఇద్దరి మధ్య వైరములు పెట్టుట వలననూ జాతకుని జీవితభృతి యగును. లగ్న చంద్రులకు దశమ స్థానమందున్న గ్రహములయిననూ, దశమమందు గ్రహము లేకుండెనేని, లగ్నము, రవి, చంద్రులకు దశమస్థానాధిపతి యున్న నవాంశరాశ్యాధి పతియైననూ, జన్మకాలము నందు మిత్రులైన యెడ మిత్రుల వలననూ శత్రువులయిన యెడల శత్రువుల వలననూ, స్వక్షేత్రగతులయిరేని స్వంత మనుషుల వలనను ధనప్రాప్తి కలుగును.

శ్లో॥ స్వక్షేత్రే స్వనవాంశకే సుహృదివాస్వాత్యుచ్ఛభాగే యధా
స్వద్రేక్కాణ చతుష్టయేషు సహితామూల త్రికోణేషువా
తత్తత్కాల బలన్వితాస్తుఖ చరాస్తన్న వాంశాధిపాః
తే సర్వేశుభదాస్స్వ పాక సమయే ష్వంతర్ధశాధీశ్వరాః॥
(సర్వార్ధచింతామణి)

స్వక్షేత్రమందును కానీ, స్వనవాంశయందుకానీ, మిత్రక్షేత్రమందుగానీ, స్వోచ్ఛయందు గానీ, కేంద్రములయందైననూ, మూలత్రికోణముల యందును వున్న గ్రహములునూ, నవాంశాధిపతులును, ఆయా సమయముల యందు షడ్బలవంతులైవుందురో ఆ గ్రహములన్నియు దశాంతర్భశాధిపతులై శుభఫలము లనిచ్చుచున్నారు.

శ్లో॥ ధనాన్వితః పాపఖగస్తదీశః స్యాచ్చేదశాయాం
క్షితిపాలకోపాత్ మానార్ధనాశోని గళం నరాణాం
స్థానచ్యుతిః న్వేష్టజనైర్విరోధః

ధనాధిపతి పాపగ్రహమై ధనస్థానమందున్నపుడు అతని దశయందు రాజ కోపము, మానహాని, ధననాశనము, సంకెళ్లు, స్థానచలనము, స్వజనులతో విరోధము ఈ ఫలములు జాతకునికి కలుగును.

శ్లో॥ విత్తేశుభే శోభన ఖేచరే శేతత్పాకకాలే ధనలాభమేతి
శుభగ్రహాణామ పహర కాలేత ధాభవేదాత్మ జవాగ్విలాసః॥

ధనస్థానమందు శుభగ్రహమున్నపుడు, ధనాధిపతిశుభ గ్రహమై వాని దశా కాలము నందు ధనలాభము, శుభగ్రహాంతర్ధశయందు పుత్రులు కలుగుదురు.

శ్లో॥ దుశ్చిత్క భావాధిపదాయకాలే సౌమ్యేతరాణామపహారకాలే
నాశంవదేత్త్రిత సహుదరాణాంభవేద్విరోధ స్సహజైశ్చమిత్రైః

మూడవ స్థానాధిపతి యొక్క దశాకాలమునందు పాపగ్రహముల యొక్క అంతర్ధశాకాలమందు సహోదరులు నశించెదరని తెలియవలయును. సోదరుల తోనూ, మిత్రులతోనూ విరోధములు సంభవించును.

శ్లో॥ క్షేత్రాధిపస్యైవ శుభేతరస్య పాపగ్రహాణామ పహారకాలే
స్థానచ్యుతింబంధువినాశమే తినీచాస్తగానామపహారకాలే

చతుర్థాధిపతి పాపగ్రహమైన యెడల వాని దశయందు పాపగ్రహము యొక్క అంతర్దశయందు నీచ, అస్తంగతమగు గ్రహముల యొక్క విదశాకాలమందు స్థానభ్రష్టత, బంధునాశనము జాతకునికి కలుగును. భావాధిపతి శుభగ్రహమయిన యెడల శుభఫలితములు కలుగును.

శ్లో॥ బుద్ధిభ్రమంకుత్సిత భోజనంచ పాపగ్రహాణాం సుతభేశకాలే
అంతర్దశాయాం ప్రవదేన్నరాణాం శుభగ్రహాశ్చేన్నతథాఫలంతు॥

పంచమాధిపతిపాపగ్రహమైన యెడల వాని దశయందు, పాపగ్రహముల అంతర్దశ యందు బుద్ది చాంచల్యమునూ, కుత్సితాన్న భోజనమునూ, జాతకుని కలుగును. పంచమాధిపతి శుభగ్రహమయిన యెడల అన్నియూ శుభఫలములే కలుగును.

శ్లో॥ రాజాగ్నిచోరైర్ణవసనంప్రణేశ దశావి పాకేతు శుభేతరణాం
అంతర్దశాయామతి కష్టమేతి ప్రమేహ గుల్మక్షయవిత్తకాసైః॥

షష్టమాధి దశాకాలము నందు పాపగ్రహముల అంతర్దశలలో రాజుల వల్ల, దొంగల వల్ల, మేహ, గుల్మ, క్షయ, కాసవ్యాధులతో జాతకుడు అధిక బాధలను పొందును.

ఇట్టే పాప గ్రహముల యొక్క దశాంతర్దశల యొక్క ఫలములను కూడా తెలిసి కొందుము.

శ్లో॥ దారేశపాపగ్రహదాయ కాలే స్త్రీయా విరోధం మరణంచతస్యాః
విదేశయానంచ పురీష మూత్రకృఛ్రంభవేద్భూపతికోప్రమత్ర॥

సప్తమాధిపతి పాపగ్రహమయిన యెడల, వాని దశాకాలమందు స్త్రీతో తగవులు, కళకనతమరణము, అన్యదేశ ప్రయాణము, పురీష, మూత్ర కృచ్ఛవ్యాధులు, కష్టములు, రాజకోపము మున్నగునవి అనుభవములోనికి వచ్చును.

శ్లో॥ రంధ్రేశదాయే ఫణినాథ భౌమశనైశ్చరాణా మపహారకాలే
ఆయుర్వ్యశోపిత్తవినాశనంచదారాత్మ బంధ్వేష్ట సహోదరాణాం॥

అష్టమాధిపతిదశ జరుగునపుడు కుజ,రాహు,శనైశ్చరుల అంతర్దశాకాలములో ఆయుషు పెరుగుట, ధననాశనము, భార్యా బంధు సోదరులకు హానియును కలుగును.

శ్లో॥ స్థానచ్యుతిం బంధు విరోధతాచ విదేశయానం సహజైర్విరోధం
భవేచ్చు భేశస్యదశావిపాకే శనైశ్చరారాహిది నాధిపసానాం॥

నవమాధిపతి పాపగ్రహమైన యెడల వాని దశయందు కుజ, రాహు, రవుల అంతర్దశాకాలమున స్థాన చలనము, బంధువిరోధము, పరదేశములకు పోవుట, సోదరులతో విరోధము కలుగునని తెలియవలెను.

శ్లో॥ కారాగృహప్రాప్తి మనేక దుఃఖందు స్వప్నశోకానల దగ్ధ దేహః
కర్మేశ్వర స్యాంతర భుక్తి కాలే పాపగ్రహణాపకీర్తి మేతి॥

దశమాధిపతి పాప గ్రహమైన వాని దశయందు, పాపగ్రహముల యొక్క అంతర్దశాకాలమున, కారాగారవాసము, నానావిధములైన దుఃఖముచేత బాధింపబడిన వాడై జాతకుడు అపకీర్తి పొలగును.

శ్లో॥ దశావిపాకే త్వధలాభ వస్యభుక్త్యం తరేద్రవ్య వినాశనంచ।
రవ్యారభోగేంద్ర శనైశ్చరాణాం కార్యార్థికు భ్రం క్షితిపాలకోపాత్॥

లాభభావాధిపతి దశయందు రవి, కుజ, రాహు, శనైశ్చర్యుల యొక్క అంతర్దశల యందు ద్రవ్యనాశనమును, రాజకోపము వలన కార్యముల యందు, ధన విషయములందు నష్ట కష్టములు జాతకునికి కలుగును.

శ్లో॥ వ్యయేశదా యేరవి సూనుభుక్త్యాదినేశభూమ్యాత్మజ యోర్విరోధ
బలక్షయం మానధనక్షయంచ రాహుస్తు భుక్తౌ వహిచోరపీడా॥

వ్యయాధిపతి దశయందు రవికుజశనుల యొక్క అంతర్దశాకాలమున విరోధములు, బలము క్షీణించుట, మానహాని, ధననష్టము కలుగును. రాహు భుక్తి యందు సర్ప, చోర పీడలు కలుగును.

శ్లో॥ కేంద్రాధిపత్య దోషస్తు బలవానురు శుక్రయోః
మారికత్వేపిచత యోర్మా రకస్థానం సంస్థితి॥

గురు శుక్రులకు కేంద్రాధిపత్య దోషము కావున, ఆ దోషము గల గురుశుక్రులు ద్వితీయ సప్తమ స్థానముల యందున్న యెడల మారకము కలిగించుటకు బలవంతులై యుందురు.

బాలారిష్టములను గురించి బృహజ్జాతకము నందు ఇట్లు చెప్పబడినది.

శ్లో॥ సంధ్యాయాం హిమధీధితి హూరూపాపై ర్భాతగ తైర్నిధనాయ
ప్రత్యేకంశశి పాపసమేతైః కేంద్రైర్వాస వినాశముపైతి॥
(బృహజ్జాతకం)

బాలారిష్టములేదని తెలుసుకొన్న తరువాతనే ఆయుర్దాయ విచారణ చేయవలెనని చెప్పబడినది. ఈ శ్లోకము నందు రెండు అరిష్ట యోగములు చెప్పబడినది. అనగా సంధ్యకాలము, దివారాత్రములకు సంధ్యకాలము కాబట్టి దీనిని వివరణము సంహితయందు-

శ్లో॥ అర్ధాష్టమయా సంధ్యావ్యక్తే భూతాసతారకాయవ,
తేజః ప్రతిభాతి ముఖాద్భానోరర్ధో- దయోయావత్॥

అనగా సాయంత్ర సమయమందు రవి మండలము యొక్క అర్ధాస్తమయ సమయము మొదలుకొని నక్షత్ర ప్రకాశము వరకు సాయం సంధ్య అనియూ, ప్రాతః కాలమున ఒకరిరూపు మరియొకరికి కనబడకుండా వుండు సమయము మొదలు రవిమండలము యొక్క అర్ధోదయ పర్యంతము ప్రాతః సంధ్య యనియు నీవచనము యొక్క అభిప్రాయము. దీని ప్రకారము-

శ్లో॥ ఉదయాత్ప్రాక్తనీ సంధ్యా ఘటికాద్వయముచ్యతే,
సాయంసంధ్యాద్విఘటికా హ్యస్తాదుపరిభాస్వతః॥

పైన చెప్పిన శ్లోకము భరద్వాజ సహితయందు చెప్పబడినది. అనగా సూర్యోదయమునకు ముందు రెండు ఘడియలు ప్రాత స్సంధ్యయని సూర్యాస్తమయమునకు వెనుక రెండు ఘడియలు సాయం సంధ్యయని అర్ధము. ఇట్టి

సంధ్యా కాలము నందు చంద్రహోర రాశుల యొక్క అంత్యనవాంశమును పొందిన పాప గ్రహముల వలన శిశుమరణము కలుగునని చెప్పబడినది. అనగా సంధ్యా కాలము నందలి చంద్రహోర జననకాలమయిన, పాపగ్రహములు ఏ రాసుల నందైననూ చివరి నవాంశములందున్న యెడల పుట్టిన శిశువు మరణమును పొందును. ఇది ఒక యోగము. మరియు వేరు వేరుగా చంద్రుడును, వరుసగా మూడు పాపగ్రహములును ఒక్కొక్కరు నాలుగు కేంద్రములందుడేనేని శిశు మరణము సంభవము.

శ్లో॥ కేంద్రేషు సర్వేషు చచంద్రపాపైర్యుక్తే ముజాతోయమ లోకమేతి॥
(సారావళి)

శ్లో॥ మృత్యుః ప్రత్యేక స్థైః కేంద్రేషు శశాంకపాపైశ్చ॥
(యవనేశ్వర)

శ్లో॥ చక్ర స్యపూర్వాపరభాగగేషు క్రూరేషు సౌమ్యేషు చకేటలగ్నే
క్షిప్రంవినాశం సముపైతి జాతః పాపైర్వి లగ్నా స్తమయాభితశ్చ॥

ఇందు రెండు బాలారిష్టములు చెప్పబడినవి. లగ్నమందు ఎన్ని భాగాలు గతించినవో అన్ని భాగాలును దశమయందును, ఏకాదశ, ద్వాదశ లగ్న ద్వితీయ, తృతీయములను చతుర్ధమందును లగ్నమందెన్ని భాగములు గతించినవో అన్ని భాగముల వరకు చక్ర పూర్వార్ధమనబడును. చతుర్ధమంధ్ధు మిగిలిన భాగములను 5, 6, 7, 8, 9, 10 భావముల యందు లగ్నమునందు ఎన్ని భాగములు చెల్లినవో అన్ని భాగముల వరకు చక్ర ఉత్తరార్ధ మనబడును.

శ్లో॥ తిరాశిసహితం లగ్నం పూర్వార్ధం షడ్భిరన్వితం
పశ్చార్ధం శిష్టమర్ధం స్యాచ్చక్ర పూర్వాపరేక్రమాత్॥

బాదరాయణుల ఉవాచప్రకారము పాప గ్రహములు పూర్వార్ధము నందును, శుభగ్రహములు ఉత్తరార్ధమునుందుండగా, వృశ్చిక లగ్నమందుగానీ కర్కాటక లగ్నముందుగానీ, జనించిన శిశువు త్వరగా మరణించును. కీటకరాసులనిన వృశ్చిక, కర్కాటకములని తెలియవలయును.

శ్లో॥ పూర్వా పరగైశుభైక్సామ్యైరళికర్కటే లగ్నేజాతస్య శిశోర్మ
రణం సద్యః కథయంతి యవనేంద్రాం॥
(బాదరాయణ)

శ్లో॥ చక్ర పూర్వభాగే పాపసౌమ్యాస్తథోత్తరార్ధేచ
వృశ్చికలగ్నే జాతాగతాయు షోమృత్ర యోగే స్యుః॥

ఇది యవనేశ్వరుని ఉవాచ. ఈ శ్లోకమున వృశ్చిక లగ్నమును మాత్రమే తెలిపియున్నారు. అయిననూ కర్కాటక లగ్నమును కూడా నిర్ణయించవలయును. లగ్నమునకు సప్తమస్థానమునకు పార్శ్వముల యందు పాపగ్రహములున్న యెడల శిశువు వెంటనే మరణించును. అనగా లగ్నమునకు ద్వితీయ ద్వాదశముల యందు షష్టమమందుగానీ, పాపగ్రహములు, శుభగ్రహములతో కలవకుండా వున్న యెడల శిశువు మరణించును.

శ్లో॥ లగ్నాద్ద్వాదశధనగైః పాపైః మ్రియతేరంధ్రేరిపుసంస్థైః॥
శుభసంపర్కమయాతైర్మాసేషష్టేమేవాపి॥
(ఇది దేవశర్మవారి యొక్క వచనము)

శ్లో॥ గ్రహేషులగ్నాభిము ఖేషు సర్వేష్వవాప్త వీర్యేషు స్వతివర్ణగేషుః

ఇది భట్టోత్పలమతము. కనుక లగ్నానికి అభిముఖములను అస్తాభి ముఖులని అర్ధము. పన్నెండులో నున్న గ్రహము లగ్నాభిముఖమును ఆరింట వుండు గ్రహము అస్తాభిముఖమును కనుక ఆరు, పన్నెండుల యందు పాపగ్రహములుండగా పుట్టిన జాతకులు మరణమునొందుదురు. కొందరి మతము ప్రకారము ద్వితీయమున నుండు గ్రహములగ్నాభిముఖమును, అష్టమమందుడు గ్రహము అస్తాభిముఖమును కాబట్టి పాపగ్రహములు రెండు ఎనిమిదవ స్థానములందున్న యెడల బాలారిష్టమని చెప్పబడినది.

శ్లో॥ రిపువ్యయగతైః పాపైర్య దివాధనమృత్యుగైః
లగ్నేవాపాపమధ్య స్థేద్యూనేవామృత్యుమాప్నుయాత్॥
(ఇది గార్గిమునీశ్వరుల ఉవాచ)

శ్లో॥ పాపావుదయాస్తగతౌక్రూరేణయుతాశ్చశశి
దృష్టశ్చశుభైర్నయధామృత్యుశ్చభవేదబిరాత్॥

సప్తమమందు ఒకపాపి, లగ్నమందొక పాపి, చంద్రుడు ఏ రాశి యందైననూ వున్ననూ పాప గ్రహములతో కూడి శుభగ్రహవీక్షణ లేక యున్నచో శిశువు వెంటనే మృతిచెందును. ఇచట విశేషమేమనగా శనిదృష్టి చంద్రుని కున్న యెడల బాలారిష్టము కలుగును.

శ్లో॥ క్షీణేహిమ గౌవ్యయగేసాపైరు దయాష్టమగైః
కేంద్రేషు శుభాశ్చనచేతి ప్రంనిధనం ప్రవదేత్॥

లగ్నమునకు వ్యయస్థానమందు క్షీణ చంద్రుడు వుండి, లగ్న అష్టమములందు పాపగ్రహములుండి, కేంద్రముల యందు లేని యెడల శిశువునకు మృతి చెప్పవలయును. కొందరి వాదన ప్రకారము లగ్నాష్టమముల యందు పాపగ్రహము లేకున్ననూ బాలారిష్టమని చెప్పుచున్నారు. దీనిని ఈ విధముగా అన్వయించుకుందాము. పన్నెండవ యింట క్షీణచంద్రుడును, శని కుజులచే వీక్షింపబడుచూ, ఎనిమిదవ యింట పాపగ్రహములు లేకున్ననూ, బాలారిష్టము కలుగును. కేంద్రముల యందు పాపగ్రహములుణ్డి, శుభులు లేని యెడల లగ్న, అష్టమముల యందును చంద్రుడు వ్యయస్థానము నందున్న యెడల అరిష్టయోగమనియే చెప్పదగును.

శ్లో॥ క్షీణచంద్రే వ్యయగతే పాపై రష్టమలగ్నగైః
కేంద్రబాహ్యగతై స్సౌమ్యైర్జాతస్యనిధనంభావేత్॥
అని గార్గిమునీశ్వరులచే చెప్పబడినది.

శ్లో॥ సుతమదన నవాంత్య లగ్నరంధ్రేష్వ శుభయుతో మరణాయశీతరశ్మి,
భృగు సుతశశిపుత్రా దేవ పూజ్యైర్యది బలిభర్నయతోవలోకి తోవా॥

5, 7, 9, 12, 18 యీ స్థానముల యందు చంద్రుడు గనుక పాప గ్రహయుతుడైన యెడల బలవంతులగు బుధ, గురు, శుక్రుల చేత చూడబడని యెడల, కలియకపోయిననూ జాతకునికి మరణము ఖాయము. అరిష్టకాల నిర్ణయమును కావించుట తెలుసుకొందుము.

శ్లో॥ శశిన్యదివినాశగేనిధన మాశుపాపేక్షితే
శుభైరధ సమాష్టకం దళమధ శ్చమిశ్రై స్థితః
అసద్భిరవలోకి తేబలిభార త్రిమాసు శుభే
కళత్రసహితేచ పాపవర్జితే విలగ్నాధిపే॥

అరిష్టకాల పరిమిత ఎట్లుండుననగా, చంద్రుడు 6, 8, స్థానముల యందుండి పాపగ్రహ దృష్టిలేని యెడల జన్మించిన శిశువు ఒక మాసపర్యంతము జీవించి యుండును.

శ్లో॥ వర్షేణ షష్టాష్టమ గశ్శశాంకో నిహంతి మాసాదశుభై శ్చదృష్టః
అబ్దాష్టకాత్కేవల సౌమ్య దృష్టామి శ్రేక్షితో వర్షచతుష్ట యేన॥

ఇది సారావళి నుండి గ్రహింపబడినది. కావున లగ్నమునకు ఆరు, ఎనిమిదులతో చంద్రుడుండి, శుభగ్రహ దృష్టి లేని యెడల పుట్టిన శిశువు 8 వర్షములు జీవించును. ఇంకనూ లగ్నమునకు 6, 8లో వున్న చంద్రుడు శుభాశుభ గ్రహములచే చూడబడిన యెడల, పుట్టిన శిశువు, 4 సంవత్సరములు జీవించును. షష్టాష్టకముల యందుండు చంద్రుడు, పాపక్షేత్రముల యందుండి, పాప గ్రహయుతుడైననూ వీక్షింపబడిననూ, జన్మించిన శిశువు మరణించునని తెలియ వలయును.

చంద్రుడు పాపరాశులయందు శుభగ్రహములతో యతి పొంది వున్ననూ, 6, 8, రాసులు శుభరాసులైనవున్ననూ పుట్టిన శిశువునకు మరణము కలుగదని చెప్పవచ్చును. ఇందుకు ఆధారము -

శ్లో॥ లగ్నాచ్ఛశీనైధనగో శుభక్షే షష్టేధనా, ప్యారనిరీక్ష తస్య।
సర్వాయురాహంతిశుభైరదృష్టస్తవీక్షితోబ్దాష్టక పర్యయేణా॥

ఇది యవనేశ్వరమతము. దీనిని అనుసరించి 6, 8 నందు చంద్రుడు ఏ గ్రహముచేతనూ వీక్షింపబడక యుండెనేని అరిష్టము లేదని భట్టోత్పల వ్యాఖ్య. ఇది సారావళి యందు కనపడదు. వ్యతిరిక్తము పుష్టాష్టమ స్థానము లందుండి

చంద్రుడు ఏ గ్రహదృష్టియు నొందని యెడల ఒక సంవత్సరము బాలారిష్టము. పాపగ్రహవీక్షణ కలిగెనేని ఒక మాసమునకు బాలారిష్టము కలుగును. ఇది మాడ్యవముని వువాచ. శుక్ల పక్షపు రాత్రి యందు కృష్ణపక్షపు పగటి యందు జన్మించిన శిశువునకు చంద్రుడు 6, 8 స్థానముల యందున్ననూ, శుభాశుభ గ్రహములచేత చూడబడిన యెడల ఆపదల యందు రక్షించబడునని తెలియ వలయును. కనుక ఈ అరిష్టమనునది శుక్లపక్షపు పగటి యందు కృష్ణ పక్షపు రాత్రి యందును పుట్టినవారికి అరిష్టము కలుగునని తెలియుచున్నది. ఇంకనూ, 6, 8 రాసులలో శుభులుండి బలవంతులైన పాపగ్రహవీక్షణ పొందిన యెడల అప్పుడు జన్మించిన శిశువు ఒక మాసము జీవించునని చెప్పవచ్చును. 6, 8లో నున్న శుభగ్రహములు ఇంకొక శుభగ్రహముల చేత వీక్షింపబడిన యెడల బాలారిష్ట దోషము తొలగిపోవును. కనుక లగ్నాధిపతి పాపగ్రహముల చేత యుద్ధము నందు గెలువబడి, సప్తమ స్థానమునందున్నప్పుడు జన్మించిన శిశువు ఒక నెలకు మించి జీవించదని చెప్పవలయును.

శ్లో॥ లగ్నే క్షీణేశశినినిధ నందంద్ర కేంద్రేషు పాపైః పాపాంత స్థే నిధనహిబు
కదూనయుక్తే చచంద్రే। ఏవం లగ్నేభవతి మదన ఛిద్ర సంస్థైశ్చ
పాపైర్మాత్రాసార్ధం యదిచన శుభైర్వీక్షితశ్శక్త మధ్విః॥

ఈ శ్లోకమునకు పూర్వార్ధమున నాలుగు బాలారిష్టములును, ఉత్తరార్ధమున మాతృ సహిత శిశుమరణ యోగము చెప్పబడినది. క్షీణ చంద్రుడు జన్మలగ్న మందుండగా కేంద్రములందును, అష్టమస్థానము నందును పాపగ్రహము లున్ననూ, వీక్షించిననూ శిశువు మరణము నొందును. అష్టమ, చతుర్ధ, సప్తమము లలో ఒక రాశి యందు చంద్రుడు పాపగ్రహ మధ్యలో నున్న యెడల జన్మించిన శిశువు మరణించును. మరియు చంద్రడు చతుర్ధములలో పాపగ్రహ మధ్య నున్ననూ, శిశువు మరణము బొందును. చంద్రుడు సప్తమ మందుండి పాపుల మధ్య చిక్కుకున్ననూ శిశువునకు మరణము కలుగును. ఈ నాలుగునూ బాలా

రిష్టములుగా చెప్పబడుచున్నవి. ఇదే విధముగా చంద్రుడు లగ్నగతుడై రెండు పాపగ్రహముల మధ్య వుండిననూ, బలవంతులగు శుభ గ్రహవీక్షణ లేని యెడల, సప్తమ, అష్టమముల యందున్న పాపగ్రహములచే వీక్షింపబడిన యెడల లేక వీక్షణ పొందక వ్యయ భావమందున్న చంద్రునకు శని వీక్షణ కలిగిన యెడల జనన కాలమునకు చంద్ర దశ జరుగుతున్నపుడు తల్లి బిడ్డనశింతురని చెప్ప వలయును. అనగా రోహిణి, హస్త, శ్రవణ నక్షత్రము లందు జననము జరిగినపుడు అని తెలియవలయును. చంద్రునకు శుభగ్రహ వీక్షణ కలిగిన యెడల శిశువునకు మాత్రమే మరణమని తెలియవలయును. షడ్బలము కలిగిన శుభగ్రహములచేత చంద్రుడు వీక్షింపబడిన యెడల తల్లికి, బిడ్డకు వ్యాధులు కలుగును. మరణము మాత్రము రాదని చెప్పవలయును.

శ్లో॥ చంద్రాష్టమంచ ధరణీ సుత సప్తమంచ రాహుర్నవంచ శని జన్మ
గురుస్తృతీయె అర్కస్తుపంచ బృగుషష్ట బుధశ్చేతుర్థేజాతో
నజీవతినరః ప్రవదంతి సంతః॥

లగ్నాత్ అష్టమమున చంద్రుడున్ననూ, సప్తమమున కుజుడున్ననూ, నవమమున రాహువున్ననూ, లగ్నమున శనియున్ననూ, తృతీయమందు గురుడు న్ననూ, పంచమమున రవివున్ననూ, ఆరులో శుక్రుడున్ననూ, చతుర్థమున బుధుడు న్ననూ, వీరి యొక్క గ్రహ దశలు వచ్చినపుడు జాతకునికి మారకము కలుగునని చెప్పవచ్చును.

శ్లో॥ భౌమేవిలగ్నే శుభదై దృష్టే షష్టేష్టమేవాక్కసుతేన యుక్తే।
తావస్త సంస్థొశుభదృష్టే హీనౌజాతస్య సద్యః కురుతేప్రణాశం॥

జన్మ లగ్నము నందు కుజుడు శుభగ్రహ వీక్షణ లేక వున్నపుడు, షష్టమము లేక అష్టమము నందు శనైశ్చరుడున్నపుడు, ఆ కుజశనులు సప్తమము నందు శుభగ్రహ వీక్షణ లేకపోయినపుడు శిశువునకు త్వరగా మరణము కలుగును.

ఈ విధముగా బాలారిష్టములను తెలుసుకొని, అరిష్ట భంగములను కూడా తెలుసుకొనవలయును.

శ్లో॥ సర్వానిమానతి బలస్ఫుక దంశుజాలో
లగ్నస్థితః ప్రశము యేత్సుర రాజమంత్రీ
ఏకో బహుని దురితాని సుదుస్తరాణి
భక్త్యాప్రయుక్త ఇవచక్రధరే ప్రణామః॥

అత్యంత ప్రకాశవంతుడు, శుభుడు అగు బృహస్పతి అతిబలవంతుడయి లగ్నమందున్న యెడల శ్రియఃపతిని భక్తితో పూజించి నమస్కరించిన పాపములు ఎట్లు నశించునో, అదే విధముగా లగ్నగతుడైన బలయుతుడైన దేవగురుడు సకల అరిష్టములను తొలగించును. శ్రియఃపతి అనగా శ్రీ విష్ణువని తెలియవలయును.

శ్లో॥ లగ్నాదష్టమర్త్య పిగురు బుధ శుక్ర దృగాణ శ్చంద్రః
మృత్యు ప్రాప్తం సుతమపిపరిరక్షత్యేష నిర్వ్యాజం॥

చంద్రుడు లగ్నాత్ అష్టమమందున్నపుడు గురు బుధ శుక్ర ద్రేక్కాణమును పొందిన యెడల శిశువునకు కలుగ బోవు మృత్యువును తప్పించును.

శ్లో॥ చంద్ర స్సంపూర్ణతను స్సౌమ్యక్షన్ గతస్సుశుభ స్వాంతః
ప్రకరోత్సరిష్ణ భంగం విశేషత శ్శుక్ర సందృష్టః॥

పూర్ణచంద్రుడు శుభక్షేత్రమందుండి, శుభగ్రహముల మధ్యనున్నపుడు సకలములైన బాలారిష్టములను హరించును. శుక్రుని యొక్క వీక్షణ కలిగిన మంచిదని తెలియవలయును.

శ్లో॥ బుధ బార్గవజీవానామేక తమః కేంద్రమాగతోబలహా-
యద్యపిక్రూర సహాయస్సద్యోరిష్ట స్య భంగోయం॥

బుధ, శుక్ర, గురువులలో ఒకరు బలవంతులై కేంద్ర స్థానములందుండిన యెడల పాపగ్రహయుతుడైననూ అరిష్టములను తొలగించును.

శ్లో॥ రిపుభవనగతోపి శశీగురుసితచంద్రాత్మజదృగాణస్థః
గరుడ ఇవభోగి దష్టం పరిరక్షత్యేషని ర్వ్యాజం॥

చంద్రుడు ఆరవ యింటనున్నప్పటికినీ గురు, బుధ, శుక్ర ద్రేక్కాణములను పొందిన యెడల అరిష్టభంగము కలుగును. గరుత్మంతుడా సర్పద్రుష్టలను రక్షించు విధముగా రక్షణ పొందుదురు.

శ్లో॥ సౌమ్యద్వయాంతర గతస్సంపూర్ణ స్నిగ్ధమండల శ్శశభృత్
నిశ్శేషారిష్ట హంతాభుజంగలోకస్య గరుడ ఇవ॥

పూర్ణచంద్రుడు రెండు శుభగ్రహముల మధ్యనుండిన యెడల గురుడు సర్పములను వేటాడినట్లు సకల అరిష్టములను తొలగించును.

శ్లో॥ శశభృతి పూర్ణశరీరే శుక్లే కృష్ణేనిశాభవేదివసే
రిపునిధనస్థే రిష్టం ప్రభావతినై వాత్రిజాతస్య॥

పూర్ణచంద్రుడు ఆరు, ఎనిమిది రాసులలో నున్ననూ, శుక్లపక్షపు రాత్రియందు, కృష్ణపక్షపు పగటి యందు జన్మించిన శిశువునకు అరిష్టములు లేవని చెప్పవచ్చును.

శ్లో॥ ప్రస్ఫురిత కిరణజాలే సుధామయ మండలే విలోకయతి
సురమంత్రిణి కేంద్ర గతీ సర్వారిష్టం శయం యాత॥

లగ్నమును పూర్ణచంద్రుడు వీక్షించు చుండగా, దేవగురుడు కేంద్రమున్న యెడల సర్వారిష్టములును నశించును.

శ్లో॥ సౌమ్యభవనోపయాతా సౌమ్యాంశక సౌమ్యద్రుక్కోణాః
గురుచంద్రకావ్య శశిజాస్సర్వేరిష్ట స్యహంతారః

శుభక్షేత్రమును, శుభనవాంశమును, శుభద్రేక్కాణమును కలిగియున్న గురు, చంద్ర, శుక్ర, బుధులు అన్ని విధములైన అరిష్టములను భంగము చేయుదురని తెలియ వలయును.

ధనభావము - (ద్వితీయ భావము)

శ్లో॥ కుటుంబరాశేర్వ్యక్తవ్యం ముఖం దక్షిణ లోచనం
వాగ్విద్యాబుద్ధి హేమానిమంత్రభేదాది చింతనం॥

ద్వితీయ భావమును కుటుంబ స్థానమని కూడా తెలియవలయును. ఈ స్థానము వలన ముఖము, కుడికన్ను, వాక్కు, విద్య, బుద్ధి, బంగారము, మంతము, వీర్యము, బలము మొదలగువాటిని గురించి తెలుసుకొనవచ్చును. ధనమును గురించియూ వివరించు భావము కనుక ధనభావమని పిలువబడు చున్నది. ధన విషయమును విచారించుట తెల్సుకొందుము.

శ్లో॥ ధనాధిపోధన స్థశ్చలగ్నేశో లగ్న సంస్థితః
స్వోచ్ఛమిత్ర స్వరాశి స్థోధనం బహు సమశ్నుతే॥
(శుక్ర కేరళే)

ధనాధిపతి ధనస్థానమందును, లగ్నాధిపతి లగ్నమందు, స్వోచ్ఛయందును, మిత్ర క్షేత్రమునందయిననూ, స్వక్షేత్రగతుడయి ధనాధిపతి వున్నపుడు జాతకుడు విశేషముగా ధనమును కలిగియుండును.

శ్లో॥ నాయకోద్రవిణ మందిరస్య చేత్కాం చనాంగి గురుణా సమాగతః
హీనతాంత్రిక గతోధ సంపదామీన తాంనహతికంటకాది షు॥
(కాళిదాసకేరళే)

బృహస్పతి ధనాధిపతులు కలిసి కేంద్ర కోణము లందున్న యెడల జాతకుడు ధనవంతుడని చెప్పవలయును. ఈ రెండు గ్రహములు త్రికములయందుండిన యెడల ధనములేనివాడు, అనగా లాభము వ్యయములు సమానముగా నుండునని తెలియ వలయును.

శ్లో॥ ధనస్థానాధిపోయస్య లగ్నాత్కేంద్ర గతోయది
లాభేకోతే ధనాఢ్యశ్చ భోగభాగ్య సమన్వితః

ధనస్థానాధివతి అనగా ద్వితీయాధివతి 1, 4, 10, 11, 5, 9 స్థానములయందున్న యెడల జాతకుడు ధనవంతుడగును. సకల భోగముల అనుభవించును.

శ్లో॥ ధనేశేలాభ రాశిస్థే లాభే శేధనరాశిగే
తావుభౌ కేంద్రరాశి స్థధన దేన సమన్వితః

ద్వితీయాధిపతి ఏకాదశమునందును, ఏకాదశాధిపతి ద్వితీయమందును లేక ధనలాభాధిపతులు కేంద్రముల యందున్న యెడల కుబేరుని అంతటి భాగ్యములు జాతకునికి కలుగును.

శ్లో॥ దృష్టేయుతే విత్తపతౌ బలధ్యే సుఖేశ్వరేణాపి ధనం జనన్యాః।
బంధోస్సకాశాదథవా కృషే శ్చధనం ప్రయాత్సత్ర బలైశ్చపూర్ణే॥

ధనాధిపతి బలవంతుడై మాతృస్థానాధిపతితో అనగా చతుర్ధాధిపతితో కలిసి, లేక వీక్షింపబడిన యెడల తల్లివలన జాతకునికి ధనము లభించును. లేని యెడల బంధువుల వలనగానీ, కృషిచేయుట వలన గానీ ధనము కలుగును. ధనాధిపతికి చంద్రుని యొక్క సంబంధమున్న యెడల మాతృవర్గము వారి వలన ధనలాభము కలుగును. స్త్రీల మూలముగా ధనము లభించును. ద్వితీయాధిపతికి, కళాత్రాధిపతి (సప్తమాధిపతి) సంబంధము కలిగిన యెడల భార్యా సంబంధమైన ధనము లభించును. ధనాధిపతితో లగ్నాధిపతి కలసిన యెడల స్వయముగా ధన సంపాదన వుండును. ధనాధిపతికి కుజ సంబంధము కలిగిన యెడల స్వతంత్రముగా ధన సంపాదన చేయును.

శ్లో॥ సప్తమాధిపతి శ్చంద్రో ధనస్థానేస్థితో యది
కేవలేందుశ్చ ధనగోనష్ట ద్రవ్యాగమోభవేత్ ॥

సప్తమాధిపతియు, చంద్రుడును కలసి ధనస్థానమందున్న యెడల ధనము లభించును. చంద్రుడొక్కడే ధనస్థానమునందున్ననూ జాతకునికి అధిక మొత్తములో ధనముండునని చెప్పవలయును.

శ్లో॥ లగ్నేశధనారాశిస్థే ధనేశే లాభరాశిగే
లాభశేచ విలగ్న స్థే బహు ద్రవ్యార్జితంభవేత్॥
(సర్వార్థ చింతామణి)

లగ్నాధిపతి ద్వితీయము నందును, ద్వితీయాధిపతి లాభమందును, లాభాధిపతి లగ్నమందున్నపుడు జాతకునికి విశేష ధన లాభములు కలుగును. ఇది సర్వార్థ చింతామణి యందు చెప్పబడినది.

శ్లో॥ విత్తే శేవ్యయ భావస్థే వ్యయేశే విత్తరాశిగే
లాభరాశి పతౌ దుస్థే మహాన్భ్యాయాద్ధ నవ్యయః
(భావార్థరత్నాకరే)

ద్వితీయాధిపతి ద్వాదశమందును, వ్యయాధిపతి ధనస్థానమందునూ, లాభాధిపతి 6, 8, 12, స్థానములందున్ననూ ధనము విపరీతముగా వ్యయపరచు వాడగును.

శ్లో॥ వ్యయభావగతే జీవేవిత్తే శే బలవర్జితే।
శుభైరవీక్షితే లగ్నే లాభశ్చాత్పోవ్యయాధికః॥

బృహస్పతి వ్యయమందుండి ద్వితీయాధిపతి బలహీనముగా నున్ననూ, ద్వితీయ స్థానమును శుభగ్రహములు చూడని యెడల అతి తక్కువ ధనమునూ, అతి ఎక్కువ వ్యయమును జాతకుడు చేయుచుండును.

శ్లో॥ లాభేజీ వేధనేశుక్రే వ్యయే శుభ సమన్వితే
ఆ ర్జయ న్విపులం విత్తం ధర్మార్థం వ్యయకృద్భవేత్॥

లాభమున గురుడును, ద్వితీయమున శుక్రుడును వ్యయమందు శుభ గ్రహములున్నపుడు, సంపాదించిన ధనమును ధర్మార్థకారణముగా వ్యయ

మగును. వ్యయ స్థానమును శుభగ్రహములు చూచుచున్ననూ ధర్మకార్యములకు జాతకుడు ధనమును ఖర్చు చేయును.

శ్లో॥ ధనేశేనాశరాశిస్థేను పాపేనీచరాశిగే
రాజకారక సంయుక్తే రాజదండాద్ధన క్షయః

ద్వితీయాధిపతి పాపయుతి పొంది అష్టమరాశిని పొందిననూ, నీచ రాశి యందున్ననూ, రాజకారకమైన గ్రహములతో కలసిననూ, రాజశిక్షల వలన (ప్రస్తుత కాలమున నేరముల వలన అని తెలియవలయును) అపరిమితమైన ధనము వ్యయపరచును.-

శ్లో॥ లగ్నాధిపే హీనబలేన పాపే రిఫే ధనే శేదిన నాధయుక్తే
నీచ స్థితేవా శుభదృష్టి యుక్తే జాతస్యవిత్తంహ రతిక్షి తీశః॥

లగ్నాధిపతి బలహీనుడై పాపులతో కలిసి వున్ననూ, ద్వితీయాధిపతి రవితో కలిసి వ్యయమందుండిననూ, నీచయందుండి పాపులచే చూడబడిననూ, కలిసిననూ జాతకుడు ధనమును రాజమూలకముగా వ్యయపరచును. అనగా వ్యవహార చిక్కుల వలన ధనమును ఖర్చుచేయ వలసి వచ్చును.

శ్లో॥ తత్తద్భావాధి పైర్విత్తనాశనం తస్కృతిర్భవేత్
సమూఢబంధుపుత్రాది కళత్రా దేరయంక్రమః॥

ఏ ఏ భావాలకు అధిపతులు నీచ, శత్రు, మూఢములను పొంది ద్వితీయాధి పతి సంబంధము లేక వీక్షణము కలవారయినచో, ఆయాభావముల వలన ధనము నాశనమగును. ఆయా భావములకు అపకారము కూడా కలుగును. ఈ విధముగానే సహోదర, బంధు, మిత్ర, కళాత్రాదిగా గల వారికి కూడా ఫలితములను చెప్పవచ్చును. పైన చెప్పబడినవన్నియునూ వ్యయమును గూర్చియే అని తెలియ వలయును. ధనము, సంపాదన, వ్యయములను తెలిపి, యిపుడు ఋణములను గూర్చియూ తెల్సుకొనుట అవశ్యము.

శ్లో॥ ధనేశేనాశరాశిస్థే క్రూరషష్ట్యం శసంయుతే
పాపాన్వితే ధనేరంధ్రే ఋణగ్రస్థో భవేన్నరః॥
(సర్వార్థచింతామణి)

ద్వితీయాధిపతి షష్టాష్టమములందున్ననూ, క్రూరమైన షష్ట్యంశలను పొందిననూ అష్టమ స్థానమున పాపగ్రహములున్ననూ, జాతకుడు ఋణమును పొందును. ధనస్థానము నందు పాపగ్రహములున్ననూ ఋణములు అధికము నుండును. ఇది సర్వార్థ చింతామణి యందు చెప్పబడినది.

శ్లో॥ ఋణగ్రస్తో ధనేపాపేలగ్నే శేవ్యయసంయుతే
రంధ్రే శేలాభే నాథేనయుతో దృష్టో విశేషతః॥

ద్వితీయమునందు పాపగ్రహములు వుండి లగ్నాధిపతి వ్యయము నందున్నపుడు జాతకుడు ధనము లేక ఋణములు చేయువాడగును. ధనాధిపతి షష్టాధిపతితో కలిసిననూ జాతకుడు ఋణగ్రస్తుడగును. అష్టమాధిపతి లాభాధిపతి యుతి నొందిననూ, వీక్షింపబడిననూ జాతకుడు ఋణములు చేయవలసి వచ్చును.

శ్లో॥ రంధ్రేస్థితే లాభనాథే ధనేశేనీచరాశిగే।
పాపాన్వితే ధనే రంధ్రే ఋణస్థో సభవేన్నరః॥

లాభాధిపతి అష్టమమందున్ననూ, ద్వితీయాధిపతి నీచయందున్ననూ, ద్వితీయాధిపతి పాపులతో కలసి 2, 8 స్థానములందున్న యెడల జాతకుడు ఋణములు చేసి బాధపడుచుండును.

శ్లో॥ షష్టాష్టమ వ్యయస్థాచే ధనలాభాధిపౌయది।
లాభేకుజే ధనేరాహుః ధనంప్రాప్య ఋణాగ్రజః॥
(గ్రంథాంతిరే)

ద్వితీయ, ఏకాదశాధిపతులు కలిసి 6, 8, 12 స్థానములందున్ననూ, లాభమున కుజుడు, ధనరాశి యందు రాహువున్న యెడల జాతకుడు ధనము సంపాదించియూ, ఋణముల చేయుటలో ముందుండును. ఇవి అన్నియూ ఋణ యోగమును గూర్చి వివరించుచున్నవి. ఇపుడు నిర్ధన యోగము లేక దరిద్ర యోగములను గురించి తెలిసికొందుము.

శ్లో॥ విలగ్న నాథేరిపు నాశరిప్పునాథేన యుక్తే యదిపాపదృష్టే
మందాత్మజే నాపియుతే విలోకితేశుభైరదృష్టేచ భవేద్దరిద్రః॥

లగ్నాధిపతి పాపులచేత వీక్షింపబడి, 6, 8, 12, రాసుల అధిపతులతో కలసి వుండి శుభవీక్షణ లేక శని యొక్క వీక్షణను కలిగియున్నచో జాతకుడు పరమ దరిద్రుడగును.

శ్లో॥ షష్టాష్టమవ్యయగతే లగ్నేశే పాప సంయుతే
మారకేశయుతే దృష్టే దరిద్రోపి భావేన్నుపః॥

లగ్నాధిపతి పాపులతో కలసి, 6, 8, 12 స్థానములలో వుండి అష్టమాధిపతి వీక్షణ పొందిన యెడల లేక యుతి కలిగిననూ జాతకుడు రాజైననూ దరిద్రుడుగా మారును.

శ్లో॥ లగ్నేం దూరేతుసంయుక్తే శోనిధనం గతః॥
మారకేశయుతే దృష్టే భావే ద్దారిద్ర జాతకః॥
(గంధాంతరే)

లగ్నమునకు చంద్రునకు కేతు సంబంధము కలిగియుండగా లగ్నాధిపతి, అష్టమాధిపతిచే చూడబడిననూ కలసిననూ జాతకుడు దరిద్రమును బొంది కష్టపడును.

శ్లో॥ లగ్నవాహన భ్యాగ్యేశాహ్యా ష్టమస్థాన సంస్థితాః
జాతోజనన మారభ్య మహాద్దారిద్ర్య మశ్నుతే॥
(భావార్థిరత్నాకరే)

లగ్న, చతుర్థ, నవమాధిపతులు అష్టమస్థానమును ఆక్రమించిన యెడల జాతకుడు పుట్టినది మొదలు గొప్ప దరిద్రమును పొందును.

శ్లో॥ ధనేశోవ్యయరాశౌస్యా ద్వ్యయేశే లగ్నగేయది
మారక గ్రహసందృష్టా భవేద్దారిద్ర్య మశ్నుతే॥

ద్వితీయాధిపతి వ్యయములోనూ, వ్యయాధిపతి లగ్నము నందుండి అష్టమాధిపతి చేత జూడబడిన యెడల జాతకుడు దరిద్రుడు అగును. పైన

చెప్పినవన్నియూ దారిద్ర్యమును తెలియజేయును. అటు పిమ్మట ధనయోగము, కోటీశ్వరయోగములకు గ్రహస్థితిని తెలుసుకుందాము.

శ్లో॥ విలగ్నార్థాయ భాగ్యేశాః పరమోచ్చాంశ సంయుతాః
వైశేషకాంశే లాభేశః తదాకోటీశ్వరోభవేత్॥
(సర్వార్థచింతామణి)

లగ్న ధన, లాభ, భాగ్యాధిపతి వైశేషకాంశయందున్నపుడు జాతకుడు కోటీశ్వరుడగుచున్నాడు.

శ్లో॥ లగ్నేశేధనభావస్తే కేంద్రస్థే ధనఖేచరే
శుభేశుక్రే కేంద్ర భావే కోటివిత్తం సమాప్నుయాత్॥

లగ్నాధిపతి ధనభావమందును, ధనాధిపతి కేంద్రమందును లేక భాగ్యస్థానమైన నవమమందును వున్నపుడు శుక్రుడు దశమ కేంద్రమునందున్న యెడల జాతకుడు కోట్లకు అధిపతి అగుచున్నాడు.

శ్లో॥ సహస్ర నిష్కభర్తా స్యాద్ధనే శేహ్యుత్తమాంశగే
లాభాధిపేన సందృష్టే గురుణావా నిరీక్షితే॥

ధనాధిపతి ఉత్తమాంశ యందుండి లాభాధిపతి చేతనైననూ, గురుని చేతనైననూ జూడబడిన వేయి నిష్కములకు అధిపతియగునని తెలియవలయును. నిష్కములనగా బంగారు నాణములు అని అర్ధము.

శ్లో॥ సహస్ర నిష్కభర్తాస్యాల్లగ్నే శస్థనవాంశకే
గోపురాంశగతే కర్మనాథేన యదివీక్షిత్॥

లగ్నాధిపతియున్న నవాంశ రాశ్యాధిపతి గోపురాంశయందుండి, రాజ్యాధిపతిచే వీక్షింపబడిన యెడల జాతకుడు వేయి నిష్కములకు అధిపతి అగును.

శ్లో॥ సర్వేశసంయుక్త నావాంశ నాథ సంయుక్త సంప్తాంశప తౌబలాఢ్యే।
శుక్రేణదేవేంద్ర పురోహితేన దృష్టే సహస్ర ద్వయనిష్కభర్తా॥

దశమాధిపతి వున్న నవాంశ రాశ్యాధిపతియే సప్తమాంశము నందుండునో ఆ సప్తమాంశాధిపతి బలవంతుడై గురు శుక్రుల యొక్క వీక్షణ పొందిన యెడల జాతకుడు రెండువేల నిష్కములను పొందియుండును.

శ్లో॥ సౌమ్య సంయుక్త షష్ట్యాంశే ధనేలాభే బలాన్వితే,
తదీశేపితథాభూతే సహస్ర త్రయ నిష్క భాక్॥

ద్వితీయ, ఏకాదశ స్థానములు బలముగలవియై శుభషష్ట్యంశ యుక్తములై ఆ భావాధిపతులునూ, బలవంతులైన యెడల జాతకుడు మూడు వేల నిష్కములకు అధిపతి అగునని తెలియును. ఇవి అన్నియూ ధనమును, కోటీశ్వర యోగములను గూర్చి తెలియజేయు గ్రహకలయికలుగా తెల్సుకొనవలయును.

శ్లో॥ సింహాసనేధనే శేతు సతిపారావతాంశగే
లక్షత్రయాధి కారీస్యాల్లాభలగ్నధనాధిపాః॥
(సర్వార్థ చింతామణి)

ధనాధిపతి సింహాసనాంశ యందున్నపుడు జాతకుడు రెండులక్షల రూపాయలు ధనములు కలిగి యుండును. ఏకాదశ ధనాధిపతులు పారావతాంశమందున్న జాతకుడు 3 లక్షల రూపాయలు కలిగిన వాడగును.

శ్లో॥ ధనేశస్య దృగాణేశ సంయుక్త నవభాగపః
సర్వోత్తమ బలోపేత వ్యాష్ట సాహస్రనిష్కయుక్ ॥

ద్వితీయాధిపతి యేద్రేక్కాణము నందుండునో, ఆ ద్రేక్కాణాధిపతియుండు నవాంశరాశ్యాధిపతి షడ్బలము గలవాడయివున్నపుడు జాతకుడు ఎనిమిది వందల నిష్కాములను గలవాడుగా తెలియవలయును.

శ్లో॥ ఋణ ప్రదోవిలగ్నేశసంయుక నవభాగపః
దృష్టోదేంవేంద్ర గురుణా మృద్వంశాది సమన్వితః॥

లగ్నాధిపతి వున్న నవాంశాధిపతి మృద్వంశమందుండి, బృహస్పతిచే చూడబడు చున్న యెడల జాతకుడు యితరులకు ధనమును ఋణములిచ్చు దాత అగును. ముఖ సౌందర్యమును గురించి సర్వార్థ చింతామణి యుందు నిర్వచింపబడి నది. ద్వితీయ స్థానము ముఖమును, ముఖసౌందర్యమును గూర్చి కూడా తెలియ జేయును. నేత్రములను కూడా తెలియజేయును.

శ్లో॥ ప్రపుల్లవదన శ్రీమాన్కేంద్రేముఖ పతాయది
స్వోచ్ఛమిత్ర స్వవర్గస్థే సుముఖశ్శుభవీక్షితః॥
(శుక్ర కేరళే)

ద్వితీయాధిపతి స్వోచ్ఛ, మిత్ర, స్వవర్గలను కలిగియుండి, కేంద్రము లందుండగా శుభ గ్రహములచేత చూడబడిన యెడల ఆ జాతకుడు శ్రీమంతుడును, చక్కగా రూపుదిద్దినట్లుండు ముఖము గలవాడుగా తెలియ వలయును.

శ్లో॥ ముఖేశేకేంద్ర భావస్థే శుభగ్రహ నిరీక్షితే
ముఖేసౌమ్యయు తేవాని సుముఖస్స నరోభవేత్॥

ధనస్థానాధిపతి కేంద్రములందుండి శుభగ్రహములచే వీక్షింపబడిన యెడల మరియు ద్వితీయము నందు శుభ గ్రహములున్ననూ జాతకుడు అందమైన గుండ్రని ముఖము గలవాడని తెలియవలయును.

శ్లో॥ పాపైర్యుతే ముఖస్థానే తన్నాధే పాప సంయుతే।
నీచరాశిగతేవాపి దుర్ముఖోపాపవీక్షితే॥

ద్వితీయమునందు పాపగ్రహముండి, ద్వితీయాధిపతి పాపగ్రహములతో కలిసిననూ నీచయందుండి, పాపగ్రహములచే చూడబడిన, జాతకుడు అందవిహీనమగు ముఖము కలవాడగును.

శ్లో॥ నేత్రేశుభ తద్భువనేశ్వరె వాసౌమ్యాన్వితే కారకఖేచరేంద్రే
లగ్నేశ్వరేణాపియుతే చదృష్టే విశాలదృష్టిస్సరరోవిశేషాత్॥

ద్వితీయమందు శుభగ్రహములున్ననూ ద్వితీయాధిపతి శుభుల యతి బొందిననూ, నేత్రకారకత్వ కలిగిన శుక్రుడు లగ్నాధిపతితో కలసిననూ, వీక్షింపబడిననూ, జాతకునికి విశాలమైన కన్నులు కలుగును. ద్వితీయాధిపతి చంద్రునితో కలిసిన యెడల నేత్రములు తెలుపు రంగులో నుండును. ద్వితీయాధి పతి రవితో కలసిన యెడల నేత్రముల యందు ఎఱుపు జీరలు కలిగియుండును.

శ్లో॥ శుక్రస్యేందు స్త్రీకస్థోజమషిని శినరః ప్రోప్నుయాదంధకత్వం జన్మాం ధస్స్యార్క శుక్రస్తనుభావన పతిస్స్యాత్తదానీంమనుష్యః॥ ఏవంతా తాను జాబాసుత నిజగ్రహణీస్థాన నాధాస్తి తాశ్చేదాదేశం తత్రితేషాం ప్రవర మతియుతై రంధకత్వం తదానీం॥

నేత్రభావమునందున్నమూడు యోగములను తెలుపుచున్నారు. జననకాలము నందు శుక్రుడు చంద్రునితో కలిసి షష్ట అష్టమవ్యయభావము లందున్న యెడల జాతకుడు రేచీకటియను జబ్బుకలవాడని తెలియవలయును. లగ్నాధిపతి రవి శుక్రులతో కలసివున్న యెడల జాతకుడు జన్మతః అంధుడని చెప్పవలయును. పితృభాతృ మాతృ పుతకళాత్రాధిపతులు రవి శుక్రులతో కలసి షష్టాష్టమ వ్యయముల యందున్నపుడు జాతకుని పితృ తరమునందలి వారు పుట్టుగ్రుడ్డి వారు లేక రేచీకటి కలవారగుదురు.

శ్లో॥ కేళిలాలసిని నేత్రనాయకో భార్గవశ్చ సహితావథో పృథిక్
సంస్థితౌత్రిక గృహేయది ప్రియే వైపరీత్య మిహనేత్ర మేతిసః॥
(కాళిదాస కేరళే)

ద్వితీయాధిపతి శుక్రులు కలసి తృతీయము నందుకానీ, షష్టమమందుగానీ, లాభస్థానమునందు గానీ, వున్ననూ లేక ద్వితీయాధిపతి శుక్రులు ఒకరికొకరు తృతీయ షష్ట లాభస్థాన గతులయిననూ జాతకుడు నేత్ర వైకల్యాము, అనగా మెల్లకళ్ళు లేక అసమస్థాయి నేత్రములు కలవారగుదురు.

శ్లో॥ నిమిలితాక్షస్తు ధనే సపాపే ఆదీశ్వరే శోభన దృష్టియుక్తే
లగ్నాధిపే పాపబహుత్వే యోగేయ మే సదృష్టే సతునేత్ర రోగః॥

ద్వితీయ స్థానము నందు పాప గ్రహముండి, ద్వితీయాధిపతి శుభ గ్రహముల చేత చూడబడిన యెడల జాతకుడు నిమిలిత నేత్రములు అనగా అరమోడ్పు కన్నులని తెలియవలయును. మరియొక విధమున వెలుతురును చూడలేక అర్ధ నేత్రములను ప్రదర్శించువాడగును. ఈ యోగమునందు లగ్నాధిపతి అనేక మంది పాపులతో కలిసివుండగా, శని వీక్షింపబడిన యెడల నేత్ర వ్యాధి కలవాడని తెలియవలయును.

శ్లో॥ భౌనౌచలగ్న పతినా సహితే తదీశే జాత్యంధరో భవతిరంధ్రషడంత్యగోపి నేత్రీశ్వరే తానుగతే యదినైశ కాంధ స్వోచ్ఛేశుభగ్రహయుతేనతధా విధంతు॥

(సర్వార్ధ చింతామణి)

రవిలగ్నాధిపతితో కలిసి వున్నపుడు ద్వితీయాధిపతి 6, 8, 12 స్థానము లందున్నపుడు జాతకుడు జాత్యంధుడగును. అనగా పుట్టి గ్రుడ్డివాడగును. ద్వితీయాధిపతి శుక్ర, చంద్రులతో కలసి లగ్నమందున్నపుడు రాత్రియందు అంధుడగును. దీనిని రేచీకటి అందురు. ఈ యోగమందే ద్వితీయాధిపతి ఉచ్ఛ యుందున్ననూ, శుభగ్రహములతో కలిసిననూ రాత్రి యందు అంధత్వము కలుగదు.

శ్లో॥ రిప్ఫేధరాసుగతతే నయనం హివామం నాశం తధావ్రజతి సూర్య సుతేతధన్యత్‌। లగ్నేశ్వరేణ సహితోయది విత్తనాధోదుస్థే క్షినాశన మధాస్భుజ దిందుయుక్తే॥

వ్యయస్థానమందు కుజుడున్న యెడల ఎడమ కన్ను నాశనమగును. ద్వాదశమమునందు శనియున్న యెడల కుడి కన్నుకు నష్టము కలుగును. ద్వితీయాధిపతి లగ్నాధిపతితో కలసి షష్టాష్టమ ద్వాదశమములందున్న యెడల జాతకునికి చూపు నశించును.

శ్లో॥ చంద్రార్క సంయుక్త రవీందులగ్నేశన్యారదృష్టేక్షి వినాశమాహుః॥ శుభాశుభైర్బు ద్భుదలోచన స్యాచ్ఛుభైర్నదోష స్సహితే క్షణాభ్యాం॥

సింహ కర్కాటకములలో ఒకటి లగ్నమయి అందు రవిచంద్రులున్నపుడు శని, కుజ వీక్షణ వారికి కలిగిన యెడల నేత్ర దృష్టి నశించును. ఈ యోగము సింహలగ్నమునకే కానీ కర్కాటక లగ్నమునకు వర్తించదని ఒకవాదన కలదు. ఇదే యోగమున లగ్నము శుభగ్రహవీక్షతమయినచో బుద్భుదనేత్రములు కలవాడ గునని తెలియవలయును. దీని అర్ధము కన్నుల యందు ఎప్పుడునూ నీరు గారుచుండెడివాడు. శుభగ్రహయుతి, శుభగ్రహవీక్షణ కలిగినంత ఈ నేత్ర దోషము హరించును.

శ్లో॥ రవ్యారయుక్తే సతినేత్రనాథే దృష్టేతు తాభ్యాం నయనాంతరక్తః।
సహోదరాత్మోద్భవ బంధుశతృకళత్రపుత్రాదిభవేత్త ద్దైవ॥

ద్వితీయాధిపతి రవి కుజులతో కలసిననూ చూడబడిననూ, జాతకునికి నేత్రకొలకుల యందు (కనుకొలకులు) ఎరుపు రంగు వుండును. ఈ విధముగానే భాతృ బంధుపుత్రాశతృ కళత్ర పిత్రాది భావములందును వర్తించును. ద్వితీయమ నునది 'వాక్' స్థానము కూడా అందువల్ల జాతకునికి వాక్కు ఎటులుండునో నిర్ణయించు స్థానము ద్వితీయమే. శుక్ర కేరళమున చెప్పబడిన కొన్ని విషయము లను తెలిసికొందము.

శ్లో॥ వాక్థానపే సౌమ్యయుతే కేంద్రేతుంగ సమన్వితే
శుభేక్షితేసౌమ్య యుక్తే వక్తాయుక్తి సమన్వితః॥
(శుక్రకేరళే)

వాక్థానాధిపతి అనగా ద్వితీయాధిపతి శుభగ్రహములతో కలిసి కేంద్ర కోణముల యందుండి శుభగ్రహవీక్షణ కలిగియుండెనేని జాతకుడు యుక్తిగా మాటాలాడును.

శ్లో॥ వాక్థానపే సౌమ్యయుతేత్రికోణే కేంద్రస్థితే తుంగ సమన్వితోవా।
శుభేక్షితే పుంగ్రహ సౌమ్య యుక్తే వాగ్మీభవేద్యుక్తి సమన్వితోసా॥

వాక్ స్థానాధిపతి శుభులతో కలిసి కేంద్ర కోణములందుకానీ, ఉచ్ఛయందుకానీ వుండి శుభగ్రహములచే చూడబడుచూ, కేంద్రము, కోణములయందున్నపుడు జాతకుడు యుక్తిగా మృదువగు మాటలు చెప్పను.

శ్లో॥ వాగీశోపి బలాన్విత శ్శుభయుతో వర్గోత్తమాంశేపివా
తిన్నాథే భృగుణాబుధేన సహితేత్వారావతాంశేపివా
స్వోచ్ఛు స్వర్క్ష సుహృద్భు హేధన పతావాక్థా నకోలాహలో
వాగ్మీస్యాద్భువనేశ్వరో గురుయుతః పారావతాంసేపివా॥

బృహస్పతి బలవంతుడై శుభ స్థానములందున్ననూ, వర్గోత్తమాంశ యందు న్ననూ, జాతకునికి వాక్కు స్పష్టముగా నుండును. ద్వితీయాధిపతి శుక్రునితో

నైననూ, బుధునితోనైననూ, కలసిననూ, స్వోచ్ఛ, మిత్రక్షేత్రముల యందున్ననూ, జాతకుడు సభల యందు అనర్గళముగా మాట్లాడు వాడుఅగును. మంచి వాక్చాతు ర్యము కలవాడగును.

శ్లో॥ వాగీశాస్థాంశపే నౌ మేస్వోభేవాశుభవీక్షితే
గోపురాంశయుతే వాసివాగ్మీపటు తిరోభవేత్॥

ద్వితీయాధిపతి వున్నటువంటి నవాంశాధిపతిఅగు బుధుడు ఉచ్చయందైనను, గోపురాంశమందైననూ వుండి శుభగ్రహవీక్షణ పొందిన యెడల జాతకుడు వాగ్ధాటి గలవాడగును.

శ్లో॥ సభాజితో వాగధిపస్సపాపః కర్మస్థితో నీచగ తోర్క యుక్తః
మాంద్యాన్వితే తద్భనేర్క యుక్తే పాపైస్సు దృష్టే స్సజడోత్రజాతః॥

వాక్థానాధిపతి పాపగ్రహములతో కలిసి నీచయగు దశమస్థానమున నుండి రవితో కలిసిననూ వీక్షింపబడిననూ, జాతకుడు సభల యందు, అందరినీ తన వాగ్ధాటితో లోబరచుకొనవాడగును. ద్వితీయము నందు రవి మాందీగ్రహము లుండి పాప గ్రహవీక్షణ పొందిన యెడల జాతకుడు సభాపిరికివాడగును. సభల యందు మాట్లాడలేడు.

శ్లో॥ వాక్పతిఃకి మథవాధనధిపస్సంగతౌ నిమిళి తామిథోథవా
రిప్ఫవైరినిధనాశ్రి తౌయాది శ్రీని భీభావతి మూక తాచనుః॥
(కాళిదాసకేరళే)

బృహస్పతియను, వాక్థానాధిపతియు కలిసి 6, 8, 12 రాసులందున్న యెడల లేక వారిద్దరూ ఒకరికొకరు షష్టాష్టమములయందున్ననూ జాతకుడు మూగవాడు కాగలడు. 6 ద్వితీయాధిపతులకు త్రికములు స్వోచ్ఛలైన యెడల కొంతకాలము మాటలు రాకుండటయు, తదుపరి మాటలు పొందికగా వచ్చుట కలుగును.

శ్లో॥ విప్రలంబోధనేశ స్థరాశీశ స్థాంశపేశనౌ,
సపాపే కేంద్రకోలేవా భౌమే ష్వేనం వినిర్దిశేత్॥

ద్వితీయాధిపతియున్న రాశ్యాధిపతి యున్న నవాంశరాశ్యాధిపతి శని,

కుజులతో ఒకరితో కలిసిననూ, కేంద్రకోణములందున్ననూ జాతకుడు తప్పక అబద్ధములు చెప్పువాడగును.

శ్లో॥ వాక్స్థానపే దేవపురోహితేన యుక్తే యదానాశగతేత్రముకః॥

ద్వితీయాధిపతి గురునుతో కలసి 8వ స్థానమునందున్న యెడల జాతకుడు మాటలురాని మూగవాడగును.

శ్లో॥ వాక్పఆర్ధనపతిః ప్రభునాయకో సముదితా స్త్రీకాలయంగతః
మూకతాంచ పితురస్సశోభనే దాపయంతి పరతస్వనాయకాత్॥

గురు, ద్వితీయాధిపతులు యిద్దరునూ తృతీయాధిపతితో కలిసి షష్టాష్టమ ద్వాదశ స్థానములందున్నపుడు జాతకుని సోదరుడు మూగతనమును పొందును. గురు, ద్వితీయాధిపతులిద్దరునూ చతుర్ధాధిపతితో యుతిపొంది త్రికములుందున్నపుడు జాతకుని మాతృమూర్తి మూగదగును. గురు ద్వితీయాధిష్పతులు పంచమాధిపతితో కూడిన త్రికములందున్న యెడల పుత్రులు మూగవారగునని తెలియవలయును. గురు వాక్స్థానాధిపతులిద్దరూ సప్తమాధిపతితో కలసి త్రికముల యందున్నపుడు కళత్రము మూగదగును.గురు ధనాధిపతులిద్దరూ సప్తమాధిపతితో కలసి త్రికములయదున్నపుడు తండ్రికి మూగతనము కలుగును. గురు ద్వితీయాధిపతులిద్దరూ తృతీయాధిపతితో కలసి త్రికములను బొంది ఆ త్రికము తృతీయాధిపతికి ఉచ్ఛస్థానమైనపుడు కొంత కాలము సోదరునకు వాక్కు సరిగా రాకపోవుట లేక నత్తిగానీ కలుగవచ్చును. ఈ విధముగా ప్రతిభావమునకునూ అన్వయించి ఫలితములను రాబట్టవలయును. వాక్కు తరువాత దంతములను పలువరుసలను గూర్చి తెల్సుకొనవలసిన ఆవశ్యకత వున్నది.

శ్లో॥ దశనేశే గురుయుతే శుభసంయుత వీక్షితే
ఉత్తమాంశగతేవాపి సుదంతోభవతి ధృవం॥

ద్వితీయాధిపతి బృహస్పతితో కలసి శుభగ్రహ వీక్షణ పొందిన యెడల లేక ఉత్తమాంశయందున్ననూ, జాతకునికి అందమైన పలువరుస వుండునని సర్వార్ధ చింతామణియందు చెప్పబడినది.

శ్లో॥ వాక్థానపే షష్ఠగతే సరాహౌ రాహుస్థితక్షాధిపనం యుతేవా
సదంతరోగః పతినంచతేషాంభుక్తాతయోర్వాప్రవదం తితజ్ఞాః॥

ద్వితీయాధిపతి (అతడే దంత స్థానాధిపతి అగును) రాహువుతో కలిసి షష్టాష్టమములందుండిననూ లేక రాహువున్న రాశ్యాధిపతితో ద్వితీయాధిపతి యుతి నొందిననూ, ద్వితీయాధిపతి షష్టమ స్థానమందున్ననూ జాతకుడు దంత రోగము కలవాడగును. ఆగ్రహము అంతర్దశలయదు దంతములు వూడిపోవును.

శ్లో॥ వాగ్భావపేనాపి యుతక్షనాధస్తద్భావపస్థాంశపయుక్త నాథః
షష్టేశ్వరేణాపియుతస్తు భుక్తా దంతస్యరోగః పతనంచతేషాం॥

దంతస్థానాధిపతితో షష్టాధపతి కలసివున్ననూ, ద్వితీయాధిపతి ఏ నవాంశయం దుండునో, అనవాంశాధిపతియే రాశి యుందుండునో ఆ రాశ్యాధిపతి షష్టాధిపతితో కలసివున్నను, ఆ గ్రహ దశాభుక్తుల యందు జాతకునికి దంత రోగముల వలన దంతములు వూడిపోవుట జరుగును.

శ్లో॥ వాగ్భావేశేరాహుయుక్తే చతుష్టే, రాహుక్రాంత స్థానానాధాన్వితేచ,
పాపేభుక్తౌతస్య దంతామయస్స్యా, జ్జి హ్వారోగంతారకానూసుభుక్తౌ॥

(శుక్రకేరళే)

ద్వితీయాధిపతి రాహువుతో గలసి అశుభస్థానములందున్ననూ, రాహువు వున్న స్థానాధిపతితో ద్వితీయాధిపతి కలసివున్ననూ, వారివారి దశాంతర్దశలలో రాహుభుక్తియందును దంతరోగములు జాతకుడు అనుభవించును. ద్వితీయ స్థానము నుండి జాతకుని విధ్యావిహముకూడా గ్రహించవచ్చును.

శ్లో॥ కేంద్రత్రికోణ గేజీవే శుక్రేందు బుధవీక్షితే
అథవాతైస్సమాయుక్తే వేందాంతజ్ఞో భవేన్నరః॥

(శుక్రకేరళే)

బృహస్పతి కేంద్ర కోణముల యందుండి శుక్ర బుధ చంద్రులచే వీక్షింపబడిన యెడల లేక శుక్ర బుధ, చంద్రులతో కలసిననూ జాతకునికి వేదాంత శాస్త్రము నందు పరిచయముండును.

శ్లో॥ ద్వితీయస్థోయది గురు ర్వేద వేదాంగ పారగః
స్వోచ్ఛ స్వక్షేత్రయుక్త శ్చేద్భవే దేవంనసంశయః॥

ద్వితీయస్థానమై వాక్థానమందు దేవగురువున్న యెడల వేద వేదాంగ శాస్త్రముల యందు గొప్పపండితుడగునని తెలియవలయును. బృహస్పతి ఉచ్ఛయందున్నపుడు వేదాంతపండితునిగా తెలియవలయును.

శ్లో॥ సభా పూజ్యశ్చ సంపూర్ణ విద్యావాన్భవతి ధృవం
వాక్థానపో వాక్పతిశ్చకేంద్రకోణే షు సంస్థితౌ॥

ద్వితీయాధిపతి మరియు గురుడు కేంద్రములేక కోణముల యందు వున్నపుడు జాతకుడు పూర్ణవిద్య కలిగి సభలయందు గౌరవము పొందువాడగును.

శ్లో॥ సంపూర్ణ బలసంయుక్తే గురౌతద్భవనేశ్వరే
దినేశే గురు సంయుక్తే శాబ్ధకోయనంరోభవేత్॥
(సర్వార్థ చింతామణి)

షడ్బలవంతుడైన గురుడు ద్వితీయాధిపతియైన యెడల ఆ గురువు రవితో కలిసిన యెడల వ్యాకరణ శాస్త్ర కర్త అగునని సర్వార్థ చింతామణి యందు వ్రాయబడినది.

శ్లో॥ శుక్రశ్చతుర్థ గోయస్యగాన విద్యావిశారదః
చతుర్థ స్థో సోమసుతో జ్యోతిశ్శాస్త్ర విశారదః
(భావార్థరత్నాకరే)

భావార్థ రత్నాకరము నందు ఇట్లు వివరింపబడినది. ఏ జాతకునికైననూ లగ్నము, చతుర్థము నందు శుక్రుడున్న యెడల ఆ జాతకుడు సంగీత విద్వాంసుడగును. చతుర్థమందు బుధుడున్న యెడల జ్యోతిషము నందు పాండిత్యమును పొందును.

శ్లో॥ బుధభానూ కేంద్ర కోణ లాభస్థా గణకోభవేత్
ద్వితీయ స్థోయది భృగుః కవితాధర్మ మశ్నుతే॥

రవి బుధులు ఇరువురునూ కేంద్రకోణ ఏకాదశములందున్నపుడు జాతకుడు

గణిత శాస్త్రము బాగుగా తెల్సినవాడగును. ద్వితీయమున శుక్రుడున్న యెడల జాతకుడు కవిత్వము వ్రాయువాడగును.

శ్లో॥ ద్వితీయస్థోయది కుజ స్తర్క శాస్త్ర విశారదః
తత్రైవచభవేదించు స్సూత్రజ్ఞోయాజకోభవేత్॥

కుటుంబస్థానము అనగా ద్వితీయము నందు కుజుడు వున్న యెడల తర్కశాస్త్రము అనగా 'లా' తెల్సినవాడగును. అదే ద్వితీయమందు చంద్రుడున్న యెడల జాతకుడు సూత్రము తెల్సినవాడు యజ్ఞములు చేయువాడు, చేయించు వాడు అగును.

శ్లో॥ వాగ్భావేస్వాంశగే సౌమ్యే కేంద్రే శుక్రో గురుర్యది
దృష్టస్సంపూర్ణ చంద్రేణ జాతష్షట్శాస్త్ర వల్లభావా॥

వాక్స్థా నమందైననూ స్వఅంశ యందైననూ, కేంద్రము నందైననూ బుధుడుండి, పూర్ణచంద్రునిచే కానీ, గురు, శుక్రులతో కానీ, కలసిననూ వీక్షింపబడి ననూ జాతకుడు అరు శాస్త్రములందు ప్రావీణ్యుడగును.

శ్లో॥ షట్శాస్త్రవల్లభః కేంద్రే జీవేదానవపూజితే
సింహాసనే గోపురాంశే వాగ్భావాంశగతే బుధే॥
(సర్వార్థ చింతామణి)

గురు శుక్రు లిద్దరూ కేంద్రములందుండి సింహాసనాంశమును బొందిన యెడల బుధుడు ద్వితీయనవాంశయందున్న యెడల ఆరు శాస్త్రములందు పండితు డగును.

దినభావమును గూర్చి తెలుసుకొనునపుడు ధనము, ఆర్జన అనునవి భుక్తి కొరకు అని తెలియును. ఈ విషయమును కూడా ద్వితీయ భావమునుండి రాబట్టుకొన వలయును.

శ్లో॥ ధనేశ్వరే సోమ యుతేచతుంగే కేంద్రే పివారాజిత పాత్రిమాహుః॥
తథైవదేవాసుర పూజ్య యుక్తే జాతస్సమాప్నోతి సువర్ణపాత్రం॥
(జాతకానుభవదర్పణం)

ద్వితీయస్థానాధిపతి ఉచ్ఛస్థానము నందుండి అది కేంద్రమై, చంద్రునితో

కలసిన యెడల జాతకునికి వెండితో చేయబడిన భోజన పాత్ర వుండును. ద్వితీయాధిపతి గురుశుక్రులతో కలసిన యెడల జాతకుడు బంగారు పాత్రయందు భోజనము చేయువాడగును.

శ్లో॥ భుక్తీశ్వరే శుక్ర నిశాకరణ భ్యాం కేంద్రేయుతే రాజిత పాత్ర మాహుః।
సచంద్రశుక్రా మరరాజ పూజ్యే కేంద్రస్థితే భుక్తిపతౌహిరణ్యం॥

ద్వితీయ స్థానాధిపతి శుక్ర, చంద్రులతో కలసి కేంద్రమందున్న యెడల జాతకుడు వెండి పాత్రయందు భోజనము చేయును. ఆ ద్వితీయాధిపతి గురు, చంద్రులతో కలసి కేంద్రమందుండెనేని జాతకుడు బంగారు పళ్ళెము నందు భోజనము చేయుచుండును.

శ్లో॥ స్వస్వాంశకానాం పరమోచ్ఛకాంశేశశాంక జీవాశ్చవిదోయ దంశే।
వీర్యాన్వితో భుక్తిపతి స్తందశే భుక్తా సుపాత్రం బహుభుక్తికాలే॥

చంద్ర, బుధ, గురు, శుక్రులు తమపరమోచ్ఛ భాగల యందు తమ యొక్క నవాంశములలో ఏ నవాంశమందుండెదరో, ఆ నవాంశమందు ద్వితీయాధిపతి బలవంతుడైవున్న యెడల జాతకుడు బంగారు పాత్రయందు భుజించును.

శ్లో॥ మృద్వంశకేభుక్తి పతౌవిశేషాత్పారావతాంశే బలపూర్తయుక్తే।
కేంద్రేస్థితే మిత్రశుభేక్షితేవాస్యా త్కంస్యపాత్రం బహు భుక్తికాలే॥

ధనాధిపతి పారావతాంశ యందున్ననూ, మృద్వంశను కలిగి బలవంతుడై కేంద్రమందున్న యెడల మిత్ర శుభగ్రహవీక్షణను కలిగిన యెడల జాతకుడు కంచు పాత్ర యందు భోజనము చేయును.

శ్లో॥ భుక్తీశమందౌతను పేనయుక్తౌ షష్టస్థితౌచ ప్రవదంతి లోహం॥

ధనాధిపతి మరియు శనియునూ, లగ్నాధిపతితో కలసి ఆరవ స్థానమందున్న యెడల జాతకుడు ఇనుముతో చేయబడిన పాత్ర యందు భుజించును.

శ్లో॥ పాత్రందీశ్వరయుతౌ యదివా వినాశ స్థానర్క్షగా స్సుధృఢలోహయమంచ పాత్రం॥

లగ్నద్వితీయాధిపతులు కలిసి అష్టమస్థాన గతులైన యెడల జాతకునికి యినము పాత్ర భోజనము చేయుటకు లభించును.

శ్లో॥ భుక్తీశ్వరో కుజేనైవ శనినావీక్షితాయది
పత్రపాత్రం భుక్తికాలే జాతక స్యన సంశయః॥
(గంధాంతరే)

ధనాధిపతి కుజునితో కలిసిననూ, వీక్షించబడిననూ జాతకుడు విస్తరాకుల యందు భుజించును.

శ్లో॥ ద్వితీయస్థోయది కవిః క్షీరభక్ష్యాది భుగ్భవేత్
తత్రస్థారాహుకే త్వాతుసమ యోచిత భుగ్భవేత్॥
(భావార్థరత్నాకరే)

ద్వితీయమందు శుక్రుడున్న యెడల జాతకుడు పాలు పెరుగు మొదలగు వాటిని యిష్టముగా భుజించును. ద్వితీయమందు రాహు కేతువులున్న యెడల సంభవించిన పదార్థములను యిష్టపడును.

శ్లో॥ భుక్తిసౌఖ్యయుతి శ్రీమాన్ భుక్తీ శేబల సంయుతే
విశేషకాంశగేవాపి శుకేజీవనిరీక్షితే॥

ధనభావాధిపతి బలముగలవాడై గురు, శుక్రుల వీక్షణ పొందిన యెడల, వైశేషకాంశమందుండిన యెడల జాతకుడు భోజన సౌఖ్యమును అనుభవించు వాడగును.

శ్లో॥ తృతీయ స్థోభవేన్మందః తృతీయేశయుతితోపివా
పశ్యంన్న పితృతీయంచకట్వామ్ల ద్రవ్య భుగ్భవేత్॥
(భావార్థరత్నాకరే)

తృతీయస్థానమున శనివున్ననూ, తృతీయాధిపతితో కలసిననూ, తృతీయమును చూచిననూ, జాతకుడు పులుపు, చేదు మొదలగు రసములను ఇష్టపడును.

శ్లో॥ ద్వితీయ్యేదిశుక్ర స్యాత్తాంబూలాది ప్రియోభవేత్।
వ్యభిచార రతశ్చాసీత్త త్రాస్థోయాది భార్గవః॥

శుక్రుడు ద్వితీయస్థానము నందున్నపుడు జాతకుడు తాంబూళము మొదలగు పరిమళ వస్తువులను యిష్టపడును. కుటుంబస్థానమందున్న శుక్రుడు జాతకునకు వ్యభిచారమున అమితాసక్తి కలిగించును.

శ్లో॥ భుక్తి స్థానాధిపే మందే తదేశీ మందసం యుతే
నీచేర్క సూనునాదృష్టే శ్రాద్ధ భుక్సు తతంనరః॥

ద్వితీయాధిపతి మందగ్రహము అయి ఆ భుక్తి స్థానాధిపతి మరియొక మంద గ్రహముతో కలిసి నీచస్తుడై, శనిచే చూడబడిన యెడల జాతకుడు శ్రాద్ధాన్నమునే భుజించును. మంద గ్రహములనగా మందగతి గలిగిన గ్రహములు అని తెలియవలయును. ఇది క్రిత భాగములో వివరింపబడినది.

శ్లో॥ ద్వితీయస్థోయది శనిః శూద్రాన్నం కుచ్ఛితోదనం
ఉచ్ఛిష్టాన్నంచ శ్రాద్ధాన్నం భోజనంకురుతేసదా॥
(భావార్ధ రత్నాకరే)

ద్వితీయ మందు శనివున్నపుడు జాతకుడు శూద్రాన్నమును, భుజించగా మగిలిన అన్నము (ఉచ్ఛిష్టాన్నము)ను జాతకుడు భుజించును.

శ్లో॥ కాలోచితానీ భుక్తి నాథేదేహశీక్షితే
పాపగ్రహేణ సందృష్టే నీచారీశయు తేపివా॥

ద్వితీయాధిపతి లగ్నాధిపతిచే చూడబడిననూ, పాపగ్రహవీక్షణ పొందిననూ, నీచ గ్రహములచే చూడబడిననూ, షష్ట అష్టమాధిపతులచే కలిసిననూ, వీక్షింపబడిననూ జాతికుడు నిర్ణీతకాలమునకు భుజించు అలవాటు కలిగియుండును.

శ్లో॥ పరాన్న భుక్త జీవీస్యాన్నీచ శత్రం శయుతే
నీచ ఖేచరసందృష్టే సరూషణ పరోభవేత్॥
(భావార్ధరత్నాకరే)

ద్వితీయస్థానాధిపతి నీచ, శత్రు అంశలయందుండి నీచ గ్రహవీక్షణ పొందిన యెడల జాతకుడు ఇతరులను నిందించువాడనూ, పర్నానమును తినుచూ జీవించును.

శ్లో॥ నాథేవైశేషకాంశేతు సుఖభుక్తి ప్రదోభవత్
అల్పాశేరుచి కామిశ్యాద్భుక్తి నాథే శుభగ్రహే॥

భుక్తి స్థానాధిపతివైశేషకాంశను పొందిన యెడల జాతకుడు అన్నదాత అగును. ద్వితీయాధిపతి శుభాగ్రహమై యున్నపుడు జాతకుడు షడ్రుచులను తిను చుండును.

శ్లో॥ రదనేశే బలయుతే శుక్రేణయుత వీక్షితే,
గురుణాసంయుతే దృష్టే సుదంతోభనతి ధృవం॥

రధనేశుడు శుక్రునితో కలసిననూ, వీక్షింపబడిననూ, గురునితో కలిసిననూ, చూడబడిననూ జాతకునికి మంచి పలువరుసవుండును. రదనేశుడగా ద్వితీయాధిపతి ఇది సర్వార్థ చింతామణి యందు చెప్పబడియున్నది.

శ్లో॥ వాక్భాన పేషష్ఠగతే సరాహౌ రాహుస్థితర్క్షా- ధిపనం యుతేవా,
సదంతరోగః పతనంచతేషాంభుక్తౌత యోర్వా ప్రవదంతితి జ్ఞాః॥

ధనాధిపతి రాహువుతో కలసి 6వ స్థానము నందున్ననూ, రాహువు ఏ రాశియందుండునో ఆ రాశ్యాధిపతితో కలసి షష్టమందున్ననూ జాతకుడు ఆ గ్రహదశాంత ర్ధశలయ దంతవ్యాధి పొంది, దంతములను పోగొట్టుకొనును.

శ్లో॥ వాగ్భావ పేనాపి యుతర్క్ష- నాథస్తద్భావపస్థాంశప యుక్త నాథః
షష్టేశ్వరేణాపి యుతిస్తుభుక్తౌదంతస్య రోగహః పతనంచతేషాం॥
(సర్వార్థ చింతామణి)

6వ స్థానాధిపతి ధనాధిపతితో కలిసిననూ ద్వితీయాధిపతి ఏ నవాంశయం దుండునో, ఆనవాంశరాశ్యాధిపతి, ఏ రాశియందుండునో ఆరాశ్యాధిపతి షష్టాధిపతి తో కలసిననూ, ఆ గ్రహముల అంతర్ధశ విదశలయందు దంతములు విరుగు టయు, ఊడుటయు జరుగగలదు.

శ్లో॥ దతీశ్వరేణాధ యుతేచ సౌమ్యేసరాహుకేతావరిభావయుక్తే,
రాహుస్థితిస్యాధిపసం యుతిస్య భుక్తా తిదాతాలు భవస్తురోగః॥

ధనాధిపతి బుధుడు కలసి రాహు కేతువులతో కలసివుండిన యెడల రాహువు వున్న రాశ్యాధిపతి భుక్తియందు జాతకునికి దవడలయందు దంతముల యందు నొప్పి కలిగి బాధించును.

భ్రాతృ భావము (తృతీయ భావము)

శ్లో॥ సహజే నవదేచ్ఛాధ భక్ష్యవిక్రమ సోదరాన్
చమూపతిత్వం తేజశ్చదక్షిణం కర్ణమవచ॥
(శుక్రకేరళే)

సహజ భావమును బట్టి భక్ష్యములను, పరాక్రమమును, సోదరులను, సేనాధిపత్యమును, తేజస్సును దక్షిణ కర్ణమును ఈ భావము నుండి గ్రహించవలయునని శుక్ర కేరళము తెలియజేయుచున్నది.

శ్లో॥ భ్రాతృస్థానాధిపే రాజ్యే చాష్టమాధి పసంయుతే
భ్రాతృవృద్ధిరితి బ్రూయాదితి కేరళనిచ్ఛయః॥

కేరళ శాస్త్రముల యందు ఈ విధముగా నిర్ణయింపబడినది. తృతీయాధిపతి దశమస్థానమందు అష్టమాధిపతితో కలసిన యెడల జాతకునికి సోదరసోదరాభివృద్ధి కలుగును.

శ్లో॥ భ్రాతృపేకారకేవాపి శుభయోగ నిరీక్షితే
భావేవాబలసంపూర్ణే భ్రాతూణాం వర్ధనం భవేత్॥
(సర్వార్థ చింతామణి)

సర్వార్థ చింతామణియందు తెలియజేయబడినట్లు - భ్రాతృస్థానాధిపతికానీ, కారకుడైన కుజుడు కానీ, శుభగ్రహయుతుడైననూ, వీక్షింపబడిననూ, తృతీయ భావము బలము కలిగియున్ననూ జాతకునికి సోదర సోదరీమణులు వృద్ధి చెందుదురు.

శ్లో॥ కేంద్రతికోరిగే వాపి స్వోచ్ఛమిత్ర స్వవర్గే గే
నాధేవాకారకేవాపి భాతృలాభము దీరయేత్॥

తృతీయాధిపతికానీ, భావకారకుడుగానీ, స్వోచ్ఛ, స్వక్షేత్రమిత్రక్షేత్రముల యందు గానీ, కేంద్రములయందు గానీ వున్న యెడల భాతృవృద్ధి లాభము కలుగును.

శ్లో॥ భాతృస్థానేశ్వర స్యాపి భాత్రూణాం కారకేణవై
కుజేనసహ సంబంధీభాతృవద్ధి రుదీరితా॥
(భావర్ధరత్నాకరే)

తృతీయస్థానాధిపతికి తృతీయ కారకుడు కుజునితో దృగ్యోగాధి సంబంధత యము కలిగిన యెడల భాతృవృద్ధి కలుగును.

శ్లో॥ భాతృస్థానాధి పే లాభే పంచమాధిప సంయుతే
భ్రాతాచప్రథమోజ్ఞేయ ఇతికేరళనిశ్చయః॥

తృతీయాధిపతి లాభమునందు పంచమాధిపతితో కలసివున్న యెడల పథమ మున సోదరుడు కలుగుననూ కేరళ శాస్త్రము నిశ్చయముగా తెలియజేయు చున్నది.

శ్లో॥ భ్రాతృస్థానాధి పే బాయుః పంచమాధిప సంయుతే
భ్రాతాచప్రథమోజ్ఞేయ ఇతికేరళనిశ్చయః॥

తృతీయ స్థానాధిపతి అనగా భాతృస్థానాధిపతి అష్టమ పంచమాధిపతులతో కలసిన యెడల మొదట సోదరుడు జన్మించునని కేరళ శాస్త్రము నందు నిశ్చయింపబడినది.

శ్లో॥ మారసంగర సముత్సుకే పతిచ్ఛే తృతీయ్యా భావనస్య పుంగ్రహైః
సంయుతోధతదగార సంగతస్తస్య పూర్వపరజః పుమాన్భవేత్॥
(కాళిదాసకేరళే)

భాతృస్థానాధిపతి పురుషగ్రహములైన రవి, గురు, కుజులతో కలసి పురుష రాసుల యందున్నచో జాతకునికి సోదరవృద్ధి యందును. అనగా అన్నతమ్ము లుందురు.

శ్లో॥ స్వక్షేత్రే సౌమ్య దృష్టే సహజ భవనపే మానవస్స్యాచ్ఛ్రితిద్వాన్
కేంద్రస్థే బంధుసౌఖ్యం శుభవిహగయుతే స్యాదద భ్రునరాణాం।
భ్రాతృస్థానేశభౌ మౌవ్యయరిపునిధనస్థాన గౌబంధుహీనః।
పాపైశ్చేదన్య థైతి త్రదను నిజధియాజ్ఞేయమిద్ధం సమస్తం॥
(జాతకాలంకారే)

తృతీయాధిపతి స్వక్షేత్రగతుడై శుభగ్రహవీక్షణ పొందిన యెడల జాతకుడు అన్నదమ్ములు గలవాడగును. తృతీయాధిపతి శుభగ్రహములతో కలసి కేంద్రముల యందున్న యెడల జాతకునికి అనేక మంది సోదరులు కలిగియుండును. ఆ తృతీయాధిపతి కేంద్రములలో పాపులతో కలసిననూ, వీక్షింపబడిననూ జాతకుడు సోదర రహితుడగును.

శ్లో॥ భ్రాతృస్థానాధిపే సూర్యే తత్కేంద్రాధిపసంయుతే
ద్వితీయ గర్భజనన మితి కేరళ నిశ్చయః॥
(శుక్ర కేరళే)

భ్రాతృస్థానాధిపతి రవియైన యెడల, దానికి కేంద్రమందుండగా ఆ జాతకుడు ద్వితీయ సంతానముగా జన్మించెనని శుక్ర కేరళయందు నిశ్చయిముగా చెప్పబడినది.

శ్లో॥ భ్రాతృస్థానాధిపే చంద్రేజామితే స్వోచ్ఛగేయది
ద్వితీయ గర్భజననమితి కేరళ నిశ్చయః॥

తృతీయాధిపతి చంద్రుడై సప్తమ స్థానమునందైననూ స్వోచ్ఛయందైననూ వున్న యెడల అట్టి జాతకుడు తన తల్లికి రెండవ సంతానముగా జన్మించెననియు అతని కొక అన్న వుండుననియూ తెలియవలయును.

శ్లో॥ భ్రాతృస్థానే భృగుయుతే తదేశే కేంద్ర సంయుతే
కారకేమంద సంయుక్తేత్ర భావన్నే కాగ్రజోభవత్॥

తృతీయ భావమునందు శుక్రుడున్నపుడు తృతీయ స్థానాధిపతికి కేంద్రమందు కారకుడు శనితో కలసియున్న యెడల జాతకుడు ఒక్కజ్యేష్ట భ్రాత్రికలవాడగును.

శ్లో॥ కారకే రాహు సంయుక్తే విక్రమే శేతునీచగే
తృశ్చాత్సోదరాభావస్తత దూర్ధ్వం సోదరత్రయం॥

తృతీయస్థానాధిపతి అనగా భాతృకారకుడు రాహువుతో కలసి యున్నపుడు భాతృస్థానాధిపతి నీచయందున్న యెడల ఆ జాతకునకు అనంతరము సోదరులు కలుగరనియు, వానికంటే ముందుగా ముగ్గురు సోదరులున్నారని తెలియ వలయును.

శ్లో॥ స్త్రీ గ్రహోయధి భవేత్తృతీయప స్త్రీ గ్రహస్య భవనాశ్రితోధవా।
పూర్వతోప్య వరతశ్చ్య రీరిణశ్చం చలాక్షి భగినీ భవంవ్వదే॥
(కాళిదాస కేరళే)

భాతృస్థానాధిపతి స్త్రీ గ్రహమై స్త్రీ రాసులందున్నపుడు జాతకునికి తనకన్నా పెద్దవారైన సోదరీలునూ, చిన్నవారగు చెల్లెళ్ళు కలిగియుండునని కాళిదాసకేరళము నందు చెప్పబడినది.

శ్లో॥ యుగ్మాంశగే యుగ్మగతేతదీశే భావేత ధాకారక శేచరేంద్రే
సహుదరీలాభమిహాహు కార్యానపుంసకాం శేయదితాదృశాశ్చ॥

తృతీయ స్థానాధిపతి, కారకభావాధిపతులు యుగ్మరాశియందు, యుగ్మన వాంశల యందున్న యెడల జాతకుడు స్త్రీ తోబుట్టువులు ఎక్కువమందిని కలిగి యుండును. నపుంసక నవాంశలందున్ననూ, స్త్రీ తోబుట్టువులే కలిగిన వాడగును.

ఒకే లగ్నమందు స్త్రీ పురుషుల జన్మమును గూర్చి విధముగా తెలుసుకొనవచ్చును.

శ్లో॥ వైశమ్యావాసరాః పుంసః సమాస్త్రీవాసరాఃక్రమాత్
సార్ధద్వ్యాఘటికా హురా స్త్రీపుంభేధాన్ ప్రకల్పయేత్॥

స్త్రీ పురుషుల జన్మము సమవారములయిన సోమ, బుధ, శుక్రవారములలో పగటి యందు బేసి హోరల యందు స్త్రీ జన్మమును, సమహోరలయందు పురుషుడును రాత్రియందుపై దానికి వ్యతిరేకముగానూ, బేసివారములైన రవి,

కుజ, గురు, శనివారములందు పగటి బేసి హోరలయందు పురుషుడును రాత్రి బేసిహోరల యందు స్త్రీ జననమును ఆ వారములయందే పగలు సమహోరల యందు పురుషుడును రాత్రి సమ హోరలయందు స్త్రీ జననమును, బేసి రాశులలో రవి హోర యందు పురుషులును సరిరాసులలో చంద్రహోరయందు స్త్రీలును జన్మించుదురు. కాబట్టి సరి, బేసి రాశులను బట్టి స్త్రీ, పురుషగ్రహముల సంబంధమును, స్త్రీ పురుష జన్మ బేధములు ఏర్పడుచున్నవి. లఘుజాతక మందు గర్భస్థ శిశువు, పురుషుడా లేక స్త్రీయా అను బేధము వివరింపబడినది. ఎట్లనగా-

శ్లో॥ విషమర్క్షే విషమాంశే సంస్థితాశ్చ గురుశశాంక లగ్నార్కాః
పుంజన్మకరాస్సుభేషు యోషితాం సమనవాంశగతాః॥

గురుడు, చంద్రుడు, లగ్నము, రవి విషమరాసులందైననూ, విషమ నవాంశ మందైననూ వున్నయెడల పురుష జననమగునని సమరాశులయందు, సమన వాంశల యందు వుండి బలవంతులైన యెడల పుత్రిక జన్మించునని చెప్పబడినది.

శ్లో॥ బలినో విషమేర్క గురూనరం స్త్రీయం సమగ్న హేకుజేందు సితాః
యమళం ద్వీశరీరాం శేష్వింందుజ దృష్ట్యా స్వపక్షసమా॥

రవి గురులు విషమరాసులందు బలయుక్తులైన యెడల పురుషుడు గర్భ మందుడు నని తెలియవలయును. పురుషుడే జన్మించును. కుజ, చంద్ర, శుక్రులు సమరాశుల యందు బలము కలిగి యున్న యెడల స్త్రీ శిశువు జన్మించును. రవి, గురు, కుజ, చంద్ర, శనులు ద్విస్వభావరాశులయందున్నపుడు, వారి వారి నవాంశాల యందుండి బుధవీక్షణ కలిగిన యెడల పురుష రాసులందున్న యెడల కవలలు (పురుష) జన్మించెదరు. ఆ రవి, గురు, కుజ, చంద్ర శుక్రులు సమరాశుల యందున్న యెడల కవల కూతుళ్ళు కలుగుదురని తెలియవలయును. మిధున, ధనస్సులు పురుషరాసులు, కన్య మీనములు స్త్రీ రాసులు అనగా రవి గురులు, మిధున, ధనస్సు అంశలయందున్నపుడు

బుధునిచే చూడబడిన యెడల పురుష కవలలు కలుగుదురు. కన్యామీన అంశలయందు కుజ, చంద్ర, శుక్రలుండి బుధవీక్షణ పొందిన యెడల స్త్రీ కవలలు కలుగుదురు.

శ్లో॥ లగ్నాద్విషమోప గతశ్శనైశ్చరః పుత్రజన్మదోభవతి
నిగదిత యోగబలాబలమవలోక్యాపి నిశ్చయావాచ్యః॥

పురుష జన్మ యోగమును వివరించుచున్నారు. లగ్నాత్ విషమస్థానములైన 3, 5, 7, 9, 11 స్థానములందు శనియున్న యెడల పుత్రుడు జన్మించునని తెలియవలయును. పూర్వము చెప్పిన యోగములను అప్పటి బలబలాములను పరిశీలించి, విమర్శనాత్మకముగా నిర్ణయమును చెప్పవలయును.

శ్లో॥ నాశస్థితౌ సోదర భావ భౌమాపాపేక్షి తాసోదరనాశమాహుః
పాపక్షౌ గౌపాప సమాగమౌచేభ్రాతూన్ సముత్పాద్య వినాశమాహుః॥
(సర్వార్ధచింతామణి)

భ్రాతృభావాధిపతియునూ, కుజుడునూ, అష్టమ స్థానమునందుండి పాపులచే వీక్షింప బడిన యెడల సహోదరులు నశించుదురు. తృతీయాధిపతి కుజులు అష్టమ మందు లేకపోయినప్పటికినీ, పాపక్షేత్రములందుండి, పాపగ్రహ వీక్షణ కలిగిన యెడల సోదరులనిచ్చియూ, నశింప జేయునని మహా ఋషుల ఉవాచ.

శ్లో॥ నీచాస్త గౌకారక భావనాథౌనీచాంశగౌ పాపసమాగ తౌవా
క్రూరాది షష్ట్యంశయుతా తిదానీం భ్రాతూన్ సముత్పాద్య వినాశమాహోః॥

తృతీయాధిపతి, కుజుడు నీచస్థానములయందుండిననూ, అస్తంగతులైననూ నీచ నవాంశగతులైననూ, లేక పాపగ్రహయుతులైననూ, క్రూరాది షష్ట్యంశలను పొందియున్ననూ సోదరులు కలిగిననూ మరణింతురు.

శ్లో॥ పాపాంతిరే తదీశేతుకారకేతు తథావిధే,
తాదృశేభావనాథేవా సోదరాణాంవినాశనం॥

భ్రాతృస్థానాధిపతియు, కారకత్వము కలిగిన కుజుడు పాపగ్రహ మధ్యమము నందుండిననూ, తృతీయభావము పాపగ్రహ మధ్యమమందున్ననూ సోదర మరణము కలుగును.

శ్లో॥ భ్రాతృ ధీశ ధరణీ సుతావు భౌ భ్రాతృకేంద్ర నిధనాంత్య వైరిగౌ
కిల్బిష గ్రహయుతే తదాల యే సంస్థితౌ యదిహతిస్తు సోదరాన్॥

తృతీయాధిపతియునూ, కుజుడునూ కేంద్రాంత్యనై ధనస్థానములందు పాపగ్రహములతో కలసియున్న యెడల సోదరలు నశింతురు. సోదర స్థానమందు శుభగ్రహములున్న యెడల భ్రాతృసుఖము ధనము వృద్ధియు కలుగును. కుజునిచే వీక్షింపబడిన యెడల శని తృతీయ స్థాన గతుడయిన భాగ్యము వృద్ధి చెందును. రాహువుతో శని కలసి యుండి తృతీయ స్థానమును ఆక్రమించిన యెడల కుడి భుజముపై కత్తి దెబ్బవలనగానీ, వాతము వలన గానీ విపరీత బాధ కలుగును. రవి, కుజులు భ్రాతృస్థానము నందున్న యెడల భుజములు జారుట లేక భుజము విరుగుట సంభవించును. తృతీయ మందున్నటువంటి శని, కుజులకు శుభగ్రహ వీక్షణ కలిగిన యెడల పైన చెప్పిన ముప్పు తప్పును.

తృతీయము నందు ఎన్ని నవాంశములు జన్మ సమయమునకు వుదయించి నవో అవి అన్నియూ బలవంతుడగు కుజునిచే చూడబడిన యెడల అందరు సోదరులు కలుగుదురు. రవి భాగ్యస్థానమందున్న యెడల భ్రాతృనాశనము కలుగును. తృతీయ మందు చంద్రుడు పాపగ్రహ వీక్షణ పొందిన యెడల సోదర నాశనము కలుగును. భ్రాతృ భావాధిపతి రవి పాప ద్రష్టుడయిన యెడల జ్యేష్ట సోదరుడు నశించును. తృతీయ కుజుడు పాపగ్రహ వీక్షణ పొందెనేని కనిష్ట సోదర మరణము జరుగును. పాప దృష్టులైన శని, రాహువులు తృతీయ మందున్న యెడల జ్యేష్ట, కనిష్ట సోదరులు మరణము నొందెదరు. తృతయమునందున్న కుజుడు పాపదృష్టి కలవాడయ్యేనేని కత్తి దెబ్బ యొక్క మచ్చ శరీరము పై వుండును. సప్తమస్థానమున శని, సమస్థానమందు రాహువు, లాభస్థానమందు కుజుడు వున్న యెడల సోదర నాశనము కలుగును. బుధ గురు శుక్రులు తృతీయ మందున్న యెడల సోదర సుఖము కలుగును. బుధ గురు శుక్రులు పాపయుక్తులై తృతీయ భావమందున్న యెడల పెద్ద చిన్న సోదరులకు అనగా అన్నదమ్ములకు అపాయము కలుగును. భాగ్యస్థానమున

చంద్రుడు తృతీయమందు శని కానీ రాహువుగానీ యున్న యెడల భగినీ నాశనము కలుగును. చేతుల యందు ఉదరమునందు కానీ మచ్చ వుండును.

శ్లో॥ సౌమ్యయుక్తే తృతీయవాసౌమ్య ఖేచర వీక్షితే
తదీశేశ్శుభపంయుక్తే కర్ణయోర్భూషణం వదేత్
(సర్వార్థ చింతామణి)

తృతీయ భావము శుభగ్రహాలు కలదియై శుభవీక్షణ కలిగియున్న యెడల తృతీయాధిపుడు శుభగ్రహములతో కలసియున్న యెడల జాతకుడు చెవికి ఆభరణము కలిగియుండును.

శ్లో॥ భానోస్తు సంబంధయుతే తృతీయ్యేతిద్రక్తిమం నీలమయం హిమాందే।
శుక్రేతృతీయే సతిమౌక్తికం స్యాజ్జీవేసువర్ణాభరణం వదంతి॥

తృతీయ భావము రవిక్షేత్రమైననూ లేక తృతీయమందు రవి వున్ననూ, ఎఱుపు రంగు గల కర్ణభూషణములు ధరియించువాడగును. శని క్షేత్రమైననూ, శనియున్ననూ చెవులకు యింద్రనీలాభరణములు కలుగును. శుక్రుడు తృతీయ భావమునందున్న యెడల మౌక్తికాభరణము అనగా ముక్కునకు ఆభరణము కలుగును. బృహస్పతి తృతీయ మందున్న యెడల చెవులకు బంగారు ఆభరణములు ధరించుట సంభవము.

శ్లో॥ చంద్రేబహుత్వాభరణం హిసౌమ్యో శ్యామంభవేత్త తితిసూనురాశౌ।
విచిత్ర మార్గా భరణం తదైవ పాపేక్షి తేతల్లయమాహురాణ్యః॥

చంద్రుడు తృతీయమందున్నపుడు చాలా ఆభరణములు కలిగి యండును. బహుమానము వలన కర్ణ ఆభరణములుండును. తృతీయమందు బుధుడుండగా నీలపు రంగు గల ఆభరణములు చెవులకు కలిగియుందురు. తృతీయము కుజ క్షేత్రమైన వృశ్చిక, మేషములైననూ అందు కుజుడున్ననూ విచిత్రమగు ఆభరణములు చెవులకు అలంకరించుట కలుగును. తృతీయము అందుండు గ్రహము పాపులచే వీక్షింపబడిన యెడల క్రితం చెప్పబడిన ఆభరణములు కలుగవు.

శ్లో॥ పాపాన్వితే పాపనిరీక్షతేవా, వదంతి కర్ణార్భవ రోగమత్ర
క్రూరాది షష్ట్యంశయుతే తదేశే కర్ణ స్య రోగం కథయం తితజ్ఞాః॥

తృతీయ భావమునందు పాపగ్రహములున్ననూ, వీక్షింపబడిననూ, కర్ణ రోగములు కలుగును. తృతీయాధిపతి క్రూరాది షష్ట్యంశలను పొందిననూ కర్ణరోగములు కలుగును.
తృతీయ భావము నుండి పరాక్రమమును తెల్సుకొను విధమును తెలిజేయు చున్నారు. భావార్ధరత్నాకరము నందు యిట్లు చెప్పబడినది.

శ్లో॥ విక్రమే విక్రమాధీశ రవిభూమి సుతాస్థితౌ
భవేద్యది హిజా తస్తు సహసీధీర ఉచ్యతే॥
(భావార్ధరత్నాకరే)

విక్రమస్థానమనగా తృతీయ స్థానమే ఆ తృతీయ స్థానమందు తృతీయాధిపతి రవి, కుజులున్న యెడల జాతకుడు పరాక్రమవంతుడు, ధైర్యవంతుడు, సాహసము గలవాడునూ అగును.

శ్లో॥ రాహుకేతూ తృతీయ స్థాజా తిస్సాహసి కోభవేత్
తత్రైవస్యాత్సోమసుతో ధైర్య హినోభవేన్నరః॥

తృతీయ స్థానమందు రాహువు గానీ, కేతువు గానీ, వున్న యెడల జాతకుడు సాహసము గలవాడు అగును. ఆ తృతీయ స్థానము నందు బుధుడున్న యెడల జాతకుడు ధైర్యము లేనివాడుగా నుండునని చెప్పబడిననూ, ఆ తృతీయ స్థానము కుజుని స్వక్షేత్రమైన వృశ్చికమైన యెడల అసాధారణమైన ధైర్యము అనుకోని విధముగా పుట్టుకొచ్చును. అతి సహనముగా వున్ననూ, సహనము నశించినపుడు అత్యంత అనగా హద్దులు లేని ధైర్యము ప్రదర్శించును. ఇది అనుభవము.

శ్లో॥ సింహాసనా శకంప్రా ప్తీతర్కే బలిని విక్రమజేమః
కారకా ద్విక్రమే శాద్వా విక్ర మోస్తే తనిర్ధి శేత్॥
(సర్వార్ధ చింతామణి)

రవి బలవంతుడై సింహాసనాంశయందుండెనేని జాతకుడు పరాక్రమవంతుడగును. విక్రమ కారకుడైననూ, తృతీయాధిపతి యైననూ బలవంతులై యున్న యెడల గ్రహబలమును అనుసరించి జాతకుడు పరాక్రమశాలి అగును. బలవంతుడు అగును.

శ్లో॥ విక్రమాధి పతౌ స్వోచ్ఛరాశిస్థే పాపసం యుతే
చరఖే చరరాశ్యంశేయుద్ధాత్పూర్వం దృఢోభవేత్॥

తృతీయ భావాధిపతి అనగా విక్రమ భావాధిపతి స్వోచ్ఛయందు పాపగ్రహములు యుతి పొంది చరరాశి నవాంశలయందున్న యెడల యుద్ధము ప్రారంభ సమయమునకు పూర్వము దృఢ నిర్ణయుడు తరువాత భయము పొందువాడు అగును. అనగా విషయమును ఎదుర్కొనునపుడు దృఢమైన మనస్సు పొందిన వాడు తరువాత విషయమును ఆలోచించి భయపడువాడు అగునని అర్థం.

శ్లో॥ ధైర్యాన్వితో విక్రమరాశినాధ సంయుక్త రాశ్యం శపతిర్యదంశే
ఆ దంశనాధే స్వగృహాది వర్గే యుద్ధే విదగ్ధః కలహ ప్రవీణః॥

తృతీయాధిపతి వున్న నవాంశాధిపతి ఏ నవాంశమునందుండునో ఆ నవాంశాధి పతి స్వక్షేత్రము మొదలగు వర్గులయందుండేనేని జాతకుడు ధైర్యము కలిగినవాడ గును. యుక్తి గలవాడును, సమర్ధవంతుడును, యుద్ధమందు నేర్పరియగును.

శ్లో॥ పాపయుక్తే ధవాదృష్టేయుద్ధే మందో భవేన్నరః
యుద్ధేపరాజిత స్వోచ్ఛే విక్రమేశే వినాశభే॥

విక్రమాధిపతి పాపగ్రహములతో కలసిననూ, పాప గ్రహములచే వీక్షింపబడిననూ, యుద్ధమందు మందుడు అనగా జాగ్రత్తలేనివాడగును. విక్రమాధిపతి అష్టమమందు స్వోచ్ఛ పొందినవాడైనపుడు యుద్ధమందు ఓడిపోయినవాడగును.

శ్లో॥ యుద్ధాభిలాషీ సమరప్రవీణ వీర్యేశ్వరే స్సౌమ్య యుతే చతుంగే
వైశేషికాంశేబల పూర్ణయుక్తే మృద్వంశ కేవావి పరతీ మన్యతు॥

విక్రమాధిపతి శుభగ్రహముతో కలసి, ఉచ్ఛయందుండి వైశేషికాంశమందు

క్రముద్వంశగతుడై పూర్తిగా బలవంతుడైనపుడు యుద్ధమును వాఛించువాడుగా తెలియ వలయును. యుద్ధము చేయుట యందు ప్రవీణత కలిగి యుండును.

శ్లో॥ శౌర్యాధిపే భానుయుతేత్ర భీరుశ్చంద్రా న్వితేమానస ధైర్యజాతః
బాహ్యే జడో భౌనుయుతే ప్రకోపీ సౌమ్యాన్వితే సాత్వికబుద్ధి యుక్తః

విక్రమాధిపతి అనగా తృతీయాధిపతి రవితో కలసి వున్న భయస్థుడగును. చంద్రునితో కలిసియున్న యెడల మనస్సునందు అతి ధైర్యవంతుడగును. అదే మనోధైర్యమని తెలియవలయును. కుజునితో కలసి వున్న యెడల పైకి పిరికివాని గానూ, అంతరమందు అనగా లోలోపల మిగులు కోపము కలవాడగును. బుధునితో కలసియున్న యెడల అతి సున్నితమైన మనస్సు కలవాడుగా తెలియవలయును.

శ్లో॥ జీవాన్వితేధీరతయా సమేత స్స్యాత్సర్వ శాస్త్రార్థ విశారదశ్చ
కామాన్వితి స్స్యాస్పుజితాన్వితే స్సాత్తస్మూలకోపాత్కలహ ప్రవీణః॥

విక్రమాధిపతి గురునితో కలసివున్న యెడల ధైర్యవంతుడును, సర్వశాస్త్రజ్ఞుడును అగును. శుక్రునితో కలిసి యున్న యెడల మనస్సునందు కామపరమైన ఆలోచనలుండు వాడగును. అందునా కలహములు కోరుకొనువాడగును.

శ్లో॥ జడోభవేద్వాదసరనాథ పుత్రయుతే ఫరీ నామధిపేనయుక్తే
బహిర్భృ-డోహృద్గత జాడ్యయుక్తః కేత్వన్వితోమాందియుతే దధైవ॥

తృతీయాధిపతి శనితో కలిసి వున్న యెడల భయము కలవాడును. రాహు కేతుమాందీ గ్రహములతో కలసివున్న యెడల బాహ్యామందు ధైర్యవంతుడుగను. లోపల భయపడువాడగును.

శ్లో॥ సింహాసనాంశే నతివిక్రమేశే పారావతే గోపుర భాగయుక్తే
మృద్వంశకేవాశుభ దృష్టి యుక్తేమహుత్సవో యుద్ధవిశారదశ్చ॥

విక్రమాధిపతి సింహాసన, పారావతి, గోపురాంశలయందుండి, మృద్వంశ

యందు శుభగ్రహ దృష్టిని పొందియున్న యెడల వుత్సాహవంతుడును, యుద్ధ నేర్పరిగానూ తెలియవలయును.

శ్లో॥ లగ్నేగురా విక్రమనాధయుక్తే చతుష్పదేభ్యః ప్రవదంతి భీతిం
గువాంభయం వాజలరాశిమగ్నే జలప్రమాదో భవతి ధృవంతు॥

తృతీయాధిపతి గురునితో కలసి లగ్నమందున్న యెడల పశువులు మొదలైన చతుష్పాద జంతువుల వలన భయము కలుగును. తృతీయాధిపతితో గురువు కలసి జలరాశి అగు లగ్నమందున్న యెడల ఆవుల వలననూ, నీటి వలననూ భయము కలుగును.

శ్లో॥ వీర్యాధి పే నాసిపిసమేత రాశి నాధాన్వితే రాహుయుతే విలగ్నే
సర్పాద్భయం విక్రమ రాశినాధే బుధేన యుక్తే గళరోగమంత్ర॥

తృతీయాధిపతి యున్న రాశ్యాధిపతితో రాహువు కలసి లగ్నమందున్న యెడల సర్పము వంటి విషజంతువుల వలన భయము కలుగును. తృతీయాధిపతి బుధునితో కలిసిన యెడల కంఠ సంబంధమైన వ్యాధి కలుగును.

శ్లో॥ నీచేతృతీయ్యేసరిగృహేపి మూఢేపాపేక్షితేవాగళరో మాహుః
విష ప్రయోగాద్విషభక్షణా ద్వాతీషామ భావేత్రి వినిశ్చితార్థ॥

తృతీయ భావమందు నీచగ్రహము, షష్టమ భావమందు మూఢ గ్రహమునూ వుండి, పాప గ్రహవీక్షణ పొందిన యెడల కంఠము నందు రోగము కలుగును. ఈ చెప్పిన ఫలము కలుగని యెడల విష ప్రయోగము వలన లేక విషభక్షణము వలన కానీ తప్పక అపాయము కలుగును.

శ్లో॥ తృతీయ స్థోభవేన్మందః ఉష్ణద్రవ్య ప్రయోభవేత్
పశ్యన్న పితృతీయం చకట్వామ్ల ద్రవ్య భుగ్భవేత్॥

తృతీయా భావమందు శని వున్ననూ, శని తృతీయాధిపతిలో కలసిననూ, తృతీయమును వీక్షించిననూ కారపు వస్తువులను, పులుపు గల వస్తువులను జాతకుడు యిష్టపడును.

శ్లో॥ తృతీయతు స్థితో భౌమః ఉష్ణ ద్రవ్య ప్రియోభవేత్
తత్రస్థితో వాక్పతిశ్చసాత్వీక ద్రవ్య భుగ్భవేత్॥

తృతీయ స్థానమునందు కుజుడుకున్ననూ, తృతీయ కుజస్థానమైననూ జాతకుడు వేడి పదార్ధములను తినును. తృతీయమును గురుడున్న యెడల కారము పులుసు లేని వస్తువులను జాతకుడు యిష్టపడును. తృతీయాధిపతి శుభులతో కలిసి వున్న యెడల పాలు, నెయ్యి, పంచదార మొదలగు మధుర పదార్ధములను తినును. తృతీయాధిపతి పాపులతో కలసినపుడు పులుపు, కారము మిక్కిలి యిష్టపడును. తృతీయమున చంద్రుడున్న యెడల యిగురు కూరలు, పాలు, పెరుగు నెయ్యి పంచదార తీపి పదార్ధములు మొదలగు వాటిని యిష్ట పడును.

మాతృ భావము (చతుర్ధభావము)

శ్లో॥ బంధుభావేన బంధుశ్చ గృహం మాతృబల సుఖం
వాహనం హృదయం భోజ్యమాసనం శయినంభవేత్॥

చతుర్ధస్థానము వలన బంధువు, గృహములు, తల్లి, బలము, సుఖము, వాహనములు, హృదయము, భోజనము, ఆసనము, శయనము, విద్య, శయ్యాసుఖము అనువాటిని గురించి వివరించును.

శ్లో॥ మాతృస్థానే శుభయుతే తిదేశ స్వోచ్చరాశిగే
కారకేబల సంయుక్తే మాతుర్దీ ఘా- యురాధిశేత్॥
(శుక్రకేరళే)

మాతృస్థానము నందు శుభగ్రహములుండి, చతుర్ధ స్థానాధిపతి ఉచ్ఛ యందుండగా కారకత్వము కలిగిన చంద్రుడు బలవంతుడయ్యేనని తల్లికి దీర్ఘాయిషు కలుగును.

శ్లో॥ బంధురాశౌచంద్రయుక్తే గురుణా వీక్షితేయుత్
చతుర్ధపేందు సంధృష్టే మాతుర్దేషూ- యురాదిశేత్

మాతృస్థానమైన చతుర్ధము నందు చంద్రుడుండి, చతుర్ధాధిపతి గురువునకు దృగోగ్యాది సంబంధము కలిగిన యెడల తల్లికి దీర్ఘాయువు కలిగి సుఖమును పొందును.

శ్లో॥ భావేశసం యుక్త నవాంశనాధ యుక్తాం శపేకేంద్ర గతేబలాఢ్యే
తస్మిన్‌శశాంకాంద్యది కేంద్రరాశౌ మాతుశ్చ దీర్ఘాయుపదాహరంతి॥
(సర్వార్థ చింతామణి)

మాతృస్థానాధిపతి వున్న నవాంశరాశ్యాధిపతి ఏ నవాంశయందుండునో ఆ నవాంశాధిపతి లగ్నమునకు కేంద్రమందుండి, బలవంతుడైననూ, చంద్రునకు కేంద్రమందున్ననూ తల్లికి దీర్ఘాయువు కలుగును.

శ్లో॥ మాతృస్థానాధిపః కేంద్రకోణలాభేచ సంస్థితః
మాతృసౌఖ్యం విజానీ దీర్ఘాయుర్ధాయుష్యంభవేత్సదా॥
(జాతకానుభవదర్పణే)

మాతృస్థానాధిపతి లగ్నమునకు 1, 4, 7, 10, 5, 9, 11 స్థానములలో ఎచటనున్ననూ తల్లికి పూర్ణాయువు పట్టి సుఖమును కలిగివుండును.

శ్లో॥ చాంద్రే బలిష్టే యదివాభృగౌవా సౌమ్యేక్షితే శోభన భావయుక్తే చతుష్టయే
మాతృగృహచ్ఛు భాధ్యః శుభగ్రహాణాం భవనేయ దిస్యాత్॥

చంద్రుడు కానీ శుక్రుడు కానీ బలవంతులై శుభవీక్షణ పొందిన యెడల, శుభా గ్రహాంశలందున్న యెడల, మాతృస్థానమునకు నాల్గవ భావమును శుభులున్ననూ తల్లికి దీర్ఘాయుర్ధాయము కలుగును. మాతృస్థానాధిపతి స్వక్షేత్రము, ఉచ్ఛలయందున్ననూ, శుభాగ్రహములతో సంబంధము పొందిననూ, తల్లికి దీర్ఘాయువు కలుగును.

శ్లో॥ మాతృస్థానే పితృస్థానే శుభగ్రహసమన్వితే
శుభదృష్టియుతేవాపిత త్ప్రిత్రోశ్చిర జీవనం॥

నాలుగు తొమ్మిది భావముల యందు శుభులున్ననూ, వీక్షించిననూ తల్లిదండ్రులకు పూర్ణాయుర్ధాయము పట్టును.

శ్లో॥ మాతృస్థానే శలగ్నే శౌతిత్రి కోణగతౌయది
తధీశౌ లగ్నశౌమాతాపిత్రాసహదృతోభవేత్॥
(శుక్రకేరళ)

లగ్నాధిపతి, చతుర్థాధిపతి మాతృస్థానమునకు కోణస్థానములయందున్ననూ లేక లగ్నమందున్ననూ జాతకుడు తల్లిదండ్రులకు యిష్టడగును. తల్లిదండ్రులు సుఖముగా నుందురు.

శ్లో॥ పాపాంతరే పాపయుతే శశాంకే పాపేక్షితే చేజ్జననీ వినాశం
శుక్రాత్తథైవప్రవదంతీ సంతఃస్థానాధిపాద్వాకథ యంత్యశేషం॥
(జాతకానుభవ దర్పణే)

చంద్రుడు పాప గ్రహమధ్యమందు చిక్కుకున్ననూ, పాపగ్రహములతో కలసి వున్ననూ వీక్షణ పొందిననూ, తల్లికి మరణము కలుగును. పగలు జన్మించినవానికి చంద్రుడు మాతృకారకుడు రాత్రి జన్మించిన వారికి శుక్రుడు మాతృకారకుడగు చున్నాడు. కనుక శుక్రుడు పాపులతో కలసిననూ చూడబడిననూ, పాపగ్రహముల మధ్యనున్ననూ మాతృస్థానాధిపతి పాపయుతి పొందిననూ వీక్షింపబడిననూ మాతృమారకము కలుగును.

శ్లో॥ నిశాకరాత్పా పయుతః స్మరేవా భృగోస్తదేనం జననీ వినాశనం
సుఖేశ్నౌ మాతృమినాశమేతి పాపేక్షితే బేదచి రేణానాశనం

చంద్రుడు పాపులతో కలిసి వున్ననూ, సప్తమ భావముందున్ననూ, శుక్రుడు పాపగ్రహములతో కలసిననూ, చూడబడిననూ, సప్తమ స్థానమందు పాపులున్ననూ, తల్లికి మరణము సంభవించును. చతుర్థమందు శని వుండి పాప వీక్షణ కలిగిన యెడల శ్రీఘ్రముగా తల్లి మరణించును.

శ్లో॥ క్షీణచంద్రోష్టమేషష్టే వ్యయేవాపాపసంయుతః
పాపాంశే పాప సంయకః మాతుర్మరంమాదిశేత్
(జాతకానుభవదర్పణం)

క్షీణచంద్రుడు షష్ట, అష్టమ, ద్వాదశముల యందున్ననూ, పాపులతో కలసిననూ పాప గ్రహముల అంశయందున్ననూ, తల్లికి మరణము కలుగును.

శ్లో॥ సూర్యాన్యజాయాష్టమ గౌయమారౌ శ్రీఘ్రం పితృఘ్నో భవతి ప్రకోపాత్,
తథైవచంద్రస్య కళత్రరంధ్ర సంస్థాశనీ జ్యోజననీ వినాశం.

రవికి ఏడవ స్థానము శనియునూ, రవి ఎనిమిదవ స్థానము కుజుడున్న యెడల తండ్రికి మరణము కలుగును. ఆ విధముగానే చంద్రునకు ఏడవ స్థానమున శని, ఎనిమిదిన గురుడున్న యెడల త్వరగా తల్లి మరణించును.

శ్లో॥ లగ్నంగతేయ దాజీవే షష్ఠాయమది చంద్రమా।
దృశ్యతే రవిపుత్రేణ సప్తరాత్రం నజీవతే॥

లగ్నమందు గురువును ఆరింట చంద్రుడును వుండి శని వీక్షణ పొందిన యెడల ఏడు రోజులలో తల్లికి మరణము కలుగుట తప్పదు.

శ్లో॥ శనిశ్చభూమి పుత్రిశ్చ విదోః కేంద్ర గతాయది
ఏకోవావిభ వేత్క్రూరః సప్తరాత్రిం నజీవతి॥

శని కుజులు చంద్రునకు ఏడవస్థానమునందును, చంద్రునకు ఏడవస్థానమున పాపగ్రహమున్ననూనేడురోజులలోవున తల్లికి మరణముసంభవించును.

శ్లో॥ అంబునాథేష్ట మేషష్టేవ్యయే వాబలవర్జితే
భౌమేనూ ర్యాథవాతోయే మాతర్మరణ మాదిశేత్॥

మాతృస్థానాధిపతి 6, 8, 12, స్థానములందు బలహీనుడై వున్ననూ, కుజ రవులలో ఒకరు చతుర్ధమునందున్ననూ మాతృమరణము. సంభవము చతుర్ధాధిపతికి మాతృకారకునకు (చంద్రుడు) షష్టాష్టమములున్ననూ వారిలో ఎవరి దశ వచ్చిననూ మాతృమారకము కలుగును. మాతృస్థానాధిపతికి 6, 8, 12, స్థానములందున్న వాని దశ వచ్చిననూ మాతృ మారకము కలుగజేయును.

శ్లో॥ మాతృస్థానంగతే చంద్రేపాపగ్రహ నిరీక్షితే
జలాధిపతి నీచస్థే మాతుర్మరణ మాదిశేత్॥

మాతృస్థానమందు చంద్రుడుండి పాపగ్రహ వీక్షణబొందిననూ, మాతృ స్థానాధిపతి నీచయందున్ననూ, మాతృమరణము కలుగును. స్థానాధిపతి నీచ యందున్నంత మాత్రమున మాతృమారకము జరగదని తెలియవలయును. చంద్రునకు ఏడవ యింట పావులుండుట మిక్కిలి దోషప్రదవము.

శ్లో॥ భాతృపుత్ర యుతేవాపి పాతాళేశే రినీచగే
చంద్రేపావయుతే దృష్టే మాతుర్మరణ మాదిశేత్॥

మాతృస్థానాధిపతి షష్టమమందున్ననూ, నీచయందున్ననూ, తృతీయ పంచమ ముల యందు చంద్రుడు పాపులతో కలసిననూ, వీక్షించబడిననూ తల్లికి మరణము కలుగును.

శ్లో॥ ధనేశలాభేశ సమన్వితే వాక్షేత్రేతదిశేవ్యయ కారకేవా
వైశేషకాంశే పరమోచ్ఛభాగే అనల్ప భూ సంపద మాహురార్యాః॥
(సర్వార్థచింతామణి)

ద్వితీయ, ఏకాదశాధిపతులు, చతుర్థమందు యుతినొందిననూ, చతుర్థాధిపతి యైననూ, కారకుడుయైననూ, విశేషకాంశయందున్ననూ, వ్యయకారకుడు పరమోచ్ఛ బాగలయందున్ననూ, శుభవీక్షణ కలిగిననూ, అనేక భూములు, సకల సంపదలు గలవాడగును.

శ్లో॥ క్షేత్రస్థానే శుభైర్యుక్తే తదశేశుభసంయుతే
తత్కారకేతి ధాప్రాప్తే బహుక్షేత్ర ధనైర్యుతః॥
(జాతకానుభవ దర్పతే)

శుభగ్రహములు చతుర్థమందున్ననూ, చతుర్థాధిపతి శుభులతో కలిసిననూ కారకుడు చతుర్థమందున్ననూ, చతుర్థాధిపతితో కలసిననూ, వీక్షించిననూ, జాతకుడు అనేక భూములను కలిగి వుండును.

శ్లో॥ కుజాదిష్టిత రాశేదశ్చతుర్థాధిపసంయుతః
చతుర్థేపిస్థితోజాతో బహుక్షేత్రో ధనైర్యుతః

కుజుడు ఏ రాశిలోనుండునో ఆ రాశినాధుడు చతుర్థాధిపతితో కలిసి, చతుర్థ స్థానమందుండిననూ, కుజుడున్ననూ జాతకుడు అనేక భూసంపదలను కలవాడగును.

శ్లో॥ లగ్నేశ్వరే క్షేత్రగతే బలాఢ్యేలగ్నే బలిష్టే సతిగేహనాధే
శుభగ్రహైర్దృష్టి సమన్వితే వాక్షేత్రం స్వకీయేనబలేనయాత్
(శుక్రకేరళే)

జన్మలగ్నాధిపతి బలము కలవాడై క్షేత్రస్థానమందున్ననూ, క్షేత్రస్థానాధిపతి బలవంతుడై లగ్నమునందున్ననూ, శుభవీక్షణ కలిగిననూ, జాతకుడు స్వయంగా భూములను సంపాదించుకొనును. కొన్ని భూములు ఉచితముగా దక్కును.

శ్లో॥ బందీక్షితేస్థితేభౌమే బహుక్షేత్రార్జికోభవేత్
స్థానపోకారక క్షేత్రి బహుక్షేత్రార్జికోభవేత్॥

భూమి కారకుడగు కుజుడు చతుర్థస్థానము నందున్ననూ, వీక్షించిననూ, భూ స్థానాధిపతి మేషవృశ్చికములలో ఒకదానిని యందున్ననూ, భూస్థానాధిపతికి కుజునకు సంబంధిత్రయము కలిగిననూ జాతకుడు అనేక భూ సంపదను స్వయ ముగా సంపాదించును.

శ్లో॥ బలాఢ్యే కర్మిరాశిస్థే బంధుస్థానాధి పేతధా
తయోర్మిత్రే తధాతస్య బహుక్షేత్రీతం వినిర్దిశేత్॥

దశమ చతుర్థాధిపతులు బలముగా నుండి వారిరువురు నైసర్గిక, తాత్కాలిక మిత్రత్వము పొందిన యెడల జాతకునకు విశేషభూలాభము కలుగును.

శ్లో॥ క్షేత్రేశే కర్మరాశిస్థే కర్మేశే క్షేత్రమాగతే
బలయుక్తే ధరాసూనౌ క్షేత్రాబాహుళ్యమాదిశేత్॥
(శుక్రకేరళే)

మాతృస్థానాధిపతి రాజ్యమందును, రాజ్యాధిపతి క్షేత్ర స్థానమందుండగా (క్షేత్ర స్థానమనగా చతుర్ధ స్థానము) కారకుడగు కుజుడు బలవంతుడయె నేని జాతకుడు విశేషముగా భూములు కలవాడగును.

శ్లో॥ కళత్రకారకక్షేత్రే ఆదీశేవా కళత్రిభే
తదేశయోస్త ధామైత్రీ కళత్రా తేత్ర మాదిశేత్॥

కళాత్రికారకుడగు శుక్రుడు చతుర్ధమందున్ననూ, చతుర్ధాధిపతి కళత్ర స్థానము నందున్ననూ, చతుర్ధకళత్రధిపతులకు మిత్రత్వమున్న యెడల భార్యా వర్గము వారి వలన భూలాభముగానీ, ధనలాభముగానీ జాతకునకు లభించును.

సప్తమాధి పతి కుజక్షేత్రమునందు, కుజుడు సప్తమ భావమునందున్ననూ, కళత్రమూలక భూలాభము కలుగును.

శ్లో॥ కామేశే కుజరాశిస్థే భూసుతాకామగేపివా
కళాత్రాక్షేత్ర మాప్నోతి జాతిస్త్రాన సంశయః॥

కళాత్రాధిపతి మేషవృశ్చికములయందును, కుజుడు సప్తమము నందును శుక్రకుజులు మాతృస్థానమందున్న యెడల భార్యా వర్గము వారి వలన జాతకునికి తప్పక భూలాభము కలుగును.

శ్లో॥ క్షేత్రేశ సంయుక్త నవాంశనాధే కేంద్రస్థితే మిత్ర నిరీక్షితేవా,
భౌమాన్వితే వాభౌ మదృశాసమేతే భాతృర్ధన క్షేత్రము దాహరంతి॥
(సర్వార్థ చింతామణి)

చతుర్ధాధిపతితో కలసి నవాంశాధిపతి కేంద్రమందున్ననూ, మిత్ర గ్రహవీక్షణ పొందిననూ, కుజునితో కలిసిననూ, వీక్షింపబడిననూ సోదర రూపముగా, ధన లాభము, భూలాభము కలుగును. లగ్నాధిపతి బలవంతుడై చతుర్ధస్థానము నందు న్ననూ, చతుర్ధాధిపతి లగ్నమందున్ననూ, శుభవీక్షణ పొందిననూ స్వంతంగా భూములు సంపాదించును.

శ్లో॥ షష్టేశ్వరే క్షేత్రగతే బలాఢ్యేషష్టే స్థితేవా గృహభావనాధే,
షష్టేశ్వరేక్షేత్ర పదౌబలాఢ్యేశత్రోత్సకాశాత్సధరాము పైతి॥

షష్ట స్థానాధిపతి బలము కలవాడై చతుర్ధమందున్ననూ, చతుర్ధాధిపతి షష్టమందున్ననూ (అనగా పరివర్తన యోగమునందుండగా) చతుర్ధషష్టాధిపతులు బలవంతులైన యెడల జ్ఞాతుల వలన ధనలాభము కలుగును. చతుర్ధాతిపతి షష్టమమందుండి, షష్టాధిపతి కుజ రాశి యందున్నయెడల జాతకునకు జ్ఞాతుల మూలముగా భూములు సంక్రమించును.

శ్లో॥ క్షేత్రశ్వరే నీచగతేధమూఢే పాపాంతరే పాపనీరీక్షితేవా
పాపాంతరేక్షేత్ర గతేరిగే హెక్షీత్రాది నాశం కథయంతితజ్ఞో॥

చతుర్థస్థానాధిపతి నీచ యందున్ననూ, మూఢత్వము పొందిననూ, పాప గ్రహముల మధ్యయున్ననూ, పాపగ్రహవీక్షణ పొందిననూ, శత్రుక్షేత్రమందున్ననూ జాతకునకు భూములు నాశనమగునని తెలియవలయును.

శ్లో॥ అజ్ఞోక్షయాక్షేత్ర విశాశమాహురాజ్ఞేశ్వరేక్షేత్రగతేసపావే
క్రూరాంశకేమృత్యు యామాదిభాగే కర్మేశ్వరేరాపియుతేత దైవా
(జాతకానుభవదర్పణం)

రాజ్యస్థానాధిపతి పాపగ్రహములతో కలిసిననూ, పాప నవాంశయందున్ననూ, మృత్యుయమాది షష్ట్యంశలను పొందియున్ననూ, చతుర్థస్థానమందున్న యెడల జాతకుడు తన భూమి విషయ జ్ఞానము పోయి భూములను నాశనము చేసికొనును. రాజ్యాస్థానాధిపతి క్రితం చెప్పినట్లుండి, రాజ్యాధిపతితో కలసి వున్న యెడల తన భూమి కొన్ని పరిస్థితులవలన అన్యాక్రాంతమగును. క్షేత్రములు అన్యాక్రాంతమగుటకు కొన్ని యోగార యోగములను చెప్పుచున్నారు.

శ్లో॥ క్షేత్రేశ్వరేపాపయుతే ధనస్థేనీ చారిభేక్షేత్రే వినాశమే
ఉచ్ఛస్థితే తద్భువనేశ్వరేతు పాపాన్వితే విక్రయమేతి భూమేః॥

చతుర్థస్థానాధిపతి పాపులతో కలిసి ద్వితీయ స్థానమున వున్ననూ, శత్రు క్షేత్రమందుండిననూ, జాతకుని భూమి ఇతరులకు సంక్రమించును. క్షేత్రాధిపతి స్వోచ్ఛయందుండి పాపులతో కలసిన యెడల తన యొక్క భూమి పరులకు స్వంతమగునని చెప్పవలయును.

శ్లో॥ క్రూరాది షష్ట్యంశయుతే తదీశేక్షేత్ర సపాపేయదినీచభేవా
దుస్థేరిగే హేత్వతి భీషణాంశే క్షేత్రాదినాశం కథయంతతజ్ఞా
(సర్వార్థ చింతామణి)

క్షేత్ర స్థానాధిపతి, చతుర్థస్థానమందే పాపులతో కలసివున్ననూ, క్రూరాదిషష్ట్యంశ లను పొందిననూ, నీచయందున్ననూ, షష్టాష్టమ ద్వాదశముల యందున్ననూ, శత్రుక్షేత్రనందున్ననూ, క్షేత్రములు నాశనమగునని మహాఋషులు చెప్పుచున్నారు.

శ్లో॥ హిబుకేశే వినీచస్థేద్వ్యయేవావిత్తసంయుతే
లగ్నేశేస్తంగతేవాపి క్షేత్రనాశంవదేద్బుధః॥
(జాతకానుభవ దర్పణం)

మాతృస్థానాధిపతి శత్రుక్షేత్రమందుగానీ, నీచయందుగానీ, ద్వితీయమందు గానీ, వ్యయభావమందుగానీ వుండి, లగ్నాధిపతి అస్తమించిన యెడల ఉన్న భూములు చిక్కుయందుబడి కోల్పోవును. క్షేత్ర స్థానాధిపతి పాపగ్రహముల మధ్య వున్ననూ పాపులతో కలసివున్ననూ, వీక్షింపబడిననూ భూములు నష్టపోవును. అదే చతుర్ధాధిపతి పాపులతో కలసి ద్వితీయమందున్ననూ భూములు నాశన మగును. చతుర్ధాధిపతి పాపులతో కలిసి ఉచ్ఛయందున్ననూ ఉచ్ఛగ్రహములతో కలసివున్ననూ భూములు విక్రయించుట జరుగును

శ్లో॥ గేహస్థానాధిపే షష్టేవ్యయేవా బలవర్జితే,
గేహేపాపయుతే దృష్టే స్థితక్షేత్రం వినస్యతి॥

చతుర్ధాధిపతికి బలము లేని యెడల షష్ట, వ్యయస్థానములందున్నపుడు ఈ క్షేత్ర స్థానమును పాపులు చూచిన యెడల లేక పాపులు వున్ననూ, స్థిరమైన వసతి సౌకర్యములువుండవు. అధిక ఋణములు కలుగును. చతుర్ధాధిపతి రవి కుజులతో కలిసిననూ, పాపాంశలందుండి శుభసంబంధము లేకున్ననూ జాతకుడు ఎల్లపుడూ ఋణ బాధచే బాధలు పడువాడగును.

శ్లో॥ గృహాధిపే గృహయుతే శుభసంయుత వీక్షితే
అనాయాసేవలభ్యంతే హర్మ్యాదీ నీన సంశయః॥
(జాతకానుభవదర్పణే)

చతుర్ధాధిపతి, చతుర్ధమందే వుండి శుభగ్రహయుతుడై లేక శుభగ్రహవీక్షితుడై ననూ తేలికగా డాబాలతో కూడిన గృహము కలుగును. శని చతుర్ధమందుండి చంద్రునితో కలసివున్ననూ, మేడలలోని నివాసము కలుగును. క్షేత్రస్థానాధిపతి నాలుగు కేంద్ర స్థానములందు గానీ, కోణములందు గాని ఎక్కడైననూ, ఉచ్ఛ

యందున్న యెడల మంచి గృహము కలుగును. అందమైన శయన మందిరము లందు సుఖ నిద్రను పొందును.

శ్లో॥ భాగ్యేశేకేంద్ర భావస్థే గృహేశేస్వోచ్ఛమిత్రభే
గృహరాశి గతేశుక్రే స్వోచ్ఛే వాచిత్రగేహవాన్॥

నవమాధిపతి కేంద్రములలో ఎక్కడ వుండిననూ, చతుర్ధాధిపతి ఉచ్ఛమిత్ర క్షేత్రములందున్ననూ శుక్రుడు చతుర్ధమందున్ననూ, ఉచ్ఛస్థానగతుడైననూ, జాతకుడు చిత్రములు కలిగినటువంటి గృహములందు భోగి యగును.

శ్లో॥ గుకాచతుర్థనాథేచ భాగ్యస్థానే జలాన్వితే
శుభేక్షిత యుతేవావి గృహభాగ్యసుఖాన్వితే॥

గురుడు చతుర్థస్థానాధిపతియైననూ బలముగలిగి వుండిన, భాగ్యస్థానము నందున్ననూ లేక శుభులతో కలసిననూ లేక వీక్షిణ పొందిననూ జాతకుడు మంచి యిల్లు, భాగ్యము, సుఖములను అనుభవించును.

శ్లో॥ విచిత్ర సాధప్రాకారమందిరం గేహమాదిశేత్,
కర్మేశ సహితే గేహనాథే కేంద్రర్కజేపిచ॥
(శుక్రకేరళే)

రాజ్యస్థానాధిపతితో (దశమాధిపతి) గృహాధిపతి (చతుర్ధాధిపతి) కలిసివున్ననూ, శని కేంద్రములందున్ననూ, జాతకుడు చిత్రమగు గోడలచే అలవారు మేడలు, యిళ్ళు కలిగియుండును, ఇది శుక్ర కేరళమున వివరించబడినది.

శ్లో॥ లగ్నేశ్వరేలగ్నగతే సుఖేస్తనాథేన యుక్తే యుదిగేహలాభః
అయత్న తస్యాచ్ఛుభదృష్టియోగే స్వోచ్ఛేస్వమిత్ర స్వగృహేబలాఢ్యే॥

లగ్నాధిపతి సప్తమాధిపతితో కూడి గృహస్థానము నందైననూ లగ్నమందైననూ వున్న యెడల గృహము వుండును. లగ్నాధిపతి బలము కలిగినవాడై స్వోచ్ఛ స్వక్షేత్ర, మిత్ర క్షేత్రములందుండి శుభగ్రహవీక్షణ పొందిన యెడల అనుకోని విధముగా గృహలాభము పొందును.

శ్లో॥ గేహాధిపే కేంద్రగతే బలాఢ్యే సౌమ్యేక్షితేమందర లాభమాహో:॥
వైశేషికాంశే పరమోఛభాగే ఉచ్చాంశగేమందిర లాభమాహు:॥

గృహాధిపతి బలవంతుడై కేంద్రగతుడై శుభగ్రహవీక్షణ పొందిన యెడల గృహ లాభము చెప్పవలయును. గృహాధిపతి ఉచ్ఛయందుగానీ, వైశేషికాంశయందున్ననూ, ఉచ్చాంశయందున్ననూ జాతకునికి స్వగృహము కలుగును.

శ్లో॥ తృతీయే సౌమ్య సంయుక్తే గేహాధీశే బలాన్వితే
తదేశే బలసంపూర్ణే హర్మ్య ప్రాకార మండిదిర:

చతుర్థాధిపతి బలము కలిగినవాడై వుండగా తృతీయాధిపతికి సంపూర్ణ బలము కలిగినేని ప్రాకారములచే అందమైన మేడ కలుగును.

శ్లో॥ గృహేశేవ్యయారాశిస్థే స్వదేశాదన్య వేశగ:॥
అష్టమస్థే గృహేశేచస్వయం సంపాదయే ద్గృహం॥

చతుర్థాధిపతి వ్యయభావమందున్న యెడల స్వదేశమును విడిచి మరియొక దేశమునందు నివాసముండునని తెలియవలయును. చతుర్థాధిపతి అష్టమ మందున్న యెడల స్వంతంగా గృహమును భూములను జాతకుడు సంపాదించుకొనును.

శ్లో॥ శ్లో॥ గృహస్థానే చరేలగ్నే తదీశే చరరాశిగే
తధా తత్కారకేవాపి బహుస్థానే గృహంవదేత్॥
(శుక్రకేరళే)

గృహస్థానము చరరాశియై, చతుర్థాధిపతిగానీ, కారకుడు కానీ చరరాశి గతుడైన యెడల జాతకుడు తనయిళ్ళను అనేక స్థలముల యందు కట్టును. అనగా, కట్టిన గృహమును పడగొట్టి మరొక చోటున కట్టును. ఇది శుక్ర కేరళము నందు తెలుపబడినది.

శ్లో॥ స్థిరగృహం స్థిరగృహం నాథకారకయోరపి।
షష్ట్యంశశుభభాగే వాతదేశే స్థైర్యతాంవదేత్॥

గృహస్థానమైన చతుర్థము స్థిరరాశి అయి, చతుర్థాధిపతి, కారకుడు స్థిరరాశి యందే వుండి శుభ షష్ట్యంశలను పొందిన జాతకుని యిల్లు స్థిరముగా నుండును.

శ్లో॥ గేహధిపోనాశగతోయది స్యాత్సాక్షితేస్తద్గృహనాశమాత్రం
గేహేశసంయుక్తన వాంశనాథో నాశిస్థిత స్యాద్యది గేహ నాశం॥
(సర్వార్థ చింతామణి)

చతుర్థాధిపతి అష్టమరాశియందుండి పాపగ్రహవీక్షణ పొందినన యెడల జాతకుని గృహము నాశనమగును. గృహాధిపతి, స్థిత నవాంశాధిపతి జన్మలగ్నము నకు అష్టమమందున్న యెడల జాతకుని గృహము నాశనము పొందును.

శ్లో॥ గృహరాశిపతౌ దుస్థే దుష్టగేహం వినిర్దిశేత్।
పాపదృష్టియుతే తస్మిన్ భూతపీడాన్వితం గృహం॥

చతుర్థాధిపతి తృతీయ షష్టముల యందున్న యెడల శిథిలగృహములందు జాతకుడు నివసించును. అనగా తాటి ఆకులు, రెల్లు గడ్డి మొ॥ వాటితో కప్పబడిన యిల్లు అని అర్థము. శయనాది సుఖము కోల్పోవును. చతుర్థాధిపతిని పాపులు వీక్షించిన ఆ యింటి యందు పిశాచ బాధలు కలుగును.

శ్లో॥ అర్థ వ్యయ గృహేశాస్తు యావతః పాపసం యుతాః
తావద్గేహ వినాశస్యాచ్ఛుభదృష్టో నదోషదః॥

ద్వితీయ, ద్వాదశ, చతుర్థాధిపతులు ఎన్ని పాపగ్రహములతో కలిసి వుండునో అన్ని యిళ్లు నశించునని తెలియవలయును. శుభవీక్షణ కలిగిన యెడల దోష ముండదు. ద్వితీయ వ్యయ, చతుర్థాధిపతులు కేంద్రము లేక కోణములందుండి, శుభగ్రహవీక్షితులైననూ శుభగ్రహయుతులైననూ, అన్ని గృహములు శుభకరముగా నుండును. ఎంతమంది కేంద్రాధిపతులు పాపులతో కలసి 6, 8, 12 స్థానములను పొందుదురో అన్ని గృహములు ఇతరుల పాలగును. చతుర్థభావమును బట్టి వాహన యోగము కూడా చెప్పవచ్చును. ఇప్పుడు వాహన యోగ విచారణ చేయుచున్నారు.

శ్లో॥ సుగంధ వస్త్రా భరణాదియానం శుక్రద్వదేహ సుఖరాశితోవా।

శుక్రుని అనుసరించి యైననూ, చతుర్ధభావము ననుసరించియైననూ, సుగంధము, వస్త్రములు, ఆభరణములు, వాహనములు, పుష్పాదికములునూ వివరించి చెప్పవలయును.

శ్లో॥ శుక్రేలయుక్తే యదివాహనేశే దేహాన్వితేవా సరవాహనాదీన్
దేవేంద్రపూజ్యేనయుతే విలగ్నే వదంతి సంతశ్చతురంత యానా॥
(శుక్రకేరళే)

వాహనాధిపతి శుక్రునితో కలిసి లగ్నమందున్న యెడల వాహనములు కలుగును. అందోళికాది వాహనములని తెలియవలయును. చతుర్ధాధిపతి గురునితో కలసి లగ్న మందున్న యెడల జాతకుడు మేనా, పల్లకి మొదలగు వాటియందు వాహనయోగమగును.

శ్లో॥ సుఖాయభాగ్యే తనునాయకేవా అసంఖ్యయానాది యుతః ప్రసిద్ధః
సుఖేశ్వరే కేంద్రగతే తదేశే లాభాన్వితేవా బహువాహనాఢ్యః
(సర్వార్ధ చింతామణి)

లగ్నాధిపతి, వాహన, లాభ, భాగ్యస్థానముల యందున్న యెడల అనేకమైన వాహనములను కలిగియుండును. వాహనాధిపతి లగ్నమునకు కేంద్రముం దుండగా ఆ కేంద్రాధిపతి లగ్నమునకు ఏకాదశ స్థానమునందున్న యెడల జాతకుడు ఎక్కువ వాహనములు కలిగియుండును.

శ్లో॥ వాహనాధిపతౌభాగ్యేతుంగస్థే నీచగేవివా
శుభేన సంయుతేవాపి చతుష్పాద్వాహనంభవేత్॥
(శుక్రకేరళే)

వాహనస్థానాధిపతి భాగ్యస్థానమందు నీచయందున్ననూ, ఉచ్ఛయందున్ననూ, శుభగ్రహముల యొక్క దృగ్యోగాది సంబంధము గలవాడయిన యెడల జాతకునకు అశ్వవాహన యోగము కలుగును.

శ్లో॥ భాగ్యాధిపేనసహితే సతివాహనేశేజీవేక్షితే తినుగతేబలపూ
ర్ణయుక్తే। స్వక్షీ-స్వతుంగ సహితే యదివాత్రికోణే భూనాథమానసదనాథన
వాహనాదీన్

వాహనాధిపతి నవమాధిపతితో కలసి పూర్ణబలవంతుడై గురిని వీక్షణపొంది లగ్నమందున్ననూ, స్వక్షేత్ర, స్వోచ్ఛ, త్రికోణములయందు ఎందైననూ వున్నయెడల రాజసన్మానమువలననూ రాజాశ్రయముల వలననూ జాతకుడు ధనము మరియు వాహన సౌఖ్యము పొందును.

శ్లో॥ లగ్నభాగ్యచతుర్థేశాః అన్యోన్యం కేంద్రమాశ్రితాః
లగ్నాధిపేబలాఢ్యే వాహనాధిపతిర్భవేత్

లగ్నభాగ్య చతుర్థాధిపతులు ఒకరికొకరు కేంద్రములందుండి ఆ ముగ్గురి యందు లగ్నాధిపతి బలవంతుడుయివున్న యెడల జాతకునికి వాహనము కలుగును.

శ్లో॥ వాహనేశేగురుయుతే చతురంతా ఖ్యావాహనం
యానభేశేశుభే మానేరాజ్య వాహన సంపదః
(శుక్ర కేరళే

వాహనాధిపతి యగు చతుర్థాధిపతి గురునితో కలిసిన యెడల చతురాంత యానము కలుగును. వాహనాధిపతి శుభగ్రహమయి దశమమందున్న యెడల జాతకునకు రాజయోగము, వాహనము, సంపదలు కలుగును.

శ్లో॥ ఆందోళికాతురగ లాభము పైతి జాతశ్శుక్రేందు యానపతయస్త
ననాథయుక్తాః
ఏకత్రదేవగురు యానపచంద్రయుక్తాః కేంద్రత్రికోణ గృహగాశ్చతురంతయానాం॥

చంద్రుడు, శుక్రుడు, చతుర్థాధిపతి, లగ్నాధిపతితో కలసినయెడల గుఱ్ఱములు కలిగియుండును. గురు, చంద్ర చతుర్థాధిపతులు కేంద్రకోణములలో ఒకదాని యందున్న జాతకునకు చతురంతయానము పట్టును.

శ్లో॥ చంద్రోపిలగ్న సంబంధీ వాహనేశ సమన్వితః
తురంగవాహనంత స్యవదంతి మునిపుంగవాః॥

లగ్నమందు చంద్రుడువాహనాధిపతితో కలిసివున్న యెడల అశ్వవాహన ప్రాప్తికలుగును.

శ్లో॥ సేంధౌచతుర్థాదిపతౌ విలగ్నే లగ్నేశ్వరేణాపియుతేశ్వలాభః
శుక్రేణ దృష్టే యదివాహనేశేదే హన్వితే వానరవాహసంస్యాత్॥

చతుర్థాధిపతి చంద్రునితో కలిసి లగ్నమందున్ననూ, లేక వాహనాధిపతి లగ్నాధి పతితో కలసివున్ననూ లేక వాహనాధిపతి లగ్నమందుండి శుక్రవీక్షణ పొంది యెడల పల్లకీ వాహనము కలుగును.

శ్లో॥ ధనేశే లగ్నభావస్తే కర్మేశేధనమాశ్రితే
వాహనేస్వోచ్ఛఖేటస్తే వాహనస్థశ్చరేత్సదా॥
(జాతకానుభవ దర్పణీ)

ద్వితీయాధిపతి లగ్నమందుండి, రాజ్యాధిపతి ద్వితీయమందున్ననూ, లేక చతుర్థమున ఉచ్ఛగ్రహమున్ననూ, జాతకుడు ఎల్లప్పుడూ వాహనములో తిరుగు యోగము కలుగును.

శ్లో॥ వాహనాధిపతౌ నీచేకారకేతు బలాన్వితే
కేంద్రతికోణలాభస్థే వాహనస్థశ్చరేత్సదా॥

వాహనాధిపతినీచ, కారకుడైన గురుడు బలవంతుడైననూ, వాహనాధిపతియు, గురుడు కేంద్ర, కోణ, లాభస్థానముల యందు ఎచటనైననూ కలసి యున్నయెడల జాతకుడు ప్రతిరోజూ వాహనముపైనే ప్రయాణించును.

శ్లో॥ భాగ్యేశోవాహనే శశ్చతావుభౌ లగ్నగౌయది
భాగ్యవాహన యోగో యమిత్యూచుర్గ- ణికోత్తిమాం॥

భాగ్యచతుర్థాధిపతుల లగ్నమందున్నయెడల భాగ్యవాహక యోగమని జ్యోతిషులు చెప్పుదురు. చంద్రుడు వాహనస్థానమందుగానీ, ద్వితీయమందుగానీ వుండి శుభయుతి కలిగిన యెడల నిత్యము గుఱ్ఱములపై ప్రయాణించు యోగము పట్టును.

శ్లో॥ వాహనేశేన సంయుక్తః కారకో వాహన స్యతు
ఏతౌస్థితౌ వాహనేచేత్ బహువాహనముచ్యతే॥

వాహనాధిపతి, శుక్రుడును, యిద్దరునూ కలసి ఏకాదశమందుగానీ, భాగ్యస్థాన మందుగానీ, రాజ్యస్థానముందుగానీ, ఎక్కడ వున్ననూ, ఎల్లవేళల యందు జాతకుని పల్లకినెక్కు తిరుగు యోగము కలుగును.

శ్లో॥ వాహనాధిపతే శుక్రౌతులాభేవా భాగ్యగేపివా
రాజ్యేవాసంస్థితేవాపి వాహన ప్రబలప్రదౌ॥

చతుర్థాధిపతి, శుక్రుడు యిద్దరూ కలసి లాభస్థానమందు గానీ, భాగ్య స్థానమందుగానీ, రాజ్యస్థానమందుగానీ ఎక్కడవున్ననూ, ఎప్పుడూ పెల్లకీ యుందే జాతకుడు తిరుగును.

శ్లో॥ వాహనాధిపతే రస్తు సంబంధోవిధునాయది.
అశ్వవాహన యోగోమయిత్యూచుర్గణికోత్తమైః

చతుర్థాధిపతికి చంద్రసంబంధము కలిగిన యెడల జాతకునకు అశ్వ వాహనము కలుగును.

శ్లో॥ వాహనాధిపతిర్లాభే లాభేశో వాహనేయది
భాగ్యవాహన యోగోయమి త్యూచుర్గణికోత్తమాః॥

వాహనాధిపతి లాభమందును, లాభాధిపతి వాహన స్థానమందును, పంచమాధి పతి భాగ్యస్థానమందును, భాగ్యాధిపతి పంచమస్థానముననూ వున్న యెడల భాగ్య వాహన యోగములు కలుగును.

శ్లో॥ విద్యాస్థానస్థితే జీవేవిద్యాధిపతి సంయుతే
వేదవిద్యాప్రవీణ స్యాత్ సదాచార ప్రవర్తకః॥

(జాతకానుభవదర్పణే)

చతుర్థస్థానమున గురుడును, లేక విద్యాస్థానాధిపతితో కలసిననూ వేదద్య యందు ఆధిక్యమును సంపాదించును. ఆచారవంతుడుగనుండును. బృహస్పతి

చతుర్థమందుండి పాపగ్రహముల మధ్య చిక్కుకున్న యెడల వేదద్య పూర్తిగా రాదు. కొంచెము మాత్రమే నేర్వగలడు. కానీ ఆచారములను పాటించువాడగును. చతుర్థమందు బృహస్పతికి చంద్ర సంబంధమున్న యెడల సూత్ర విద్యలందు నేర్పరి యగును. కర్మకాండలు తెలిసినవాడుగనుండును. కర్మాదికార్య క్రమములు చేయించువాడగును. గురువునకు చంద్ర లేక శుక్ర సంబంధమున్న యెడల నాటకము, అలంకారము, సాహిత్యము, వేదార్థములందు సంగీత విద్యలయందు నేర్పరి యగును. ముఖ్యముగా శుక్రుడు మాత్రమే చతుర్థమునందున్న యెడలగాన విద్యయందు ఆసక్తి కలిగి యుండును. నాటకములు, అలంకార శాస్త్రములు తెలిసి, పురాణములు చెప్పుట యందు ప్రవీణుడగును. గురు, బుధులు కలిసియున్న యెడల వేద వేందాగముల యందు నేర్పరి అగును. జ్యోతిషము తెలిసిన వాడగును. పాపగ్రహముల మధ్యవున్ననూ అభిరుచి ఏర్పడక తప్పదు. శుక్రుడు ద్వితీయమందున్న యెడల కవియగును. తాంబూలాది సేవనములందు అమితాసక్తియుండును. రవిబుధులకు శని సంబంధమున్న యెడల గణిత శాస్త్రమునందు నేర్పరి యగును. చంద్రుడున్ననూ, వీక్షించిననూ చూచిననూ సూత్రవిద్య కలుగును. విద్యాస్థానమును శని వీక్షించిన యెడల విద్య మధ్యలో ఆగిపోవును. పూర్తికాదు. మనస్సు స్థిరత్వము లేకయుండును. విద్యాస్థానమును శనిచూచిననూ, స్థానాధిపతికి శని సంబంధము లేనిచో విద్య పూర్తిగా వచ్చును. విద్యాస్థానమును శని వీక్షించిననూ, స్థానాధిపతిని చూచిననూ హుణవిద్య పూర్తిగా వచ్చును. శనిదోషము హుణ విద్యకు తప్ప ఇతర విద్యలకు కలుగును.

శ్లో॥ కేంద్రతికోణేగృహరాశినాధేశుభేక్షితేవా శుభరాశిసంస్థే।
శుభాంశగేవా శుభసయుతేవా సమస్త విద్యాంసముపైతి జాతః॥

విద్యాస్థానాధిపతి కేంద్రకోణ స్థానములలో ఎచటనైనూ వుండి శుభగ్రహవీక్షణ పొందిన యెడల లేక శుభులతో కలసిన యెడల జాతకుడు సమస్త విద్యలను తెలిసికొని ఇతరులకు బోధించువాడగును.

శ్లో॥ చతుర్థాధిపతిర్లగ్నే లగ్నేశేనయుతే థవా
జాతిఃకుమారోమతిమాకి విద్యారంభే ప్రవర్తతే॥

విద్యాస్థానాధిపతి లగ్నమందున్ననూ, లగ్నాధిపతితో కలసి వున్ననూ జాతకుడు బుద్ధిమండుడగును. విధ్యయందు ఆసక్తికలవాడుగా నెరుగవలయును.

శ్లో॥ గృహాధి పేపాపయుతేషష్టాష్టవ్యయసంస్థితే
గృహలస్యం భావత్యేవ విద్యా సౌఖ్య విమీనవాన్॥

చతుర్థాధిపతి పాపగ్రహములతో కలిసిననూ, షష్టమ, అష్టమ ద్వాదశస్థానము లందుయున్ననూ, జాతకుడు నివాసమునకు ఇల్లులేనివాడగునని తెలియవల యును. విద్యలేనివాడగును. విద్యాస్థానాధిపతి నీచ యందున్ననూ షష్ట, అష్టమ, ద్వాదశములందున్ననూ, విశేష విద్యకలుగనని చెప్పబడినది. ఆ చతుర్ధ స్థానమును బట్టి బంధువులను కూడా వివరించవచ్చును.,ఆ విధము తెలియజేయ చున్నాడు.

శ్లో॥ బంధుస్థానేశ్వరేవాపి సౌమ్య గ్రహనిరీక్షితే,
శశిజేబలసంయుక్తే బంధుపూజ్యా భవేన్నరః॥
(శుక్రేరళే)

బంధుస్థానాధిపతి శుభగ్రహవీక్షణ పొందిన యెడల, బుధుడు బలవంతుడై యున్న యెడల జాతకుడు బంధువులందరిచేత గౌరవింపబడును. శుక్ర కేరళ మందు చెప్పబడినది.

శ్లో॥ బంధుస్థానగతే జీవేతన్నా థేగురు సంయుతే
గురుదృష్టియుతేవాపి బంధుశ్రేష్టాభవేన్నరః॥
(సర్వార్థ చింతామణి)

దేవగురువు బంధుస్థానమునందున్ననూ, బంధుస్థానాధిపతి గురునితో కలసిననూ, వీక్షింపబడిననూ, జాతకుడు బంధువులలో ముఖ్యుడగును.

శ్లో॥ బంధుస్థానాధి పే సౌమ్యే సౌమ్య గ్రహనిరీక్షితే
తత్కారకే బలాఢ్యేవా బంధుపుజ్యోభవేన్నరః॥

బంధుస్థానాధిపతి సౌమ్య గ్రహమయి, శుభగ్రహవీక్షితమైన యెడల, బంధు కారకుడు, బలవంతుడైన యెడల జాతకుడు బంధువుల చేత గౌరవింపబడును.

శ్లో॥ బంధూపకర్తా తిన్నధే కేంద్రకోణాయసంస్థితే,
వైశేషికాంశే సంయుక్తే పాపదృగ్యోవ్వ ర్జితే॥

బంధుస్థానాధిపతి కేంద్రములందుగానీ, కోణములందు గాని, ఏకాదశ స్థానము నందు గానీ, వుండి పాపగ్రహ సంబంధములేని వైశేషికాంశమందున్న యెడల బంధువులకు ఉపకారము చేయువాడగును.

శ్లో॥ బంధూనాముపకారీస్యా ద్భంధౌ గుర్వింద సోమజాః॥
తేషాంగ్ర హైర్యుతే దృష్టే మృద్వంశాది సమన్వితే॥

గురుడు, చంద్రుడు, బుధుడు, బంధుస్థానమందున్ననూ వీక్షింపబడు చున్ననూ మృద్వంశయందున్ననూ, జాతకుడు బంధువులకు ఉపకారము చేయువాడగు చున్నాడు.

శ్లో॥ కస్మింశ్చి త్ఖేచరేంద్రేవాబంధౌస్వోచ్ఛ స్వమిత్రాభే
గురుణాదృష్టి సంపాతో బంధుపూజ్యోభవేన్నరః॥

ఏదైనా ఒక గ్రహము బంధుస్థానమునందే, స్వోచ్ఛస్వక్షేత్ర, మిత్ర క్షేత్రములను కలిగిన యెడల ఆ పై గురునిచే వీక్షింపబడిన యెడల జాతకుడు బంధువు లందరిచే పూజలందుకొనును.

శ్లో॥ ధనేలాభత్రికోణ స్థే తన్నాధే శుభవీక్షితే
సౌమ్యగ్రహాణామంశేవా బంధూనాముకారకృత్

బంధుస్థానాధిపతి కుటుంబ స్థానము, ఏకాదశ స్థానము, పంచమస్థానము, భాగ్యస్థానములందుండి శుభగ్రహవీక్షణ కలిగియున్ననూ, శుభగ్రహ నవాంశల యందున్ననూ, జాతకుడు బంధువులకు వుపకారి యగును.

శ్లో॥ బంధూపభోగీ కేంద్రస్థే తదేశేశుభవీక్షితే
గోపురాంశగతేవాపి మృద్వంశాది సమన్వితే

బంధుస్థానాధిపతి కేంద్రములందుండి,శుభగ్రహవీక్షణ కలిగి, గోపురాంశ మందున్ననూ, మృద్వంశాది, షష్ట్యంశలయందున్ననూ, బంధువులతో భోగ వంతుడుగ తెలియవలయును.

శ్లో॥ బహుపాప సమాయక్తే బంధునాథేత ధైవచ
తత్కారకేతధైవాత్రి బంధునాం కుచ్ఛితో భవేత్॥

బంధుస్థానాధిపతి ఎక్కువ పాపగ్రహములతో కలసిన యెడల బంధువుల చేత జాతకుడు వెలివేయబడినవాడుగా తెలియవలయును.

శ్లో॥ నాథకారక సంయుక్త నంవాశే శత్రుసంయుతః
నీచారాతిగతే మూఢేబంధూనాం హేయకర్మాకృత్॥

బంధుస్థానాధిపతి బంధుకారకుడుండు నవాంశరాశ్యాధిపతి నీచ, శత్రు మూఢములను పొందినపుడు జాతకుడు బంధువులకు అసహ్యము కలిగించు పనులను చేయువాడగును.

శ్లో॥ బంధుబిస్యక్త పురుషః తదేశేపాప సంయుతః
క్రూరషష్ట్యంశగేవాపి నీచారాతి గృహేవివా॥
(సర్వార్థచింతామణి)

బంధుస్థానాధిపతి పాపగ్రహములతో యుతినొంది క్రూరషష్ట్యాంశ లందున్ననూ, నీచ శత్రు క్షేత్రమందున్ననూ, జాతకుడు బంధువులచే బహిష్కరింప బడును.

శ్లో॥ బంధుద్వేషీభవేన్నిత్యం పాపాక్రాంతే గృహేసతి
నీచాస్తఖేటసంయుక్తే పాపదృగ్యోగ సంయుతే॥

బంధుస్థానమునందు పాపగ్రహము అస్తంగత గ్రహములతో కలిసివుండి పాపగ్రహదృగ్యోగాది సంబంధము కలిగియున్న యెడల జాతకుడు బంధువుల యెడల ద్వేషభావము కలిగియుండును.

పుత్రభావము (పంచమ భావము)

శ్లో॥ సుతాభావత్సుతవృద్ధిం మంత్రం పితృబుద్ధి మాత్మవిద్యాచ
హృదయోడు ప్రవేశం శక్తించనిర్దిశేన్మతిమాన్॥

పంచమ స్థానముననుసరించి పుత్రవృద్ధి, మంత్రము, పితృబుద్ధి, ఆత్మవిధ్య హృదయ ఉదర ప్రవేశము, వివేకశక్తి, రహస్యము వీటిని జ్యోతిషుడు నివారించి నిర్ణయించవలయును.

శ్లో॥ నాథైః కళాత్రాత్మజ ధర్మపానాం పుత్రస్యచింతాంకథ యేత్సుజీవైం:
బుద్ధింతథాసోమా సుతాబ్జ కాభ్యాం పితుస్తథైవాత్మిజ భాగ్య సూర్యే॥

సప్తమ, పంచమ, నవమాధిపతులచేతను, గురుని వలననూ పుత్రులను గురించి తెలుసుకొనవలయునని శాస్త్రము చెప్పుచున్నది. బుధుని, చంద్రుని వలన బుద్ధిని గురించి చెప్పవలయును. ఈ ప్రకారముగానే పంచమ నవమ స్థానములను పరిశీలించి తండ్రిని గూర్చి చెప్పవలయును.

శ్లో॥ పుత్రీశేస్మర సంస్థితే నవమానాథేనాన్వితే కర్కటేకన్యాతాళి
వృషస్థితే శశిత మేషుక్రేక్షి తేవాయుతే । ఆదౌస్త్రీ పురుషాలయే
స్థితియుతే పుంధృష్టి యుక్తే వుమాన్ జీవేపంచమ గేథవాతనుగతే
పుత్రోభవేన్నిశ్చయః॥

(జాతకానుభవదర్పణే)

పంచమాధిపతి పురుషగ్రహరాశి యందుండి పురుష గ్రహవీక్షణ కలిగిననూ పురుష గ్రహములతో కలసిననూ, గురుడు, పంచమస్థానమందున్ననూ, లగ్న మందున్ననూ మొదటి సంతానముగా పుత్రుడు కలుగుననుట నిశ్చయము. పంచమాధిపతి సప్తమమున నున్ననూ, నవమాధిపతితో కలసిననూ, కర్కాటక, కన్యా, తుల వృషభములయందు న్ననూ, శుక్ర చంద్ర రాహువులతో కలిసి యున్ననూ, వీక్షింపబబడిననూ మొదటి స్త్రీ సంతానము నిశ్చయముగా కలుగును.

శ్లో॥ పుత్రేశే తనపాన్వితే సుతగ్రహస్తే చంద్రయుక్తేక్షి తేత్వేకః పుత్ర
ఉదేతి సౌమ్యసహితే ద్వౌశుక్రయుక్కన్యకా। పుత్రీ పుత్రియు
గుచదేవా గురుణాయుక్తే ధచేత్కే తునాకన్యావేతి నిర్ణయో
నిగదితో భావార్థరత్నాకరే

భావార్థి రత్నాకరమందు యిట్లు వివరించబడినది. పంచమాధిపతి లగ్నాధి పతితో కలిసి పంచమ భావమందే వుండి, చంద్రునితో కలిసిననూ, వీక్షింపబడి ననూ, కుమారుడు కలుగును. బుధునితో కలిసిననూ, చూడబడిననూ యిద్దరు కుమారులు కలుగుదురు. శుక్రునితో కలిసిన యెడల కుమార్తెలు కలుగుదురు. గురునితో కలిసినా లేక చూడబడిననూ స్త్రీ, పురుష సంతానము కలుగును. కేతువుతో కలిసిననూ, చూడబడిననూ కుమార్తెలే కలుగుదురు. పుత్రిస్థానాధిపతి కేతువుతో కలిసిన యెడల స్త్రీ సంతానమే కానీ పుత్ర సంతానము కలుగదు.

శ్లో॥ పుత్రాధిపే రాజ్యాయుతే భాగ్యాధిపసమన్వితే
పంచపుత్ర ఇతి బ్రూయాదితి కేరళనిశ్చయః

(శుక్రకేరళే)

పంచమాధిపతి దశమ స్థానమందు, నవమాధిపతితో కలిసి వున్న యెడల అయిదుగురు పుత్రులు కలుగుదురని. శుక్రకేరళ అనుశాస్త్రమని తెలియజేయ బడినది.

శ్లో॥ పుత్రాధపే తుంగయుతే లగ్నేశ్వర సమన్వితే
ఏకాపుత్రీవైక పుత్ర ఇతికేరళ నిశ్చయః

పంచమాధిపతి ఉచ్ఛయందుండి లగ్నాధిపతితో కలసిన యెడల ఒక పుత్రికయు, ఒక పుత్రుడును కలుగునని కేరళ శాస్త్రమందు తెలియజేయబడినది.

శ్లో॥ పుత్రస్థానగతే భామేమేష సింహ్వాలిమీనగే
జీవదృష్టియుతే వాపి పుత్రప్రాప్తిం వినిర్ధిశేత్॥

అంగారకుడు పుత్ర స్థానమగు మేషము, సింహము వృశ్చికములలో ఒక దాని యందుండి గురునిచే వీక్షింపబడిన యెడల పుత్ర సంతానము కలుగును.

శ్లో॥ సుతగృహభృగుజీవ సౌమ్య నాధే బలహీనైరవలోకి తీయుతేవా
బహుసుత జనసంపదంతి సంతస్సుత భవనేశబలేన బింత్యమేతత॥

పంచమ స్థానము అను పుత్రస్థానము గురు శుక్ర బుధులలో ఒకరినైననూ లేక గురు శుక్ర బుధుల యొక్క దృగ్యోగాది సంబంధము పుత్ర స్థానము కలిగియున్ననూ, అనేకమంది పిల్లలు కలుగురు. మొత్తము పుత్ర స్థానాధిపతిని బలమును బట్టి పుత్రులను చెప్పవలయును.

శ్లో॥ పుత్ర స్థానేత దీశేవా గురౌవాశుభవీక్షితే
శుభగ్రహేణ సంయుక్తే పుత్ర ప్రాప్తిర్న సంశయః

పంచమాధిపతి యైననూ, గురుడైననూ, పుత్ర స్థానము, శుభులచే జూడబడిననూ శుభగ్రహములతో కలిసిననూ పుత్రులు తప్పక కలుగుదురు.

శ్లో॥ లగ్నేశే పుత్రభావ స్తేపుత్రేశే బలసంయుతే
పరిపూర్ణ బలేజీవే పుత్రావాప్తిర్న సంశయః॥
(సర్వార్థ చింతామణి)

లగ్నాధిపతి పంచమస్థానమునందుండగా పుత్ర స్థానాధిపతి బలవంతుడై వుండి గురుడు పూర్ణ బలవంతుడుయిన యెడల తప్పక పుత్ర సంతానము కలుగును.

శ్లో॥ పుంగ్రహే పుంగ్రహంప్రాప్తే పుంభాగేపుత్రనాయకే
ప్రాక్పుత్రజననం వింద్యా ద్విద్వద్భిర్నాత్ర సంశయః॥

పంచమస్థానాధిపతి పురుష గ్రహమై పురుషరాశియందుండి పురుష నవాంశ మును బొందియున్న యెడల అట్టి జాతకునకు మొదటి సంతానము పుత్రుడు కలుగును.

శ్లో॥ స్త్రీరాశౌస్త్రీ గ్రహంప్రాప్తే స్త్రీ భాగే పుత్రనాయకే
బాలికాం ప్రథమం వింద్యాత్ షండాంశే షండమాదిశేత్॥

పంచమస్థానాధిపతి స్త్రీ రాశియందు స్త్రీ గ్రహముతో కలిసి స్త్రీ గ్రహనవాంశ రాశి యందున్న యెడల జాతకుని ప్రథమ సంతానము స్త్రీ యగును. నపుంసక నవాంశయందున్న యెడల నపుంసకుడే జన్మించునని తెలియవలయును. స్త్రీ గ్రహనవాంశ మనగా యుగ్మరాశి నవాంశముగా తెలియవలయును.

శ్లో॥ పంచమస్యాధిపతినా సంబంధా యది విద్యతే
పుత్రకారకజీవస్యపుత్ర ప్రాబల్యా మదిశేత్॥
(భావార్థరత్నాకరే)

పుత్రకారకత్వము కల గురువునకు పుత్ర స్థానాధిపతి సంబంధ త్రయము కలిగినేని జాతకునకు ఎక్కువ మంది పుత్ర సంతానము కలుగును. సంబంధి త్రయమనగా పరస్పర వీక్షణ, యుతి, పరివర్తన అను మూడు సంబంధములు.

శ్లో॥ పుత్రకారకపుత్రేశ లగ్నేశాః కేంద్రకోణగాః
పుత్ర సౌఖ్య మవాప్నోతి జాతస్త త్రిన సంశయః

బృహస్పతియును, పంచమాధిపతియును, లగ్నాధిపతి ఈ ముగ్గురునూ లగ్నాత్ కేంద్రకోణముల యందున్న యెడల జాతకుడు పుత్రుల వలన సౌఖ్యము పొందును.

శ్లో॥ కుంభే చేత్పంచ పుత్రస్తదను చమకరేనం దనే ప్యాత్మజాన్యు్యః
త్రిస్రోభౌమస్సు తానాం త్రితయమ ధను తాదాయకో రౌహిణేయః
ఇత్థం కావ్యశ్యశాం కోజనుషిచ గురుణా కేవలేనైహపుత్రాః
పంచస్యుః కేతు రాహ్వోః క్రియ వృషభవ నేకర్కటేనో విలంబః॥
(జాతకాలంకారే)

పుత్రస్థానము కుంభరాశియై అందు శనియున్న యెడల అయిదుగురు పుత్రులు కలుగుదురు. మకరము పుత్రస్థానమై అందు శని యున్న యెడల ముగ్గురు కొడుకులు కలుగుదురు. మకరము స్త్రీ రాశి కనుక తక్కువ మంది వుందురని తెలియవలయును. మకరమునందు కుజుడున్న యెడల ముగ్గురు పుత్రులు కలుగుదురు. పంచమమున బుధుడున్న యెడల కుమార్తెలు కలుగుదురు. పంచమమున శుక్రుడుగానీ, చంద్రుడు గానీ వున్న యెడల పుత్రికలు కలుగుదురు. పంచమమున గురుడున్న యెడల అయిదుగుర్రు పుత్రికలు కలుగుదురు. పంచమస్థానము మేష, వృషభ, కటకములయి అందు రాహు, కేతువులుండిరేని శ్రీఘ్ర సంతానము కలుగును. మకరకుంభరాసులు తప్ప మిగిలిన రాసుల యందు శని వున్నయెడల మకరము మేషము తప్ప మిగతా రాసులు యందు కుజుడున్న యెడల, పంచమమున రాహువు గానీ, కేతువుగానీ యున్న యెడల సంతానము కలుగును.

శ్లో॥ సుతేశే పంచమాస్థానే భాగ్యేశే భాగ్యాసంయుతే
గురుణా సంయుతే తత్రచతుస్సంఖ్యాక సూనవః
(జాతకానుభవ దర్పణే)

పంచమస్థానాధిపతి పంచమమునందును, నవమ స్థానాధిపతి నవము నందును ఆ పంచమ నవమాధిపతులతో గురుడు కలిసివున్ననూ, వీక్షించిననూ నలుగురు పుత్రులు జన్మించెదరు.

శ్లో॥ విత్తేశే పంచమస్థానే సుతే శేలగ్న భావగే
షట్కుమరోదయ స్తన్య తేషుత్రిస్సస్తు పుత్రికాః

ద్వితీయాధిపతి పుత్ర స్థానము నందు, పుత్ర స్థానాధిపతి లగ్నగతుడయ్యేనేని జాతకుడు ముగ్గురు కుమారులు, ముగ్గురు కుమార్తెలు కలుగుదురు.

శ్లో॥ పంచమేశా త్పాంచమ స్థే మందపుత్రేతి దీశ్వరే
పుత్రస్థానగతే తిస్య సప్తసంతాన సంభవః
గర్భద్వయం సయమళం నిర్జీవో గర్జ ఏకశః
అవశిష్టం సజీవంశ్యాత్ స దీర్ఘాయురిదంధృవంః

పుత్రస్థానాధిపతి, పంచమమందు గురుడుండి ఆ స్థానాధిపతి పంచమమున వున్న యెడల ఆ జాతకునకు ఏడుగురు సంతానముందురు. అందు రెండు గర్భముల యందు కవలలు జన్మింతురు. అందులో ఒకరు మరణించగా, మిగిలినవారు పూర్ణాయువులుగా మిగిలియుందురు. లేక ఐదుగురు జన్మించిన పిదప కవలలు పుట్టి అందు ఒకరు సమసిపోయి మిగిలిన సంతానము సుఖముగా నుందురు.

శ్లో॥ పుత్రాద్భాగ్యగతే జీవే పుత్రేశే బలసంయుతే
ద్యూనేశే కర్మరాశిస్థే బాష్టాపుత్రా మహాద్ధనం॥

బృహస్పతి- పుత్రస్థానమునకు నవమస్థానమగు లగ్నమందుండి, పుత్రస్థానాధిపతి బలవంతుడైననూ, సప్తమాధిపతి రాజ్యస్థానమందున్ననూ ఎనిమిదిమంది సంతానము కలిగివారందరూ ధనవంతులగుదురు.

శ్లో॥ సుతేశే కేంద్రభావస్థే కారకేనసమన్వితే
షడ్వింశదబేపుత్రాప్తిః గురుశుక్రౌపరస్పరం
కోణగౌలగ్ననాథస్య బలయుక్తస్య వాపునః
చత్వారింశత్తమేవాబ్దే పుత్రలాభం సమిరయేత్॥

పుత్రస్థానాధిపతి పుత్రకారకుడగు గురునితో కలిసి కేంద్రములందున్న యెడల జాతకునకు యిరవై ఆరవ సంవత్సరమునందు పుత్రుడు కలుగునని చెప్ప వలయును. లగ్నాధిపతి గురు, శుక్రులలో ఒకరు పంచమ నవమములలో నున్న యెడ జాతకునికి నలుబదివ సంవత్సరమున పుత్రసంతానము కలుగును. పుత్ర స్థానాధిపతి (పంచమాధిపతి)కి కేంద్రముల యందు శుభగ్రహములన్న యెడల 40వ సంవత్సరమున పుత్రుడు కలుగును.

శ్లో॥ పుత్రతద్గతతిన్నాధతిద్రా శీశత దన్వితాః
తద్రష్టారశ్చ భాస్సర్వేబలినః పుత్రదాయకాః॥

పుత్రస్థానమందున్నవాడు, పుత్రస్థానాధిపతియున్న రాశ్యాధిపతియు, వానితో కలసిననూ, వీక్షించినవారు, వీరితో బలవంతుడైన వారును, వారి దశాంతర్ధశల యందు పుత్ర సంతానము నిచ్చుచున్నారు.

శ్లో॥ పాపదృష్టేతు ఆద్భావేఆదీశే పాప సంయుతే।
కారకేపుత్ర సంయుక్తే పుత్రనాశం వదేత్తదా॥
(సర్వార్థ చింతామణి)

పంచమస్థానము పాపులచే వీక్షింపబడిన, పుత్రాధిపతి పాపగ్రహములతో కలిసిననూ, గురువు పుత్రస్థానము నందున్న యెడల పుత్ర నష్టముకలుగును.

శ్లో॥ వంశశ్చ విచ్ఛేదకరః ప్రజాతః చంద్రాస్ఫుజిత్పాపఖగాః క్రమేణ
ఖదారసౌఖ్యేషు యుతాస్తథైవం లగ్నేశ్వరే చంద్రసుతేన యుక్తే॥

చంద్రుడు రాజ్యస్థానముందును శుక్రుడు సప్తమమందుననూ, పాపగ్రహ ములు చతుర్థమందుండగా లగ్నాధిపతి బుధయుతిని పొందిన యెడల జాతకునికి సంతానము మొత్తము నశించును.

శ్లో॥ పాపగ్రహరిప్ఫ సుతాష్టమస్థావంశస్య విభేదకతో ర్ధహీనః

పాపగ్రహములు వ్యయ, పుత్ర, అష్టమ భావముల యందున్న యెడల జాతకుడు దరిద్రుడును, సంతానరహితుడును, వంశములేనివాడగును.

శ్లో॥ పాపేవిలగ్నే సుఖబేశశాంకే లగ్నేశ్వరే పంచమరాశియుక్తే
బలైర్విహీనే సతిపుత్రనాథే వంశస్య విభేడక రోత్రజాతః

లగ్నమందు పాపగ్రహములునూ, చతుర్థమందు చంద్రుడు, లగ్నాధిపతి పంచమము నందున్నపుడు, పుత్రస్థానాధిపతి బలములేనివాడైన యెడల సంతానం నాశనము కలుగును. సంతానము కలిగియూ ఆ పుత్రస్యుడగును.

శ్లో॥ సుతేశేపాప సంయుక్తే సుత భేపాపమధ్యగే
శుభైర్నదృష్టే యుక్తచ సుతనాశం వినిర్ధిశేత్॥
(శుక్రకేరళే)

పంచమాధిపతి పాపులతో కలిసివుండి పుత్రస్థానము పాపగ్రహముల మధ్య యున్నపుడు శుభగ్రహ సంబంధత్రయము లేనియెడల జాతకునికి పుత్రులు నశించెదరు.

శ్లో॥ రంధ్రేశేపి సుతాస్థేతుసుతేశే రంధ్రేగేపివా
సౌమ్య గ్రహైర దృష్టేచ పుత్రినాశం వినిర్ధిశేత్॥

అష్టమస్థానాధిపతి పంచమస్థానమందును, పుత్రస్థానాధిపతి అష్టమందును వున్న యెడల శుభగ్రహ సంబంధములేని యెడల పుత్రులు నశించెదరు.

శ్లో॥ క్రూరాశేషుత్ర భావేశే నీచమూఢ సమన్వితే
పాపైదృష్టేథవాదుస్థే పుత్రనాశం వదంతివా॥
(సర్వార్థ చింతామణి)

పంచమస్థానాధిపతి నీచమూఢాడులను పొంది క్రూర్రాది షష్ట్యంశలను పొంది పాపగ్రహవీక్షణను పొందిన యెడల షష్ట, అష్టమ, వ్యయముల యందున్ననూ పుత్రులు నశించెదరు.

శ్లో॥ త్రిచతుఃపాపసంయుక్తే సుతస్థానాధిపేనవా
సుతేశేనాశరాశిస్తే వంశచ్ఛేత్తాభవేచ్ఛిశుః॥

మూడు లేక నాలుగు పాపగ్రహములు పుత్రస్థానాధిపతితో కలిసివున్ననూ, పంచమాధిపతి అష్టమమునందున్ననూ, వంశముల పెరగదు. అనగా సంతాన వృద్ధి జరగదు. ద్వితీయ స్థానాధిపతికి పుత్రస్థానాధిపతికి పాపగ్రహ సంబంధమున్న, గురునకు బలమున్నపుడు, సంతానము కలిగిన నశించును. కుటుంబము నిలుచును. పంచమమున శనియున్ననూ, పంచమాధిపతిబలము కలిగియున్న యెడల పుత్ర సంతానము కలుగును. పంచమాధిపతి బలహీనుడైన యెడల సంతానము కలిగి మరణించును. పంచమమున పాపగ్రహములున్న పుత్రస్థానాధి పతి 3, 6, 8, 12 స్థానములందున్ననూ సంతానము కలిగి నశించెను. పంచమాది పతి శని అయిన గురు, చంద్రులచే చూడబడిన యెడల ఒక కుమారుడు కలుగును. పుత్రాధిపతి గురునితో కలిసి వ్యయస్థానమందుడి శనికుజులచే జూడ బడిన యెడల పంచమమున చంద్రుడుండి, శుక్రునిచే వీక్షింపబడిన యెడల ఒక కుమారుడు కలుగును. తులాలగ్నమునకు పుత్ర స్థానాధిపతి యగు శని తన పంచమస్థానమును అనగా పుత్రస్థానముని చూచిననూ, సంతానము కలుగును. ప్రథమ సంతానము మాత్ర నష్టమగును. పుత్ర స్థానమును రవి, బుధ, గురులు చూచిననూ స్త్రీ సంతానము వృద్ధి కలుగును.సింహలగ్నమునకు పుత్రస్థానమును గురుడున్న యెడల స్త్రీ సంతానము కలుగును. పంచమాధిపతికి, ద్వితీయాధిపతికి, గురునకు పాపగ్రహ సంబంధమున్న యెడల ఆలస్యముగా సంతానము ఒకరిద్దరు కలుగుదురు.

శ్లో॥ మేషసింహాళిన త్రేషురాశ్యే కానవమాభవేత్
తదేశేనయుతే క్లీబేవక్తవ్యాత్వ నపత్యతా॥

మేష, సింహ, వశ్చికములలో ఒకటి భాగ్యస్థానమై ఆ నవస్థానాధిపతి నపుంసక గ్రహములతో కలిసిన యెడల సంతానము కలుగదు. శని లగ్నాధిపతియై ద్వాదశ మందును, సప్తమాధిపతి శత్రుక్షేత్రము నందైననూ, అష్టమమునవైననూ వున్న యెడల సంతానముకలుగదు.

శ్లో॥ పుత్ర స్థానాధిపే సూర్యేవ్యయే నీచయుతేక్షితే
కారకేస్తంగేవాపి వక్తవ్రాత్వసమత్యాతా॥

పంచమభావాధిపతి రవి వ్యయస్థానము నుండి నీచగ్రహముతో కలిసిననూ, వీక్షించబడిననూ, గురువు అస్తమించిననూ సంతానము కలుగదు. పంచమాధియగు చంద్రుడు బుధునితో కలిసి వ్యయముందుండి గురువీక్షణ లేని యెడల సంతానముండదు. పంచమాధి పతి యగు చంద్రుడు వ్యయస్థానగతుడై, గురు దృష్టి లేకయున్ననూ, పంచమున శుక్రుడున్న యెడల స్త్రీ సంతానమును దత్తద చేసుకొనుట సంభవించును.

శ్లో॥ శుతస్థానాధిపే భౌమే జామిత్రే శని సంయుతే
ఆద్వ్యా యేకారకేజీవే వక్త వ్యాత్వా నపత్యతా॥

పంచమాధిపతి కుజుడై, శనితో కలసి సప్తమమున్ననూ, గురువు ఆ పంచమ సప్తమ స్థానములకు వ్యయమందుగానీ, ఆ కుజ శనులకు వ్యయమందుగానీ వున్న సంతతి కలుగనేరదు.

శ్లో॥ పుత్రస్థానాధిపే సౌమ్యే భౌమక్షేత్ర రిపోర్గృహే
ద్వితీయ్యే మందసంయుక్తే వక్త వ్యాత్వనపత్యతా॥

పుత్రస్థానాధిపతియైన బుధుడు మేష, వృశ్చికములలో గానీ, శతృక్షేత్రములలో గానీ, వుండి వానికి వ్యయస్థితియందు, శని వున్న యెడల సంతానము లేదని చెప్పవలయును. గురువు పంచమాధిపతియై శుక్రునితో కలిసి వ్యవ భావమందున్ననూ,లగ్నము పాపగ్రహవీక్షణ పొందిన యెడల సంతాన ముండదు. పుత్రస్థానాధిపతి యగు బుధుడు, కుజక్షేత్రమున వున్ననూ శుభ దృక్కులున్న యెడల సంతానము కలుగును. బుధులకు పరివర్తన యోగమున్ననూ సంతానము కలుగదు. పంచమ, సప్తమములలో శనియున్ననూ సంతాన ముండదు.

శ్లో॥ శుతస్థానాది పేశుక్రే నీచరాశి సమన్వితే
కారకే మౌఢ్యరాశిస్థే వక్తవ్యాత్వ నపత్యతా॥

పంచమాధిపతి యందు శుక్రుడు నీచరాశి యందుండి గురుడు అస్తమించి వున్న యెడల సంతానము కలుగదు. ఇది సాధారణ అభిప్రాయము. పూర్వజన్మ పాపముచే సంతానము కలుగదు.

శ్లో॥ పుత్రస్థానాధి పే మందే భాగస్తే రవి సంయుతే
కుజదృష్టియుతే పుత్రేవక్త వ్యాత్వన పత్యాతా॥

పుత్రస్థానాధిపతియగు శని, రవితో కలిసి మేషమునందును, పంచమము కుజునిచేత వీక్షింపబడిన యెడల సంతానము కలుగదు. అనుభవమునకు విరుద్ధము పంచమమున కుజుడున్నచో సంతానము కలుగును. సంతానము నష్టమైననూ కుటుంబము నిలుచును. కన్యాలగ్నమునకు పంచమాధిపతి శని, బుధుడునూ పరివర్తనము చెంది గురు సంబంధము లేనప్పటికీ, శని సంబంధము గురువుకు కలిగిన యెడల బహు సంతానము కలుగును. పంచమమున శని లేక కుజుడు వున్నపుడు పుత్రులు కలగరు. కలిగిననూ మరణింతురు.

శ్లో॥ పాపమధ్యే గతే లగ్నేపాప మధ్యం గతేసుతే
పాపమధ్యం గతే మాన్యనేసంతాతి సజాయతే॥

పాపగ్రహముల మధ్య లగ్నమున్ననూ, పాపుల మధ్య పంచమ స్థానముండి పోయిననూ, సప్తమ స్థానము కూడా పాపుల మధ్య వుండిపోయిన యెడల సంతానము కలుగదు అని తెలియవలయును.

శ్లో॥ పుత్రేశేతువిధౌ శుక్రే స్త్రీరాశ్యంశగ తేపివా
తదైవతం కస్య దృష్టే వక్తవ్యాహ్యన పత్యాతా॥
(శుక్రకేరళే)

చంద్రశుక్రులలో ఒకరు పుత్రస్థానాధిపతి అయిన స్త్రీరాశాంశ్యల్లను పొందిన యెడల సంతానము కలుగదని శుక్ర కేరళమునందు వ్రాయబడినది.

శ్లో॥ పుత్రస్థానగతే పాప పుత్రీశే పాపమధ్యగే
శుభదృష్టి విహీనేచ వక్తవ్యాహ్యానపత్యతా॥

పుత్రస్థానమందు పాపగ్రహములున్న యెడల, పుత్రస్థానాధిపతి పాపగ్రహ మధ్యమందుండి శుభగ్రహ దృగ్యోగాది సంబంధము లేకపోయిన యెడల సంతానము కలుగదు.

శ్లో॥ మీనస్థేత్వల్ప సంతానం చాపస్థేకు సంతతిః
అసంతతిః కుళీరస్థేజీవే కుంభేన సంతతిః॥

గురువు మీనమందున్న స్వల్ప సంతానము కలుగును. ధనస్సునందున్న కుచ్ఛ సంతతియును, కర్కాటకముననున్న సంతాన రహితమనియు, కుంభము నందున్ననూ సంతానము వుండదని తెలియవలయును.

శ్లో॥ బుద్ధిస్థానాధిపే సౌమ్యేశుభదృష్టి సమన్వితే
శుభగ్రహాణాం మధ్యస్థే తీవ్రబుద్ధిం సమాధిశేత్॥
(సర్వార్థ చింతామణి)

పంచమస్థానాధిపతి శుభగ్రహమై, శుభుల వీక్షణ కలిగిననూ, శుభక్షేత్రము లందున్ననూ, అట్టి జాతకుడు బుద్ధిశాలియూ, నీతివంతుడూ అగునని సర్వార్థ చింతామణియందు చెప్పబడినది.

శ్లో॥ పరమోచ్చాంశకేబుద్ధినాథే సౌమ్య నిరీక్షితే
శుభగ్రహాణాం మధ్యస్తే తీవ్రబుద్ధిం సమాధిశేత్॥

బుద్ధిస్థానాధిపతి అనగాపంచమాధిపతి పరమోచ్ఛనవాంశయందుండి, శుభగ్రహ వీక్షణ పొందిననూ,శుభగ్రహములతో కలిసి వుండిననూ, జాతకుడు సూక్ష్మగ్రాహి, సూక్ష్మ బుద్ధి కలుగును.

శ్లో॥ కారకేస్థిత రాశ్యంశనాథే కేంద్ర త్రికోణగే
బుద్ధీశ్వరేణసందృష్టే ధారణాది పటుర్భవేత్॥

బుద్ధికారకత్వము కలిగిన దేవగురుడు ఏ భావమందుండునో ఆ భావము యొక్క నవాంశ రాశ్యాధిపతి జన్మ లగ్నాత్ కేంద్రమునందు గానీ కోణము నందు

గానీ వుండి పంచమ భావాధిపతిచే చూడబడిన యెడల జాతకుడు ఖచ్చితమైన వాక్కును, భావగ్రహణ శక్తిని కలిగియుండును.

శ్లో॥ బుద్ధిస్థానాధిప స్థాంశ రాశేశే శుభవీక్షితే
బుద్ధిస్థానాధి పే సౌమ్యే తీవ్ర బుద్ధింవినిర్దిశేత్॥

బుద్ధి స్థానాధిపతియే నవాంశమునందుండునో, ఆ నవాంశ రాశ్యాధిపతి శుభగ్రహములుచే వీక్షింపబడి, బుద్ధి స్థానాధిపతి శుభగ్రహమైన యెడల జాతకుడు త్వరితముగా గ్రహించు బుద్ధిగలవాడగును.

శ్లో॥ పరేంగితజ్ఞో మేధవీకారక స్థితభాగపే
కేంద్ర త్రికోణ సంయుక్తే కారకగ్రహవీక్షితే॥

బుద్ధికారకుడగు గురుడువున్న నవాంశాధిపతి లగ్నాత్ కేంద్రకోణము లందుండి బృహస్పతిచే వీక్షింపబడినయెడల జాతకుడు ఇతరుల అభిప్రాయములను, ప్రవృత్తిని తెలిసినవాడును, అమితమైన మేధాసంపన్నుడు అగును.

శ్లో॥ నాధకారక సంయుక్త త్ర్యంశభాగవతాశుభే
చతుష్టయే త్రికోణేవాచేంగితజ్ఞా శ్శుభేక్షితే॥

బుద్ధికారకుడు, బుద్ధి స్థానాధిపతులలో ఒకరున్నద్రేక్కాణాధిపతి శుభగ్రహమై వుండి కోణము లేక కేంద్రముల యందుండి శుభగ్రహములచే వీక్షింపబడిన యెడల జాతకుడు ఇతరుల మనోభావాలను తెలుసుకొనగలిగిన వాడుగా వుండును.

శ్లో॥ ఉహాపోహసమర్ధ స్వాత్రధేశేగోపురాంశగే
కారకస్థిత రాశేశే లగ్ననాధేన వీక్షితే॥

బుద్ధి స్థానాధిపతి గోపురాంశమందున్నపుడు బుద్ధికారకుడగు గురుడు వున్న రాశియొక్క అధిపతి వీక్షణ పొందిన యెడల జాతకుడు ఊహ, ఆపోహల యందు సమర్థుడగును.

శ్లో॥ త్రికాల జ్ఞోభవేజ్జీవేస్వాంశే మృద్వంశ సంయుతే
గోపరాద్యం శకేవాపి శుభాంశే శుభవీక్షితే॥

బుద్ధికారకుడగు గురుడు స్వనవాంశ యందుండిననూ, మృద్వంశ యందున్ననూ శుభగ్రహనవాంశల యందున్ననూ, గోపురాంశమందున్ననూ, శుభ గ్రహవీక్షణ వున్న యెడల జాతకుడు త్రికాలజ్ఞానము కలిగియుండును. అనగా భూత, భవిష్యత్, వర్తమానములు తెలిసివున్నవాడగును.

శ్లో॥ ఆగామి సూచకో మంత్రీకారకః కేంద్రకోణగః
భృగుసౌమ్య సమాయుక్తే దృష్టే తాబ్యాం శుభాన్వితే॥

బుద్ధికారకుడగు బృహస్పతి బలవంతుడై పంచమస్థానాధిపతిచే వీక్షింపబడిననూ, గురుడు లగ్నమునకు కేంద్రమునకు కేంద్రము లేక కోణములందుండి శుక్రబుధులతో కలసిననూ, వీక్షణ పొందిననూ, అట్టి జాతకుడు రాబోవు కాలమును సూచించు వాడగును.

శ్లో॥ రాజమంత్రి భవేజ్జాతో వాక్పతా బలసంయుతే
బుద్ధీశ్వరేణ సందృష్టే గోపురాద్యంశ కేపివా॥

బృహస్పతి బలవంతుడై పంచమాధిపతి వీక్షణ పొందిననూ, గోపురాంశ యందున్ననూ జాతకుడు రాజమంత్రి అగును.

శ్లో॥ సౌమ్యేచబుద్ధి భావస్తే గురుశుక్రనిరీక్షితే
తాదృశేబుద్ధినాధే వాసర్వే షాంబుద్ధి దోభవేత్॥

బుధుడు పంచమస్థానమైన బుద్ధిస్థానమందుండి గురుశుక్రుల వీక్షణ పొందిననూ, లేక బుద్ధి స్థానాధిపతి బుద్ధిస్థానమందే వుండి గురుశుక్రులచే వీక్షింపబడిననూ ఆ జాతకుడు ప్రజలకు బోధనలు చేసి బుద్ధిమంతుడగును.

శ్లో॥ నీచమూఢాదిగేహస్థే పాపఖేచరవీక్షితే
క్రూరషష్ట్యంశ సంయుక్తే బుధ్ధినాశోభవేత్తదా॥
(జాతకానుభవదర్పణే)

పంచమస్థానాధిపతి అస్తమించిన లేక నీచయందున్న లేక శృతక్షేత్రము నందున్ననూ, పాపగ్రహవీక్షిణములు పొందిననూ, పాపగ్రహంశల యందుననూ, జాతకునికి మంధ్దబుద్ధి కలుగును. గ్రహించు శక్తి వుండదు. ఇది జాతకానుభవ దర్పణము వివరింపబడినది.

శ్లో॥ పంచమేమందసంయుక్తే లగ్నేశే మందవీక్షితే
తదేశేమంద సంయుక్తే బుద్ధిజాడ్యం సమాదిశేత్॥

పంచమస్థానము నందు శనియున్ననూ, లగ్నాధిపతి శనిచే వీక్షింపబడిననూ పంచమాధిపతి శనితో కలసిననూ మందబుద్ధి కలవాడగును.

శ్లో॥ మందుమాంద్యగు సంయుక్తే పంచమే శుభవర్జితే,
తదేశే పాప సంధృష్టే బుద్ధి జాడ్యం సమాదిశేత॥

పంచమస్థానమున శనిమాందీ రాహువులు కలసిననూ, పంచమరాశియందు శుభగ్రహములు లేకున్ననూ, పంచమస్థానాధిపతి పాపుల వీక్షణ పొందిననూ మతిమరపు గలవాడగును. జ్ఞాపకశక్తి వుండదు. బృహస్పతి పాపులతో కలిసిననూ, వీక్షింపబడిననూ, మరపు వచ్చును. పంచమస్థానాధిపతి బుధుడై యుండి, గురుశుక్రులచే వీక్షింపబడిన యెడల సూక్ష్మగ్రాహి అగును. సూక్ష్మబుద్ధి కలవాడుగా తెలియవలయును.

ఈ పంచమ భావము పుత్రులకేకాక దత్తపుత్రులను కూడా వివరించునని జాతకానుభవ దర్పణ మందు ఈ విధముగా తెలియజేయబడినది.

శ్లో॥ పుత్రస్థానే బుధక్షేత్రే మందక్షేత్రే ధవాపునః
మందమాంధియుతే దృష్టే తిధాదత్తా దయస్సుతాః॥
(జాతకానుభవదర్పణే)

పుత్రభావము బుద్ధ క్షేత్రములైన మిధున కన్యలు గానీ, లేక శని క్షేత్రములైన మకర కుంభములుగాని అయివుండి, అచట శని గుళికలుండిననూ ఆ స్థానమును వీక్షించిననూ, జాతకునికి దత్తపుత్రుని చేసుకొను యోగము పట్టును.

ఈ యోగ విశేషము, జాతకుడైననూ ఆ దత్తుడు కావలయును లేక జాతకుని దత్తత యోగము కలుగును. పుత్రస్థానమునందు బలముగల శుభ గ్రహమువుండి పంచమాధిపతి చేత వీక్షింపబడని యెడల దత్తత జరుగుట సంభవము.

శ్లో॥ మేషాత్పంచమగేమందే షష్టావ్యయగేరవౌ
బలహీనే గురుశ్చైవ దత్తపుత్రోభవిష్యతః॥

మేషరాశికి పంచమరాశి అయిన సింహరాశి యందు శనియుండి షష్ట అష్టమ వ్యయస్థానముల యందు రవివుండి గురుడు బలహీనుడై యున్న యెడల దత్తత యోగమనునది జాతకునికి తప్పక కలుగుచున్నది.

శ్లో॥ వృషాత్పంచమగే సౌమ్యే కామేచంద్రి వ్యయేగురౌ
ధర్మాధిపే వ్యయేనీచ దత్తపుత్రో భవిష్యతి॥

వృషభమునకు పంచమస్థానమైన కన్యయందు బుధుడుండి సప్తమస్థానమున చంద్రుడుండి వ్యయమున బృహస్పతి వుండి నవమాధిపతి వ్యయమందున్ననూ లేక నీచయందున్ననూ దత్తపుత్రుడు కలుగును.

శ్లో॥ నృయుగ్మాత్పంచమేసూర్యే శుక్రోకన్యాగతోయది
దృష్టిహీనీ సుతస్థానే గురోర్దత్తా దయస్సుతాః॥

మిధునమునకు పంచమస్థానమైన తులయందు రవి యుండి కన్యయందు శుక్రుడు నీచపడి పంచమమును గురుడు చూచిన యెడల అనగా గురుడు కుంభమందుండి నవమవీక్షణచే తులనందున్న నీచ రవిని వీక్షించిన యెడల దత్తపుత్ర యోగము జాతకునకు కలుగును.

శ్లో॥ కుళీరాత్పంచమే చంద్రేభౌమే షష్టాష్టమస్తితే
శుభాధిపే గురౌ నీచేదత్తా యోగాత్సు తంలభేత్॥

కర్కాటక స్థానమునకు పంచమరాశియైన వృశ్చికమునందు చంద్రుడున్నపుడు, కుజుడు శత్రు, ఆయుః స్థానముల యండి గురుడు శుభస్థానాధిపతియై, నీచ యందున్న యెడల దత్తతయోగము పట్టిన తరువాత పుత్ర జననము

కలుగును. మకరరాశి యందు రవియునూ, రవికి పంచమమున అనగా వృషభమున శుక్రుడును, సప్తమ మందు రాహువును వ్యయమంధు బృహస్పతి వున్న యెడల దత్తా పుత్రప్రాప్తి.

శ్లో॥ అంగనాత్పంచమే సౌమ్యే లగ్నాత్కామేధరాసుతే,
కారకేమేష సంస్థేచ దత్తపుత్రో భవిష్యతి॥

కన్యాలగ్నమునకు పంచమమైన మకరమున బుధుడుండి సప్తమమగు ద్వి స్వభావరాశియగు మీనమున కుజుడు వుండి మేష రాశియందు బృహస్పతి యున్న యెడల దత్తత తీసుకొనవలసిన పరిస్థితులుండును.

శ్లో॥ తులాత్సప్తమగే మాందిదశమే గురుసంయుతే
పుత్రిశేత్వన్యరాశేషు దత్త పుత్రోభవిష్యతి॥

తులాలగ్నమునకు సప్తమమైన మేషరాశియందు గుళికుడునూ, దశమ స్థానమున గురుడున్ననూ, పంచమస్థానాధిపతి యితర రాసులందున్నపుడు దత్తపుత్ర యోగము కలుగును.

శ్లో॥ వృచ్ఛికాతించమే చంద్రే చంద్రాత్పంచ మగే బుధే
కారకే బలసంయుక్తే పరంపుత్రోభవిష్యతి॥

వృశ్చిక లగ్నమునకు పంచమస్థానమైన మీనమందు చంద్రుడునూ, చంద్రునకు పంచమమైన కర్కాటకమునందు బుధుడున్నూ వుండి గురుడు జాతకమునందు బలము కలవాడయిన యెడల దత్తత అయిన పిమ్మట పుత్రులు కలుగును.

శ్లో॥ కార్ముకాదష్టగేభౌమేకామేశేవ్యయగేబుధే
సురేజ్యేరంధ్రరిప్ఫారిసంస్థే దతాదయస్సుతాః

ధనుర్ స్థానమునకు అష్టమమగు కర్కాటకము కుజుడు నీచపడి యుండి, బుధుడు వృశ్చికమున వ్యయగతుడై, షష్ట అష్టవ్యయములలో దేని యందైననూ గురుడున్న యెడల దత్తత కలుగును.

శ్లో॥ మకర స్వభాల్లగ్నా త్పంచమే మంద భూమిజౌ౹
కారకే బలహీనీచ దత్తపుత్రో భవిష్యతి॥

మకర లగ్నాత్ పంచమమయిన వృషభమునందు శని, కుజులుండి, పుత్ర కారకత్వము కలిగిన గురుడు బలహీనుడయ్యేనేని జాతకుడు దత్తపుత్రుడగును.

శ్లో॥ కుంభాత్పంచమగే సూర్యే సూర్యాత్సప్తమగేశనౌ
పుత్రనాదో సపాపశ్చేద్దత్త పుత్రోభవిష్యత్॥

కుంభలగ్నమునకు పంచమమైన మిధున రాశియందు రవికి సప్తమమందు శనియున్నపుడు పుత్రస్థానాధిపతి పాపయుతుడైన యెడల జాతకునికి దత్తత కలుగునని చెప్పవలయును.

శ్లో॥ మీన లగ్నా త్సుతాధీశే భాగ్యే భాగ్యాధి పేవ్యయే
కారకే శత్రురాశస్థే దత్తాపుత్రోభవిష్యత॥

మీన లగ్నమునకు పంచమాధిపతి అయిన చంద్రుడు నవమముననూ అనగా వృశ్చికముననూ, నవమాధిపతి కుజుడు వ్యయమున కుంభమందును, కారకత్వము కలిగిన గురుడు శత్రుక్షేత్రగతుడైననూ, జాతకుడు దత్తపుత్రుడగును. పంచమ నవములయందు పాపగ్రహములుండి గురుడు బలహీనుడైవున్న యెడల ఆ జాతకునికి దత్తపుత్రుడు మృతి చెందును.

శ్లో॥ షష్టాష్టమవ్యయే సూర్యే శత్రుభే పాపఖేచరే
గురేచమంద సంధృష్టేయుతేవా దత్తపుత్రకః॥

రవి 6, 8, 12 స్థానముల యందుండి షష్టమ మందు పాపగ్రహముండి, గురుడు శనిచే వీక్షింపబడిన యెడల దత్తపుత్రుడగును. ఈ యోగము పంచమాధి పతికి బలము లేనపుడు సంభవించును. గురుశనులిరువురూ కలసివున్న యెడల జాతకునకు దత్తత్త యోగము కలుగును. ఇది సామాన్యముగా కలుగును. శని బుధులు కలసిన యెడల దత్తుడగుట తప్పదు. పాపులు చతుర్ధమందుండి షష్టమందు పాపులు కలసిననూ, దత్తుడగును. పంచమాధిపతి అష్టమము నందున్న యెడల పుత్రనాశనము కలుగును.

శ్లో॥ పంచమేశేషష్టయుతే షష్టేశేవ్యయరాశిగే
వ్యయాధిపేచ లగ్న స్థే సభూయాద్దత్త పుత్రికః॥

పుత్రస్థానాధిపతి ఋణస్థానమున నుండి ఋణాధిపతి వ్యయమందును, వ్యయాధిపతి లగ్నమందున్న యెడల జాతకుడు దత్తుడగును. శని ద్వితీయమున నున్ననూ ద్వితీయాధిపతితో యుతి చెందిననూ సంతానము నశించును.

శ్లో॥ కారకేబలసంయుక్తే శుభగ్రహ నిరీక్షితే
పరంతుపుత్ర స్వీకారా దౌరసోజాయతేసుతః॥

పుత్రకారకత్వము కలిగినయెడల గురుడు శుభగ్రహ వీక్షితుడయిన యెడల పుత్ర స్వీకారానంతరము వారసుడుకలుగును.

శ్లో॥ తృతీయలాభరంధ్రస్థే సుతేశేవ్యయ సంస్థితే
తస్యావసానసమయే దత్తపుత్రోమరిష్యతి॥

పుత్రస్థానాధిపతి తృతీయ, లాభ, అష్టమ స్థానముల యందు ఎక్కడ వున్ననూ జాతకుని అవసాన కాలమందు దత్తపుత్రుడు కూడా మరణించును.

శ్లో॥ సుతే శేరిష్ఠ సంస్థేచ రిపునాథయుతేపివా
గురుదృష్టి విహీనీచ దత్తపుత్రోరిపుర్భవేత్॥

పుత్రస్థానాధిపతి వ్యయస్థానమున నుండి, ఋణ స్థానాధిపతితో కలిసిననూ, గురు దృష్టి లేక యున్న దత్తపుత్రుడు శత్రువు అగును.

శ్లో॥ సంపూర్ణ బలహీనాశ్చ పుత్ర స్థాన గతాశ్శుభాః
అదృష్టాఃపుత్రనాథేన తదాదత్తాదయస్సుతాః॥
(శుక్రకేరళే)

పుత్రస్థానమందున్న శుభగ్రహములు బలములేని వారయి, పుత్రస్థానాధిపతిచే చూడబడని యెడల దత్తపుత్రుడు కలవాడగును.

శ్లో॥ షష్టాష్టమ వ్యయేసూర్యేశత్రు భేపిన శోభనే
జాతస్వతాన యోగత్తో భవేదితివిదుర్భుధాః॥

రవి, ఋణ, అష్ట, వ్యయ్య స్థానములందున్ననూ, శత్రుక్షేత్రములందున్ననూ దత్తపుత్రుడు కలుగును.

శ్లో॥ వంధ్యాయధాకృశాబాలారోహిణీ పుష్పవర్జితా
శతృత్వేశాత్ర వంప్రోక్తం సమత్వే సమాతాభవేత్॥
(సర్వార్థ చింతామణి)

వంధ్యురాలును, కృశించియున్నగానీ, బాలికారోహిణియును, పుష్పములు ధరించినదియూ, కఠినురాలునూ, స్థూలమైన శరీరము కలదానిని పరిత్యాజంప వలయునని సర్వార్థ చింతామణి యందు తెలుపబడినది.

శ్లో॥ లగ్నపుత్రేశ్వరాభ్యాంతు మిత్రత్వేనే వమిత్రతా
శతృత్వే దౌత్ర వంప్రోక్తం సమత్వేసమాతాభవేత్॥
(సర్వార్థ చింతామణి)

తండ్రీ కుమారులకు లగ్నపుత్రాధి స్థానాధిపతులు మిత్రత్వము చేత పుత్ర, మిత్రత్వమును, శత్రుత్వము చేత తండ్రీ కుమారులకు శతృత్వంబును, సమత్వముచే సమమును తెలియవలయును. లగ్నపంచమాధిపతుల యొక్క నైసర్గిక, తాత్కాలికస్థితుల ప్రకారము మిత్ర శత్రుత్వములను తెలియచెప్ప వలయును.

శ్లో॥ విలగ్నపుత్రనాథౌతు పరస్పర నిరీక్షితౌ
పరస్పర గృహాంశస్థాపితురుక్తం హికారయేత్॥

లగ్నాధిపతి, పంచమాధిపతి ఒకరినొకరు వీక్షించిననూ, అన్యోన్య గృహాంశల యందు న్ననూ, అట్టి జాతకునికి పుత్రుడు తండ్రి బాటలో నడచువాడగును.

శ్లో॥ లగ్నం పశ్యతి పుత్రనాథేపుత్రాన్వితేపివా
లగ్నేశ్వరే సుతస్థేవాపితృ వాక్యశానుగః॥

పంచమస్థానాధిపతి లగ్నమును వీక్షించుచున్ననూ, పుత్రస్థానమునందే వున్ననూ, అట్టి జాతకునికి పుత్రుడు తండ్రి అదుపులో వుండి తండ్రి చెప్పిన విధముగా నడచుకొనును.

శ్లో॥ పితృస్థానేశ్వరే దుస్తే లగ్నేశేనాపివీక్షితే
సంధృష్టే కుజరాహుభ్యాం నిత్యం పితృవిదూషకః॥

పంచమస్థానాధిపతి 6, 8, 12 స్థానములందుండి లగ్నాధిపతి చేతనూ, కుజ, రాహువుల చేతననూ వీక్షింపబడేనేని అట్టి జాతకుని పుత్రుడు ఎల్లపుడూ తండ్రిని తిడుతూ వుండునని తెలియవలయును.

శ్లో॥ పంచమే గురుశుక్రాభ్యాం సవిడ్భ్యాం సహితేథవా
ఏతాషాంభవనేవాపి సోయం భోజయుతా భవేత్॥

పుత్రస్థానమైన పంచమము బుధునితో కలసి గురుశుక్రులు కూడా వున్నదయి ఆ బుధ గురుశుక్రులు క్షేత్రమైననూ అట్టి జాతకుడు పుత్రుని కలసి వుండువాడును, పుత్రుని వల్ల పరులకు భోజన సదుపాయము కూర్చువాడగును.

శ్లో॥ తృతీయయేశేతృతీయస్థే పంచమేశే సుఖంగతే
సుఖేశ్ స్వోచ్ఛగేకేంద్రే భుక్తీశౌప్యన్న దానద్యా॥

తృతీయాధిపతి, తృతీయమునందుండి పుత్రస్థానాధిపతి చతుర్ధస్థానమునందుండగా, చతుర్థాధిపతియైననూ,ద్వితీయాధిపతియైననూ,ఉచ్ఛయందుండి కేంద్రవర్తిఅయ్యేనేని అన్నదాత అగును.

శ్లో॥ పుత్రస్థాన పవిత్ర పాపగ్రహజి తాపా పేక్షితౌపుతిభే
జాతోనేకకళత్రవాస్యది సుతాభావం భవే తద్ధ్రువం
తజ్జాయాయది పుత్ర యోగజనితాసౌమ్యే సదాపంచమే
షష్టే శేన నిరీక్షితే సుతపతౌ జారేణు సంజాయతే॥

(శుక్రకేరళే)

పంచమాధిపతి, ద్వితీయాధిపతి ఇద్దరునూ, గ్రహములచేత జయింప బడిననూ, పాపగ్రహవీక్షణ పొంది పుత్రస్థానమందున్న యెడల అనేక మంది స్త్రీలను వివాహము చేసుకొనిన జాతకునకు సంతానము కలుగదు. ఒకవేళ అట్టి జాతకుని భార్య పుత్ర యోగము కలిగి యున్న యెడల సౌమ్యుడు లేక పంచమాధిపతి పంచమమునందుండి షష్టాధిపతిచే వీక్షింపబడిన యెడల అన్యపరుషుని వలన సంతానము పొందువాడగును.

శ్లో॥ సుతేశేనాశరాశిస్థే రాహునాసహితశ్శశీ
పుత్రస్థానంగతేమందే తస్యపుత్రః పరోద్భవః॥
(జాతకానుభవదర్పణే)

పుత్రస్థానాధిపతి అష్టమమందుండి చంద్రుడు రాహువుతో కలసి, పంచమమున శనియున్నయెడల జాతకుడు ఇతరులకు జన్మించినవాడగును. ఇది జాతకాను భవ దర్పణమందు వ్రాయబడినది.

శ్లో॥ సుతేశే రాహు సంయుక్తే సుతస్థానం సమాశ్రితే
గురుణా వీక్షితే చంద్రేతస్య పుత్రో పరోద్భవం॥

పుత్రస్థానాధిపతి రాహువుతో కలసి పంచమముననుండగా, గురుడు చంద్రుని వీక్షించని యెడల అట్టివానికి అన్యుల బీజము వలన పుత్రుడు జన్మించును.

శ్లో॥ లగ్నా ద్వాదశగే చంద్రే లగ్నా దష్టమగే గురౌ
పాపయుక్తే చ సంధృష్టే పుత్రస్యదన్య బీజజః॥

లగ్న వ్యయమున చంద్రుడునూ, అష్టమమున గురుడు వున్నపుడు పాపులతో కలసిననూ, వీక్షింపబడిననూ, జాతకుడు అన్యబీజము వలన జన్మించిన వాడగును.

శ్లో॥ శతృస్థాన స్థితేజీవే తన్నాధే పత్రా సంయుతే
పాపదృష్టే న్యబీజేనపుత్రోత్పత్తిం వినిర్ధిశేత్॥

బృహస్పతి షష్టమస్థానమందుండి గురుడున్న రాశ్యాధిపతి పంచమమున నుండి పాపగ్రహములచే వీక్షింపబడిన యెడల అన్యుల వలన పుత్రోత్పత్తి కలుగును.

శ్లో॥ రిపుణా సంయుతే జీవేపుత్రస్థే రవివీక్షితే,
కుజదృష్టేన్య బీజీన పుత్రోత్పత్తి వినిర్ధిశేత్॥

గురుడు శత్రు గ్రహయుతుడై పుత్రస్థానమైన పంచమమునందుండి రవి, కుజల యెుక్క వీక్షన పొందిన యెడల అన్య బీజనంతానమని తెలియవలయును.

శ్లో॥ చంద్రమార్కేణ సంయుక్తం నవీక్షతి గురుర్యది
లగ్నాధి పేపరాంశస్థే పరజాతోభవేచ్ఛిశుః॥

రవితో కలసివున్న చంద్రుని గురుడు వీక్షించని యెడల మరియు లగ్నాధిపతి పరాంశల యందున్ననూ యితురుల వలన పుత్రుడు జన్మించును.

శ్లో॥ నీచరాశి గతే సూర్యే సూర్యాత్పంచమగేగురౌ
చంద్రాత్పంచమగే రాహూ పుష్టిణ్యాం జాయతేసుతః॥

రవినీచయందును, రవికి పంచమమున గురుడుండి, చంద్రునకు పంచమమున రాహువున్న యెడల రజస్వల స్త్రీ గమనమువలన పుత్రోత్పతి కలుగును.

శ్లో॥ పంచమే భృగుసంయుక్తే చంద్రేణ సహితే తధా
గురౌత్రికోణ సంయుక్తే పరదైవముపాసతే॥
(శుక్రకేరళే)

పుత్రస్థానమందు చంద్ర శుక్రులు, గురుడు త్రికోణ స్థానమునందును వున్న యెడల జాతకుడు పరదేవతను వుపాంశించును.

శ్లో॥ పంచమే గ్రహ సంయుక్తే దుర్గాదేవి ముపాసతే
పంచమే భానుసంబంధే సూర్యశంకర పూజకః॥

పుత్రస్థానమందు గ్రహములున్న యెడల దుర్గాదేవిని ఉపాసించును. పంచ మమునందు రవియున్న యెడల రవి శంకరులను జాతకుడు పూజించును.

శ్లో॥ చంద్రేతథావిధే జాతో యక్షదేవ ముపాసతే॥

చంద్రుడు పుత్రస్థానమైన పంచమస్థానమునందున్న యెడల జాతకుడు యక్షదేవిని పూజించును.

శత్రుభావము (షష్టమ భావము)

శ్లో॥ అరిభవనాదరిచో రక్షత విఘ్నక్లేశ నాభ్యుదరదేశాక
మధురాధి షడుపదంశాన్ గ్రహరాశ్యాదితాస్వదే త్ప్రాజ్ఞః॥
(సర్వార్థ చింతామణి)

షష్టభావమువలన శత్రువులు,దొంగలు,గాయములు,విఘ్నములు,దుఃఖములు, నాభి, ఉదరప్రదేశము, మాధుర్యాధిషడ్రసములు, సుఖములు కష్టములు మొదలగు వ్యాధులు లేక ఊరగాయలు మొదలైన పదార్ధములు వీటిని ఆయా గ్రహరాశి, రాశి సంబంధములననుసరించి, సంభవించు ఫలములను జ్యోతిష్కుడు చెప్పవలయును.

శ్లో॥ శిరోమేషాన్ముఖంకంఠం శ్రోతం నాసాంచగుహ్యాంకం
పాణిపార్శ్వ దృశౌపాదౌ ప్రపదేకుక్షిమాదిశేత్॥

మేషము శిరస్సు, వృషభము ముఖము, మిధునము కంఠము, కర్కాటకము శ్రోతము, సింహము నాళికము, కన్య గుహ్యాస్థానము, తులహస్తములు, వృశ్చికము పార్శ్వము, ధనస్సు నేత్రములు, మకరము పాదములు, కుంభము మీగాళ్ళు, మీనము కుక్షి ఇట్లు అవయవ విభాగములను చేసిరి.

శ్లో॥ గండస్స్యా ద్రవిణాన్వితాజ్వరభవో లగ్నాష్ట షష్ఠాధిపా
శ్చంద్రేణాంబుభవః కుజేనతదనుస్యాద్గ్రంధిశస్త్రోద్భవః
పైత్యోద్ధోధవిదా మజస్తు గురుణాశుక్రేణ జాయోద్భవ
స్సౌరేణా వ్యభిచార జస్తుత మసాసర్పోద్భవః కేతునా॥
(శుక్రకేరళే)

లగ్నషష్ట అష్టమాధిపతులు రవితో కలసియున్న యెడల జ్వరగండము కలుగును. చంద్రునితో కలసివున్న యెడల జలగండము కలుగును. కుజునితో కలసివున్న యెడల వ్రణములు, అస్త్రముల వలన గండము, గురునితో కలసిన యెడల పైత్య రోగముల వలన గండమని తెలియవలెను. శుక్రుని కలిసిన యెడల వ్యభిచారము వలన గండము కలుగును. శనితో కలసిన యెడల ఎముకల రోగము వలన గండమును, రాహు కేతువులతో కలసిన యెడల వయస్సు వలన కలుగు రోగముల వలన గండము కలుగును.

శ్లో॥ భాను ర్మూర్ధ్ని శశే ముఖేని సుతః కర్ణేతునా భేరధ
శ్చాంద్రీసూరిరనామయం ప్రకృతితో నేత్రామయం బార్గవః
మందో వాతమవాంశ్చ కేతురుదరవ్యాధిం బుధక్షేత్రగే
లగ్నే శేషశి జన్మవీక్షిత యుతే గుహ్యేవ్రణం యచ్ఛతి॥

రవి శిరస్సున వ్రణములు కలుగ జేయును. చంద్రుడు ముఖమునందును, బుధుడు నాభికి దిగువ భాగమునందును, వ్రణములు కలిగింతురు. గురుడు రోగములు లేకుండా చేయును. శుక్రుడు నేత్ర రోగమును, శని వాత రోగమును, రాహు కేతువులు ఉదర సంబంధమగు వ్యాధులు కలుగ చేయుదురు. లగ్నము బుధక్షేత్రమై బుధునియొక్క దృగ్యోగాది సంబంధములున్న యెడల గుహ్య రోగములు కలుగజేయును. గండములు కూడా ఏర్పడును.

శ్లో॥ షష్టస్థ షష్టనాధశ్చ ద్రష్టా నీచాస్త గోయది।
వక్రీచ శత్రు బాహుళ్యం వ్రణబాహుళ్యం మాదిశేత్॥

6వ స్థానమందున్నవాడు, 6వ స్థానాధిపతి, 6వ స్థానమును వీక్షించువాడు ఈ నలుగురునూ నీచ స్తమయములను పొందిననూ, వక్రించిననూ, శత్రువులు ఎక్కువ, ఎక్కువ వ్రణములు కలుగును.

శ్లో॥ రవౌరిపు గృహేరిపుగణే నిశానాయకే తదీయజననీ గణేధరణిజే
నిజభ్రాతృషు। బుధే వసతి మాతులే సుతపితామహేదౌగురౌ
భృగౌతు వనితాణేభవతి భృత్య వర్గేశనౌ॥

రవి 6వ స్థానమందున్న యెడల రిపులగ్నహమునకు హాని వ్రణములు కలుగును. చంద్రుడున్న మాతృవర్గమునకు అపాయము, వ్రణములు కలుగును. బుధుడున్న యెడల మేనమామ వర్గమునకు హాని, వ్రణములు కలుగును. గురుడున్న యెడ పిల్లలు తండ్రి వర్గము వారికి హాని వ్రణములు కలుగును. శని వున్నపుడు పనివారికి అనగా తన క్రింది వారికి హాని వ్రణములు కలుగును.

శ్లో॥ పిత్తేనరోగేణ బుధేనయుక్తౌ నిర్వ్యాధికోజీవసమన్వితౌబేత్,
శుక్రేణ భార్యా విపదంవదంతి మందేననీచా నలరోగమాహుః॥
(సర్వార్థ చింతామణి)

లగ్నాదిపతి షష్టమాధిపతులిద్దరూ బుధునితో కూడి వున్న యెడల పైత్య రోగముచే బాధలు కలుగును. బృహస్పతితో కలసివున్నపుడు రోగములేక ప్రశాంతముగా నుండును. శుక్రునితో కలిసి వున్న యెడల భార్యకు ఆపద కలుగును. శనితో కలసి వున్న యెడల నీచమైన వాతరోగముచే కలుగునని సర్వార్థ చింతామణి యందు వివరింపబడినది.

శ్లో॥ సరాహుకేతూ శిరసిప్రపేడా చోరాగ్ని ఛర్వాత భయాత్ప్రమాదః
షష్టేశ్వరశ్చంద్ర సుతేన యుక్తాస్త్వాహు ద్విలగ్నే భయమ త్రిశిశ్నే॥

లగ్నాధిపతి, రోగస్థానాధిపతి (షష్టమాధిపతి) రాహు కేతువులతో కలసివున్న యెడల శిరోవ్యాధి వలననూ, చోరులు అగ్ని వలననూ వాతరోగము వలననూ గండము కలుగును. రోగస్థానాధిపతి బుధునితో కలసి లగ్నమందున్న యెడల జాతకునకు మర్మావయవమునందు వ్రణముచే గండము కలుగును.

శ్లో॥ భినత్త్యసాసామ్యదృశావిహీనే
ససూర్యపుత్రో యదిలింగమాహుః॥

రోగస్థానాధిపతి శనితో కలసి లగ్నమందున్న యెడల జాతకుడు మర్మావయ వమును భేదించుకు బాధనొందును.

శ్లో॥ రక్తంతిధా సూర్యసమన్వితేచ
గ్రహూక్తదేశేనియమంత దాహుః
లగ్నేశ షష్ఠాధిపతీది నేశయుక్తౌ జ్వరం చంద్ర సమన్వితౌబేత్
జవేన గండం క్షితి సూనుయుక్తే
యుద్ధేన వాస్ఫోటక రాశిభిర్వా॥

చంద్రుడు, బుధుడు లగ్నాధిపతి రవితో కలసివున్న యెడల రక్తవ్యాధి కలుగును. ఆయా గ్రహములకు చెప్పబడిన ప్రదేశములందు ఆయా వ్యాధులు కలుగును. లగ్న రోగస్థానాధిపతులు రవితో కలిసియున్న యెడల జ్వరగండము కలుగును. చంద్రునితో కలిసి వున్న జలగండము కలుగును. కుజునితో యున్న యెడల యుద్ధము నందు గండము కలుగును. లేక స్ఫోటకము చేతనైననూ గండము కలుగును.

శ్లో॥ లగ్నషష్టమృతిపాః కలావతి బధ్నగాయదిచ గండరోగదాః
గ్రంధిరోగమపి భౌమగ్రాపియేశస్త్ర ఘాతమపిదా పయంతితే॥
(కాళిదాసకేరళే)

వ్రణాలను కలిగించు లగ్న షష్టమాధిపతులు, అష్టమాధిపతియు కలసి సూర్యునితో కలసిన యెడల లేక రవి రాశియైన సింహక్షేత్రములో వున్న యెడల గండమాలలు వ్రణములు జాతకునికి కలుగును. ఆ లగ్న, రోగ, ఆయుః కారకాధిపతులు కుజునితో కలసిన లేక మేష వృశ్చికములలో వుండిన యెడల గ్రంథి రోగములు, వ్రణములు, మూల వ్యాధులు లేక భగంధరాణి రోగములు కలుగ చేయుదురు. లేక ఆయుధము వలన దెబ్బలు కలుగును. 6, 8 స్థానాధి పతులు ఇద్దరునూ, లగ్నాధిపతితోకాక, కుజునితో కలసిననూ, వీక్షింప బడిననూ, లేక లగ్న షష్టాష్టమాధిపతులు ముగ్గురూ, కుజునితో కలిసిననూ వీక్షింప బడిననూ, గ్రంథిరోగముకానీ, భగంధర రోగముకానీ, మూల వ్యాధి కానీ, ఆయుధము వలన దెబ్బకానీ కలుగునని తెలియవలయును.

శ్లో॥ అష్టమేమంద సంయుక్తే రంధ్రద్వాదశగే కుజే,
త్రింశే పంచదశాబ్దే తుపి పాసాంచ వినిర్దిశేత్॥

అష్టమ స్థానమందు శనియును, అష్టమ వ్యయరాశులలో ఒకరాశియందు కుజుడున్నయెడల పదిహేనొక సంవత్సరమందైననూ, ముప్పయిఐదవ సంవత్సరమునందైననూ పిపాసా వ్యాధి వలన గండము కలుగును. పిపాస వ్యాధి యనగా గుండె, ఊపిరితిత్తులు ఎండిపోయి అతిదాహమగుటను పిపాసా వ్యాధి అందురు.

శ్లో॥ ధర్మేశనౌ దేవగురౌతృతీయ్యే కరచ్ఛి దాస్యాన్నిధనేవ్యయేవా
విధౌకళత్రే నిధనాన్వితేనా కుజేనయుక్తే యదివాసజీవే॥

భాగ్యస్థానము అనగా నవమస్థానమందైననూ రంధ్ర స్థానము అనగా అష్టమ స్థానము నందైననూ, శనియుండి, తృతీయమందైననూ, ద్వాదశమందైననూ, గురుడున్న యెడల చేతులు నరకుటయే వ్రేళ్ళు కత్తిరింపబడటయె జరుగును. చంద్రుడు సప్త అష్టమమందు కుజుగురులతో కలిసియున్న యెడల జాతకునికి కంఠభంగమగునని తెలియ వలయును. మరణ యోగమునకు కూడా ఈ షష్టమ భావము నుండి గ్రహించవచ్చును.

శ్లో॥ కర్మస్థితాశ్చే ద్యదిరాహుమంద సౌమ్యాః కరచ్ఛేదయుతోత్ర జాతః।
శుక్రేణ యుక్తే యదివారీనాథే రవౌశనౌవాఫతినాధయుక్తే
క్రూరాది షష్ట్యంశ సమన్వితే వానిచ్ఛేదనం తస్య శిరోవదంతి॥

రాజ్యస్థానమందు అనగా దశమస్థానమందు అనగా కర్మస్థానమందు రాహు శని, బుధులున్న యెడల జాతకుని కరములు ఖండింపబడుటచే దుర్మరణము కలుగును. షష్టాధిపతి శుక్రునితో కలసియుండగా,రవిఐననూ, శనిఐననూ రాహువుతో కలిసి క్రూరాది షష్ట్యంశల యందున్నయెడల జాతకుని శిరస్సు తెగవేయబడును.

శ్లో॥ షష్టాష్టమవ్యయే చంద్రే లగ్ననాథేనవీక్షితే
మందమాంధ్యగు సంయుక్తే తస్యదుర్మరణం వదేత్॥
(సర్వార్థ చింతామణి)

చంద్రుడు షష్టాష్టమవ్యయముల యందుండి లగ్నాధిపతిచే వీక్షింపబడుచూ, శని మాందీ రాహువులతో కలిసిన యెడల జాతకునకు దుర్మరణము కలుగును.

శ్లో॥ రంధ్రేశ్వరస్థితత్ర్యం శేపాశసర్పాది సంయుతే।
దృగాణే నిగళాద్వాపిడద్బంధాన్మరణం వదేత్॥

అష్టమాధిపతి వున్న ద్రేక్కోణము, పాశసర్పాది సంజ్ఞలు కలది అయిన యెడల జాతకునకు ఉద్బంధనము వలన అయిననూ అనగా ఊపిరిబిగించుట వలన లేక ఉరితీయబడుట వలననూ మరణము కలుగును.

శ్లో॥ మంద మాంద్యగుసంయుక్తే రంధ్రేశస్థత్రి భాగవే।
తదా విధేర్క పుత్రేతుహ్యాద్బంధాన్మరణం వదేత్॥

అష్టమాధిపతి యున్న ద్రేక్కోణాధిపతి శని, మాంది, రాహువులతో కూడి యున్న యెడల ఉరి వలన మరణము కలుగును. ఈ విధముగా శనియున్ననూ బలవంతమైన మరణము కలుగును. ఇవి తప్పదని తెలియవలెయును.

శ్లో॥ యుద్ధేనమరణం బ్రూయాచ్ఛనియుక్త త్రిభాగగే
కుజేన వీక్షితయుతే, భౌమక్షేత్రేతదంశకే॥

శనియున్న ద్రేక్కోణాధిపతి కుజక్షేత్రమునందైననూ, కుజనవాంశయందైననూ వుండి కుజుని వీక్షణ పొందిననూ జాతకునికి యుద్ధముచేత మరణము కలుగును.

శ్లో॥ రవి భౌమౌయదా చ్యన్యం పరస్పర నిరీక్షితౌ
పరస్పర గృహంశ స్థౌద్వంద్వ యుద్ధాస్మృతి ర్భవేత్॥

రవి కుజులు అన్యోన్యులై పరస్సర వీక్షణ గలవారైననూ లేక పరస్పర గృహాంశల యందున్ననూ ద్వంద యుద్ధము వలన మరణము కలుగును.

శ్లో॥ షష్టాష్టమేశే భౌమేవా విక్రమేశసమన్వితే
మందమాంద్యగుసంయుక్తే క్రూరాంశేయుద్ధతో మృతిః॥

షష్టమాధిపతియైన, అష్టమాధిపతియైన, కుజుడైననూ తృతీయాధిపతితో కూడి

శని మాందీ రాహుగ్రహయుక్తుడై క్రూరాంశమందున్న యెడల జాతకుడు యుద్ధములో మరణించును.

శ్లో॥ సంఘుస్యాన్మరణం తస్య శనిరాహుదినాధిపాః
రంధ్రేశ వీక్షితాస్సర్వేక్రూరాంశామూఢ సంయుతాః॥

శనిరాహు రవి అను ముగ్గురు అష్టమాధిపతిచే వీక్షింపబడుచూ, క్రూరాంశలను పొంది మౌఢ్యయుక్తులైన యెడల జాతకునకు సంఘాతజనమందు మరణము కలుగును.

శ్లో॥ అష్టేమే బహవఃపాపాః భౌమరాశి గతాంశపాః
క్రూర షష్ట్యంశకయుతాస్సంఘాతాన్మరణంవదేత్॥

అష్టమస్థానమందు అనేక పాపగ్రహములు కుజ నవాంశ గతులైననూ, క్రూర షష్ట్యంశగతులయిన యెడల సంఘాతజనము వలన మరణము కలుగును.

శ్లో॥ నీచమూఢారిగే హస్తాః సౌమ్యాస్సర్వే పరాజితాః
పాపాంశకాః పాపయుతా మృతిస్సాం ఘాకీభవేత్॥

శుభగ్రహములన్నియునూ, నీచ, శత్రు, మూడములను పొందియుండి గ్రహ యుద్ధ మందు పరాజితులై పాపగ్రహ నవాంశలను పొందుచూ పాపగ్రహములను కలసిన యెడల జాతకునకు సంఘాత మరణము సంభవించును. సంఘాత మరణము అనగా, తీవ్రముగా కొట్టబడుట చేత అని అర్థము. ఈ తీవ్రత అనునది తిరిగి లేచుటకు అనగా బ్రతుకుటకు వీలులేనటువంటి విధము ఈ విధమైన మరణ యోగములను తెలిపినారు.

శ్లో॥ షష్టేశేలగ్నయాతే భవతిహిమనుజోవైరి హంతాధనస్థే
పుత్రాదర్థోతి దుష్టస్సహజ భవగేగ్రామ దుఃఖా కరస్యాత్
నాభిస్థానే చరోగీ తనునిధన పతీశత్రు భావస్థితౌవా
నేత్రేవామేతారే స్యాదసురకుల గురుస్సూర్యజస్త్వంఘ్రిరోగ॥
(జాతకాలంకారే)

షష్టాధిపతి లగ్నమందున్న యెడల శత్రువులను గెలుచును. కొడుకు ధనమును తీసుకొని పోవును. జాతకుడు చెడ్డవాడగును. తృతీయ భావ మందుండిన యెడల తాను నివసించు గ్రామమునకు దుఃఖము కలుగు చేయువాడగును. నాభి స్థానమునందు రోగము గలవాడగును. లగ్న అష్టమాధిపతులు 8వ యింట వున్నపుడు యెడమ కంటికి రోగమ్ము కలుగును. శుక్రుడు 6, 8, స్థానములందున్న యెడల కుడికన్ను గుడ్డిదిగా అగును. ఆరింట శనియున్నచో కుంటివాడగును.

శ్లో॥ జ్ఞాతయోబహవస్సంత షష్టేశేదేవపూజితే
శుభాన్వితే శుభౌర్ధృష్టే మృద్వంశాది సమన్వితే॥

శత్రుస్థానాధిపతి అనగా షష్టాధిపతి గురుడై ఆ గురుడు శుభయుతుడైననూ, శుభవీక్షితుడైననూ, మృద్వంశలతో గూడిననూ, జాతకునకు అనేకమంది జ్ఞాతులు వుందురు.

శ్లో॥ లగ్నాధిపే బలయుతే షష్టే చంద్రేథవాశుభే
కేంద్రతికోణగే జీవే జ్ఞాతిభిస్సహజీవనం॥
(సర్వార్థ చింతామణి)

జన్మలగ్నాధిపతి బలవంతుడై వుండి షష్టమస్థానమందు చంద్రుడు కానీ వేరొక శుభగ్రహము కానీ యున్నపుడు గురుడు కేంద్రత్రికోణముల యందున్న యెడల జాతకుడు జ్ఞాతులతో కూడా కలసి జీవించును అని సర్వార్థచింతామణి యందు వ్రాయబడియున్నది.

శ్లో॥ గురుశుక్ర విలగ్నేశాః షష్టభావేశ్వరాన్వితాః
శన్యారఫణి సందృష్టాః జ్ఞాతిపీడాం వినిర్ధిశేత్॥

గురుడు, శుక్రుడు, లగ్నాధిపతులు ముగ్గురూ, షష్టాధిపతితో కలసివుండగా, శని, రాహు కుజులచే వీక్షింపబడిన యెడల జాతకునకు జ్ఞాతుల వలన బాధలు కలుగునని చెప్పబడినది.

శ్లో॥ లగ్నేశేషష్టభావస్థే షష్టేశేన నిరీక్షతే
తౌవా విలగ్న భావస్థా జ్ఞాతిపేడాం వినిర్ధిశేత్॥

షష్టాధిపతి షష్టమమునందున్న లగ్నాధిపతిని వీక్షించిననూ లేక లగ్నాధిపతి షష్టమాధిపతి యిరువురునూ, లగ్నమందున్నపుడు జాతకునకు జ్ఞాతులచే అనేకమైన కష్టనష్టములు కలుగును.

శ్లో॥ శుభగ్రహేణ సంద్ృష్టే శతృస్థానాధిపేనతి
శుభాన్వితే శుభక్షేత్రే తేనమైత్రీం వినిర్ధిశేత్॥

శతృస్థానాధిపతి శుభగ్రహవీక్షణ పొంది శుభగ్రహక్షేత్రములందు శుభగ్రహ యుతుడై యున్నయెడల జ్ఞాతులకు జాతకునకు స్నేహితము కలుగును. సఖ్యతగా వుందురు.

శ్లో॥ పారావతాధిభాగస్తే లగ్నేశేశుభవీక్షితే
శత్రుపే బలహీనేవా తస్మాదుత్కృష్టతాంవదేత్॥

పారావతాంశను పొందిన లగ్నాధిపతి, శుభవీక్షణ కలిగినపుడు షష్టమాధిపతి బలహీనుడయిన యెడల జ్ఞాతులకంటే జాతకుడు ఉన్నతుడగునని తెలియవలయును.

శ్లో॥ తదేశే గోపురాంశాదౌదినేశేన నిరీక్షితే
లగ్నేశేబలసంపూర్ణతే జ్ఞాతీనాముపకారకృత్॥

ఋణ స్థానాధిపతి గోపురాంశాధికమున వుండి రవిచే వీక్షణ పొందగా లగ్నాధిపతి పూర్ణబలవంతుడయివున్న యెడల జాతకుడు జ్ఞాతులకు ఉపకారము చేయును. వీటితోపాటుగా ఉపదంశయోగము అనగా భోజనసమయమున నంచుకొనుటను గురించి కూడా వివరించుచున్నారు.

శ్లో॥ షష్టేసౌమ్యే శుభైదృష్టే తదీశే శుభాసంయుతే
పాపగ్రహణాం మధ్యస్థే ఉపదంశ ప్రియోభవేత్॥

ఆరింట శుభగ్రహము వుండి మరియొక్క శుభగ్రహవీక్షణ పొందుచుండగా, షష్టమాధిపతి శుభగ్రహయుతుడై పాపగ్రహముల మధ్యవుండుట సంభవించిన యెడల జాతకుడు వుపదంశ ప్రియుడగునని తెలియవలయును.

శ్లో॥ ఉపదంశప్రియే నిత్యం షష్టే జీవశశాంకజౌ
క్షేత్రేతయో ర్వాసంప్రాప్తే మృద్వంశాధి సమన్వితే॥

ఆరింట బుధగురులున్ననూ, లేక షష్టమ రాశి గురు బుధుల యొక్క స్వక్షేత్రమై మృద్వంశాది షష్ట్యంశ గమమయినయెడల జాతకుడు భోజనమున నంచుకొనుటకు యిష్టపడువాడగును.

శ్లో॥ సురేజ్యే షష్టభావస్తే శుక్రేవాతస్యనాయకే
మధురాదిప్రియోనిత్యం గోపురాద్యంశకాన్వితే॥

గురుడు ఆరింటనున్ననూ, షష్టమాధిపతి శుక్రుడైననూ గోపురాద్యంశ మందున్నయెడల జాతకుడు మధురమగు పదార్థములు తినుటకు యిష్ట పడువాడగును.

శ్లో॥ శుక్రేషష్టేన సౌమ్యేవా శుభదృష్టే శుభాంశకే।
బలాన్వితే శుభాంశస్థే నిత్యం మధుర భాగ్భవేత్॥

ఆరవ స్థానమందు శుక్రుడైననూ, బుధుడైననూ వుండి శుభవీక్షితుండయిన యెడల శుభానవాంశలను బొందిన యెడల జాతకుడు ఎల్లపుడూ మధుర పదార్థములను తినుటకు యిష్టుడగును.

శ్లో॥ పాపగ్రహణాం సంబంధే షష్టే మధుర వర్జితః।
షష్టేశ్వరేశుభై దృష్టే భౌమక్షేత్రేదన్వితే॥

ఆరవ స్థానము పాపగ్రహమునకు స్వరాశియైన జాతకుడు మధుర పదార్థములను తినజాలడు, వర్జించును. షష్టమాధిపతికి శుభగ్రహవీక్షణ కలిగెనేని మరియు కుజ క్షేత్రమందుండి కుజ సంబంధమున్న యెడల జాతకుడు నేయిని అధికముగా తినువాడుగా తెలియవలయును.

శ్లో॥ ద్విసేశేనవాదృష్టే ఆజ్యభాక్సనరోభవేత్।
షష్టేశే భానుసంయుక్తే రాహుకేతు సమన్వీత్॥

ఆరవస్థానాధిపతి రవిచే వీక్షింపబడిన యెడల నేతిని అధికముగా భుజించును. షష్టమాధిపతి రవి, రాహు, కేతువులతో కలసినయెడల జాతకుడు నెయ్యిని అధికముగా తినువాడగును.

ఇదే షష్టమస్థానమును అనుసరించి విశేష రోగములను కూడా నిర్ణయించు కోవచ్చునని తెలియజేయబడుచున్నది.

శ్లో॥ దేహపార బుధచంద్ర రాహువో యత్రికుత్రా మదిరాక్షిసంగతాః
కుష్టినంవిధధతే శరీరిణం శంబరారి రణరంగపండితే॥
(కాళిదాసకేరళే)

లగ్నాధిపతి పాపులగు కుజు బుధ రాహు కృష్ణ పక్ష చంద్రులతో కలసి యే రాశియందున్ననూ జాతకునకు కుష్టరోగము కలుగనని కాళిదాసు కేరళమను గ్రంథమున తెలియజేయబడినది.

శ్లో॥ తేతులగ్నభవనాధిపం వినాలగ్న గాయదివ లగ్న శోభిని
శ్వేతికుష్టము పపాదయంతితే కృష్ణ కుష్ఠమసి తేవసంగతాః॥

కుజుడు, చంద్రుడు, బుధుడు, రాహువులు అను ఈ నలుగురు లగ్నాధిపతితో కలవకుండా లగ్నమందున్న యెడల జాతకునికి తెలుపు కుష్టు కలుగును. ఆ కుజ, చంద్ర రాహువులు శనితో కలిసి లగ్నమందున్నయెడల నీలి కుష్టు కలుగనని శాస్త్రము.

శ్లో॥ రిపుస్థానగతే చంద్రేశిశినాసంయుతేయది
పంచపంచాశవర్షేతురక్త కుష్టం వినిర్ధిశేత్॥
(శుక్రకేరళే)

చంద్రుడు కుజుయుతుడై రోగస్థానమైన ఆరింట వున్న యెడల యాభయి అయిదవ సంవత్సరమునందు జాతకునికి రక్త కుష్టు అనగా ఎఱుపు కుష్టు కలుగును. ఇది శుక్రకేరళ మందు లిఖింపబడినదని తెలియవలయును.

శ్లో॥ లగ్నాధిప బుధౌ యత్ర షష్టకారక సంయుతా
జాతస్యరక్తకుష్ట స్తుశీర్షా కర్ణేపివావదేత్॥

లగ్నాధిపతి, బుధుడు, షష్టమ స్థానకారకునితో కలసియున్న యెడల జాతకునకు శిరస్సు నందుగానీ, చెవియందుగానీ, రక్త కుష్టు కలుగును.

శ్లో॥ శన్యారసహితేషష్టే రవిరాహు నిరీక్షితే
శుభైరదృష్ట యుక్తేవాశ్వాసకాసక్షయాశిరుల్॥
(సర్వార్థ చింతామణి)

ఆరవ స్థానమందు శనియు, కుజుడును వుండి శుభగ్రహయుతి కానీ వీక్షణ కానీ లేక మరియు రవి రాహువులచే వీక్షింపబడిన యెడల జాతకునకు శ్వాసకోస క్షయ రోగము కలుగును.

శ్లో॥ శ్లేష్మవాతార్తితస్సౌమ్యే తథాభూతే విశేషతః
నథోషస్తాద్య శేజీవేశుక్రే మూలాతి సారారుక్॥

ఆరవస్థానమందు బుధుడుండి పాపులచే వీక్షింపబడి, పాపనవాంశల యందున్న యెడల జాతకునకు శ్లేష్మవాతము కలుగును. గురుడుండి పాపసంబంధము లున్ననూ ఎటువంటి రోగములు అంటవు. శుక్రుడు ఆరింట నుండి పాపగ్రహవీక్షణ పొందిన యెడల జాతకునకు మూలవ్యాధి, అతిసారము కలుగును.

శ్లో॥ చంద్రేకుజేయుతే భ్రాంతి శ్వేతపాండ్వాది రోగభాక్
రిపౌచంద్రే రవియుతే విసర్పాశూలరోగభాక్॥

అష్టమమందు చంద్రుడు కుజునితో కలసివున్నపుడు జాతకునకు భ్రాంతి, పాండురోగములు మొదలయినవి కలుగును. చంద్రుడు రవితో కలసి రోగస్థాన మందున్న యెడల విసర్పశూలరోగములు జాతకునికి కలుగును.

శ్లో॥ పాపలగ్నగతేనపత్నిపయుతే దేహేవ్రణం దేహినాం
పుత్రస్థేపితృపుత్ర యోస్సుఖ గతేమాతుఃకళత్రే స్త్రీయః
ధర్మిస్థేసతి మాతుల స్వహజే తస్సానుజస్యవ్రణం
లాబస్థేతు తదగ్రజస్యనిధ నేజాతోగుణాంతో భవేత్॥

రోగస్థానాధిపతితో పాపగ్రహము కలసిన యెడల జాతకుని దేహమందు వ్రణములు కలుగును. పుత్రస్థానమందున్న యెడల తండ్రికి, పుత్రులకు కూడా వ్రణము కలుగును. మాతృస్థానమైన చతుర్థమునందున్న యెడల తల్లికి

వ్రణములు కలుగును. కళత్రస్థానమైన సప్తమమునందున్న యెడల భార్యకు వ్రణములు కలుగును. నవమ స్థానమందున్న యెడల మేనమామలకు వ్రణములు కలుగును. భాతృస్థానమైన తృతీయమున్న యెడల తమ్మునకు వ్రణములు కలుగును. లాభమందున్న యెడల అన్నలకు వ్రణములు కలుగును. అష్టమ స్థానమునందున్న యెడల నానా కష్టములు కలుగును.

శ్లో॥ బలహీనే లగ్ననాధాచ్చతృస్థానాధి పేయది
శుభగ్రే హైశ్చిసంబంధేశతృమైత్రిం సమాధిశేత్॥
(భావార్ధరత్నాకరం)

లగ్నాధిపతి కన్ననూ, రోగస్థానాధిపతి బలహీనుడై శుభగ్రహయుతుడై, శుభగ్రహ వీక్షణ పొందిననూ, జాతకునికి శత్రువులు కూడా మిత్రువులగుదురు.

శ్లో॥ షష్టేశలగ్నాధిపతే సమందే కేంద్రత్రికోణే యది బంధనం స్యాత్
సరాహుకేతూయది కేంద్రకోణేవదంతి తజ్ఞాని గళంతిదానీం॥

శత్రుస్థానాధిపతి, లగ్నాధిపతిలిద్దరూ శనితో కలిసి కేంద్ర కోణములయందున్న యెడల జాతకుడు పగ్గములచే బంధింపబడును. లగ్న షష్టమాధిపతులు రాహు కేతువులతో కలసి కేంద్రకోణముల యందున్నన యెడల జాతకునకు సంకెళ్ళు గానీ, ఖైదు గానీ పొందును.

శ్లో॥ షష్టే త్వంగారకే యన్య కలహీస్ఫోటకాదిభాక్
షష్టాధి పేకుజయుతే ప్రత్యబ్ధం జ్వరపీడనం

శత్రుస్థానమందు కుజుడున్న యెడల జాతకుడు కలహములందు ఇష్టము కలవాడుగానూ, స్ఫోటకాది చిహ్నములు కలవాడగును. శత్రుస్థానాధిపతి కుజునితో కలిసి వున్నయెడల ప్రతి సంవత్సరము జ్వరబాధ కలుగును.

శ్లో॥ షష్టేచంద్రేశనౌరంధ్రే వ్యయే పాపేవిలగ్న పే
పాపంశకసమాయుక్తే పీనసంరోగమాదిశేత్॥

శత్రుస్థానమందు చంద్రుడును అనగా షష్టమ స్థానమని తెలియవలయును. అష్టమమందు శనియూ, వ్యయమందు పాపగ్రహములు వున్నపుడు జన్మలగ్నాధిపతి పాపగ్రహ నవాంశయుక్తుడైన యెడల జాతకుడు పీవస రోగము కలవాడగును.

కళత్ర భావము (సప్తమ భావము)

శ్లో॥ యువతిపదాదుద్వాహం భార్యాపతి సంపద్దధి గుడక్షీరం
ఆగమసరిద్గవాప్తిం బ్రూయాన్మూత్రాశ్రయంచనష్టధానం॥
(సర్వార్థ చింతామణి)

సప్తమ స్థానమువలన వివాహము, భార్యా పతి సంపత్తులు, పెరుగు, బెల్లము, పాలు, ఆగమము, నది, గోవులు, మూత్రస్థానము, నష్టధనము వీనిని పూర్తిగా ఆలోచించి వివరించవలయును. మొదటిగా సప్తమ భావమనగా, కళత్ర భావము కనుక కళత్రమును గూర్చి అందునా ఏక కళత్రమును గూర్చి తెల్సుకొందుము. భావార్థిరత్నాకరమునందు ఈ విధముగా వివరించబడినది.

శ్లో॥ కళాత్రాధిపతిర్యస్తు కారకేంయుతోయది
కూర్రసంబంధ రహితిః కళత్రం బైక మేవహి ॥
(భావార్థ రత్నాకరే)

సప్తమాధిపతి మరియు కళత్రాకారకుడగు శుక్రునితో కలిసి వుండి పాపగ్రహ సంబంధము లేని యెడల, జాతకునకు ఏకకళత్రము కలుగును. అనగా ఒక భార్య మాత్రమే వుండును. సంబంధత్రయమనగా క్రితం వివరించబడినది. అయిననూ జ్ఞప్తికొరకు మరల వుదహరించటమైనది. ఒక గ్రహము మరియెక గ్రహముతో కలియుట. ఒక గ్రహము మరియెక గ్రహమునకు వీక్షించుట, ఒక గ్రహము యింట మరోక గ్రహము పరివర్తన చెందుట అనునవి.

శ్లో॥ దారాధిపే శుభేక్షేత్రే దారేశే శుభసంయుతే

లగ్న కేంద్ర గతేశుక్రే భార్యామేకాంవినిర్దిశేత్ ॥

కళాత్రాధిపతి శుభ స్థానముల యందుండినన్నూ, శుభగ్రహములతో కలసినన్నూ, శుక్రుడు లగ్న కేంద్రములయందున్ననూ, జాతకునకు ఒకకళత్రమే కలుగును.

శ్లో॥ దారేశేస్వోచ్చారాశిస్థేదారే శుభసమన్వితే !

లగ్న కేంద్రగతే శుక్రేదారమేకం వినిర్దిశేతే !!

సప్తమాధిపతి ఉచ్ఛయందుండి, సప్తమస్థానమున శుభులున్ననూ, లగ్న కేంద్ర మందు శుక్రుడున్ననూ జాతకునికి ఏక కళత్రము వుండును.

శ్లో॥ సక్షేఁకుటుంబాధిపతౌ కళత్రనాధే యదాత్వేక కళత్రభాక్స్యాత్ !!

ద్వితీయాధిపతి ద్వితీయమునందును, కళత్రాధిపతి కళత్రస్థానము నందున్న యెడల జాతకునకు ఒకే ఒక భార్యవుండును.

ద్వికళత్ర యోగమును గూర్చి జాతికానుభావదర్పణమునందు ఈ విధముగా వివరించబడి యున్నది.

శ్లో॥ కుటుంబ దారరంధ్రేషు చతుర్థే వ్యయగేపివా

స్థితిః కుజశ్చ శుక్రశ్చ బలహీనో ద్విదారదః ॥

(జాతకానుభవదర్పిణీ)

ద్వితీయ స్థానమునందును, కళత్రస్థానమునందును, అష్టమస్థానము నందును, చతుర్థ ద్వాదశస్థానములందును కుజ, శుక్రులు బలహీనులై వున్న యెడల జాతకునకు ద్వికళత్ర యోగము అనగా యిద్దరు భార్యలు కలుగుదురని జాతకానుభవదర్పణమందు నిర్దేశింపబడియున్నది.

శ్లో॥ కుటుంబసప్తాష్టమ వాహన, వ్యయే ష్వవస్థితో భూమిసుతస్తథైవ ॥

కుటుంబ స్థానము, కళత్రస్థానము, ఆయుఃస్థానము, (మాతృస్థానము) లేక వాహన స్థానము మరియువ్యయస్థానమునందు కుజుడున్న యెడల జాతకునకు ఇద్దరు భార్యలుందురు.

శ్లో॥ శనిఃకుటుంబే రాహుశ్చేత్సప్తమే యదివిద్యతే
ద్వికళత్రక యోగోయం ఇత్యూచుర్గితి కోత్తమాః ॥

కుటుంబ స్థానమందు శనియును (ద్వితీయమున) రాహువు కళత్ర స్థానమున వున్న యెడల జాతకునికి ద్వికళత్ర యోగము పట్టును. అనగా యిద్దరు భార్యలు కలుగుదురు.

శ్లో॥ దారేశేగురుసంయుతే సుతావయుక్తే చాపిపత్నీ ద్వయం
సంతాన ప్రధమేవ భోగసహితం స్యాగ్రాహుమందాన్వితే
భార్యాద్యా మృతిసూ ద్వితీయ సుదతీ స్రావాన్వితాతద్వదే
చ్చాన్యాబోభయగేనితే ఫణియతేతి ప్రచ్ఛిభౌమాన్వితే !!

కళత్రాధిపతి గురునితోనూ, పంచమాధిపతితోనూ కలసిన యెడల ఇద్దరు భార్యలుందురు. సంతానసౌఖ్యము అనుభవించువారగుడురు. రాహుశనులతో కలిసినయెడల మొదటి భార్యకు సంతానము కలిగి నష్టమగును. రెండవ భార్యకు గర్భస్రావమగును. సప్తమాధిపతి గురునితో కలిసిన, శుక్రుడు రాహు, కుజులతో కలిసిన యెడల, క్రితము వలెనే సంతాననష్టమును పొందు మూడవ కళత్రము కూడా కలుగును.

శ్లో॥ కళత్రేవా కుటుంబేవాపాపదృగ్యోగ సంభవే
ఆదేశేబలహీ నేతు కళత్రాంతిరభాగ్భవేత్ !!

కళత్ర స్థానమునగానీ, కుటుంబస్థానమునగానీ, పాపులున్ననూ, ఆ సప్తమ ద్వితీయాధిపతులు బలహీనులైననూ, ఇద్దరు భార్యలుండు యోగము పట్టును.

శ్లో॥ శుక్ర పాపసమా యుక్తే కళత్రేశేతునీచాగే
పాపీకళత్రరాశిస్థే వివాహద్వయమాదిశేత్!!

శుక్రుడు పాపగ్రహములతో కలిసిననూ, కళత్రాధిపతినీచయందున్ననూ, లేక పాపగ్రహములు కళత్రస్థానముందున్ననూ, రెండు వివాహములయి, రెండు కళత్రములు జీవించియుండును.

శ్లో॥ దారేశ్వరే నీచ గృహే సపాపే పాపక్ష - గేవా బహుపాపదృష్టే
పాప గ్రహీసప్తమరాశి సంస్థే అద్దాయకాలే ద్వికళత్రసిద్ధి ః!

కళత్రాధిపతి నీచయందుండి, పాపగ్రహములతో కలిసి యున్ననూ పాపగ్రహ వీక్షణ పొందిననూ, పాపగ్రహక్షేత్రములయందున్ననూ, సప్తమస్థానమున పాపగ్రహములున్ననూ, వారిదశాంశ అర్థాంశ యందు ద్వికళత్రములు కలుగును.

శ్లో॥ జామిత్రే ధనరంధ్రరిప్ఫజలగే భౌమే ధవాభార్గవే
పాపైర్దృష్టియుతే చారేయది భవేద్దార ద్వయం నిశ్చయం ॥
శుక్రే జీవసమన్వితే యదిభావేద్దారేశలగ్న స్థితా
పూర్వేశ్యామల దీర్ఘ తుందిలతినుః కుబ్జాను రూపొత్తరా ॥

కళత్ర, కుటుంబ, అష్టమ, వ్యయ, వాహనస్థానములలో కుజుడున్ననూ, శుక్రుడుచరమ మందుండి, పాపులతో కలిసిననూ, వీక్షింపబడిననూ, యిద్దరు భార్యలు కలుగుదురు. శుక్రుడు గురునితో కలిసి సప్తమ స్థానమును పొందిననూ, రెండు వివాహములు కలుగును. మొదటి భార్య పొడగరిగనూ, నలుపురంగును, స్థూల శరీరము కలిగి యుండును. రెండవ కళత్రము, పొట్టిగనూ, సుందరముగానూ అనగా అందముగను వుండును. ఇద్దరు కళత్రముల యోగమునకు కలయికలు చెప్పిన శాస్త్రజ్ఞుడు, యిప్పుడు త్రికళత్ర యోగమునకు కారకత్వములను గ్రహస్థితులను వివరముగా వివరించుచున్నారు.

శ్లో॥ విత్తేపాపబహుత్వేతు కళత్రేవాతిధావిధే
తిదేశీ పాపసంధృష్టే కళిత్రిత్రియ భాగ్భవేత్ ॥
(సర్వార్థ చింతామణి)

కుటుంబస్థానమునందైననూ, కళత్రస్థానమునందునయిననూ, పాప గ్రహములుండగా ద్వితీయాధిపతియైననూ, సప్తమాధిపతియైననూ, పాపగ్రహ వీక్షణబొందిన యెడల జాతకునకు ముప్వురు భార్యలు కలుగుదురు.

శ్లో॥ లగ్నే కుంటుంబ దారేవా పాపఖేచరసంయుతే
దారేశేనీచమూఢాదౌ కళత్రత్రయ భాగ్భవేత్ ॥

లగ్నముననందయిననూ, కుటుంబస్థానముననయిననూ, కళత్ర స్థానము నందయిననూ, పాపగ్రహములున్నపుడు కళత్రాధిపతినీచ మూఢకముల యందున్నపుడు జాతకునకు ముగ్గురుభార్యలు కలుగుదురు.

శ్లో॥ కళత్రస్థానగే భౌమేస చంద్రే మదనేస్థితే
లగ్నేశాష్టమ సంస్థేతు కళత్రత్ర ఆయంభవేత్ ॥

కళత్ర స్థానమున కుజుడు చంద్రునితో కలిసి వున్నపుడు లగ్నాధిపతి అష్టమయున వున్న యెడల జాతకునకు ముగ్గురు భార్యలు కలుగుదురు. ఈ సప్తమ స్థానమునను సరించియే ఏక, ద్వితీయ, తృతీయ కళత్రములను చెప్పిన శాస్త్రకారులు బహుకళత్ర యోగమును గూర్చియూ తెలుపుచున్నారు.

శ్లో॥ ద్వితీయ సప్తమీ శౌతు శుక్రోవాయుగసప్తమే
వశ్యంతి శుభా సంయుక్తారయా పత్సంఖ్యాగ్రహైర్యుతాః
తావజ్జీవ కళత్రాణి ఇతికేరళ నిర్ణయః

కుటుంబ కళత్రాధిపతులును శుక్రుడునూ, ద్వితీయ సప్తమముల యందుండి వారితో ఎందరు శుభగ్రహములు కలిసి వుందురో, అందరు జీవించి యున్న భార్యలు వుందురని కేరళమున తెలియజేయబడినది.

శ్లో॥ కేంద్ర అకోణే దారేశే స్వోచ్ఛ మిత్ర స్వవర్గగే
కర్మాదిపీన వాయుక్తే బహుస్త్రీ సంయుతోభ వేత్ ॥
(స్వార్థ చింతామణి)

కళత్రాధిపతి కేంద్రకోణముల యందుండి, స్వోచ్ఛమిత్ర స్వవర్గముల యందున్ననూ, రాజ్యస్థానాధిపతితో కలిసి యున్ననూ, జాతకునికి బహుళ జీవకళత్రములుందురు.

శ్లో॥ లాభదారేశ్వరౌ యుక్తా పరస్పరనిరీక్షితౌ !
బలాఢ్యౌ తౌత్రికోణ స్థాబహుదారస మన్వితః!!

ఏకాదశాధిపతియునూ, కళాత్రాధిపతియునూ కలసిననూ ఒకరికొకరు వీక్షించుకొనిననూ, త్రికోణస్థానములందున్ననూ, బలవంతులైవున్నయెడల జాతకునికి చాలామంది భార్యలు జీవించివుందురు.

శ్లో॥ భాగ్యేశేదారరాసిస్థే దారేశే సుఖభంగతే
భావేశేలాభనాథేవా కేంద్రే బహు కళత్రభాగ్!

నవమాధిపతి కళత్రస్థానమునందును, కళత్రాధిపతి వాహనస్థానము నందును, వున్నపుడు లగ్నాధిపతియైననూ, లాభాధిపతియైననూ, కేంద్రమందున్న యెడల జాతకుడు బ్రతికియున్న బహు భార్యలు కలవాడని తెలియవలయును.

శ్లో॥ కళత్రాధిపతౌలాభే పంచమాధిపసంయుతే
విక్రమాధిపవీక్షేణ కళత్రంపంచమాదిశేత్ !!

సప్తమస్థానాధిపతి పంచమాధిపతితో కలిసి లాభస్థానమందుండి తృతీయాధిపతివీక్షణ పొందిన యెడల జాతకుడు అయిదుగురు భార్యలు కలవాడగును.

శ్లో॥ దారేశసంయుక్తనవాంశనాథ యుక్తాంశనాథే యదిసౌమ్యయుక్తే !
పారావతాంశాదిగతే బలాఢ్యేజాతశ్చ ఆస్త్రీ సహితో నరస్యాత్ !!

కళత్రాధిపతియున్న నవాంశాధిపతి యేనవాంశమందుండునో ఆనవాంశాధిపతి రాశి చక్రమందు శుభగ్రహములతో కలిసి బలవంతుడైన యెడల నూరుగురు భార్యలు కలవాడగును.

శ్లో॥ కుటుంబ నాథ స్థితి రాశినాథ సంయుక్త షష్ట్యంశపతౌబలాఢ్యే
మృద్వంశకే గోపురభాగ యుక్తే జాతిశ్శతిస్తే ద్విగుణంకళత్రం ॥

కుటుంబాధిపతి యేరాశి యందుండునో ఆరాశ్యాధిపతి యుండు షష్ట్యంశాధిపతి బలము గలిగివాడై మృద్వంశమందు గోపుర భాగ యుక్తుడైన యెడల జాతకుడు రెండు వందలమంది భార్యలు కలవాడగును.

శ్లో॥ దారాశే కర్మరాశిస్థే కర్మేశే దారరాశిగే
తథావిధేకుటుంబేశేత్యసంఖ్యాక కళత్రవాన్ ॥

కళత్రాధిపతి కర్మస్థానమునందునం, దశమాధిపతి కళత్రస్థానము నందును వుండగా కుటుంబాధిపతి సప్తమ, దశమములలో ఒకరాశి యందున్న యెడల జాతకునికి లెక్కలేనంత మంది భార్యలుందురు.

శ్లో॥ కేంద్రతికోణే దారేశే స్వోచ్ఛమిత్ర స్వవర్గగే
కర్మాధిపేన వాయుక్తే బహుస్త్రీ సహితోభవేత్ !!

కళత్రాధిపతి కేంద్రకోణములందుండి, స్వోచ్ఛ, స్వక్షేత్ర, మిత్రక్షేత, వర్గల యందుండిననూ, లేక కర్మస్థానాధిపతి తో కలిసిననూ, అసంఖ్యాకమగు కళత్రములను కలిగి యున్నవాడని తెలియవలయును.

శ్లో॥ వ్యయార్థేశౌతృతీయస్థా గరుణాచనిరీక్షితౌ
భాగ్యనాథే నవాదృష్టా అసంఖ్యాకకళత్రవాన్ ॥

వ్యయాధిపతి, కుటుంబాధిపతులు, తృతీయ మందుండి, గురునిచేతగానీ, భాగ్యాధిపతిచేతగానీ, వీక్షింపబడిన యెడల జాతకునకు అసంఖ్యాకములగు కళత్రములు కలుగుదురు.

శ్లో॥ లగ్నేశ్వరే కర్మగతే సోమ పుత్రే బలాన్వితే
దారేవావిక్రమే చంద్రే ఆ మితానాం పతిర్భవేత్ !!

లగ్నాధిపతి ఏ రాశి యందుండునో, ఆ రాశికి దశమస్థానమున బలవంతుడయిన బుధుడుండి తృతీయమందైననూ, సప్తమ మందైననూ చంద్రుడున్న యెడల జాతకునకు మితిలేని కళిత్రములు వుందురని తెలియ వలయును.

ఇన్ని కళత్రయోగముల చెప్పిన వారు యిపుడు సత్కళత్ర యోగమును చెప్పుచున్నారు.

శ్లో॥ దారేశే శుభసంయుక్తే సత్కళత్రసమన్వితా ః !
స్వోచ్ఛమిత్రాస్వవర్గస్థే గోపురాద్యంశకేపివా !!

కళత్రాధిపతి శుభగ్రహములతో కలిసి వున్న యెడల, జాతకునికి సౌందర్యవతియగు మంచి భార్య లభించును. మరియూ కళత్రస్థానాధిపతి స్వోచ్ఛ స్వక్షేత్ర మిత్రక్షేత్ర స్వవర్గస్థితుడై యుండి గోపురాద్యంశమందున్ననూ సుందరమయిన భార్య జాతకునికి లభించును.

శ్లో॥ మృధు షష్ట్యంశభాగస్థే సత్కళత్రసమన్వితః
గురుడాసతి సంధృష్టేదార నాథేబలాన్వితే !!

కళత్రాధిపతి బలవంతుడై గురునిచే వీక్షింపబడి మృద్వంశలయందున్న యెడల జాతకుడు సుకుమారమైన భార్యకలవాడని తెలియును.

శ్లో॥ కారకేవాఆధాభూతే సత్కళత్రపరాయణ ః

కళత్రేశే భృగౌవాపి గురుసౌమ్యనిరీక్షితే ॥

కళత్రకారకుడగు శుక్రుడు బలవంతుడై మృద్వంశల యందున్న యెడల జాతకుడు యోగ్యమగు భార్యకలవాడగును మరియూ సప్తమాధిపతి యైననూ, శుక్రుడైననూ, గురుబుధులచే చూడబడిన యెడల జాతకుడు అతి అందమైన భార్యను కలిగియుండును.

కళత్రములను, యోగములను విచారించిన పిదప పతివ్రతా యోగి విశేషములను తెలుపుచున్నారు.

శ్లో॥ గురుయుక్తే కళత్రేవాధర్మశీలాపతివ్రతా

కళత్రాధిపతౌ కేంద్రే శుభా గ్రహనిరీక్షితే

శుభాంశే శుభరాశౌవాభవేత్పత్నీపతివ్రతా !!

కళత్రస్థానమున గురుడున్న యెడల జాతకుని భార్యధర్మాత్మురాలగును. పతివ్రత యగును. కళత్రస్థానాధిపతి కేంద్రమున నుండి శుభగ్రహవీక్షణను కలిగియున్న యెడల, శుభనవాంశలయందున్న యెడల జాతకుని భార్య పతివ్రతయగును.

శ్లో॥ భౌనౌకళత్రాధిపతౌ బలాఢ్యే శుభాన్వితే శోభనరాశిభాగే

శుభగ్రహేణాపినిరీక్షితేవాలగ్నాశమిత్రే పతిభక్తియుక్తా !!

సప్తమాధిపతి రవి అయిన ఎడల, బలముగా నుండి శుభగ్రహములతో కలసిననూ శుభగ్రహరాశినవాంశల యందుండిననూ, శుభగ్రహములచే వీక్షింపబడిననూ, లగ్నాధిపతికి రవి మిత్రుడైననూ, జాతకుని భార్య పతివ్రత యగును.

శ్లో॥ చంద్రేకళత్రాధిపతౌచశుక్రే సాపుణ్యాశీలా సుచరిత్రయుక్తా

సౌమ్యాంశగే సౌమ్యగ్న హాంతరేవా మిత్రోచ్ఛగేహే మృధుభాగయుక్తే!!

(భావార్థరత్నాకరే)

కళత్రాధిపతియగు చంద్రుడును, శుక్రుడును శుభనవాంశమందైననూ, శుభక్షేత్రములందునయిననూవుండి, మిత్రస్వోచ్ఛ, స్వక్షేత్ర, మృద్వంశలయందున్న యెడల జాతకుని భార్య పుణ్యవంతురాలుకు, పతివ్రతయును అగును.

శ్లో॥ కుజే సువర్ణే సతిదారనాధే శుభాన్వితే సౌమ్యదృశా సమేతే
పారావతాంశాదిగ తేబలా ధ్యే క్రూరాపి ప్రత్యుర్గుణమార్గవర్తీ !!

కుజుడు కళాత్రాధిపతియై శుభక్షేత్రాది వర్గుల యందుండి, శుభులతో కలిసిననూ, వీక్షింపబడిననూ, పారావతాంశాదులందున్ననూ, జాతకుని భార్య క్రూర స్వభావము కలదియైననూ, భర్త యొక్క మాట ప్రకారము నడుచు పతివ్రతయగును.

శ్లో॥ గురౌకళత్రాధిపతౌబలాఢ్యే మిత్రోచ్ఛవర్గే యదిగోపురాంశే
సుపుత్ర సౌమ్యాది సుధర్మశీలా వ్రతోపవాసాదివిశుద్ధభావా ॥

కళత్రాధిపతి గురుడయి బలవంతుడయి స్వోచ్ఛస్వక్షేత్ర, మిత్రవర్గ మందుండి, గోపురాద్యంశమందుండెనేని, అట్టి జాతకుని భార్య మంచి కుమారులను, మంచి స్వభావము, ధర్మాత్మురాలును, వ్రతనిమిత్తమున ఉపవాసములు చేసి పరిశుద్ధమైన ఆత్మకలదిగా తెలియవలయును.

శ్లో॥ శుక్రే కళత్రాధిపతౌ బలాఢ్యే శుభాన్వితే శోభనబేచరాంశే
మిత్రోచ్ఛవర్గే స్వగృహే మృదుస్థే దాచాట కేపుత్రవతీ గుణాఢ్యా ॥

కళత్రాధిపతి శుక్రుడయి, బలము కలిగినవాడై, శుభగ్రహ శుభానవాంశల యందుండి ఉచ్ఛ స్వక్షేత్రాధి మృద్వంశలయందున్న యెడల జాతకుని భార్య మృదు భాషియు, మంచి పుత్రులుకలదియును, సుగుణములు కలదియునూ, పతివ్రత యును అగును.

శ్లో॥ మందే కళత్రాధిపతౌబలాఢ్యే శుభేక్షితే ధర్మయుతా సుశీలా
పరోపకర్త్రే ద్విజదేవభక్తా స్త్రీబ్రహ్మాసక్తా గురు దృష్టి యుక్తే !!

శనికళత్రాస్థానమును పొంది బలము కలిగినవాడై, శుభగ్రహ వీక్షణ కలిగిన అట్టిజాతకుని భార్య ధర్మముగా నడచుకొనునదియూ, మంచి స్వభావము గలదియూ, పరోపకారి అగును. ఆ శని గురుని యొక్క వీక్షణ పొందిన యెడల బ్రాహ్మణ భక్తియు, దేవతాభక్తియు, తత్వజ్ఞానాసక్తియు కలిగి పతివ్రత అగును.

శ్లో॥ కళత్రనాధాద్యది వాకళత్రి రాశేః కుటుంబాధిపతేర్భవేద్వా

బల్యే సామ్యేసమజాతి మాహః స్త్రీయం సుశీలా పతిభక్తి యుక్తా !!

కళత్రాధిపతి కన్ననూ, కళత్రాస్థానము కన్ననూ, కుటుంబాధిపతికి బలము కలిగెనేని, జాతకునకు, స్వజాతియు, సమానమైనదియు, మంచి స్వభావము కలదియూ భర్తయందు భక్తి గల పతివ్రతి భార్యయగును.

శ్లో॥ కళత్ర స్థానగే జీవే భార్యాపతిపరాయణా!

కళత్ర స్థానగే చంద్రే స్థూలభక్తి యుతాతధా !!

కళత్రస్థానమున గురుడున్న యెడల భర్తయందు భక్తిగల భార్యఅగును. పతివ్రత అని తెలియవలయును. సప్తమస్థానమున చంద్రుడున్న యెడల భర్త యెడల విశేష శ్రద్ధాభక్తులు కలదియును, ప్రేమికలదియును అగును.

శ్లో॥ కళత్రాధిపతౌ కేంద్రే శుభాగ్రహనిరీక్షితే

శుభాంశేశుభారాశౌవా పత్నీ వ్రతపరాయణా !!

కళత్రాధిపతి కేంద్రముల యందుండి, శుభ గ్రహములచే వీక్షింప బడిననూ, కలసిననూ, శుభాంశలయందు, శుభరాసుల యందున్న జాతకుని భార్య పతివ్రతయై వ్రతాదులు నిర్వహించు చుండును.

వీటన్నిటికీ తోడుగా దుష్టకళత్ర యోగమును కూడా చెప్పుచున్నారు.

శ్లో॥ కళత్రేశేరవౌవాపి పాపరాశ్యంశ సంయుతే

పాపాన్వితే పాపదృష్టే పత్నీపాన పరాయణా

పాపాంశకేవాదారేశే తధాభూతాం వదేద్బుదాః !!

కళత్రాధిపతి యైననూ, రవియైననూ, పాపగ్రహరాశినవాంశలందుండి, పాపగ్రహములతో కలసిననూ, వీక్షింపబడిననూ జాతకుని భార్య సురాపాన మందు ఆసక్తి కలదని తెలయపలయును.

శ్లో । దారేశ్వరే వాకు ముదాత్మబందౌ పాపాన్వితే పాపనిరీక్షితేవా!

పాపాంశగే పాపగృహంఅరస్థే కుమార్గదారాకఠినాపరాధా!!

కళత్రస్థానాధిపతి చంద్రుడై పాపగ్రహములతో కలిసివుండి పాప గ్రహములచే వీక్షింపబడిననూ, పాపక్షేత్రము, పాపనవాంశయండిననూ, జాతకుని భార్య కుత్సితురాలును, కఠినమైన మనస్సుకలదియునూ, అపరాధియు అగును.

శ్లో॥ దారాంశపే హీనబలే ధరాసుతే క్రూరాశిషష్ట్యంశ సమన్వితేవా!
నీచారిమూఢే విహగారిభాగే దుష్టాన్యసక్తా మతికర్కశాస్యాత్ !!

బలహీనుడైన కుజుడు సప్తమాధిపతియై, క్రూరాదిషష్ట్యంశల యందున్ననూ, నీచ, శత్రు మౌఢ్య స్థితులలోనున్ననూ పక్షిద్రేక్కాణము నందున్ననూ, అట్టిజాతకుని భార్య దుష్టురాలును, అన్యపురుషులను కోరునట్టి, కఠినచిత్తము గలదిగా తెలియ వలయును.

శ్లో॥ భార్యాధిపే సోమసుతే సపాపే నీచారిమూఢే సతినాశభావే
పాపాంతరే పాపదృశాసమేతే నారీపతిఘ్నీ కులనాశకర్త్రీ ॥

బుధుడు కళత్రాధిపతియై పాపగ్రహములతో కలిసివున్ననూ, నీచ శత్రుమౌఢ్యయుక్తుడయిననూ, అష్టమ స్థానమును పొందిననూ, పాపగ్రహమధ్యనుండి పాపగ్రహవీక్షణ పొంది నేని జాతకుని భార్య జాతకుని చంపుటకు వెనుకాడనిది, వంశమును నాశనము చేయునదియు అగును.

శ్లో॥ భృగోస్సుతో దారపతౌ సపాపే పాపేక్షితేనీభభ శత్రుగ్రహే
క్రూరాదిషష్ట్యంశసమన్వితేనా వేశ్యాసమానా కఠినాపిచోరా॥

సప్తమాధిపతి శుక్రుడై పాపగ్రహయుతుడై, పాపగ్రహవీక్షణపొంది నీచ శత్రుక్షేత్రముల యందుండి, క్రూరాదిషష్ట్యంశలను పొందిన యెడల అటువంటి జాతకుని భార్య వేశ్యా స్త్రీతో సమానురాలుగా, అనగా వ్యభిచారమందు యిష్టత కలిగి యుండును. కఠినమైన మనసు, దొంగతనము చేయవలెనను కోరిక కలిగినది అగును.

శ్లో॥ జారాచతుష్టాకుల దూషకీ స్యాన్మందే కళత్రాధిపతౌ సపాపే
నీచాంశగే నీచ గృహే రిగేహే పాపేక్షితే పాప వియచ్చరాంశే!!

కళత్రాధిపతిశనియైన, పాపగ్రహయుతుడైన, నీచనవాంశను పొందినా, నీచరాశియందున్ననూ, శత్రుక్షేతమందుండి పాపగ్రహవీక్షణ గలిగిన, పాపనవాంశలను పొందిననూ, జాతకుని భార్యా దుర్మార్గురాలగును, జారిణి కూడా అగును. దూషించు స్వభావము కలదిగా కూడా గ్రహించవలయును.

శ్లో॥ సరాహుకేతౌ మదరాశిసంస్థే పాపేక్షితేపాపయుతాకుశీలా
క్రూరాంశకే భర్తృ విషప్రదాస్యాల్లో కాపవాదాన్వితకష్టశీలా ॥

కళత్ర క్షేత్రమైన సప్తమమందు రాహుకేతువులుండి పాపగ్రహవీక్షణ పొందిననూ, పాపగ్రహములతో కలసిననూ, ఆ జాతకుని భార్య కుళ్ళు స్వభావము గలది అగును. ఆ సప్తమస్థానమందు రాహుకేతువులు క్రూరాంశ లందున్న యెడల భర్తకు విషము పెట్టి చంపినదనంలో కోపవాదము కలిగి కష్టముగా జీవితమును గడుపునని తెలియవలయును.

అన్యస్త్రీలను కాంక్షించు గ్రహకలయికలను యిపుడు చెప్పుచున్నారు.

శ్లో॥ శుక్రేకళత్రేత్వతికాముకస్యాద్బుధేస్యదారానిరతో గురౌతు
స్వదారసక్తో దిననాథపుత్రో కుదార గశ్చేందు అథా స్వదారః॥
(జాతకానుభవదర్పణం)

కళత్రస్థానమందు శుక్రుడున్న యెడల జాతకునికి కాముకత్వము మెండుగా నుండును. బుధుడు సప్తమమున్నచో పరస్త్రీతో కలియువాడగును. గురుడు సప్తమమందున్నచో తన భార్యయందు ప్రేమ కలిగి యుండును. శని సప్తమ మందున్న యెడల చెడుస్త్రీతో కలియువాడగును. చంద్రుడు కళత్రస్థానము నందున్నపుడు తన భార్యతో సఖ్యతగా నుండువాడని గ్రహించ వలయును.

శ్లో ॥కుజేబహు స్త్రీ ఘరతః కులఘ్నో భానౌకుటుంబే పరదారయుక్తః
లగ్నస్థితేవిత్తకళత్ర శత్రునాథాస్స శుక్రాయదిపాపయుక్తాః

సప్తమస్థానమందు కుజుడున్నచో చాలా మంది స్త్రీలతో రమించు వాడుగా తెలియవలయును. విటుకాడు, కులమును చెరుపువాడు అగును. రవికళత్ర స్థానముననున్నచో తన భార్యవుండగనే, అన్యస్త్రీని కుటుంబంగా పెట్టుకొనువాడని తెలియవలయును. ఇక్కడ కుటుంబమనగా భార్యా స్థానమిచ్చుట అనే అర్థము. రెండవ కళత్ర, శతృస్థానాధిపతులు ముగ్గురునూ శుక్రునితో కలిసి లగ్నమందున్న యెడల ఇతర స్త్రీల యందు ఆసక్తికలిగినవాడు, దుర్మార్గపుపనులు చేయువాడును అగునని జాతకానుభవ దర్పణమందు వివరించబడినది.

శ్లో॥ సరాహుకేతౌ యదిదారనాధేపాపేక్షితేవావ్యభి చార యోగః
కర్మేశవిత్తేశ కళత్రనాధాః మానస్థితాః జారముదాహరంత॥

రాహుకేతువులు సప్తమాధిపతితో కలిసిననూ, సప్తమాధిపతి పాపగ్రహవీక్షణ పొందిననూ,జాతకుడు వ్యభిచారమునందు అమితాసక్తికల వాడగును. రాజ్య, కళత్ర, కుటుంబాధిపతులు ముగ్గురునూ, దశమము నందున్నచో జాతకుడు వ్యభిచారి యగునని మహాఋషులు చెప్పివున్నారు.

శ్లో॥ వంధ్యాసంగోమ దేభౌనౌ చంద్రేదాసీ సమాస్త్రియః
కుజేరజస్వలాసంగం వంధ్యాసంగశ్చకీర్తితః ॥

రవి సప్తమ స్థానమందున్నయెడల జాతకునకు వంధ్యాస్త్రీ (గొడ్డుబోతురాలు అనగా సంతానరహితురాలు)తో సంగమించుట సంభవించును. సప్తమమున చంద్రుడున్న యెడల దాశీతో సమానమగు స్త్రీతో రమించుట సంభవము. కుజుడు సప్తమమునవున్న యెడల రజస్వలాస్త్రీ సంగమమైననూ లేక వంధ్య స్త్రీతోనైననూ కలియుట సంభవించును.

శ్లో॥ బుధే వేశ్యార్ధి హీనాస్యా ద్వతిక్ స్త్రీవాప్రకీర్తితాః
గురౌబ్రాహ్మణభార్యాస్యాద్గర్భిణీ సంగమోభృగౌ ॥

బుధుడు సప్తమమునవున్నపుడు జాతకునికి ధనము లేనటువంటి వేశ్యాసంగమముకానీ లేక వైశ్య స్త్రీ సంగమము కానీ కలుగును. గురుడు సప్తమమున వున్న యెడల బ్రాహ్మణస్త్రీతో రమించుట సంభవము. శుక్రుడు సప్తమమునవున్న యెడల గర్భిణీతో రమించుట అగును.

శ్లో॥ హీనావాపుష్పితే వాస్యాన్మందకేతు ఫణీశ్వరైః
రాహౌచ గర్భిణీ సంగః కృష్ణాయాం కుబ్జయాశనౌ ॥

కళత్రస్థానమందు శనిరాహు కేతువులున్న యెడల హీనజాతి స్త్రీ సంగమం కలుగును. పుష్పిణీ సంగమైననూ కలుగును. అనగా వెలుపలనున్న స్త్రీని ఆ సమయమున కలియుట. రాహువుసప్తమస్థానమందున్న యెడల గర్భిణిస్త్రీతో రమించుట జరుగును. శని సప్తమమందున్న యెడల నలుపు రంగుగల పొట్టియైన స్త్రీతో రమించుట జరుగును.

శ్లో॥ సప్తమస్థానగే రాహౌ కరోతివిధ వారితిం
కుజేదాసీరతాకామేశనౌ పూర్వోక్తజం ఫలం ॥

రాహువు కళత్రస్థానమైన సప్తమమునవున్న యెడల జాతకునికి విధవాస్త్రీతో రమించుట కలుగును. సప్తమస్థానమందు కుజశనులున్నచో దాసీ స్త్రీతో సంగమం కలుగును.

శ్లో॥ శుక్రేతురాహుణాయుక్తే వస్త్ర సంక్షాళికాంలభేతే ॥
(జాతకానుభవ దర్పణం)

శుక్రుడు రాహువుతో యుతినొందిన యెడల చాకలిదానితో జాతకునకు సంగమం కలుగును. రాహుబుధులు కలసిన వేశ్యస్త్రీలతో సంగమముకలుగును. శనిరాహువుతో కలసిన యెడల తిలఘూతుక స్త్రీ సంభోగము కలుగును. రవి రాహువుతో కలిసి సప్తమస్థానములైన తులావృషభరాశుల యందు దుర్భలుడైన యెడల విధవాస్త్రీ సంగమము కలుగును. గురు శుక్రులురాహువుతో కలిసిన యెడల జాతకుడు బ్రాహ్మణ విధవాస్త్రీతో రమించుట కలుగును.

శ్లో॥ వనంగృహంచ కుడ్యంస్యా ద్విహారో దేవతాలయః
జలం హరిగ - జస్థానమితి స్థానం
(సర్వార్ధ చింతామణి)

ఇంతక్రితము సప్తమభావమునందు గ్రహముల ఫలముల ప్రకారమే చతుర్ధమునందుండు గ్రహములచేత ఆయాగ్రహములకు చెప్పబడినటువంటి రతి సుఖములను వూహించి చెప్పవలయును. సుఖస్థానమందు రవివున్న యెడల వనములందును, సంకేతన స్థలములందును విహరించుట జరుగును. చతుర్ధస్థానమైన సుఖస్థానమునందు చంద్రుడున్న యెడల గృహమునందును, బుధుడున్న విహారస్థలములలోనూ, కుజుడున్న యెడల గోడలలోనూ, సుఖ స్థానమున లేక విహరస్థానము నందు గురుడున్న యెడల జలస్థానములైన చెరువులు, భావులువీటి సమీపములోనూ, శనియున్న యెడల అశ్వశాలయందు, రాహువున్న యెడల గజశాలలయందును స్త్రీపురుషులకు సంయోగస్థలము లగునని సర్వార్ధ చింతామణి యందు వివరించబడినది.

శ్లో॥ దారేశ్వరే సనిహితేవిలగ్న నాదస్య బాల్యేపరితేతిమాహు :

లగ్నాత్కళత్రాచ్ఛుభ ఖేచరేంద్రే సమీపరాశౌయదిసాతిద్వైవ ॥

(సర్వార్థ చింతామణి)

లగ్నాధిపతికి సప్తమాధిపతి దగ్గరలోవున్న యెడల జాతకునికి బాల్యమందే వివాహముజరుగునని శాస్త్రము చెప్పుచున్నది. ఇంకునూ, జన్మలగ్నమునకైననూ, సప్తమ స్థానమునకైననూ సమీపరాశి యందు శుభగ్రహము వున్న యెడల అట్టి జాతకునకు బాల్యమునందు వివాహము జరుగునని చెప్పవలయును.

శ్లో॥ లగ్నే కుటుంబేయది దారభావేశుభాన్వితే శోభానవర్తయుక్తే !

తదీశ్వరే శోభానదృష్టి యుక్తే బాల్యేవివాహాదిక మహోరార్యాః॥

లగ్నము, ద్వితీయము, సప్తమస్థానము ఈ మూడుస్థానములలో ఏది అయుననూ శుభగ్రహయుక్తమయి, శుభగ్రహ వర్గయందున్నపుడు, ఆస్థానాధిపతి శుభగ్రహవీక్షితుడయిన యెడల జాతకునకు బాల్యమునందే వివాహము జరుగునని ఋషులు చెప్పియున్నారు.

శ్లో॥ పారావ తాంశాధిగతే కళత్రనాథే కుటుంబాధిపతౌ బలాఢ్యే

మృద్వంశభాగే తినుభావనాథే బాల్యే వివాహంమున యోవదంతి ॥

సప్తమాధిపతి పారావతాంశాదికమందుండి, ద్వితీయాధిపతి బలవంతుడై వుండగా, జన్మలగ్నాధిపతి మృద్వంశమందున్న యెడల, ఆజాతకునకు బాల్య వివాహము జరుగునని చెప్పవలయును.

శ్లో॥ దారేశే శుభరాసిస్థే స్వోచ్ఛస్వక్షేత్రగే భృగౌ

పంచమే నవమేబ్దేతు వివాహఃప్రాయశోభవేత్ ॥

(శుక్రకేరళ)

కళత్రస్థానాధిపతి అనగా సప్తమాధిపతి శుభరాశియందును, శుక్రుడు స్వోచ్ఛ స్వక్షేత్రముల యందున్న యెడల జాతకునకు ఐదవలేక తొమ్మిదవ సంవత్సరమందు గానీ వివాహము జరుగును.

శ్లో॥ దారస్థానంగతే సూర్యేతదేశే భృగుసంయుతే

సప్తమేకాదశే వర్షే వివాహఃప్రాయశోభవేత్ ॥

కళత్ర స్థానమందు రవి యుండి, సప్తమాధిపతి శుక్రునితో కలసిన యెడల జాతకునికి ఏడవ లేక పదకొండవ సంవత్సరముల వయసునందు వివాహము అగును.

శ్లో॥ కుటుంబస్థానగే శుక్రే దారేశే లాభరాశిగే

దశమే షోడశాబ్దేవా వివాహఃప్రాయశోభవేత్ ॥

శుక్రుడు కుటుంబస్థానమగు ద్వితీయమునందును కళత్రాధిపతి ఏకాదశస్థానమున వున్న యెడల జాతకునకు పదియవ సంవత్సరమునందుగాని 16 వ సంవత్సరము నందు గానీ వివాహము జరుగును.

శ్లో॥ లగ్నాత్ కేంద్రగతే శుక్రే లగ్నేశే మదరాశిగే

వత్సరేకాదశేప్రాప్తే వివాహః ప్రాయశోభవేత్ ॥

లగ్నాత్ కేంద్రమందు శుక్రుడును లగ్నాధిపతి సప్తమముననూవున్న యెడల జాతకునికి పదకొండవ సంవత్సరమున వివాహము అగును.

శ్లో॥ అన్యోన్యరాశిగే లగ్ననాథే జామిత్రనాయకే

చతుర్దశే చవింశేవా వివాహఃప్రాయశోభవేత్ ॥

లగ్న సప్తమాధిపతులకు పరివర్తన యోగముపట్టిన యెడల జాతకునకు 16 వ సంవత్సరమునకానీ 20 సంవత్సరమునకానీ వివాహము జరుగును.

శ్లో॥ లగ్నాత్ కేంద్రగతే శుక్రే తస్మాజ్జామిత్ర గీశనౌ

ద్వాదశౌకోనవర్షేచ వివాహః ప్రాయశోభవేత్ ॥

లగ్నాత్కేంద్రమునందు శుక్రుడును, శుక్రునకు సప్తమమునందు శనియు వున్న యెడల జాతకునకు పన్నెండవసంవత్సరమునందైననూ, పంతొమ్మిదవ సంవత్సరము నందైననూ, వివాహము జరుగును.

శ్లో॥ ద్యూవేశేలాభరాశిస్థే లగ్నేశే ధర్మరాశిగే !

అబ్దేపంచదశేప్రాప్తే వివాహఃప్రాయ శోభవేత్ ॥

కళత్రాధిపతి ఏకాదశ స్థానమునందును, లగ్నాధిపతి నవమమందును వున్న యెడల జాతకునకు పదిహేనవ సంవత్సరమున వివాహము జరుగును.

శ్లో॥ చంద్రాజ్జామిత్రగే శుక్రే శుక్రాజ్జామిత్రిగే శనౌ
వత్సరేష్టాదశేప్రాప్తే వివాహః ప్రాయ శోభవేత్ !!

చంద్రునకు సప్తమ మందు శుక్రుడును, శుక్రునకు సప్తమ మందు శనియును వున్నపుడు పద్దెనిమిది సంవత్సరముల వయసు నందు జాతకునికి వివాహము జరుగునని తెలియవలయును.

శ్లో॥ గురుదృష్టే సప్తమేశే శోభనాంశ సమన్వితే
సౌమ్యాంశే సౌమ్యసంధృష్టే సూపదధ్యాజ్యభాగ్భవేత్ !!
(సర్వార్థ చింతామణి)

సప్తమాధిపతి గురనిచే వీక్షింపబడి శుభాషష్ట్యంశలను పొందియుండి, శుభగ్రహనవాంశలను పొంది, శుభగ్రహవీక్షణ కలిగిన యెడల జాతకుడు పప్పు, నెయ్యి, పెరుగు మొదలగు పదార్ధములను ప్రీతిగా తినువాడగును.

శ్లో॥ సప్తమస్థేబుధే దృష్టే గురుణాబల సంయుతే
ఘుక్తేశేనాపిసంధృష్టే సూపదధ్యాజ్య భాగ్భవేత్ !!

బుధుడు సప్తమ స్థానమందుండి బలవంతులగు గురుని చేతనూ, ద్వితీయాధిపతి చేతనూ వీక్షింపబడెనేని, జాతకుడు పప్పు, నెయ్యి, పెరుగు మొదలగు పదార్ధములను తినును.

శ్లో॥ రవౌవాభూమి పుత్రేవా సప్తమేశే శుభేక్షితే
ఋద్ధి స్థానగతేవాపి కదాబిద్దధి సూపబార్ !!

రవియైనా, కుజుడైననూ, సప్తమాధిపతియైన యెడల, శుభగ్రహములచే చూడ బడుచున్ననూ, క్రూరషష్ట్యంశలను పొందిననూ జాతకుడు పాలు, నెయ్యి పప్పు వంటి పదార్ధములను ఎప్పుడునూ భుజించకుండా వుందురు.

శ్లో ॥ చంద్రేగురౌవాదారేశే జలరాశ్యంశ సంభవే !
జలగ్రహీణ సంధృష్టే క్షీరపానది భాగ్భవేత్ !!

చంద్రుడుకానీ, గురువుకానీ సప్తమాధిపతియై జలరాశ్యంశమందుండి జలగ్రహవీక్షణబడసిన యెడల క్షీరపానము మొదలగు సాత్వికమైన పదార్ధములను భుజించును.

శ్లో॥ సప్తమేశ స్థితాంశేశే శుభదృష్టి సమన్వితే
శుభగ్రహాంశ కేవాపి గుడక్షీరాధిపానభాక్ ॥

సప్తమాధిపతియున్న నవాంశరాశ్యాధిపతి శుభులచే వీక్షింపబడుచూ, శుభాంశలయందున్న యెడల బెల్లము, పాలును జాతకుడు యిష్టపడును.

శ్లో॥ బహవస్సప్తమే పాపాః షష్టీవారంధ్రబేపివా
క్రూర షష్ట్యంశసంయుక్తా సర్వదాకృశభాగ్భవేత్ ॥

షష్టమమునకానీ, సప్తమమునకానీ అనేక పాపగ్రహములుండి, క్రూర షష్ట్యంశల యందున్న యెడల జాతకుడు ఎప్పుడునూ, ఎండబెట్టిన పదార్ధములను (శుష్కించిన పదార్ధములు) భుజించును. వరుగులుగా ప్రస్తుతము వాడుకలో నున్న పదము.

శ్లో॥ లగ్నస్థే సప్తసప్తౌ దినమణి తనయే కామగేవార్కమందౌ
ద్యూనేచంద్రే నభిస్థేనచయ గురుణాలోకి తేనో ప్రసూతే
ద్వేష్యేశో మిత్రిమందౌ ద్విషిసి ఆకరణీస్తే బుధేకేక్షితేనో
సూతే ద్వేష్యేజలరక్షే యదికుజరవిజౌ గర్భిణీస్యాన్ననారీ ॥
(జాతకాలంకారే)

లగ్నమందు రవియున్నూ, సప్తమమందు శనియునూవున్న యెడల జాతకుని భార్య గర్భము ధరించదు. రవిశనులు సప్తమమందుండి గురువీక్షణ లేక చంద్రుడు దశమమందున్న యెడల జాతకుని భార్య గర్భవతి కాజాలదు. ఇందువలన సంతతి లేదని తెలియవలయును. శతృస్థానాధిపతి, రవిశనులు, షష్టమస్థాన మందునూ,, చంద్రుడు సప్తమమునందును వుండి బుధవీక్షణ కలిగి యున్ననూ జాతకుని భార్య గర్భము ధరించదు. ఆరవయింట శని, నాల్గవయింట కుజుడును వున్ననూ జాతకునిభార్య గర్భవతికానేరదని తెలియవలయును.

కళత్రభావసారమును యిక్కడ వివరింపబడుచున్నది.

కళత్రాధిపతి గురునితోనూ, పంచమాధిపతితోనూ కలసివున్న యెడల జాతకునికి ఇద్దరు భార్యలుండురనియు, వారు సంతానము భోగములను అనుభవించుదురని తెలియవలయును.

కళత్రాధిపతి కుజ,రాహువులతో కలిసి యున్న యెడల ముగ్గురు బ్రతికియున్న భార్యలు జాతకునకు వుందురని, అందులో మొదటి భార్యకు సంతానము కలిగినష్టమగుననియూ, రెండవ భార్యకు, మూడవ భార్యకు గర్భస్రావములు కలుగునని చెప్పవలయును.

శుక్రుడు ద్విస్వభావరాశియందుండి, కుజ రాహువులతో కలిసిన యెడల జాతకునకు ముగ్గురు జీవించియున్న భార్యలుందురు.

శుక్రుడు స్థిరరాశియందుండి, కుజ రవి బుధులతో కలిసివున్న యెడల జాతకునకు ఇద్దరు భార్యలు జీవించి వుందురు. అందు మొదటి భార్యకు సంతానము పుట్టి మరణించును. రెండవభార్యకు సంతానము కలుగును.

శుక్రుడు స్థిరరాశియందుండి గురువీక్షణ పొందిన యెడల జాతకునకు జీవించియున్న ఇద్దరు భార్యలుందురు. ప్రధమ కళత్రమునకు ముగ్గురు పుత్రులును, ద్వితీయ కళత్రమునకు యిద్దరు పుత్రికలు గలుగుదురు.

లగ్నమందు సప్తమాధిపతి వున్న యెడల జాతకునికి యిద్దరు భార్యలు జీవించి వుందురు. ప్రధమ కళత్రము నలుపురంగు, పొడవు స్థూలశరీరము కలది. ద్వితీయ కళత్రము అందముగా, పొట్టిగానూ వుండునని తెలియవలయును.

శ్లో॥ స్మరేశే కేంద్రరాశిస్థే రంధ్రే శేన సమన్వితే
పాపగ్రహేణ సంధృష్టే యోగోవైధవ్య సంజ్ఞికః ॥

కళత్రాధిపతి అష్టమాధిపతితో కలసి కేంద్రమునందుండి పాపగ్రహ వీక్షణ కలిగిన యెడల ఆ స్త్రీకి వైధవ్యము కలుగును.

శ్లో॥ స్మరేశే శనిసంయుక్తే భూమి పుత్రేణవీక్షితే
చంద్రరాహుస్థితే రంధ్రే యోగో వైధవ్య సంజ్ఞికః ॥

కళత్రాధిపతి శనితో కలసి వుండి, కుజునిచే వీక్షింపబడిన యెడల ఆ

స్త్రీ వైధవ్యమును పొందును. లగ్నాత్ అష్టమమందు కుజరాహువులున్న యెడల ఆ స్త్రీకి వైధవ్యము కలుగును.

శ్లో॥ నిధనేశేయధా భౌమేస్మరేణచ సమన్వితే
చంద్రరాహు స్థితేరంధ్రే యోగో వైధవ్య సంజ్ఞికః !!

అష్టమాధిపతి, కుజుడు వీరిద్దరునూ సప్తమాధిపతితో కలిసిననూ, అష్టమమందు చంద్రరాహువులున్ననూ, ఆ స్త్రీకి వైధవ్యము సంభవించును.

శ్లో॥ శని భౌమయుతే రాహు స్మరరంధ్రగతోయది
బాల్యేవైధవ్య సంప్రాప్తిర్యోగో వైధవ్య సంజ్ఞికః !!

శని కుజులతో కలసి రాహువు సప్తమ స్థానముకానీ, అష్టమమునగానీ వున్న యెడల ఆస్త్రీకి బాల్యమందు వైధవ్యము కలుగును.

శ్లో॥ నవమాధిప జీవౌద్వౌ అస్తనాచగతౌయది
షష్టాష్టమవ్యయ స్థాచేద్భర్తృ రల్పాయురాదిశేత్ !!

భాగ్యస్థానాధిపతియు, గరుడునూ, యిద్దరూ అస్తంగతులైననూ, నీచను పొందిననూ, షష్టాష్టమ వ్యయస్థానములను పొందిననూ, అల్పాయువగును.

శ్లో॥ అశ్వనీకృత్తికా శ్లేష పుబ్బోత్తిరమఖా సుచ
మూలా యంశతరారాయా మనూరాధౌచ జన్మనాం
పుంసాంచపాణిగ్రహణం భవేత్క న్యాసుమగలీ !!

అశ్వని, కృత్తిక, ఆశ్లేష, పుబ్బ, ఉత్తర, మఖ, మూల, శతభిషం, అనూరాధ, ఈ నక్షత్రములలో దేనియందు నయిననూ జనియించిన వరునికి, ఆ కన్యను యిచ్చి వివాహముచేసిన యెడల ఆమె సకలదోషరహిత అయి దీర్ఘసుమంగళి అగునని శాస్త్రములయందు వివరించబడినది.

ఇప్పుడు విష కన్య అనబడు యోగమును వివరించుచున్నారు.

శ్లో॥ భౌజింగే కృత్తికా యాంశతభిసజితధా సూర్యమండారవారే
భద్రాసంజ్ఞేతిధౌ యాకిల జననమియాత్సాకుమారీ విషాఖ్యా
లగ్నస్థాసామ్యే భేటావ శుభగగనగశ్చేక ఆస్తే తతో ద్వౌ
వైరిక్షేత్రానుయాతౌ యదిజనుషి తదా సాకుమారీ విషాఖ్యా !!

(జాతకాలంకారము)

ఆశ్లేష, కృత్తికా, శతభిష అను నక్షత్రములయందును భాద్రతిధులయిన 2,7,12 తిధులయందును జన్మించిన స్త్రీ విషకన్యయని చెప్పబడినది. ఇక్కడ ఆశ్లేష ఆదివారము విదియ కలసియున్న యెడల ఒక యోగము. కృత్తిక సప్తమీ శనివారము కలిగిన యెడల రెండవయోగము, శతభిష మంగళవారము ద్వాదశి కలసినది ఇంకొక యోగము. ఈ మూడు యోగములందు పుట్టిన స్త్రీ విషకన్య అని పిలువబడును. లగ్నమందు రెండు శుభగ్రహములు, పదవస్థానమందు ఒక పాపగ్రహము, ఆరెంట రెండు పాపగ్రహములు వున్నపుడు జన్మించిన కన్య విషకన్య అని తెలియవలయును.

శ్లో॥ మందా శ్లేషాద్వితీయా యదితదనుకుజే సప్తమీవారుణక్షేతే
ద్వాదశ్యాంచ ద్విదైవం దినమణీ దివసే యజ్ఞనిస్రా విషాఖ్యా
ధర్మస్థా భూమిసూనుస్తను సదనగతి స్సూర్యసూను స్తదానీం
మార్తాండస్సును యాతో యదిజనిసమయే సాకుమారీ విషాఖ్యా !!

శనివారము ఆశ్లేషవిదియా ఈ మూడు కలసిన ఒక యోగము. మంగళ వాము శతభిషము సప్తమీ కూడినది రెండవ యోగము. ఆదివారము విశాఖద్వాదశీ మూడవ యోగము. ఈ మూడు యోగములయందు జన్మించిన కన్య విషకన్యయగునని తెలియవలయును. జన్మకాలమునకు నవమ స్థానమున కుజుడునూ, శని లగ్నమందుండి రవి పంచమమందున్న యెడల ఆస్త్రీ విషకన్యయగును.

శ్లో॥ లగ్నాదిదోశ్శుభోవా యది మదనపతిర్ధ్యాన యాయి విషాఖ్యా
దోషంచైవానపత్యం తదనుచ నియతం హంతి వైధవ్యదోషం
ఇధ్ధం జ్ఞేయం గ్రహజ్ఞైస్సుమతిభి రబిలం యోగజా ఆంగ్రహారా
మార్త్యేరార్యా నుమత్యామతి మిహగదితింజాతకే జాతకానాం !!

లగ్నమునగానీ చంద్రలగ్నమునకుగానీ శుభగ్రహము సప్తమాధిపతియైననూ, సప్తమమునందు శుభగ్రహమున్ననూ, ఆ స్త్రీ యొక్క విషకన్య దోషము, వంధత్వ దోషము, వైధవ్య దోషము, ఈ మూడునూ నశించునని శాస్త్రము చెప్పుచున్నది. ఇది యన్నియూ మహర్షుల వ్యాఖ్యానములు కనుక తప్పక ఋజువగుచున్నవని తెలియ వలయును.

ఆయుష్య భావము (అష్టమభావము)

శ్లో॥ పూర్వమాయుః పరీక్షేతి పశ్చాల్లక్ష మాదిశేదిత్యాదివచన
ప్రామాడ్యాచ్ఛ సర్వేషాం శ్రేయసాం మధ్యే ఆయుష ఏవ
ప్రాధాన్యాచ్ఛ ప్రధమంతావదాయుర్ధాయ సాధన మాహ !!
సత్యకుడ్యే చాత్రికర్మేతిన్యాయేన.

బొమ్మలు వేయుటకు గోడలు ఎటుల ముఖ్య ఆధారములుగా నుండునో అట్లే అన్ని జాతకముల యందు అన్ని రాజ యోగములకు జాతకుని ఆయువు ముఖ్యము కావున దైవజ్ఞుడు ముందుగా ఆయుర్ధాయమును నిర్ణయించి తరువాత రాజ్యాదియోగములు చెప్పవలయును. కనుక ముందుగా ఆయుర్ధాయ సాధనమెటులలో తెల్సుకొనవలయును. పిండా యుర్ధాయము, నైసర్గికా యుర్ధాయము, జీవశర్మాయుర్ధాయము, అంశాయుర్ధాయములను గురించి, మయ, యవన, మణిద్ధ, సత్యాచార్య, బాదరాయణ, కాళిదాస, పరాశరాది గ్రంథకర్తలను ఆధారముచేసుకొని అంశాయుర్ధాయనిర్ణయమును తెలిసికొనుట ఉత్తమము.

శ్లో॥ దస్రాత్ఖే చరభుక్తభం త్రివిహ్నాతంత్యాజ్యం ఫలం శేషకం
వేదఘ్నం ఖగభుక్తపాద సహితంచాంశాయుషో వత్సరా ః
ఖేటస్థేష్య పదాంతిరాద్ధినఘటే మాసాత్తు మిాసాదికం
హ్యానీ యాబిల ఖేచరైశ్చ్యతను అస్సర్త్వైక్యమబ్దాదికం !!
(ఉత్తరకాలామృతం)

జన్మకాలమునకు స్ఫుటగ్రహములను, లగ్నమును, రాశ్యాదులను ఇంతక్రితమే లెక్కగట్టుట తెలిసికొని యున్నాము. తేలికగా, కష్టములేకుండా, పంచాంగములోని నక్షత్రగ్రహములవలననే అటువంటి రాశులను, గ్రహములను స్థూలముగా, నవాంశాయుర్ధాయమును తెలుసుకొను విధానము వివరింప బడుచున్నది.

ఏ కాలమునకు పంచాంగములో గ్రహము ఏ నక్షత్రము యొక్క ఎన్నవ పాదమునందున్నదో తెల్సుకున్న తరువాత ఆగ్రహమున్న నక్షత్రమునకు, అశ్వన్యాదిగా, నక్షత్రసంఖ్యను మూడుచే భాగించి ఆలబ్ధమును విడిచిపెట్టి, ఆ శేష సంఖ్యను నాలుగు చేత హెచ్చించి, అందు అపుడున్న నక్షత్రమునందును, గతపాదసంఖ్యను కూడిన యెడల ఆ సంఖ్య, ఆగ్రహసంబంధమైన అంశాయుర్ధాయసంవత్సరములు అగును. తరువాత అంశాయుర్ధాయ సంబంధమైన మాసములను రోజులను ఘటికలను సాధించు విధానము తెలియజేయబడుచున్నది. పంచాంగములో అపుడున్నటువంటి గ్రహము యొక్క పాదము ఎపుడు ప్రవేశించినదో అది మొదలు దాని ముందరి పాదము ప్రవేశించు వరకు ఎన్నిరోజులు, ఎన్ని ఘడియలు, ఎన్ని విఘడియలగునో ఆధిన ఘటికాదులను ప్రమాణముగా తీసుకుని ఒకచోట గుర్తించవలయును. పిమ్మట గ్రహమున్నపాదము ప్రవేశించినది మొదలు కావలసిన కాలము (అదియే యిష్ట కాలము) వరకు ఎన్ని దినములు ఘడియలు, విఘడియలు అగునో దానిని ఇచ్ఛ అని వ్రాసుకొనవలయును. ఇపుడు పైన వ్రాసి కొన్నప్రమాణ దిన ఘటికాదులను, ఇచ్ఛాయని వ్రాసుకొన్న దిన ఘటికాదులను వేరువేరుగా విఘడియలుగా మార్పులుచేసి సవరించి, అందులో యిచ్ఛ యొక్క విఘడియలను పన్నెండుచే గుణించి, దానిని ప్రమాణమును దాని విఘడియలచే భాగించగా వచ్చులబ్ధము మాసములుగా తెలియవలయును. ఆ శేషమును ముప్పయి చేత గుణించి ప్రమాణ విఘడియలచేత భాగింపగా వచ్చు లబ్ధము రోజులగును. ఆ శేషము అరవై చేత గుణించి వెనుకటి హారము చేత భాగింపగా వచ్చు లబ్ధము ఘడియ లగును. ఆ శేషమును అరవైచే గుణించి, వెనుకటి

హోరముచే భాగింపగా వచ్చు లబ్ధము విఘడియలగును. ఇది అంశాయుర్ధాయ మధ్యమ సంవత్సరాది యగును. ఇక దీనికి హరణాది సంస్కారములుచేసిన యెడల స్ఫూటాయుర్ధాయము వచ్చును.

శ్లో॥ సాయుస్వేందు ౧ కార్త ౨ గ్ని వేద ౪ శర ౫ ష ౬డ్భాగోనితంరిపృగా!
ద్వామంషట్సు ఖలే శుభే యదిదళోనం పాపలగ్నే ఖిలం
నీబారాతి గృహేఖగేస్తమయగే ద్విత్రిద్వి భాగోనితం
ద్వ్యంశోనంహిపరాభ వేపున రవి శ్యాదంశజాయుస్త్వి దం !!
(ఉత్తరకాలామృతే)

ఇపుడు అంశాయుర్ధాయమునకు హరణ సంస్కారములను తెలియజేయబడుచున్నది.

పూర్వోక్తరీలగా రవ్యాదులకును, లగ్నమునకును, వేరువేరుగా ఆయుర్ధాయమును సాధించి దానిలో హరణముచేయవలయును. లగ్న ద్వాదశము మొదలు సప్తమము వరకు తలక్రిందులుగా ఆరురాసులందును వరుసగా, 1,2,3,4,5,6 భాగములు చెప్పబడుచున్నవి. కాబట్టి వ్యయస్థానము మొదలుపైన ఆరుస్థానములతో ఎక్కడయినా పాపగ్రహమున్నపుడు, వాని వలన వచ్చిన ఆయుర్ధాయముతో, ఆస్థానమునకు చెప్పబడిన భాగమును తీసివేయవలయును. ఒకవేళ శుభగ్రహమున్న యెడల పై చెప్పిన దాని యందు నగమునే తీసి వేయువలయును అనగా వ్యయస్థానము మొదలుగా 2,4,6,8,10,12 వ భాగములను తీసి వేయువలయును. దీని కేచకార్ధహరణమనిపేరు. లగ్నమందు పాపగ్రహమున్న యెడల, ఆ లగ్నా యుర్ధాయమంతయూ హరించును. అనగా సున్న అని అర్ధము. ఈ చక్రార్ధ హరణములంజేసిన పద్ధతియందే, మరియెక హరణమును చేయవలయును. నీచయందున్న గ్రహము యొక్క ఆయుర్ధాయములో రెండవభాగమును, శత్రిక్షేత్రమందున్న గ్రహమునకు మూడవభాగము, అస్తంగతుడయిన యెడల వాని ఆయుష్యమందు సగమును, యుద్ధమునందు ఓడిపోయిన వాని ఆయువులో సగమును తీసివేయవలయును. నీచ,శత్రు, అస్తమయములు మూడును ఒక్కసారిగా ఒక్కనికే కలిగినపుడు వానిలో సగము హరణము

ఒక్కదానికి మాత్రమే చేయవలయును. మూడు హరణములు చేయకూడదని గ్రంథాంతర సాంప్రదాయము కలదు. ఈ శ్లోకము వలన వివరమగును.

శ్లో ॥ వక్రిచారం విశాత్ర్యంశంశత్రురాశౌ హరేద్గ్రహః

అని గ్రంధాంతర మందు చెప్పి యున్నారు. కుజుడు తప్పతక్కినవారు శత్రుక్షేత్ర గతులైన తమ ఆయుర్ధాయమందు తృతీయాంగము హరిెపజేయునని, కుజుడు శత్రు క్షేత్రగతుడయిననూ, తృతీయాంశమును హరింపజాలడనియూ కొందరి వాదన. బృహజ్జాతికి మందు - లగ్నమందు పాపగ్రహమున్న యెడల, ఆ లగ్నాయుర్ధాయమునంతయూ తీసివేయవలయును. ఈ విధముగా, రవ్యాది లగ్నాంతము వేరువేరుగా హరణసంస్కరణములు చేయవలయును. పిదప అందరి ఆయుర్ధాయమును కూడిన యెడల, ఆ మొత్తము అంశాయుర్ధాయ మగును. కానీ, రవ్యాది లగ్నాంతమును, ఆయుర్ధాయములు రాబట్టి స్ఫుటము చేసి, మొత్తము చేసిన యెడల ఆయుర్ధాయమగునని చెప్పినారు కానీ యిదివరకు లగ్నాయుర్ధాయ సాధనమును తెలియుపరచలేదు. ఇప్పుడు లగ్నాయుర్ధాయసాధన ఎట్లో తెలుసుకొన వలయును.

శ్లో॥ లగ్నేభుక్తవినాడికా నవగుణాస్తన్మాక భక్తాఃఫలం
వర్షాణీస్వగుణైర్ద రెరపితదాతన్మాసఘస్రాదికం
లగ్నేశోభన ఖేచరేక్షితియుతే స్వస్వామియుక్తేక్షితే
తుంగేస్వామిని రాశిసంమ్మితి సమాశ్చేత్యూచురే కేబుధాః
(ఉతరకాలమృతే)

క్రితం చెప్పబడిన అంశాయుర్ధాయములో రవ్యాది లగ్నాంతమును, ఆయుర్ధాయముల వేరువేరుగా సాధించి మొత్తమును కూడిన అంశాయుర్ధా యమగునని చెప్పినాడుకానీ, లగ్నాయుర్ధమును ఎట్లు సాధించవలెనో చెప్పలేదు. అది ఎట్లనగా, ఘటికాదిగా వుండు లగ్నమునకు, విఘడియలు చేసి, ఆ విఘడియలను తొమ్మిదిచే గుణించి, ఆ లగ్నము యొక్క ప్రమాణమునకు అయినటువంటి విఘడియలచే భాగింపగా 'తన్మానభకాః' అని అర్ధము. కనుక ఆ లగ్న ప్రమాణముచే భాగించగా వచ్చిన లబ్ధము సంవత్సరములగును. పిమ్మట

భాగింపగా నున్న శేషమువలన మాస, దిన, ఘటికలను సాధింపవలయును. శేషమును 12చే గుణించి ఆ లగ్నప్రమాణ ఘటికలచే భాగింపగా అవి మాసములగును. ఆ శేషమును 30 చే గుణించి వెనుకటి హారముచే భాగింపగా, దినములగును. ఆ శేషమును 60 చే గుణించి వెనుకటి హారముచే భాగింపగా ఘడియలగును. శేషమును 60 చే గుణించి, హారముచే భాగింపగా విఘడియలగును. యిందులకు బృహజ్జాతతికమున ఒక శ్లోకమును పరిశీలించెదము.

శ్లో॥ లగ్నరాశిసమాం శాబ్దాన్ మాసాద్యా అనుపాతతః !
లగ్నాయుర్ధాయ మిచ్ఛంతి హోరాశాస్త్ర విశారదః !!

అని యణిద్దుడు చెప్పియున్నారు. కొందరు నవాంశాధిపతి బలవంతుడై వున్నపుడు నవాంశసమముగానూ, లగ్నాధిపతి రాశ్యాధిపతి బలవంతులైవున్న యెడల రాశితుల్యముగాను లగ్నాయుర్ధాయమును చెప్పుచున్నారు. ఈ విషయమై బృహజ్జాత కమున ఒక శ్లోకమును పరిశీలించిన

శ్లో ॥లగ్నాయుర్భాంశతుల్యంస్యాదం తరేచానుపాతతః
తత్పదే బలసంయుక్తే రాశితుల్యంతుదాధిపే
(సారావళి)

ఇట్లు సంవత్సర మాస, దిన ఘటికలు ఏర్పడును. తరువాత ఆ లగ్నము శుభ గ్రహముల చేతగానీ లగ్నాధిపతితోకానీ కలసిననూ, వీక్షింపబడిననూ, లగ్నాధిపతి ఉచ్ఛయందున్ననూ, ఆ లగ్నమునకు మే షాదిగా గడచిన రాసులెన్నో అన్ని సంవత్సరములు అంశాయుర్ధాయములో చేర్చవలెనని కొందరి వాదన.

అంశాయుర్ధాయ సాధన కొరకు తేలిక అయిన పద్ధతిని అయుర్ధాయాంతరమును చెప్పుచున్నారు.

శ్లో॥ ప్రాగుక్తాచ్ఛుభ పాపవర్గ గణితాద్రేక్కాణ పైస్సాధితా
సంఖ్యాక్రూరభవా ఖనేత్రి విధుభిర్గుణ్యానగాప్తాసమాః
శుద్ధాఃఖాశ్వీసుధాకరైరపిభ వేదాయుర్ద్వి జన్మత్రియే
సంవాదార్ధమి హైవతల్ల ఘతరంప్రోక్తంనవాంశాయుష ః!!
(ఉత్తరకాలామృతే)

క్రిందట తెలుసుకొనిన విధమున తను స్థానద్రేక్కాణాధిపతులకు శుభ పంక్తియు, పాపపంక్తియూ ఏర్పడును. అందుపాపసంఖ్యను వుంచుకొని దానిని 120 చేత గుణించి, ఏడుచేత భాగింపగా వచ్చు లబ్దము సంవత్సరములగుచున్నవి. ఆ శేషమును 12 చే గుణించి 7 చే భాగింపగా లబ్దము మాసములగుచున్నవి. ఆ శేషమును 30 చే గుణించి 7 భాగింపగా దినములు వచ్చును. ఈ విధముగానే 60 చే గుణించి 7 చే భాగింపగా ఘడియలగును. ఆ వచ్చిన సంవత్సరములు నెలలు రోజులు అదినమును 120 సంవత్సరములలో తీసి వేయగా, మిగిలిన సంవత్సరాదికము చెప్పబడిన మూడుజన్మలలో ఏ జన్మము యొక్క వర్గమును బట్టి సాధింపబడెనో ఆ జన్మము యొక్క ఆయుర్ధాయముగా తెలియవలయును.

శ్లో॥ గురుశశిసహితే కులీరలగ్నే శశితనయే భృగుజేచ కేంద్రయాతే
భావరిపు సహజోపగైశ్చశేషై రమితమిహాయురనుక్రమా ద్వినాస్యాత్!
(బృహజ్జాతకే)

ఇది అపరిమి ఆయుర్ యోగము. జన్మలగ్నమైన కర్కాటకము గురు చంద్రులతో కూడివున్న యెడల, బుధ శుక్రులు కేంద్రస్థానమందున్నపుడు, తృతీయ, షష్టలాభములందు రవి, కుజ, శనులు లాది పాపగ్రహములున్నపుడు జన్మించినవానికి ఆయుర్ధాయముగణించనవసరము లేదని చెప్పబడినది.

శ్లో॥అంశోద్భవం లగ్నబలాత్రిసాధ్యమాయుశ్చ పిండోద్భవమర్కవీర్యాత్!
నైసర్గిక చంద్రబలాధికత్వే బ్రూమస్త్ర యాడా మధవీర్యసామ్యే!!
(శ్రీపత)

అంశ ఆయువు, పిడాయువు, నైసర్గికాయువులలో ఏది ఎపుడు గ్రహించ తగినదో దానిని తెలుసుకొనవలయును. లగ్నరవిచంద్రులలో లగ్నము బలముగా నున్న యెడల అపుడు అంశాయుర్ధాయమును గ్రహించవలయును. రవి బలము కలిగి వున్న యెడల పిండాయువును గ్రహించవలయును. చంద్రుడు అధికబలమును కలిగి యున్న యెడల నైసర్గికాయువును గ్రహించవలయును.

శ్లో॥ నవేందవోబాణయమా శరక్ష్యాః దివాకరాః పంచభువః కుపక్షా ః
నఖాశ్చభాస్వత్రి ముఖగ్రహాణాం పిండాయుషోబ్దానిజతుంగగా
(శ్రీపతి)

రవి ఆదిగాగలగ్రహములకు పిండాయు సంవత్సరములను ఈ విధముగా తెలియవలయును. రవి 18, చంద్ర 25, కుజ 15, బుధ 12, గురు 15, శుక్ర 21 శని 20 ఇవి రవ్యాదిగ్రహముల తమతమ పరమోచ్ఛభాగముల యందున్నపుడు ఈ చెప్పబడిన సంఖ్యల ఆయువును జాతకునికి యిచ్చెదరని తెలియుచున్నది.

పరమోశ్ఛస్థ వ్యతిరేక స్థానములందున్న గ్రహములిచ్చు ఆయుః సంవత్సరములను ఇప్పుడు చెప్పుచున్నారు.

శ్లో॥ నిచోచ్ఛ శుద్ధః ఖచరైద్విశోధ్యభమండలాత్షడ్భవనో నకశ్చేత్
యధాస్థితి షడ్భవనాధి కశ్చేత్ లిప్తే కృతిస్సంగుణితో నిజా బ్దైః
తత్రి ఖాభర సచంద్రలోచనై రుద్ధృతే సతి యదాప్యతే ఫలం
వర్షమాస దినచాడికాదికం తద్ధి పిండ భవమాయురుచ్యతే !!
(శ్రీపతి)

ఆయాగ్రహస్ఫుటములో వారివారి పరమోచ్ఛభాగలను తీసివేసిన శేషము ఆరురాసులకు తక్కువగానున్న యెడల 12 రాసులలో తీసివేయవలయును. ఆరురాసులకు అధికముగా నున్న యెడల అదే విధముగా నుంచవలయును. అపుడు దానిని లిప్తలుచేయగా, వారివారి పిండాయువులు లగును. ఆ పిండియుఃకలలను 21600 చేత భాగింపగా ఆయువు సంవత్సరములు అగును. శేషమును 12 చేత గుణించి 21600 చేత భాగింపగా, మాసములు వచ్చును. మిగిలిన శేషమును 30 చే గుణించి వెనుకటి హారముచే భాగింపగా దినములగును. ఆ శేషమును 60 చే గుణించి వెనుకటి హారముచే భాగింపగా విఘడియలగును.

శ్లో॥ త్ర్యాంశగం హరతి శత్రుభేగ్రహఃస్వాయుషోత్ర నమవక్రబారగః
సూర్య లుప్తకిరణోర్ధహారగఃప్రోఝ్య భార్గవదిశేశనందనౌ!!

శత్రుక్షేత్రాదిహరణములిట్లు తెలుసుకొనవలయును.

ఏ గ్రహమైననూ తత్కాలమందు శత్రుక్షేత్రమందున్న యెడల తాను యిచ్చు ఆయుషునందు మూడవభాగమును హరించును. అయిన శత్రుక్షేత్ర మందున్న గ్రహము వక్రగతి యందున్న యెడల ఏమాత్రమూ ఆయువును హరింపదని తెలియవలయును. శుక్రశనులు తప్ప మిగిలిన నాలుగు గ్రహములు సూర్యసామీ ప్యత వలన అస్తమించిన యెడల వారివారి ఆయుఃకాలములో సగము హరింతురు. శుక్రశనులు అస్తంగతులైననూ, ఏ మాత్రమూ తగ్గింపరు.

శ్లో॥ చక్రార్ధ హానౌ బహుషుద్వ్యయోద్యుచారిణోరేక గృహస్థయోస్తు !
సత్యాభి దానస్యమతేన నిత్యం స్వారోంహరతేవబలోత్కటోయం !!
(శ్రీపతి)

ఒకేరాశి యందు రెండులేక అనేక గ్రహములున్న యెడల సత్యాచార్య పద్ధతిననుసరించి చక్రపాతిహరణ విధమును తెలిసికుందము. ఒకేరాశి యందు రెండు లేక ఎక్కువ గ్రహములున్నపుడు, వారిలో బలవంతుడగు ఒక గ్రహము మాత్రము తాను యిచ్చు ఆయుఃవునందు తన అంశమును హరించును. బలహీనులగు తక్కిన గ్రహములు హరింప లేరు. యవనమతమందు ఒకే రాశిలోని గ్రహములు బలసామాన్యమును పొందినపుడు గురుదృష్టిలేని ప్రతిగ్రహము కూడా, తాను యిచ్చేది ఆయుఃవు నందు తన అంశమును తగ్గించునని చెప్పబడినది.

శ్లో॥ లిప్తీ భూతోర్లగ్నభాగైర్నిహన్యాదా యుర్ధాయం ఖేచారాణాం పృధకిస్థం!
వ్యోమాకాశర్త్వెందుపక్షై ౨ ౧ ౯ ర్భజేత్తి స్వాయుర్దాయశ్శోధ్య
మబ్దాదిలబ్దం ! ఏతత్రూ్కరే లగ్నగేసౌ మ్యదృష్టే
రశ్మిన్దాయే ఆత్పలార్ధం విశోధ్యం ! ఏ ఆద్దా యేనాంశసంజ్ఞాం విధేయం
పిండాయుర్వ్యత్కిర్మనై సర్గికకేవి !!

జన్మలగ్నమును క్రూరగ్రహములగు రవి కుజశనులలో ఒకరుగానీ అందరుగానీ, వున్నప్పుడు ఈ హరణము చేయవలయును. ఎట్లనిన లగ్నగతి రాశులను విడిచి, భాగాదులను లిప్తలు చేసి దానిచే లగ్నగత క్రూరగ్రహముల

ఆయుర్ధాయములను వేరువేరుగా గుణించి 21600 భాగించి లబ్ధాదులను ఆయాగ్రహ ఆయుః పిండములలో శోధించవలయును. లగ్నగతిపాపగ్రహము శుభగ్రహములచే కలసిన యెడల ఈహరణమును అర్ధించి ఆయుః పిండములోహరణము చేయువలయును. ఈ కూరోదయహరణము అంశాయుర్ధాయములో చేయరాదు.

శ్లో॥ నఖాఃశశిద్వౌనవకం ధృతశ్చకృతిః ఖబాణారవిపూర్వకానాం
ఇత్థంనిరుక్తాః క్రమశోగ్రహాణాం నైసర్గికే హ్యాయుషివర్షసం !!
(శ్రీపతి)

పరమోచ్చస్థానమును పొందిన రవ్యాదిగ్రహములకు నైసర్గిక ఆయుర్విషయములను తెలియజేయబడుచున్నది. రవికి 20 చంద్రునకు 10, కుజునకు 2 బుధునకు 8 గురునకు 18 శుక్రునకు 20 శనికి 50 సంవత్సరములు. ఈ సంవత్సరముల చేతను పిండాయుర్ధాయమునకు చెప్పబడినవిధముగ గణితముచేసి, ఆయుర్ధాయమును పూర్వోక్తప్రకారము రాబట్టవలయును.

శ్లో॥ సమాష్టష్టిర్ద్విఘ్నా మనుకరరిణాంపంచచనికాశా
హయానాంద్వాత్రంశత్థరకర భయోః పంచకకృతిః
విరూపాసాత్వాయుర్వృష మహిషయోర్ద్వాద శశునాం
స్మృతంభాగాదీనాందశక సహితాష్టట్చ పరమం !!
(బృహజ్జాతకే)

మనుషుల యొక్కయు, గజాదుల యొక్కయు పరమాయుః ప్రమాణము చెప్పబడినది. రెండుచే గుణించబడిన అరువదిసంవత్సరములను (పంచనిశాశ్చ= అయిదురాత్రులు) అనగా నూటయిరవై సంవత్సరములపైన అయిదురోజులు మనుష్యులకునూ, ఏనుగులకు పరమాయుఃప్రమాణముగా తెలియజేయబడినది. గుఱ్ఱములకు 32 సంవత్సరములు, గాడిదలకు ఒంటిలకు 25 సంవత్సరములు, ఆవులకు ఎనుబోతులకు 24 సంవత్సరములు, కుక్కలకు 12 సంవత్సరములు. వ్యాఘ్రు మార్జాలములకు 12 సంవత్సరములు. మేక, పోతులకు 16 సంవత్సరములుగా చెప్పబడినది. ఇక్కడ అశ్వము మొదలగు

వాటికి ఆయువును చెప్పుట వలన వాటి యొక్క జన్మకాలమును బట్టియే నిర్ణయమని తెలియవలెను. అందుకు అశ్వాదుల ఆయుఃప్రమాణము ననుసరించి, త్రైరాశిక లెక్కల చేత పరమోచ్చ గతగ్రహపరమాయువును గ్రహించవలయును. అది ఈ విధముగా తెలియు వలయును. గ్రహ పరమాయువును, అశ్వాదుల యొక్క పరమాయువును హెచ్చించి మనుష్యుల పరమాయువు చేత భాగించగా అశ్వాదులకు ఆయాగ్రహములిచ్చు పరమాయువు తెలియును. ఉదాహరణముగా రవి పరమాయువగు సంవత్సరములచేత అశ్వము యొక్క పరమాయువగు 32 సంవత్సరములను గుణించి వచ్చిన సంఖ్యను మనుష్యుల పరమాయువగు 120 సంవత్సరములచేత భాగింపగా లబ్దము సంవత్సరములగును. శేషమును 12చే గుణించి, 120 చే భాగింపగా వచ్చిన లబ్ధము మాసములగును. 30 చే గుణించి హారముచే భాగింపగా, దినములు వచ్చును. రవి మొదలగు గ్రహములిచ్చు ఆయుర్ధాయము అన్ని జంతువులకు నువర్తింపజేయ వచ్చును. మనుష్యులకు నిర్ణయించి ప్రకారము ఆయుఃవును నిర్ణయించిన హరణముచేయగా మిగిలిన ఆయువు అశ్వాదిగా జల జంతువు లను చెప్పవచ్చును. గణితమువలన తెచ్చిన ఆయువును తెలియుజేసి రాశి చక్రమునందున్న రవ్యాదిగ్రహములిచ్చు ఆయువును చెప్పుచున్నారు.

శ్లో॥ కేంద్రే కూణగ్రహే స్థితాఃకవిగురుజ్ఞాః పూర్ణమా యుర్భవే
న్మధ్యాయుష్య మధోధనేచ సహజే లాభేదిశంతి స్థితాః
షష్టేబాష్టమభేవ్య యాఖ్యభవనే స్వల్పాయురన్యేఖలాః
కేంద్రాష్టవ్యయకోణగాన శుభదాజా అస్యపుంసస్సదా !!
(ఉత్తరకాలామృతే)

శుభులగు గురుబుధశుక్రులు కేంద్ర కోణములందున్న యెడల పూర్ణాయువు నిచ్చు వారుగా తెలియవలయును. పాపగ్రహములు 2,3,11 స్థానములందున్న యెడల మధ్యాయువు నిత్తురు. పాపులగు రవి శని కుజ

రాహుకేతువులు 1,4,7,10,5,8,9,11 స్థానములందున్న యెడల అశుభమును యిచ్చెదరు. కనుక పాపగ్రహములు 3,9,11 స్థానములందున్న యెడల పూర్ణాయువు నిచ్చెదరు. ద్వితీయస్థానము శుభాశుభ మిశ్రమమైనదికాబట్టి పాపులగణములలో చేర్చబడలేదు.

శ్లో॥ లగ్నేశేననిరీక్షితేసతి తధా కేంద్రత్రికోణస్థితై
ర్లగ్నేశస్థితి రాశినేతిః పునర్లగ్నే నదృష్టేశుభైః
అల్పాయిస్సుతదార బుద్ధిరహితౌజాతోభి వేదన్యధా
దీర్ఘాయుర్బహు భాగ్యవాన్సనమతర్నిత్యం భవేత్కీర్తిమాన్ !

లగ్నము,లగ్నాధిపతి,లగ్నాధిపతియున్న రాశినాధుడు శుభస్థానము లందుండి శుభగ్రహవీక్షణ పొందిన సమయమున జన్మించిన జాతకుడు దీర్ఘాయువును కలిగి యుండును. భాగ్యవంతుడు, బుద్ధివంతుడు, కీర్తిగలవాడగును. దీనికి వ్యతిరేకముగా లగ్నేశాదులు శుభదృష్టి లేక వున్న యెడల ఆయువులేనివాడు, భార్యాహీనుడు, మందబుద్ధికలవాడు, కీర్తిలేనివాడు, భాగ్యములేనివాడుగనుండును.

శ్లో॥ ధర్మేశేతనుపాన్వితేచ గురుదృష్టే స్త్యశ్శతంవత్సరం
తౌయుక్తౌ యదిలగ్న గౌసుత పదృష్టౌ పూర్ణిమాయుర్భవేత్
ధర్మేశే గురుసంయుతే సుతపతౌ క్రూరైరయుక్తేక్షితే
పూర్ణాయుఃపురుషస్య బార్గవమతేని ర్దిష్టముక్తంబుధైః
(జాతికానుభవదర్పణీ)

భాగ్యస్థానాధిపతి లగ్నాధిపతితో కలిసి యుండి బృహస్పతిచే వీక్షింపబడిన యెడల జాతకుడు నూరు సంవత్సరములు జీవించును. ఆ లగ్న భాగ్యాధిపతులు కలసి లగ్న మందుండి పంచమాధిపతి వీక్షణపొందిన యెడల జాతకుడు శతవర్షములు జీవించును. భాగ్యాధిపతి గురునితో కలిసియుండి క్రూరగ్రహ సంబంధము లేకున్న, కేవలం పంచమాధిపతిచే వీక్షింపబడెనేని జాతకుడు వంద సంవత్సరములు జీవించునని భార్గవ మతము తెలుపుచున్నది.

శ్లో॥ కేంద్రేద్వాదశషష్టమాష్టమ గతే స్వోచ్ఛస్థితేగేష్పతౌ
సర్వారిష్ట మభీచ్ఛినత్తి జననేకుర్యాచ్చి రంజీవనం
లగ్నేశే బలసంయుతే త్వథగురౌశుక్రే బుధేవా తధా
కేంద్రేవాప్యథి కూణగేనిగది తంచాయశ్చిరంపండితైః
(జాతికానుభవదర్పణీ)

గురుడు ఉచ్ఛయందున్ననూ, 1,4,7,10 యీనాలుగు కేంద్రము లందున్ననూ, 6,8,12, యిషష్టాష్టమ వ్యయస్థానములందున్ననూ,జాతకునకు సకల మగు అరిష్టములను తొలగించి చిరకాలా యుర్ధాయము నిచ్చువాడగును. లగ్నాధిపతి బలవంతుడై, కేంద్రకోణములందున్ననూ, లేక బుధగురు శుక్రులు లగ్నమునకు కేంద్రకోణములందున్ననూ జాతకుడు చిరకాలాయువు, గలవాడని జ్యోతిషులు చెప్పుదురు.

శ్లో॥ తహడాయగతాః పాపాఃశుభాః కేంద్రత్రికోణగాః
లగ్నే శేబలసంయుక్తే పూర్ణమా యుర్వినిర్దిశేత్ !!
(శుక్రకేరళే)

పాపగ్రహములు 3,6,11 స్థానములందుండి శుభగ్రహములు 1,4,7,10,5,6 రాసులందుండగా, లగ్నాధిపతి బలవంతుడైన యెడల జాతకునికి పూర్ణాయువు కలుగును.

శ్లో॥ ఆయుష్కా రేణశనినాహ్యష్టమాధిపతేర్యది
సంబంధోవిద్యతేయస్య దీర్ఘాయుర్యోగ ఉచ్యాతే !!
(భావార్థరత్నాకరే)

అష్టమాధిపతికి ఆయుష్కారకుడుడగు శనితో దృగ్యోగాది సంబంధము గలిగిన యెడల జాతకునకు పూర్ణాయువు కలుగును.

శ్లో॥ షట్సప్తరంధ్రభావేషు సహితేషు శుభేషుచ
త్రషషా మేషుపాపేషు పూర్ణమాయుర్వినిర్దిశేత్ !!

6,7,8 రాసులయందు శుభగ్రహములుండి 6,3,11 రాసులయందు పాపగ్రహములుండెనేని జాతకుని పూర్ణాయుర్ధాయము పట్టును.

*శ్లో॥ లగ్నే శేయః కేంద్రగే గురుయుతే శుక్రేణవావీక్షితేదీర్ఘాయు
ప్రవదంత సర్వమున యోజాతస్యసౌఖ్యధనం ! రంధ్రే శేనశుభ
గృహే శుభ గృహే కేంద్రత్రికోణాల యే పూర్ణాయుః కథితపు
రాణమునిభిర్జాతస్య సౌఖ్యాన్వితం !!*

(జాతకానుభవదర్పణే)

లగ్నాధిపతి 1,4,7,10 స్థానములలో నుండి గురునిచేతినైననూ, శుక్రుని చేతనైననూ, వీక్షింపబడిన యెడల లేక వారితో కలసిననూ, జాతకునికి పూర్ణాయువు, సౌఖ్యము, ధనము,గలుగునని ఋషులు చెప్పియున్నారు. అష్టమాధిపతి శుభులతో కలిసిననూ, కేంద్రకోణములందున్ననూ, శుభ స్థానములం దున్ననూ, జాతకునకు దీర్ఘాయువు, విద్య, సుఖము, సౌఖ్యములు కలుగునని పూర్వీకుల ఉవాచ.

*శ్లో॥ స్వక్షేత్రగేవాయది రంధ్రనాథే దీర్ఘాయురస్తేతి వదంతి సంతః
మందేనవాచింత్యమ శేషమాయుః స్వక్షేత్రమిత్రోచ్ఛగృహస్థితేన ॥*

(సర్వార్థ చింతామణి)

అష్టమ స్థానాధిపతి స్వక్షేత్రాగతుడయున యెడల దీర్ఘాయువు ఆరోగ్యము కలుగును. శని స్వక్షేత్ర, మిత్ర, ఉచ్ఛ స్థానములయందున్న యెడల దీర్ఘాయువు కలుగును.

*శ్లో॥ చతురశ్రేశు ఖైర్యుక్తే లగ్నేశే శుభాసంయుతే
గురుడాదృష్టి సంయుక్తే పూర్ణమా యుర్వినిర్దిశేత్ !!*

కేంద్రములందు, శుభగ్రహములున్ననూ, లగ్నాధిపతి శుభగ్రహములతో కలసివున్ననూ, గురునిచే వీక్షింపబడిననూ, జాతకునకు దీర్ఘాయువు కలుగును.

*శ్లో॥ దీర్ఘాయురాప్నోతి ఖగాస్సమస్తాశ్శుభాశుభాః పూర్వాషడా
యయుక్తాః ! లగ్నాత్త్రిదైవా పరభాగయుక్తాః శ్శుభాశుభాతద్వి పరీతమాయుః*

జన్మలగ్నము మొదలు వరుసగా ఆరురాసులందు శుభ, పాపగ్రహము లేవైననూ, వున్న యెడల జాతకుడు పూర్ణాయువు కలిగి వుండును. సప్తమస్థానము మొదలు ద్వాదశ స్థానమువరకు శుభాశుభ గ్రహములన్నియూ వరుసగా వున్న యెడల విపరీతాయుర్దాయము కలుగుననుట సత్యము. ఇదియే అమితా యుర్దాయము.

శ్లో॥ లగ్నాదిషట్కే శుభాఖేచరేంద్రాః సర్వేబలాఢ్యా స్త్వపరేతుపాపాః
ప్రదీప్తివంతోగుణవాన్త్సుశీలః శ్రీమాన శీత్యానిధనంతప్రయాత !!
(సర్వార్థ చింతామణి)

లగ్నము మొదలు ఆరురాసులలోగా, శుభగ్రహములు బలముగలవియై వరసగా అన్ని వుండి, అపరభాగమగు సప్తమరాశి మొదలు ద్వాదశరాశి వరకు ఆరురాసులలో పాపగ్రహములన్నియూ బలవంతులయి యున్నయెడల జాతకుడు మంచి గుణములు కలవాడు, శ్రీమంతుడును, 80 సంవత్సరముల ఆయుర్ధాయుము కలవాడు అగునని తెలియవలయును.

శ్లో॥ అష్టమేశ దశమాధిపౌశనిః కేంద్రలాభ నదతాపంపచమస్థితాః
జన్మనేఖలు దిశంతిజీవితం దీర్ఘ మారుతగతే అదీర్ఘికం!!
(కాళిదాసకేరళే)

అష్టమదశమాధిపతులిద్దరునూ, ఆయుష్కారమడగు శని, యి ముగ్గురూ కేంద్రకోణలాభస్థానములందున్న యెడల జాతకునకు దీర్ఘాయువును, బలమును, కీర్తిసౌఖ్యముల నిచ్చువారగుదురని కాళిదాసకేరళమనుగ్రంథమున వున్నది.

శ్లో॥ త్రవిధాశ్చాయి పోయోగాఃస్వల్పా యుర్మధ్యమోత్తమాః
ద్వాత్రిశం త్పూర్వమల్పాయు మధ్యమాయుస్తథోతిరే !!

ఆయుఃవునందు అల్ప, మధ్యమ, ఉత్తమాయుర్యోగమని మూడు విధములుగా చెప్పబడినది. ఇందు 32 సంవత్సరములకు పైన దీర్ఘాయువని చెప్పబడినది. కొందరు ఋషులు 100 సంవత్సరములపైన ఉత్తమాయుర్ధాయమని చెప్పియుండిరి.

శ్లో॥ ఆద్వాదశాబ్దంజింతూనే మా యుజ్ఞా నంనశక్యతే
జిపహోమ్ చికిత్సాద్వైనర్బాలరక్షాంచకారయేత్ !!

12 సంవత్సరముల వరకు మనుష్యులకు ఆయుర్ధాయము నిర్ణయించుటకు వీలులేదుకనుక 12 సంవత్సరముల వరకు బాలురకు జపము, హోమము, చికిత్సాదుల వలన వారిని రక్షించవలయును.

శ్లో॥ పిత్రోర్దోషైమృ - తాః కేచిత్కే చిద్బాలగహైరవి !

అపరేరిష్ట యోగైశ్చ త్రివిధాబాలమృత్యుదాః!!

ఈ పన్నెండు సంవత్సరముల వయస్సు లోపల మరణించు బాలలు తల్లిదండ్రుల పాపములు, దోషములచేతనూ, బాలగ్రహముచేత మరికొందరు కొందర కిష్టయోగముచేతను మరణింతురు. ఇట్లుబాలురకు మూడు విధముల మృత్తువు లుండునని తెలియజేయబడినది.

శ్లో॥ అష్టమస్థేయధాసూర్యే మందేనాయుక్తవీక్షితే

రాహుణాసంయుతేవాపిసహస్రంమాసజీవనం !!

(శుక్రకేరళే)

రవి లగ్నమునండి అష్టమమునుండి శని సంబంధరహితుడై యుండగా, రాహువుతో కలసినయెడల జాతకుడు సహస్రమాసజీవి అగును. ఇది శుక్రకేరళము.

శ్లో॥ ధననైధన హోరా యాంశుభోవాయదివీక్షితః

తదాకేంద్రగతే జీవేజీవేద్వర్ష శతంనరః

ద్వితీయాష్టమ లగ్నముల యందు శుభగ్రహములుండగా లేక వీక్షింపబడుచున్నపుడు గురుడు కేంద్రములందున్న యెడల జాతకుడు వంద సంవత్సరములు జీవించును.

శ్లో॥ సప్తమేచగతే చంద్రే భృగౌ లగ్నసమాశ్రితే !

సితకేంద్రగతేజీవేజీవే వర్షశతంనరః

లగ్నాత్ సప్తమస్థానమందు చంద్రుడును, లగ్నమందు - శుక్రుడును, ఆ శుక్రునకు కేంద్రమందు గురుడును వున్న యెడల జాతకునికి వంద సంవత్సరములు ఆయువగును.

శ్లో॥ పాపై కేంద్రగతైశ్శుక్రే హురా యంకంటకేగురౌ

విశత్యధిక మబ్దానాం సతుజీవతమానవః !!

పాపగ్రహము కేంద్ర గతులై శుక్రుడు లగ్నమందును, గురుడుకేంద్రములందును, ఉన్నపుడు జాతకునికి వంద సంవత్సరములకంటే ఎక్కువగా జీవించును. అనగా గ్రహములన్నియూ కేంద్రములందున్నప్పుడే యి యోగము సంభవించును.

శ్లో॥ లగ్నాత్త్రి కోణే నిధకేచ కేంద్రేగ్రహస్త్రయః పంచచతుష్టయేవాజాత్రశ్శ్రియం పాప్యజితేంద్రయస్తు జీవేచ్ఛతాద్వత్స రతః పరంతు !!

(సర్వార్ధ చింతామణి)

జన్మలగ్నమునకు పంచమనవమములందైననూ అష్టమందైననూ, కేంద్రస్థానములందైననూ, యీస్థానములలో మూడుగ్రహములైననూ, కేంద్రముల యందు, అయిదుగ్రహములయననూ వున్న యెడల జతకుడు ఐశ్వర్యమును బొంది జితేంద్రయుడై నూరు సంవత్సరముకంటే అధికముగా జీవించును.

శ్లో॥ త్రిభర్గ హైస్వోచ్ఛయు తైర్విలగ్నే వృషేకులీరేస గురౌతథైవ మృగేకుజే కర్కితి దేవపూజ్యేకేంద్రేషు శేషాః పరమా యురత్ర!!

ఉచ్ఛస్థితి యందు 3 గ్రహములుండగా, జన్మలగ్నము వృషభమయిన యెడల గురుడు కర్కాటకమందు ఉచ్ఛస్థితిడయిన యెడల జాతకుడు 108 సంవత్సరములు ఆయువు కలవాడగును. మకరమందు అంగారకుడు, కర్కాటకమందు గురుడు కేంద్రములయందు మిగిలిన గ్రహములున్నపుడు జన్నించిన జాతకుడు తప్పక 108 సంవత్సరములు జీవించును.

శ్లో॥ భృగౌచతుర్దేసగురౌ విలగ్నే సేందాశనౌకర్మదిపాపహానే జాతోనరోస్మేని సముపైతి దీర్ఘమాయుశ్చ విద్యాంయశశాసమేతాం!!

లగ్నాత్ చతుర్ధమందు శుక్రుడుండి, లగ్నమందు గురుడు చంద్రునితో యుతిపొంది శని పాపులసంబంధము లేక దశమమందున్న యెడల విద్యయందు ఉన్నతి కలిగి జాతకుడు పూర్ణాయువు అగును.

శ్లో॥ నిశాకరేలగ్నగతే స్వభాగే మీనస్థితే వాయదివాకులీరే గ్రహైర్విహానే నిధనేసురేజ్యే కేంద్రేపరంజీవతి సప్తతేస్తు!!

చంద్రుడు లగ్నమందున్నవాడయి, స్వాంశయందున్ననూ లేక మీనరాశియందున్ననూ, కర్కటకమందున్నపుడు అష్టమ స్థానముగ్రహములేనిదై, కేంద్రస్థానమునందు గురుడున్నయెడల 70సంవత్సరములకంటే అధిక ఆయువు కలుగునని తెలియవలయును.

శ్లో॥ జీవేవిలగ్నే స్వగృహంప్రసన్నే శూన్యేన్నయుగ్మే భృగుజేచ కేంద్రే
రసాయనా ద్యైర్భహువర్ష జీవిజాతస్తు దేవేంద్రప దంప్రయాతి॥
(సర్వార్థచింతామణి)

బృహస్పతి స్వస్థానములగు ధనస్సు మీనములలో ఒకటి జన్మలగ్నమై అందు గురుడున్న మిధునరాశియందు గ్రహములేనప్పుడు, శుక్రుడు కేంద్రమందున్న యెడల జాతకుడు రస యోగములచేత (రసకట్టు అను ఆయుర్వేదప్రక్రియ) అనేక వత్సరములు జీవించియుండి స్వర్గమును చేరును.

శ్లో॥ వృశేశశాంకేతను గేవిశేషాత్సమన్వితే చంద్రజ జీవశుక్రైః
జాతస్తుదేవేంద్రపదం ప్రయాతిశే షైర్గ హై రర్థసమన్వితైర్వా॥

జన్మలగ్నము వృషభమయి, చంద్రుడు అట ఉచ్ఛయందున్నవాడై, బుధ, గురు శుక్రులతో కలసియున్ననూ లేక మిగిలిన గ్రహములు ద్వితీయస్థానమును పొందిననూ, అట్టి జాతకుడు స్వర్గలోకమునలంకరించును.

శ్లో॥ లగ్నేవృషేశుక్రయుతే గురౌతు కేంద్రాన్వితేషట్త్రి దశాయసంస్థైః !
రసాయనాద్యైరిహమంత్రి సిద్ధ్యాజాతస్తు దేవేంద్ర పదంప్రయాతి ॥

జన్మలగ్నమగు వృషభమందు శుక్రుడు స్వక్షేత్రగతుడై గురుడు కేంద్రస్థాన మందుండగా, మిగతాగ్రహములు తృతీయ, షష్ట, దశమము, లాభస్థానములందు వుండగా జన్మించిన జాతకుడు రసాయనముల చేతను మంత్రిసిద్ధి చేతను దేవేంద్ర పదం పొందును.

శ్లో॥ శనౌతులా యాం మకరేంద్ర పూజ్యే లగ్నేకులీరే వృషభేశంశాంకే
జాతస్సు భీ బ్రహ్మపదం ప్రయాత రసాయనా ధైరిహ మంత్రిసిధ్యా॥

కర్కటకము జన్మలగ్నమైన యెడల, శనితుల యందును, గురుడుమకర మందును, చంద్రుడు ఉచ్ఛస్థానమైన వృషభమందుండగా జన్మించిన జాతకుడు సుఖవంతుడును, రసాయనాదులవలననూ, మంత్రిసిద్ధివలననూ, బ్రహ్మలోకమును పొందగలడు.

శ్లో॥ ఆకల్పం జీవతనరో మృగేలగ్నే కుజాదితః
రవ్యంతాః ఖేచరాస్సర్వేనౌందౌ జీవేహ్ని జన్మని ॥

జన్మలగ్నము మకరమై అది ఆదిగా కుజుడు మొదలు రవి వరకు గ్రహములు వుండి అందు గురునితో చంద్రుడు యుతినొంది పగటి యందు జన్మించిన జాతకుడు కల్పాంతరము జీవించు వాడగునని తెలియవలయును.

శ్లో॥ చమేషాంత్యలగ్నే సగురౌభృగౌ వానిశాకరే గోధనురర్థయాతే
సింహసనాంశేయదివాధకాజే జాతస్య సంఖ్యాబ్ధము పైతి మంత్రైః!!

మేషలగ్నములోని చివరిభాగము జన్మలగ్నమై అందు గురు శుక్రులలో ఒకరుండగా, చంద్రుడు వృషభాధనస్సుల పూర్వభాగముల యందుండగా, సింహాసనాంశ యందు కుజుడుండగా, జాతకుడు మంత్రములచేత కల్పములచేత కల్పమునకు మించి జీవించువాడని తెలియుచున్నది.

శ్లో॥ సింహ్యారవౌసోరుసు తేన యుక్తే చంద్రేవృషస్థే మిధునేచ శుక్రే
గురౌకులీ యదివావిలగ్నే శనౌతులాయా మృషి సామ్యమేతి !!

సింహరాశియందు బుధునితో కూడిన రవియుండి, చంద్రుడు ఉచ్చరాశి యగు వృషభమున శుక్రుడు మిధునమందున, గురుడు ఉచ్చరాశియైన కర్కాటక మందున లేక జన్మలగ్నమునందైననూ, శని ఉచ్ఛస్థానమైన తులయందును, ఇట్లు గ్రహముల కలయికవుండగా జన్మించి జాతకుడు, బుషితుల్యుడగును.

శ్లో॥ మేషలగ్నే రవౌ మానేజీవే కర్కి సమన్వితే
త్రిషడాయగతైః పాపైజా - తో మునిసయోభవేత్ !!

మేషరాశి జన్మలగ్నమై దశమ మందు రవియును ఉచ్ఛయందు గురుడును, పాపగ్రహములు తృతీయ, షష్టమ, ఏకాదశములందున్న యెడల జాతకుడు మౌనిసముడగును. మునులతో సమానుడగు అర్థము.

శ్లో॥ ద్వాత్రింశోర్ధ్వం చార్వాక్సప్తత్యా మధ్యమం హ్యాయుః
తావల్కాల ప్రమితాన్యోగ విశేషానహంవక్ష్యే !!

32 సంవత్సరములు మొదలు 70 సంవత్సరముల వరకు మధ్యాయువుగా చెప్పబడినది. కనుక అంతవరకు జీవిదిపరిమాణ యోగ విశేషములను చెప్పుచున్నారు.

శ్లో॥ చందేకుజక్షే - తినుగ్రేప్రదృష్టే క్రూరగ్రేహై శోభన ఖేచరేంద్రైః
కేంద్రాదృహి స్థైర్నిధనం ప్రయాతి వర్షైస్త్ర యస్త్రీంశసమానకైస్తు !!

కుజక్షేత్రమందు చంద్రుడుండి అదిజన్మలగ్నమైన యెడల కేంద్రములు కాక యితర స్థానములందున్న గ్రహములు, పాపగ్రహములు, శుభగ్రహముల రెంటిచేతనూ వీక్షింపబడుచున్న యెడల జాతకుడు 33 సంవత్సరములు జీవించును.

శ్లో॥ లగ్నేశనౌరాత్రికరేణయుక్తే భౌమేఘటస్థే సురసాంఖ్యావర్షైః
క్రూరాంతరే లగ్నగతేదినేశే యుగ్మస్థితే దేవగురౌరిపుస్థే !!

(సర్వార్థచింతామణి)

జన్మలగ్నమందు శనిచంద్రులు కలసియుండగా, కుజుడు కుంభరాశి యందున్న యెడల జాతకుడు 33 సంవత్సరములు జీవించును. జన్మలగ్నమందు రవి పాపగ్రహముల మధ్యవుండగా, లగ్నమునకు షష్టమమగు మిధునమందు గురుడున్న యెడల జాతకుడు 33 సంవత్సరములు జీవించును.

శ్లో॥ రిఫేష్టమే మృత్యుముపైతిజాతిస్త్వబ్ధే ద్వీచత్వారిసమానకేవా
కేంద్రేగురౌకర్మణి సూర్యపుత్రే లగ్నే చరేవేదయుగైస్సమానః !!

లగ్నాధిపతి అష్టమమందుండగా, కుజుడు, 6,8,12 రాసులయందుండున్న యెడల జాతకుడు 42 సంవత్సరములు జీవించును. కేంద్రమందు గురుడుండి దశమమందు శనియుండగా, లగ్నము చరలగ్నమయున యెడల జాతకుడు 44 సంవత్సరములు జీవించును.

శ్లో॥ భాగ్యాధిపే రాజ్యయుతే బాష్టమాదిపసంయుతే
రాహుణావీక్షితేయత్ర పన్న వర్షేమృతిర్భవేత్ !!

(శుక్రకేరళే)

నవమాధిపతి దశమమునందు, అష్టమాధిపతితో కలసియుండి రాహువుచే వీక్షింపబడిన యెడల జాతకుడు 50 సంవత్సరములు జీవించును.

శ్లో॥ ద్వితీయ్యాధిపతౌ కేంద్రే మోక్షాధిప సమన్వితే !
మందేన వీక్షితే యత్రతాళవర్షే మృతిర్భవేత్ !!

కుటుంబాధిపతి కేంద్రమునందు మోక్షాధిపతితో కలసియుండి శనిచే వీక్షింపబడిన యెడల జాతకుడు 40 సంవత్సరములు జీవించును.

శ్లో॥ శుభాఃకేంద్రత్రికోణస్థాఃశనౌ బల సమన్వితే
షష్ఠేవాప్యష్టమే పాపే మధ్యమాయురుదాహృతిం!!

కేంద్రకోణములందు శుభగ్రహములుండి శనిబలవంతుడై యుండగా, షష్టమ, అష్టమ, స్థానముల యందు పాపగ్రహములున్న యెడల జాతకునకు మధ్యాయువుపట్టును.

శ్లో॥ అర్కే భౌమేభాను పుత్రే త్వదేశేకేంద్రేజీవే చంద్రరిఫాష్టహీనే
యోగేజాతఃపండితో ధర్మశీలోజ్ఞానీ ప్రాజ్ఞస్స్వప్తతర్వత్సరాణాం !!

షష్టమాధిపతి రవి, శని, కుజులు కేంద్రములందున్నపుడు గురుడు చంద్రునకు వ్యయ అష్టమముల యందులేని యెడల, యీ యోగమందు పుట్టినవాడు పాండిత్యముకలవాడు, ధర్మశీలము కలిగినవాడు, జ్ఞానముకలవాడు అగును. 70 సంవత్సరములు జీవించును అని చెప్పబడినది.

శ్లో॥ చాపే గురౌలగ్నగతేష్టమ స్థేభౌమే సరాహౌమునిబాణవర్షై
రంధ్రేశ్వరే కామగతేశశాంకేపాపాన్వితే స్యాన్మృతి రష్టబాణే !!

ధనస్సుజన్మలగ్నమై అందు గురుడుండగా, అష్టమమందు కుజుడు రాహువుతో కలసివున్న యెడల జాతకుడు 57 సంవత్సరములు జీవించును. అష్టమాధిపతి సప్తమమందుండగా, చంద్రుడు పాపగ్రహములతో కలసివున్న యెడల 58 సంవత్సరములు జీవించును.

శ్లో॥ సరంధ్రపే దేవగురౌ విలగ్నే కుంభేసపావే యది కేంద్రరాశౌ
జ్ఞానీసుఖీ శాస్త్ర విదాంవరిష్టోజాతస్తుషష్ట్యానిధనంప్రయాతి !!

బృహస్పతి అష్టమాధిపతితో కలసిన యెడల, జన్మలగ్నము నందున్నప్పుడు కుంభముకేంద్రరాశియై అందుపాప గ్రహమున్నచో బ్రహ్మజ్ఞానము కలవాడును, సుఖించువాడును, శాస్త్రవిషయములలో ఉన్నతుడును అగును. జాతకుడు 60 సంవత్సరములకు మరణము పొందును.

శ్లో॥ పంచమస్థేధరానునౌ నీచే మందేస్థగేరవౌ అస్మిన్‌జాతోఘనుష్య స్థసప్తత్యా నిధనంవ్రజేత్ !!

(జాతకానుభవదర్పణే)

పంచమ స్థానమందు కుజుడును, నీచయందుశనియు, రవిసప్తమ మందుండగా జన్మించిన జాతకుడు 70 సంవత్సరములు జీవించును. ఇది జాతకును భవదర్పణమందు చెప్పబడినది.

శ్లో॥ సౌరేవింగ్నే హిబుకే శశాంకేకుజే కళత్రే గగనేదినేశే
కవీజ్య సౌమ్యేష్విహ సంయుతేషు నరేశ్వరో జీవతవర్షషష్ట్యాం !!

శని లగ్నమందును, చంద్రుడు చతుర్థమందును కుజుడు సప్తమమందునూ, రవిదశమమందునూ, యి 4 కేంద్రములలో ఎచటనైననూ గురు శుక్రబుధలున్న యెడల జాతకుడు గొప్పవాడయి 60 సంవత్సరములు ఆయువు కలిగియుండును.

శ్లో॥ నీచేమందే కేంద్రగీ వాత్రకోణే సౌమ్యాః కేంద్రేభాస్కరేవాస సామ్యే !
అస్మిన్జాతో మానవోజ్ఞాని ముఖ్యోజీవే త్షష్టింపంచభిస్సంప్రయుక్తాం !!

శని మేషమందు నీచపడి వుండగా, ఆ నీచరాశి కేంద్రకోణములయిన యెడల, శుభగ్రహములు కేంద్రములయందుండిన యెడల లేక రవిశుభగ్రహములతో కలిసి కేంద్రములేక కోణముల యందున్ననూ,జాతకుడు అమితమైన జ్ఞానము కలవాడై 65 సంవత్సరములు జీవించివుండును.

శ్లో॥ సివితేవిలగ్నే బుధభాస్కరాత్మాజౌ చతుష్టయ స్థాపరివేషఖేచరాః
తృతీయ్యే లాభాక్ష్ గతాస్తుయోగే మహాపతిస్యాన్నిధ నంచషష్ట్యాం!!

శుక్రుడు జన్మలగ్నమందును, కేంద్రములందు బుధశనులు, తతిమా గ్రహములు తృతీయ, లాభముల యందువున్న యెడల జాతకుడు రాజేఅగును. అరువది సంవత్సరముల ఆయుఃప్రమాణము కలిగి యుండును.

శ్లో॥ ఆద్యదృగాణే జామిత్రే యస్యస్యాద్దారుణోగ్రహః !
క్షీణీ చంద్రేవిలగ్నస్థే సద్యోహరతి జీవితం !!

(సర్వార్థచింతామణి)

సప్తమమందు ప్రధమద్రేక్కాణములో పాపగ్రహములు ఏ జాతకునకు వుండో, ఆ జాతకుని జన్మలగ్నమున క్షీణచంద్రుడున్న యెడల ఆ జాతకుని ఆయువు వెంటనే నశించును. అనగా మరణము పొందుదురు.

శ్లో॥ ఆ పోక్లమేస్థితాస్స ర్వేగ్రహ్హః బలవర్జితాః
షణ్మాసంవాద్విమాసంవాతిస్సా యుస్సముదాహ్నాతం ॥

అన్ని గ్రహములును బలహీనులై ఆపోక్లీతుస్థానములందు ఎవరి జాతకమున వుందురో ఆ జాతకునకు 2 లేక 6 మాసముల ఆయువుపట్టునని తెలియవలయ్యును.

శ్లో॥ విలగ్నాధిపతిర్నెచే నిధనోవార్కగోభవేత్ !
కుభ్రేణ జీవితంవింద్యా స్మృతి ప్రాయోభవిష్యతి ॥

రవితో జన్మలగ్నాధిపతి కలసినీచయందుండిననూ లేక అష్టమ మందున్ననూ, జాతకుడు అతికష్టకరమైన జీవితమును అనుభవించును. మృతప్రాయుడై వుండునని తెలియవలయును.

శ్లో॥ ఉచ్ఛక్షేత్రం మేషరాశించహిత్వారాహొ యుక్తేతేష్వతిప్రాణ నాశః!
లగ్నాత్వ్యాంత్యేపాపయుక్తా యదిస్యాత్సప్తాష్టాంత్యేవావినశ్యే తక్షణీనం ॥

రాహువు స్వక్షేత్రము, మేషరాశి ఈరెండిటిని తప్ప తక్కినరాసులేవైనా లగ్నమై అందున్న యెడల ప్రాణమునకు హానికలుగును. రాహువునకు వృషభము ఉచ్ఛక్షేత్రవము, జన్మలగ్నమునకు 2,12,7,8 యీ స్థానవములందు పాపగ్రహములున్న యెడల శిశువు వెంటనే మరణించును.

శ్లో॥ లగ్నాద్భావేచాష్టమే పాపచారైస్సోమేక్షతీ చాష్టమాబ్దంతజీవేత్ !
కేంద్రే చంద్రాత్పాపయుక్తే రసౌమ్యే స్స్వర్గంజాత ప్రాప్నుయాద్వత్సరేణా॥

జన్మలగ్నమునకు అష్టమమందు పాపగ్రహములున్నపుడు చంద్రుడు క్షీణించివున్న యెడల జాతకుని ఆయువు 8 సంవత్సరములు మాత్రమే. చంద్రలగ్నాత్ కేంద్రములందు పాపగ్రహములుండి, శుభగ్రహములు లేని యెడల జాతకుడు ఒక సంవత్సరము జీవించును.

శ్లో॥ జన్మాదీశే లగ్నగే క్రూరయుక్తే పశ్యంన్నార్క చాష్టమే జీవవర్జ్యే !
షష్టేవర్షే ద్వాదశే చాష్టమేవాసం ధౌరాశే జా — తదాన్మృత్యుమేతి ॥

జన్మలగ్నాధిపతి పాపులతో కలసి లగ్నమందుండి శనిచేచూడ బడుచున్నపుడు, గురుడు అష్టమమందు లేని యెడల, రాశి సంధియందు జన్మించిన జాతకుడు 6 లేక 12 వ సంవత్సరమున కానీ లేక 8వ సంవత్సరమునందే మరణించును.

శ్లో॥ కేంద్రేరవి ముషితతనుః క్షితజోమందావలో కితోధయుతః
వర్షచతుష్కేణా శుచమారయతికి మత్రగణితేన ॥

మూఢ గతుడైన అంగారకుడు శనితో కలసివున్ననూ, లేక వీక్షణపొందిననూ, కేంద్రమునందున్ననూ, పుట్టిన నాలుగుసంవత్సరములో జాతకుడు మరణించును. ఇది నిర్ణయము.

శ్లో॥ లగ్నేశని రవిభౌమాశ్శుక్ర గృహే స్యాచ్ఛశీక్షీణః
దృష్టో నదేవగురుడా సప్తభార బ్జైర్వినాశయతి ॥

రవిశనికుజులు జన్మలగ్నము నందుండి, క్షీణ చంద్రుడు వృషభతులల యందుండి గురునిచే వీక్షింపబడని యెడల జాతకుడు 7 సంవత్సరములకు మించి జీవించజాలడు.

శ్లో॥ లగ్నాధిపతేశ్చంద్రః మర ణపద స్థోతి కృష్ణతాంయాతః
క్రూరైస్సకలైదృ - ష్టోనవభిర్వ - షైః ప్రమారయత ॥

జన్మలగ్నాధిపతికి క్షీణచంద్రుడు అష్టమమందుండి పాపగ్రహవీక్షణ పొందిన యెడల జాతకుడు తొమ్మిది సంవత్సరములు మాత్రమే జీవించియుండును.

శ్లో॥ రంధ్రాధిపే పంచమస్థే దాదాధిప సమన్వితే
రాహుణావీక్షితే యత్రపంచవర్షే మృతర్భవేత్ ॥

(శుక్రకేరళరహస్యే)

అష్టమ స్థానాధిపతి పంచమ కోణముననుండి కళత్రాధిపతి యగు సప్తమాధిపతితో కలిసి రాహువుచే వీక్షింపబడిన యెడల జాతకుడు 5 సంవత్సరములు జీవించును.

శ్లో॥ రంధ్రాధి పే లగ్నయుతే రాహుణా వీక్షితేపివా

అధవాకేతు సంయుక్తే పంచవర్షే మృతర్భవేత్ !!

అష్టమ స్థానాధిపతి కేతువుతో కలసి లగ్నమందుండి, రాహువీక్షణ పొందిన యెడల జాతకుని ఆయువు 5 సంవత్సరములు మాత్రమేనని తెలియవలయును.

శ్లో॥ రవి చంద్ర భౌమ గురుభిః కుజగురు సౌరీడుభిఃస్తశేక స్థైః

రవిశని భౌమశశాంకైకర్మర అంఖలు పంచభిర్వర్షైః !

(సర్వార్థచింతామణి)

ఒకే స్థానమునందున్న రవిచంద్రకుజ గురువుల చేతగానీ లేక ఏకరాశి గతులైన కుజగురు శనిచంద్రులచేతనైననూ, లేక రవి శని కుజ, చంద్రులచేతనైనను జాతకుడు 5 సంవత్సరములు మాత్రమే జీవించును. అనగా క్రితం చెప్పిన విధముగా గ్రహములన్నియూ ఒక రాశియందుండగా జన్మించిన జాతకుడు అయిదు సంవత్స రములు మాత్రమే జీవించునని తెలియవలయును.

శ్లో॥ రవిణాయుక్తశ్శశిజస్సౌమ్యై దృ - ష్టో వినాశయతి సూనం

ఏకాదశభిర్వర్షే వాంకేపి స్థితంజాతం !!

రవితో బుధుడు కూడి యుండి శుభాగ్రహములచే వీక్షింపబడిన యెడల శిశువు 11 సంవత్సరములకు మరణము నొందుననుట తధ్యము.

శ్లో॥ ఘటాళిసింహే ఫణినాథయుక్తే అస్మిన్విలగ్నే సతిపాప కృష్టే

జాతోయమం సప్తదశే ప్రయాతి వర్షే సురేజ్యేనయుతేన దృష్టే !!

కుంభముకానీ, వృశ్చికముగానీ, సింహముగానీ, వీటి యందు ఒకటి జన్మలగ్నమై, ఆ లగ్నమందు రాహువువుండి శుభుడైన గురు వీక్షణలేక, సంబంధము లేక పాపగ్రహములచే చూడబడిన యెడల జాతకుడు 17 వ సంవత్సరమున మృతిని పొందును.

శ్లో॥ పరస్పరక్షేత్ర సమాగతౌ వారంధ్రే శలగ్నాధిపతీశసౌమ్యైః

రిప్ఫారిగౌ దాగురుణా వియుక్తౌత్వష్టాదశాబ్దే నిధనంప్రయాతి !!

లగ్న అష్టమాధిపతులు శుభగ్రహసంబంధములేక పరస్పర క్షేత్రము లందున్ననూ, లేక వ్యయ, షష్టమస్థానములు లందుండి గురువు యొక్క దృగ్యోగాది సంబంధములేని యెడల జాతకుడు 18సంవత్సరములు మాత్రమే జీవించును. పరస్పర క్షేత్రములనగా, పరివర్తన మార్గముగాఅని తెలియ వలయును.

శ్లో॥ కేంద్రేషుపాపేషు నిశాకరేణి సౌమ్యగ్రహైర్వీక్షిత వర్జితేషు
షష్టాష్టమేవా యదివాశశాంకే జాతిశ్శిశుర్వింశతి వర్షమాత్రం ॥

జన్మసమయమున పాపగ్రహములు కేంద్రములందుండి శుభగ్రహ సంబంధము పొందని యెడల, లగ్నమునకు చంద్రుడు 6, 8, 12 వస్థానములందున్న యెడల జాతకుడు 20 సంవత్సరముల వరకు జీవించును.

శ్లో॥ చంద్రోమందసహాయస్తు సూర్యశ్చాష్టమసంస్థితః
ఏకోనవింశేవర్షేతుజాతోయమపురంవ్రజేత్ ॥

చంద్రుడు శనితో కలిసి వున్నపుడు రవిలగ్నమునకు అష్టమస్థాన మందున్న యెడల జాతకుడు జన్మించినది మొదలు 9 సంవత్సరములు జీవించును.

శ్లో॥ జీవసహాయే సూర్యేవాలగ్న స్థే కీటరాశిగే
అష్టమాధిపతౌ కేంద్రే ద్వావింశే మరణంభవేత్ ॥

రవి గురునితో కలిసి వృశ్చికలగ్నమందుండగా, అష్టమస్థానాధిపతి కేంద్రగతుడయ్యేనేని, జాతకుడు 22 సంవత్సరములు జీవించును.

శ్లో॥ రాహుణా సహితశ్చంద్రోజామిత్రే చాష్టమేపివా
దేవేజ్యేలగ్నగేవాపిద్వావింశే మరణంధృవం ॥

సప్తమస్థానమునగానీ, అష్టమస్థానమునగానీ చంద్రుడు రాహువుతో గలసివున్నపుడు గురుడు లగ్నమందున్న యెడల జాతకుడు 22 సంవత్సరములకు మరణించును.

శ్లో॥ రంధ్రేశ్వరే భాగ్యధనాత్మియుక్తే లగ్నాధిపే రంధ్రయుతేత్వసౌమ్యైః
జాతిశ్చతుర్వింశతి వర్షే మాత్రం జీవత్యాసాశోభిన దృష్టిహీనే ॥

అష్టమాధిపతి ధన భాగ్యాధిపతులలో కూడివుండగా లగ్నాధిపతి అష్టమస్థాన మందుండి శుభగ్రహసంబంధము లేకవున్నపుడు, పాపగ్రహ సంబంధమున్నపుడు జాతకుడు 24 సంవత్సరములు మాత్రమే జీవించును.

శ్లో॥ లగ్నరంధ్రప యోర్యోగే సపాపే మృత్యుసంయుతే !
శుభైర్నయుక్తే పాపేచ మృత్యుస్యాత్సప్త వింశకే !!

లగ్న అష్టమాధిపతులు ఇద్దరూ, కలసి పాపగ్రహ దృగ్యోగాధి సంబంధము కలగి. పాపక్షేత్రమగు అష్టమ స్థానమందుండి, శుభ సంబంధమే లేకుండిన యెడల జాతకుడు 27 సంవత్సరములకు మరణించును.

శ్లో॥ ఆపోక్లీమగతే చంద్రే లగ్నే శేపితి ధైవచ
పాపేక్షితే బలై హీ ౯ నే త్రింశ జ్జీవతిమానవః !!

లగ్నాధిపతి, చంద్రుడు ఆపోక్లీమ స్థానములందుండగా లగ్నాధిపతి పావసంబంధము కలిగి బలహీనుడయిన యెడల జాతకుడు 30 సంవత్సరములు జీవించును.

శ్లో॥ మృత్యుర్మృగ్రహేక్షణీన బలిభిస్తద్ధాతు కోపోద్భవ స్తత్సం
యుక్తభగాత్రిజో బహుభవో వీర్యాన్వితైర్భూరిభిః ! అగ్న్యం
బ్వాయుధ జోజ్వరామయకృతి స్తృటో క్షుత్కృతిశ్చాష్టమేసూ
ర్యాద్యైర్నిధనే చరాదిషు పరస్వాధ్వప్రదేశేష్వపి !!

(బృహజ్జాతకం)

అష్టమస్థానము, ఆస్థానమునకున్న గ్రహవీక్షణాదుల వలన మరణవిధమున బృహజ్జాతకమున ఇట్లు చెప్పబడినది. బలమైన గ్రహములచే జన్మలగ్నమునకు అష్టమస్థానము గ్రహములులేనిదైన యెడల, వీక్షణపొందిన యెడల, ఆ గ్రహమునకు చెప్పబడిన ధాతువుల ప్రకోపము వలన మరణము సంభవించునని తెలియ వలయును. గ్రహధాతువులు ప్రకోపములు యిట్లు చెప్పబడినవి. రవికి పైత్యము, చంద్రునకువాత శ్లేషములు, కుజునకు పైత్యవికారము, బుధునకు వాతిపిత్త శ్లేష్మములు, గురువునకు వాత శ్లేష్మము, శుక్రునకు వాత శ్లేష్మము, శనికివాత పిత్తశ్లేష్మములు అని చెప్పబడినవి.

అందువలన జన్మలగ్నమునకు అష్టమస్థానము గ్రహసూన్యమయి బలయుక్తమైన ఏ గ్రహము యొక్క వీక్షణపొందునో, ఆగ్రహ జనిత ధాతువులవలన, వ్యాధి వలన మరణము కలుగునని తెలియవలయును. "తత్సంయుక్తభగాత్రిజః" అనగా ఆ అష్టమరాశి కాలపురుషుని యొక్క ఏ శరీర భాగమగునో, ఆ శరీరభాగమునందు, ఏ గ్రహముచేత ఆ అష్టమభావము వీక్షింపబడునో, ఆ గ్రహమునకు సంబంధించిన ధాతు లోపముకానీ, దోషము వలనకానీ, మరణము సంభవించునని తెలియుచున్నది. బలమైన అనేకగ్రహములు ఆ అష్టమస్థానమును వీక్షించిన యెడల ఆ గ్రహములకు నిర్దేశించబడిన ధాతుదోషముల వలన జాతకుడు కష్టమైన మరణము సంభవించును. దీనిని యింకనూ వివరముగా చెప్పుకొనిన యెడల, రవి లగ్నమునకు అష్టమమున వున్న యెడల అగ్నివలన, నిప్పువలన మరణము సంభవించును. చంద్రుడున్న యెడల నీటిని త్రాగుట వలన, నీటివలన మరణము సంభవించును. కుజుడున్న యెడల ఆయుధము వలన దెబ్బల వలన మరణము సంభవించును. బుధుడున్న యెడల జ్వరము వలన మరణము కలుగును. గురువున్న యెడల తెలియనివ్యాధ్రోగము వలన శుక్రుడున్న యెడల అతిదాహము మరియు,జననేంద్రియముల యందు జబ్బులవలన, శనియైన యెడల ఆకలి లేక వ్రణముల వలన మరణము సంభవించును. ఈ గ్రహములు బలము కలవియయిన యెడల వీరికి చెప్పబడిన కారకముల వలన మరణము సంభవించును. గ్రహములు బలహీనముగానున్న యెడల గ్రహకారకముల వలన కొంతబాధలు కలిగి ఉపశమించును. గ్రహములు మధ్యస్తబలము గలవియైన యెడల ఆ గ్రహకారకమువలన మరణము కలుగునట్లు అనిపించును కానీ కలుగదని చెప్పబడినవి. మరణ ప్రదేశ వివరములను, ఆయా అష్టమ భావము యొక్క రాశి స్థితిని బట్టి నిర్ణయించ వచ్చును. జన్మలగ్నమునకు అష్టమరాశి చరరాశి అయిన యెడల ఇతరదేశముకానీ, యితర స్థలమునందు మరణించును. స్థిరరాశి అయిన యెడల స్వదేశమున స్వస్థలమున మరణము జరుగును. ద్విస్వభావరాశి అయిన యెడల ప్రయాణ మార్గమునందు మరణము

గలుగును. ఈ విధముగనే గ్రహబలానుసారముగ, గృహమునందు, గృహముబయట, ఇతరదేశమున, వృక్షముల క్రింద, అన్యప్రదేశములు, ఓడలు, కార్లు ప్రమాదములందు మరణములను కూడా తెల్సుకొన వచ్చును.

శ్లో॥ శైలాగ్రాభిహతిస్యసూర్యకురి యోర్మృత్యుఃఖ బలదుస్తయోః
కూపే మందశశాంక భూమితన యైర్బంధ్వాస్తకర్మస్థితైః ! కన్యా
యాంస్వజనాద్ధి మోష్ణకరయో ః పాపగ్రహైర్దృష్టయోఃస్యా
తాంయద్యుభియోద యేర్క శశినౌతో యేతి దామజ్జతి !!

దశమమునందుగానీ, చతుర్ధమునందుగానీ, రవి కుజులిద్దరూ వుండగా, జన్మించినవాడు పర్వతాగ్రమమునుండి రాతి దెబ్బలచే మరణమును పొందును. కొందరి వాదనప్రకారము రవి దశ యందు కుజుడు చతుర్ధమందుండగా మరణము కలుగునని చెప్పుదురు. శని, చంద్ర, కుజులు వరుసగా, చతుర్ధసప్తమ, దశమముల నున్నపుడు పుట్టినవానికి బావి యందు మరణము కలుగునని తెలియవలయును. పాపగ్రహవీక్షణ యున్న యెడల, రవిచంద్రులు కన్యారాశి యందుండగా పుట్టిన వానికి తన స్వజనము బంధువర్గము వలన మరణము కలుగును. ద్విస్వభావరాశి లగ్నమైదానియందు రవిచంద్రులున్న యెడల ఆ సమయమున జన్మించినవాడు నీటియందుమునిగిపోవునని తెలియవలయును.

శ్లో॥ మందేకర్కటకే జలోదర కృతా మృత్యుర్మృంగాంకేమృగేశస్త్రా
గ్నిప్రభావశ్శశిన్య శుభాయోర్మిధ్యేకుజ క్షే -స్థిలేక న్యాయాంరుధి
రోత్థ శోష జనితస్తద్వత్ స్థితే శీతిగౌసారక్షే - యదితద్వదేవహి
మగౌరజ్జ్వాగ్ని పాతైఃకతః

కర్కాటకమునందు శని, మకరము నందు చంద్రుడుండగా బుట్టిన వానికి జల మధ్యమున మరణము కలుగును. కొందరివాదన ప్రకారము జలోదరము అను జబ్బువలన మరణించునని తెలియవలయున్ను. చంద్రుడు రెండు పాపగ్రహముల మధ్యన లేక మేషవృశ్చికములలో ఒకదానియందు జన్మించిన వానికి శస్త్రములు, అగ్ని, వ్రణములువలన మరణము సంభవించును. చంద్రుడు పాపగ్రహమధ్య కన్యారాశియందుండగా జన్మించిన జాతకునకు రక్త

దోషములచేగానీ, క్షయవ్యాధివలన మరణము కలుగును. చంద్రుడు మకర కుంభములలో ఒకదానియందు పాపగ్రహముల నడుమ వున్న యెడల, అపుడు జన్మించినవానికి అగ్ని వలనగానీ, పైనుండి క్రిందపడుట వలన గానీ, తాళ్ళుబంధింపబడి కొట్టుటవలన గానీ మరణము కలుగును.

శ్లో॥ లగ్నేశరో రంధ్రపతిశ్చయుక్తా వృషావృషాంశే వృషభాత్రిభాగే
స్థితౌ భవేతాం యదిగో వృషాభ్యాం పీడాభవేత్త ద్వశతో మృతిర్వా !!
(ఉడుదశాప్రదీపిక)

లగ్నాష్టమాధిపతులు వృషభరాశియందైననూ,వృషభాంశయందైననూ వృషభ ద్రేక్కాణమునందైననూ, యున్న యెడల గోవ్ళులవలననూ, వృషభములవలననూ, బాధలు పడుటయు, లేక మరణమైననూ కలుగును.

శ్లో॥ వృషయుగ్మాంశగౌతౌచేద్వశ జంతుకృతామృతః
వృషకర్క్యాంశగౌతౌ చేన్నక్రాది భ్యోజలేమృతిః !!

లగ్న అష్టమాధిపతులు వృషభామిధునాంశలను పొందిన యెడల మృగ ముల వలన మరణము కలుగును. వృషభాకర్కాటకాంశలను పొందిన యెడల మొసళ్ళు మొదలగు వాటి వలన నీటి యందు మరణము కలుగును.

శ్లో॥ వృషసింహాశగౌతౌచేత్ వ్యాఘ్రాదా యేతి యోర్మృతిః
వృషకనాంశ గౌతాబేత్ నౌకాది శుభ వేస్మృతిః !!

లగ్నఅష్టమాధిపతులు వృషభనవాంశ లేక సింహనవాంశను బొందిన యెడల, వ్యాఘ్రాదుల వలన మరణము సంభవించును. వృషభనవాంశ పొందిన యెడల ఎద్దుల వలన మరణము కలుగును. కన్యానవాంశములను పొందిన యెడల ఓడలు, పడవలు మొదలగు వాటి ప్రయాణము, నీటి వల్లన మరణము కలుగును.

శ్లో॥ వణిగ్వృషాంశగౌతాచేత్ దుష్ట్రాది భ్యోభవేన్మృతిః
వృషకౌర్వ్యంశ గౌతాచేచ్ఛూక కీటకృతామృతిః

లగ్నఅష్టమాధిపతులు వృషభాంశ, తులాంశలను బొందిన యెడల ఒంటెలు మొదలగు జంతువుల వలన మరణము సంభవించును. వృషభాంశ, వృశ్చికాంశలను పొందినయెడల తేళ్ళు, జెఱ్ఱులు మొదలగు వాటివలన మరణము కలుగును.

శ్లో॥ వృషచాపాంశ గౌతౌ చేత్‌భిత్తిపాతాద్భయంభవేత్

వృషనక్రాంశగౌతౌచేత్ కూపేతేపతి నాధ్భయం ॥

లగ్నఅష్టమాధిపతులు వృషభాంశ లేక ధనురాంశలను బొందిన యెడల గోడలు మొదలగునవి మీద పడుట వలన మరణము సంభవించును. వృషభ, మకరాంశలను పొందిన యెడల బావులు మొదలగువాటి వలన మరణము కలుగును.

శ్లో॥ వృషకుంభాంశగౌతాచాచేద్వ్యాళాంశే ఘటసర్పతః

వృష మీనాంశగౌతౌచేత్తయోర్భుక్తౌ మృగాధ్భయం ॥

లగ్న అష్టమాధిపతులు వృషభాంశకుంభాశలను పొందిన యెడల సర్పము మొదలగు విషజంతువుల వలన మరణము కలుగును. వృషభాంశ, మీనాంశలను పొందిన యెడల మృగముల వలన నీటిలో పడుట వలన మరణము కలుగును

శ్లో॥ చాపాంశగౌసింహభేతు శునకాన్మరణం వదేత్

మృగే సింహాశగౌతౌ చేత్తయోర్ధా యేఖరాస్కృతిః॥

లగ్న అష్టమాధిపతులు ఇరువురును సింహాంశయందుగానీ, ధనురాంశ యందుగానీ యున్న యెడల కుక్కల వలన మరణము సంభవించును. సింహారాశి యందుగానీ, సింహాంశయందుగానీ వున్న యెడల గాడిద మొదలగు జంతువుల వలన మరణము పొందుదురని తెలియవలయును.

శ్లో॥ సింహేమేషాంశగౌతౌ చేద్గోమాయుభయమాదిశేత్

వృషాంశగతౌ సూర్యక్షే – శ్వదంశన వికారితా ॥

లగ్నఅష్టమాధిపతులు సింహరాశియందైననూ, మేషాంశమందైననూ వున్నయెడల నక్కలు మొదలగు వాటివలన భయము కలుగును. సింహము నందైననూ, వృషభాంశయందైననూ వున్న యెడల గుఱ్ఱము మొదలగు జంతువులు కరచుట వలన భయము, ప్రమాదములు కలుగును.

శ్లో॥ సింహేయుగ్మాంశక గతౌతౌచేన్మాజా – లజింభయం ।

కర్క్యంశగౌతౌ సింహక్షే – గ్రహగ్రహణజామృతి ః

లగ్నాష్టమాధిపతులు సింహరాశియందుగానీ, మిధునాంశయందుగానీ నున్న యెడల పిల్లులు మొదలగు వాని వలన భయముకలుగును. సింహరాశి యందైననూ, కర్కటకాంశ యందైననూ వున్న యెడల పిశాచాదులవలన మరణము సంభవించును.

శ్లో॥ చాపేమృగ ద్వాదశాంశే లగ్నమృత్యుపతీ స్థితౌ
మృగశత్రాభి వాంపీడాం వదేత్తాదాయ సంభవాం
చాపే కుంభాంశగౌతౌచేత్ వారాహం భయమాదిశేత్ !

లగ్నఅష్టమాధిపతులు ధనస్సునందైననూ, సింహరాశి యొక్క ద్వాదాశాంశ మందైననూ, నున్న యెడల మృగముల వలన కానీ, శత్రువుల వలన గానీ భయము కలుగును. ధనస్సునందుకానీ, కుంభాంశయందుగానీ యున్న ఎడల పందులు మొదలగు జంతువుల వలన భయముకలుగును.

శ్లో॥ హయేవృషాంశగౌతౌచేత్ శకటాత్పతినే భయం
యుగ్మాంశగౌహయాంగేతు కపివృక్ష కృతాంభయం !!

లగ్నఅష్టమాధిపతులు హయసంజ్ఞిక రాశియందుగానీ, వృషభాంశ యందు కానీ, వున్న యెడల బళ్ళు వలన మరణము కలుగును. మిధునాంశ యందుగానీ, హయాంగమునందు గానీ వున్న యెడల మర్కటముల వలననూ, వృక్షములుపై నుండి పడుటవలననూ మరణము కలుగును.

శ్లో॥ కన్యాంశగౌతౌధనుషికే దారాది షుజంతుభిః
తులాంశగౌహయాంగేతు వాణిజ్యేకలహాన్మృతిః !!

లగ్నఅష్టమాధిపతులు ధనూరాశియందుగానీ, కన్యారాశియందుగానీ వుండి రేని చెఱువులు, నీటి మడుగుల యందుండు జల చరముల వలన మరణము సంభవించును. తులాంశయందుగానీ, హయాంగ మందుగాని వున్న యెడల వ్యాపార కారణముల వలన మరణము కలుగును.

శ్లో॥ విలగ్ననాథో నిధనాధిపశ్చ మృగేమృగస్యాంశ గతౌచయుక్తౌ
భుక్తా తియోః ప్రోక్తి కృతిం నరాణామాకస్మికం నాశముశంతి సంతి!!

లగ్న అష్టమాధిపతులు సింహమునందుగానీ, సింహాంశయందుగానీ యున్న యెడల వారి భుక్తి యందు హఠాత్తుగా అడవిపందుల వలన గానీ, ఊరపందులవలన గానీ మరణము సంభవించును.

శ్లో॥ కుంభాంశగౌ మృగాశ్యేతు దుష్టాన్నాశనతో మృతిః !!

లగ్నాష్టమాధిపతులు కుంభాంశయందైననూ, సింహమునందైననూ వున్న యెడల దుష్టాన్న భోజనములు భుజించుట వలన హటాత్తుగా మరణము కలుగును.

శ్లో॥ మీనాంశగౌ మృగాస్యేతు విషమ త్స్యాది భక్షణాత్
నక్రరాశావశాంశేతు రాజ శత్రు భవామృతిః !!

మీనాంశయందుగానీ, సింహమునందుగానీ, లగ్న అష్టమాధిపతులు న్నప్పుడు విషపూరిత మగు చేపలు, నీటి జంతువులను భుజించుట వలన మరణము కలుగును. మకరమందైననూ, మేషాంశయందైననూ నున్న యెడల రాజుల వలనగానీ,శతృవుల వలనగానీ మృతి చెందుదురు.

శ్లో॥ మాతృజన్మని యేజాతా మాత్రూణాం ఘాతుకాఃస్త్రీః !!

తల్లి యొక్క జన్మనక్షత్రమునందు పుట్టిన స్త్రీ సంతానము తల్లిని చంపుటకు కారకులగుదురు.

శ్లో ॥త్వాష్ట్రీ చపుష్యే చతధాచతోయే కన్యాకుళీరోదయ చాపలగ్నే.
శుభగ్రహాః పశ్యతి చేన్న వాస్యా త్పిత్రూంశ్చమాత్రూన్సుతి
మాతులౌచ ! పిత్రోర్మృఘ హస్తమఖాత్రిపాద పిత్రూంశ్చపూర్వాంజల
పుష్య యోశ్చ !!

జన్మ నక్షత్రము చిత్త అయిన యెడల కన్యాలగ్నమందును,పుష్యమి అయిన యెడల కర్కాటక లగ్నమందును,పూర్వాషాఢ నక్షత్రమయిన యెడల ధునర్లగ్న మందును జన్మించిన జాతికుడు శుభగ్రహములు వీక్షించిననూ, వీక్షించకున్ననూ, తండ్రి,తల్లి పుత్రులను, మేనమామలను చంపును.అనిన అట్టిజాతకులు జన్మించిన వెంటనే పైన చెప్పిన వరుసలవారు మరణమును పొందుదురని అర్థము.హస్తమఖ నక్షత్రముల యొక్క మూడవపాదమునందు

జన్మించిన యెడల తల్లిదండ్రులకు ప్రాణగండము.మరణింతురు. పూర్వాషాఢ, పుష్యమి నక్షత్రముల ప్రధమ పాదము నందు జన్మించిన యెడల తండ్రులకు (బాబాయి,పెదనాన్న) మరణము కలుగును.

శ్లో॥ త్వాష్ట్రేంద్ర హస్తాతుసవిత్రనాశం చంద్రోదయే మాతృవధాయమధ్యే!
చతుర్ఘటీమూల మఖాశ్వినాదౌగండాంత్యిమంమంత్యేచ ఫతీంద్ర పౌష్ణే

చిత్త విశాఖ హస్త నక్షత్రముల యందు జన్మించిన యెడల తల్లి నశించును.మృగశిరానక్షత్ర మధ్య మందు జన్మించిన యెడల తల్లి మరణించును. మూలమఖ అశ్వనీ నక్షత్రముల మొదటియందును,ఆశ్లేషా, రేవతీ నక్షత్రముల అంత్యమందు నాలుగుఘడియల కాలముగండాంతము.

శ్లో॥ గండాంఆస్యప్రమాణంతుఘటికాయాశ్చతుష్టయం
ఆద్యనాద్యాంతు జాతస్య మాతుర్మరణ మాప్నుయాత్!!

గండాంతము యొక్క ప్రమాణాలు 4 ఘడియల కాలము మాత్రమే.ఆ నాలుగు ఘడియల కాలములో మొదటి ఘడియయందు బుట్టిన జాతకుని తల్లికి మరణము సంభవించును.

శ్లో॥ ద్వితీయాయాంపితుశ్చైవ తృతీయా యామధ్య స్వయం చతుర్థ్యాం
జాయమానస్తు హంతి భ్రాత్రూన్న సంశయః!!

గండాంతకాలముయొక్క రెండవ ఘడియయందు జన్మించిన వాని తండ్రికి, మూడవ ఘడియ యందు జన్మించిన యెడల జాతికునిప్రాణా పాయమును, నాల్గవ ఘడియ యందు జన్మించిన యెడల భాతృవర్గమునకున్నూ నిస్సంశయముగా మరణము కలుగును.ఇది నక్షత్ర దోషముగా తెలియచేయ బడుచున్నది.

శ్లో॥ పంచమ్యాం పంచదశ్యాంచ దశమ్యామంత్యమే ఘటీద్వేద్వేచ
తిధిగండాంతి మితి గండత్రయం విదుః !!

పంచమి తిధియందు, పౌర్ణమి, అమావాస్యల యందును, దశమి యందును. అంత్యమున ఘడియకాలము. గండాంత మనబడును. శుక్ల కృష్ణ పక్షముల పంచమీ తిధులయందు రెండు గండాంతములను, శుక్ల కృష్ణ పక్షముల దశమియందు పౌర్ణమి అమావాస్యలయందు రెండు గండాంతములను యిట్లు తిధుల గండాంతములను మూడు జంటలుగా శాస్త్రము నిర్ధారించినది.

శ్లో॥ మేషస్యకంఠీరవ ధన్వినోచ్ఛ గండాంత మాధ్యేనవభాగ సంజ్ఞే

కుళీరమీనాళి గృహే షుసంధిం వదంతి గండాంతి మితి ప్రసిద్ధం॥

మేషసింహ ధనస్సుల యందు మొదటి నవాంశయును, కర్కాట, వృశ్చిక, మీనముల యొక్క అంత్యనవాంశమును సంధి గండాంతరమని ఋషులు చెప్పియున్నారు.

శ్లో॥ తిథ్యక్ష - గండే పితృమాతృ నాశో లగ్నస్యసంధౌ తనయస్యనాశః!

సర్వేషునో జీవతిమాంతి వంశం జీవేచ్ఛదాస్యాద్బహు సేవనాశ్చ !!

తిథినక్షత్రగండాత్యమందు జన్మించిన యెడల పితృ మాతృనాశనంబు కలుగును. పూర్వోక్త కర్కాటక, సింహ, మీన, లగ్నముల యొక్క అంత్యమందు అనగా లగ్న సంధి యందు జన్మించిన జాతకునకే నాశనంబు కలుగును. ఈ మూడు గండాంతములు అనగా తిథినక్షత్ర లగ్న గండాంతములు మూడునూ వున్న యెడల జాతకుడు వెంటనే నశించును. వంశము క్షీణించును. అట్టిజాతకుడు జీవించి యున్న యెడల అనేక విధములైన సేవకుల వృత్తి వలననూ, దాస్యము చేయుటవలననూ జీవనము సాగించును.

శ్లో॥ అష్టమంహ్యాయుషస్థానం అష్టమాదష్టమంచతత్

తయోరపివ్యయస్థానం మారకస్థానముచ్యతే !!

(జాతకచంద్రిక)

తృతీయము అష్టమములు ఆయుస్థానములనియూ, ద్వితీయ సప్తమ స్థానములు మారకస్థానములు అనియూ తెలియవలయును. ఇది జాతకచంద్రిక యందు తెలియ జేయబడినది.

శ్లో॥ తత్రాప్యాద్యవ్యయ స్థానాదుత్తరం బలవత్తరం

తదేశతుస్త త్రాగతాః పాపినస్తేన సంయుతాః !!

ద్వితీయ సప్తమస్థానములలో సప్తమ మారక స్థానములకంటే ద్వితీయ మారక స్థానములు ప్రబలములనియు, ద్వితీయాధిపతియు, ద్వితీయమందున్న వారునూ, ద్వితీయాధిపతిలో కలిసినవారునూ, ప్రబలమారకులగుదురనియు చెప్పబడుచున్నది.

శ్లో॥ జాయానేత్రపతీ స్వపాకమృతి దౌత్రస్థితా ః పాపినౌరిఫే
శోపిచరిప్వగః ఖలఖగోనోచేచ్చు భత్వాన్వితః
రంధ్రేశస్సహజేశ్వరశ్శుభయుతోనో చేచ్ఛుషష్ఠేశ్వరః
స్వక్షేత్రోచ్చభకోణపోన మృతికృచ్ఛందార్క ఖేటౌవినా !!
(జాతకానుభవదర్పణే)

సప్తమ, ద్వితీయాధిపతులు తమతమ దశలయందు మారకము కలిగించు శక్తిమతులు. ద్వితీయ సప్తమ స్థానములందున్నవారునూ మారకులగుదురని తెలిసికొనవలయును. వ్యయాధిపతి వ్యయమందున్ననూ మారకుడే అగును. వ్యయమందున్న వారుకూడా మారకులే. వ్యయాధి పతికికానీ, వ్యయమందున్న వారికిగానీ, శుభత్వము ఆపాధించబడిన మారకత్వము నశించును. తృతీయ, అష్టమాధిపతులతోడను, శుభగ్రహములతోనూ చేరని యెడల మారకులు అగుదురు. శుభులతో చేరని షష్టాధిపతియు, మారకుడగుచున్నాడు. తృతీయు, షష్టాధిపతులకు స్వక్షేత్ర, ఉచ్ఛ, మూలత్రికోణములలో స్థితి కలిగిన యెడల మారకులు కాలేరు. ఉచ్ఛాది శుభత్వము కలిగిననూ, రవిచంద్రులు మారకులు. రవిచంద్రులకు మారకాది కారకత్వము కలిగిన యెడల తప్పక మారకమును కలిగింతురు. రవిచంద్రులు స్వక్షేత్ర ఉచ్ఛాలయందున్న మారకులు కారు. ఉదా ॥ మిధునలగ్నమునకు చంద్రుడు ద్వితీయ మందున్న యెడల, మేషలగ్నమునకు ద్వితీయమున చంద్రుడున్ననూ మారకుడుకాడు. సప్తమాధిపతి కన్ననూ ద్వితీయాధిపతి ముఖ్యమారకుడని చెప్పిననూ, అనుభవమున నప్తమాధిపతియేం ప్రబమాకుడగుచున్నాడు. మేషలగ్నమునకు ద్వితీయ, సప్తమాధిపతియైన శుక్రుడు, ద్వితీయ సప్తమములందుండిన మారకుడు అగును. వీరు స్థానముల యందున్న యెడల మారకుడు కాడు. ద్వితీయమందున్నపుడు ఇతర గ్రహానంబంధమున్నపుడు రుగ్మతలను అతిగాగావించి తరువాత నెమ్మదిచేయును.

శ్లో॥ ద్వితీయసప్తమాధీశో భృగుఃకామస్థితోయది
మారకోనద్వితీయస్థో శుభదో అన్యరాశిగః ॥

ద్వితీయ సప్తమాధిపతి యగు శుక్రుడు సప్తమమందున్న యెడల మారకుడగును. ద్వితీయమున వున్ననూ మారకుడు కాజాలడు. మిగిలిన రాశులందు శుభుడుగా నెఱంగవలయును.

శ్లో॥ వ్యయాధిపదశాయాంతు ద్వితీయేశస్తుమారకః
ద్వితీయేశద శాయాంతు వ్యయస్యాధిపతిస్తథా ॥

ద్వాదశాధిపతి దశయందు ద్వితీయాధిపతి మారకుడగును. ద్వితీయాధిపతి దశలో వ్యయాధిపతి మారకుడగును. సప్తమాధిపతి సప్తమమందుండి, వాని దశరాక పోయిననూ, వానిచే వీక్షింపబడువాని దశలో మారకత్వము కలుగును. వ్యయాధిపతి దశలో ద్వితీయమున నున్నవారునూ, ద్వితీయాధివతి దశలో షష్టాధివతి మారకులుగా అగుచున్నారు. షష్టవ్యయాధిపతులు పరస్పర దశాంతర దశలలో మారకులగుదురు. వృషభలగ్నమునకు సప్తమ వ్యయాధిపతియగు కుజుడు మారకుడు కాడు. కర్కట లగ్నమునకు శమారకుడు కాడు. తులాలగ్నమున్నకు ద్వితీయ సప్తమాధిపతియగు కుజుడు మారకుడు కాడు. సింహలగ్నమునకు శని మారకుడు కాడు. పాపగ్రహములకు కేంద్రాధిపత్యదోషము లేదు కాబట్టి వీరు మారకులు కాలేరని తెలియవలయును. విధిగా మారకులు ఎవరన్నచో - మేష లగ్నమునకు శుక్రుడు, వృషభలగ్నమునకు బుధుడు, మిధునలగ్నమునకు గురుడు, కర్కట లగ్నమునకు శుక్రుడు, సింహ లగ్నమునకు శుక్రుడు, కన్యకు గురుడు, తులకు చంద్రుడు, వృశ్చికమునకు శుక్రుడు, ధనస్సునకు బుధ శనులు,, మకరమునకు శుక్రుగురు చంద్రులు, కుంభమునకు గురుడును, గురునిచే వీక్షింపబడువారును, మీనమునకు బుధశనులును, వీరు ముఖ్యమారకులని గ్రహించవలయును. వీరితో సంబంధమున్న వారు కూడా మారకులగుదురు. మిధునలగ్నమునకు చంద్రుడు ద్వితీయ మందున్న మారకుడు కాడు. కర్కాటలగ్నమునకు ద్వితీయాధిపతి యగు రవి ద్వితీయమున

నున్న మారకుడు కాడు. సింహమునకు బుధుడు, కన్యాలగ్నమునకు శుక్రుడును, తులకు కుజుడు, వృశ్చికమునకు గురుడు, ధనస్సుకు శనియూ, మకరమునకు శనియూ, కుంభమునకు శనియూ, మీనమునకు గురుడు మారకులు కారు. మీనమునకు కుజుడు ద్వితీయమందున్న యెడల మారకుడగును. తులాలగ్నమునకు చంద్రుడు ఎచటనున్ననూ మారకుడగును. మీనలగ్నమునకు గురుడు దశమందుండి వాని దశవచ్చిన యెడల మారకము కలుగును. మిధునలగ్నమునకు గురుడు సప్తమ దశమాధిపతియై వాని దశరాకపోయిననూ, వాని చేత చూడబడు వాని దశలో మారకము కలుగును. కుంభలగ్నమునకు ద్వితీయ మందు రవి శుక్రులుండి ఆశుక్రదశలోపుగా మారకము కలుగును. కర్కాటలగ్నజాతకులకు శుక్రుడు చతుర్ధ లాభములలో నెచటవున్ననూ, వాని దశలో, వానిచేచూడబడు వాని దశలో మారకము కలుగును. వృషభలగ్నమునకు బుధుడు ద్వితీయమందున్ననూ మరెచటనున్ననూ, మారకము తప్పదు. కర్కాటమునకు గురుడు మారకుడగును. లగ్నాధిపతి చంద్రుడునూ మారకుడే. మీనలగ్నమునకు ద్వితీయాధిపతి కుజుడు వానికి సంబంధించిన వారును, ద్వితీయమున ఉన్న వారునూ మారకులే.

శ్లో॥ షష్టాష్టమ వ్యయగతో నిధనాధిపతిర్యది

తద్భావేతద ధీశానా మంతర్భుక్తౌ మృతిర్భవేత్ ॥

అష్టమాధిపతి షష్టాష్టమములందున్న యెడల ఆ రాశినాధుని యొక్క దశయందు, అష్టమాధిపతి భుక్తి యందు మరణము కలుగును.

శ్లో॥ శన్యధిష్టి తరాశీశదశాయాం నిధనస్థితిః ।

అంతర్భుక్తి యాదాకుర్యాత్తదా దేహ వియోగతా ॥

శనియున్న రాశినాధుని యొక్క దశయందు అష్టమాధిపతి భుక్తి యందు మరణము సంభవము.

శ్లో ॥యస్మిన్రా శౌకర్మ నాధన్తదీశదశాయడా

భవేరంతర్దశా రాహుస్త త్రవా మరణం ధృవం ॥

కర్మాధిపతి అనగా దశమాధిపతి, మేరాశియందు గలడో ఆ రాశినాధుని దశయందు రాహువు యొక్క భుక్తి యందు మరణము కలుగును.

శ్లో॥ అష్టమేశదశాయస్యజన్మకాలేతు దేహినః

లగ్నేశాంతిర్ధశాకాలేతి స్యకష్టాప్రదాభవేత్ !!

జన్మకాలమందు అష్టమాధిపతి దశవచ్చిన యెడల లగ్నాధిపతి యొక్క భుక్తియందు మరణించుట సంభవించును.

శ్లో॥ కేంద్రత్రికోణీ తనరంధ్రనాధయుక్తేతుకేబి ద్గగనేచరాశ్చేత్

తేషాంధశాయాం బలవర్జితస్య గ్రహస్యదాయే మరణంప్రయాతి !!

లగ్నావమాధిపతులు కేంద్రత్రికోణములందున్నపుడు, మరికొన్ని గ్రహములు కలసినేని వారిలో బలము లేని వాని దశయందు మరణము కలుగును.

శ్లో॥ ఆయుస్థానే విలగ్నేచే ద్వర్తతే సూర్యనందనః

విపదస్తద్దశాయాంతు జాతస్య మరణం ధృవం !!

లగ్నమందు శనివున్ననూ, అష్టమమందు శనివున్ననూ, ఆ శని యొక్క దశయందు మరణము కలుగును.

శ్లో॥ పంచమే నవమే యస్యజన్మకాలేరవిస్థితః

స్యాజ్జన్మ కాలికాసారేః దశాచేత్పిత్రినాశనం !!

పంచమమందైననూ, నవమమందైననూ, రవివుండగా, జననకాలదశ శని దశఅయిన యెడల పితృనాశనముకలుగును.

శ్లో॥ కేచిద్యోగం ప్రశంశంతిజశాంకే చిద్వదంతి హి

యద్వినాచాయుషో జ్ఞానం నశక్యంతిన్మనీషిభి : !!

కొందరు యోగమును మరికొందరు దశను మెచ్చుకొందురు. కానీ సరియగు దారిలేని యెడల ఆయుర్ధాయమును నిర్ణయించుటకు సాధ్యము కాదు.

భాగ్యభావము (నవమ భావం)

శ్లో॥ శుభభవనాత్పత్ర భాగ్యం గురుపాత్రా పిండయాతపః ప్రాప్తిం
అగ్రస్థానం సత్వం సహభోక్త్రున్ దానయోగమపి వింద్యాత్ !!
(సర్వార్ధ చింతామణి)

నవమస్థానమునను సరించి, పితృభాగ్యము, గురువు, ప్రొత్రాధికము, దయ, తపస్సు, అగ్రస్థానము, స్వభావము, సహభోక్తలు, దానయోగము, తండ్రి వీటన్నిటినీ గురించి నమమ భావము తెలియజేయును.

శ్లో॥ బంతనీయా గురుస్వామి పితృభార్యాధి మాతులః
నవమస్వామి సామ్యాధ్యే శుభా ఏతాస్యధాశుభా : !!

గురు, దేవ, పితృ, భార్యాదులు, మేనమామలు వీరందరు కూడా నవమ భావము వలన విచారింపబడుదురు. నవమస్థానము, నవమస్థానాధిపతియు, శుభగ్రహములతో సంబంధమున్న యెడల పూర్వోక్తభావములు శుభముగా నుండునని తెలియవలయును. పాపగ్రహ సంబంధము కలిగి బలహీనమైవున్న యెడల ఆ భావములకు అశుభములు కలుగును.

శ్లో॥ త్రికోణ కేంద్రేయది భావనాధే సామ్యేక్షితే సౌమ్యయుతే
బలాఢ్యేపారావతాంశాదిగతే శుభాంశేజాతోధనాఢ్యోబహుభాగ్యయుక్తః!!

నవమ స్థానాధిపతి శుభగ్రహములతో కలసి, కేంద్రకోణములందుండి, శుభగ్రహములచే, వీక్షింపబడిననూ, పారావతాంశమందుండిననూ, శుభాంశ మందుండిననూ, జాతకుడు బలవంతుడై విశేషమైన భాగ్యములను కలిగియున్న వాడగును.

శ్లో॥ లగ్నాధిపే లాభగతేత దశేభాగ్యస్థితే తద్భవ నాధిపేర్దే !

కర్మాధిపే నాపియుతే చద్రు ష్టేజాతో మహాభాగ్యయుతో నరస్యాత్ !!

జన్మలగ్నాధిపతి లాభస్థానము నందును, లాభాధిపతి భాగ్యస్థానము నందును, భాగ్యాధిపతి ధనస్థానమునందుండి రాజ్యాధిపతితో కలసిననూ, వీక్షింప బడిననూ, జాతకునికి విశేషభాగ్యములు కలుగును. పలుకుబడి గలవాడగును.

శ్లో॥ భాగ్యాధిపే లాభగేవా లాభే శోభాగ్యగోయది

లాభభాగ్యాధిపత్యోశ్చ సంబంధో భాగ్యమాదిశేత్ !!

(భావార్ధ రత్నాకరే)

భాగ్యస్థానాధిపతి అనగా నవమాధిపతి ఏకాదశాధిపతి స్థానము నను న్ననూ, లాభాధిపతి భాగ్యస్థానమందున్ననూ లేక భాగ్యలాభాధిపతులు దృగ్యోగాది సంబంధము కలిగివున్ననూ, జాతకుడు భాగ్యవంతుడగును.

శ్లో॥ ద్వంద్వీ భూయగ్రహాశ్చేష్టా వేదసంఖ్యాసురాశిషు

స్థితాశ్చేద్భ హు భాగ్యస్తు వక్త వ్యో జాతకస్యహీ !!

ఆరు గ్రహములు రెండువంతున మూడుజంటలుగా, మూడురాసుల యందున్నచో జాతకుడు భాగ్యవంతుడగును.

శ్లో॥ చతుర్ణాంశుభఖేటానాం పాపఖేచర వీక్షణం

నాస్తిచేద్భాగ్యబాహుళ్యం ధనయోగం సమశ్నుతే !!

శుభగ్రహములయిన చంద్రబుధ గురు శుక్రులకు పాపగ్రహముల యొక్క దృగ్యోగాది సంబంధములేనిచో జాతకుడు విశేష భాగ్యవంతుడుగా నుండును.

శ్లో॥ తృతీయ్యా షష్టలాభేషు స్థితాశ్చేత్క్రూర ఖేచరాః

జాతస్య యోగోభాగ్యస్య పక్తవ్యస్సూరి భిస్తదా !!

పాపగ్రహములగు రవి కుజ శని రాహు కేతువులు తృతీయ షష్టలాభ స్థానముల యందున్న యెడల జాతకునకు సకల భాగ్యములు కలుగునని ఋషులు చెప్పి యున్నారు.

శ్లో॥ పంచమే భాగ్యరాశౌవా ఉచ్చస్థాః ఖేచరాస్థితాః!

జాతో యోగమవాప్నో తి కీర్తించామి సమశ్నుతే !!

పంచమస్థానమందుగానీ, భాగ్యస్థానమందుగానీ, ఉచ్ఛాగ్రహములున్న యెడల జాతకుడు భాగ్యవంతుడై కీర్తి కలిగి సుఖించును.

శ్లో॥ భాగ్యాధిపే భాగ్యయుతే చతుర్ధే శుక్రేణయుక్తే బహుకాలభోగీ

చతుర్ధిపేషష్టగ తేల్పభోగీ లాభేశ్వరాఢ్యే సతిలాభమేతి !!

(జాతకానుభవదర్పణే)

నవమాధిపతి నవమస్థానమందున్ననూ లేక చతుర్ధమందున్ననూ, శుక్రునితో కలసి యున్న యెడల జాతకుడు బహు సౌఖ్యములను అనుభవించును. చతుర్థాధి పతి షష్టమమందున్న యెడల స్వల్పసౌఖ్యములు కలవాడగును. భాగ్యాధిపతి లాభాధిపతితో కలసివున్న యెడల విశేషభాగ్యములను అనుభవించును.

శ్లో॥ శుభస్థానేస్థితిఃశ్శుక్రః శుభగ్రహసమన్వితః

భాగ్యాధిపదశాయాంతు కుర్యాద్భాగ్య మధాధికం !!

శుభగ్రహములతో కలసిన శుక్రుడు భాగ్యస్థానమునందున్న యెడల భాగ్యాధిపతి దశయందు జాతకుడు విశేష భాగ్యము కలవాడగును.

శ్లో॥ భాగ్యాధిపేదేహపతౌ చతుర్ధే చతుర్ధపే లాభగతే శుభక్షే - !

శుభాన్వితే శోభన ఖేటదృష్టేజాతస్తదానీంబహుభాగ్యమేతి !!

భాగ్యాధిపతి, లగ్నాధిపతు లిద్దరూ కలసి చతుర్ధ స్థానమందున్ననూ, చతుర్ధాధిపతి శుభక్షేత్రమగు ఏకాదశమందున్ననూ, శుభులతో కలసి వున్ననూ, లేక శుభవీక్షణ పొందిననూ, జాతకుడు విశేష భాగ్యములు కలిగియుండును.

శ్లో॥ లాభేవాధనభాగ్యేశౌ పశ్యంతౌ వాహనస్థలం !

స్యాతాం యదితి దాజాతో బహుభాగ్యసమన్వితః !!

ద్వితీయ ఏకాదశాధిపతులు, లాభస్థానమందున్ననూ, చతుర్ధస్థానమును వీక్షించిననూ, జాతకుడు అమితమైన భాగ్యములు కలవాడగును. భాగ్యాధిపతి, తృతీయాధిపతితో కలసి, శుభులచే వీక్షింపబడిననూ, కలసిననూ, సోదరుల వలన భాగ్యమును పొందును.

శ్లో॥ పితృగారక భానోశ్చ భాగ్యాభావేశ్వరో పివా

ఉభౌతౌ వ్యయగౌస్యాతాం పితృభాగ్యము వీరితం !!

పితృ కారకత్వమున్న రవియునూ, భాగ్యస్థానాధిపతియునూ కలసి వారిద్దరూ కలసి లగ్నాత్ వ్యయమందున్న యెడల జాతకుడు తండ్రి సంబంధమగు భాగ్యమును అనుభవించు వాడగును.

శ్లో॥ సూర్యేమేషంగతే చైవ పితృభాగ్యముదీరితం

తులాయాంయదివాభోసౌభాగ్యహీనోభ వేత్పితా !!

మేషమునందు రవి వున్న యెడల జాతకుని తండ్రి భాగ్యవంతుడని తెలియవలయును. అదే రవి తులారాశియందున్న యెడల జాతకుని తండ్రి ధనములేని వాడగును.

శ్లో॥ వ్యయేశభాగ్యరాశేశ సూర్యాణాం సంస్థితిర్వ్యయే

పితుస్తుభాగ్య యోగ స్సాత్ వ్యయేదే వేజ్యారిప్వపౌ !!

ద్వాదశాధిపతి, నవమాధిపతి, రవియునూ, ఈ ముగ్గురు వ్యయస్థానమందున్న యెడల జాతకుని తండ్రి భాగ్యవంతుడగును. గురువు, వ్యయాధిపతి కలసి వ్యయమందున్న యెడల తండ్రి భాగ్యవంతుడని చెప్పవలయును. ఈ భాగ్యము జాతకునకు అనుభవమునకు వచ్చును.

శ్లో॥ భాగ్యేశః కేవలంరిఫే పితృభాగ్యముదేరితం

ద్వితీరోశబుధష్షే జ్ఞాతీ నాంధనశుష్నుతే !!

నవమాధిపతి లగ్నమునుండి వ్యయస్థానమునవున్న యెథల జాతకుడు తండ్రి నుండి ధనము పొందును. ద్వితీయాధిపతియు, బుధుడును షష్టమస్థానము నందున్న యెడల జాతకుడు జ్ఞాతులధనమును పొందును.

శ్లో॥ కళత్రకారకే రేవంతస్థానేశాద్వదేత్త్రిధా

కళత్రాద్భాగ్యమాప్నోతి ఇత్యూచర్మునిపుంగవా ః !!

(సర్వార్థచింతామణి)

కళత్రాధిపతి నవమస్థానమందును, భాగ్యాధిపతి కళత్రస్థానమందును లేక యిద్దరునూ కళత్రభాగ్యస్థానములందు కలసి యున్న యెడల భార్యా మూలకము గాధనము, భాగ్యమును జాతకుడు పొందును.

శ్లో॥ భాగ్యేశే ధనరాశిస్థే ధనేశే భాగ్యరాశిగే
ద్వానింశాత్పరతో భాగ్యంవాహనం కీర్తిమాన్భవేత్ ॥

నవమాధిపతి ద్వితీయమునందును, ద్వితీయాధిపతి నవమమందును ఉన్నచో జాతకునికి 22 సంవత్సరముల పైన భాగ్యయోగము, వాహనలాభము, మంచి పలుకుబడి కలుగును.

శ్లో॥ భాగ్యేశే పరమోచ్చస్థే భాగ్యేజీవ సమన్వితే !
లగ్నాచతుష్టయే శుక్రే పితుర్దీర్ఘాయురాదిశేత్ ॥
(జాతకానుభవదర్పణే)

నవమాధిపతి పరమోచ్ఛయందును, భాగ్యస్థానమందు గురుడునూ, చతుర్ధ స్థానమందు శుక్రుడు వున్న యెడల జాతకుని తండ్రికి దీర్ఘాయువు పట్టును.

శ్లో॥ పితృస్థానేశ్వరీ సౌమ్యేకారకే జలసంయుతే !
భాగ్యేవా శుభసంయుక్తే పితుర్దీర్ఘాయురాదిశేత్ ॥

పితృస్థానాధిపతి శుభగ్రహమైయుండి, రవిబలవంతుడై, భాగ్యస్థానమైన నవమమందు శుభగ్రహములున్న యెడల జాతకుని తండ్రికి దీర్ఘాయుర్ధాయము కలుగును.

శ్లో॥ పితృస్థానాధిపే జీవేసూర్యేమేషంగతేపివా
భాగ్యస్థానేశుభైర్యుక్తే పూర్ణమా యుర్దాహృతకః ॥

పితృస్థానాధిపతి యైన నవమాధిపతి గురుడయివుండి, రవి ఉచ్ఛను పొంది యుండగా పితృస్థానమునందు శుభగ్రహములున్నచో జాతకుని తండ్రి పూర్ణాయువు గలవాడగును.

శ్లో॥ సౌమ్యాంతరస్థే తన్నాధే గురు శుక్రబుధే క్షితే
తేషాయేకీనసంయుక్తే దీర్ఘాయుః పితృవాన్భవేత్ !!

పితృస్థానాధిపతి శుభగ్రహముల మధ్యనుండి శుక్ర గురు బుధులతో కలసిన యెడల వీరిలో నొకరిచే వీక్షింపబడిన యెడల జాతకుని తండ్రికి దీర్ఘాయుర్ధాయము కలుగును.

శ్లో॥ మాతృస్థానే పితృస్థానే శుభగ్రహసమన్వితే
శుభదృష్టియుతేవాపి తత్పిత్రోశ్చిర జీవనం !!

మాతృస్థానమైన చతుర్థమందును, పితృస్థానమైన నవమమందును, శుభగ్రహములున్న యెడల జాతకుని తల్లిదండ్రులు దీర్ఘాయుర్ధాయము కలిగి వుందురు.

శ్లో॥ పితృకర్మగృహే జాతః పితృతుల్య గుణాన్వితః
పితృజన్మతృతియ కే ౽ జాతఃపితృధనాశ్రితః !!

తండ్రి యొక్క జన్మలగ్నమునకు దశమరాశియందు జన్మించినవాడు తండ్రితో సరియగు గుణగణములను కలిగి యుండును. తండ్రిజన్మలగ్నమునకు తృతీయరాశియందు పుట్టిన జాతకుడు తండ్రి నుండి ధనమును సంక్రమింప జేసుకొనును.

శ్లో॥ లగ్నత్రికోణగే సూర్యే భాగ్యేశ్వర సమన్వితే
గురుణాసంయుతే దృష్టే పితృభక్తి సమన్వితః !!

రవి లగ్నమునకు 5,9, కేంద్రములు లేక కోణముల యందుండి నవమాధిపతితో కలసిన యెడల, గురుని యొక్క సంబంధమున్న యెడల జాతకుడు తండ్రి యందు అపరిమితమైన భక్తి, ప్రేమ కలిగి యుండును.

శ్లో॥ లగ్నశేభాగ్యభావస్థే భాగ్యేశే లగ్నేసంయుతే !
తావుభౌ కేంద్రగౌ వాపి పితృభాగ్యము పైతసః !!

భాగ్యస్థానమందు లగ్నాధిపతియు, భాగ్యాధిపతి లగ్నమందును లేక లగ్నభాగ్యాధిపతులు కేంద్రములందును వున్నయెడల జాతకుని తండ్రి భాగ్యవంతుడని తెలియవలయును.

శ్లో॥ ధర్మేచేనీచరాసిస్థే ధర్మేసే రాహుసంయుతే
పితృద్వేషీ మహా మూఢో — దుష్కృతంలభాతేనరః !!

భాగ్యస్థానాధిపతి నీచయందున్ననూ, రాహువుతో కలసివున్ననూ, జాతకుడు తండ్రి యందు ద్వేషభావముకలవాడు, మూర్ఖుడు, చెడ్డవాడు, పాపి అగును.

శ్లో॥ భాగ్యస్థానే ద్వితీయేచశఖి భౌమసమన్వితే
భాగ్యేనీ నీచరాశిస్థే పితానిర్ధన ఏవసః !!

భాగ్యస్థానమునందుగానీ, ధనస్థానమునందుగానీ, కుజ కేతువులు కలసివున్న, నవమాధిపతి నీచయందున్న తండ్రి దరిద్రుడగును.

శ్లో॥ షష్టాష్టమవ్యయే భానుఃరంధ్రేశే భాగ్యసంయుతే
వ్యయేశేలగ్నరాశిస్థే షష్టేశే పంచమస్థితే
జాతస్యజననాత్పూర్వం జనక స్యమృతిర్భవేత్ !!
(జాతకానుభవదర్పణే)

షష్ట, అష్టమ, వ్యయస్థానములలో రవి వుండి అష్టమాధిపతి నవమమున వున్న వ్యయాధిపతి లగ్నముననూ, షష్టమాధిపతి పంచమముననూ, వున్నచో జాతకుని జనన సమయమునకు ముందే తండ్రి మృతి చెందునని తెలియవలయును. ఇది జాతకానుభవ దర్పణమందు వివరించబడినది.

శ్లో॥ కేంద్ర స్థానంగతే సూర్యేరంధ్రగే భాగ్యనాయకే
జాతస్యప్రధమాబ్ధేతు పితుర్మరణ మాదిశేత్ !!

కేంద్రములలో రవియునూ, భాగ్యాధిపతి అష్టమముననూ, వున్నపుడు జన్మించిన జాతకుడు, పుట్టిన ఒక సంవత్సరములోపుగా తండ్రి మరణము సంభవించును.

శ్లో॥ లగ్నేశేనాశిరాశిస్థే రంధ్రేశే భాగ్య సంయుతే !
ద్వితీయ్యేద్వాదశే వర్షే పితుర్మరణ మాదిశేత్ !!
(శుక్రకేరళహస్యే)

అష్టమాస్థానమందు లగ్నాధిపతి, భాగ్యస్థానమందు అష్టమాధిపతి వున్నపుడు జాతకునికి రెండవసంవత్సరము వయస్సునందు గానీ, పన్నెండవ సంవత్సర వయస్సునందు గానీ తండ్రి మరణించుట సంభవము.

శ్లో॥ రాహుణాసంయుతే సూర్యేమందే భాగ్యంగతే శనౌ !
సప్తమేకోన వింశాబ్ధే తాతస్యమరణం వదేత్ !!

రవి రాహువుతో కలసివుండగా, శనిభాగ్యస్థానమైన నవమమందుండగా, జాతకునికి 7 సంవత్సరమందు గానీ, 19 వ సంవత్సరమందు గానీ, తండ్రి మరణించును.

శ్లో॥ భాగ్యాస్సప్తమగే సూర్యేభాగ్యాస్సప్తమగేశనౌ
అష్టమే పంచ వింశాబ్దే పితుర్మరణమాదిశేత్ !!

భాగ్యస్థానమునకు సప్తమమైనటువంటి లగ్నాత్ తృతీయమందు రవిశనులున్న యెడల ఎనిమిదవ సంవత్సరమందు గానీ, ఇర్వై అయిదవ సంవత్సరమందు గానీ జాతకునికి పితృ వియోగము కలుగును.

శ్లో॥ పితృస్థానాధి పే సూర్యే మందభౌమ సమన్వితే
పంచమేవత్సరేప్రాప్తే జనకస్యమృతిర్భవేత్ !!

నవమాధిపతి రవియై, శని కుజులతో కలసి యున్న యెడల జాతకునికి అయిదవ సంవత్సరమునందు పితృ వియోగి అగును.

శ్లో॥ అదశోనస్థలే మాతృపితృనాధే స్థితే యది !
లగ్నేశే బలసంయుక్తే జన్మకాలే పితుర్మృతిః !!

నవము, చతుర్ధాధిపతులు అనగా పితృ మాతృస్థానాధిపతులు అదశవ స్థానమందుండగా లగ్నాధిపతి బలవంతుడయిన యెడల జన్మకాలమునందు తండ్రికి మరణము కలుగును.

శ్లో॥ భాగ్యేశేవ్యయరాశిస్థే వ్యయేశే భాగ్యరాశిగే !
చతుశ్చత్వారి వర్షేతుపి తుర్మరణ మాదిశేత్ !!

(జాతకానుభవదర్పణే)

నవమాధిపతి ద్వాదశస్థానమందును, ద్వాదశాధిపతి నవమమందును వున్న యెడల జాతకునికి నలభై నాలుగవ సంవత్సరము నందు తండ్రికి మరణము సంభవించును.

శ్లో॥ రవ్యంశకస్థితే చంద్రే లగ్నేవే రంధ్ర సంస్థితే !
పంచత్రంశేక చత్వారి వత్సరే పితృనాశకృత్ !!

చంద్రుడు సింహాంశయందుండి, అష్టమమున లగ్నాధిపతి వున్న యెడల ముప్పది ఐదవ సంవత్సరమునగానీ, నలభై ఒకటవ సంవత్సరమునగానీ, పితృమారకము కలుగునని చెప్పవలయును.

శ్లో॥ భాగ్యారంధ్రే గతే రాహౌభాగ్యా ద్భాగ్యంగతేరవౌ
షడబ్దేషోడశే ప్రాప్తే జనకస్య మృతిర్భవేత్ !!

నవమస్థానమునకు అష్టమస్థానమైన లగ్నాత్ చతుర్ధమున రాహువుండి, నవమమునకు నవమమైన లగ్నాత్ పంచమమున రవియున్న యెడల ఆరవ సంవత్సరమందు గానీ, 16 వ సంవత్సరమందుగానీ, తండ్రికి మరణము కలుగును.

శ్లో॥ పంచమే నవమే యస్య జన్మకాలే రవి స్థితః
స్యాజ్జన్మకాలికే సౌరిదశాచేత్పృతృనాశనీ !!

జన్మసమయమునకు రవి పంచమమునందుగానీ, నవమమందుగానీ, వుండగా జనన కాలమునకు శనిదశ నడుచుచున్న యెడల పితృమారకము కలుగును.

శ్లో॥ ఏకస్యపితృనాథ స్యరాహు యోగేనసంభవేత్
అన్యస్య పితృనాథస్య సంభవే పితృనాశనం !!

నవమాధిపతి రాహువుతో కలసిన యెడల పితృమారకము కలుగును. పితృస్థానాధిపతి రవితో గానీ, అష్టమాధిపతితోకానీ కలసివున్న యెడల పితృమారకము కలుగును. నవమాధిపతికి రవికి షష్టాష్టకము పట్టిననూ, రవి రాహువులకు షష్టాష్టకముపట్టిననూ, నవమాధిపతికి రాహువునకు షష్టాష్టములున్ననూ, పితృమరణం కలుగును. ఇది వారి దశలలో కలుగునని తెలియవలయును.

శ్లో॥ యస్యకశ్చత్పితృస్థాకే రాహుర్వాకే తలశ్శిభీ
పూర్వాగత్వేతు తత్పాకే పితుర్మరణ మాదిశేత్ !!

నవమస్థానాధిపతితోగానీ, నవమస్థానమునందుగానీ రాహువుగానీ, కేతువుగానీ వున్న యెడల వారి దశలు ముందు వచ్చిన యెడల ఆ దశలో పితృ మారకము కలుగును.

శ్లో॥ పితృస్థానాధిపే శుక్రే కారకేణ సమన్వితే
పితృనాధ దశా యాంచ పితా మరణమాప్నుయాత్ !!

కన్యాలగ్నములేక, కుంభలగ్నములందు పుట్టిన వారలకు పితృస్థానాధిపతి యగు శుక్రుడు, కారకత్వముగల రవితో కలసి వుండగా వాని దశ వచ్చినపుడు పిత్రు మారకము కలుగ జేయును.

శ్లో॥ అహన్యర్కో నిశాయాంతు మందస్యాత్పిత్రి కారకా
రాహుకేతూత యోశ్చ త్రూతాభ్యామాశ్రిత రాశిపా
కారకేణాన్విత స్యదశాయాంపితృనాశనం !!

పగటిపూట జన్మమైనవానికి రవియును, రాత్రి జన్మించిన వానికి శని యునూ పితృ కారకులగు చున్నారు. రాహుకేతువులు వారికి శత్రువులు, ఆ రాహు కేతువులున్నరాశ్యాధిపతులు కారకగ్రహములతో కలసిన యెడల వాని దశయందు పితృ మరణము సంభవించునని తెలియవలయును.

శ్లో॥ ఇతరేషాంతు సంజాతో దానయోగః కధంభవేత్
భాగ్యయోగేతు యోజాతో దానస్యతు సహాయకృత్ !!
(సర్వార్ధ చింతామణి)

భాగ్యయోగము, ధనయోగము, రాజయోగములు లేనివారికి సంభవించి ననూ అది దాన యోగముకాజాలదు. కావున ధనహీనునకు దానయోగమున్ననూ, నిరుపయోగమని సర్వార్ధ చింతామణియందు చెప్పబడినది. అందువలన భాగ్య యోగము అనునది జాతకమునవున్నపుడే దాన యోగమును గూర్చి చెప్పుట సమంజసము.

శ్లో॥ జాతిఃపురోహితో వాపి బ్రహ్మవంశ సముద్భవః
దానాధ్యక్షోన్యజాతౌ స్యాద్వర్ణ భేదేవి కల్పనాః ॥

దాన యోగమునందు పుట్టిన జాతకుడు బ్రాహ్మణుడైననూ, పురోహితుడైననూ దానము జేయువాడే అగును. వర్ణభేధము, అనగా కులముల యొక్క సామ్యము వున్న యెడల అన్యజాతియందు వికల్పన చేయవలయును.

శ్లో॥ చతుర్థే దానభావేశేకర్మేశే కేంద్ర మాశ్రితే
వ్యయేశే గురుసంయుక్తే మహాదాన కరోభవేత్ ॥

దానస్థానమనగా, భాగ్యస్థానాధిపతి చతుర్థమందును, దశమాధిపతి కేంద్ర మందుండగా, వ్యయాధిపతి గురునితో కలసియున్న యెడల, ఆ జాతకుడు మహాదాత యగును.

శ్లో॥ భాగ్యేశే నాపిసంధృష్టే స్వోచ్చస్థే సోమనందనే
లాభే శే కేంద్రభావస్థే మహాదాన కరోభవేత్ ॥

బుధుడు స్వోచ్ఛయందుండి భాగ్యాధిపతిచే వీక్షింపబడుచుండగా, లాభాధిపతి కేంద్రమందున్న యెడల అట్టి జాతకుడు మహాదానములు చేయు డని తెలియవలయును. మహాదానములనగా, భూమి మొదలగునవి.

శ్లో॥ గురౌవాభృగుపుత్రేవా స్వోచ్ఛ మిత్రాంశగే శుభే
ధర్మాధిపే బలయుతే ధర్మాధ్యక్షోభివేన్నరః ॥

(జాతకానుభవదర్పణం)

గురువుగానీ, శుక్రుడుగానీ ఉచ్ఛమిత్రాంశలయందున్ననూ, భాగ్యాధిపతి బలవంతుడైననూ, జాతకుడు విశేషముగా దానధర్మములు చేయువాడుని తెలియవలయును.

శ్లో॥ గురుశుక్ర బుధాంశస్థే ధర్మనాథే శుబేక్షితే
శుభగ్రహాణాం మధ్యస్థే ధర్మకృత్స నరోభవేత్ ॥

(జాతకానుభవ దర్పణం)

నవమాధిపతి అనగా భాగ్యాధిపతి గురుశుక్ర బుధాంశలయందుండి శుభగ్రహ వీక్షణపొందిననూ, శుభగ్రహముల మధ్యవున్ననూ, జాతకుడు విశేషముగా దాన ధర్మములు చేయు వాడగును.

శ్లో॥ పశుక్షేత్రాధి ధాన్యంచ ధర్మపోబల సంయుతః
కర్మవే బలసంయుక్తే కర్మసిద్ధిర్భ విష్యతి ॥

భాగ్యాధిపతి బలవంతుడైయున్న యెడల ధానధర్మములు, గుళ్ళుగోపురములు కట్టించుట మొదలుగాగల సత్కర్మములు చేయుట జాతకునికి కలుగును.

శ్లో॥ సింహాసనాంశకే దాననాధే లగ్నేశ వీక్షితే
కర్మేనేనాపి నంద్భష్టే మహాదాన కరోభవేత్ ॥

భాగ్యాధిపతి సింహాసనాంశయందుండి లగ్నాధిపతిచేకానీ, కర్మాధిపతిచేత గానీ వీక్షింపబడిన యెడల జాతకుడు గొప్ప దానములు చేయువాడగును.

శ్లో॥ దానస్థానాధిపే స్వోచ్ఛే శుభగ్రహనిరీక్షితే
తత్స్థానే శుభసంయుక్తే మహాదాన కరోభవేత్ ॥

భాగ్యాధిపతి అనగా నవమాధిపతి ఉచ్ఛయందుండి శుభగ్రహముల వీక్షణ పొందుచుండగా, నవమ స్థానమందు శుభులున్న యెడల జాతకుడు మహా గొప్పదాత అగునని తెలియవలయును.

శ్లో॥ పారావతాదిభాగస్థే దానేశే గురువీక్షితే
లగ్నేశే గురు సంయుక్తే దానకృత్స నరోభవేత్ ॥

భాగ్యాధిపతి పారావతాది అంశయందుండి గురునిచే చూడబడుచుండగా, లగ్నాధిపతి గురునిచే వీక్షింపబడిన యెడల గొప్పదానము చేయువాడగును.

శ్లో॥ సౌమ్యాన్వితే ధర్మగృహే తస్మిన్ పాపాంశ సంయుతే
క్రూరషష్ట్యంశ కేపాపి దంభ ధర్మపరాయణః ॥

ధర్మస్థానమందు శుభగ్రహముండి, ఆధర్మస్థానము పాప నవాంశమైన యెడల లేక క్రూరషష్ట్యంశమందున్ననూ, అట్టి జాతకుడు డాబుసరికోసము దాన ధర్మములు చేయువాడగును.

శ్లో॥ ధనాధిపేన సందృష్టే లగ్నేతన్నాయే కేపినా
తస్మిన్ కేంద్రత్రికోణస్థే మహాదాన కరోభవేత్ !!

జన్మలగ్నమైననూ, లగ్నాధిపతియైననూ, నవమాధిపతిచే వీక్షింపబడుచున్న యెడల భాగ్యాధిపతి కేంద్రత్రికోణములందు వున్న యెడల జాతకుడు మహాదాత అగును.

శ్లో॥ లాభేశేలాభి రాశిస్థే కర్మేశే బలసంయుతే
దానాధిపేన సందృష్టే దానగ్రహణమేష్యతి !!

ఏకాదశాధిపతి ఏకాదశమునందే వుండి దశమాధిపతి బలవంతుడై దానాధిపతిచే వీక్షింపబడిన యెడల జాతకుడు దానములను తీసుకొనువాడు. గ్రహీత అగును.

శ్లో॥ చంద్రేనపాపే యది ధర్మరాశౌ క్షీణేతినీచే త్వధవాతదంశే
శుక్రేతినీచే గురుదారగామీ ధర్మాధిపే నీచగతే తదంశే !!
(సర్వార్థచింతామణి)

నవమస్థానమునీచయై, అందు పాపగ్రహములతో కలసి క్షీణ చంద్రుడున్ననూ, నీచాంశను పొందిననూ, నీచరాశియందున్ననూ, శుక్రుడు పరమనీచను పొందిననూ, నవమాధిపతి నీచయందున్ననూ, నీచాంశను పొందిననూ,జాతకుడు గురుభార్యనే పొందుటకు యోచించు పాపియగును. ఇట్లు పాపకర్మ యోగములను వివరించుచున్నారు.

శ్లో॥ వయోధిక స్త్రీ గమసంవదంతి చంద్రేసపాపే యదిధర్మరాశౌ
క్షీణేతి నీచేత్వదావాతదంశే శుక్రేత థైవం గురుదారగామీ !!

నవమస్థానమునందు క్షీణచంద్రుడు పరమనీచుడై, నీచాంశను

పొందిననూ, పాపగ్రహములతో కలసిన యెడల జాతకుడు తనకన్నా ఎక్కువ వయస్సు గల స్త్రీని పొందువాడగును. శుక్రుడు పాపగ్రహములతో కలసి నవమమందు పరమనీచను పొందిననూ, లేక నీచాంశయందున్ననూ, జాతకుడు గురుపత్నిని పొందువాడగును.

శ్లో॥ ధర్మాధి పేతా దృశఖేచారేణదృష్టే సపాపే పరదారగామి
ధర్మాధిపస్థాంశపతౌ తథైవ యుక్తేథవా తాదృశదారగామి ॥

నవమాధిపతి పాపగ్రహయుతుడై నీచగ్రహవీక్షణ పొందిన యెడల పరస్త్రీని పొందును. మరియును నవమాధిపతి యే నవాంశ యందుండునో, ఆ నవాంశ రాశ్యాధిపతి పాపగ్రహముతో కలసియుండి నీచగ్రహ వీక్షణ పొందిన పరుల భార్యను పొందును.

శ్లో॥ ధర్మేపాపే పాపభాక్స్యాత్తదీశే పాపసంయుతే
క్రూరషష్ట్యంశగే వాపి పాపమధ్యగతే పివా ॥

భాగ్యమందు పాపగ్రహమున్ననూ, నవమాధిపతి పాపగ్రహముతో కలసిననూ, లేక క్రూరషష్ట్యంశ మందున్ననూ, పాపగ్రహమధ్యమందున్ననూ అట్టి జాతకుడు పాపములను చేయువాడగును.

జ్ఞాన యోగమును గూర్చి యిట్లు వివరించుచున్నారు.

శ్లో॥ దేవతోకాంశకస్థేవాకర్మేశే భాగ్య పేథివా
పారావతాంశగే సౌమ్యేదృష్టేబ్రహ్మణి నిష్టితిః ॥

కర్మస్థానాధిపతియైననూ, భాగ్యాధిపతియైననూ, దేవలోకాంశ మందుండి, పారావతాంశను పొంది బుధునిచే చూడబడిన యెడల జాతకుడు బ్రహ్మనిష్టకల వాడగును. బ్రహ్మజాని అగును.

శ్లో॥ కోణేశ రాశిభాగస్థేభాగ్యేశే బలసంయుతే
గురు శుక్రయుతే దృష్టే జపధ్యాన సమాధిమాన్ ॥

నవమస్థానాధిపతి బలముగలవాడయి పంచమ నవమరాశు

లందయిననూ, ఆ నవాంశముల యందైననూ, వుండి గురుశుక్రుల వీక్షణ, పొందిననూ, వారితో కలిసిననూ, అట్టి జాతకుడు జపము, తపము, ధ్యానము, సమాధి అనునవి అలవరచుకొని జ్ఞానమును ఆర్జించును.

శ్లో॥ గోవృద్ధిర్గురుణాసీస మహిషార విసూనవా
రాహుణాకేతునావాపి చింతయే దజవర్ధనం ॥

(శుక్రకేరళరహస్యే)

శుక్రకేరళ రహస్యమను గ్రంథమందు యిట్లు చెప్పబడినది. గురుని వలన గోవుల వృద్ధియును, సీసము, రవిపుత్రుడగు శనివలన గేదెలు, దున్నలును, రాహుకేతువుల చేత మేకలు, గొఱ్ఱెలు, ఈ గ్రహముల బలాబలాను సారముగా వృద్ధి క్షీణతలను తెలసికొని ఫలములను చెప్పవలయును.

శ్లో॥ హీనానాం, వాహనానాం తదను చపలతాప్రాప్తి రేవంనరాణాం
జ్ఞేయాహురాగమజ్ఞైరథ నవమపతౌ లాభగే రాజవంధ్యః
దీర్ఘాయుర్ధర్మశీల స్తదను ధనవపుర్వాహనే శస్స్వగేహే ధర్మేశో
లగ్న వర్తీ జనుషి యదిగ స్వామి సింహ్వాసనానాం ॥

సుఖస్థానమైన చతుర్ధమందు నీచగ్రహములున్న యెడల జాతకులకు చపలత్వము కలుగును. భాగ్యాధిపతి లగ్నాత్ లాభస్థానమందున్న యెడల రాజపూజితుడును, దీర్ఘాయువును, దానధర్మాది గుణవంతుడును గలవాడగును. ధనాధిపతి ధనస్థానమునందును, లగ్నాధిపతి లగ్నమందును, చతుర్థాధిపతి చతుర్థమందును, భాగ్యాధిపతి లగ్నమందును, వున్న యెడల సింహాసనాంశ మందున్న ఏనుగులు, గుఱ్ఱము, సైన్యముగల ప్రభువని తెలియ వలయును.

శ్లో॥ కర్మస్థేక్షేత్ర చింతాత్రికభవనగేతే సౌఖ్యచింతామహీజేవాగీశే
య్యాభూషావసన గృహభవాశ్చామర ఛత్రచింతా ప్రాలేయాం ॥
శౌశితే స్యాదధమదనగతే వాక్పతౌ పుత్రిచింతాసంతాన స్థాన
యాతె హిమకరతిన యె బుద్ధి జాయాత్రికోణే ॥మార్తాండేతాత
బంధోరథసుతి నవమి ద్యూనగే దాసవేజ్యే యాత్రా చింతాన
రాణా మధనవమసుతే పుత్రిజావాసవేజ్యే ॥

కుజుడు లగ్నాత్ దశమమునందున్న యెడల భూములు సంపాదించి పైరు పంటలను వేయు కోరిక కలుగును. కుజుడు త్రికమున అనగా షష్ట, అష్టమ, ద్వాదశమములందున్న యెడల సర్వసౌఖ్యములను పొందవలెనను కోరిక కలిగి యుండును. 6, 8, 12 స్థానములలో గురుడున్న యెడల గుఱ్ఱములు, ఆభరణములు, వస్త్రములు, గృహములు సంపాదించవలెనను కోరిక వుండును. ఆ 6,8,12 స్థానములందు చంద్రుడుగానీ, శుక్రుడుగానీ వున్న యెడల చామరములు, ఛత్రములు, సంపాదన వంటి కోరికలు కలుగును. సప్తమమున గురుడున్న యెడల పుత్రుల యొక్క యోగక్షేమములు కాంక్షించును. బుధుడు పంచమమున వున్న యెడల మంచి చెడులు నిర్ణయించగల వివేకవంతుడగును. రవి పంచమ, సప్తమ, నవమములలో వున్నచో యాత్రలు చేయవలయునను కోరిక వుండును. గురుడు పంచమ నవమములలో వున్న యెడల మనుమలు కావలయునని జాతకునికి కోరిక వుండునని తెలియవలయును.

కర్మస్థానము (దశమభావము)

శ్లో॥ దశమాత్ప్రవృత్తి మాజ్ఞాం కీర్తింపుష్టిం. ప్రవాసపూజ్యాదీ
మానం జీవన కర్మజ్ఞానం స్థానం వినిర్ది శేద్దాసాన్ ॥

దశమస్థానము వలన ప్రవర్తన, ఆజ్ఞ, కీర్తి, పుష్టి, ప్రవాసము (సంచారము) పూజ్యాధికము, మానము, జీవనము, కర్మము, స్థానము, దాసులు వీరిని జ్యోతిషుడు ఆలోచించి ఫలములను తెలుపవలయును.

శ్లో॥ ద్వితీయ్యాపంచమే శౌతు ద్వితీయ్యే పంచమేయది
భాగ్యేరాజ్యే స్థితౌవాపి రాజ యోగ ప్రదౌ స్మృతౌ ॥
(భావార్థరత్నాకరే)

లగ్నమునుండి ద్వితీయ, పంచమాధిపతులు ద్వితీయ, పంచమ, నవమ, దశమ, స్థానములలో ఎచట వున్ననూ జాతకునకు రాజయోగము నిచ్చువారగు చున్నారు.

శ్లో॥ ధనలాభాధి పౌరాజ్యే దోషాది రహితౌస్థితౌ !
తయోర్ధా యేతు సంప్రాప్తే రాజయోగ ప్రదౌస్మృతౌ ॥

ద్వితీయ, ఏకాదశాధిపతులు ఇద్దరూ దోషరహితులై దశమభావమైన రాజ్యస్థానము లేక కర్మస్థానమునందున్న యెడల ఆ ధన లాభాధిపతుల యొక్క దశాంతర్దశల యందు జాతకునికి రాజయోగ ప్రధాతలగుదురు.

శ్లో॥ రాజ్యలాభ చతుర్థేషు పంచమేవస్థితో యది
రాజయోగ ప్రదోరాహుస్తదశాంతర్దశా సుచా !!

లగ్నాత్ రాహువు దశమ, లాభ, చతుర్థ, స్థానములందు గానీ, పంచమ మందైననూ వున్న యెడల, ఆ రాహువు యొక్క దశ, అంతర్దశల యందు జాతకునికి రాజయోగము నిచ్చును.

శ్లో॥ కేతోస్తృతీయ సంస్థానం యోగదం భావతి ధృవం
భాగ్యాపత్యాస్తు కేతుస్తున శుభోదోష మావహేత్ !!

లగ్నానికి తృతీయస్థానమందున్న కేతుగ్రహము జాతకునికి తప్పని సరిగా రాజయోగమునిచ్చునని తెలియవలయును. భాగ్యస్థానమునందు కేతువున్న యెడల అశుభుడై జాతకుని యోగమును భంగపరచును.

శ్లో॥ భాగ్యాధిపశ్చాష్టమ స్థస్తద్దాయే నైవయోగదః
భాగ్యాదిపోపిచ గురుహ్యా 9 ష్టమస్థోతి భాగ్యదః !!

నవమస్థానాధిపతి లగ్నమునుండి అష్టమస్థానమునందున్న యెడల, భాగ్యాధిపతి దశయందు జాతకునికి రాజయోగ భంగము కలిగించును. గురుడు భాగ్యాధిపతియై అష్టమమందున్న యెడల జాతకునికి భాగ్యమునిచ్చువాడుగా తెలియవలయును.

శ్లో॥ సుఖకర్మాధిపాచైన మంత్రనాథేన సంయుతౌ
ధర్మనాథేన సంధృష్టౌ జాపశ్చేద్భహు రాజ్యభావ్ !!
(శుక్రకేరళరహస్యే)

చతుర్థాధిపతి, రాజ్యాధిపతులు పంచమాధిపతితో కలసివున్న యెడల భాగ్యాధిపతిచే వీక్షింపబడిరేని, జాతకుడు విశేష భాగ్యములు, పలుకుబడి కలవాడగును. ఇది శుక్రకేరళ రహస్యమను గ్రంథమునందు వివరించబడినది.

శ్లో॥ రంధ్రభాగ్యాధిపత్యోశ్చ సంబంధోయది విద్యతే
అష్టమాధిపతేర్దాయే సంప్రాప్తే యోగమాదిశేత్ !!

అష్టమాధిపతికి భాగ్యాధిపతికి సంబంధత్రయము కలిగియుండగా, సంబంధ త్రయమును క్రితమే వివరింపబడినది. (1 కలసియుండుట 2. పరస్పరవీక్షణ 3. పరివర్తన) అష్టమాధిపతి దశయందు జాతకునికి రాజ యోగము పట్టును.

శ్లో॥ భాగ్యరంధ్రాధి పత్యోశ్చ సంబంధో యది విద్యతే
భాగ్యేశదాయే సంప్రాప్తేనయవ యోగప్రదోహ్యసౌ
అష్టమాధిపతే రంతిర్ధశాయాం యోగమాదిశేత్ !!

నవమస్థానాధిపతికి, అష్టమాధిపతి సంబంధమున్నచో, భాగ్యాధిపతి దశయందు జాతకునికి రాజయోగము కలుగదు. అష్టమాధిపతి యొక్క అంతర్దశ యందు రాజయోగము కలుగును.

శ్లో॥ రాజ్యలాభాధిపత్యోశ్చ సంబంధోయది విద్యతే
లాభాధిపదశాకాలే రాజయోగో భవిష్యతి !!

దశమ, ఏకాదశాధిపతులకు సంబంధమున్న యెడల ఏకాదిశాధిపతి యొక్క దశా కాలమందు జాతకునకు రాజ యోగము కలుగును.

శ్లో॥ లాభ రాజ్యాధి పత్యోశ్చ సంబంధోయది విద్యతే
రాజ్యేశదాయే సంప్రాప్తే సమయోగ ఇతీరితః
లాభేశాంతర్ధ శాకాలే యోగహీనోభవేద్ధృవం !!

ఏకాదశ రాజ్యాధిపతులకు సంబంధమున్నచో రాజ్యాధిపతి యొక్క దశయందు హెచ్చుతగ్గులు లేని రాజయోగము జాతకునికి పట్టును. లాభాధిపతి యొక్క అంతర్ధశయందు జాతకుడు యోగమును పొగొట్టుకొని బాధలు పొందుననుట నిర్ణయము.

శ్లో॥ దశమస్థ భృగోఃపాకే సంయోగం లభాతేనరః
సప్తమ స్థశనేఃపాకే రాజయోగం సమశ్నుతేః

దశమమందున్న శుక్రుడు తనస్వదశయందు జాతకునకు రాజయోగము నిచ్చును. సప్తమమునవున్న శని యొక్క దశయందు జాతకునికి రాజయోగము కలుగును.

శ్లో॥ సప్తమస్థస్సంహికేయా యోగదోభవతి ధృవం
తృతీయ్యా భాగ్యగోవందో యోగప్రద్నతిస్మృతః !!

లగ్నమునుండి సప్తమస్థానమందున్న రాహువు జాతకునకు రాజయోగము నివ్వగలడు. ఇది నిశ్చయము. తృతీయభాగ్యస్థానములందున్న శని రాజయోగము నిచ్చును.

శ్లో॥ తృతీయాష్టమ భాగ్యస్థో గురుర్యోగ ప్రదోభవేత్
ద్వాదశస్థోయ గురుర్దేవలోకం సమశ్నుతే !!

లగ్నమునుండి తృతీయము, అష్టమము, నవమస్థానములందున్న గురుడు జాతకునకు రాజయోగము నిచ్చుచున్నాడు. వ్యయస్థానమందున్న గురువు స్వర్గలోకప్రాప్తి నిచ్చువాడగును.

శ్లో ॥ రాజ్యేశపంచమే శౌతు రాజ్యేవాపంచమేధనా
స్థితౌచేద్యోగ మాప్నోతి మహతీం కీర్తిమశ్నుతే !!

పంచమ, దశమాధిపతులిద్దరూ కలసి పంచమమందైననూ లేక రాజ్యమునందయిననూ, వున్న యెడల జాతకునకు రాజయోగము నిచ్చి కీర్తివంతుని చేయుదురు.

శ్లో॥ రిపుసప్తమ రాజ్యేశాః కేంద్రస్థాయదికోణగాః
రాజయోగంచ లభతే మహతీంకీర్తిమశ్నుతే !!

షష్టమ, సప్తమి, దశమాధిపతులు ముగ్గురునూ, కేంద్రములందుగానీ, పంచమ నవమములను కోణస్థానములందుగానీ, వున్న యెడల జాతకుని గొప్ప కీర్తియు, రాజ యోగమును పట్టును.

శ్లో॥ స్వోచ్ఛస్వక్ష – సుహ్నత్రికోణ గృహగాః కేంద్రోత్తమాంశౌ
న్వితా స్సామ్యైరీక్షితియుక్తా మధమగతామూల త్రికోణాశ్రితాః !!
భావారోహణఖేచర శ్శుభాకరాఃకేంద్రతికోణాధిపా
స్సంబంధేన పరస్పరం సుయశసంకుర్వంతి రాజోత్తమం !!
(ఉత్తరకాలామృతే)

ఒకజాతకమున గ్రహములు తమ ఉచ్ఛ, స్వక్షేత్ర, మిత్రక్షేత్రముల యందు, పంచమ, నవమ స్థానములయందు, కేంద్రములందును, ఉత్తమాంశల యందును, వున్ననూ, శుభగ్రహవీక్షణ పొందిన గ్రహములునూ, మూల త్రికోణరాసులందున్న గ్రహములును, భావారోహణ గ్రహములు శుభులైవున్ననూ, కేంద్రకోణాధి పతులైవున్ననూ, వారికి అన్యోన్యశుభా సంబంధములు కలవారయినచో, ఈ గ్రహములు, జాతకుని ప్రఖ్యాతమైన కీర్తిగల రాజుగా చేయును. ఇది ఒక రాజయోగము.

శ్లో॥ నీచస్థాశ్చపరాజతాస్త్వరిగతాః పాపేక్షితాః క్రాంతియుజ్మధ్య
స్థానగతాశ్చ వక్రవికల స్వభా 9 ను సంసగ 9 గాః !భావాంతిస్థితి
ఖేచరాశ్చవిబలాష్షష్టాష్టరిః ఫాధిపాః కేంద్రాధీశ్వర కోణపీశ్వరయుతాస్త
ద్యోగ భంగప్రదాః !!

ఇప్పుడు చెప్పబోయెడివి రాజయోగభంగస్థితులు. నీచయందున్న గ్రహములు, యుద్ధమున ఓడిపోయిన గ్రహములు, శతృక్షేత్రమందున్నవారునూ, పాప గ్రహవీక్షణ కలిగిన గ్రహములునూ, పాపులతో కలసిన గ్రహములును, పాప గ్రహమధ్యన ఉన్న గ్రహములునూ, వక్రగతి గలిగిన గ్రహములును, వికలస్థితి కలిగిన గ్రహములును, రాహువుతో కలసివున్న గ్రహములునూ, భావాంతమందున్న గ్రహములునూ,విబల గ్రహములును అనగా షడ్బలములందు 5 రూపములకు తక్కువ గలవారునూ, షష్టమ, అష్ట, వ్యయాధిపతులునూ, ఇట్టి గ్రహములు కేంద్రకోణాధిపతులతో కలసిన యెడల రాజ యోగమును చెడగొట్టుదురని తెలియవలయును.

శ్లో॥ భాగ్యేకర్మణితత్పతీ నివసతావేకత్రివావ్యత్యయే నాన్యోన్యక్ష్ ̄గ
తౌ నీరీక్షణయుతౌ తౌరాజయోగప్రదౌ ! ధీజాయోదయ
బంధుపైశ్చ సహితౌతత్తద్గృహే వాస్థితౌ సంపత్సౌఖ్యకరౌతయోగ్ని
ధనకప్లా భాధిపత్యవినా !!

నవమదశమాధిపతులు నవమదశమములందున్ననూ, భాగ్యరాజ్యాధి పతుల యొక్క రాశులయందున్ననూ, భాగ్యాధిపతి రాజ్యమందును, రాజ్యాధిపతి

భాగ్యమందున్ననూ, ఒకరినొకరు పరస్పర వీక్షణ పొందిననూ, వారిరువురూ రాజయోగ మును యిచ్చెదరు. పంచమ, సప్తమ, లగ్నచతుర్ధాధి పతులతో, భాగ్యరాజ్యాధిపతులు కలసిననూ, 5,7,14 స్థానములందున్ననూ, ఆ భాగ్యరాజ్యాధిపతులు రాజ యోగమును కలిగించెదరు. కానీ, ఆ భాగ్యరాజ్యాధిపతులలో ఎవరికైననూ, అష్టమాధి పత్యముకానీ లాభాధిపత్యమే కానీ, వచ్చిన యెడల అట్టి భాగ్యరాజ్యాధిపతులు యోగభంగము కలిగించు వారగుచున్నారు. పైన చెప్పబడిన రాజయోగములన్నియూ భంగమగును. అందు వలన అష్టమ, లాభాధిపత్యములు లేని భాగ్యరాజ్యాధిపతులు రాజయోగమును ఇవ్వగల శక్తి కలిగిన వారని గ్రహించవలయును.

శ్లో॥ లగ్నాద్భాగ్యప కర్మపౌ యదితథాతద్భాగ్య కర్మాధిపౌమానా
ద్భాగ్యప కర్మపావర సమస్వల్పాధి కారాఃక్రమాత్ ! సంబంధ
త్రయసంస్థితౌచ సమలావన్యోన్య కేంద్రాశ్రితౌ లగ్నాధీశ్వరరాశి
నాయకయుతౌ జాతో ధనీ భూపతిః !!

లగ్నమునుండి భాగ్యరాజ్యాధిపతులును, . భాగ్యాతి భాగ్యరాజ్యాధిపతులును రాజ్యాత్ భాగ్యరాజ్యాధిపతులును, వరుసగా ఉత్తమ, మధ్యమ, అధమ అధికారము గలవారుగా తెలియవలయును. అట్లు ఏ వర్గములోని రాజ్యాధిపతులైననూ, సంబంధత్రయము కలిగి, అందు ఉత్తమభాగ్యా రాజ్యాధిపతులు గొప్ప రాజ యోగమును యివ్వగలవారగుదురు. మధ్యమ భాగ్యరాజ్యాధిపతులు కొంచెముగా తక్కువ యోగమునిచ్చెదరు. అధమ భాగ్యరాజ్యాధిపతులు స్వల్పరాజయోగ కారకులగుదురు. ఆ భాగ్యరాజ్యాధిపతులు సంపూర్ణబలముగలవారై లగ్నాధిపతి వున్న రాశ్యాధిపతిలో యుతి నొందిన యెడల జాతకుని ధనవంతునిగా, రాజాధికారము గల నాయకునిగా చేయగల శక్తి కలిగి యుందురని తెలియవలయును.

శ్లో॥ రాశ్యంశోదయ పాశ్చరాజ్యశుభపౌ ధీభాతృబంధ్వస్తపాశ్శా
ర్ధాయక్ష 9 పతీచతే ఖగవరాశ్సై కత్రవాన్యోన్యభే ! ఉక్తక్షే 9
షుసుహృత్ స్వభోచ్చభవనేష్వన్యోన్య యుక్తేక్షితా వృద్ధిం
వాజగజాదికాన్ సుఖసుతాన్ ద్రవ్యంచదద్యుఃక్రమాత్ !!

గ్రహములు కలిగిన రాశ్యఅంశాధిపతులు, లగ్నాధిపతి, రాజ్యాధిపతి, భాగ్యాధిపతి, పంచమాధిపతి, తృతీయాధిపతి, చతుర్ధాధిపతి, సప్తమాధిపతి, ద్వితీయాధిపతి, ఏకాదశాధిపతి, యిస్థానాధిపతులను గ్రహములు ఒక చోటునగానీ, ఒకరియింట మరొకరు, పరివర్తన పొందినగానీ, పైన చెప్పిన స్థానములు తమకు మిత్ర ఉచ్ఛ స్వక్షేత్రస్థానములయి కలసిననూ, ఒకరినొకరు వీక్షించుచున్ననూ, ఈ జాతకుడు అత్యధికమైన ధనమును, అభివృద్ధిని, వాహనములను, పుత్రపుత్రికాది సంతానమును, సుఖమును ఇవ్వగల శక్తి వంతులని తెలియవలయును.

శ్లో॥ కర్మేశే భ్యాగ్యరాశిస్థే స్వోచ్ఛ మిత్రాంశసంయుతే
పారావతాంశగేవాపి రాజరాజోభవేన్నరః ॥

(సర్వార్థ చింతామణి)

రాజ్యాధిపతి భాగ్యమునవుండి, స్వోచ్ఛమిత్రాంశమందున్న యెడల లేక పారావతాంశమందున్న యెడల జాతకుడు రాజశ్రేష్టుడగును.

శ్లో॥ దేవాధీశపురోహితస్య సహజాంత్యాదీశతా సంతతం రంధ్రాధీ
శ్వర తాష్టమస్థితి రపిస్యాధ్యోగ కృద్దేహినాం ! షష్టస్థశ్శుభకృ
త్కవిస్మర గృహజ్ఞానాయమానస్థితో రాహుర్యోగ కరస్తృతీ
య్యానిలయే కేతుస్తుయోగప్రదః ॥

గురునకు తృతీయస్థానము, వ్యయస్థానముల రెండింటికినీ, ఒకేసారి ఆధిపత్యము కలిగిననూ, అష్టమాధిపత్యము పట్టిననూ, అష్టమమందున్ననూ, రాజయోగమును యిచ్చువారగును. షష్టమ స్థానమునందున్న శుక్రుడు శుభయోగ ములను యిచ్చును. రాహువు సప్తమస్థానము, నవమస్థానము, ఏకాదశస్థానము, దశమస్థానములయందున్న యెడల రాజయోగమును యిచ్చును. తృతీయమందు కేతువున్న యెడల రాజయోగమునిచ్చును.

శ్లో॥ రిఫాష్టారిగ తస్యరాశిరశుభస్తద్భేశ యుద్గృష్టభం
క్షీష్టంస్యాత్క మశస్ని తిజ్ఞాగురవస్స్యు స్తేషు సౌఖ్యప్రదాః
మిత్రోచ్ఛ స్వభగాష్టడంత్య మృతిగా దాసౌమ్యదృష్టాశ్శుభాస్త
న్నాథారి పునీచ మూఢ విజితాశ్చేత్తద్గృహస్థాశ్శుభాః

లగ్నాదిగానున్న ఆరు, ఎనిమిది, పన్నెండవ స్థానములను అశుభస్థానములుగా పరిగణింతురు. ఈ 12, 8, 6 స్థానములందున్న గ్రహముల ఆధిపత్య క్షేత్రములు కూడా అశుభములుగా తెలియవలయును. ఈ 12, 8, 6 రాసుల అధిపతులు సంబంధముగల రాసులు కూడా అశుభములు మరియు 12 వ స్థానమున శుక్రుడు 8వ స్థానమున బుధుడు 6వ స్థానమున గురుడు వున్న యెడల శుభులు అగుదురు. 6,8,12 స్థానములందుండువారు, మిత్ర ఉచ్ఛస్వగృహములందున్న యెడల, శుభులచే వీక్షింపబడిననూ, శుభులే అగుదురు. 6,8,12 స్థానాధిపతులు శత్రుక్షేత్ర, నీచాంగస్తంగతత్వపరాభవములను పొందిన యెడల యీ 6,8,12 స్థానములయందున్న గ్రహములు శుభఫలముల నిచ్చువారుగా తెలియవలయును.

శ్లో॥ కేంద్రేభ్రాతృధనాయధీనవమగాష్ట షేపి సౌమ్యాశ్శుభాః
క్రూరాశ్చోత చయస్థితా రవిశనీ ధర్మస్థితౌ జ్ఞోష్టమే
స్వోచ్ఛ స్వక్ష౯ సురేజ్యభాస్త రవిజోలగ్నస్థితో పిష్టకృ
చ్ఛుక్రోద్వాదశసంస్థితోపి శుభదో మందాంశరాశీవినా !!

లగ్నాధిగా 1,2,3,4,5,6,7,9,10,11 స్థానములందున్న శుభగ్రహములు శుభులగుదురు. క్రూరగ్రహములు 3,6,10,11 యీ ఉపచయస్థానములందున్న యెడల శుభులగుదురు. రవిశనులు భాగ్యస్థానమైన నవమమందును, బుధుడు అష్టమస్థానమునందున్న యెడల శుభులగుదురు. శని, తుల ,మకర, కుంభ, ధనస్సు, మీనము లగ్నమునందు శుభుడు. శుక్రుడు మకర, కుంభములందును, మకరకుంభాంశలయందు లేక వ్యయస్థానమందున్న యెడల శుభుడుగా పరిగణించవలయును. శుభయోగములనిచ్చువారు.

శ్లో॥ రంధ్రేశోవ్యయ షష్టగోరిపుపతౌ రంధ్రేవ్యయే వాస్థితే
రిఫే శోపితథైవ రంధ్రరిపు భేయస్యాస్థితిస్మిన్వరేత్
అన్యోన్యర్క్ష గతానీరీక్షణ యుతాశ్చ నైరయుగ్వీక్షితాజాతో
సౌనృపతిః ప్రశస్థ విభవో రాజాధిరాజేశ్వర ః !!

క్రితం కేంద్రకోణాధిపతుల సంబంధము వలన రాజయోగమును నిర్ణయించి నట్లు, అటులకే షష్ట, అష్టమ, ద్వాదశ స్థానాధిపతులను ముగ్గురిని గానీ యందులో ఇద్దరుకానీ, 6,8,12 స్థానములలోనే ఒకచోట కలియుటగానీ, ఒకరింట ఒకరుండుటగానీ, ఒకరినొకరు చూచుటగానీ, సంబంధముగలవారై తక్కిన ఏభావాధిపతులతో సంబంధము లేకవుండగా, జన్మించిన జాతకుడు ఎదురులేని నిరంకుశుడుగా, రాజులకు కూడా తలవంచని స్వభావము కలిగి యుండును. ఇది ఒక విపరీత రాజయోగము.

శ్లో ॥పాపానీచగతాశ్శుభా బలయుతాః కేంద్రత్రికోణస్థితాః
ఖేటాస్స్యుర్యాది కర్మభాగ్యగృహపా భాగ్యేదవాకర్మణి !
రాజాస్యాన్మతి మాన్మహాధనయుతః ఖ్యాతఃప్రతాపాన్వితోదీర్ఘాయుః
పరభూప వందిత పదస్సర్వజ్ఞతుల్యాస్సుధీ !!

బలహీనములైన పాపగ్రహములు, బలవంతులగు శుభగ్రహములును కేంద్రములందు లేక కోణములందుగానీ వున్న యెడల ఇది యొక మహారాజ యోగము. ఇంకనూ లగ్నభాగ్యరాజ్యాధిపతులు ముగ్గురునూ కలసి భాగ్యమందుకానీ, రాజ్యమందుకానీ వున్న యెడల దీనిని రాజాధిరాజయోగముగా తెలియవలయును.

శ్లో॥ షట్సప్తాష్టమభేషు సౌమ్యఖచరాస్త్వేందోస్థితానోఖలారాజా
స్యాదథవాసమో యది తథాజాతో మహాసౌఖ్యవాన్ ! దీర్ఘా
యుర్విజయాన్వితోఖిల యశోవిద్యావినోదాన్వితో దారాపు
త్రసుహృద్గృహాది వివిధానందాస్పదో యానవాన్ !!

చంద్రుడున్నటు వంటిరాశికి 6,8,12 స్థానములందు బుధగురు శుక్రులు మాత్రమే వుండి ఆస్థానములందు పాపగ్రహములు లేని యెడల అట్టిజాతకుడు

రాజుగానీ, రాజసమానుడుగానీ, మంత్రిగానీ అగును. మరియు మంచి సౌఖ్యము, దీర్ఘాయువు జయము, కీర్తి, విద్య, సంతోషము, కళత్ర, పుత్రులును, వాహన సౌఖ్యములను సకల సంపదలను కలిగి సుఖించును.

శ్లో॥ అర్కాన్నాగ(30)చట(16)స్తను(6)ర్ఘన(8)నటః(10)ఖేటా
(12)యనం(1)స్యుస్తనోశ్చంద్రాద్భాగ్యపయోఃకళైక్యమిన
(12)హృచ్ఛిష్టం విధోర్యద్గృహం ! తద్రాశౌతు విపాపశోభ
నఖగే కోటీశ్వరం తన్వతేచేత్పాపేతు సహస్రశః ఖలఖగేతుం
గేపికోటీశ్వరం !!

రవ్యాది శని వరకు గల ఏడుగ్రహములకు అక్షరసంఖ్యచే కళల ప్రమాణమును చెప్పుచున్నారు. అవి సూర్యునకు 30, చంద్రునకు 16, కుజునకు 6, బుధునకు 8, గురునకు 10, శుక్రునకు 12, శనికి 1 ఇవి గ్రహకళలుగా తెలియవలయును. లగ్నాధిగానూ, చంద్రలగ్నాధిగానూ, నవమాధిపతులైన వారి యొక్క కళలనుకూడి, మొత్తమును 12 చే భాగించగా శేషము ఎంత వచ్చునో చంద్రలగ్నము మొదలు అంతసంఖ్యగలరాశి ఏదగునో ఆరాశి కళలవలన కలిగిన లగ్నము లేక ఇందు లగ్నమనబడును. ఆ యిందు లగ్నమందు పాపులకలయిక లేక శుభులుండగా, అనగా బుధ గురు శుక్రులలో ఎవరున్ననూ, ఆ జాతకుడు కోటీశ్వరుడగును. కేవలం పాపగ్రహమున్న యెడల వేలలో ధనమును నిల్వ చేయువాడగును. లేక పాపగ్రహమైననూ ఉచ్ఛస్థుడైయి ఇందులగ్నమందున్న యెడల కోటీశ్వరుడగును. అయితే ఇచట కేవలం శుభగ్రహము లేక ఉచ్ఛస్థుడైన పావగ్రహములున్నంత మాత్రముననే కోటీశ్వరుడును, కేవలం పాపగ్రహమున్నంతనే సహస్రాధికారియని చెప్పుట వలన, ఆ యిందులగ్నమందు శుభులు,పాపులు వుండిరేని లక్షలకు అధికారి అగునని చెప్పుట తప్పుకాదు.

శ్లో॥ ద్వీ షా (యా *11* క *9*గృహేశ్వరాఃకతిపయాస్సర్వేపివా
ఖేచదాస్సంబంధత్రయగా
బలేనసహితాలక్షాధిపంకుర్వతే!షష్ఠాష్టవ్యయభావపైర్యదిభవేత్తత్ర
క్షయ9 ప్రదా !స్తత్రి జైటదశావిపాకేసమయే శత్రోర్భయంచాదిశేత్ !!

లగ్నము మొదలు ధన పంచమ లాభభాగ్యాధిపతులలో కొందరుగానీ, అందరుగానీ సంబంధత్రయము గలవారై పూర్ణబలవంతులయివుండి, పాపగ్రహ సంబంధము లేకుండిన యెడల జాతకుని లక్షాధికారిగా పరిగణించవచ్చును. ఆ 2,5,11,9 స్థానాధిపతులు షష్టాష్టమ వ్యయాధిపతులతో సంబందము కలిగెనేని జాతకునకు నాశమును, ఋణములు చేయువారగుదురు. 6,8,12 స్థానాధిపతులు సంబంధముగల ధన, పంచమ, లాభ, భాగ్యాధిపతుల యొక్క దశాంతర్దశల యందు శతృభయమును, నాశనమును ఋణమును చేయుదురు. అయితే 2,5,11,6 అధిపతుల సంబంధము వలననూ, 6,8,12 వ్యయాధిపతుల యొక్క దశాంతర్దశల యందు జాతకునికి మంచిరాజ యోగమును, ధనయోగమును, శత్రుక్షయమును కలుగునని సాంప్రదాయము.

శ్లో॥ లగ్నస్యాది మమధ్యమాంతమయితో లగ్నాధినాథక్రమాత్కు
ర్యాద్దండ పతించ మండలప్రతింగ్రామాధిపంతచ్ఛిశుం ! శుక్రా
ర్యేందుజనీక్షితశ్చ సహితశ్చేత్సౌమ్య వర్గస్థితి స్వోచ్చే వాఖిల
భూమిపాలక మముం భూపాలవంద్యం నరం !!

లగ్నాధిపతి లగ్న ప్రధమద్రేక్కోణమునందుండెనేని, పుట్టిన శిశువును శిక్షాధికారిగా చేయును. ఆ లగ్నాధిపతి రెండవద్రేక్కోణమునందున్న యెడల మండలాధికారి యగును. ఆ లగ్నాధిపతి మూడవద్రేక్కోణమున నున్నయెడల గ్రామాధిపతి యగును. ఆ లగ్నాధిపతి యే శుక్రబుధు గురులచే చూడబడిన యెడల కలసినగానీ, వుండి శుభవర్తులతో గానీ, తన ఉచ్ఛయందుగానీ వున్న యెడల అనేకమంది అధికారుల తనక్రింద వుండునట్లుగా చేసుకొను స్థితిని కలిగి యుండును. ఇటువంటి లగ్నాధిపతికి ఎంత మాత్రము పాపగ్రహసంబంధము లేకుండా వుండవలెను. అట్లయినగానీ చక్రవర్తి యోగము పట్టదు.

శ్లో॥ ధర్మేశే ధర్మరాశిస్థే కర్మేశే కర్మరాశిగే
సూతాది పేనసం దృష్టే రాజయోగోభవేన్నరః !!

భాగ్యాధిపతి భాగ్యమునందున్ననూ, దశమాధిపతి దశమమందున్ననూ, రాజ్యాధిపతికి పంచమాధిపతి సంబంధమున్న యెడల జాతకునికి రాజయోగము కలుగును.

శ్లో॥ శుఖేశే సుఖభావస్థేసుతేశే తత్త్రికోణగే కర్మేశే ధర్మరాశిస్థే
ధర్మేశేతత్త్రికోణగే రాజయోగోభవే జాతో రాజ్యాభాగితి నిశ్చయః ॥

చతుర్థాధిపతి చతుర్థమందును, పంచమాధిపతి, చతుర్థాధిపతికి పంచమ నవమస్థానములయందును, రాజ్యాధిపతి భాగ్యమందును, నవమాధిపతి రాజ్యా ధిపతికి పంచమ నవమములందును, వున్న యెడల జాతకుడు గొప్ప యెాగమును, రాజ్యమును అనుభవించునని తెలియవలయును.

శ్లో॥ సప్తమేబుధ దేవేజ్య శుక్రాశ్చే ద్రాజ యోగదాః
చంద్రధర్మేశ్వరౌ విత్తే సంయుతౌ రాజయోగదౌ ॥

సప్తమస్థానమందు బుధగురు శుక్రులున్న యెడల జాతకునికి రాజయోగము నియ్యగలవారని తెలియవలయును. చంద్ర భాగ్యాధిపతులిద్దరూ కలసి ద్వితీయం మందున్న యెడల జాతకునికి రాజ యెాగమని తెలియవలయును.

శ్లో॥ బుధేజ్యౌసప్తమస్థౌచేద్రా జతుల్యోభవేన్నరః ।
గురురాహుయుతౌ సౌమ్యవీక్షితౌచ తథావిధౌ ॥

బుధగురులు సప్తమమున వున్న యెడల జాతకుడు రాజతుల్యుడు. గురురాహువులు సప్తమమున కలసియుండి శుభులచే వీక్షింపబడిన యెడల జాతకుడు రాజతుల్యుడగును.

శ్లో॥ సప్తమేజీవసంయుక్తే త్రికోణేశ సమన్వితే
లగ్నాధిపేన సంధృష్టే నృపతుల్యోభవేన్నరః ॥

సప్తమమున గురుడు, పంచమ నవమాధిపతులతో కలసిననూ, లగ్నాధిపతిచేతను చూడబడిననూ, జాతకుడు మంచి గౌరవమర్యాదలు కలిగి

అందరి చేతనూ గౌరవింపబడుచుండును. శని ఉచ్ఛయందుగానీ, స్వక్షేత్ర మందుగానీ, మూలత్రికోణమందు గానీ వుండి, దశమాధిపతి యొక్క వీక్షణ పొందిన యెడల జాతకుడు రాజ సమానుడు.

శ్లో॥ నిశాకరాచ్ఛ భౌహిచ్ఛవిత్తే వా విక్రమేపివా
పంచమేరాహు సంయుక్తే రాజతుల్యోభి నేన్నర:!!

చంద్రునకైననూ,రాజునకైననూ,ద్వితీయమందుకానీ తృతీయా మందు గానీ,పంచమముల యందు గానీ రాహువు వున్నయెడల జాతకుడు రాజతుల్యడగును.

శ్లో॥ లగ్నేగుశాబుధౌకేంద్ర భాగ్యనాథేనవీక్ష్యతే
లాభేశానాపిసంధృష్టేన్నపతుర్యోభావేన్నర:!!

లగ్నమున గురుడుండి బుధుడు కేంద్రము లందుండి భాగ్యధిపతిచే గానీ,లాభాధిపతిచేగానీ, చూడబడిన యెడల జాతకుడు రాజసమానుడు.

శ్లో॥ త్రియోవార్వోఖగౌవాపిచత్వారో నీచసంయుతా:
శుభషష్ట్యంశసంయుక్తా:రాజతుల్యోధాన్నవేర:!!

రెండు గ్రాహములుకానీ, మూడు గ్రహములుగానీ, నాలుగు గ్రహములుగానీ నీబాల యందుండి శుభగ్రహాంశలయందున్నచో, జాతకుడు రాజతుల్యుడు అగును. నీచగ్రహమునకు సప్తమమున చంద్రుడున్ననూ, శుభగ్రహము న్ననూ ,నీచగ్రహమున్ననూ,లగ్నాధిపతిశుభగ్రహమై వానికి కేంద్రమందున్ననూ, వీక్షించిననూ, నీచదోషములేకయే యోగమును యిత్తురు.

శ్లో॥ మందేస్వోత్తమ వర్గేగేబాలయుతే నీచాంశవదర్గేగురౌ
భానౌగోభాన దృష్టిభాగ సంహితే రాజప్రియస్తత్సమ:
రాహౌకర్మతి లాభాగేరవిసుతే భాగ్యాధిపే వీక్షితే
లగ్నేశేయదినీచ ఖేచరయుతేపృధ్వీశతుల్యోభవేతే!!

తన ఉత్తమాంశయందు శనివుండి. బలవంతుడయిననూ, గురుడు

నీచాంశ యందుండిననూ,రవిశుభగ్రహవీక్షితుడయిననూ శుభ గహాంశలయందు న్ననూ,రాజతుల్యడగును.రాజునకు యిష్టడగును. రాహువు దశమమందుండి శనిలాభ మందుండి నవమాధి పతిచే చూడబడుచున్ననూ,లగ్నాధిపతి నీచగ్రహములతో గలసిననూ జాతకుడు రాజతుల్యడగును.

శ్లో॥ జీవేసరాహౌయదివాసకేతౌ చండాలతాపాపనీరిక్షితౌచేత్

నిచాన్వితే నీచసరున్వితేవాజీవేద్యజశ్చే నవితా దృశస్స్యాత్!!

గురుడు రాహువుతో కలిసిననూ,కేతువుతోకలిసిననూ,పాపగ్రహవీక్షణ పొందిననూ చండాలత్వముకలుగును.నీచయందున్న గ్రహముతో, గురుడుకలిసి వున్ననూ,గురుడునీచరాశియందున్ననూ,బాహ్మణుడైననూ చండాలత్వము పొందును.దురాచారుడగును.గురురాహువుల, గురుకేతువుల కలయిక చంఢాలయోగ మనబడును.

శ్లో॥ ద్వజాహిమంద్రైస్సహి తేంద్రపూజ్యేశుక్రేక్షి తేవాశశి సూనుదృష్టే

శూద్రోపిచే ద్విప్రసమత్విమేతి విద్యాంచసర్వామధిగమ్యజాతి:!!

గురురాహువుకేతుశనులతో ఎవరితోకూడివున్ననూ, శుక్రునిచేగానీ, బుధునిచేగానీ,వీక్షింపబడుచుండెనేని అట్టి జాతకుడు శూద్రుడైననూ సకల విద్యలనుపొంది బ్రాహ్మణునితో సరితూగును.

శ్లో॥ మేషేశశాంకే రవిసూనుదృష్టే భిక్షావిభూనసుతేసయుక్తే

నీచేవిలగ్నేతు నిశాకరశ్చేల్లుబ్ధోదిశేశాత్మాజదృష్టి యోగాత్!!

చందుద్రుమేషమునందుండి,కుజునితోకలిసియున్న శనిచే చూడబడిన యెడల జాతకుడు భిక్షాటనముచే. జీవించువాడుగా నుండును.మరియు జన్మ లగ్నమునందు చంద్రుడు నీచను పొంది శనిచే వీక్షింపబడెనేని జాతకుడు లబ్ధుడగును.

శ్లో॥ సుఖేసమందే ధవమేచ చంద్రేవైకల్యమంగే క్షితిజేకళత్రే

పరస్పర క్షేత్రనవాంశయుక్తౌ శశాంశసూరౌ తను శోషణస్యాత్ !!

చతుర్థమందు శని, దశమమందు చంద్రుడు సప్తమమందు అంగారకుడున్న యెడల జాతకునికి అంగవైకల్యము కలుగును. అనగా కుంటి గుడ్డితనము మొదలగునవి. మరియు రవిచంద్రులు ఒకరింట ఒకరున్ననూ,పరస్పర నవాంశలందున్ననూ, ఆ జాతకునకు శరీరము చిక్కిపోయివుండును. అనగా క్షయ కలుగు అవకాశములుండును.

శ్లో॥ లగ్నేగురౌ భూమిసుతేకళత్రే సోన్మాద భక్తాత్రనరోహజాతః
ఉన్మాద యుగ్రృంశయుతో విలగ్నేశనౌ కళత్రే సమజేత్రకోణే !!

గురుడు లగ్నమందును సప్తమమందు కుజుడుండగా పుట్టినవాడు మతిస్థిరము లేని వాడగును. మరియు జన్మలగ్నమందు, శని సప్తమమందైననూ, పంచమ నవమములందైననూ, కుజుడున్న యెడల జాతికి మతిలేని వాడై తిరుగుచుండును.

శ్లో॥ మందేవి లగ్నే కులనాశకస్యాదల్పాయు రాహుశ్శుభ దృష్టిహీనైః
సర్వైగ్ర్ హైర్నీచ సపత్నిభాగైః కర్మాన్యగైర్భిక్షుక ఏవజాతః !!

లగ్నమందు శనియుండిన యెడల జాతకుడు కులనాశనము, అల్పాయు ర్ధాయము గల వాడగును.మరియు శుభగ్రహసంబంధము లేకనే దశమస్థానమును కాక ఇతర స్థానములందుండు సర్వగ్రహములు నీచశత్రు నవాంశగతులై వీక్షించిరేని జాతకుడు భిక్షాటమును తినువాడగును.

శ్లో॥ సూర్యాన్వితాస్సౌమ్యశశాంక శుక్రాః కేంద్రస్థితా భోగియుతే
విలగ్నే చండాల యోగస్సభవేత్తిదానీంజాతోనీజాచార సుకర్మహీనః !!

గురుడు బుధ శుక్ర చంద్రులతో కలసి కేంద్రమందున్న యెడల, లగ్నమందు రాహువున్ననూ, చంఢాల యోగమగును. ఈ యోగమునందు జన్మించిన జాతకుడు ఛండాలుడై ఆచార్యహీనుడు. పుణ్యహీనుడు, కర్మహీనుడై పుండును.

శ్లో॥ మానేశశాంకే సబుధేకళతేశనౌ ద్వితీయ్యే వికలాంగమేత
జ్యాతేమతిర్నీచ సపత్నిభాగ సమన్వితాశ్చేదపి నిశ్చితార్థః !!

రాజ్యస్థానమున చంద్రుడును, సప్తమమున బుధుడు, ధనస్థానమున శని వుండగా, జన్మించిన వాడు అంగవైకల్యము కలవాడగును. ఈ యోగమును కల్పించు గ్రహములు, యుద్ధపరాజయ, శతృనవాంశలను పొందియున్నయెడల జాతకునికి అంగవైకల్యము కలుగును.

శ్లో॥ సుతాంబుగౌపాప ఖగౌ విశేషాచ్చంద్రేష్టరిఫారిగతే ధతాస్స్యాత్ ।
శుభగ్రహణామవలోక హీనే త్వంధో భవత్యేవశుభైర్నదోషః ॥

చతుర్థపంచమములయందు పాపగ్రహములుండి చంద్రుడు 6,8,12 స్థానముల యందు వున్న యెడల జాతకుడు అంధుడగును. అట్టి గ్రహములకు శుభగ్రహ సంబంధము లేక వున్ననూ అంధుడగును.

శ్లో॥ చంద్రేవ్యయేవా యదివాదినేశే మందేత్రికోణే మదరంధ్ర భేర్కే
దంతా క్షిరోగీ సభవేత్ర దానీంనీచారి శత్రాంశ గతాస్తథైవా ॥

రవియైననూ, చంద్రుడైననూ వ్యయస్థానమందును, శనిపంచమ, నవమములందును, సప్తమ అష్టమముల యందు రవియునూ, వుండి నీచ, శత్రు క్షేతనవాంశ గతులైరేని జాతకుడు దంతరోగమును, నేత్రరోగమును కలవాడని తెలియవలయును.

శ్లో॥ యత్రనీచగతాః ఖేటాఃతత్రతతుంగ గ్రహాన్వితాః
నీచదోషంహ రత్యాహుర్వశిష్టాత్రి పరాశరాః ॥

నీచగ్రహములున్న రాశియందే ఉచ్చయందున్న గ్రహములు కూడా వున్న యెడల నీచదోషము నశించిపోవునని వశిష్ఠ అత్రి పరాశరాదిమునులు చెప్పి యున్నారు.

శ్లో॥ నీచస్థితో జన్మని యోగ గ్రహశ్చ తద్రాశినాథోపి తదుచ్చనాదః ।
కేంద్రత్రికోణే యదిజన్మకాలే రాజాభవేద్ధార్మిక చక్రవర్తి ॥

నీచస్థానమునందున్న గ్రహము యొక్క రాశినాధుడైననూ, ఆ నీచగ్రహముయెుక్క ఉచ్ఛానాధుడైననూ, జన్మకాలమునందు కేంద్ర త్రికోణములలో ఎక్కడయి ననూ, ఒక చోట వున్న యెడల ఆ జాతకుడు ధర్మచక్రవర్తియగునని తెలియ వలయును.

శ్లో॥ ద్విత్రచతుర్థే నీచానవ మఖలాభేషు రాజయోగకరాః
నిధనారి వ్యయగతాయే యోగో యండాసదాసదాసస్య !!

జన్మలగ్నమునకు ద్వితీయ, తృతీయ, చతుర్థ స్థానములందును నవమ దశమలాభస్థానములయందును నీచను పొందిన గ్రహములకు నీచత్వదోషము భంగమై ఆనీచగ్రహములే జాతకునికి రాజయోగము నిచ్చును. లగ్నాత్ షష్టాష్టమ ద్వాదశముల యందు నీచను పొందిన గ్రహములు జాతకుని దాసకులకు దాసత్వమును జేయు కారకత్వము కలిగి యుందురు.

శ్లో॥ చతురః పంచవాఖేటాః నీచరాశిషు సంస్థితాః
కేంద్రకోణేశు సంయుక్తాః రాజయోగఫలప్రదాః

లగ్నమునకు నలుగురుగానీ, అయిదుగురుగానీ గ్రహములు నీచరాశి యందుండి, ఆ నీచరాసులు కేంద్రకోణములైన యెడల జాతకునికి రాజయోగ ఫలములను యిచ్చువారని గ్రహించవలయును.

శ్లో॥ ఏవంబహూషు నీచేషు రాశిచక్రస్థితేష్వపి
అంశేషు వీర్యవంతశ్చేత్కిరా తామ్లేచ్ఛ భూపతిః !!

రాశిచక్రమునందు ఎక్కువగ్రహములు నీచలను పొంది యుండి అంశచక్రమునందు ఉచ్ఛలను పొందియున్న యెడల జాతకుడు కిరాతి దేశములకు గానీ, తురుష్కదేశములకుగానీ, ప్రభువు అగును. 3,4,5 గ్రహములు ఉచ్ఛయందున్న యెడల జాతకుడు రాజసమానుడగును. నీచచంద్రునకు నీచగ్రహములు కేంద్రములందున్న యెడల నీచభంగమై జాతకునకు రాజయోగము చేయుదురు.

శ్లో॥ తుంగస్థితే సోమసుతే తదేశే స్వోచ్ఛాన్వితే సోమసుతేన దృష్టే !
బుధాన్వితే వాసబుధే స్తరాశౌ యజ్ఞస్యకర్తా సభవేత్తిదానీం !!

స్వోచ్ఛయందు బుధుడుండగా, కర్మాధిపతి ఉచ్ఛయందుండి, బుధునిచే చూడబడిననూ, కర్మస్థానాధిపతి ఉచ్ఛస్థుడై. బుధునితో కలసివున్ననూ, లేక బుధునితో కలసి సప్తమమునందున్ననూ జాతకుడు యజ్ఞము చేయువాడగును.

శ్లో॥ జన్మాధిపే కర్మగతేతదేశే భాగ్యస్థితే పాపవివర్జితేస్మిన్
సౌమ్యేక్షితే శోభన భాగయుక్తే యజ్ఞస్యకర్తా సభవేత్తదానీం !!

లగ్నాధిపతి దశమమందుండగా, కర్మాధిపతి నవముస్థానమందుండి, పాపసంబంధము లేక శుభుల వీక్షణ కలిగి యుండెనేని, శుభనవాంశలందున్ననూ, జాతకుడు యజ్ఞములు చేయును.

శ్లో॥ కర్మేశవాగీ శశశాంకపుత్రాః వీర్యాన్వితా యజ్ఞకరా భవంతి !!

రాజ్యస్థానాధిపతి, బృహస్పతి, బుధుడు యీముగ్గురునూ బలవంతులైన యెడల జాతకుడు యజ్ఞములను చేయును.

శ్లో॥ బుధక్షేత్రే బుధనై వాస్వతుంగ స్థేన సంయుతాః
అనుచ్ఛస్థోపికర్మే శోభవేచ్ఛుత్కర్మ సిద్ధ్యతి !!

బుధుడు ఉచ్ఛస్థానమగు కన్యయందు వుండి రాజ్యస్థానాధిపతి ఉచ్ఛయందుండకపోయిననూ జాతకునికి యజ్ఞాది సత్కర్మలు చేయు అర్హత కలిగి యుండును.

శ్లో॥ కర్మేశే లగ్నభావస్థే లగ్నేశేన సమన్వితే
కేంద్రత్రికోణగే చంద్రేసత్కర్మ సహితోభవేత్ !!

దశమాధిపతి అగు కర్మాధిపతి లగ్నాధిపతితో కలసి లగ్నమందుండి, చంద్రుడు కేంద్రకోణములందున్న యెడల జాతకుడు యజ్ఞాదిసత్కర్మలయందు నిమగ్నమగువాడగును.

శ్లో॥ కేంద్రత్రికోణగే కర్మనాథే స్వక్ష ϑసమాశ్రితే
గురుణా సహితే దృష్టే సత్కర్మ సహితోభవేత్ !!

కర్మాధిపతి స్వక్షేత్ర మందుండిననూ, కేంద్రకోణములందుండిననూ, గురుని యొక్క దృగ్యోగాది సంబంధమున్న యెడల జాతకుడు యజ్ఞాది సత్కర్మలు చేయువాడగును.

శ్లో॥ షష్టాష్టమ వ్యయస్థోపి కర్మేశస్తుంగ గోయది
బుధేపి ఫణిసంయుక్తే కర్మస్థే కర్మసిద్ధ్యతి !!

కర్మపతి షష్ట, అష్ట, వ్యయస్థానములందున్ననూ, దశమాధిపతి ఉచ్ఛ యందున్ననూ, బుధుడు రాహువుతో కలసి దశమమందున్న యెడల జాతకునికి యజ్ఞాది సత్కర్మలు చేయు యోగము కలుగును.

శ్లో॥ కర్మేశ గురుసౌమ్యానాంస బలాద్యోగకర్మకృత్
శుభవీక్షణయోగాభ్యాం విశేషాత్కర్మ శోభవేత్ ॥

దశమాధిపతి మరియు, గురుబుధులు బలవంతులయి వున్ననూ, శుభగ్రహ సంబంధమున్ననూ, ఎక్కువ యజ్ఞములు చేయును.

శ్లో॥ కేంద్రకోణోచ్చాకలితే స్వక్షేత్రేపిచ కర్మతః ॥

కర్మస్థానాధిపతి కేంద్రముల యందుగానీ, కోణముల యందుగానీ, స్వక్షేత్రమందుగానీ, ఉచ్ఛయందుగానీ వున్న యెడల విశేషమైన యజ్ఞయాగాదులను చేయును.

శ్లో॥ కర్మేశే ఫణి సంయుక్తే కర్మభ్రష్టోభవేన్నరః ॥

కర్మస్థానాధిపతి రాహువుతో కలసిన యెడల కర్మలు చేయని వాడగును.

శ్లో॥ కర్మేశేదుర్భలేనీచే ప్యస్తగే శత్రుగేహగే
షష్టాష్టమ వ్యయస్థేవా కర్మహీనోభవేన్నరః ॥

దశమాధిపతి బలములేని వాడయు నీచయందున్ననూ, అస్తమించిననూ, శత్రుస్థానగతుడయిననూ, ఆరు ఎనిమిది పన్నెండు స్థానములయందున్ననూ, జాతకుడు కర్మలయందు అపనమ్మకములు కలిగి కర్మలు చేయని వాడని తెలియవలయును.

శ్లో॥ కర్మస్థానగతే మందే నీచఖేచర సంయుతే
కర్మేశే పాప రాశిస్థే కర్మహీనోభవేన్నరః ॥

శని కర్మస్థానమందు నీచగ్రహములతో కలసిన యెడల కర్మాధిపతి పాప రాసులయందున్న యెడల జాతకుడు కర్మహీనుడని తెలియవలయును.

శ్లో॥ కవి విద్గురు యుక్తరాశిపాః నిధనారి వ్యయరాశిగాయది
చలనంత దదీయ కర్మణోభావతీత ప్రవదంతి సూరయః ॥

శుక్ర బుధ గురులున్నటువంటి రాశుల యొక్క అధిపతులు, షష్ట, అష్టమ, వ్యయస్థానములందున్న యెడల గురు, శుక్ర, బుధుల వలన గలుగు సత్కర్మములకు ఆటంకములు కలుగును.

శ్లో॥ బుధేసజీవే యదివాసకావ్యే ప్రాకారకృద్గోపుర మంటపాదీన్
మానస్థితే తద్గృహనాథయుక్తే కరోతిజీర్ణోద్ధరణాదికంతు !!

బుధ, గురులకు యుతివున్ననూ, బుధుడు శుక్రునితో కలసి దశమ మందుండిననూ, ప్రాకారములు కట్టించుట, గోపురములు మంటపములు కట్టించుటయను సత్కర్మలు చేయువాడగును మరియు బుధుడు దశమాధిపతితో కలసి దశమమందున్న యెడల, జీర్ణదేవాలయములు, శిధిలమైన గోపురములను జాతకుడు మరల నిర్మించును.

శ్లో॥ కరోతి కూపాది తటాకమంత్రకర్మేశ్వరే గోపురభాగయుక్తే
మృద్వంశ కేవా శుభాదృష్టియుక్తే భాగ్యేశ్వరేణాపి నిరీక్షితేహ !!

దశమాధిపతి దశమస్థానమందునూ, గోపురాంశఘుందుండి, మృదుషష్ట్యంశ యందున్ననూ, భాగ్యాధిపతిచే వీక్షింపబడిననూ, జాతకుడు బావులు,చెఱువులు మొదలగువాటిని తవ్వించువాడగును.

శ్లో॥ ఆజ్ఞాస్థానగతే సూర్యేభూమిపుత్రే ధవాస్థితే !
కేంద్రాన్వితే తదీశేపి క్రూర మాజ్ఞాంకరోతినః !!

రవిదశమాధిపతి ఐననూ, లేక కుజుడు దశమమందున్ననూ, దశమాధిపతి కేంద్రమందున్న యెడల జాతకుడు క్రూరమైన ఆజ్ఞలను యిచ్చునని తెలియ వలయును.

శ్లో॥ ఆజ్ఞాధిపోమందయుతే రంధ్రనాథ్యే సంయుతే
కూరాంశేకేంద్రరాశౌవా క్రూరామాజ్ఞాకరోతిసః !!

దశమాధిపతి శనితో కలిసిననూ, అష్టమాధిపతితో కలసిననూ, క్రూరాంశ యందున్ననూ, కేంద్రమందున్ననూ, జాతకుడు కఠినమైన ఆజ్ఞలను చేయు వాడుగా తెలియవలయును.

శ్లో॥ రాహౌమాందియుతే మానేరంధ్రే రాహౌద్వజేపివా
నీచస్థే ధర్మభావేశే క్రూరమాంజ్ఞా కరోతసః ॥

రాహువుమాందీ గ్రహముతో కలసి దశమమందుగా లేక మాందీగ్రహము దశమమందుండగా, రాహుకేతువులలో నొకరు అష్టమ మందుండగా, భాగ్యాధిపతి నీచయందున్న యెడల జాతకుడు కఠినమైన అజ్ఞలు ఇచ్చువాడగును.

శ్లో॥ మానాధిపే కేంద్రగతే శుభయుక్తేక్షి తేపివా
క్రూరషష్ట్యంశ సంయుక్తే క్రూరామాజ్ఞాకరోతిపః ॥

దశమాధిపతి కేంద్రమందుండి శుభగ్రహయుతుడైననూ, శుభగ్రహ వీక్షితుడైననూ, క్రూరాది షష్ట్యంశయందున్ననూ, జాతకుడు కఠినమైన అజ్ఞలు చేయును.

శ్లో॥ అజ్ఞాస్థానాధిపే సౌమ్యేశుభాయుక్తేక్షితేపివా
శోభనాంశగతే వాపి జాతిస్వాజ్ఞ ధరోభవేత్ ॥

దశమాధిపతి శుభగ్రహమయివుండి, శుభులతో కలసిననూ వీక్షింవబడిననూ, శుభాంశలయందున్ననూ, జాతకుడు అజ్ఞలను పాటించువాడగును.

శ్లో॥ శశాంకే కేంద్రసంయుక్తే గురుశుక్ర నిరీక్షితే
పారావతాది భాగస్థే సత్కర్తిసహితోభవేత్ ॥

చంద్రుడు కేంద్రమునందుండి పారావతాది భాగములయందున్ననూ, గురుశుక్రులచే వీక్షింపబడిననూ,జాతకుడు మంచి కీర్తి గలవాడగును.

శ్లో॥ ఆదీశే శుభసంయుక్తే శుభమధ్యగతేపివా
శుభగ్రహణామంశేవా సత్కీర్తిసహితోభవేత్ ॥

కీర్తిస్థానాధిపతి అయిన దశమాధిపతి శుభగ్రహముతో కలసిననూ, లేక శుభగ్రహముల మధ్యనున్న వాడయిననూ, లేక శుభగ్రహ నవాంశలను పొందియున్ననూ, జాతకుడు సత్కీర్తిచే కొనియాడబడుచుండను.

శ్లో॥ కీర్తిస్థానాధి పేసౌమ్య స్వోచ్ఛ మిత్ర స్వవర్గగే
సౌమ్యషష్ట్యంశ గేవాపి సత్కీర్తి సహితోభవేత్

కీర్తిస్థానాధిపతి శుభుడై, స్వోచ్ఛ మిత్రస్వక్షేత్ర వర్గమందుండి శుభషష్ట్యంశలను పొందిన యెడల జాతకుడు గొప్ప కీర్తివంతుడగు.

శ్లో॥ తదీశే దేవలోకస్థే సింహ్వాసనగతేపివా
బలపూర్ణే విలగ్నేశే సత్కీర్తిసహితోభవేతౌ !!

కీర్తిస్థానాధిపతి దేవలోకాంశమందున్ననూ,సింహసనాంశమందున్ననూ, లగ్నాధిపతి బలవంతుడైయున్న యెడల జాతకుడు కీర్తివంతుడు.

శ్లో॥ పాపగ్రహాణాం సంబంధే మాననాధే బలక్షయే
క్రూరషష్ట్యంశ సంయుక్తే హ్యపకీర్తియుతోభవేత్ !!

మానాధివతి అనిననూ దశమాధివతియేం, మానాధివతి పాపగ్రహయుతుడై, బలహీనుడై క్రూరషష్ట్యంశల యందున్న యెడల జాతకుడు అపకీర్తిని పొందును.

శ్లో॥ అపకీర్తి యుతోజాతః కర్మస్థే సరవౌశనౌ
పాపాంశగీ పాపదృష్టే పాపమధ్యగతే తధా !!

శనిరవితో కలసి దశమస్థానమందుండి, పాపనవాంశయందుండిననూ, పాపగ్రహములచే వీక్షింపబడిననూ, లేక పాపగ్రహమధ్యయందున్ననూ, జాతకుడు అపకీర్తి కలవాడగును.

శ్లో॥ శుభగ్రహాణాం సంబంధే మానేతిన్నాయకేపివా
స్వోచ్ఛే వాస్వగృహేవాపి జాతోమానీ దృఢవ్రతః !!

దశమస్థానమైననూ, దశమాధిపతియైననూ, శుభులతో కలసిననూ లేక దశమాధిపతి స్వోచ్ఛ స్వక్షేత్రముల యందున్ననూ, అభిమానము కలవాడుగను, ధృఢమైన ఆశయములు కలవాడుగా తెలియవలయును.

శ్లో॥ ఇంగిత జ్ఞోభిమానీస్యాన్మానే జీవేధవాశుభే
తదీశే శుభసంబంధే శుభమధ్యగతేపివా !!

దశమస్థానమందు గురుడయిననూ, మరియొక శుభగ్రహమైననూ, వుండగా, దశమాధిపతికి శుభగ్రహ సంబంధము కలిగిననూ, శుభగ్రహముల మధ్యనున్ననూ, జాతకుడు పరుల అభిప్రాయములను తెలిసినవాడునూ, అభిమానవంతుడును అగునని తెలియవలయును.

శ్లో॥ పాపేమానే పాపదృష్టే తదీశే నీచరాశిగే
పాపరాశ్యంశగేవాపి మానహీనోభవేన్నరః !!

దశమస్థానము పాపక్షేత్రమయిన యెడల, పాపగ్రహవీక్షణ కలిగిన యెడల, మానాధిపతి నీచరాశి గతుడైన యెడల, పాపగ్రహనవాంశను పొందిన యెడల జాతకుడు మానములేని వాడగును.

శ్లో॥ లగ్నాధిబాణసంఖ్యేక రాశిగా సవఖేచరాః
స్థితాశ్చేత్పంచ ఖేటాఖ్యమాలికా యోగ ఉచ్యతే !!

లగ్నాధిగా వరుసగా ఐదురాసుల యందు గ్రహములన్నియూ వున్న యెడల పంచగ్రహమాలికా యోగ మందురు. దీనికి ఫలితములను చెప్పుచున్నారు.

శ్లో॥ పంచఖేటాఖ్య యోగోపి యస్యజాతస్యవిద్యతే
భాగ్యయోగస్తువక్తవ్యః తస్యజ్యోతిషకోత్తమై : !!

ఎవరిజాతకమందు పంచగ్రహమాలికా యోగము కలదో వారు భాగ్యశాలు లగుదురని జ్యోతిషశాస్త్రమునందు తెలియజేయబడుచున్నది.

శ్లో॥ లగ్నమాద్యయేఖేటాః ఋతుసంఖ్యాసురాశిషు
స్థితాశ్చేత్షష్ట ఖేటా ఖ్యమాలికా యోగ ఉచ్యాతే !!

లగ్నము మొదలు యే గ్రహములైననూ వరుసగా ఆరు రాసుల పర్యంత మున్న యెడల షడ్గ్రహ మాలికా యోగమనబడును.

శ్లో॥ లగ్నమారభ్య శైలాఖ్య సంఖ్యారాశిషు ఖేచరా ః
స్థితాశ్చేత్సప్తఖేటాఖ్య మాలికా యోగ ఉచ్యాతే !!

లగ్నాదిగా ఏడు రాసులయందు వరుసగా గ్రహములున్నచో అది సప్తగ్రహ మాలికా యోగమనబడును.

శ్లో॥ లగ్నమార్భ్య వస్వాఖ్య రాశిస్థః ఖేచరాయది
అష్టఖేచరమాలాఖ్య యోగః ప్రోక్తస్తుసూరిభిః !!

లగ్నము మొదలు గ్రహములు వరుసగా ఎనిమిదిరాసులయందున్న యెడల అష్టగ్రహమాలికా యోగమని చెప్పబడినది.

శ్లో॥ లగ్నాదారాఖ్య భాగ్యాఖ్య సంఖ్యోరాశిషు ఖేచరా
స్థితాశ్చేన్నవఖేటాఖ్య మాలికాయోగ ఉచ్యతే !!

లగ్నము మొదలు వరుసగా తొమ్మిది గ్రహములు తొమ్మిదిరాసుల యందున్న యెడల నవగ్రహమాలికా యోగమని పిలువబడును.

శ్లో॥ షష్టసప్తాష్ట నవమీ సంఖ్యాఖ్యాః గ్రహమాలికాః
భవతియస్యజాతస్య భాగ్యయోగప్రదాస్మృతాః !!

షష్టగ్రహమాలికాయోగము, సప్తగ్రహమాలికాయోగము, అష్టగ్రహమాలికా యోగము, నవగ్రహమాలికా యోగము ఎవరికి జాతకమందు కలుగునో ఆ జాతకునికి భాగ్య యోగము కలిగి సుఖించును.

శ్లో॥ కేచిద్వద్వంతి సూర్యాదిగ్రహణాం క్రమశఃస్థితిః
మాలికాగ్రహ యోగోయం భాగ్యవాన్భవతి ధృవం !!

వరుసగా ఏడుగ్రహములుండుట మాలికాయోగమే. ముఖ్యముగా రవి మొదలు వరుసగా గ్రహములున్న యెడల మాలికాయోగము, లేని యెడల మాలికా యోగము వుండదని కొందరి మతము. రవికి నాల్గవ స్థానమున బుధుడుండుట ఎప్పటికినీ జరుగదు. కనుక ఈ అభిప్రాయము తప్పని తెలియుచున్నది. రవి మొదలు మాలికగా వుండవలెననే అభిప్రాయము

మాత్రమేకానీ, రవిచంద్ర కుజబుధగురులను వరుసక్రమముననే వుండవలెనను అభిప్రాయము, నియమములేదు. ఇతర గ్రహములు మాలికగా ఏర్పడుటకంటే, రవి మొదలు గ్రహవరుసక్రమముగా నున్న విశేషమని చెప్పుట తప్పుకాదు. ఏ గ్రహములైననూ వరుసగా నుండిన మాలిక అగును.

శ్లో॥ గ్రహబలాస్యుర్యాది పూర్వ షట్కే స్వోచ్ఛ స్థితాః పూర్వవయో న్నపస్యాత్

ఆద్యాతియం పశ్చమభాగయుక్తేమి త్రస్థితాశ్చ్ేదుభయత్రి భాగ్యం!!

గ్రహములు బలముకలిగి లగ్నము మొదలు ఆరురాసులలోగా తమ యొక్క ఉచ్ఛస్థానములందున్న యెడల జాతకుడు బాల్యము మొదలు రాజుసమాన భోగములు అనుభవించును.లగ్నమునకు ఏడవరాశి మొదలు పన్నెండవరాశివరకు వరుసగా గ్రహములున్న యెడల వృద్ధావస్థయందు అనగా ముసలి వయస్సు నందు సుఖములను పొందును.పూర్వరాసులందు కొన్నిగ్రహములు,ఉత్తరరాసులందు మరికొన్ని గ్రహములు మాలిక ఏర్పడిన, జీవితపర్యంతము రాజభోగములను జాతకుడు అనుభవించును.

శ్లో॥ రవివర్జ్యం ద్వాదశగైరానఫా చందాద్వితీయగైస్సునఫా

ఉభయస్థితైర్ధురుదురాలే మృదుమ సంజ్ఞ కో యోన్యః!!

రవి తప్పించి ఇతరగ్రహములు ఏవైననూ చంద్రునకు వ్యయస్థానమునున్న యెడల అనఫాయోగమని చెప్పుదురు.చంద్రునకు ద్వితీయా మందు గ్రహములున్న యెడల సునఫా యోగమని చెప్పుదురు, చంద్రునకు ద్వితీయ,ద్వాదశములలో గ్రహములున్న యెడల దురదురాయోగమని చెప్పుదురు.చంద్రునకు ద్వితీయ, ద్వాదశమములలో గ్రహములులేని యెడల కేతుద్రుమయోగమని చెప్పుదురు. ఈ యోగములందు జన్మించిన యెడల ఫలితములను చెప్పుచున్నారు.

శ్లో॥ సచ్ఛీలంవిషయసుఖాన్వితం ప్రభుంఖ్యాతీయుక్తమనఫాయాం

సునఫాయాంధీ ధనకీర్తి యుక్తమార్జితైశ్వర్యం!!

అనఫా యోగమునందు జన్మించిన వారు సత్యమును పెలుకు వారును, సత్యముకలవారును,విషయములను తెల్సిన వారును, సుఖము, సామర్ధము, ప్రఖ్యాతికలవారగుదురు. సునఫాయోగమునందు జన్మించినవారు బుద్ధి మంతులును,ధనవంతులును,కీర్తిగలవారును,స్వార్జితమగు ఐశ్వర్యము కలవారగుదురు.

శ్లో॥ బహుభృత్య కుంటుంబారంభ చిత్త విత్తమద్విగ్న మపిచదౌర్ధురికే !
భృతికం దుఃఖిత మధనం జాతింకే మధృమే విందాత్ !!

దుర్ధురా యోగమునందు జన్మించిన జాతకులు అనేకులైన భృత్యులు కలవారుగనూ, గొప్ప కార్యములు చేయువారునూ, కుటుంబము కలవారునూ, మంచి మనస్సుకలవారునూ, అగుదురు. కేమదృమ యోగమున పుట్టిన జాతకులు కూలి పనులు చేయువారుగనూ, దుఃఖవంతుడను, దరిద్రుడును, అగుదురని బృహజ్జాతకము మొదలగు గ్రంథముల యందు వ్రాయబడిననూ, కేమదృమ యోగమునకు దరిద్రుడగునని చెప్పటకు వీలులేదు. ఇది అనుభవమున విరుద్ధముగా తోచుచున్నది.

శ్లో॥ కళత్రేతా ద్వాపరేషు అమితాయుర్భ విష్యతి
శతవింశతి పూర్ణాయుః న్యూనమే వాధికంనహి !!

కృతయు త్రేతా యుగములలో ద్వాపర ముగములో అమితాయుర్ధా యమును కలియుగంబున 120 సంవత్సరములే పూర్తి ఆయుఃవని, అంతకంటే తక్కువేగానీ, ఎక్కువలేదని చెప్పబడినది.

శ్లో॥ కర్మస్థానంగతే చంద్రే గంగాస్నానం హిసిధ్యతి !
కర్కటేచగతే రాహౌశేతు స్నానం హిసిధ్యతిః !!

దశమస్థానమందు చంద్రుడున్నచో చంద్రదశలో జాతకునికి గంగా స్నానముచేయు అవకాశము పుణ్యము లభించును. కర్కాటకమున రాహువున్న యెడల సముద్రస్నానముచేయు అవకాశము లభించును.

శ్లో॥ రాహుర్వాదివాచంద్రః కర్మస్థోయదిజన్మని
గంగావగాహనంతి స్యలభతే నియమేనహి !!

దశమమందైననూ, లగ్నమునందయిననూ పూర్ణచంద్రుడున్న యెడల లేక రాహువైననూ వున్న యెడల జాతకునికి గంగాస్నానము చేయు యోగము తప్పక కలుగును.

శ్లో॥ శుభేశ్వరే కేంద్రగతే జలర్క్షే సౌమ్యేక్షితే తా దృశతోయ పూతః
మానస్థితే శుక్రయుతేచ కేంద్రే స్వోచ్ఛస్థితే తాదృశతోయ పూతః !!

దశమాధిపతి జలరాశియగు కేంద్రమందుండి శుభగ్రహములచే చూడబడిన యెడల జాతకుడు గంగాసమానమగు నదియందు స్నానము చేయును. శుక్రుడు దశమకేంద్రమందైననూ, స్వోచ్ఛయందైననూ, వున్న యెడల జాతకుడు గంగానదీ సమానమగు నదీ స్నానమాచరించు వాడగును.

శ్లో॥ రాహౌచకేతౌ దశమేదినీశే భాగీరథీ స్నానఫలాదిభావ్స్యాత్
వ్యయేబుధే వాయదివాతదీశే స్వోచ్ఛాన్వితేతా దృశ తోయ పూతః !!

రవి రాహువుతో కలసి దశమమందున్న యెడల జాతకుడు గంగాస్నాన ఫలమును పొందును. ద్వాదశమ స్థానమున బుధుడుండి ద్వాదశాధిపతి ఉచ్ఛయందున్న యెడల గంగానదీ సమాననది యందు స్నానము చేయు అవకాశము కలుగును.

శ్లో॥ దశమస్థేది వానాథే తదేశే పంచమాశ్రితే
బుధదృష్టిభవేజ్జాతో గంగాస్నాయీ సుబోధవాన్ !!

రవి కర్మస్థానమందును, కర్మస్థానాధిపతి పంచమమందుండి బుధునిచే వీక్షింపబడిన యెడల జాతకుడు బుద్ధిమంతుడగును. గంగాస్నానము చేయు అవకాశము కలిగియున్న వాడగును.

శ్లో॥ మానేచరాహౌ యదివాదినేశే గంగా వగాహి బహుపుణ్యకారీ !

కర్మస్థానమందు రాహువయిననూ, లేక రవి యైననూ వున్న యెడల జాతకుడు పుణ్యకార్యములు చేయుచూ, గంగాస్నానము చేయువాడగును.

శ్లో॥ జన్మర్క్ష 9 సంపూర్ణ శశాంకజీవే మానస్థితే గాంగజలాభిపూతః
మానేచమీ నేయది వాససౌమ్యే భౌమాన్వితేవా భవితాచముక్తః !!

గురుచంద్రులిద్దరునూ జన్మనక్షత్రమునందున్ననూ లేక దశమమందున్ననూ జాతకునికి గంగానదీ స్నానమాచరించు అవకాశము కలుగును, చంద్ర గురులు బుధకుజులతో కలసి దశమమందుకానీ, మీనరాశియందు గానీ వున్న యెడల జాతకుడు మోక్షము పొందును.

శ్లో॥ తాపసవృద్ధ శ్రావకరక్తపటాజీవి భిక్షుచరకాణాం
నిగ్రహంధానంచర్కాత్ప రాజితైః ప్రచ్యుతర్బలిభిః
వానప్రస్థోథ కాపాలీబౌద్ధస్యాదేక దండినః
త్రిదండియోగినోనగ్నో ప్రవ్రజ్యార్కా దితఃక్రమాత్ !!

ప్రవ్రజ్యాభేధములను చెప్పుచున్నారు. ఏకరాశిగతములయిన చతురాది గ్రహములలో రవి బలవంతుడయివున్న యెడల జాతకుడు వానప్రస్థాశ్రమమును పొంది తాపస్వియగును. చంద్రుడు బలవంతుడయిన యెడల కాపాలికుడగును. కుజుడు బలవంతుడయిన యెడల బుద్ధోపాసకుడుగు రక్తవస్త్ర సన్యాసి అగును. బుధుడు బలవంతుడయిన యెడల సన్యాసి అగును. గురుడు బలవంతుడయిన యెడల త్రిదండమును ధరించు భిక్షువు అగును. శుక్రుడు బలవంతుడయిన యెడల చక్రధరుడను సన్యాసి అగును. శని బలముకలిగియున్న యెడల దిగంబర సన్యాసి అగును. ఈ 7 గ్రహములలో బలమును పొందిన గ్రహము, గ్రహయుద్ధమునందు జయింపబడిన యెడల, ఆగ్రహమునకు చెప్పబడిన ప్రవ్రజ్యమును పొంది పిదప దానిని విడిచిపెట్టును.

శ్లో॥ దినకరలుప్తమ యూఖైర దీక్షితా భక్తి వాదినస్తేషాం
యాచితదీక్షా బలిభిఃపరాజితై రన్యదృష్టైర్వా !!

ఒకే రాశిని పొందినటువంటి ఈ సప్తగ్రహములందు అస్తంగతమును పొందిన గ్రహములు వాటి వాటి ప్రవ్రజ్యలి నివ్వలేవు, అయిననూ గ్రహోక్తమయిన విషయ జాలమునందు సన్యాసుల యందు ఆదరమును కలుగజేయును.

ఏకరాశిని పొందిన గ్రహములలో బలమైన గ్రహము జనన సమయమున ఇతర గ్రహములచే గెలువబడిన యెడల, జూడబడియున్ననూ,సన్యాసము కోరిననూ లభించదు.

శ్లో॥ నవీక్షితశ్చేదితరైః గ్రహేంద్రైర్లగ్నాధిపం పశ్యతిభానుపుత్రః

లగ్నాధిపోదాయది భానుపుత్రం సన్యాసయోగంమున యోవదంత॥

శని యితర గ్రహ వీక్షణ లేక జన్మలగ్నాధిపతిని చూచుచున్ననూ, లేక జన్మలగ్నాధిపతి యితర గ్రహముల వీక్షణ లేక శనిని చూచిననూ, ఆ జాతకునకు సన్యాస యోగము కలుగునని చెప్పబడినది.

శ్లో॥ సన్యాస యోగాధిపతౌ సరాహౌ క్రూరాంశకే వాగుళికేనయుక్తే

సన్యాస యోగోవహిబుద్ధి మద్భిరూహ్యంచతత్ప్రోక్తమి తీహతజ్ఞైః॥

సన్యాస యోగాధిపతి అనగా దశమాధిపతి రాహువుతో కలసిననూ, గుళికునితో కలసిననూ, క్రూరాంశమందున్ననూ సన్యాసయోగము పట్టదని చెప్పబడినది.

శ్లో॥ కర్మస్థానేతుచత్వారోగ్రహాస్తిష్టంతు చేతదా

పశ్యంత యదివా జాతఃప్రవ్రజ్యాయోగమాదిశేత్ ॥

దశమమున నాలుగు గ్రహములున్ననూ దశమమును నాలుగు గ్రహ ములు చూచిననూ,జాతకుడు సన్యాసి అగును.దశమమందున్న గ్రహములతో శని కలసిన యెడల సన్యాసి యోగము కలుగదు. కర్మఫలములను అనుభవించును.

శ్లో॥ విలగ్నదశమాధీశౌ గ్రహత్రయ సమన్వితౌ

యత్రకుత్రస్థితో మర్త్యః సన్యాసంలభతే వరః॥

లగ్నాధిపతి, దశమాధిపతి ఈ యిద్దరునూ మూడు గ్రహములతో కలసి ఎక్కడవున్నా జాతకుడు సన్యాసి అగును.

శ్లో॥ చంద్రస్య దశమస్థానే గురు శుక్రబుధాస్తధా

అపిరాజకులే జాతః సన్యాసి భవతి ధృవం ॥

చంద్రునకు పదవస్థానమున గురుశుక్రబుధలున్న, రాజవంశమున పుట్టిననూ, జాతకుడు సన్యాసిగా అగుట తథ్యము.

శ్లో॥ చత్వారో రవిశుక్రజ్ఞ గురురవశ్చైక రాశిగాః

నైష్టిక బ్రహ్మాచారీ స్యాత్కౌపీనాజిన దండనాన్ ॥

రవి బుధ గురు శుక్రులు ఏకరాశియందున్నచో, నిష్ఠతో కూడిన బ్రహ్మచారియై కౌపీనము, పులిచర్మము, త్రిదండమును ధరించి సన్యాసము పొందును.

శ్లో॥ శనేదృగాణే కుముదాత్మబంధౌ మందేక్షితేతా గృశయోగమాహు ః!

మందాంశగే భూమిసులాంశకేవా మందేక్షితే చంద్రయుతే తథైవా ॥

శనిద్రేక్కాణమందు చంద్రుడుండి, శనిచే వీక్షింపబడిన యెడల జాతకునికి సన్యాస యోగము పట్టును. శని నవాంశమందును, కుజ నవాంశమందును కానీ చంద్రుడుండి శనిచే వీక్షింపబడిన యెడల జాతకుడు సన్యాసి అగును.

శ్లో॥ చతుర్థ్రహైః కర్మయుతైః ప్రవ్రజ్యాం ప్రాప్నోతిజాతః కథితం మునీంద్రైః !

గ్రహైశ్చతుర్భిస్సహితే ఆదీశే త్రికోణగైః కేంద్రగతై స్తుముక్త ః ॥

కర్మస్థానమైన దశమమందు నాలుగు గ్రహములున్నచో, జాతకుడు ప్రవ్రజ్యను పొందును. ఇది మునీశ్వరుల ఉవాచ. కర్మస్థానాధిపతి నాలుగు గ్రహములతో కలసి, కేంద్ర త్రికోణములలో ఎక్కడవున్ననూ, జాతకుడు ముక్తిని పొందును.

శ్లో॥ విధోఃకేంద్రగతేజీవే జీవాత్కేంద్రగతే భృగుః !

ముద్రికా యోగమా ప్నోతీ జాతస్త్రతన సంశయః ॥

చంద్రునకు కేంద్రమందు గురుడున్ననూ, గురునకు కేంద్రమందు శుక్రుడున్ననూ, జాతకుడు ముద్రికా యోగమును పొందును.

శ్లో॥ చతుర్థసౌగ్యరాశీశౌ కేంద్రేసంయుతవీక్షితౌ !

సోపిసింహ్వాసనంప్రాప్య ముద్రికా యోగ మాప్నుయాత్ ॥

కేంద్రస్థానములయందు చతుర్థ నవమాధిపతులు యిద్దరునూ కలసివుండిగానీ, ఒకరినొకరు వీక్షించుకొని కానీ, జాతకుడు సింహాసనస్థితుడై ముద్రికా యోగమును పొందును.

శ్లో॥ వాహనాధిపతౌ భాగ్యేభాగ్యేశే వాహనస్థితే

తావుభౌ కేంద్రగౌవాపి స్వతంత్రోద్యోగమాధిశేత్ ॥

వాహనస్థానాధిపతి భాగ్యస్థానమున వున్ననూ, భాగ్యస్థానాధిపతి, వాహన స్థానమున వున్ననూ, లేక చతుర్థ నవమాధిపతులు కలసి కేంద్రమందున్ననూ, జాతకుడు స్వతంత్రయోగమగు ముద్రికా యోగమును పొందును. లగ్నవాహనాధి పతుల కలయిక లేక వాహన భాగ్యాధిపతుల కలయిక వలన ముద్రాధికారము కలుగును.

శ్లో॥ విధోః కేంద్రే జీవసౌమ్యాః భృగుజశ్చభవేద్యది

స్వతంత్రయోగవాన్ జాతఃశిక్షా కారీభవే ద్ధ్రువం ॥

చంద్రునకు కేంద్రముల యందు గురుశుక్ర బుధులున్న యెడల స్వతంత్ర యోగము కలిగి శిక్షలను విధించు అధికారము కలవాడగును.

శ్లో॥ చంద్రస్య గురుశుక్రజ్ఞః కేంద్రస్థా శాలినః

స్వతంత్ర యోగవాన్ జాతో శిక్షా కా భవే ద్ధ్రువం ॥

గురు శుక్ర బుధులు బలవంతులై చంద్రునకు కేంద్రముల యందున్న యెడల జాతకుడు స్వతంత్రప్రతిపత్తితో శిక్షలను వేయువాడగును.

శ్లో॥ గురుశుక్రౌ కేంద్రకోణౌ పరస్పరస్థితౌయది .

స్వతంత్రముద్రికా యోగోజాతిశ్శిక్షాం విధేయుతే ॥

గురు శుక్రు లిద్దరునూ ఒకరి యింట ఒకరుండగా లేక కేంద్రకోణముల యందున్న యెడల జాతకుడు ముద్రికా యోగము కలవాడయి శిక్షలను విధించు ఉద్యోగమును పొందును.

శ్లో॥ ఇందోస్స్మృతీ యలాభేషు గురు శుక్రౌస్థితౌయది

స్వతంత్రముద్రికాం ధృత్వాన్యాయాన్యాయ విచక్షణః ॥

చంద్రలగ్నమునకు తృతీయ లాభస్థానముల యందు గురుశుక్రులున్న యెడల ముద్రికా యోగమున న్యాయాన్యాయ విచారణ జరిపి శిక్షలు విధించు అధికారియగును.

శ్లో॥ గురుశుక్ర బుధాస్తేతు పరస్పరత్రయాయగాః
స్వతంత్రముద్రికాయోగం ధృత్వాధర్మవిచక్షణః ॥

గురు శుక్ర బుధులు ఒకరినొకరు తృతీయ లాభస్థానముల యందున్న యెడల జాతకునకు ముద్రికా యోగము కలిగి న్యాయాధిపత్యమును పొందును.

శ్లో॥ లగ్నభాగ్య పరాజ్యేశాః కేంద్రస్థాయదికోణగాః
తద్దశాంతర్దశాకాలే ముద్రికా యోగమాప్నుయాత్
సోపి సిహ్వాసనం ప్రాప్యకార్యాకార్యేషు తత్పరః ॥

లగ్నాధిపతి, భాగ్యాధిపతి, రాజ్యాధిపతులు ముగ్గురు కేంద్రములందుగానీ, కోణములందుగానీ యున్న యెడల జాతకుడు ముద్రికా యోగము పొంది సింహసనమునధిష్టించి, కార్యములను నడుపువాడగును. అనగా న్యాయాధిపతి అగును. చంద్ర బుధ గురు, శుక్రులు ఒకరికొకరు ద్వితీయ ద్వాదశమములలో నున్న యెడల జాతకుడు న్యాయవాది అగును. ధనలాభాధిపతులకు సంబంధమున్న యెడల జాతకుడు వర్తక జీవనము వలన ధనమార్జించు వాడగును. ధనలాభాధిపతులకు పరివర్తన వున్న యెడల వర్తకము జీవనాధారమగును.

శ్లో॥ లగ్నేగురౌభూమి సుతే కళత్రే సోన్మాదభాక్త త్రినరోహిజాతాః
ఉన్మాదయుగ్భ్రంశయుతో విలగ్నే శనౌ కళతే సకుజేత్రికోణే ॥

గురుడులగ్నమందుండి, సప్తమమునకుజుడున్న యెడల జాతకుడు పిచ్చివాడగును. శని కుజునితో కలసి లగ్నమందుగానీ, సప్తమందుగానీ వున్న యెడల పిచ్చివాడగును. పంచమ నవమములందున్ననూ పిచ్చివాడగును.

శ్లో॥ దుశ్చిత్క షడ్రిఫ గతేదినేశే చంద్రేత్రికోణేయది భూమిపుత్రే

ఉన్మాద బుద్ధిస్సజిడోధ వాస్యాజ్జాతోహిచేద స్థిర బుదియుక్తః !!

3,6,12 రాసులలో రవివుండి చంద్ర కుజులలో ఒకరు 5,9, స్థానములలో ఉన్నయెడల స్థిరబుద్ధి లేక పిచ్చివాడగును. వ్యయమున రవి బుధులున్న రవిదశలో పిచ్చిపట్టును.

శ్లో॥ చంద్రేసపాపీ ఫణినాధయుక్తే రిఫే శుభైరంధ్ర గతైః ఖగాయది

వున్మాదభాక్త త్రిసరోషతాచతస్య నిత్యం కలహప్రియస్యాత్ !!

పాపత్వము గల చంద్రుడు రాహువుతో కలసి వ్యయస్థానమందున్న యెడల, అష్టమమందు శుభగ్రహములున్న యెడల, జాతకుడు ఉన్మాదియు, కోపిష్టియును, కలహములందు యిష్టపడువాడును అగును.

శ్లో॥ కర్మేశ్వరే పాపసమన్వితేతు రంధ్రేశ్వరే పాపయుతే చకర్మణి

లగ్నేసమందే విపరీతజాతో శిక్షా మవాప్నోతి విభిన్నభావః !!

కర్మస్థానాధిపతి పాపగ్రహములతో కలసి కర్మస్థానమందుండగా జాతకుడు పిచ్చివాడయి, శిక్షను అనుభవించును.

శ్లో॥ కర్మేశే ద్యూనరాశిస్థే మందభౌమసనసంయుతే

రవిపుత్రేణ సందుష్టే శరచ్ఛిన్నో భవేన్నరః !!

దశమాధిపతి శనికుజులతో కలసి సప్తమమున నున్ననూ, శనిచే వీక్షింపబడిననూ, జాతకునికి పిచ్చివలన శిరోముండనము చేయబడును. అనగా తలగొరిగించబడును.

శ్లో॥ స్వోచ్చేస్వజీవభావనేక్షితిపాల తుల్యో లగ్నేర్కజేభావతి దేశనరాధనాథః!

శేషేషు దుఃఖగదపీడిత ఏవభాల్యే దారిద్ర్య కామవశ గోమలినోలసశ్చ!!

శని స్వోచ్ఛ స్వక్షేత్ర ధనుర్మీనముల యందున్నచో జాతకుని రాజ సమానునిగా చేయును. లగ్నమందున్న యెడల రాజును చేయుచున్నాడు. ఇతరస్థానము లందున్నపుడు బాల్యమున దుఃఖరోగముచే బాధించుచున్నాడు. వయసున్ననందు దారిద్ర్యము, కామమును, మలినత్వము, ఆయాసము మొదలగు కష్టములను కలిగించుచున్నాడు.

లాభభావము (ఏకాదశభావము)

శ్లో॥ ఆయశ్చవామకర్ణశ్చవామ పాదశ్చజీవనం
నానావిధ ధనప్రాప్తిర్వక్త వ్యాలాభభావతః !!

ఆదాయము, కుడిచెవి, కుడిపాదము, జీవనము, నానావిధ ధన ప్రాప్తియు, యీ ఫలములకు లాభభావమైన ఏకదశస్థానము వలన తెలిసికొన వచ్చును.

శ్లో॥ ఏకాదశాల్లాభగతం జ్యేష్టసోదర మేవచ
కర్ణేంత తర్భాషణం చైవప్రవదేద్బుద్ధిమాన్నరః !!

ఈ ఏకాదశభావము అనగా లాభభావము వలన, లాభమును, జేష్ట సోదరులను, చెవులను, చెవికి ధరించు ఆభరణములను మొదలగు ఫలములను జ్యోతిషులు ఆలోచించి చెప్పవలయును.

శ్లో॥ లాభస్థితో గగనగస్స్వగృహచ్చ, మిత్రమూల త్రికోణభావ
కోపగతోభవేచ్చా!

ఇష్టాదికశ్శుభాఖగైరవలోక్యమానోయుక్తోపిలాభమతులంజనయేచ్ఛాజంతోః

లాభస్థానమందున్న గ్రహమునకాలాభస్థానము స్వక్షేత్రము, ఉచ్ఛ, మిత్ర, మూల త్రికోణములలో ఒకటియై వుండి, ఆ లాభస్థానము శుభగ్రహములచే వీక్షింపబడిననూ, శుభగ్రహముతో కలసివున్ననూ, విశేషలాభములను ఇచ్చువాడగును.

శ్లో॥ సూర్యేలాభగతే ధనం పిత్రుకృతం చంద్రేతుమాతుర్ధనం
భౌమే భాతృధనం బుధే నిగదితంమాతా మహాదేర్ధనం
జీవేపుత్ర ధనం సితేతు సుదతీమూలా ధ్ధనం భాస్కరౌ
భృత్యాదేర్ధనమామనన్తిఖరరస్యోక్తైస్తు వీర్యాధిభిః !!

లాభస్థానమందు రవింఁునన్నచో తండ్రి వలన ధనలాభము, చంద్రుడున్నచో తల్లివలననూ, కుజుడున్న యెడల సోదరులవలననూ, బుధుడున్న యెడల కళత్రా ది వర్గము వారివలననూ, శనియున్నయెడల భృత్యాదుల వలననూ విశేష ధనలాభములు కలుగును.

శ్లో॥ శుభేన కర్మనాథేన దృష్ట యుక్తేతదీశ్వరే
స్వోచ్ఛామిత్ర స్వవర్గసై ధనలాభము దీరయేత్ !!

దశమాధిపతి శుభగ్రహమై వానిచేత లాభాధిపతి వీక్షింపబడిననూ, యుతుడై (అనగా కలసి వుండుట)ననూ, జాతకునికి ధనలాభము కలుగును. స్వోచ్ఛ, మిత్ర, స్వక్షేత, స్వవర్గముల యందున్ననూ ధనలాభము కలుగునని చెప్పవలయును.

శ్లో॥ విత్తాధి పేనసందృష్టే వాహనాధీశ్వరేంచ !
భాగ్యేశేవ తథాయుక్తే ధనలాభము దీరయేత్ !!

ఏకాదశాధిపతి, ధనాధిపతి, వాహనాధిపతులచే వీక్షింపబడుచూ భాగ్యాధిపతిలో కలసిన యెడల జాతకుడు ధనలాభములను పొందును.

శ్లో॥ లాభేశ్వరోక్తదిగ్భాగాద్ధన లాభముదీః యేత్
బలాబలవశేనైవం ధనేశాన్నిర్దిశేద్బుధః !!

జన్మసమయమందు, లాభాధిపతి ఏ దిక్కునవున్నాడో, ఆ దిశ నుండి ధనము కలుగును. ధనాధిపతిని బట్టికానీ, బలాబలముల వల్ల క్రితం చెప్పబడిన ప్రకారము ధనప్రాప్తికలుగగలదని తెలియవలయును.

శ్లో॥ లాభేరాజగ్రహస్థితే దృష్టశ్చేత్తు ధనప్రదః
వైశ్యగ్రహే వైశ్యధనం శూద్రో శూద్రేణ సిధ్యతి
ద్విజగ్రహె ద్విజ ధనం బలాధిక్యశ శాద్ధనం !!

రాజగ్రహము లాభమందున్న యెడల రాజమూలకముగా ధనలాభము కలుగును. లాభమందు వైశ్యగ్రహమున్న యెడల వైశ్యులవలన ధనలాభము కలుగును. లాభమందు శూద్రగ్రహమున్న యెడల శూద్రులవలన ధనము లభించును. బ్రహ్మణ గ్రహములగు గురు శుక్రులుండిన బ్రహ్మణుల వలన ధనము కలుగును.

శ్లో॥ ధైర్యేశే లాభరాశిస్థే లాభేశే భాతృసంస్థితే
భాత్రాధీభ్యోధన ప్రాప్తిః ఆహురాభరణానిచ !!

తృతీయస్థానాధిపతి లాభమందును, లాభాధిపతి తృతీయమునందునూ వున్న యెడల తోడబుట్టిన వారివలన ధనము కలుగును.

శ్లో॥ ఆయవిత్తాప యోర్యత్ర స్వక్షేత్ర పరివర్తనం
తస్యనానావిధం లాభం బ్రూయాద్విత్తాదికంభవేత్ !!

ధనాధిపతి, లాభాధిపతులిద్దరునూ స్వక్షేత్రగతునైననూ లేక పరివర్తన యందున్ననూ, జాతకునకు అనేక రూపములుగా ధనలాభము కలుగునని తెలియవలయును.

శ్లో॥ ద్యూనేశే లాభరాశిస్థే తదీశేద్యూసరాశిగే
వివాహాత్పరతశ్చైవ బహుభాగ్యం సమాదిశేత్ !!

సప్తమస్థానాధిపతి లాభమందును, లాభస్థానాధిపతి సప్తమమందును వున్న యెడల జాతకునికి వివాహమైన పిదప భాగ్యము కలుగును.

శ్లో॥ లాభేజీవీధనే శుక్రేతదశే శుభసంయుతే
వ్యయేశుభగ్రహయుతే ధర్మమూలాద్ధనవ్యయః !!

లాభస్థానమందు గురుడునూ, ధనస్థానమున శుక్రుడునూ, ఆయా స్థానాధిపతులు శుభులతో కలసిననూ, వ్యయస్థానమున శుభగ్రహములున్ననూ, ధర్మకార్యార్థమైననూ, న్యాయముగానైనూ, అవసర పరిస్థితుల కైననూ ధనవ్యయమగును.

శ్లో॥ లాభేశే శుభసంయుక్తే బలాఢ్యేశుభవీక్షితే
క్షేత్రేశే శుభసంయుక్తే జ్యేష్టవృద్ధిర్భవే ధృవం !!

లాభాధిపతి శుభులతో కూడివున్ననూ, బలవంతుడైవున్ననూ, శుభ గ్రహవీక్షణ పొందిననూ, లాభస్థానము శుభులతో కూడివున్ననూ, జ్యేష్టసోదరాభి వృద్ధి కలుగును.

శ్లో॥ లాభాధి పేగురుయుతే లాభే గురుయుతే యది
పాపగ్రహస్యబాభావః జ్యేష్టఏకోభవిష్యతీ !!

లాభస్థానాధిపతి గురునితో కలసిననూ లాభమున గురుడున్ననూ, పాపగ్రహసంబంధములేని యెడల ఒక జ్యేష్ట సోదరుడు వుండును.

శ్లో॥ జ్యేష్టస్థానాధి పే సౌమ్యే శుభగ్రహనిరీక్షితే
శుభగ్రహ సమాయోగే జ్యేష్టవృద్ధిర్భ విష్యత !!

లాభాధిపతి శుభగ్రహమై శుభగ్రహవీక్షణ కలిగిననూ, అచట శుభ గ్రహములున్ననూ, జ్యేష్టులుందురు. స్త్రీ గ్రహమైన యెడల స్త్రీలును, పురుషగ్రహమైన పురుషులు వుందురు. లాభస్థానమును పాపగ్రహములు వీక్షించిననూ, ఆస్థానాధిపతి బలవంతుడైన యెడల జ్యేష్టులుండి, చివరకు ఒక జ్యేష్టుడేవుండును. ల ధిపతి పాపగ్రహములతో కలసివున్న యెడల జాతకుడే జ్యేష్టుడగును. బుధశుక్రులు లాభమందుండి రాహుకేతువులతో కలసివున్న యెడల విధవరాలైన అక్కలు వుందురు. లాభాధిపతి లాభకారకునకు, షష్ట, అష్టమ, ద్వాదశముల యందున్న యెడల ఆయా దశలలో జ్యేష్టభాతృమరణము కలుగును.

శ్లో॥ లాభాధి పే చంద్రయుతే భూసుతేన నిరీక్షితే
లాభాభావేసౌమ్యయుతే భగిన్యేకాగ్ర జాభవేత్ !!

లాభస్థానాధిపతి చంద్రునితో కలసి కుజుని వీక్షణ పొందిననూ, ఏకాదశ మందు శుభగ్రహములున్న యెడల ఒక అక్క వుండును.

శ్లో॥ లాభాధిపే నరవిజేభూసుతే సంయుతే యది
శుభసంబంధరహితే వ్యగ్రజా విధవాభవేత్ ॥

లాభాస్థానాధిపతి శుభులతో కలసి వుండక శని కుజులతో కలసిన యెడల విధవయిన అక్క వుండుట నిర్ణయము. లాభాధిపతిని శని వీక్షించిననూ, కుజుడు వీక్షించిననూ,జ్యేష్టులు కలిగి మరణింతురు. లాభమందు శనియున్న జ్యేష్టులు వుందురు. (ఇది మరికొన్ని గ్రహస్థితులపై, రాశిస్థితులపై ఆధారపడి వుండునని అనుభవమున తెలియుచున్నది). లాభాధిపతి బలవంతుడై లాభస్థానమందు స్త్రీగ్రహములున్నపుడు, జాతకునికి అక్కలు వుందురు.

శ్లో॥ లాభేశే వ్యస్తగేనీచే విక్రమే పాపసంయుతే
పాపదృష్టియుతే వావిజ్యేష్టవృద్ధిర్నవిద్యతే ॥

లాభాధిపతి అస్తమించిన యెడల, నీచయందున్ననూ, తృతీయమున పాపులున్ననూ, లాభస్థానమును పాపులు చూచిననూ, జ్యేష్టులు నశింతురు.

శ్లో ॥ జ్యేష్ట్యోభావేశుభశ్చైవా శుభంపాపవశాదపి !
శుభగ్రహాణాం సంబంధే తద్దీర్ఘాయుర్విర్దిశేత్ ॥

లాభస్థానము శుభగ్రహమునకు సంబంధించిన రాశియైన యెడల జేష్ట సోదరులకు శుభము చెప్పవచ్చును. లాభస్థానము పాపరాశియైన యెడల పాపఫలములు కలుగగలవని తెలియవలయును. లాభస్థానమునకు శుభసంబంధము కలిగిన యెడల జ్యేష్టసోదరులకు దీర్ఘాయువు కలుగునని చెప్పవచ్చును.

శ్లో॥ లాభేశాత్సోదరే శాద్వాకర్ణసౌఖ్యం వినిర్దిశేత్
తదీశే శుభాసంబంధే కర్ణసౌఖ్యం వినిర్దిశేత్ ॥

తృతీయస్థాన అధిపతి మరియు, లాభస్థాన అధిపతుల వలన కర్ణభూషణ సుఖమును చెప్పవలయును. లాభాధిపతికైననూ, తృతీయాధిపతికైననూ, శుభగ్రహ సంబంధము కలిగినయెడల జాతకుడు కర్ణసౌఖ్యము కలిగియుండును.

శ్లో॥ కర్ణస్థానేశ్వరీ సౌమ్యేశుభదృష్టి సమన్వితే

కర్ణాధిపే బలవతి కర్ణా భరణమిష్యతి !!

లాభాధిపతి బలవంతుడైవుండి శుభగ్రహములతో కలసిననూ, వీక్షింప బడిననూ, జాతకునకు కర్ణభూషణములు కలుగును. అనగా పోగులు, కుండలములు.

శ్లో॥ లాభేశేనయుతేజీవేలాభే భార్గవసంస్థితః

బుధేనసంయుతే దృష్టే కుండలాలంకృతం శిరః !!

గురువు ఏకాదశాధిపతితో కలసివున్నపుడు, శుక్రుడు లాభస్థానము నందుండి బుధునిచే చూడబడిన యెడల జాతకుడు కుండలముచే భాసించు కర్ణములు కలవాడగును.

శ్లో॥ లాభస్థానాధిపోజీవ బుధశుక్ర సమన్వితః

లాభేవాతనుగేవాపి కర్ణభూషణభూషితః !!

లాభమందుగానీ, లగ్నమందుగానీ, లాభాధిపతి బుధ గురు శుక్రులతో కలసిన యెడల జాతకుడు కర్ణకుండలములు ధరించువాడగును.

శ్లో॥ పాపగ్రహాణాం సంబంధే పాపగ్రహయుతే తథా

పాపగ్రహేక్షితేవాపి తన్నాశోఽస్యభావిష్యతి !!

లాభస్థానాధిపతి పాపులతో కలసిననూ, చూడబడిననూ, జాతకునకు కర్ణభూషణములు దక్కవు. అనగా కర్ణ భూషణములను ధరియించు అవకాశము వుండవు.

వ్యయస్థానము (ద్వాదశభావము)

శ్లో॥ వ్యయభావప్రారంభః వ్యయభావనాద్వ్యయమ ఖిలం పతనంనరకేంగ

వైకల్యం !వామాక్షి చరణయుగళం శయ్యాస్థానం చనిర్ధిశేత్రాజ్ఞః !!

ద్వాదశ భావము అనగా వ్యయభావము, పన్నెండవభావమును అనుసరించి సకల వ్యయములూ, నరకము పొందుటను, అంగఖండినములు (వికలత్వము, అంగవైకల్యమునూ), ఎడమకన్నునూ, పాదద్వయమును, శయ్యాస్థానమును అనువాటిని యోచించి తెలియజేయవలయును.

శ్లో॥ వ్యయేబలోపేతే సద్వ్యయంకురుతేనరః

వ్యయేతు పాపసంయుక్తే దుర్వ్యయంకారుతే నరః !!

వ్యయస్థానమున అనగా ద్వాదశ భావమున శుభగ్రహములున్న యెడల ధర్మార్ధముగా, అనగా, అవసరమగు నంతవరకే, అవసరమగు వాటికొరకే అని అర్ధము. ధనమువ్యయమగును. వ్యయమున పాపగ్రహములువున్నపుడు జాతకుడు అనవసరపు ఖర్చులు పెట్టి అపకీర్తిని పొందును.

శ్లో॥ లాభేశాత్తు వ్యయేశన్య వీర్యాధిక్యం యధాభవేత్

లాభారపి వ్యయాధిక్యం విపరీతే విపర్యయః !!

లాభాధిపతి కన్ననూ, వ్యయాధిపతి బలవంతుడయిన యెడల జాతకుడు ఆర్జించిన దానికి మించి వ్యయము చేయును. లాభాధిపతి కంటే వ్యయాధిపతి బలహీనుడయిన యెడల జాతకుడు ఆర్జనకులోబడి ఖర్చుచేసి లాభముననే వుండును.

శ్లో॥ లాభవ్యయేశౌతుల్యౌచేత్తస్యలాభ వ్యయౌసమౌ
వ్యయేఖేటవిహీ నేతు తదీశేనఫలం నదేత్ ॥

లాభ వ్యయాధిపతులిద్దరి బలమూ సమానమై వున్నపుడు, జాతకుని సంపాదన ఖర్చు సమముగా నుండును. వ్యయమందు గ్రహములేని యెడల, వ్యయాధిపతి శుభుడయిన యెడల ధర్మకార్యార్థముగా వ్యయము చేయును. పాపగ్రహమైన యెడల వ్యర్థమైన ఖర్చు చేయును.

శ్లో॥ శుభేనకర్మనాథేన దృష్టియుక్తే వ్యయేశ్వరీ
స్వోచ్ఛామిత్ర స్వవర్గస్థే ధర్మమూలా ద్ధనవ్యయః ॥

శుభగ్రహమైన కర్మస్థానాధిపతితో, వ్యయాధిపతి కలసిన యెడల, లేక వీక్షింపబడిననూ లేక ఉచ్ఛామిత్ర వర్గోత్తమాంశల యందున్ననూ, జాతకుడు ధర్మమూలమైన వ్యయమును చేయునని తెలియవలయును.

శ్లో॥ వ్యయాధిప సమాయుక్తే నవాంశాధిపతౌ శుభే
శుభాంశే శుభ సంయుక్తే దేవానామాల యాద్వ్యయః ॥

వ్యయాధిపతితో కలసిన నవాంశాధిపతి శుభుడై, శుభాంశయందున్ననూ, శుభులతో కలసిననూ, వీక్షింపబడిననూ, జాతకుడు దేవాలయములు, గోపురములు, మంటపములు మొదలగువాని నిర్మాణ నిమిత్తము ధనమును ఖర్చు చేయును.

శ్లో॥ వ్యయేశే భాగ్యసంస్థేతు సుఖేసే వ్యయరాశిగే
ఉభౌకర్మేశసందృష్టా కర్మకృద్వ్యయ కృత్సుఖే ॥

వ్యయస్థానాధిపతి భాగ్యమందును, వాహనస్థానాధిపతి లేక సుఖస్థానాధిపతి వ్యయమందుండి, వ్యయసుఖాధిపతులు కర్మస్థానాధిపతిచే వీక్షింపబడినయెడల యజ్ఞాధి కర్మలనుచేయుటకు ధనమును ఖర్చు పెట్టువాడగును. ఈ యోగము కుంభలగ్నమునకుపట్టునని తెలియవలయును.

శ్లో॥ గురుశుక్రౌవ్యయే వాపి బుధ చంద్రనిరేక్షితౌ
పారావతాది భాగ స్థౌ ధర్మమూలాద్ధన వ్యయః ॥

గురుశుక్రులు వ్యయమందుండి, బుధచంద్రులచే వీక్షింపబడిననూ, పారావతాది అంశలయందున్ననూ, ధర్మకార్యార్థమే వ్యయమును జాతకుడు పొందునని తెలియవలయును.

శ్లో॥ లగ్నేశేవ్యయరాశిస్థే వ్యయేశే లగ్నసంస్థితే
శుభగ్రహేణ సందృష్టే ధర్మార్థం విత్తసంక్షయః !!

లగ్నాధిపతి వ్యయస్థానమునందును, వ్యయాధిపతి లగ్నమందును వుండి, శుభగ్రహములచే చూడబడిన యెడల జాతకుడు ధర్మకార్యముల కొరకే వ్యయము చేయును.

శ్లో॥ వ్యయేపాపసమాయుక్తే తదీశేపాపఖేచరే
పాపగ్రహేణ సందృష్టే పాపమూలా ధనక్షయః !!

వ్యయస్థానమున పాపగ్రహములుండగా, వ్యయాధిపతి కూడా పాపగ్రహమై పాపులచే చూడబడిన యెడల పాపపు పనులకు ధనవ్యయమగును.

శ్లో॥ పాపేన కర్మనాథేన వ్యయేశే దృష్టిసంయుతే
శత్రునీచాది భాగస్థే పాపమూలాద్ధన వ్యయః !!

దశమాధిపతిపాపగ్రహమై వ్యయాధిపతితో కలిసిననూ, వీక్షింపబడిననూ, శత్రుక్షేత్రమందున్ననూ,నీచభాగలమందున్ననూ,పాపకర్మలకు ఖర్చుచేయ వలసి వచ్చును.

శ్లో॥ వ్యయేశసహితౌస్సౌమ్యగురుశుక్రాశ్చతుర్థగాః
వాహనాదివినోదేన బహువిత్త వ్యయోభవేతే!!

గురు శుక్ర బుధులువాహన స్థానమందుండి, వ్యయాధిపతితో కలసిన యెడల గుఱ్ఱములు, వాహనములు మొదలగు వాటి కొరకు జాతకుడు ధనమును వ్యయము చేయును.

శ్లో॥ వ్యయాధిపే త్రికోణస్థే కేంద్రేపాపనిరీక్షితే !
క్రూరషష్ట్యంశగే వాపిపాప మూలద్ధన వ్యయః !!

వ్యయస్థానాధిపతి కేంద్రకోణములందుండి పాపగ్రహములచే వీక్షింపబడిననూ, పాపగ్రహముల యొక్క షష్ట్యంశలయందున్ననూ,పాపకార్యముల వలన ధనవ్యయమగునని తెలియవలయును.

శ్లో॥ వ్యయేశోలాభగోయస్య సలుబ్ధోభవతి ధృవం
రాజ్యేశో వ్యయగోయస్సమానీదం భవ్యయోభవేత్ !!

వ్యయస్థానాధిపతి లాభస్థానమునందుండి జాతకుడు పిసినారి యగును. దశమస్థానాధిపతి వ్యయస్థానమందున్న యెడల అభిమానముకలవాడుగనూ, గొప్పలకొరకు ధనము ఖర్చు చేయుచుండును.

శ్లో॥ వ్యయాధిపే షష్టసంస్థే షష్టేశే వ్యయభావగే
ఋణకృత్వావ్యయం కుర్యాన్మానహాని మవాప్నుయాత్ !!

వ్యయస్థానాధిపతి షష్టమమందును, షష్టాధిపతివ్యయమందును, వున్న యెడల జాతకుడు అప్పులు చేసి ధనమును ఖర్చుచేసి, అవమానములను పొందును.

శ్లో॥ పితృస్థానేశ్వరేణాపికారకేణాపి సంయుతే
వ్యయేశే దృష్టిసంబంధే పితృమూలాద్ధన వ్యయః !!

వ్యయస్థానాధిపతి రవితో కానీ, భాగ్యాధిపతితోగానీ కలసిననూ వీక్షింపబడిననూ, జాతకునికి తండ్రి వలన ధనము ఖర్చు అగును.

శ్లో॥ ఏవంమాతృపయోగేనయుతే దృష్టేవ్యయాధిపే
క్రూరాన్వితే క్రూరభాగే మాతృమూలాద్ధనవ్యయః !!

వ్యయస్థానాధిపతి మాతృస్థానాధిపతితో కలసిననూ, వీక్షింపబడిననూ, పాపులతో కలసిననూ, క్రూరగ్రహభాగములయందున్ననూ, జాతకునికి మాతృమూలకముగా ధనము ఖర్చగును.

శ్లో॥ తాదృశే వ్యయనాథేస్మిన్ దృష్టియుక్తే ధనాభవేత్ !
అథావిధేనభౌమేన భాతృమూలాద్ధన వ్యయః !!

వ్యయస్థానాధిపతి బలముకలవాడై కుజునితో కలసిననూ, వీక్షింప బడిననూ, జాతకునికి సోదర వర్గము వలన ధన వ్యయము కలుగును.

శ్లో॥ పుత్రేనే కారకేవాపి బలహీనేన సంయుతే
దృష్టేవ్యయేశే క్రూరాంశే పుత్ర మూలాద్ధన వ్యయః ॥

పంచమాధిపతిగానీ, కారకత్వము కలిగిన గురుడుగానీ, బలహీనులైవుండి, వ్యయాధిపతితో కలసిననూ, వీక్షింపబడిననూ, పాపగ్రహాంశల యందున్ననూ, జాతకునికి పుత్రుని వలన ధనము వ్యయమగును.

శ్లో॥ వ్యయేశే దారనాథేన బలహీనేనతేనతు
దృష్టేయుతే వాక్రూరాంశే స్త్రీ హేతోర్ధననాశనం ॥

వ్యయస్థానాధిపతి బలహీనుడైన కళత్రాధిపతితో కలసిననూ, వీక్షింప బడిననూ, పాపగ్రహాంశల యందున్ననూ, జాతకునికి భార్య వలన యితర స్త్రీల వలన ధనము వ్యయమగును.

శ్లో॥ విచిత్ర మంచశయనం వ్యయేశే పరమోచ్చగే
భాగ్యనాథేన సందృష్టే మణిరత్న విభూషితం ॥

వ్యయాధిపతి పరమోచ్చయందుండి, నవమాధిపతిచే వీక్షింపబడిన యెడల మణిరత్న ఖచితమగు సుందరమైన శయనము అనగా మంచము లభించునని తెలియుచున్నది.

శ్లో॥ శుభగ్రహాణాంసంబంధే వ్యయే ఆద్భావనాయకే
డోలాది శయనంప్రవదేచ్ఛాత్రచా మరమండితం ॥

ద్వాదశాధిపతిగానీ, ద్వాదశస్థానముగానీ,శుభగ్రహములతో కలసిననూ, వీక్షింపబడిననూ, జాతకునకు ఛత్ర చామరముతో కూడిన డోలాయమును అధి రోహించు అవకాశము కలుగును. అనగా ఊయలమంచమని తెలియవలయును.

శ్లో॥ వ్యయేశే స్వోచ్ఛారాశిస్థే శుభవర్గసమన్వితే
శుభగ్రహేణ సందృష్టే పర్యంకశయనం పరేత్ ॥

ద్వాదశాధిపతి స్వోచ్ఛయందుండి, శుభవర్గులతో కలసి, శుభగ్రహవీక్షణ పొందిన యెడల జాతకునకు పరుపులతో కూడిన పట్టి మంచముపై శయన భాగ్యము కలుగునని చెప్పబడినది.

శ్లో॥ గురుశుక్రయుతే దృష్టే వ్యయేశే శుభరాశిగే !
మశకాజాల సహితం శయనం కుసుమావృతం !!

ద్వాదశాధిపతి గురుశుక్రుల యుతిని పొందిననూ, వీక్షింపబడిననూ, శుభర శియందున్ననూ, జాతకునికి దోమతెరతో కూడిన పుష్పశయనము లభించి సుఖముగా శయనించు భాగ్యమును పొందును.

శ్లో॥ పాపగ్రహాణాం సంబంధే వ్యయే ఆద్భావనాయకే
క్రూరాంశే క్రూర సందృష్టే శయనాది సుఖం నహి !!

ద్వాదశాధిపతిగానీ, ద్వాదశరాశిగానీ, క్రూరగ్రహములతో కలసిననూ, వీక్షింపబడిననూ, జాతకునకు శయనాది సుఖములు కలుగవని తెలియవలయును.

శ్లో॥ నీచే వ్యయేవాలగ్నేశే శత్రునాథేన వీక్షితే !
మంద మాద్యగు సంయుక్తే శయనాది సుఖంనహి !!

నీచయందు లగ్నాధిపతివున్ననూ, లేక వ్యయస్థానమునందున్ననూ, వుండి షష్టమాధిపతిచే వీక్షింపబడిననూ, అపుడు శని మాందీ రాహువులతో కలసిన యెడల జాతకుడు శయన సుఖము లేని వాడగును. అనగా, సుఖమైన శయనమును పొందలేని వాడగునని తెలియవలయును.

శ్లో॥ పంచమే భృగుసంయుక్తే చంద్రేణ సహితే తథా
తాభ్యాం దృష్టే థవా పుత్రే స్త్రీ దైవోపాస్తిమాదిశేత్ !!

మంత్రి స్థానమందు (అనగా పంచమస్థానమని తెలియవలయును) శుక్రుడు చంద్రునితో కలసివున్ననూ, లేక మంత్రి స్థానము శుక్ర చంద్రుల చే వీక్షింపబడిననూ, శక్తి ఉపాసన చేయువారుగా ఈ జాతకుని తెలియవలయును.

శ్లో॥ స్కందేవాభైరవో వాపి కుజసంబంధ వీక్షితే

ఉపాస్యాశ్శారసౌమ్యే విష్ణుస్యాత్సాత్వికోభవేత్ ॥

మంత్రి స్థానమునకు కుజసంబంధము కలిగిన యెడల జాతకుడు సుబ్రహ్మణ్యస్వామిని, భైరవునికానీ వుపాసించును. మంత్రస్థానమునకు బుధసంబంధము కలిగిన యెడల సరస్వతీ ఉపాసన చేయుచుండును. ఆ స్థానమునకు గురువీక్షణ కలిగిన యెడల జాతకుడు విష్ణు తత్వమైన ఉపాసన మందు ఇష్టుడగును.

శ్లో॥ పంచమే పాపసంబంధే సూర్యగోవింద సేవనం

చంద్రే తథావిధేజాతే యక్షితే దేవతాంభవేత్ ॥

మంత్రి స్థానమునకు పాప సంబంధత్రయము కలిగినచో జాతకునకు సూర్యోపాసనయైననూ, వేంకటేశ్వరోపాసనమైననూ కలుగునని చెప్పవలయును. పంచమస్థానము చంద్రసంబంధము కలిగియున్నచో జాతకుడు యక్షితే దేవతోపాసకుడగును.

శ్లో॥ రాహుకేతుయుతే తత్రపరపీడన దేవతా

ఉక్తే ష్వేతేషుభేదేషుస్వోచ్ఛా మిత్రాంశుకేశుచ ॥

మంత్రస్థానము రాహుకేతువుల సంబంధము కలిగి, ఆ పంచమస్థానము రాహుకేతువులకు స్వోచ్ఛామిత్రాంశములైన యెడల జాతకుడు యితరులకు బాధ కలుగజేయు క్షుద్ర దేవతోపాసన చేయువాడగును.

శ్లో॥ చాముండీ పంచమే శుక్ర సంబంధేత్ర వినిర్దిశేత్ ॥

శనౌప్రేతాధిపఃప్రోక్తఃశ్మశాన నిలయోభవేత్ ॥

మంత్రి స్థానమనబడు పంచమస్థానము శుక్రసంబంధము కలిగియున్న యెడల చండికాదేవి ఉపాసకుడును, పంచమస్థానమునకు శనిసంబంధ వీక్షణలు కలిగిన యెడల జాతకుడు శ్మశాన మందు వుండి ప్రేతములను ఉపాసనచేసి ఆవాహనము చేయుచుండును.

శ్లో॥ తద్దేనభజనం స్వార్థం పరార్థంత్వన్యధాభవేత్ !

సౌమ్యేక్షితేషు సర్వేషు మృద్వంశాదిగతేషుచ!!

ఈ విధమైన దేవతోపాసనలు స్వయముగా అనుభవించుటకనియు, యితరాంశలయందున్న ఎడల పరులకొరకనియు చెప్పవలయును. పైన చెప్పబడిన దేవతోపాసకరక గ్రహములు శుభగ్రహములచే వీక్షించబడుచూ, మృద్వం శాదియుక్తులైన యెడల "ఆదేవసౌర్యతావాచ్యా" అనువిధముగా ఆ దేవతోపాసన శాంతిదైవతోపాసన అనియు "కూరేషుక్రూరతేభవేత్" అనునటుల పాపగ్రహములచే వీక్షింపబడుచూ, క్రూరషష్ట్యంశలగతులైన యున్న యెడల క్రూరదేవతోపానన అనియు, రెండు మూడుగ్రహములు మంత్రిస్థానమునందుండి పూర్వము చెప్పబడిన విధముగా ఉపాసనాకారకులయిన యెడల ఆయాగ్రహములకు చెప్పబడిన దైవోపాసనలు జాతకుడు చేయునని చెప్పబడుచున్నది.

శ్లో॥ లగ్నాధిపస్యమంత్రేశే మిత్రేతన్మిత్రతాభవేత్ !

శత్రుత్వే శత్రు భూతాస్యాత్సమత్వేసమతాభవేత్ !!

లగ్నాధిపతికి మంతిస్థానాధిపతి మిత్రుడయిన యెడల జాతకుడు ఉపాశించుదేవత మిత్రత్వము పొందును. శత్రుగ్రహమయినచో శత్రువగును. సమమయిన యెడల ఉపసనాదేవతయూ సమభావము నొందును.

శ్లో॥ శుభేస్వోచ్ఛవ్యయే వాపిసౌమ్యఖేచరవీక్షితే

దేవలోకాదిభాగస్థే స్వర్గప్రాప్తిర్భ విష్యతి!!

ఒక శుభగ్రహము జన్మకాలమునకు స్వోచ్ఛయందైననూ, వ్యయమందైననూ, వుండి శుభగ్రహవీక్షణ పొందుచూ, దేవలోకా ద్యంశమందున్న యెడల జాతకుడు స్వర్గలోకప్రాప్తిని పొందును.

శ్లో॥ దేవాంశే కర్మరాశేశే వ్యయరాశిగతేపివా

శుభగ్రహేణ సంధృష్టే స్వర్గప్రాప్తిర్నసం శయః !!

కర్మస్థానాధిపతి దేవాంశమందుగానీ, వ్యయస్థానమందుగానీ, వుండి బుధవీక్షణను పొందిన యెడల జాతకుడు ఊర్ధ్వలోకమును పొందును.

శ్లో॥ వ్యయాధిపే వ్యయస్థేతు ఉచ్ఛాగ్రహసమన్వితే
శుభేస సంయుతే దృష్టే ప్రాప్నోతి పరమంపదం ॥

ద్వాదశాధిపతి ద్వాదశమందుండి ఉచ్ఛాగ్రహముతో కలసిననూ, శుభులతో కలసిననూ, వీక్షింపబడిననూ, జాతకుడు పరమపదమును పొందును.

శ్లో॥ వ్యయస్థాన గతే జీవేశుభగ్రహ నిరీక్షితే !
సకేతౌతుంగనాథేన సంసారాన్ముచ్యతేనరః

ద్వాదశమున గురువుండి శుభగ్రహవీక్షణ పొందిననూ, వ్యయాధిపతి ఉచ్ఛస్థానము నందుండి కేతువుతో కలసిన యెడల జాతకునికి మోక్షము సిద్ధించును.

శ్లో॥ లగ్నాధిపే గురుయుతే గురుక్షేత్రగతేపివా !
ఉచ్ఛాస్థితే దేవగురౌ సంసారాన్ముఛ్యతేనరః ॥

లగ్నాధిపతి గురుయుతినందిననూ, గురుక్షేత్రములందున్ననూ, ఉచ్ఛ యందున్ననూ, జాతకుడు మోక్షగతిని పొందును.

శ్లో॥ వ్యయేశే పాపరాశ్యంశో క్రూరాంశేక్రూర సంయుతే
పాపగ్రహేణ సందృష్టే నరకేవభవిష్యత॥

ద్వాదశాధిపతి పాపగ్రహరాసులయందునైననూ, అనగా 6,8,12 రాసుల యందుకానీ, ఆయంశల నందుకానీ వుండి పాపగ్రహవీక్షితుడైనేని జాతకునకు నరకప్రాప్తి కలుగును.

శ్లో॥ గురుర్వ్యాబుధ శుక్రావాసూర్యభౌమేందు సూరజాః
దైవికం పితృలోకస్తు వింద్యాన్నరక మేవచ ॥

గురుడు వ్యయస్థానమునందున్న యెడల జాతకుడు దేవలోకమును పొందును. వ్యయస్థానమున బుధశుక్రులున్న యెడల జాతకుడు పితృలోకమును జేరును. వ్యయమందు రవి, కుజ,చంద్ర, శనులున్న యెడల నరకమును పొందును.

శ్లో॥ కరకేపతనం బ్రూయాద్రాహు మాందీయుతేవ్యయే
షష్ఠాధిపేన సంధృష్టే రంధ్రనాథేనవాయుతే
వ్యయే శయుతషష్ఠాం శే క్రూర భాగాది సంస్థితే
క్రూరగ్రహేణ సంధృష్టే నరకేపతనందదేత్ !!

ద్వాదశస్థానమందు రాహుమాందీ గ్రహములున్ననూ, వ్యయాధిపతి షష్ఠాధిపతిచే వీక్షింపబడిననూ, అష్టమాధిపతితో కలసిననూ, లేక షష్ట్యంశల యందున్ననూ, క్రూరగ్రహాంశల యందున్ననూ, క్రూరగ్రహవీక్షణపొందిననూ, జాతకుడు నరకలోకమును చేరును.

శ్లో॥ వ్యయాధిపే చంద్రయుతే కర్మపేన యుతేథవా
అనాయేసేనమరణం జాతస్యన సంశయః !!

ద్వాదశాధిపతి చంద్రునితో కలసివున్ననూ, రాజ్యాధిపతితో కలసిననూ, జాతకునకు అనాయాస మరణము కలుగును.

శ్లో॥ తనుపే ఉచ్ఛాసంస్థేతు ఉచ్ఛాగ్రహ నిరీక్షితే
అనాయాసేనమరణం జాతకస్యన సంశయంః !!

లగ్నాధిపతి ఉచ్ఛను పొంది, ఉచ్ఛాగ్రహములచే వీక్షింపబడిన యెడల జాతకునకు తేలికైన అనగా బాధారహితమైన మరణము కలుగును.

శ్లో॥ వ్యయస్థానే కేతుగురూ, శుభగ్రహనిరీక్షితౌ
అనాయాసేనమరణం జాతకస్యనసంశయః !!

ద్వాదశస్థానమందు కేతుగురువు లిద్దరూవుండి, శుభగ్రహవీక్షితులయిరేని జాతకునికి సులభమైన మరణము కలుగును. పాపగ్రహసంబంధమున్న యెడల కష్టతరమైన మరణము సంభవించును. వ్యయరాశియందు పాపగ్రహములున్న యెడల చాలా శ్రమానంతరము పునర్జన్మ కలుగును. వ్యయమున శుభులున్ననూ, శుభవీక్షణ కలిగిననూ, మోక్షము సిద్ధించును. లగ్న వ్యయాధిపతులకు దశమాధిపతి సంబంధము కలిగిన యెడల విశేషముగా యోగాభ్యాసములు కలుగునని చెప్పబడుచున్నది.

శ్లో॥ వ్యయరాజ్యాధిపత్యోశ్చ సంబంధో యదివిధ్యతే
దేవాంశకస్థితే వాణి జ్ఞానసిద్ధిమవాప్నుయాత్ !!

రాజ్యవ్యయాధిపతులకు సంబంధమున్న యెడల లేక దేవాంశల యందున్ననూ, జాతకుడు జ్ఞాని అగుచున్నాడు.

శ్లో॥ లగ్నే జీవయుతే వాణిలగ్నేశే గురుసంయుతే
జీవసౌమ్యామృతాంశస్థాసంసారాన్ముచ్యతేనరః !!

లగ్నమందు దేవగురుడున్ననూ, లగ్నాధిపతి గురునితో కలసిననూ, గురుబుధులు అమృతాంశలయందున్ననూ, జాతకుడు మోక్షమును పొందును. వ్యయాధిపతికి శని సంబంధమున్నయెడల చాలాకాలము రుగ్మతల వలన కష్టములు పొంది మరణమును పొందును. వ్యయాధిపతికి శుభగ్రహసంబంధమున్న యెడల, మరణసమయమున నిశ్చింతగానుండి తేలికైన మరణమును పొందును. స్వర్గమును పొందును. వ్యయాధిపతికి శుభగ్రహ సంబంధము కలిగిన యెడల జాతకుడు ఉత్తరాయణ కాలమందు మరణము పొందును. వ్యయమందు పాపగ్రహములున్న యెడల జాతకుడు చాలాబాధలుపడి, దక్షిణాయనమునందు మృతినొందును. అష్టమాధిపతి చరాంశలయందున్నచో జాతకుడు పరదేశమునందుకానీ, పరస్థానము లందుకానీ మరణించును.

ఇంతకు పూర్వము మనము తెలుసుకున్న విషయము అతి పురాతనమైన గ్రంథముల లోనివి అగుట వలన కొన్ని వివరములను తెలుసుకొనుటకు మనము ప్రస్తుతం లభించుచున్న గ్రంథములను అనుసరించుట వలన మరికొన్ని వివరములు తెలియగలవు.

విజ్ఞాన శాస్త్రములన్నింటిలోను జ్యోతిషశాస్త్రము అతి ముఖ్యమైనది. అతి ప్రాచీన మైనది కూడా. దీనియొక్క మొదలు ఎక్కడ అనునది అంతుబట్టదు. భూగోళము పైవుండు ప్రతి జీవరాశి మనుగడకు రవి మొదలగు వారి కిరణములు ఎంతో దోహదము చేయుచున్నవని గ్రహించిన భృగు, బృహస్పతి, గర్గి, వ్యాస, పరాశర, అత్రి, వశిష్ఠ, అంగీరస, యవద, వరాహమిహిరులు మొదలగు మహర్షులు, వారి యొక్క అనుభవము, తపశ్శక్తి జోడించి జ్యోతిష శాస్త్రములను మనకు అందించిరి.

ఇటువంటి విజ్ఞాన శాస్త్రము ప్రపంచమంతటను అవలంభించబడుచున్నది. గ్రీకు రోమనులకు కూడా ఈ శాస్త్ర అవగాహన పూర్తిగా కలదని తెలియుచున్నది. మన ప్రాచీన ఋషులచే లిఖింపబడిన భృగుసంహిత, పరశరసంహిత ఆదిగా గల గ్రంథములు, వాటి యొక్క విధానములు యిప్పుడు ప్రపంచదేశములన్నింటి యందునూ అవలంభించ బడుచున్నవి.

జ్యోతిషశాస్త్రము వేదపురుషుని నేత్రములని తెలియవలయును. ఈ శాస్త్రము ననుసరించి, ప్రపంచమునందు సంభవించు, సంభవించెడు సమస్త విషయములను గ్రహించవచ్చునని తెలియవలయును. ఈ శాస్త్రమును వుపయెగించుకొనుటకు కొంత ఖగోళశాస్త్ర రహస్యములను కూడా తెలుసుకొనవలయును. మనమిప్పుడు లెక్కించు నవ గ్రహములు ఆకాశమున, శిశువు జనియుంచు సమయమునకు ఏ రాశిభాగాలయందున్నది తెలుసు కొనవలసి వున్నది. దీనిని అనుసరించియే జాతకుని జన్మ సమయమునందు తత్కాల గ్రహసంపత్తిని నిర్ణయించి, జాతకుని జీవితకాలము నిర్ణయించి, జాతకుని యొక్క జీవితమును, విశేషములను నిర్ణయించవలయును.

ఈ శాస్త్రవిజ్ఞానము యిప్పటిది కాదు. క్రీ.శ. 3500 సంవత్సరములకు పూర్వము నుండియే ఖగోళశాస్త్ర విజ్ఞానమును మన పూర్వులు మనకు అందించివున్నారు. 1030 సంవత్సరము నుండి 1155 సంవత్సరములలో శ్రీపతి, భాస్కరాచార్యుల కృషి వలన, వారియొక్క పరిశీలనలు ఈనాటి వరకు మనకు అనుసరణీయములై యున్నవి. అటు తర్వాత కొంతకాలము వరకు ఈ విజ్ఞాన శాస్త్ర మందు ఎట్టి పరిశోధనలు కానీ వివరణలు కానీ అందిన సూచనలు లేవు. 1600 సంవత్సరముల నుండి కనీసము 1930 సంవత్సరము వరకు ఈ విజ్ఞాన శాస్త్రమును ఆచరించుటయే కానీ, ఇందు అభివృద్ధి కనిపించలేదు. భారతదేశము బ్రిటీష్‌వారి చేతిలో పడినపుడు మాత్రము, కొంత ప్రగతి ఈ శాస్త్రమునందు కనబడినది. 1900సం.ము నుండి 1947 వరకు ఉత్తరభారతదేశమందలి లాహిరీవంటివారు ఖగోళశాస్త్రజ్ఞులు అంగీకరించునట్లు గ్రహగణితమును నిర్ణయ పద్ధతిలో 100 సంవత్సరములకు సరిపడు గ్రహ

గమనములను వ్రాసి వున్నారు. తరువాత దక్షిణ భారత దేశమున శ్రీ కృష్ణమూర్తిగారు, బి.వి. రామన్‌గారలు ఇంగ్లీషులో సాయన పద్ధతిలో 100 సంవత్సరముల యుఫమెరిస్‌లను సృష్టించి వున్నారు.ఈ పంచాంగముల వలన హిందూ దేశమున జన్మించిన వారికేకాక ప్రపంచమున ఎక్కడ జన్మించిననూ జననకాలమునకు రాశి చక్రము తయారుచేయుటకు ఎక్కువ శ్రమలేని విధముగా ఈ పట్టికలు వుపయోగ పడుచున్నవి.

మన ప్రాచీన విజ్ఞాన శాస్త్రములను అనుసరించి 2000 సంవత్సరమునకు ప్రపంచ సృష్టి మొదలయి 195,588,6000 సంవత్సరములు జరిగిపోయినవని తెలియు చున్నది. మన ప్రాచీన ఋషులు మనకు అందించిన వివరముల ప్రకారము మనకున్న గ్రహములు 9. ఈ నవగ్రహములు వరుసగా రవి, చంద్ర, బుధ, గురు, శుక్ర, శని, కుజుడు, రాహు కేతువులని తెలియవలయును. ఇందు రాహు కేతువులు ఛాయా గ్రహములని తెలుపబడినది. ఈ రెండు గ్రహములు ఏ రాశిని ఆశ్రయించి వుండునో ఆ రాశియొక్క అధిపతిననుసరించి ఫలితముల నిచ్చుదురని చెప్పబడినది. స్వయం ప్రతిపత్తి లేనప్పటికినీ, ఈ గ్రహములిచ్చు ఫలితములు అనూహ్యములు.

ఈ ప్రపంచములో మనకు కంటికి కనిపించు గ్రహములు రెండు మాత్రమే. అవి రవి చంద్రులు. మిగిలిన గ్రహములు సుదూరములో వుండుట వలన టెలిస్కోపు లేకుండా చూడలేము. సౌరకుటుంబమునందు అంతయూ శూన్యమై, అదే అంతరిక్షమని పిలువబడుచున్నది. ఈ శూన్యంలోనే అనేక విధములైన శక్తులు, పదార్థములు వున్నవి. ఈ సృష్టిలో నక్షత్రములు, తోకచుక్కలు, ఉపగ్రహము, ఏస్టిరాయిడ్స్, గెలాక్సీలు మొదలైనవి నిండియున్నవి. వీనివలన వేడి, రేడియో తరంగాలు, X రేలు, వెలుతురు, మొదలగు కంటికి కనిపించునవి కొన్ని మాత్రమే. వేడి, వెలుతురు అను రెండిటిని మాత్రమే మనము తేలికగా రవినుంచి అనుభవించ గలుగుచున్నాము. యిటువంటి అనుభవమునకు దాని శక్తులు (Matters, energy) ఎన్నో లెక్క కట్టలేము. ఇంతటి శక్తిని విడుదల చేసేవి ఏమిటి? అని మనకు మనము ప్రశ్నించుకున్నపుడు మన విజ్ఞాన శాస్త్రమైన

జోతిషమును పూర్తిగా నమ్మగలిగినపుడు ఈ నవగ్రహములయొక్క శక్తి గ్రహించవచ్చును. ఈ గ్రహములయొక్క కిరణముల వలన ప్రసారమైన శక్తి భూమిపైనున్న మానవులమీద ప్రసరించి, మానవులపై అనేక సత్, దుష్ ప్రభావములను కలిగించుచున్నవి. ఈ మంచీ చెడు ప్రభావములను నిర్ణయించుటకొరకే మన ఈ జ్యోతిషము శాస్త్రరూపముగా మనకు మన పూర్వీకులచే అందించబడినది. ఈ విషయమును వివరించుటకు ముందు మనము ఖగోళ శాస్త్రముల గురించి కొంత తెలుసుకొనవలయును. విశ్వాంతరాళము ఏ మార్పులూ చెందకుండా నిశ్చలముగా వున్నదా? అని ప్రశ్నించుకున్న యెడల లేదు 'ప్రతిక్షణము అనేకవిధములుగా మార్పు చెందుచున్నదని'యే తెలియుచున్నది. అసలు నక్షత్రమంటే మహత్తరమైన, అంతులేనటువంటి శక్తిని విడుదలచేసి, మెరయునటువంటి ఒక విశ్వాంతర పదార్ధమని చెప్పవలయును.

మనకు భూమికి దగ్గరగా వున్నటువంటి గ్రహము సూర్యడు, చంద్రుడు. ఈ సూర్య సంబంధమైన విధానము (Solar System) నందు సూర్యునిచుట్టూ భూమి, గ్రహములు, ఉపగ్రహములు, తోకచుక్కలు, ఉల్కలు మొదలగునవి పరిభ్రమిస్తూనే వుంటాయి. భూమికి చంద్రుడు ఉపగ్రహము. కుజునికి రెండు ఉపగ్రహములు, శుక్రునకు ఒకటి కలవు. సహజమైన ఉపగ్రహములు, గ్రహములచుట్టూ పరిభ్రమిస్తూనే వుండును. వీటిని ఆ గ్రహములయొక్క చంద్రులు అని పిలుచుదురు. సూర్యుని చుట్టూ తిరుగుచున్న గ్రహములను వరుసగా యీవిధముగా చెప్పవచ్చును. 1.బుధుడు2.శుక్రుడు 3.భూవి4. కుజుడు 5.గురువు 6.శని 7. రాహువు 8. కేతువు9. యురేనస్ 10.నెప్ట్యూన్ 11. ప్లూటో.ఈ ప్లూటో గ్రహమునకుపైన యింకేవైన గ్రహాలు కలవా అనినపుడు ఖగోళశాస్త్రజ్ఞులు మాత్రము వున్నదనే అనుమానాన్ని వ్యక్త పరుస్తున్నారు. కానీ యిప్పటివరకు కనుగొనలేదు. దీని పేరు "పెర్సఫోన్" అని చెబుతూ, భూమికన్నా 5 రెట్లు పెద్దదిగనూ, సూర్యునినుంచి 100 ఆస్ట్రానామికల్ యూనిట్ల దూరములో కలదనియూ. రవిని ఒక్కసారి ప్రదక్షించుటకు 1000 సంవత్సరములకుపైనే పడుతుందని వూహిస్తున్నారు.

భూమికి అతిదగ్గరలోనున్న గ్రహము బుధుడు. బుధుడు 3 కోట్ల 54 లక్షల మైళ్ళ దూరములో వున్నాడు. ఇది సూర్యునిచుట్టూ ఒకసారి తిరుగుటకు 365 దినములు 6 గంటల 9 నిముషాలు 10 సెకండ్లకాలము పట్టును. భూమికి 39 కోట్ల 4 లక్షల 32 వేళ మైళ్ళ దూరములో గురు గ్రహమున్నది. భూమియొక్క వైశాల్యము 1,97,000,000 చదరపు మైళ్ళని గుర్తించబడినది. భూమి గంటకు 1500 కి. మీ. వేగముతో తిరుగుచుండును.

భారత జ్యోతిష శాస్త్రవేత్తలు ముఖ్యమైనవిగా 9 గ్రహములను మాత్రమే పరిగణ లోనికి తీసుకున్నారు. యరేనస్, నెప్ట్యూన్, ఫ్లూటో అనుగ్రహములు మనకు అత్యధిక దూరములో నుండుట వలన వీరికి మన జాతక పరిగణనలోనికి తీసుకొని వుండలేదు. యురేనస్ అనగా, వరుణగ్రహం, నెప్ట్యూన్ అనగా ఫ్లూటో అనగా యమ గ్రహము.

సారావళియను గ్రంథమునందు గ్రహముల గురించి వివరిస్తూ, కళ్యాణవర్మ యీ విధముగా వివరించినారు. కాలపురుషునకు రవి శరీరమనియు, చంద్రుడు మనస్సనియూ, బలమును తెలియజేయునది కుజునిగానూ, బుధుని వాక్కు తెల్పు వానిగాను, జ్ఞానమును దేవగురివలననూ, సృష్టికి ఆదిగాగల కామమును శుక్రుని వలననూ, అహంకారమును రాహువు వలననూ, దుఃఖ్కము శనినుండియు అని చెప్పబడి, కేతువు గురించి వివరింపబడలేదు. అయిననూ అనుభవమున కేతువు గురించిన ఆలోచించిన యెడల ధర్మచింతనను గురించి తెలియజేయువానిగా గుర్తించవలయును.

పైన చెప్పబడిన విషయములు బలము, దేహము, మనస్సు అనునవి ఆ రాశులలో గ్రహములు బలముగావున్న యెడల ఆ విషయమలు బలముగానూ, శుభముగానూ వుండును. శని విషయమున శని బలహీనుడయినచో, విషయములు బలముగానూ, శని బలముగా నున్నచో విషయములు బలహీనముగానూ వుండును.

కాలపురుషుని యొక్క అవయవములను లగ్నమునకు, ద్రేక్కాణనవాంశలను బట్టి ఏర్పరచవలయును. లగ్నమునకు ఎడమ భాగమునందుగల అవయవములు ఉదయించినచో బలములేనివి అగును. ఉదయించని, మిగిలిన భాగములు అవయవములు బలముగా నుండును.

శ్లో॥ మూర్ధలోచన కర్ణన గంధవహనం గండౌహనుమశ్చాననం
గ్రీవాస్కంద భుజంతు పార్శ్వ హృదయ క్రోడాశ్చ నాభిః పునః ।
వస్తిర్లింగగుదే చముష్కయుగళం చోరు చోరుద్వయం జానునీ
జం ఘే పాద యు గం విలగ్నభవ నత్ర్యం శై త్రే థాక్రమాత్॥

జన్మలగ్నము శిరస్సు అని తెలియవలయును. ద్వితీయము కుడికన్ను ద్వాదశము ఎడమకన్ను తృతీయము కుడిచెవి, ఏకాదశము ఎడమ చెవి చతుర్థ దశమములు నాశికా రంధ్రములు చతుర్థము కుడినాశికాపుటము. పంచమ నవమ స్థానమలు చెక్కిళ్ళు, పంచమము కుడిచెక్కిలి. నవమము ఎడమచెక్కిలి. షష్టాష్టమ స్థానములు చెక్కిళ్ళ పై భాగములు. షష్టమము కుడిచెక్కిలి పై స్థానము, అష్టమము ఎడమచెక్కిలి పై స్థానము. సప్తమము నోరు. జన్మలగ్న ఘడియలు ద్వితీయ ద్రేక్కాణమునందున్న యెడల లగ్నము కంఠము, ద్వితీయము భుజములు, ద్వాదశమము శిరస్సు, ద్వితీయము కుడి భుజము మరియు శిరస్సునందు కుడిభాగము, ద్వాదశము ఎడమ భుజము, శిరస్సునందు ఎడమ భాగము. తృతీయ ఏకాదశ స్థానములు చేతులుగను, తృతీయము కుడిచేయి, ఏకాదశము ఏడమ చేయిగనూ, చతుర్ధ దశమములు ప్రక్క భాగములనియూ, చతుర్ధము కుడిప్రక్క, దశమము ఎడమప్రక్క అనియునూ, పంచమనవములు హృదయమనియూ, పంచమము దక్షిణ భాగము నవమము వామ భాగమనియు, షష్టాష్టమములు కడుపు అందు షష్టమము కుడిభాగము, అష్టమము ఎడమభాగము అనియూ, సప్తమము నాభి అని తెలియవలయును. జన్మలగ్నము తృతీయ ద్రేక్కాణమున వున్నయెండల నాభికిన్నూ, పురుషాంగమునకు మధ్యభాగము లగ్నమగును. ద్వితీయ ద్వాదశమముల లింగ, గుదములు. అందు ద్వితీయము కుడిభాగము, ద్వాదశమము ఎడమ భాగము, తృతీయ ఏకాదశములు వృషణములు. అందు తృతీయము కుడి ఏకాదశము ఎడమ వృషణములుగా తెలియ వలయును. చతుర్ధదశమములు తొడలు, చతుర్ధము కుడి దశమము ఎడమమని గ్రహించవలయును. పంచమ నవమములు మోకాళ్ళు, పంచమము కుడి, నవమము ఎడమ మోకాలని

గ్రహించవలయును. షష్టాష్టమముల పిక్కలు, షష్టమము కుడిపిక్క, అష్టమము ఎడమపిక్క, సప్తమము పాదములని, ఈ విధముగా లగ్న ద్రేక్కాణముల నుసరించి అంగస్థానములను తెలుసుకొనవలయును.

రవి చంద్రులు వర్ణమునకు క్షత్రియులుగానూ, కుజుడు సేనాధిపతిగనూ, బుధుడు యువరాజని, గురు శుక్రులు మంత్రులు, శని దాశీజనుడు ఈ విధముగా నిర్ణయించ బడినవి. జాతకమున రవ్యాదులు బలవంతులైన యెడల వారికి చెప్పబడినట్లును, అట్టివారు కార్య సాధనలో చతురులుగానూ, బలహీనముగా నున్నచో తమ పనులు సాధించుకోలేని వారుగా వుందురు.

రవికి హేళి, భానులు పర్యాయపేర్లు. శశి. చంద్ర యివిచంద్రునికిని, కుజునకు ఆరః రక్తః, వక్రః అను పేర్లు బుధునికి, హేమ్మః, విజ్ఞః, బోధనః అను పేర్లు కలవు. గురునకు ఈడ్యః, ఇజ్యః, అంగిరా అను నామములును, అస్ఫుజిత్, సిత, భృగుః, శుక్రునికి పేర్లు. శనికి యమః, కృష్ణ అని కూడా పేర్లు కలవు.

రవి ఆదిగాగల గ్రహములకు తామ్రాది వర్ణములు కూడా వివరించబడినది. అగ్ని, జలము, కుమారస్వామి, విష్ణువు, యింద్రుడు, శచీదేవి, బ్రహ్మ క్రమముగా రవ్యాదులకు అధిపతులగుచున్నారు. ఏ గ్రహము ఏ దిక్కునకు అధిపతియో ఆ గ్రహమును పూజించి ఆ దిక్కునకు వెళ్ళిన యెడల జయము కలుగగలదు.

చంద్ర శుక్రులు స్త్రీ గ్రహములు. శని బుధులు నపుంసకులు. రవి, కుజ, గురులు పురుషగ్రహములు. గురు శుక్రులు బ్రాహ్మణ గ్రహములు. రవి కుజులు క్షత్రియులు. చంద్రుడు వైశ్యుడు. బుధుడు శూద్రుడు. శని సంకరుడు. కుజుడు అగ్నికినీ, బుధుడు భూమికినీ, గురుడు ఆకాశమునకు, శుక్రుడు జలమునకు, శని వాయువునకు ఆధిపత్యము వహించుచున్నారు.

ముతకవస్త్రములకు రవి, నూతనవస్త్రములకు చంద్రుడు, కాలిన వస్త్రములకు కుజుడు, తడిసిన వస్త్రములకు బుధుడు, మధ్యరకమైన వస్త్రములకు గురుడును, గట్టియైన వస్త్రములకు శుక్రుడును, చినిగిన వస్త్రములకు శనియు అధిపతులు.

రాగికి రవియును, మణులకు చంద్రుడునూ, బంగారమునకు కుజుడు, మిశ్రమ లోహములకు బుధుడు, వెండికి గురుడు, ముత్యములకు శుక్రుడును, ఇనుము, సీసము మొదలగు లోహములకు శనియు ఆధిపత్యముల వహించెదరు.

వేదములయందు గురువు ఋగ్వేదము, శుక్రుడు యజుర్వేదము, కుజుడు సామవేదము, బుధుడు అధర్వణ వేదములకు ఆధిపత్యములు కలిగియున్నారు.

రవి : కొంచెము వంకర తిరిగిన వెంట్రుకలు, బుద్ధిబలము. అందమైనవాడు, మంచిస్వరము కలవాడు, మధ్యమమైన ఎత్తు, తేనెరంగు నేత్రములు, శూరుడు, భయంకరముగానుండువాడు, స్థిరస్థుడు, ఎఱుపు నలుపు రంగులు కలసిన శరీరరంగు కలవాడు, పైత్యము కలవాడు, బలమైన ఎముకలు, గంభీరమైనవాడు, చతుష్కోణ ఆకారము, పొడవైన చేతులు, పట్టు వస్త్రములు ధరియించువాడు. ఇవి రవిని గూర్చిన వివరములు.

చంద్రుడు : సౌమ్య స్వభావి, వెలుగునిండిన నేత్రములు, మధురమైన మాటలు, తెల్లనిరంగు, యవ్వనము, పొడవైనఆకారము, కొంచెమునొక్కులజుట్టు, విద్వాంసుడు, సాత్వికుడు, మృదుస్వభావము, అందమైనవాడు, కఫవాతములు కలవాడు, మంచి మిత్రులు కలవాడు, రక్తముయందు పుష్టి కలవాడు, దయగలవాడు, వృద్ధ స్త్రీల యందు ఆసక్తి, చంచలమనస్సు, తెల్లని వస్త్రధారణ.

కుజుడు : పొట్టి ఆకారము, పచ్చని కన్నులు, ధృఢమైన శరీరము, అగ్నిలా కాంతి వంతుడు. ఎఱ్ఱనిరంగు, ఎఱ్ఱనివస్త్రధారణ చేయువాడు, సమర్థుడు, పరాక్రమ వంతుడు, కఠినమైనవాక్కు, పలుచని నొక్కుల వెంట్రుకలు, యవ్వనవంతుడు, పైత్యము కలవాడు, తామసగుణము, సాహసము, విఘాతములు కలిగించువాడు, రక్తవర్ణము కలవాడు.

బుధుడు : ఎఱ్ఱని విశాలనేత్రములు, మృదువైన మాటలు, గరికపచ్చ రంగు, రజోగుణము, స్పష్టమైనమాట, వాత పిత్త కఫములు, సంతోషస్తుడు, మధ్యమమయిన ఎత్తు, గుండ్రమైననరములు, నైపుణ్యము, వేషమునందు, మాటలయందు యితరులను అనుసరించుట, మోదుగ, నారబట్టలు ధరించువాడు.

గురుడు : పచ్చని నేత్రములు వేదపఠనము, సింహాకారము, సాత్వికుడు, మేలిమి బంగారు మేనిఛాయ, ఎత్తయిన వక్షస్థలము, పొట్టి ఆకారము, ధర్మగుణము, వినయము, క్రీగంటిచూపు, క్షమాస్వభావము, పట్టుపీతాంబరధారి, కఫగుణము, మేధావి.

శుక్రుడు : సుందరమైనరూపము, వెడల్పయినభుజములు, లావుతొడలు, తెలుపు రంగు, వంపుల నల్లని జుత్తు, కాముకుడు, వాత కఫప్రకృతి గలవాడు, తెల్లని వస్త్రధారి, రాజస్వభావము. ఠీవి, కేళీవిలాస జీవితము, బుద్ధిశాలి, విశాలమైన కళ్ళు, స్థూలమైన మూపురము.

శని : నలుపు గుంటకనులు. కృశించిన శరీరము. పొడవైన శరీరము, నలుపురంగు, వాతతత్వము. లోభత్వము. నరములుపైకి కనిపించు శరీరము. నిర్ధయుడు. మూర్ఖుడు. పొడవైననఖములు, మలినమైనపళ్ళు. బిరుసైన వెంట్రుకలు. అనాచారుడు. తామసగుణము. కోపరూపము. క్రోధస్వభావము. ముసలితనముచే బక్కచిక్కిన శరీరము. నల్లని వస్త్రధారణము.

పైన చెప్పబడినవన్నియునూ గ్రహముల యొక్క తత్వ వివరణములు. ఇవి అన్నియూ సారావళియందు వివరించబడినవే.

శ్లో ॥వ్యయాంబుధ నభాయేషు తృతీయే సుహృద స్థితాః।
తత్కాలరిపవష్టషస్సప్తా పైక త్రికోణగాః॥

ఒక గ్రహమునకు 12,4,2,10,11,3 స్థానములయందున్న గ్రహములు తాత్కాలిక మిత్రులుగను, ఒకరికొకరు 1,7,6,8,5,9 స్థానములయందున్నచో తాత్కాలిక శత్రుత్వము కలుగుననియు తెలియవలయును.

శ్లో ॥ధిక్స్థాన కాలచేష్టాకృతం బలంసర్వనిర్ణయ విధానే।
వక్ష్యేచతుఃప్రకారం గ్రహస్తు రిక్తోభవే దబలః॥

ధిక్,స్థాన,కాల,చేష్టాబలములను నాలుగు బలములేని యెడల గ్రహము దుర్భలమగును. దీప్తము, స్వస్థము, ముదితము, శాంతము, శక్తము, నిపేడితము, భీతము, వికలము, బలము, అని నవగ్రహములకు నవవిధములైన అవస్థలయందు ఏదైనా ఒక అవస్థను తప్పక పొందును. ఉచ్ఛయందున్న

గ్రహము దీప్తావస్థను, స్వక్షేత్రమందు స్వస్థావస్థ, మిత్ర క్షేత్రమందు ముదిత, శుభవర్గమందు శాంతావస్థ, రవికి దూరముగా వున్న శక్తుడు, రవితో అస్తంగతుడు అయినచో వికలుడు, యుద్ధపరాజితుడు పీడితుడు, పాపగ్రహములచే వేధింపబడువాడును, పాపవర్గములందున్నట్టివాడు ఖలుడుగను, నీచపొందినవాడు భీతుడుగను చెప్పబడిరి.

దీప్తావస్థయందున్న గ్రహముయొక్క దశయందు ధనము. రత్నములు, భోగములు, సేపకులు కలిగి రాజు లేక సేనాధిపతియగును.

ముదితావస్థయందున్న గ్రహముయొక్క దశలో ధనము, భోగములు, రాజ యోగములు కలుగును. శాంతావస్థయందున్న గ్రహదశలో శాంతము, సుఖ సౌఖ్యములు, భోగములు, ఐశ్వర్యము, విద్వాంసుడు, పరోపకారము, ధర్మపరుడు అగుట సంభవించును. శక్తావస్థ యందున్న గ్రహదశయందు, సకల భోగములు అనుభవించువాడును, కీర్తిని పొందును. పీడితావస్థ యందున్న గ్రహదశలో దుఃఖ్కము, రోగములు, శత్రువులచే బాధలు, బంధువుల ఎడబాటు, దేశదిమ్మరి అగుట సంభవించును. భీతావస్థను పొందిన గ్రహదశలో ఉన్న స్వస్థానమును వదలుట, అనేక కష్టములను అనుభవించుట జరుగును. ఖలావస్థయందున్న గ్రహదశలో ఐశ్వర్యమంతయూ కోల్పోవుట, పిచ్చిపట్టుట, కుటుంబమును పోషించలేక పోవుట, బాధలుపడుట జరుగును.

గ్రహములు ఉచ్ఛయందున్ననూ, వక్రించివున్ననూ, పూర్ణబలవంతులగుదురు; అట్టి గ్రహములు పూర్ణశుభపరులగుదురు. గ్రహము స్వోచ్ఛయందున్న పూర్ణబలము తోనూ, స్వక్షేత్రముల త్రికోణములయందున్న మధ్యమ బలముతోనూ వుండును. మిత్రగ్రహముతో కలిసివున్ననూ, చూడబడిననూ, మిత్రరాసులయందున్న సామాన్య బలము కలిగి యుండును. రవితో కలసి అస్తంగతము కాకుండావున్న గ్రహములు సకల శుభములను కలుగజేయును. పాపగ్రహములు స్థానాధిబలము కలిగినవారయినచో లోభిగను, చెడు వర్తకుడు గను, మంచివారితో విరోధముతెచ్చుకొనుట, అన్నిపనులయందు నాశనము, మలినము, అభిమానము, విశ్వాసము లేకుండుటవంటి నీచ ఫలితములు కలుగును.

మిత్రక్షేత్రమందున్న గ్రహముయొక్క దశబాలసంజ్ఞ కలది అగును. స్వక్షేత్రము త్రికోణములయందున్న గ్రహదశ కుమారసంజ్ఞ, ఉచ్ఛయందున్న గ్రహదశ యువరాజ సంజ్ఞ. శత్రుక్షేత్రమందున్న గ్రహదశవృద్ధి సంజ్ఞ, నీచయందున్న గ్రహదశ మరణ సంజ్ఞకలవి అని చెప్పవలయును. బాలసంజ్ఞ దశయందు సుఖము కలుగును. కుమారసంజ్ఞ దశయందు సౌశీల్యము, సామర్ధ్యము కలుగును. యౌవన సంజ్ఞగల దశయందు రాజ్యాధిపత్యము, వృద్ధసంజ్ఞయందు ఋణరోగములను, మరణ దశయందు మరణమును సంభవమని తెలియవలయును.

శుభగ్రహములు పురుషరాశులయందుండగా జన్మించినయెడల బలము గలవారు ధైర్య సాహసవంతులు అగుదురు. నైసర్గిక పాప గ్రహములు పురుషరాసులందుండగా జన్మించినయెడల క్రూరమైనవారు, మూర్ఖులు అగుదురు. పురుషులు స్త్రీరాశియందు జన్మించిన మృదువైన స్వభావులనియూ, పిరికివారని, మంచివస్త్రములు ధరించు వారు, పూవులయందు ప్రీతికలవారని తెలియవలయును.

స్వక్షేత్రత్రికోణ ఉచ్ఛయందుండి, కేంద్రములలోవున్న గ్రహములు పరస్పర కారక సంజ్ఞ కలిగియుందురు.

కర్కాటకము జన్మలగ్నమై అందు చంద్ర గురువులును, తులయందు శని, మేషమందు రవి కుజులు పరస్పర కారకులగుచున్నారని తెలియవలయును. ఉచ్ఛమిత్ర స్వక్షేత్రములయందున్న గ్రహముల కారకులనియు, దశమమందున్న రవి కారక సంజ్ఞ కలవాడనియు చాణక్య ఉవాచ. లగ్న, చతుర్ధ, దశమములందున్న గ్రహముల కారక సంజ్ఞ కలవారు. ఏకాదశ మందున్న గ్రహము కారకుడని కొందరి మతము.

జననకాలమున గ్రహములన్నియూ, కారకులైవున్నయెడల, నీచకులమున జన్మించిననూ, మంత్రిగానీ, అంతకు సమానుడుగానీ అగును. రాజకుటుంబమున జన్మించిన తప్పక రాజగును. యోగములను చెప్పునపుడు కారకబలము ముఖ్యము గాన కారకబేధములను గ్రహించి ఫలములను నిర్ణయించి చెప్పవలయును.

ఇంకొక విశేషమును తెలియజేయుచున్నారు. కళింగదేశానికి అధిపతి రవి. యవన దేశమునకు చంద్రుడును, సమతలదేశమునకు శుక్రుడు, సౌరాష్ట్రమునకు శనియును, మగధకు బుధుడనియు, సైంధవదేశమునకు గురుడును, ఉజ్జయినికి కుజుడును, ద్రవిడ దేశమునకు రాహు కేతువులును ఆధిపత్యము కలవారిగా సారావళియందు తెలియ జేయబడినది.

గర్భాధానకాలమును తెలియు విషయమును చెప్పుచున్నారు. స్త్రీజన్మరాశి మొదలు చంద్రుడుపచయస్థానములయిన 1,2,4,5,7,8,9,12 స్థానములలోవుండి కుజునిచే వీక్షింపబడిన యెడల రజోదర్శనమగును. చంద్రుడు జలము, కుజుడు అగ్ని అని తెలిసినపుడు, జలమనగా రక్తమనియు, పిత్తమనగా, అగ్నిరూపమనియు భావము. పిత్తముచేత రక్తము క్షోభించగా స్త్రీకి రజశ్చాబనమగును. క్రితం చెప్పబడినట్లుగా చంద్రుడు ఉపచయస్థానములలో వుండి కుజునిచే వీక్షింపబడినచో స్త్రీలకు రజఃప్రవృతి కలుగును. అనగా గర్భధారణ జరుగును. స్త్రీ జన్మరాశికి చంద్రుడు ఉపచయస్థానములలో వుండి కుజవీక్షణ పొందిన యెడల మాసములో స్త్రీకి ఆర్తవము కలుగుచుండును. పురుషుని జన్మరాశికి 3,6,10,11 స్థానములలో చంద్రుడుండి గురునిచే గానీ, మిత్ర గ్రహముయొక్క వీక్షణపొందినచో స్త్రీ పురుష సంయోగము జరుగును. శుక్రుని వీక్షణ కలిగినయెడల శుభము కలుగును. పూర్వము చెప్పబడినట్లు ఆయాస్థానము లలో చంద్రుడుండి కుజవీక్షణ పొందినయెడల విటునితోనూ, రవివీక్షణవున్నయెడల రాజుతోనూ, శనివీక్షణ వున్నచో సేవకునితోనూ సంయోగము కలుగును. చంద్రుడు ఉపచయ స్థానములలోవుండి పాపగ్రహములన్నింటి చేతనూ వీక్షింపబడు చున్నపుడు అట్టి స్త్రీ ఉపభర్తతో విహరించును.

గర్భాధానలగ్నమునకు సప్తమాది ఏదో ఆ సంజ్ఞగల జంతువుప్రకారము సంభోగము జరుగును. గర్భాధాన లగ్నమునకు సప్తమ రాశియందు పాపగ్రహములున్న యెడల, పాపగ్రహవీక్షణ కలిగిననూ, మైథునము బాధాకరమగును. శుభగ్రహవీక్షణ వున్నయెడల సుఖముగా ఉల్లాసముగా

నుండును. సంభోగ సమయమున ఇంద్రియస్కలనము వలన శుక్లశోణితముల కలయిక వలన ప్రాణోత్పత్తి జరిగి గర్భము ధరించుట జరుగును. సంభోగసమయమున రవి శుక్రులు బలవంతులై ఉపచయ స్థానములలో వుండి స్వాంశల యందున్నచో పురుషసంతానము కలుగును. ఉపచయ స్థానములలో చంద్ర కుజులు బలవంతులైయుండి స్వాంశలయందున్న యెడల స్త్రీ సంతానమని తెలియును.

సంభోగసమయమున రవిచంద్రకుజశుక్రులు స్వాంశలయందున్న యెడల లేక గురుడు బలముగావుండి, లగ్నపంచమ, నవమస్థానములలో ఎక్కడవున్ననూ స్త్రీ గర్భము ధరించును. సంభోగ సమయమున స్త్రీ పురుషులు ఏ విధములైన కోరికలు మనసునందు కలిగియుందురో అట్టి గుణములతో గర్భశిశువు జన్మించును.

శ్లో ॥ మానే ష్వాధానాదిషు గర్భస్యయధాక్రమేణజాయంతే।
సమస్త కలిలాండక శాకాస్థిత్వ గ్రోమచేతనతాః॥

శ్లో॥ మానే-ష్టమేచ తృష్ణాక్షుధాచనవమే తథోద్వేగః।
దశమేత్వధ సంపూర్ణః పక్వమిన ఫలంపతతి గర్భః॥

శ్లో॥ శుక్రారజీవరవిశశిసౌరిబుధవిలగ్నపోడుపాదిత్యాః।
మానపతయస్స్యురేతైర్గ ర్భస్య శుభాశుభం చింత్యమ్॥

గర్భాదానసమయము మొదలు మొదటి మాసమున శుక్ల శోణితముల కలయిక బుడగరూపమున వుండును. రెండవనెలయందు కఠినమైన మాంసపు ముద్దయగును. మూడవ మాసమున అవయవ నిర్మాణమునకు నాంది జరుగును. నాల్గవనెలయందు ఎముకలు, ఐదవనెలయందు చర్మం, ఆరవనెలయందు వెంట్రుకలు, ఏడవ మాసమున జ్ఞానేంద్రియములును, ఎనిమిదవ నెలయందు దాహమును, తొమ్మిదవ మాసమున ఆకలి, పదియవ నెలయందు గర్భచలనము వలన జన్మము కలుగును. ఈ పదిమాసములలో గర్భములోని శిశువును, వరుసగా శుక్ర, కుజ, గురు, రవి, చంద్ర, శని, బుధ, లగ్నాధిప,చంద్రరవులు మాసాధిపతులగుచున్నారు. వీరినిబట్టి గర్భముయొక్క పరిస్థితులను తెలుసుకొనవచ్చును.

లగ్నమునకు కానీ, చంద్రునికిగానీ, చతుర్థస్థానములో పాపగ్రహములున్నచో గర్భ స్రావము కలుగగలదని తెలియవలయును. సప్తమమున కుజుడున్నచో తల్లితో కలసి గర్భస్థశిశువు మరణమునొందును. నాలుగవ స్థానములో కుజుడు పన్నెండులో రవి యున్న, చంద్రుడు క్షీణదశయందుండి పాపగ్రహవీక్షణ పొందిన యెడల గర్భము ధరించివున్న స్త్రీ మరణించును. లగ్నమున రవిగానీ, క్షీణచంద్రుడుగానీ, కుజుడుగానీ వుండి, పాపగ్రహములు వీక్షించినచో స్త్రీ మరణించును. లగ్నమునకు ద్వితీయ ద్వాదశములలో పాపగ్రహములుండి శుభ గ్రహవీక్షణ లేనిచో గర్భిణీ స్త్రీ మరణించును.

మేషము, వృషభము, సింహము వీటియందు జన్మలగ్నముండగా, అందు శని లేక కుజుడు ఉండగా జన్మించిన శిశువు నవాంశరాశి, క్రితం చెప్పబడిన కాలపురుషుని యొక్క ఏ అవయవమందుండునో, ఆ అవయవమున నాళావేష్టనముతో జన్మించును. జన్మలగ్నములో పాపగ్రహములుకానీ, క్షీణచంద్రుడుగానీవుండి ద్వితీయ, ఏకాదశములలో శుభగ్రహములున్న యెడల, కుజ శనుల ద్రేక్కోణమైన సర్ప వేష్టితుడుగా పుట్టును.

ఇప్పుడు మనము ద్విగ్రహయోగములనుగూర్చి తెలుసుకొందాము. ఇవి యవనాచార్యులచే వివరించబడినది. రవి చంద్రులు కలసియున్న జాతకుడు స్త్రీలకు వశుడై యుండును. నీతి నియమములు లేనివాడు, కపటస్వభావి. ధనవంతుడు, తన కార్యములను సాధించుకొనుటలో శక్తికలవాడగును. రవి కుజులు కలిసియున్న మూర్ఖస్వభావి, సాహసవంతుడు, బలముకలవాడు, అబద్ధములుచెప్పుట, పాప కార్యములు చేయువాడు, కోపిష్టి అగును. రవి బుధులు కలసియున్న యెడల సేవకుడు, స్థిరసంపదలు లేనివాడు తీయగా మాటలు చెప్పువాడు. కీర్తి ప్రతిష్టలు కలవాడు, పూజ్యుడు, రాజప్రియుడు మంచిప్రవర్తన కలవాడు, బలము, మంచి రూపము ధనముకలవాడని తెలియవలయును. రవి గురుల కలయికవలన ధర్మ బుద్ధి, రాజుమంత్రి, బుద్ధిమంతుడును, మిత్రులవలన ధనలాభము పొందువాడును, ఉపాధ్యాయుడును అగును. రవిశుక్రులు కలసియున్నయెడల శస్త్రవిద్య, శస్త్ర

చికిత్సలలో మంచి నేర్పుగలవాడు, వృద్ధాప్యములో దృష్టిలేకుండా పోవువాడు. నాట్య కళలయందు నిపుణుడు, వివాహానంతరము ధనము, బంధువులను పొందువాడు అగును. రవి శనులు కలసియున్న యెడల భార్యాపుత్రులవలన మనో విచారము కలవాడు, ధర్మగుణముల కలిగినవాడు అగును.

జనన సమయమున చంద్రకుజులు కలసియున్న శూరుడు, సాహసవంతుడు, బాహు యుద్ధమున నేర్పుకలవాడు, రక్త దోషములచే బాధపడువాడు, శిల్పి అగును. చంద్రబుధులు కలసియున్న యెడల ధనవంతుడు, స్త్రీ లోలత్వము కలవాడు, సౌందర్యవంతుడు, ఎపుడూ సంతోషముగానుండువాడు, ధర్మస్వభావి అగును. గురు చంద్రులు కలసిన మంచి స్నేహితులు, నీతినియమములు, ధనము బంధుగౌరవము కలవాడు, దైవభక్తి, బ్రాహ్మణ భక్తి కలవాడు అగును. చంద్రశుక్రుల కలయికవలన, పూలు, మంచివస్త్రము, సుగంధద్రవ్యములు మొదలగువాటిని ఎక్కువగా ఆస్వాదించువాడును, కార్యములను ఆచరించుట యందునేర్పరి, వంశశ్రేష్టుడు వర్తకములో నిపుణుడుఅగును. చంద్రశనులు కలిసిన ముసలిస్త్రీలను కోరుకొను వాడు, వేదములపై నమ్మకమున్నవాడు, వశీకరణశక్తి కలవాడు, ధనమునకు యిబ్బందులు పడువాడు, ఇతరులచే సులభముగా ఓడింపబడువాడగును.

కుజ బుధులు కలిసినయెడల దుష్టస్త్రీలను చేరదీయువాడు, సామాన్య భాగ్యములు కలవాడు, బంగారము చేయుటయందు ఆసక్తి కలవాడు, విధవ స్త్రీలను కోరుకొనువాడు, మందులతయారీలో ఇష్టము కలవాడగును. గురు కుజులు కలిసి యున్న శిల్పము, వేదములు తెలిసినవాడు, ఓర్పుగలవాడు, బుద్ధిమంతుడు, చతురుడు, అస్త్రవిద్యా నేర్పరి అగును. కుజశుక్రులు కలసియున్న గౌరవనీయుడు, సేనాధిపతి, గణిత శాస్త్రవేత్త, పరులను కోరువాడు, (స్త్రీలను) జూదవ్యసనపరుడు, అబద్ధములాడువాడు అగును. శని కుజులు కలిసినయెడల ఇంద్రజాలికుడు, దొంగ, అధర్మప్రవర్తన గలవాడు, శస్త్రములు లేక విషము వలన మరణము పొందును. గురు బుధులు కలిసిన నాట్యములో నేర్పుగలవాడు, కార్యముల సాధించువాడు, సంగీతమునందు నేర్పుగలవాడు

బుద్ధిమంతుడు, సుఖమైన జీవితము గడుపు వాడగును. బుధ శుక్రులు కలిసివున్నయెడల అధికమైనధనము కలవాడు, గుణ వంతుడు, శిల్ప విద్యయందు ప్రవీణుడు, వేదములు తెలిసినవాడు, సమయాను సారముగా మాటలాడువాడు, గానమునందాసక్తి కలవాడు, సంగీతమునందు నేర్పు గలవాడు, హాస్యప్రియుడు, చందనమును ఇష్టపడువాడగును. బుధశనులు కలసిన యెడల ఋణబాధలు కలవాడును, బడాయిమాటలు చెప్పువాడును, తిండిలేక తిరుగువాడును, శాస్త్రములను తెలిసినవాడును, దేశసంచారి, నేర్పుగలవాడగును.

గురుశుక్రులు కలిసియున్న విద్వాంసుడు, మంచిస్వభావము కలవాడు, ఉపన్యాసకుడు, నేర్పరి, బుద్ధిమంతుడు అగును. గురుశనులు కలిసిన వీరుడు, ధనవంతుడు, అధికారము కలవాడు, సభలో పూజింపబడినవాడు, కీర్తి కలవాడగును. శని శుక్రులు కలిసియున్న చెట్లునరుకుట, రాతివిగ్రహములు చేయువాడు, బాహు యుద్ధములు చేయువాడు పశువులు కలవాడగును. యోగకారకులైన గ్రహములు, పరస్పర షడ్వర్గులయందున్నచో సంపూర్ణ ఫలములు కలిగించెదరు. లేకున్న సామాన్య ఫలములను యిచ్చువారుగా తెలియుచున్నది.

ఇప్పుడు త్రిగ్రహయోగములను చెప్పుచున్నారు. రవిచంద్రకుజులు ఒకరాశిలో కలసియున్నచో, సిగ్గులేనటువంటివాడు, పాపి, యంత్రములు తయారుచేయువాడు, శత్రువులను శిక్షించువాడు, పాషాణ కర్మలు చేయువాడుగా తెలియవలయును. రవిచంద్రబుధులు కలిసినచో బలము కలవాడు, విద్యావంతుడు, ధైర్యవంతుడు, రాజకార్యములు నిర్వహించువాడు, పానమునందు ఆసక్తి కలవాడగును. రవిచంద్ర గురులు కలసినచో కోపము కలవాడు, మాయావిద్యలు తెలిసినవాడు, సేవకుడు, విదేశములందు తిరుగువాడు, నేర్పరి, స్థిరచిత్తము లేనివాడగును. రవిచంద్రశుక్రులు కలసియున్నచో, శాస్త్రజ్ఞుడు, పరులభార్యలను, ధనమునందు ఆశ కలవాడగును.

రవిచంద్రశనులు కలిసినయెడల, కామశాస్త్రము తెలిసినవాడు, మూర్ఖత్వము కలవాడు, పరులపై ఆధారపడి జీవించువాడు అగును. రవికుజబుధులు కలిసినచో, కీర్తివంతుడు, బాహు యుద్ధమునందు నేర్పరి, సాహసి, కఠినమగు మాటలు కలవాడు, సిగ్గులేనివాడు, ధన భార్యాపుత్రులు లేకుందురు. రవికుజగురులు కలిసినచో, నేర్పుగా మాట్లాడువాడు, ధనముకలవాడు, సత్యవంతుడు, రాజసమానమైన జీవితము కల వాడగును. రవికుజశుక్రులు కలిసియున్నచో మంచి కుటుంబమునందు జనియించిన వాడు, నేత్రరోగి, అందమైనవాడు, అదృష్టవంతుడు, కఠినమైన వాక్కుగలవాడు, ధనము కలవాడగును. రవికుజశనులు కలిసిన అంగవైకల్యము, దరిద్రము, నివారణ లేనటువంటి జబ్బులు, మూర్ఖుడు, కుటుంబము లేనివాడగును. రవిబుధగురులు కలిసినచో నేత్రరోగము కలవాడు, ధనవంతుడు, మూర్ఖుడు, శాస్త్రవేత్త, గొప్పలేఖరి అగును. రవిబుధశుక్రులు కలిసిన యెడల విచారగ్రస్థుడు, ఎక్కువ మాట్లాడువాడు, దేశసంచారి, గురువులతో కలసి తిరుగువాడు, స్త్రీల వలన మనస్తాపము చెందువాడు అగును.

రవిబుధశనులు కలిసిన యెడల ఆధారములు లేనివాడు, ఇతరులచే అసహ్యించు కొనబడువాడు, అపజయములు పొందువాడు, స్వంతమనుషులచే వెలివేయబడిన వాడుఅగును. రవి గురు శుక్రులు కలసినచో నేత్రరోగి, శూరత్వముగలవాడు, ప్రజ్ఞాశాలి, ధనము లేనివాడు, మంత్రియును, ఇతరుల కార్యములు చేయువాడును అగును. రవిగురుశనులు కలిసిన, పూజ్యనీయుడు, స్వంతమనుషులకు విరోధి, అనుకూలమైన భార్యా, మంచి సంతానము కలవాడు, అభిమానవంతుడు, భయము లేకుండా వుండువాడు అగును. రవిశుక్రశనులు కలిసిన యెడల శత్రువులు కలవాడు, భయము కలవాడు, గౌరవము లేనివాడు, కుటిలుడు, కుష్టురోగి అగును. చంద్రబుధకుజులు కలిసిన యెడల పాపకార్యాసక్తుడు, నీచుడు, బంధువులు, మిత్రులు లేనివాడగును. చంద్రకుజగురులు కలసియున్నచో ముందుకు వంగిపోయివుండువాడు, స్త్రీ లోలత్వము కలవాడు, దొంగ, సుందరశరీరుడు, స్త్రీలను వశపరుచుకొనువాడు. కోపిష్టి అగును.

చంద్రకుజశుక్రుల కలయికవలన, తల్లీ భార్యలకు దుష్టస్వభావముండును. దేశ సంచారి అగును. భయస్థుడు అగును. చంద్రకుజశనులు కలిసిన తల్లి చిన్నవయస్సు నందే మరణించును. కపటము కలవాడు, దుష్టుడు, బహుజనవిరోధియగును. చంద్రబుధగురులు కలిసిన ధనవంతుడు, సుఖములుకలవాడు,వక్త, బలవంతుడు, కీర్తి ప్రతిష్టలు కలవాడగును. చంద్రబుధశుక్రులు కలయికవలన స్త్రీలోలత్వము, శాస్త్రవేత్త, పిసినారి అగును. చంద్రబుధశనులు కలిసిన రోగి, వికలాంగుడు, వక్త, పూజనీయుడు, రాజు అగును. చంద్రగురుశుక్రులు కలసిన మంచి కుటుంబమున జన్మించినవాడు, వివేకి, కళాకారుడు, సౌమ్యుడు, అందమైనవాడు, విద్యకలవాడగును. చంద్రగురుశనులు కలిసిన శాస్త్రజ్ఞుడు, వృద్ధస్త్రీలతో రమించుకోరిక గలవాడు, ఆరోగ్య వంతుడు, గ్రామాధికారి అగును. (వృద్ధ స్త్రీ సంగతో అని వ్రాయబడినది) చంద్రశుక్ర శనులు కలిసిన కవి, పురోహితుడు, దైవజ్ఞుడు అగును.

కుజబుధగురులు కలిసిన కవి, దేశాధినేత, ప్రియమైన భార్య కలవాడు, పరోపకారి, సంగీతవేత్త అగును. కుజబుధశుక్రులు కలిసినయెడల తక్కువ కులమున పుట్టిన వాడు, వికలాంగుడు, చపలుడు, దుష్టుడు, ఎల్లపుడూ ఉత్సాహముగా వుండువాడు, కఠినవాక్కు కలవాడగును. కుజబుధశనులు కలయికవలన సేవకుడు, నల్లని కళ్ళు కలవాడు, దేశములు తిరుగుటయందు ఆసక్తి కలవాడు, వ్యాధిగ్రస్తుడు, హాస్యమందు యిష్టముకలవాడు అగును. కుజగురుశుక్రులు కలలిసినయెడల, రాజానుగ్రహము కలవాడు, మంచి సంతానము, స్త్రీసుఖము, అందరికీ స్నేహితుడుఅగును. కుజగురుశనులు కలిసి యున్న అభిమాన వంతుడు, అంగహీనుడు, అనాచారి, మిత్రులకు విరోధి, కఠినమైన మనసు కలవాడగును. కుజశుక్రశనులు కలసిన భార్య, తల్లి చెడువర్తనులైయుందురు. తాను సుఖములేనివాడై సంచారి అగును. బుధగురుశుక్రులు కలసిన శత్రువులు లేనివాడు, రాజు, అందమైనవాడు, కీర్తివంతుడు, సత్యవంతుడగును. బుధగురు శనులు కలసియున్నచో, భూస్వామి, ధనవంతుడు, విజ్ఞతకలవాడు, భోగియును, ప్రియమైన భార్యకలవాడు, సుఖము

కలవాడు, ధైర్యవంతుడగును. బుధశుక్రశనులు కలిసియున్న కఠినమైనవాక్కు కలవాడు, కోపిష్టి, అబద్ధములాడువాడు, పరస్త్రీని కోరువాడు, విషమశీలుడు, విద్యావంతుడు, స్వదేశమునందు అభిమానము కల వాడగును. గురుశుక్రశనులు కలిసిన, హీనకుల జన్ముడైననూ, పరిపాలనాధికారము పొందగలిగినవాడు, మంచి స్వభావముగలవాడు, కీర్తివంతుడు అగును.

చంద్రుడు పాపగ్రహములతో కలిసినయెడల తల్లిలేనివాడును, రవిపాపులతో కలసి నేని తండ్రిలేనివాడుగను, రవిచంద్రులు శుభగ్రహములతో కలిసియున్న శుభములు కలుగును. పాపులతో కలిసిన పాపఫలములు కలుగునని తెలియవలయును. శుభ గ్రహములు కలిసియున్న ధనము, భూమి, గృహము, వాహనము, ఐశ్వర్యము, విధ్య, పదవి కలిగియుండును. రవికుజశనులు కలిసివున్నయెడల అననుకూలవతి యైన భార్యతో దరిద్రబాధలుపడుచూ నిందలు మోయువాడగును.

ఇపుడు చాతుర్గ్రహ యోగములను చెప్పుచున్నారు.

జననకాలమునకు రవిచంద్ర కుజబుధులు కలిసివున్న యెడల వ్రాయుటయందు నేర్పుకలవాడు, దొంగయు, కఠిన వాక్కులు కలవాడు, రోగి, మాయలు తెల్సిన వాడగును.

రవిచంద్రకుజగురులు కలిసినయెడల ధనవంతుడు, స్త్రీలచే ప్రేమింపబడువాడు, తేజముగలవాడు, నీతివంతుడు కార్యములు చేయుటయందు నేర్పరి అగును.

రవిచంద్రకుజశుక్రులు కలిసినయెడల సుఖముగా జీవించు వాడు, డబ్బు సంపాదించువాడు, భార్యాపుత్రులు కలవాడు, విద్యావంతుడు, నలుగురు మెచ్చు నటుల మాట్లాడువాడు అగును.

రవిచంద్రకుజశనులు కలిసియున్నచో అందవిహీనుడు, పొట్టి వాడు, ధనములేనివాడు, భిక్షాన్నము తినువాడు, మూర్ఖుడు అగును.

రవిచంద్రబుధగురులు కలిసినచో ఎఱ్ఱనిశరీరము, విశాల నేత్రములు కలవాడు, ధనము, ధైర్యము కలవాడు, శిల్పియగును.

రవిచంద్రబుధశుక్రులు కలిసినచో వికలుడు, మాటలు చెప్పువాడు, పొట్టివాడు, రాజునకు ఇష్టుడు అగును.

రవిచంద్రబుధశనులు కలిసియున్న బాల్యమందే తల్లి దండ్రులను పోగొట్టుకున్నవాడు, దరిద్రుడు, కష్టములననుభవించువాడు, అబద్ధములాడువాడు, సంచారి భిక్షకుడు అగును.

రవిచంద్రగురుశుక్రులు కలిసియున్న నీరు, మృగములు, అరణ్యములు వీటికి అధిపతియును, సుఖి రాజపూజ్యుడు అగును.

రవిచంద్రగురుశనులు కలిసియున్న కోపిష్టి, ధనవంతుడు, పుత్రులు కలవాడు, స్త్రీలచే ప్రేమింపబడువాడగును.

రవిచంద్రశుక్రశనులు కలిసియున్న దుర్బలుడు, పిరికివాడు, స్త్రీలవలె ప్రవర్తించువాడు అగును.

రవికుజబుధగురులు కలిసియున్నచో సూత్రకారుడు, పాలకుడు, అయిననూ భార్యను, ధనమును కోల్పోయి దరిద్రుడు, దుఃఖవంతుడు అగును.

రవికుజబుధశుక్రులు కలిసినయెడల పరస్త్రీలను కోరువాడును, చోరుడు, చెడుప్రవర్తన కలవాడు, అబద్ధములు చెప్పువాడగును.

రవికుజబుధశనులు కలిసినయెడల కలహప్రియుడు, ఆచారహీనుడు, విద్వాంసుడు, రాజతుల్యుడు అగును.

రవికుజగురుశుక్రులు కలిసినయెడల పూజ్యుడు, ధనవంతుడు, కీర్తివంతుడు, రాజాభిమానియగును. రవికుజగురుశనులు కలసినయెడల గౌరవనీయుడు, బంధుమిత్రులు కలవాడు, రాజునకు యిష్టుడు అగును.

రవికుజశుక్రశనులుకలిసిన యెడల ఆచారములు లేనివాడు, నేత్రరోగి,బంధువిరోధి, అన్నిచోట్లా పరాభవములు పొందువాడగును.

రవిబుధగురుశుక్రులు కలిసినయెడల ధనము, సుఖమైన జీవనము, బంధుమిత్రులు కలవాడగును.

రవిబుధగురుశనులు కలిసినయెడల జాతకుడు నపుంసకుని వలె వ్యవహరించును. గౌరవము కలవాడు, కలహప్రియుడు, ఎప్పుడూ విచారముగా నుండేవాడు అని తెలియవలయును.

రవిబుధశుక్రశనులు కలిసిన యెడల అందమైనవాడు, కఠిన వాక్కుగలవాడు, విజ్ఞత కలవాడు, మృదువైనవాడు, సుఖవంతుడు, శుచి కలవాడు అగును.

రవిగురుశుక్రశనులు కలిసిన లుబ్ధుడు, కవి, ముఖ్యుడు, శిల్పులకుగానీ, నీచులకుగానీ నాయకుడగును.

చంద్రకుజబుధగురులు కలిసిన, శాస్త్రవిజ్ఞాని, రాజుగానీ, మహా మంత్రిగానీ, మహామేధావి అగును.

చంద్రకుజబుధశుక్రులు కలిసిన కలహములందు యిష్టుడు, అతినిద్రాలోలుడు, నీచుడు, బంధుద్వేషి, శుభశాంతులు లేనివాడగును.

చంద్రబుధకుజశనులు కలిసిన శూరుడును, మాతాపితలు లేనివాడును, దుష్టకులమున జన్మించిన వాడును, బహుభార్యలు కలవాడును, మిత్రులు, పుత్రులు, మంచి ప్రవర్తన కలవాడగును.

చంద్రకుజగురుశుక్రులు కలసిన వికలాంగుడు, అనుకూలవతి యైన భార్యకలవాడు, గౌరవస్తుడు, విజ్ఞుడు, అనేకమంది మిత్రులు కలవాడు, సుఖముగా జీవితమును గడుపు వాడగును.

చంద్రకుజగురుశనులు కలిసినయెడల చెవిటివాడు, ధనవంతుడు, వీరుడు, ఉన్మాది, మాటయందు గట్టితనము కలవాడు, ఉదారుడు అగును.

చంద్రకుజశుక్రశనులు కలిసినయెడల కులటకు భర్త, ప్రగల్భములు పలుకువాడు, సర్పనేత్రములు కలవాడు, ఆవేశపరుడు అగును.

చంద్రబుధగురుశుక్రులు కలిసిన విద్యావంతుడు తల్లిదండ్రులు లేనివాడు, అందమైనవాడు, ధనవంతుడు, శత్రువులు లేని వాడగును.

చంద్రబుధగురుశనులు కలిసిన ధర్మము, కీర్తి, తేజస్సు కలవాడు, బంధుప్రియుడు, ప్రముఖకవి అగును.

చంద్రబుధశుక్రశనులు కలిసిన పరస్త్రీను కోరనివాడు, దుర్గుణములు కలభార్యను కలిగినవాడు, బంధురహితుడు, జనమును ద్వేషించువాడగును.

చంద్రగురుశుక్రశనులు కలిసినయెడల మాతృవియోగి, అందమైనవాడు, చర్మరోగము కలవాడు, దుఃఖము కలవాడు, ఎల్లప్పుడూ సంచారము చేయువాడు, అనేకభాషలు నేర్చిన వాడు, సత్యమే పలుకువాడు అగును.

కుజబుధగురుశుక్రులు కలిసిన తరచూ స్త్రీలతో పోట్లాడు వాడు, ధనవంతుడు, పూజ్యుడు, మంచిస్వభావి, రోగరహితుడు అగును.

కుజబుధగురుశనులు కలిసియున్న శూరుడు, విద్య కలవాడు, వక్త, ధనరహితుడు, వాదనలయందు ఆరితేరినవాడు, మంచిప్రవర్తన గలవాడు, సత్యవాది అగును.

కుజబుధశుక్రశనులు కలిసిన మల్లయుద్ధప్రవీణుడు, ఇతరులను ఆశ్రయించువాడు, ధృఢమైన అంగము కలవాడగును.

కుజగురుశుక్రశనులు కలిసిన తేజోవంతుడు, ధనికుడు, స్త్రీలోలత్వము కలవాడు, సాహసవంతుడు, చపలత్వము కలవాడగును.

బుధగురుశుక్రశనులు కలిసిన మేధావి అగును. శాస్త్రములు తెలిసినవాడగును. స్త్రీ లోలుడు, వినయవంతుడు అగును. భృత్యుడు అగును.

ఇపుడు పంచగ్రహయోగములు తెలియజేయుచున్నారు.

జన్మసమయమందు రవిచంద్ర కుజగురులు కలిసివున్న యెడల దుఃఖ్ఖమయ జీవితము కలవాడును, భార్యావిరహముచే తపించువాడు అగును.

రవిచంద్రకుజబుధశుక్రులు కలిసిన యితరుల కార్యార్థమై ఆసక్తి చూపువాడు, బంధుమిత్రుల వలన హీనపరచబడినవాడు, నపుంసకులతో స్నేహము చేయువాడును అగును.

రవిచంద్రకుజగురుశుక్రులు కలిసియున్న అల్పాయువును బంధింపబడిన వాడును, సుఖ రహితుడును, భార్యాపుత్రులను పోగొట్టుకొనువాడు, ధనమును పోగొట్టుకొనువాడు అగును.

రవిచంద్రకుజగురుశుక్రులుకలసియున్న జాత్యంధుడును, దుఃఖితుడును, తల్లిదండ్రులు లేనివాడును, సంగీతమందు అభిరుచి కలవాడును అగును.

రవిచంద్రకుజగురుశనులు కలిసియున్నచో యుద్ధమున క్షేమముగానుండువాడును, పరులధనమును అపహరించువాడును, గ్రంథసాంగుడు, పరులను పీడించువాడు, స్థిరచిత్తము లేనివాడగును.

రవిచంద్రకుజశుక్రశనులు కలిసినయెడల గౌరవము, ధనము, వైభవములు లేనివాడు, పరస్త్రీలను కోరువాడు, ఆచారవిహీనుడు అగును.

రవిచంద్రబుధగురుశుక్రులు కలిసినయెడల యంత్రవిషయ జ్ఞాని, ధనముకలవాడు, కీర్తిగలవాడు, మంత్రి, దండనాయకుడు అగును.

రవిచంద్రబుధగురుశనులు కలిసియున్న పిరికివాడు, స్నేహితులులేనివాడు, పిచ్చిపట్టి తిరుగువాడు, ఇతరులను మోసగించువాడు, దిగులు కలవాడు, సుఖసంతానం, ధనము లేనివాడగును.

రవిచంద్రగురుశుక్రశనులు కలిసియున్న నేర్పుగా మాటలు చెప్పువాడు, ఇంద్రజాల విధ్యలు తెలిసినవాడు, స్థిరచిత్తము లేనివాడు, స్త్రీలకు ప్రియమైనవాడు, శత్రువులు అధికముగా కలవాడు, అందమైన రూపము గలవాడగును.

రవికుజబుధగురుశనులు కలిసిన పిరికివాడు, రోగి, భిక్షాటనముచే జీవించువాడు, మలిన జీర్ణవస్త్రములు ధరించువాడును అగును.

చంద్రకుజబుధశనులు కలిసిన గాయములు, బంధనము, వ్యాధులచే బాధపడువాడు, విద్యకలవాడు, విద్యావంతులచే పూజితుడు, దరిద్రుడు, వికాలాంగుడు అగును.

రవికుజబుధశుక్రశనులు కలిసిన వ్యాధులు, శత్రుపీడితుడు, స్వస్థానమును, పదవిని వదులుకొనువాడును, దుఃఖితుడై తిరుగాడువాడును అగును.

చంద్రకుజగురుశుక్రశనులు కలిసిన సేవకవృత్తి చేయువాడు, మూఢుడు, నపుంసకుడు, నీతిలేనివాడు, వికలాంగుడు, దరిద్రుడు అగును.

రవికుజగురుశుక్రశనులు కలిసినపుడు జలసంబంధ యంత్రములు, ధాతువులు మరియు, రసాయన విద్యలు బాగా తెలిసినవాడగును.

రవిబుధగురుశుక్రశనులు కలిసినయెడల చాలా శాస్త్రములను ఎఱిగినవాడు, స్నేహ ప్రియుడు, పెద్దలచే అభిమానింపబడువాడు, ధర్మము నెరిగినవాడు, దయాళువు అగును.

చంద్ర కుజబుధగురుశుక్రులు కలిసినయెడల నెమ్మదస్తుడు, రోగరహితుడు, విద్య, ధనము, సత్యము, సుఖము, సౌఖ్యములు గలవాడును, బంధుహితుడు, మిత్రులు కలవాడును అగును.

చంద్రకుజబుధగురుశనులు కలిసిన రేచీకటికలవాడు, దరిద్రుడు, భోజనమునకు యితరులను యాచించువాడు; దురదృష్టవంతుడు, బంధువులలో అపకీర్తి పొందువాడగును.

చంద్రకుజబుధశుక్రశనులు కలిసియున్న అనేకమంది శత్రువులు, మిత్రులు కలిగినవాడును, పరోపకారాసక్తుడును, గౌరవమునకై ప్రాకులాడువాడును, చెడుస్వభావి అగును.

చంద్రబుధగురుశుక్రశనులు కలిసిన మంత్రి, రాజసమానుడు, సేనాధిపతి, పూజ్యుడు అగును.

కుజబుధగురుశుక్రశనులు కలసివున్న గొప్పకవి, పండితుడు, సహృదయుడు, తొందరపాటుస్వభావి, రాజుకుయిష్టుడు, విచారములేనివాడు, దరిద్రుడు, అతి నిద్రాపరుడు అగును.

ఇప్పుడుషడ్గ్రహయోగఫలములను చెప్పుచున్నారు.

జన్మకాలమున రవిచంద్ర కుజబుధగురుశుక్రులు కలిసియున్న విద్య, ధనము, ధర్మప్రవర్తన, ఓర్పు, బహుభాషాయుక్తులు, మంచిబుద్ధి కలవాడగును.

రవిచంద్రకుజబుధగురుశనులు కలిసియున్నచో, దాత, పరో పకారబుద్ధిగలవాడు, చపలచిత్తుడు సత్‌బుద్ధి కలవాడు, బలవంతుడు ఒంటరిగా దుఃఖించువాడు అగును.

రవిచంద్రకుజబుధశుక్రశనులు, కలిసినయెడల దొంగయు, ఇతరుల భార్యలను కోరువాడును, కుష్టురోగి, స్వజనవిరోధి మూర్ఖుడు, స్థానమునుండి వెళ్ళగొట్టబడినవాడు అగును.

రవిచంద్రకుజగురుశుక్రశనులు, కలిసియున్న నీచుడు, ఇతరుల పనులు చేయువాడు, క్షయరోగి, శ్వాసవ్యాధిపీడితుడు, బంధువులను ధూషించువాడు అగును.

రవిచంద్రబుధగురుశుక్రశనులు కలిసిన రాజు, ఓర్పుగలవాడు, కళత్రరహితుడు, ధనము లేనివాడు, శోఖించువాడగును.

రవికుజబుధగురుశుక్రశనులు కలిసిన, తీర్థయాత్రాజీవి, ధన హీనుడు, దారాపుత్రసౌఖ్యము లేనివాడు, అడవులు కొండలుయందు జీవించువాడు అగును.

చంద్రకుజబుధగురుశుక్రశనులు కలిసియున్న ఎప్పుడునూ శుద్ధిగా వుండువాడును, పరాక్రమముకలవాడు, అనేకమంది స్త్రీలతో రతి సౌఖ్యములను అనుభవించువాడు, రాజప్రియుడు, ధనవంతుడు, పుత్రులు కలవాడగును.

జాతకమునందు అయిదు లేక ఆరు గ్రహములు కలసియున్న లేక ఒకరినొకరు వీక్షించిననూ, దరిద్రుడు, మూర్ఖుడు కష్టములలో జీవితమును గడుపువాడు అగును.

ఇపుడు భావఫలములను తెలుసుకొనుటకు అనువుగా ముందుగా నక్షత్ర జాతకఫలములను తెలుసుకొనవలయును. నక్షత్రములు 27 అని తెలియ వలయును.

1. అశ్వని

ఈ నక్షత్రము దేవగణములలోనిది. ఆశ్వనీ దేవతలు అధిపతులుగా గల నక్షత్రము. అశ్వద్ధామ యిందు జన్మించెను. ఈ నక్షత్రమున జన్మించిన పురుషుడు ఎప్పుడునూ సేవకావృత్తి కలిగి అభివృద్ధి పదమునకు వచ్చువాడగును. వినయము కలవాడును, సత్యవంతుడును, సమస్త సంపదలు కలవాడును, అలంకారప్రియుడును, భార్యా పుత్రుల వలన సంతోషము పొందువాడగును.

2. భరణి

ఈ నక్షత్రము మనుష్య గణములోనిది. దీనియందు జన్మించినవాడు అపకీర్తి బొంది, నిందలపాలగువాడు. అనేకవిధములుగా కాలము వ్యర్ధము చేయువాడు, నీటిభయము కలిగినవాడు, దుష్ట స్వభావము కలవాడగును.

3. కృత్తిక

ఈ నక్షత్రము రాక్షసగణములోనిది. ఈ నక్షత్రమునందు జన్మించినవారు ఎక్కువ ఆకలి కలిగియుందురు. అబద్ధముల చెప్పువాడు. ధనము లేనివాడు, అనవసరముగా తిరుగాడువాడు, కృతజ్ఞత లేనివాడు, కఠినముగా మాట్లాడువాడు, అపనిందలు మోయువాడు అగును.

4. రోహిణి

ఈ నక్షత్రము మనుష్యగణములోనిది. ఈ నక్షత్ర జాతకుడు ధర్మాత్ముడును, మంచి పనులుచేయువాడుగనూ, వ్యవసాయము చేయువాడుగనూ, మంచి

స్వభావము గలవాడుగనూ, తనమాటలచేత అందరిమెప్పును పొందువాడుగా నుండును.

5. మృగశిర

ఇది దేవగణమునందలి నక్షత్రము. దీనియందు జన్మించినవారు దనుర్విధ్య యందు నైపుణ్యముకలవాడు, వినయముగలవాడు, మంచిగుణముల కలవాడు, భోగవంతుడును, అధికారుల యొక్క స్నేహము కలవాడు, మంచి వృత్తి చేయువాడు.

6. ఆరుద్ర

ఇది మనుష్యగణములోనిది. ఇందు జన్మించినవారు ఎక్కువ ఆకలి కలిగి యుందురు. కాంతివంతమైన శరీరముకలవారు, కోపస్తులు, కృతజ్ఞతలేనివారు, నిర్ధయుడు.

7. పునర్వసు

ఈ నక్షత్రము దేవగణములోనిది. దీనియందు జన్మించినవారు, మిత్రులను ఎక్కువగా కలిగియుందురు. అనేక శాస్త్రములు తెలిసియుందురు. బంగారు ఆభరణములను ధరించువారు. భూములు కలిగియుందురు. ధనమును కలిగి యుందురు.

8: పుష్యమి

ఈ నక్షత్రము దేవగణము లోనిది. ఈ నక్షత్రమునందు జన్మించినవారు, అందమైన శరీరము కలవారు, తల్లిదండ్రుల యెడల భక్తికలవారు, ధర్మయుక్తముగా చరించు వాడు. వినయశీలురు, ధనము, వాహనము, సుఖములు పొందువారు, సన్మానములు పొందువారు.

9. ఆశ్లేష

ఇది రాక్షస గణములోనిది. దీనియందు జన్మించినవారు వృధాగా తిరుగు చుందురు. చెడుస్వభావము కలవాడు. మిక్కిలి కష్టములు పడువాడు. వృధా వ్యయము చేయువారు, కామాతురత కలవాడు.

10. మఘ

ఈ నక్షత్రము రాక్షసగణములోనిది. దీనియందు జన్మించినవారు కఠినమైన మనస్సుగలవారు, పితృభక్తి, పేరు కలిగియుండువారు, తీవ్రమైన స్వభావి, విద్యావంతులు, మంచి బుద్ధిగలవారు, శత్రువులను అదుపులో పెట్టుకోగలవారు అగుదురు.

11. పుబ్బ

ఈ నక్షత్రము మనుష్యగణములోనిది. ఇందు జన్మించినవారు శూరుడు, త్యాగి, సాహసవంతుడు, గొప్పవృత్తి చేయువాడు, కామమందు యిష్టముకలవారు, పొడవైన వెంట్రుకలు కలవారు, నేర్పరితనము కలవాడు, మిక్కిలి గర్విష్టులుగావుందురు.

12. ఉత్తర

ఈ నక్షత్రము మనుష్యగణములోనిది. ఇందు జన్మించినవారు దాతలుగనూ, దయామయులుగానూ, మంచిబుద్ధులు కలవారుగనూ, గొప్పకీర్తికలవారుగనూ, ధైర్యవంతుడుగనూ, మృదువైన శరీరము కలవారు గనూ, రాజశ్రేష్టుడుగను వుందురు.

13. హస్త

ఈ నక్షత్రము దేవగణములోనిది. ఈ నక్షత్రమునందు జన్మించినవారు దాత, కీర్తి కలవాడు, దేవునియందు, బ్రాహ్మణులయందు భక్తి కలవాడును, అన్ని సంపదలు కలవాడుగను అగును.

14. చిత్త

ఈ నక్షత్రము రాక్షసగణములోనిది. ఈ నక్షత్రమందు జన్మించినవాడు శత్రువులును జయించువారు, నీతిశాస్త్ర నిపుణులు, విచిత్రవస్త్ర ధారణ చేయువారును, అన్ని శాస్త్రములు తెలిసినవారగుదురు.

15. స్వాతి

ఈ నక్షత్రము దేవగణములోనిది. ఈ నక్షత్రమందు జన్మించినవారు అందమైన

రూపముగలవారు, పరస్త్రీ సౌఖ్యము కలిగినవారు, రాజుల వలన పొందిన సంపదలు కలవారు అగును.

16. విశాఖ

ఇది రాక్షసగణములోనిది. ఇందుపుట్టినవారు, ఎక్కువ అసూయ కలిగియుందురు. సూక్ష్మబుద్ధి కలవారునూ, దయామయుడును, ధూషణలు పొందువారును, ఇంద్రియ నిగ్రహము కలవారును, ధనము కలవారునూ, పిసినారిగనూ అగును.

17. అనురాధ

ఈ నక్షత్రము దేవగణములోనిది. ఇందు జన్మించినవారు అందమైన వారు. కీర్తిగలవారు, శత్రువులపై దాడి చేయుటకు ఉత్సాహము కలవారు, శాస్త్రములు తెలిసినవారు, విశేషమైన భాగ్యములు కలవారు అగును.

18. జ్యేష్ఠ

ఈ నక్షత్రవము రాక్షన గణవములోనిది. ఇందు జన్మించినవారు రూపవంతుడును, కీర్తివంతుడును, క్రోధముగలవాడును, మిక్కిలి ప్రతాపము కలవాడును, ప్రతిష్ట కలవారుగనుందురు.

19. మూల

ఈ నక్షత్రం రాక్షసగణములోనిది. ఇందు జన్మించినవారిని రెండు విధములుగా చెప్పవలయును. ఈ నక్షత్ర ప్రారంభమున పుట్టినవారి అవయువములు విరుద్ధముగావుండును. కులమును నాశనముచేయువాడగును. ఈ నక్షత్రాంత్య మున బుట్టినయెడల దీర్ఘాయువు కలవాడు, సౌభాగ్యములు కలవాడును, కుల వృద్ధికలవాడగును.

20. పూర్వాషాఢ

ఇది మనుష్యగణములోనిది. ఇందు జన్మించినవాడు అధికముగా నీరు త్రాగువారు గానూ, భుజించువాడునూ, చమత్కారముగా మాట్లాడువాడునూ, మంచి స్వభావము కలవాడునూ, మిక్కిలి సంపదలు కలవాడు అగును.

21. ఉత్తరాషాఢ

ఈ నక్షత్రము మనుష్యగణములోనిది. ఇందు జన్మించినవాడు దాత, దయామయుడు, శత్రుంజయుడు, నీతిగలవాడు, మంచిపనులు చేయువాడు, ఐశ్వర్యవంతుడునూ, భార్యాపుత్రులతో సుఖించువాడునూ, అభిమానవంతుడునూ అగును.

22. శ్రవణం

ఈ నక్షత్రము దేవగణములోనిది. ఇందు జన్మించినవారు శాస్త్రము తెలిసిన వారు, ఎక్కువ మిత్రులు, పుత్రులు గలవారు, మంచివారియందు అభిమానము గలవారు, శత్రువులను జయించువాడు, పురాణములయందు ఇష్టుడు అగును.

23. ధనిష్ఠ

ఈ నక్షత్రము రాక్షసగణములోనిది. యిందు జన్మించినవారు సదాచార పరాయణులుగానూ, ఆదరించు స్వభావము కలవారుగానూ, ధనవంతుడును, బలవంతుడునూ, దయగలవాడునూ, మిక్కిలి పేరు ప్రతిష్టలుగలవారును, అగుదురు.

24. శతభిషం

ఈ నక్షతము రాక్షసగణములోనిది. దీనియందు జన్మించినవారు కుత్సితులు గనూ, భార్యా సక్తుడునూ, కపటి, విశాల అవయవములు కలవాడు, సుఖ వంతుడును, చెడువాడును అగును.

25. పూర్వాభాద్రా

ఈ నక్షత్రము మనుష్య గణములోనిది. దీనియందు జన్మించినవారు ఇంద్రియములను జయించినవారునూ, శాస్త్రము తెలిసినవారునూ, శత్రువులను జయించువారునూ, మిక్కిలి బుద్ధిమంతుడగును.

26. ఉత్తరాభాద్ర

ఈ నక్షత్రము మానుష గణములోనిది. దీనియందు జన్మించినవాడు తన కులమునందు ఎక్కువగా అలంకరించుకొనువాడు. సామాన్యమైన శరీరము గలవాడు, సత్‌కర్మలుచేయువాడు. ధన్యజీవి, మానవంతుడు, శ్రేష్టుడు.

27. రేవతి

ఈ నక్షత్రము దేవగణములోనిది. ఇందు పుట్టినవారు మంచి స్వభావులునూ, జితేంద్రియులునూ, మిక్కిలి ధనవంతులునూ, మిక్కిలి బుద్ధిమంతుడునూ అగును

(**అభిజితు** ఈ నక్షత్రము దేవగణములోనిది. ఇందు జన్మించినవారు మిక్కిలి ప్రకాశవంతుడు, జనులందరికీ యిష్టుడునూ, కీర్తివంతుడునూ, అందమైనవాడు, దేవబ్రాహ్మణ భక్తిగలవాడు, అభిమానవంతుడు, తన వంశమందు గొప్పకీర్తికలవాడు అగును.)

దేవ మానుష్య రాక్షస గణములు

శ్లో॥ *మృగః పునర్వసూ, పుష్యం స్వాతీ శోణాచ రేవతీ॥*
అనూరాధా శ్వనీ హస్తావితే దేవగాస్మృతాః ॥
ఉత్తరత్రిత్రయం పూర్వాత్రిత్రయం రౌద్రమేరచ॥
భరణీ రోహిణీ చైతేతథా మర్త్య గణాస్మతాః॥
మఖాధనిష్టా శ్లేషాగ్ని విశాఖా జ్యేష్టా మూలకాః॥
చిత్రా శతభిష క్త్రైవగణా రాక్షససంజ్ఞ కాః ॥

మృగశిర, పునర్వసు, పుష్యమి, స్వాతి, శ్రవణం, రేవతీ, అనూరాధ, అశ్వనీ, హస్త అను తొమ్మిది నక్షత్రముల దేవగణములు. ఉత్తర, ఉత్తారాషాఢ, ఉత్తరాభాద్ర, పుబ్బ,పూర్వాషాఢ, పూర్వాభాద్ర, భరణి, రోహిణి, ఆర్ద్ర అను ఈ తొమ్మిది నక్షత్రములు, మానుష గణములు. కృత్తిక, ఆశ్లేష, మఖ, చిత్త, విశాఖ, జ్యేష్ట, మూల, ధనిష్ట, శతభిషం, ఈ తొమ్మిది నక్షత్రములు రాక్షస గణములు.

దేవగణ నక్షత్రములందు జన్మించినవారు సుస్వభావులు అగుదురు. మానుష గణముల నక్షత్రములందు జన్మించినవారు మధ్యమగుణములు కలవారగుదురు. రాక్షస గణములందు జన్మించినవారు మిక్కిలి దుష్టస్వభావము కలవారగుదురు.

వధూవరుల యొక్క నక్షత్రములను చూచునపుడు, ఇద్దరిదీ ఒకే గణమునందు వున్నయెడల దాంపత్యము అనుకూలముగా నుండును. దేవమనుష్యగణములైన యెడల మధ్యమముగానుండును. దేవరాక్షస గణములలోనున్నయెడల తరుచుగా వైరముండును. మనుష్య రాక్షస గణముల యందున్న యెడల ఇద్దరిలో ఒకరికి మరణము కలుగును. వధూవరుల యొక్క నక్షత్రములు ఒక్కటే అయినా, ఆ నక్షత్రములలో పాదబేధమున్న యెడల మిక్కిలి సౌఖ్యవంతమయిన దాంపత్య మగును. ఒక్కటే పాదమయినచో ఇద్దరిలో ఒకరికి నష్టము కలుగును.

వివాహసమయమున ముందుగా వధూవరులయొక్క నక్షత్రములను పరిశీలించుట ఉత్తమము. ఇందు గణములను గూర్చి ఆలోచించుటయేగాక వధూవరుల నక్షత్ర స్వభావమును, ఒకరికొకరి యొక్క తారాబలములను పరిశీలించవలయును. అందుచేత నక్షత్రము యొక్క స్వభావములు ముఖ్యములై యున్నవి. ఇంకనూ, రాశులయొక్క గుణములను కూడా పరిగణలోనికి తీసుకొన వలయును. పూర్వోక్తమందు ఇవ్వబడిన భావముల విచారణ పూర్వపు ఋషు లందించినటువంటి విలువైన ప్రాచీన సమాచారసంపద ప్రస్తుతము ఇవ్వ బడుచున్నది ప్రస్తుతము మనకు అందినటువంటి విజ్ఞానాభివృద్ధిగా తెలియ వలయును.

రాశులు-లక్షణములు

మేషరాశి

ఈ రాశి అగ్నితత్వపురాశి. ఉష్ణస్థితి గలది. తూర్పుదిక్కు స్వరూపము గలది. పురుషరాశి, చరస్వభావము, దివాబలము, రక్తపీతావర్ణము, శిరఃపృష్టోదయ రాశి, చతుష్పాదరాశి, క్రూరరాశి, క్షత్రియజాతి, అల్పసంతానము కలుగురాశి. కుజునియొక్క స్వక్షేత్రము. కుజుని మూలత్రికోణము, పాదజలరాశి. దీనిని సౌర సంవత్సరము నందలి రాశిస్థితిని, అనగా రవి ఒకరాశియందు ప్రవేశించుకాలము. రవి ఆ రాశియందుండు కాలమును సుమారుగా 30 రోజులుగా తీసుకుని, రవి ఆ రాశియందు ప్రవేశించుకాలము. రవి ఆ రాశియందుండుగా జన్మించిన జాతకుని యొక్క మనఃప్రవృత్తి స్వభావము, వ్యక్తిత్వము, అభిరుచులు, ప్రవర్తన వీటిని వివరముగా తెల్సుకొనవచ్చును. బేసిరాశి ఈ రాశికి చిహ్నము గొఱ్ఱె. తీవ్రత, శక్తి, ధృడత్వము, సడలని నిశ్చయము, సాహసము ఈ రాశి కున్నటువంటి లక్షణములు. తీవ్రత, అంతకుమించి మూర్ఖత్వము కూడా వుండును. ముక్కుకు సూటిగా ప్రవర్తించువారు ఈ రాశియందు జన్మించిన వారని తెల్సుకొనవచ్చును. ఆవేశముగా ప్రవర్తించుట ఈ రాశి ముఖ్య లక్షణము. ఆలోచనారహితమైన ఆవేశము వీరిది. అతి సాహసముగా వుండుట ఈ రాశివారి యొక్క తత్త్వము. పదిమందిని కలుపుకుని నాయకుడై ఆ పదిమందిని ఒకదారిలో నడిపించుట వీరి జీవితలక్షణం. లక్ష్యాన్ని సాధించడానికి వీరు ఎంత పనికైననూ వెనుకంజ వేయరు.

వీరిది చాలా ధృఢమైన శరీరము. యుద్ధరంగమునకు సంబంధించిన సైనిక సంబంధమైన వారు ఈ రాశికి సంబంధించినవారే ఎక్కువగా వుందురు. పెద్ద

సంస్థలను నిర్వహించుట వీరికి చాలాతేలిక. చక్కగా మాట్లాడగలరు. వాదించ గలరు. పదుగురిని ఒప్పించగలరు. అందరినీ కూడగట్టుకుని ఎంతటి కార్యము నయిననూ, సాధించగలరు. వీరికి అనేకమంది విధేయులై వీరిని అనుసరించుట జరుగును.

వీరు స్వంత అభిప్రాయములు కలవారు. వీరిని వారి అభీష్టమునకు విడిచిన యెడల క్రియాశీలక విషయములను వేటినైనా సాధించగలరు. ఇట్లు వీరి విజయములు. వీరికి అహంకారమును, నిర్లక్షధోరణి పెరిగి, మూర్ఖులుగాచేసి వీరిని పతనావస్థకు చేర్చు పరిస్థితులను కూడా తెచ్చుకొందురు. వీరు త్వరగా ఎదుటివారి పొగడ్తలను స్వీకరించు స్వభావులు. మంచిమాటలతో వీరికి తేలికగా లొంగతీసు కొనవచ్చును.

వీరు ఎల్లపుడూ కొత్తభావాలతో, ప్రయోగాత్మకపధకరచనలు చేయుచుందురు. వీరి నిర్లక్ష్యమే వీరి పతనానికి నాంది అగును. ఎదుటివారి ప్రవర్తనకు తగ్గట్టు వీరు ప్రవర్తించలేకపోవుట వలన వీరు సులభముగా మోసగించబడుదురు. ఈ రాశికి చెందినవారు క్రియానిపుణులు. వీరు ఏ విషయమునూ ఆలోచించరు. మనసులో ఏ భావము వుధ్భవించిననూ, దానిని ఆచరణలో పెట్టి కార్యమును సాధింతురు. వీరు క్రమశిక్షణగా మెలగుట అనుదానిని చాలా యిష్టపడుదురు. క్రమశిక్షణారాహిత్యమును సహించరు. వీరి అనుయాయులు వీరి యెడల భయముతో వీరిని అభిమానించినట్లు నటింతురే కానీ, నిజానికి వీరికి ప్రేమ వుండదు. వీరి వృద్ధాప్యమున వీరి సంతానము అందువలననే వీరిని నిందించుట, ఎదురించుట జరుగును.

వీరి మనసు చాలా దయగలది. విపరీతమైన కోపము లేక విపరీతమైన ప్రేమ నిండివుంటాయి. వీరు చాలా సూక్ష్మగ్రాహ్యత కలవారు. కాబట్టి వీరు మానసికంగా చాలా బలహీనులు. వీరు నిర్ణయములను వివేకముతోచేయలేరు. ఆవేశమే వీరికి ప్రధానము. అందువలన వీరు అనేకసార్లు అపజయములను పొందుదురు. వీరు ఆస్తికులే అయిననూ చాదస్తము, ఆచారములు వీరికి

సహించవు. ఈ రాశియందు జన్మించినవారికి నీచగ్రహ వీక్షణ కలిగిన యెడల, మొరటుగా ప్రవర్తించుట, అహంతగులగుట, యుద్ధములందు అభిలాష, తగాదాలయందు తలదూర్చటం, అనవసరపు విషయాలలో తలదూర్చటం, రక్తపాతం సృష్టించడం, వీరి వలన కలుగును. వీరు శారీరకశక్తి, మానసికశక్తి, ఉత్సాహము కలిగివుండుట వలన స్త్రీ సాంగత్యము ఎక్కువ అభిలషించును. వృద్ధాప్యమునకూడా, వీరికి చిన్నవయసు గల స్త్రీలతో తిరుగచూ జీవితమును చాలా బాధామయము చేసుకొందురు. వీరు స్త్రీల విషయములలో నియమనిబంధనలు పాటించనిచో జీవితములో చాలా నష్టపోవుదురు.

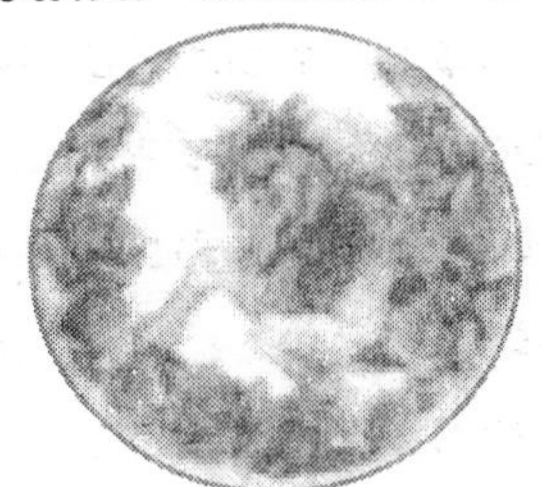

వృషభరాశి

సరిరాశి-స్థిరరాశి- భూతత్వపురాశి. శీతలము, సౌమ్యస్వభావము. దక్షిణదిక్కు, పొట్టి ఆకారము, కాంతిలేనిది. వైశ్యజాతికిచెందినది. పృష్ఠోదయ రాశి. మహాధ్వని, సంతానము మధ్యమము. చతుష్పాద జంతువు. తెలుపు వర్ణము, వాత ప్రకృతి, స్త్రీరాశి. స్థిర స్వభావము. శుక్రునికి స్వక్షేత్రమే. చంద్రునికి ఉచ్ఛక్షేత్రము. శనికి అధిమి త్రిక్షేత్రముగా తెలియవలసినది. అర్ధజలరాశి, వృషభము ఈ రాశికి చిహ్నాము.

ఆనందము, వాత్సల్యము, ధృడమైన విశ్వాసము, దృఢమైన నిశ్చయము, ఈ రాశికి మూలమైనవి. వీరి నమ్మకములు, అభిప్రాయములు, బంధుత్వములు, బంధములు చాలా స్థిరమైనవి. దయామయులు, దానగుణములు కలవారు, క్షమాగుణము కలవారు. వీరిని నమ్మి వీరిపై ఆధారపడుట వలన లాభము కలుగును. వీరికి అనుకూలమైన వారిని వీరు తేలికగా నమ్మి అభిమానింతురు. వీరి అభిప్రాయములను ఎప్పటికీ మార్చుకొనరు.

ఆనందముగా జీవించుట వీరికి స్వభావసిద్ధమైన ప్రవృత్తి, వీరు తమ పరిసరములను పరిశుభ్రముగా, ఆనందముగా తీర్చిదిద్దుకొందురు. మంచి వస్త్రధారణ, రుచి, శుచిగల ఆహారమును యిష్టపడుదురు. అందమైన, కళాత్మకతతో కూడిన, విలువైన వస్తువులను వీరు యిష్టపడుదురు. సంగీత, కవిత్వములందు మక్కువ. చిత్రలేఖనము అభిమాన కళ. అలసట చెందకుండా నిర్విరామంగా, ఓర్పుతో కష్టపడిపని చేయుట వీరి లక్షణము. సహనశీలురు. సహనమును పరీక్షించుట జరిగిన తిరుగబడు స్వభావము గలవారు.

వీరు ప్రేమ వ్యవహారములందు సులభముగా చిక్కుకొందురు. శుక్రుడు ప్రాపంచిక సౌఖ్యములకు అధిపతి కావున వీరు తేలికగా ఎదుటివ్యక్తి చేతిలో కీలు బొమ్మ అగుదురు. వీరు స్త్రీలోలురని తెలియవలయును. శారీరక శిక్షణ, క్రీడలు వీరికి అత్యంత యిష్టములు. వీరు పొగడ్తలను యిష్టపడరు. ఒక పనియందు శ్రద్ధ వహించి ఆచరించుట వీరి ప్రాధాన్యము. వీరియందు, ఈర్ష్య,అసూయ, అనుమానము అనునవి ఒకింత ఎక్కువ. వీరు శారీరక వాంఛలను, అందుకోగలిగిన యెడల వీరి యందలి అసలైన సహజశక్తి బయట పడును. వీరు సాంఘీక కార్యక్రమములలో వున్నతస్థానమున వుందురు. ఫోటోగ్రఫీ, చిత్రలేఖనము, తీపిపదార్థములు తయారుచేయుట, కళాత్మకమైన వస్తువులు, చిత్రములను సేకరించుట వీరికి ఆసక్తికరమైన విషయములు. వక్తలుగా రాణింతురు. నాటక, సినిమారంగముల యందు వీరికి మంచి కీర్తి లభించగలదు. వీరు యితరులచే పని చేయించుట, ఇతరులవద్ద పని చేయుట రెంటియందును సామర్థ్యమును చూపింతురు. వ్యాపారము కలిసివచ్చును. న్యాయవాదులుగనూ, అధ్యాపకులుగనూ, వ్యవసాయము, నీటి వనరులు, నిర్మాణరంగము మొదలగు వాటి యందు బాగా రాణించగలరు. క్రమబద్ధమైన జీవితము, క్రమబద్ధమైన పనులు వీరికి యిష్టము.

ధన సంపాదన వీరు బాగా చేయగలరు. వివాహము వలన వీరికి ధనము, అదృష్టము కలిసివచ్చును. విలాసజీవితమునకు వీరు అధికముగా ఖర్చు చేయుదురు. వీరియందు కార్యదీక్ష వుండును. పథకములను కార్యరూపమునకు

తెచ్చుటయందు వీరు సమర్థులు. వీరు స్పెక్యులేషన్‌లో నష్టపోవుదురు. వీరిది అందమైన శరీర నిర్మాణము. చక్కని ఆరోగ్యముతో వుందురు. ఒకపనియందు దీక్ష వహించినపుడు ఆహారాదులయందు సరైన శ్రద్ధ చూపకపోవుటవలన ఆరోగ్య భంగము అగును. వీరికి ఊపిరితిత్తులు, శ్వాసావయవములకు సంబంధించిన దీర్ఘవ్యాధులు కలుగుటకు అవకాశము కలదు.

మిధునము

స్త్రీరాశి, ద్వంద్వస్వభావము, వాయుతత్వము, సమశీతలము, కొంచెము క్రూర స్వభావము, పడమరదిక్కు, ఆకుపచ్చ వర్ణము, ద్విపాదజంతువు. సంతతి మధ్యమము. శూద్రజాతి, మహాధ్వని, శీర్షోదయరాశి, ద్విస్వభావి జంట. పగటి యందు బలముగలది. బుధునకు స్వక్షేత్రము. నిర్జలరాశి చివరి నవాంశ వర్గోత్తమాంశ.దంపతులు ఈ రాశికి చిహ్నముగా శాస్త్రములందుచెప్పబడినది. సృష్టియందలి ద్వందముల పరస్పరత్వము, భావము, వైవిధ్యము ఈ రాశికి వ్యాఖ్యగా, వరుసగా మానవునియందలి ఆధ్యాత్మిక, వైజ్ఞానిక, మానసిక, శారీరకశక్తులకు సంబంధించిన విషయ సర్వస్వములను తెలియజేయును. విచ్ఛిన్నతత్వములు గల మానవులతో వీరు కలసి సమాధానపడగల శక్తివంతులు. ఒక విషయమందలి భిన్నాంశములను వీరు త్వరగా తెలిసికొని తమకు అన్వయించుకొని స్వాంతన పొందగలరు. ఇతరులను అర్థము చేసుకోగలరు. మంచి, చెడులను వెంటనే కనిపెట్టగలరు. వీరిది అతిసూక్ష్మపరిశీలన, అభిప్రాయములు మాత్రము స్థిరములేనివై యుండును. మిధునము ద్విస్వభావరాశి కావున, ఎదుటి వారి స్వభావమును అనుసరించి వీరు ప్రవర్తించుట వీరి ప్రత్యేకత. ఒకరికొకరు ఉపయోగపడుట, ఇచ్చిపుచ్చుకొనుట, వీరికి బాగా తెలియును. భిన్నత్వముగల వారితో సమాధానపడు వీరు. ఒకే

మాటపైనుండు యిద్దరిని విడదీయుట వీరికి అతి తేలికయిన విషయము. వీరికి సంకల్పశక్తి అధికము. ఆ శక్తి పనిచేయని యెడల వీరియందు సంశయాత్మకత, బలహీనత ఏర్పడును.

ప్రేమ, సేవ, ఆనందము, త్యాగము అనువాటిని వీరు చక్కగా నిర్వచించ గలరు. సాంఘిక, తాత్విక సంబంధమైన విషయములలో వీరికి అనూహ్యమైన అవగాహన వుండును. వీరు కాలమును, ధనమును సద్వినియోగపరచు కోగలవారు. ఎదుటివారి సామర్ధ్యమునుబట్టి పనులుచేయించుకోగలరు. పధకములను, ప్రణాళికలను వీరు అతి నేర్పుగా రచింతురు. ఇతరులకు సలహాలు యివ్వగలరు కానీ, ఆచరణ వీరికి సాధ్యము కాదు. వీరు ఎదుటివారిని త్వరగా విశ్వసించరు. వ్యక్తులకన్ననూ, సంస్థలకు సహాయము చేయుట వీరికి యిష్టము. ఇతరులపై నమ్మికతో వారికి ఏ పనినీ అప్పగించరు. వీరికి ఊహాశక్తి అధికము. ఊహించినవన్నీ ఆచరణలోపెట్టలేరు. ఇతరులకు వివరించలేరు కూడా. అతి తక్కువ ఖర్చుతో ఎక్కువ వినియోగమును సాధించుట వీరి ప్రత్యేకత. చాలా గుట్టుగలస్వభావము. ఇతరులను నమ్మించగలరు కానీ, వీరు యితరులను నమ్మరు.

వస్తుమార్పిడి, లేక కమీషన్ వ్యాపారములు వీరికి సులభమైనవి. న్యాయ వాదులు, తంతి తపాలా శాఖ, ముద్రణాలయములు మొదలగు శాఖలయందు వీరి వృత్తులు వుండును. గ్రంథరచనలు, అనువాదము, పత్రికా రచయితలుగా వీరు పేరు పొందుదురు. సెక్రెటరీ, రాయబారి,దౌత్యము అనువాటియందు బాగా రాణించగలరు. తెలివికి తగినంతగా సంపాదించలేరు. ధనమును గురించి అసంతృప్తి, జీవితమును గురించిన భయము వుండును.

వీరికి వివాహముతోపాటుగా ధనము, ఆస్థి, ఉద్యోగము, మొదలగు లాభములు కలుగును. వీరికి శారీరకమైన వ్యామోహము వుండును. కొందరిలో వివాహము కూడా ఒక వినియోగమైన వస్తువుగానే తోచును. ప్రేమ, వివాహము రెండూ రెండుబాటలుగా పరిగణింతురు.

వణుకుడు, పార్కిన్‌సన్ వ్యాధి, నరముల బలహీనత, కడుపులో మంట, పైత్యము, జీర్ణాశయమున పుండు, వీరి ఆరోగ్యలోపములు.

కర్కాటకము

ఇది సరిరాశి, చరరాశి. జలతత్వరాశి అధిపతి చంద్రుడు, బృహస్పతికి ఇది ఉచ్ఛరాశి. కుజునకు నీచరాశి. ఈ రాశి బహుపాదజంతువు. ఉత్తరదిక్కు, తెలుపు ఎఱుపు కలిసిన మిశ్రమవర్ణము. సంతానము ఎక్కువ సామ్యమైనటువంటి తత్వము. శబ్దరహితము. కఫ గుణము కలది. బ్రాహ్మణజాతి. పొడవైన ఆకారము వృష్టోదయరాశి. ధాతువులు కలిగినది. రాత్రిపూట బలవంతమైనది. స్త్రీరాశి ఇందు ప్రధమ నవాంశ వర్గోత్తమాంశ.

ఎండ్రకాయ లేక పీత అనునటువంటి జలజంతువు. ఇది జలభూచరము. ఈ రాశికి చిహ్నము. ఆటుపోటులు, హెచ్చుతగ్గులు అనేటటువంటి రెండు విధములైన పరిస్థితులు ఈ రాశియందు ఉద్భవించును. ఈ రాశిలో జన్మించిన వారి మనస్సు పరిపరి విధములుగా మారుచుండును. చంద్రునియొక్క కళల వలెనే, వీరిమనస్సునందు పూర్తివుత్సాహము, పూర్తి నిరుత్సాహము తొంగిచూచు చుండును. విషాదము, నిరాశ, దిగులు, నిస్పృహ మొదలైనవి మనస్సును ఊగిస లాడించుచుండును. వీరి తెలివితేటలు కూడా అమావాస్య పౌర్ణమి చంద్రులవలెనే వృద్ధి క్షీణములను కలిగియుండును. కొంతకాలము అందరితోకలసి వుండుట, కొంతకాలము ఒంటరితనమును కోరుకొనుట వీరి లక్షణము.

స్నేహితులతోనయినా వీరు పూర్తిగా ప్రాణంలో ప్రాణంగా కలసిపోవుట, కొంత కాలమునకు విడిపోయి జీవితాంతము సంబంధము లేకుండా వుండుట వీరి లక్షణము. వీరి ప్రేమ నిర్మలము, గాంభీర్యముగానుండును. ప్రేమలేనిచో

మనస్సు శూన్యము. వీరికి ఆవేశము ఎక్కువ. విమర్శించడానికి త్వరగా అంగీకరించరు. కోపావేశములు మామూలే. క్షణికావేశము అంతలోనే తేరుకొందురు. ప్రశాంత మనస్కులైయున్నపుడు చక్కగా ప్రతివిషయమునందు జ్ఞానముతో, వివేకముతో ఆలోచించి, నిర్ణయింతురు. ఇట్టి సమయమున వీరినుండి కొత్త కొత్త విషయములను తెలుసుకొనవచ్చును. వీరు ఇతరులను త్వరగా నమ్ముట, మోసపోవుట సంభవము. వీరు ప్రశాంతముగా వున్న యెడల ఎదుటి వారిని తేలికగా చదవగలరు. వీరు కవులు, చిత్రకారులుగా గాయకులుగా తమ ప్రతిభను చాటుకోగలరు. సముద్రతీరములందు నివాసము వీరికి యిష్టము.

వీరియందు చురుకుదనముండును. ప్రతినిముషమూ ఏదో పనిమీద అటూ ఇటూ పరుగులెత్తుట చేయుదురు. వీరికి ఒక స్థిరమైన అభిప్రాయము కలుగుట కొంచెము కష్టము. ప్రక్కన ఉన్నవారి మనస్తత్త్వము వీరిపై ప్రతిభింబించును. వీరికి సింహరాశివారు సరియైన శ్రేయోభిలాషులుగా చెప్పవచ్చును. మరియొకరి ప్రోత్సాహముతో వీరు జీవితంలో కొన్నిటినైనా సాధించగలరు. వీరికి మనస్సున మంచి అభిప్రాయమేర్పడిన వారికోసం వీరు తమ సర్వస్వమునూ త్యాగం చేయ గలరు.

ప్రయాణములకు సంబంధించిన వృత్తులయందు వీరు ఎక్కువగా రాణించ గలరు. వాహనములపై తిరుగు వృత్తులు వీరు చేయుదురని చెప్పవలయును. వ్యాపారములలో ధాన్యము, వస్త్రములు, తీపిపదార్థములు, పాలు, పానీ యములకు సంబంధించిన వాటియందు లాభించగలరు.

ఇల్లు భార్య పిల్లలనిన వీరికి ఎక్కువ మక్కువ. వీరిని విడిచి ఒంటరిగా గడపలేరు. గృహసౌఖ్యము, శయ్యాసౌఖ్యము, వాహన సౌఖ్యములుండును.

జలుబు, దగ్గు,, ఊపిరితిత్తులకు సంబంధించిన అనారోగ్యములుండగలవు. ముసలితనమున మధుమేహము, రక్తపోటు, ఉదరసంబంధమైన, జీర్ణకోశమునకు సంబంధించిన, లివరు వ్యాధులు, నీరు పట్టుట, గుండె వ్యాకోచించుట మొదలగునవి కలుగు అవకాశములు. ఆహార పానీయాదులందు నియమము చాలా అవసరము.

సింహరాశి

ఈ రాశి అగ్నితత్వము, తూర్పుదిక్కు, పొగవంటిరంగు, సంతానము తక్కువ. ఉష్ణమెక్కువ. క్రూరస్వభావము, క్షత్రియజాతి, పిత్తప్రకృతి, ధని ఎక్కువ. శీర్షోదయము, చతుష్పాదజంతువు, ఉదరము, దీర్ఘమైన రూపము, పురుషరాశి, రవికి ఆధిపత్యము, మూలత్రికోణము, స్వక్షేత్రము, నిర్జలరాశి. పంచమ నవాంశ వర్గోత్తమాంశ. బేసిరాశి. స్థిరరాశి.

సువిశాలమైన అరణ్యమున వున్న జంతుజాలములకు మృగరాజైన సింహము ఈ రాశికి చిహ్నము. అభిమానము, పట్టుదల, నియమము, ఆదర్శములు, అందరి కన్ననూ వన్నతముగా నుండవలెనను ఆశ. తన మాట యితరులు వినవలెనను కోరిక. ఇతరులు తనకన్ననూ తక్కువ వారను భావము. ముందుకోపము తర్వాత ఆలోచించి బాధపడుట, విశాలమైన హృదయము, చిత్రమైన మనస్తత్వము, ప్రేమ కలిగియుండుట వీరి స్వభావము. కానీ యిన్ని మంచి స్వభావములున్ననూ, సోమరిఅగుట ఒక సరిదిద్దలేని లోటు. వీరు ఓటమిని అంగీకరించరు. నిరాశను దగ్గరకుచేరనీయరు. ఆవేశపరులగుట వలన వీరు చిక్కులను ఎదుర్కొనవలసి వచ్చును. ఎదుటివారి బాధ్యతలను తీసుకునిబాధపడుట వీరి స్వభావము. వీరు స్థిరముగా ఒక వర్గమునకు కట్టుబడివున్నయెడల కొద్ది కాలమునకే అధికారమును సంపాదించుకోగలరు. సర్వమానవ సౌభ్రాతృత్వము అనెడి సూత్రము ప్రకారము నడచుకొనిన వీరు యోగమును పొందగలరు. వీరి వలన యితరులు సుఖమును పొందుదురు. వీరికి అనేకమంది అనుచరులుందురు. వీరిని అనుసరించుట కష్టము. వీరి తీవ్రతను తట్టుకొనుట కష్టము. వీరి వేగమును యితరులు అందు కొనలేరు. అప్పుడు వీరు ఎదుటివారిని తప్పుపట్టుట, ఆ విషయమై ఘర్షణపడుట, కొంత శతృత్వము తెచ్చుకొనుట జరుగును.

శారీరక బంధములలో వీరికి నిగ్రహశక్తి తక్కువ, అందువలన వీరు జీవితములో చాలాచెడ్డపేరు తెచ్చుకొను అవకాశములు కలవు. అందరితోనూ వీరికి నచ్చని విషయములే కనపడును. వీరిది ఒక ప్రత్యేకపంధా. చిన్న విషయమునకు కూడా తప్పులు పట్టడం, రోషపడటం, గిల్లికజ్జాలు పెట్టుకొనుట మొదలగు అల్పమైన పనులు చేయుదురు. ఎవరైనా తమ తప్పు ఒప్పుకొనిన యెడల వీరు ప్రసన్నముగా వుందురు. రహస్యకుట్రలు పన్నిన వారిని వీరు తీవ్రముగా ప్రతిఘటించెదరు. రహస్య పన్నాగములు, లేక మోసము చేయుట అనిన వీరికి నచ్చవు.

వైద్యశాఖలయందు వీరికి అతి అనుకూలము. ఉపన్యాసములు, సాహిత్యము, శాస్త్రములు, సాంకేతిక విద్యలందు వీరికి ప్రవేశముండును. వీరికి ఉద్యోగముకన్నా వ్యాపారమే కలిసివచ్చును. కారణం వీరికి అధికారులతో పొత్తుకుదరదు. వీరు ఎవరినీ లెక్కచేయరు. చాలా బద్ధకస్థులు. తమకు అవసరమున్నపుడు వారు కదలివచ్చుటకు యిష్టపడుదురు.

ఆదర్శవంతమైన వైవాహికజీవితము గడపవలెననెడి వీరి కోరిక, కార్యరూపము దాల్చకపోవచ్చును. వీరు కోరుకొన్న జీవితభాగస్వామి సాంగత్యము వీరికి లభించదు. వీరికి ఈ విషయమున ఆశాభంగము తప్పదు.

చిన్నవయసున దెబ్బలు తగులుట, అగ్నిప్రమాదములు కలుగును. యవ్వనమున జీర్ణకోశబాధలు, తలనొప్పి, కంటిజబ్బులు కలుగుట జరుగును. వయస్సు మీరిన పిదప శరీరము స్థూలమై గుండెజబ్బులు, రక్తపోటు, చూపుతగ్గుట మొదలగునవి కలుగును. శరీరవ్యాయామము, చక్కటి ప్రశాంతమైన గాలి వెలుతురు గల ప్రదేశములలో సంచారము వీరికి ఆరోగ్యమునిచ్చును.

కన్యారాశి

కన్యారాశి సరిరాశి. ద్విస్వభావరాశి. భూతత్వపురాశి. శీతలస్వభావము. పింగళ వర్ణము. దక్షిణదిక్కు. వాతప్రకృతి శీర్షోదయరాశి. ఖండధ్వని, కటిభాగము, వైశ్యజాతి.కాంతిలేనిది. అల్పసంతతి, దీర్ఘరూపము. స్త్రీరాశి, నిర్ఫలమైనది, సౌమ్యరాశి, బుధునకు స్వక్షేత్రము, ఉచ్ఛరాశి, మూలత్రికోణము. దీని చివరి నవాంశ వర్గోత్తమాంశ, శుక్రునకు నీచరాశి.

ఒక కన్య ఈ రాశికి చిహ్నము. కన్య అనగా వివాహము కాని యువతి అని తెలిసుకొనిన, తన మానమును కాపాడుకొనుటకు ఒక కన్యలోకమున పడు కష్టములను ఈ రాశియందు జన్మించినవారు అనుభవింతురు. వాత్సల్యము, ప్రేమ, అభిమానము, బంధుప్రేమ, ఇతరుల దగ్గర తమకు గుర్తింపు రావలెనను ప్రాకులాట వీరికుండును. ఇది నా స్వంతము అనెడి ప్రాకులాట వీరికి ఎక్కువ. చాలా సుకుమారమైన మనస్సు. చిన్న విషయములకుకూడా తీవ్రస్పందన కలిగి యుందురు. అతి సున్నితమైన వారగుటయే వీరికి శాపము. ఇతరులు ప్రోత్సాహించని యెడల వీరు అమితమైన ప్రజ్ఞాపాటవములను చూపించగలరు. మంచి పరిస్థితులలో వీరు నలుగురికీ వుపయోగపడు పనులనుచేసి రాణించెదరు. పరిస్థితులు అననుకూలమైనపుడు నిరుత్సాహము పొందుట వీరి లక్షణము. వీరికింద పనిచేయువారు, భార్యాబిడ్డలు వీరియందు చాలా అభిమానమును చూపించెదరు. వీరి స్వభావము చాలామంచిది. ఒకరికి హాని చేయవలెననెడి తలంపే మనస్సున రానీయరు. వీరికితరులకు సలహాలుచెప్పుట, సహాయ పడుట యందు అభిలాషయుండును. వీరియొక్కప్రజ్ఞ వీరి పథక రచనలయందు ప్రతి భింబించును. వీరు పథకరచకులే కానీ, ఆచరణలోకితెచ్చు ధైర్యము చేయరు. వీరు గొప్పతనమును గుర్తించినచో, వీరికి ధైర్యము, బలము కలుగును.

తనను గూర్చి యితరులు ఏమనుకుందురో అనెడి అనవసరపు ఆలోచన వీరిని బాధపెట్టుచుండును. వీరు పదిమందితో కలసి చర్చించికానీ, ఏ పనీ చేయరు. వీరికి గ్రహసౌఖ్యముండును. వైవాహిక జీవితమున ఒడిదుడుకులు తప్పవు. సంసారం, పిల్లలు వీరికి అండగా వుందురు. స్వజనము, బంధువులు, స్వస్థానము, స్వదేశము అనువానిపై వీరికి అభిమానముమెండు. చేసిన తప్పులకు పశ్చాత్తాపపడుట వీరి లక్షణము. వీరికి ఋణములు తేలికగా లభించును. వీరి స్వభావము కూడా ఋణములు చేయుటకు అనుకూలమై వుండును. జూదములపై కూడా వీరికి మక్కువ ఎక్కువ. వీరు వడ్డీవ్యాపారులుగా మంచి అభివృద్ధిని పొందగలరు.

వీరు ఏ విషయమైననూ, వెంటనేచేయుట, అవలంభించుట మంచిది. లేని యెడల అవకాశములు చేజారిపోవును. లిపికి సంబంధించిన దానిలో, శాస్త్రములు, ముద్రణాలయములు,నిఘంటువులు, వ్యాఖ్యానము, హస్యము, మధ్య వర్తిత్వము, ఆరోగ్య పరిశోధన శాలలు, ఆహారపరిశోధన శాలలు, బ్యాంకులు, మొదలగువాటి యందు వీరికి చక్కటి అవకాశములు కలుగును.

వీరికి స్త్రీజనాకర్షణ వుండును. వీరిలో మంచితనము స్త్రీలకు నచ్చును. స్త్రీల విషయమై వీరు తమ కాలమును వ్యర్థము చేసుకొందురు.

గుండె, ఊపిరితిత్తులు, జీర్ణకోశమునకు సంబంధించిన జబ్బులు వీరికి కలుగ వచ్చును. చర్మవ్యాధి బాధలుండును. వీరికి నరములకు సంబంధించిన బాధలను గూర్చి శ్రద్ధ వహించవలయును.

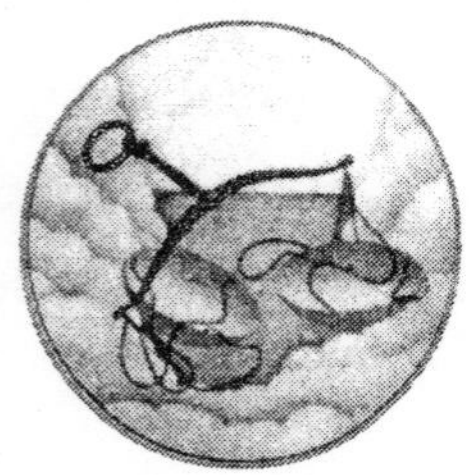

తులారాశి

బేసిరాశి, చరరాశి, వాయుతత్వపురాశి, ఉష్ణరాశి, క్రూరస్వభావము. పశ్చిమ దిక్కు చిత్రవర్ణం. ధ్వనిలేనిది. శూద్రజాతి. సంతతి తక్కువ. పొత్తికడుపు,

శీర్షోదయము. దీర్ఘరూపము. చరస్వభావము. చతుష్పాదరాశి. మూలత్రికోణము ప్రధమ నవాంశ. వర్గోత్తమాంశ. శుక్రుని స్వస్థానము. శనికి ఉచ్ఛస్థానము.

చేతిలో ఒక త్రాసుతో తూకం వేయుచున్న వ్యక్తిని గుర్తుగా ఈ రాశి వర్ణించ బడినది. అవకాశమును, కామమును, ధనమును, సాధనసంపత్తిని సద్వినియోగము చేయుట వీరికి తెలిసినట్లు వేరెవరికీ తెలియదు. ప్రతిచిన్నవస్తువు కూడా వీరి దగ్గర సరియైన స్థానమునందుండును. ఇంటిని ఒక క్రమములో అమర్చుకొనుట, వస్తువులు దేని స్థానమున అది వుండునట్లు సర్దుకొనుట, ఇల్లు కట్టుకొనుట, టైం టేబుల్ తయారుచేయుట. రాబడి ఖర్చులు బేరీజు వేయుట. పనివారియొక్క జీతభత్యములు లెక్కించి సరిచూచుట, ఇవన్నియూ వీరికి సహజమైన అలవాట్లు. చిన్నవస్తువులయందు కూడా అతి జాగ్రత్త. ఒక్కొక్కసారి పెద్దవస్తువులు చేజారిపోవుటకు అవకాశమివ్వవచ్చును.

వీరు సామాన్యముగా కోపమునకు దూరముగా వుందురు. సరియైన పద్ధతిలో ఖర్చులు చూపించి, మోసగించిననూ వీరు సహింతురు కానీ, తప్పుడు లెక్కలు చూపించిన సహించరు. ఇది ఈ రాశియొక్క, చిహ్నమైన త్రాసును బట్టియే నిర్ణయమైనది. వీరికి శుచి, శుభ్రత అన్న చాలా ముఖ్యవిషయము. స్త్రీ గ్రహమైన శుక్రాధిపత్యరాశి అగుట వలన ఈ రాశివారు అందముగా వుండుటకు, శుభ్రత పాటించి, అందమైన వస్త్రాలంకరణ, వీరికి అతి ముఖ్యమయినది. తీర్చిదిద్దిన యిల్లు, అలంకరించిన తల్పము, రుచికరములైన రకరకములైన భోజన పదార్థములు ఇవన్నియూ వీరు యిష్టముతో ఆరగించునవే.

మొక్కలు పెంచుట, చిత్రపటములను, చక్కని వానిని సేకరించి ఇంటి యందు, అందముగా అలంకరించుట వీరికి ఒక ఆనందమైన విషయము. లలిత కళలమీద మిక్కిలి మక్కువ. వీటియందు మంచిప్రవేశము, నైపుణ్యతను సాధింతురు. కవిత్వము, చిత్రలేఖనము, సినిమాలు వీరికి ఆదాయమునిచ్చు వనరులు. వీటియందు వీరికి పేరు ప్రఖ్యాతులు గలుగును.

పల్లెల్ల వాతావరణముకన్నా పట్టణ వాతావరణము వీరికి ఎక్కువ యిష్టము. వీరిది దృశ్యజీవనము. చిత్రపటములను చూచి ఆనందించుటయేకానీ, స్వయముగా గ్రామ జీవితమును ఆస్వాదించలేరు. నాగరికతకు సంబంధించి కొత్త పద్ధతులను మాత్రమే వీరు అవలంభింతురు. శాస్త్రపరిజ్ఞానము వీరికి చాలా యిష్టము. వీటియందు టి.వీ.లు, రేడియోలు, వైర్‌లెస్‌లు మొదలగు వాటియందు వీరు మంచి ప్రావీణ్యతన సంపాదింతురు. కళాకారకత్వము కలిగియున్న గ్రహరాశి కావున అభినయ కౌశల్యము కలిగియుందురు. వశీకరణ శక్తి కూడా కలిగి యుందురు. వీరి ఈ శక్తి వీరిలోనే అంతర్లీనమై యుండును.

సభా పిరికితనమున్ననూ, వీరు కార్యరంగమున అడుగిడినంతనే, అసాధారణ ప్రతిభను కనపరచి, ఎదుటివారిని ఆశ్చర్యచకితులను చేయుదురు. తామున్న పరిసరములను గమనించకుండా వీరిపని వీరు చేసుకుపోయినయెడల వీరు అన్నింటియందు జయము పొందుదురు. ఆలోచన, పిరికితనము వీరిని పరాజితులను చేయు అవకాశములు కలవు.

నిర్మలమైన పరిసరములు, ఆహ్లాదరకమైన వాతావరణము, రుచియైన శుచియైన ఆహారపదార్థములు, పానీయములు, అందమైన అలంకరణ వీరిని అమితముగా పరవశింపజేయును. దాదాపుగా వీరి లౌక్యమునకు, అందమైన రూపము, వేషధారణకు, లొంగని వారుండరు. మంచిగానీ, చెడుగానీ ఒక సంఘమును కార్యోన్ముఖులనుచేసి ముందుకు నడిపించగలశక్తి కలిగిఉందురు. వీరిలో ఆత్మవిశ్వాసము నిదానముగా కలుగును. అందువలన వీరు అనేకమంచి అవకాశములను జారవిడుచుకొనుట సంభవము, వీరు ఎక్కువగా స్వప్నజగమున తేలియాడుట జరుగును.

వీరిలో వినయము, విధేయత, న్యాయము, సాంప్రదాయము అనునవి జీవితము తప్పనిసరిగా పాటింపవలసినవి అను నమ్మకము ప్రబలముగా వుండును. వీరు ఒకవేళ తప్పుచేసిననూ తేలికగా దానిని న్యాయసమ్మతమేనని నిరూపించుకోగల సమర్థులు. వీరిలోనున్న మరొక లోపము అందనిదానికై పాకులాడటము. వీరు గంభీరముగానున్ననూ, స్థిరచిత్తముగలవారు కారు. ఒకే చోట స్థిరముగా వుండటం వీరికి అసాధ్యము.

వీరికి దాంపత్యజీవనమునందు ఇష్టత వుండును. కానీ ఒక వయస్సున భార్యను గూర్చి శంకించు తత్వము అలవడును. వీరికి జీర్ణకోశబాధలు, వాంతులు, విరేచనములు మొదలగు వ్యాధులు కలుగును. వీరు వానలో తడవడం, మంచులో తిరగడం చేయరాదు.

వృశ్చికరాశి

వృశ్చికరాశి సరిరాశి. స్థిరరాశి. జలతత్వపురాశి. బ్రాహ్మణజాతి. కఫప్రకృతి ఉత్తరదిక్కు, శ్వేతవర్ణము. శబ్ధరహితము. బహుపాదజంతువు. మర్మాంగము. దీర్ఘమైన రూపము శీర్షోదయం. స్థిరస్వభావము. రాత్రియందు బలము కలరాశి. దీని పంచమ నవాంశ వర్గోత్తమాంశ. ఈ రాశిని ఒక పెద్ద తేలుతో చిహ్నమునిచ్చి నిర్ణయించినారు.

పరిసరప్రాంతములు, పరిసరములయందుండు వ్యక్తులను గురించి ఆందోళన, పరిసరములనుండి తమను తాము కాపాడుకొనుటకు చేయు ప్రయత్నములలో కొంచెము రహస్యమును అనుసరించుట వీరికి అలవాటు. దీనికి కారణం ఈ రాశి చక్రమందలి రహస్యరాశి, అష్టమరాశి, రంధ్రరాశి అగుటయే. వీరిది చాలా రహస్యమైన ప్రవర్తన. వీరియందు ఏదో తెలియని ఆకర్షణ కూడా వుండును. ఆ ఆకర్షణవలన వీరు ఇతరులపై తమ ప్రభావమునుచూపి ఎదుటి వారిని తమ మార్గమునకు త్రిప్పు కొనగలరు. దీనిని కొందరు తమకు అనుకూలముగనూ, మరికొందరు పరోపకారమునకు వుపయోగించుకొని ఇతరులకు ఒక మంచి మార్గమును చూపించుదురు. స్వార్ధము, కోరిక, సుఖములు అనువాటిని వీరు అధిగమించి, తమ జీవన విజయమునకు పోరాడవలసిన అవసరము వున్నది.

మాట్లాడుటయందును, వ్రాయుటయందును, తమ స్వంతభాషపైననూ వీరికి చక్కనిపట్టు ఉండును. ఎటువంటి వ్యక్తులతోనైననూ, ఎటువంటి వాతావరణము లోనైననూ, కలసిపోవు తత్వము వీరికి వుండును. కొందరు చెడు సాంగత్యమున పతనమగు పరిస్థితులు కూడా వుండును. దుస్సాంగత్యము. ఇంద్రియలోలత్వము అను వాటినుండి వీరు రక్షణ పొందగలిగిరేని, యుగకర్తలు, మార్గదర్శకులు కాగలరు. వీరికి మంచి ప్రోత్సాహము సజ్జన సాంగత్యము లభించని యెడల మంచి ధైర్యము కలిగి, స్వతంత్ర ప్రతిపత్తిలో, విద్యాబుద్ధులు, మంచినడవడిని పొంది మంచి పేరు తెచ్చుకోగలరు.

రహస్య ప్రవృత్తి వీరి ప్రత్యేకత. వీరి మనస్సునందుండు ధర్మములలో యిది ఒకటి. వీరి అంతర్యము యింకొకరికి తెలియుట వీరికి చిన్నతనముగా నుండును. వీరు చేయు దానధర్మములు లేక సహాయము గుప్తముగా మిగిలిపోవునే కానీ, బయటపడుట కష్టము.

మొదటిగా వీరు తమ మనస్సును, యింద్రియములను జయించి తీర వలయును. లేనియెడల స్వార్థము, కాఠిన్యము, చెడ్డపనులు మొదలగునవి తెలియనీయకే చేయుచుందురు. దీని వలన వీరు తమకున్న గౌరవ మర్యాదలను పోగొట్టుకొని అరాచకులుగా తయారగుటకు అవకాశములు కలవు. ఈ రాశివారి విచిత్ర మనస్థత్వము యింకొకటి కలదు. వారి అంతర్యము వారికే అర్థము కాదు. వీరు ఎల్లప్పుడు ఏదో ఒక పనిలో నిమగ్నమైనపుడు మాత్రమే మనస్సు నిలకడగా, పవిత్రముగా వుండును. వీరికి చేతిలో పనిలేనియెడల చెడు ఆలోచనలు, ఎదుటి వారి నాశనము కోరుట, వారియొక్క లోటుపాట్లు, గుట్టుమట్టులను కనిపెట్టి వారిని అవమానించుట మొదలైనవి కలుగును.

వీరు మంచి శస్త్రవైద్యులు, ఆయుధమును ధరియించిన ఒక రణపిపాసి, రక్షకభటుడు, యంత్రములై పనిచేయు మెకానిక్, కార్మికులు, వేగవంతులైన వాహనములను నడుపు వాహన చోదకుడు, అపరాధ పరిశోధకులు, నల్లమందు, గంజాయి, పొగాకు, విషప్రయోగ వస్తువులను తయారుచేసి రహస్యవ్యాపారులు కూడా వీరియందే వుందురు.

వీరికి వైవాహిక జీవితము కొంతవరకు కష్టమైన బాటయందే నడచును. కొంత కాలమునకు సర్ధుకుపోగల సమర్థతను తెచ్చుకొందురు. రెండవ వివాహము కూడా ఉండుటకు అవకాశము కలదు.

నడుము, మోకాళ్ళు, గొంతు, పురీషావయువములకు సంబంధించిన వ్యాధులు కలుగును. పాదములు, పొట్ట, లివరు మున్నగునవి నీరు పట్టుట, గుండె సంబంధమైన జబ్బులు, కామెర్లు మొదలగునవి కలుగును.

ధనూరాశి

బేసిరాశి. అగ్నితత్వపురాశి. ద్విస్వభావరాశి. క్షత్రియజాతి. పశ్చిమదిక్కు. క్రూర స్వభావమైనది. ఉష్ణము పైత్యస్వభావము. బంగారు ఛాయ, అతిధ్వని, సంతతి తక్కువ. ఊరువుల భాగమును నిర్ణయించునది. దీర్ఘమైన రూపము, పృష్ఠోదయ రాశి. కాంతిలేనిది. పగటిపూట బలముకలది. సగము జలరాశి. దీని చివరి నవాంశవర్గోత్త మాంశ. దేవగురువు బృహస్పతికి స్వస్థానము.

ధనూరాశికి, సగము గుఱ్ఱపు శరీరము, మనిషి తలతో, చేతియందలి విల్లమ్ములు ఎక్కుపెట్టి ఆకాశమునకు గురిచూచుచున్నట్లుండి అశ్వమానవ రూపమును ఈ రాశికి చెందునటులవంటి చిహ్నముగా శాస్త్రములలో చెప్పబడినది. ఈ రాశి వారి యొక్క ఉన్నత ఆలోచనలను తెలియజేయును. దిగువనున్న గుఱ్ఱపు శరీరము. ఈ రాశి వారిలోనుండు బలమును, వేగశక్తిని, తెలియజేయును. పైనున్న మానవశిరస్సు మానవుని యొక్క వున్నతమైన ఆలోచనలకు ప్రతిరూపము.

వీరు ఏకాగ్రత కలవారు. పట్టుదల, అభిమానము, కలవారు. కార్యదక్షులు. యివి ఈ రాశివారికి సంబంధించిన ముఖ్యమైన లక్షణములు. ఒక విషయమున

వీరు సమగ్రమైన అవగాహన, వేరు ఆలోచన లేక కార్యములను సాధించుట వీరికి బాగుగా తెలియును. సూటిగా, నిర్మోహమాటము లేకుండాచెప్పడం, చేయడంవరకే వీరికి తెలుసు. లౌక్యంపనికిరాదు. ప్రతిపనియందు వీరు విజయమును సాధించగలరు. ప్రథమమున అందరూ మంచిగావుండి మధ్యలో వీరిని వదలిననూ, తాత్కాలికమైన యిబ్బందులను అధిగమించి, విజయమును దక్కించుకొందురు.

వీరు పట్టుదల కలవారు. నియమనిబంధనలు పాటించవలయునను ఉద్దేశ్యములు కలవారు. దుష్టప్రవర్తన వీరికి గిట్టదు. న్యాయము, ధర్మబద్ధముగా జీవించుట వీరి లక్ష్యములు. దీనికి వ్యతిరేకముగా ప్రవర్తించిన వారి యెడల కఠినముగా, నిర్ణాక్షిణ్యముగా ప్రవర్తింతురు. వీరి కోపము తాత్కాలికము మాత్రమే. వీరు మంచివారు అను గట్టి నమ్మకము వారికే వుండును. వీరికి ఆత్మాభిమానము ఎక్కువ. ఇతరుల దృష్టిలో వీరు మంచివారుగా పేరు తెచ్చుకోవాలనేటువంటి కాంక్ష వీరికి వుండును. అపజయమును వీరు సహించరు. లోపల బాధపడుతూ కూడా పైకి నవ్వుతూ కన్పించుట వీరి స్వభావము. అందువలన వీరు కనిపించే స్థితికన్నా గొప్ప భాగ్యవంతులని యితరులు పొరబడు అవకాశములుండును. వారికి ఒక వయస్సునందు బంధువుల బరువు బాధ్యతలు స్వీకరించవలసిన పరిస్థితులేర్పడి, అందువలన లేనిపోని యిబ్బందులకు తావిచ్చెదరు.

ఒకేచోట ఎక్కువకాలము వుండుట, ఒకే సంస్థలో ఎక్కువకాలము పని చేయుట, అదే వ్యక్తులతో చాలా కాలము కలిసియుండుట వీరి నైజమునకు సరిపడవు. వీరికి క్రొత్త ప్రదేశము, క్రొత్తవ్యక్తులు ఎప్పుడూ అనుకూలముగా వుండును. వీరికి బోధనావృత్తి, న్యాయవాదవృత్తి ఉపన్యాసకులు మొదలగు వృత్తులయందు రాణించగలరు. క్యాషియర్లు, తంతితపాలాశాఖ, జీవితభీమా మొదలగు శాఖలుకూడా అనుకూలించును.

వీరు స్ఫురద్రూపులు. మంచి శరీర సౌష్టవము కలవారు. దారుఢ్యమైన శరీరులు. చిన్నవయస్సునందు వ్యాయామము చేయు స్వభావము వుండును. వీరి నియమిత ఆహారమును తీసుకున్నచో ఆరోగ్యముగా వుందురు. వీరికి జీర్ణకోశ వ్యాధులు, రక్తపోటు, శిరస్సుకు సంబంధించిన బాధలు వుండును.

వీరు వైవాహిక జీవితమున కొన్ని యిబ్బందులకు గురి అగుట తప్పదు. ద్వంద స్వభావమును వీడనిచో వీరు అవస్థలు పడుట సంభవము. ప్రేమ విషయములలో వీరికి ఆసక్తి ఎక్కువ. రెండ కళత్రములుండు అవకాశములు కలరాశి. మితసంతానము కలవారు. భగవదానుగ్రహము కలవారు. భక్తి పరులు. తీర్ధయాత్రలందు యిష్టమున్నవారు. భగవద్దర్శనమునకు ఆరాటపడువారు.

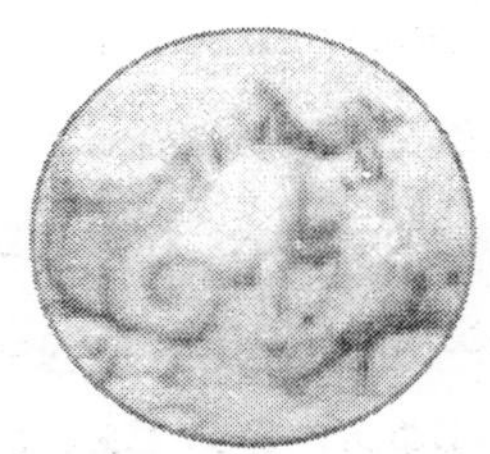

మకరరాశి

సరిరాశి. చరరాశి భూతత్వపు రాశి. వాతప్రకృతి గలది. శీతల స్వభావము. వైశ్యజాతి. పింగళవర్ణము.ఖంథధ్వని, దక్షిణదిక్కు, కాంతిహీనవము. సౌమ్యతత్వము, చరస్వభావము. అల్పమైన సంతతి. బలహీనమైనది. దీర్ఘరూపము, దీర్ఘముఖము, దీర్ఘమైన కాళ్ళు, పృష్టోదయరాశి. స్త్రీసంజ్ఞ. రాత్రియందు బలముకలది. పూర్ణమైన జలరాశి. చతుష్పాద రాశి. ప్రధమ నవాంశ వర్గోత్తమాంశ. ఇది శనికి స్వక్షేత్రము. కుజునకు ఉచ్ఛక్షేత్రము.

ఈరాశి మొసలిశరీరము కలిగివుండునట్లుగా శాస్త్రములలో వివరింపబడినది. ముఖమును చిలకతో పోల్చబడినది కాబట్టి ఈ రాశియందు జన్మించిన వారికి మొసలి పట్టుదల వుంటుంది. మరియు జింకకుండే సౌమ్యత, సున్నితత్వమూ వుంటుందని తెలియుచున్నది. ఇందు జన్మించినవారికి అతి జాగ్రత్త, పట్టుదల, వచ్చిన అవకాశాలను సద్వినియోగపరచుకొనుట వంటివి అతి ముఖ్యమైన విశేషాలుగా తెలుస్తాయి. వీరు ప్రతి విషయమును లోతుగాఆలోచించి, విషయాన్ని పూర్తిగా అవగాహన చేసుకుని అంతర్గతంగా వున్న అర్ధాన్ని సైతం తెలుసుకోగల పట్టుగలవారు. వీరి జీవితమున కార్యసాధన అన్న విషయానికి ప్రాధాన్యత వుంటుంది. ఎదుటివారిని పూర్తిగా అర్ధం చేసుకుని వారిని లోబరుచుకొని కార్యములను చేయించుకోగలరు. వీరిది కార్యాచరణ తత్వము.

వీరికున్నటువంటి ఆకర్షణ వలన, వీరి పనులు యితరులు తేలికగా చేసిపెట్టగలరు. వీరికి కొద్ది స్వార్ధపరత్వమున్ననూ, యితరులు వీరిని ఆశ్రయించి, వీరికి సహాయ సహకారములు అందించగలరు. వీరు స్వార్థమును రూపు మాపుకున్నయెడల సంఘములో అమూల్యమైన పనులను నిర్వహించి మానవ జాతికి సహకరించగలరు. వీరు సాధారణముగా ఎవరినీ నమ్మరు. అందరినీ నమ్మినట్లు నటింతురు. ఊహాగానాలు వీరికి పనికిరావు. తమ తమ తెలివితేటలనే తమ ఆయుధములుగా వుపయోగించి కార్యసాధన చేయుట వీరి లక్షణము. వీరు తమ కుటుంబీకుల విషయమునకూడా ఇదే పద్ధతులను పాటించుదురు. అందుకే వీరు వ్యవహార యుక్తులునూ, ధర్మయుక్తులుగనూ, ఆధిక్యతలోనే వుందురు. ఒకవిధంగా వీరు మొండి పట్టుదల కలవారు అగుట వలన వీరికి ఆప్యాయత, అనురాగాలు లేకవుందురు. అందువలన వీరు ఎక్కువగా ఒంటరితన ముననే గడుపుదురు. అందువలననే, ఆ ఒంటరితనము గుర్తు రాకుండుటకే, చిన్న విషయములలో కూడా, ఆగకుండా పనిచేస్తూ వుండుట వీరి అలవాటు. వీరు కల్పన కన్ననూ, వాస్తవానికి విలువయిచ్చువారు. అందుకే వీరు తర్కశాస్త్రము నందు రాణించుట జరుగును.

ఈ రాశివారు నిదానముగా ప్రవర్తించువారు. కారణము రాశితత్వము అయిననూ, రాశినాధుడు శని కనుక, మందగమనము ఆయన లక్షణము కనుక నిదానముగా ప్రవర్తించుటవలన ప్రవర్తనయందు నిర్ధిష్టత కలుగు అవకాశము లెక్కువ. అందుకే ప్రతిపనినీ పూర్తిగా చేయని యెడల వీరికి తృప్తి వుండదు. వీరిలో వున్నటువంటి మంచి గుణములే వికటించినయెడల అవి అతి చెడును చూపునని తెలుసుకొనవలసిన అవసరమున్నది. అట్లు తెలుసుకోని యెడల వీరు నైతికముగా అపఖ్యాతి పొందుదురు. కర్తవ్య నిర్వహణలో వీరు అతి నిర్ధయులు. ముందు సక్రమమైన రీతిలో ఒక పనిని నడిపించవలెననునది వీరితత్వము. సమస్యలను పరిష్కరించుట వీరికి సులువైన పని. న్యాయవాదవృత్తి వీరికి బాగా కీర్తిని తెచ్చిపెట్టగలదు.

సంసారసుఖములందు ఆపేక్ష తక్కువ. ప్రేమ వ్యవహారములు వీరికి నచ్చవు. వీరి వైవాహిక జీవితమున కొన్ని సమస్యలుండగలవు.

జ్వరములు, రక్తప్రసారమునకు సంబంధించిన జబ్బులు కలుగగలవు. నడి వయస్సునందు కీళ్ళజబ్బులు, జీర్ణాశయమునకు సంబంధించిన జబ్బులు కలుగుచుండును. వీరు అతిగా శ్రమించుట వలన నరములకు సంబంధించిన జబ్బులు కలుగు అవకాశములున్నవి.

కుంభరాశి

సరిరాశి. స్థిరరాశి. వాయుతత్వపు రాశి. వాత పిత్త కఫ ప్రవృత్తిగలది. ఉష్ణ స్వభావము. శూద్రజాతి. పశ్చిమదిశ. మితమైన ధ్వని. చిత్రవర్ణము గలది. క్రూర స్వభావము. మధ్యసంతతి. పొట్టిరూపము. పిక్కలు గురించి తెలుపురాశి. శీర్షోదయము. పురుషరూపము. పగటియందు బలముగల రాశి. శనికి మూల త్రికోణరాశి. అర్ధజలరాశి. దీని పంచమనవాంశ వర్గోత్తమాంశ.

ఒక మానవుడు చేతియందు నీరున్నకుండను ధరించి, మానవాళికి జలమును పోయుచున్నట్లు చిత్రీకరించబడిన చిహ్నము ఈ రాశికి గుర్తు. పరస్పర సహకారము, మానవసేవ, సుఖజీవనము, విశాలత్వము అనునవి వీరి జీవితమునకు ముఖ్యమైనవి. ఒక నిర్దేశితమైన విషయమను పరిశీలించుటకు ప్రణాళికబద్ధముగా వీరి జీవితము మలచబడును. తమయందున్న శక్తియుక్తులను వీరు త్వరగా గ్రహించుకొని తమ జీవితమును క్రమమైన మార్గమునందు నడుపుకొనగలరు. మనిషిలోని అనాగరిక లేక స్వార్థపూరిత భావములను తొలగించి, వారికి సనాతన భావములను కలుగచేయుట వీరి ప్రధాన ఆశయము. మనుష్యులు ఏర్పరచుకున్న యీ వ్యవస్థను వీరు వ్యతిరేకింతురు. ఈ వ్యవస్థను నిర్మూలించి, ప్రక్షాళన చేయవలయునని వీరి అభిలాష.

మకరరాశి వారు తర్కసంబంధముగా సమస్యాపరిష్కారములను చూపువారు. కుంభరాశివారు మాత్రము అందుకు విరుద్ధముగా, సూక్ష్మగ్రాహ్యతలో, జ్ఞాన సంబంధమైన పరిష్కార మార్గములను చూపగల నిపుణులు. వీరు నిర్ణయించు కున్నట్లు పరిస్థితులు వీరికి అనుకూలములై యున్నచో వీరు తమ లక్ష్యములను పూర్తిగా సాధించుకొనగలరు. వీరు ఎదుటి వ్యక్తులను చక్కగా అంచనా వేయగలరు. వీరిలోని లోపము వీరికి తక్కువగా వుండు ఆత్మ విశ్వాసమే. వీరు విమర్శనా దృష్టిచే ప్రవర్తించి, నిర్ణయాలు తీసుకున్నయెడల అవి వ్యర్థములగును. వీరి అతి ఆలోచన వలన వీరికి ఎక్కువ సమస్యలున్నట్లు అనుకొందురు. తన చుట్టుప్రక్కలవున్న వ్యక్తులయొక్క భావాలు వీరిపై చాలా త్వరగా తమ ప్రభావాన్ని చూపించగలుగుతాయి. వీరి పరిసరములలోనున్న వ్యక్తులు వీరికి సహకరించనిచో వీరిని నిస్పృహ ఆవరించి దూరముగా తొలగిపోవుటకు ప్రయత్నించెదరు.

ఎటువంటి సమస్యలకైననూ, వీరు సులభముగాపరిష్కారమార్గమును, ఆలోచనా పరంగానూ, యుక్తిపరంగానూ సూచించగలరు. అందులకే వీరు విద్యా సంస్థలను నిర్వహించుటలో దిట్టలు. వీరిలో ఒక అంతర్గత శక్తి పనిచేయు చుండును. వీరికి కొన్ని కొన్ని ముందుగా జరుగబోవు విషయములు తెలియుట, మనస్సు కొన్ని విషయములు స్ఫురించుట, మనో శక్తితో కొన్ని లోకములను దర్శించు అనుభూతి మొదలైనవి వీరికి కలుగుచుండును. అందుకే వీరికెల్లపుడూ నూతనత్వము కావలెనను కోరిక వుండును.

వీరిది ప్రేమతత్వము. వీరి ప్రేమలో కాముకత వుండదు. స్వచ్ఛమైన మనోజనిత, సర్వసృష్టిని ప్రేమించు స్వభావము. కానీ, వీరిప్రేమను ఇతరులు అర్థం చేసుకోవడం ఆలస్యముగా జరుగును. తమతోటివారు వీరిని గౌరవించుట, ప్రేమగా చూచుట సహజము. కారణము యితరుల బాధలు, కష్టములు వీరు సహించలేరు. ఆధునిక శాస్త్ర సంబంధములైన ఏ రంగమునందయిననూ వీరు పేరుతెచ్చుకోగలరు. జ్యోతిషము, యోగ, మనస్తత్వశాస్త్రము, వైద్యశాస్త్రము మొదలగు వాటియందు వీరి వృత్తులుండుట వుపయోగము.

భౌతిక ఆకర్షణకన్ననూ, మానసిక ఆకర్షణకు వీరు లొంగిపోవుదురు. మానసిక మైన ప్రయాస, చింతనలవలన వీరికి నరములకు సంబంధించిన జబ్బులు కలుగుట సంభవము.

మీనరాశి

సరిరాశి. ద్విస్వభావరాశి. జలతత్వపురాశి. కఫప్రకృతి. బ్రాహ్మణ జాతి. శబ్ధరహితము. ఉత్తరదిక్కు. పింగళవర్ణము. సౌమ్యతత్వము. దుర్భలమైనది. సంతతి ఎక్కువ. పొట్టి రూపము. స్థానము పాదములు. ఉభయోదయము. పురుషస్వభావము. జంటరాశి. పూర్ణ జలరాశి. రాత్రిపగలు కూడా బలము కలదు. చివరినవాంశ వర్గోత్తమాంశ.

రెండు చేపలు ఒకదానికొకటి వ్యతిరేక దిశలలో అనగా ఒకదానితోక వైపు మరొకటి దాని తలవుండునట్లు చిత్రీకరించబడిన చిహ్నామును శాస్త్రమందు చెప్పి యున్నారు. ఈ చిహ్నామును బట్టియే యిది ద్విస్వభావరాశియని తెలియును.

వీరు చాలా ఓర్పు, నేర్పు కలవారు. ఎదుటివారిని వీరు గౌరవముతో చూచెదరు. ఎవరికీ హాని చేయనివారు. చాలా సౌమ్యమైన స్వభావము కలవారు. ఇతరులను నమ్మగలవారు. తమకంటె గొప్పవారిని ఆదరించుట తెలిసినవారు. ఈ రాశికి అధిపతి గురువు కాబట్టి పై తెల్పిన మంచి స్వభావములు కలిగినవి. పైగా ఈ రాశియందు శుక్రుడు ఉచ్ఛస్థితుడగుట వలన, ప్రేమతత్వము, సౌకుమార్యము, ఆడంబరము, అందము, ఆనందము, అలంకారము, శుచి, పరిమళద్రవ్యాసక్తి, మొదలైన ప్రాపంచికాసక్తులపట్ల మక్కువ వుండుట కలుగును.

వీరు తమ చుట్టు ప్రక్కల వారి ప్రభావమువలన కొన్ని మార్పులు చేర్పులు చేసికొందురు. సందర్భానుసారముగా, పరిస్థితులనుబట్టి తమనుతాము దిద్దుకొనుట జరుగును. చట్టమనిన గౌరవభావము. నియమములకు, నిబంధనలకు అనుగుణముగా ప్రవర్తించువారు. వీరికున్న మేధాశక్తి వలన, జ్ఞానము వలన వీరి ప్రమేయము లేకుండగనే ఎదుటివారు వీరికి అనుసరించుట, వీరికి లొంగియుండుట జరుగును. వీరు పెద్దలకు విధేయులై వుందురు. వీరి యందు కొన్ని ఆకర్షణ శక్తులున్నవని తెలియును. కారణం. వీరు చూపులతో మనుష్యులను, జంతువులను కూడా వశపరచుకొనగలరు. వీరు సేవాతత్పరులు. ఇతరులకు తమకు చేతనయినంత సహాయము చేయుట, సేవ చేయుట, వీరికి యిష్టము. వీరు ఎవరినీ, అనుసరించరు. అనుకరించరు. ఆత్మశక్తి ప్రబోధము వలన, మహాపురుషులకు లొంగి వారి బోధనలను విని ఆచరించుట జరుగును. వీరి మనస్సు చంచలమైననూ, సూక్ష్మగ్రాహ్యత వీరికి కలదు. పుట్టినది మొదలు వీరు పవిత్రమైన మనస్సుతో, సత్‌సాంగత్యముతో మెలగుచుందురు. ఒక సమయమున మద్యపానము, స్త్రీసాంగత్యములు తేలికగా వీరివి లొంగదీసు కొనును. వీరు తన స్వంతవారికి దూరముగా జీవించుట సంభవించును.

వీరు తమ మనోదృష్టిచే, తమకు తెల్సినవ్యక్తుల వివరములు మొదలగు వాటిని తెల్సుకొనగలిగిన శక్తి కలిగియుందురు. వీరికి వచ్చు అనుమానములు, కలలు మొదలగునవి నిజమగుట అనుభవమున తెలియుచున్నది. వీరికి భాషపై చాలా గట్టిపట్టు ఉండుట వలన వీరిమాటలకు చాలామంది ఆకర్షితులగుట జరుగును. కవులుగా, సాహితీవేత్తలుగా వీరు రాణించుటకు యిదియే కారణము. వీరు సూక్ష్మగ్రాహులు. ప్రతివిషయమును చాలా సునిశితంగా, తర్కించి ఆలోచించి, విశదపరచుట వీరికి అలవాటు. కాబట్టి వీరుచాలా ఖంచివారుగా పేరు తెచ్చుకొందురు. రహస్యములు దాచుటకు అశక్తులు. ఆవేశమున్ననూ, చెడుబుద్ధిలేదు. కాబట్టి వీరు కుట్రలు పన్నుట, అపకారముచేయుట అను విషయములకు దూరముగా వుందురు. వీరి కోపము వీరిలోనే నిక్షిప్తమై వుండును. వీరిలోని న్యూనతాభావము వీరికి వృద్ధాప్యమునందు చిక్కులు తెచ్చిపెట్టును.

స్త్రీల ప్రభావములవలన వీరు కొంతబాధలు పడుట, నష్టపోవుట జరుగును. ఉత్తమమైన స్త్రీతో సాంగత్యము వీరికి మంచిని చేయగలదు. నిర్మాణశాఖలు మొదలగు వాటియందు వృత్తి శ్రేయస్కరము.

శారీరక ఆరోగ్యము బాగున్ననూ, మానసిక అనారోగ్యమువలన వీరు త్వరగా అలసట చెందుదురు. కోపము, ఉద్వేగము మొదలగు వాటివలన, మానసికముగా వ్యధచెంది జీర్ణశక్తిని కోల్పోయి, అనారోగ్యము పాలగుదురు.

రాశుల లక్షణములు తెలుసుకున్న తరువాత గ్రంథముల లక్షణములు తెలుసుకొనుట ముఖ్యము. ఈ రాశుల లక్షణములు, గ్రహముల లక్షణములు తెలుసుకున్న తరువాతనే రాశుల యొక్క శీలములను పరీక్షించుట తెలియును. రవ్యాది గ్రహములు, మేషాది రాశులందున్నపుడు కలిగెడి ఫలితములను తెలుసు కొన్న యెడల ఒక జాతకమును పరిశీలించుట సులభమగును. ముందుగా తెలిపిన అంశము ప్రాచీనమైన పద్ధతులలో మన మహాఋషులు మనకు అందించిన శాస్త్రము, క్రమేణా, అభివృద్ధిని సాధించిన ఈ శాస్త్రమున మార్పులు, చేర్పులు జరిగినవి. అయిననూ, పురాతన శాస్త్రముల సమ్మతినే ఈ మార్పులు. ఆది గ్రంథములను కాలదన్ని, ఎన్ని మార్పులు, కూర్పులు జరిగిననూ, పరాశరాదులను కాదనలేని స్థితి ఈ శాస్త్రమునకున్నది. కాలానుగుణమున ఈ యుగమునకు, ఈ కాలమునకు, ఈ దేశమునకు అనుభవమున కొన్ని విషయములను తెల్సుకోగలిగిరే గానీ, నవగ్రహగతులను, వీరి లక్షణములను, భావ ఫలమును, లక్షణములను మార్చలేముకదా?

అందువలన ముందుగా శాస్త్రమును తెలియజేసి తదుపరి, అభివృద్ధి పరచబడిన విషయములను, శాస్త్రానుసారము తెలియజేయవలయునని తలంచి ఈ విధముగా వివరించుట జరిగినది. ఇది శాస్త్రసమ్మతమనే నా అభిప్రాయము. ఒకవేళ యిది అనుచితమని తలంచిన పెద్దలు మన్నింతురని ఆశిస్తాను.

రవి

వేడితత్వముగల శరీరము. ఆత్మాభిమానము ఎక్కువ. గర్వమ కలిగి వుండును. చురుకుదనము కలవాడు. జనులను ఆకర్షించురూపము. సంఘమునందు పేరు గలవాడు. ధైర్యవంతుడు. శౌర్యముకలవాడు. చక్షవిచక్షణా జ్ఞానముతో ఆలోచించ గల మనస్సుకలవాడు. ఉదార స్వభావము కలవాడు. తీవ్రమైన కోపము వెంటనే పొగడ్తలకు లొంగిపోవు స్వభావము. అందరూ తనకు లొంగివుండవలెనను కోరిక గలవాడు. తల్లిదండ్రులతో అభిప్రాయబేధము లుండువాడు. ధనము, వస్తు సంపదలు కలిగియుండును. కొన్ని విషయములలో అజాగ్రత్త కలవాడు. ధనమును వ్యయము చేయువాడు. ఒక వయస్సున కంటి జబ్బులను, పంటియందు జబ్బులను పొందును. బట్టతల కలుగవచ్చును. అనారోగి అయిన భార్య కలవాడు. కుటుంబము నందు శ్రద్ధలేనివాడు. కష్టకాలమందు, ఆత్మజ్ఞానముచే కొన్ని విషయములను తెల్సుకోగలిగినవాడు. ప్రతిభ కలిగినవాడు. గుండె జబ్బులు వచ్చుటకు అవకాశము గలవాడు అగును.

చంద్రుడు

మూడుసంవత్సరముల వయస్సులోపుగా జబ్బులుపడువాడగును. నీటి గండములు, శ్లేష్మ సంబంధ వ్యాధులు, నీటిసంబంధ వ్యాధులు కలుగును. ఒక మూలగానడచు స్వభావి. కొంతకాలము సంతోషము, ఉత్సాహము, ధైర్యము మరియు కొంతకాలము నిస్పృహ, దుఃఖ్కము, పిరికితనము మున్నగునవి కలుగును. (చంద్రుని వృద్ధి, క్షయలు మూలముగా). నమ్మకములు, స్నేహితులు తరచుగా మారుచుందురు. వస్త్రములు, బియ్యము మొదలగు వ్యాపారము లందుండును. పాలు, పానీయముల వ్యాపారి. స్థూలమైన శరీరము కలుగును. బట్టతల ఉండుటకు అవకాశము, పెద్ద ఉదరము కలుగును. కొంతకాలము అమితమైన సంపదలు, మరికొంతకాలము సంపదలు నశించుట జరుగును. ఒక విజయమును పొందుటకు ఇతరులసహాయమును పొందువాడు. పుష్టికరమైన ఆహారమును అభిలషించువాడు. రుచులయందు యిష్టత కలవాడు.

పాండు రోగము కలుగు అవకాశము. అండవ్యాధులు, మధుమేహము, క్యాన్సర్, శ్వాస కోశవ్యాధులు, ట్యూబర్‌కొలాసిస్ మొదలగు వ్యాధులు రావచ్చును. ద్రవ్యరాశికి అధిపతి ద్రవ్యమును యిచ్చువాడు. మనోకారకుడు. స్త్రీలపై ప్రేమను కలిగించువాడు. పిచ్చిని ప్రకోపించువాడు. చక్కని అలంకరణములను కోరు కొనువాడు. ద్రవపదార్థములను యిష్టపడువాడు. మత్తుపానీయములను అభి లషించువాడు.

కుజుడు

పొట్టి స్వరూపము, లావుగానుండును. కండలుతిరిగి, బలిష్ఠమైన శరీరము. సాహసవంతుడు. శస్త్రములు, ఆయుధములు, మందుగుండు సామాగ్రికి, యంత్రములకు సంబంధించిన శాస్త్ర రంగములయందు మంచినేర్పు కలిగిన వాడు. మిలిటరీ, పోలీసు శాఖలయందుండువాడు. యంత్రములను, వాహనములను నడుపు వృత్తులందున్నవాడు. అగ్నిప్రమాదములు, దెబ్బలు తగులుట, పైనుండి క్రింద పడుట, వ్రణములు కలుగుట వుండును. సాధారణముగా తలపై పెద్ద దెబ్బ తగిలిన గుర్తుండును. త్వరితముగా ధనమును సంపాదించువాడు. త్వరితముగా ధనమును వ్యయము చేయువాడు. బంధు మిత్రులను ప్రేమించువాడు. సోదర, సోదరీలను ఆదుకొనువాడు. యుక్తవయస్సు నందు, మద్యము, స్త్రీలోలత్వము పొందువాడు. దానములు ధర్మములను చేయు స్వభావము. ఒకరినుండి బలవంతముగా, ధనము వసూలుచేయుట, అపహరించుట చేయువాడు. అతి కోపస్వభావము. కోపములో హత్యలు చేయుట, కొట్టుట, చేయువాడు. పదవి యందుండువాడు. అధికారము చెలాయించువాడు. పనివారలను కలిగియుండువాడు. కామాతురత కలిగినవాడు. అనారోగ్యముతో వుండు భార్యకలవాడు. భార్యచనిపోవుట సంభవించువాడు. అందువలన వేరొక స్త్రీని పొంది లొంగిపోవు స్వభావి.

అధిక సంతతి కలవాడు. స్వభావపరంగా, మూర్ఖత్వము కలవాడు. ఎవరినీ లెక్కచేయనివాడు. బలాబలమును విచారింపక కలహించువాడు. అనవసరపు

ప్రసంగము చేయువాడు. అనవసరపు తగాదాలు తెచ్చుకొనువాడు, స్త్రీలయందు అభిమానము కలవాడు. రాజకీయములందు రాణించువాడు. మంత్రిగాకూడా పదవులు నిర్వహించువాడు. ఎదురులేని నాయకత్వము చెలాయించువాడు. నిరంకుశత్వము గలవాడు. అండవ్యాధులు కలవాడు. వివాహ జీవితములో చిక్కులు కలిగించువాడు. కుజదోషమనునది జాతకమున విధించువాడు. జీవితమున ఆ దోషమును విపరీతముగా చూపువాడు.

బుధుడు

పొట్టివారు, కొందరు పొడగరులుకూడా. లావుగా వుండువారు. శీఘ్రముగా స్పందించువారు. చురుకుతనముఎక్కువ. చిరునవ్వు చిందించు ముఖము గలవారు. నవయవ్వనులు. చక్కగా మాటలాడువారు. హాస్యరసము గలవారు. చతురులు. ఎటువంటి కఠినులనైననూ, తమ హాస్యోక్తులచే నవ్వించగలవారు. సకలశాస్త్ర పారంగతుడు. చాలా విషయములు తెలుసుకొన్నవారు. కానీ అతి తక్కువగా నమ్మువారు. ఆలోచనలెక్కువ గలవారు. సందేహాస్పదమనస్కుడు. నిర్ణయము లేనివాడు. నిద్రలేమికలవాడు. నరముల నిస్త్రాణత, తలనొప్పి మొదలగునవి కలిగిన వాడు. వేరొకరిని తేలికగా అనుకరించు శక్తి కలవాడు. నటనాసామర్ధ్యము కలవాడు. రచయిత. జ్యోతిషశాస్త్రము అభ్యసించినవాడు. వార్తాపత్రికలు, ముద్రణాలయములు, తంతి తపాలాశాఖ, టైపు, టి.వీ. మొదలగు శాఖలయందు రాణించువారు. ద్విస్వభావి. నిర్ణయములను త్వరగా మార్చు కొనువాడు, హృదయమునందు ప్రేమదాచుకొనువాడు. సాధుస్వభావి. స్త్రీలోలత్వము, మద్యమందు యిష్టత. అతి కాముకత. అతి అలంకరణములను యిష్టపడువాడు. శుచి, శుభ్రతలను పాటించువాడు. అందమైన వస్త్రములను ధరించువాడు. చర్మరోగి, భార్య మనోప్రవృత్తితో విబేధించువాడు. ద్వికళత్రమును పొందువాడు. పరిమితమైన సంతానవంతుడు. సోదరప్రేమ కలిగినవాడు.

గురుడు

పొడగరి, లావైనవాడు, మంచి తిండిపుష్టి కలిగియుండును. సరియైన సమయమునకు, భోజనము, వస్త్రములు సమకూర్చువాడు. వాహనసౌఖ్యము, శయ్యా సౌఖ్యములు గలవాడు. మంచిపండితుడు. ఆస్థికత్వము. సాంప్రదాయ బద్ధమైన జీవితమును గడుపువాడు. ధర్మపారయణుడు. చట్టమును గౌరవించు వాడు. దేవాదాయశాఖలయందు, అన్యస్థానములందు, బ్యాంకుల, జీవితభీమా సంస్థల యందు రాణించువారు. గృహము, ఆస్తి కలిగినవాడు, పండితులయందు, విద్యాసంస్థలయందు పేరు గలిగినవాడు. మధ్యవయస్సు నుండి శరీరము పెరిగి, బట్టతలయగుట జరుగును. తీరైన కన్ను, ముక్కు గలవారు. విశాలమైన నుదురు, ఉబికిన వక్షస్థలము, ఆచారపరాయణుడు, జ్యోతిష్యమునందు ప్రావీణ్యత, వేద వేదాంగములు చదివినవాడు, ధృఢమైన స్వరము గలవాడు. ధనుస్సు మీన ములకు అధిపతియైన గురుడు, సౌమ్యుడు, సింహమువంటి గంభీరమైన రూపము, అజీర్ణవ్యాధి, అండవ్యాధి వలన బాధపడువాడు శరీరమునందునెత్తురు గడ్డలు కలుగును.

శుక్రుడు

అందమైన రూపము, పొందిక కలిగిన అవయువసౌష్టవము, పొట్టి, పొడుగూకాని రూపము, నల్లని ఉంగరాల జుట్టు, మృదువైన శరీరము, స్త్రీసౌమార్యము. తియ్యని కంఠధ్వని, సంగీతము, లలిత కళలయందు అభిరుచి, జనాకర్షణ గలిగినవాడు. ప్రేమలు ఎక్కువ. భక్తిగలవాడు. స్త్రీల విషయమున లొంగుబాటుతనము. తన్మయత్వముండును. సంగీత విషయమున మిగుల యిష్టము కలిగియుండును. నటులు,కళాకారులుగానుందురు. వస్త్రవిక్రయవ్యాపారము గలవారు. ధన ముండును. వస్తువాహనములుండును. గృహము కలిగియుండును. శయ్యా సౌఖ్యములుండును. ఈ శుక్రుడు ప్రాపంచిక సౌఖ్యములన్నింటికినీ ఆధిపత్యము వహించువాడు. సంసారమునందు సుఖములు పొందువాడు. సంతానవంతుడు. మధుపానమునందు ఆసక్తి కలవాడు. రక్తపోటు, సుఖవ్యాధులు కలుగువాడు. న్యాయసూత్రములకు అనుగుణముగా నుండువాడు.

శని

సన్ననిశరీరము, అతిపొడగరి, ఎముకలగూడువలెనుండువాడు. గుంటకన్నులు వుండును. ఎక్కువ రోమములు కలిగివుండును. బిరుసైనజుట్టు, నెమ్మదియైన నడక. విషయములను ఆలస్యముగా అర్థము చేసుకొనును. చాలాకాలము కోపము కలిగి, పగబట్టియుండి, ఆలస్యముగా పగ తీర్చుకొను స్వభావం. పెద్దగోళ్ళు, పెద్దపళ్ళు కలిగియుండును. జనసాంద్రత గల ప్రదేశములలో వుండ లేరు. ఒంటరితనమును యిష్టపడుదురు. స్వల్పమైన ఆకలి. శుచి, శుభ్రత తక్కువ గలవాడు. మూఢాచారములను ఆచరించువాడు. శ్రమజీవి. సుఖదుఃఖ్కములకు క్రుంగనివాడు. ఎండనకా వాననకా శ్రమపడువాడు. శ్రమచేయుట బరువులు మోయుట. పతితజనులను ఆదరించువాడు. కార్మిక శాఖలయందు ఉద్యోగము చేయువాడు. కుటుంబసౌఖ్యము తక్కువ. ఇంటిపట్టున ఉండుట కుదరనివాడు. ఉప్పు, కారములు ఎక్కువ తినువాడు. ఎముకలయందు బలము కలవాడు. నల్లని శరీరఛాయ గలవాడు. పట్టుదల గలవాడు.

రాహువు

ఎతైన స్ఫురద్రూపము,నీలిరంగు వర్ణము, ఎఱ్ఱటి కళ్ళు, ఉగ్రరూపము, సర్వస్వరూపము. గంభీరమైన రూపము. పెద్దపళ్ళు. అధికారము గలవాడు. విదేశయానమును కలుగజేయువాడు. సముద్రయానమును చేయువాడు. దైవభక్తి కలవాడు. జన్మజన్మల విషయములు. భూతకాలమున విషయములు తెలుసు కోగలశక్తి. అన్యభాషలందు ప్రవేశము కలిగినవాడు. పట్టుదల కలవాడు. కార్య సాధకుడు. దీక్షకలవాడు. సంకల్పబలము గలవాడు. పరుషములైన వాక్కు గలవాడు. ఆస్థిపై మమకారము. శత్రువులపై ఆధిక్యము కలవాడు. లౌక్యుడు. తెలివిగలవారు. కామముహెచ్చు. సంతతి తక్కువ. "విషదంష్ట్రా యోగము"ను కలుగజేయువాడు. పట్టుదల కల కళత్రము కలవాడు. విష కీటకముల వలన ప్రమాదము కలవాడు. ఇంటిని శుభ్రముగా నుండునటుల కోరుకొనువాడు. అధికారము గల పదవియందుండి దాసదాసీలనుండి గౌరవము పొందువాడు. దుర్గోపాసన గలవాడు. మంత్రశక్తులను పొందువాడు.

కేతువు

ధూమవర్ణము, ఎఱ్ఱనికన్నులు, సన్నని పొడవైన శరీరము. నిరాశ నిస్పృహలు కలవాడు. మానసిక వ్యధలు కలవాడు. వక్రమార్గములను గూర్చి ఆలోచించువాడు. సంకల్పబలము లేనివాడు. వైరాగ్యభావములు కలవాడు. మోక్షమును పొందువాడు. నాయకత్వలక్షణములు లేనివాడు. లౌక్యము లేనివాడు. తల్లియందు ప్రేమ గలిగినవాడు. సంతానరహితుడు. శత్రుభీతి కలవాడు. ఋణగ్రస్తుడు, నరములు బలహీనత గలవాడు, మోసముచేయు కళత్రము, మోక్షానుభూతితో సర్వసుఖములను త్యజించుటకు కూడా వెనుదీయనివాడు. రాజకీయ సామర్థ్యము కలవాడు, మధ్యపానాసక్తుడు. జూదరి, వేటగాడు మొదలగునవి కలుగును.

వరుణుడు (యురేనస్)

ముఖము త్రికోణాకారముగానుండును. తీక్షణమైన చూపులు. వేగముగా ఆలోచనలను పరుగులు తీయుంచుమనస్సు. క్షణాలమీద నిర్ణయములు చేయు స్వభావము. మార్పులు చేయుటకు తక్కువ సమయమును సరిపెట్టుకొను స్వభావము. అనగా వెంటవెంటనే మార్పులు చేయగలశక్తివంతుడు. వాహనములను నడుపుటయందు నిపుణత, స్వతంత్రత హెచ్చు. సాంప్రదాయ ములను లెక్కచేయకుండుట. అధికారమును లెక్కచేయకుండుట. పదవిని కూడా పట్టించుకోని తత్వము. సంస్కరణలు చేయుటయందు అభిలాష. తెలియనటు వంటి బుద్ధి బలము. ఇతరులను విస్మయపరచు నూతనత్వమును చూపుట. చంచలమైన మనస్సు. నూతన యంత్రములను తయారుచేయుట. శాస్త్రములలో నూతన అధ్యాయములను అంకురార్పణ చేయుట. ఆచార వ్యవహారములలో మార్పులు తెచ్చుట. స్వతంత్రముగా పనిచేయువారు. మనస్సు మానవపరమైన భావములకతీతముగానుండను. జాతి, కుల, మత బేధములను పట్టించుకోరు.

విద్యుత్, అణు, కంప్యూటర్, ఎలక్ట్రానిక్స్, రేడియోశాఖలలో రాణించగలరు. కుటుంబమునందు కలతలు. సంసారమున ఆశించినంత సుఖముండదు. స్థిరత్వము లేని ఉద్యోగములు. ఆధ్యాత్మికత హెచ్చు. యోగసాధన మార్గమునందు ఆసక్తి, మానవుని మొదడులోని వరుణగంధికి ఆధిపత్యము వలన; యోగ సాధన వలన ఖగోళాంతర సత్యములు, అణువుకు ఆకాశమునకు మధ్య రహస్యములు, ధర్మములు ప్రత్యక్షముగా వీక్షించగలరు.

వీరివి వైద్యపరీక్షకు అందని వ్యాధులు, వ్రణములు, ఎముకలు, దంతములు పాడయిపోవుట, పిడుగుపాటు వలన అనారోగ్యము కలుగుట కలవు.

ఇంద్రుడు (నెప్ట్యూన్)

బాదంకాయ (ఎలిప్టికల్) ఆకారము కలిగిన ముఖము. అర్ధనిమీలితములైన కన్నులు. కంటియందలి భాగములు పారదర్శకముగానుండుట. మధ్యవయస్సు నందు శరీరము క్రిందిభాగము స్థూలమగును. ఆహ్లాదకరమగు విషయములకు పరవశత్వము కలుగును. సంగీతప్రియుడు. సముద్రతీరనివాసము అనుకూలము. ఓడలవలన వ్యాపారము, చేపలవలన వ్యాపారముచేయువారు. వాతావరణములో కలుగు మార్పులు, తన చుట్టుప్రక్కలవుండు వ్యక్తుల మనోభావాలు, భవిష్యత్తులో జరుగు కొన్ని విషయములు, అనుకోకుండా తెలియుచుండును. అదృశ్యశక్తులు, ఆకాశచరులైన సిద్ధపురుషులు, మహాత్ములు, గరువులు అనుకోకుండా దర్శనమిచ్చు చుందురు. వారి వలన పొందిన స్ఫూర్తితో గ్రంథములు, రచించుట జరుగును. పరిశోధనాత్మక గ్రంథములు చదువుట, ప్రాముఖ్యత గల పరిచయములు కలుగును.

ఇదే ఇంద్రగ్రహము, గాలి, ధూళి సోకించుట కూడా చేయగలరు. మద్యపానా సక్తతను కలిగించుట. నిరంతరము స్త్రీసాంగత్యముననే వుండుట కలుగజేయును. అతినిద్ర, మూర్ఛ మొదలగు లక్షణములను కలిగించును. మైగ్రెయిన్ తలనొప్పిని కలిగించును. జలోదరము కలుగవచ్చును. ఇంద్రగ్రంధి (Pencil gland) అను శిరస్సునందుండు గ్రంధికి అధిపతి ఇంద్రుడు. ఈ గ్రంధి

మనోతీతమైన భావములకు, ప్రవర్తనకు కారణభూతమై వుండును. కాబట్టి ఇంద్రునికి వేధలున్న యెడల మూగ, అంధ, బధిరత్వము, జడత్వము కలుగగలదు. భక్తి యోగమునకు కూడా ఈ ఇంద్రగ్రహము ఆధిపత్యము వహించుచున్నది.

ఇప్పటివరకు గ్రహముల లక్షణములను వివరింపబడినవి. ఒక జాతక చక్ర పరిశీలనమున, ఆ జాతకమున ఏ ఏ గ్రహముల ప్రభావము అతిగా పనిచేయు చున్నదో తెలుసుకొని, తదుపరి జాతకుని ఆకారము, మనోభావములు, వృత్తి, అభిరుచులు, వ్యాధులు, కళత్రసంబంధములు, పుత్రులు, ధనవాహనములు, తల్లి, తండ్రి, భాగ్యము, కర్మము మొదలగువాటిని క్షుణ్ణముగా పరిశీలించి నిర్ణయించవలయును.

ఇపుడు రాశి శీలములను పరిశీలింతుము. అనగా వ్యాధిగ్రహములు, మేషాది రాశులందున్నపుడు యిచ్చు ఫలితములను తెలుసుకొనిన యెడల ఒక జాతక చక్రమును చదువుట అతి సులభమగును. జాతకచక్రమును చదువుట అనగా, జాతకచక్రమునందలి గ్రహసముదాయమిచ్చు ఫలితములను గుణించి ఫలితము లను తెలుపుట అని తెలియవలయను.

మేషరాశియందు రవి

మేషము రవికి ఉచ్ఛస్థానము. అందువలన యిందు రవివుండగా జన్మించిన యెడల, శక్తి సామర్థ్యములు, చురుకుదనము కలిగివుందురు. శరీరము బలమయమై వుండును. ఉత్సాహముగా ఎల్లపుడూ ఏదో ఒకపనిని చేయు చుండుట వీరి లక్షణము. కొత్త ప్రయత్నములు ప్రారంభించుట, ముక్కు సూటిగా మాట్లాడుట వీరి అలవాటు. స్వతంత్రముగా వ్యవహరించుదురు. ఇతరులు చెప్పిన హితబోధలు కూడా చెవికెక్కనీయరు. త్వరగా పనిచేయుదురు కానీ, జరుగు తప్పిదములను అంత త్వరగా గుర్తించలేరు.

విజయవంతమైన జీవితమేకానీ, వీరితొందరపాటు తనము వలన కొన్ని యిబ్బందులను పడుదురు. ఒక పని నిర్వహించి, ఫలితములకై ఆతృత

పడుదురు. ఆర్జన ఎంత ఎక్కువవున్ననూ, అనవసరవ్యయమునకు పూర్తిగా ఖర్చు చేయుదురు. ఖర్చుపెట్టుటలో కూడా ఉత్సాహమేవుండును. తానే నాయకుడుగా వుండవలెన నెడు తాపత్రయము ఎక్కువ. తన యొక్క ప్రతిభనుయితరులు గుర్తించవలెనను ఆరాటమెక్కువ. మాటలతోనే ఒక విషయమునందు యిష్టత, అయిష్టత స్పష్టముగా కనిపించును. వీరికి బాల్యమునుండియే ఇతనికి ఒక పంధా ఏర్పడి పోవును. క్రమశిక్షణతో మెలగుట అలవడిన యెడల జీవితాంతము క్రమశిక్షణతోనే వుండును. చెడు ప్రవర్తన అలవడినయెడల అదేపంధాలో జీవితము గడచిపోవును.

వృషభమున రవి

సుతిమెత్తనయిన స్వభావము. తృప్తికరమైన జీవితము. నిత్యసంతోషి. స్థిరమైన అభిప్రాయములు గలవాడు. వారి అభిప్రాయములు స్థిరములు. ఒక విషయమును నిజమని నమ్మినయెడల వారి అభిప్రాయము ఏ పరిస్థితులలోనూ మార్చుకొనరు. ఇతరులు వ్యతిరేకించిననూ ఒప్పుకోరు. నిజంగా తప్పుపట్టిననూ, అంగీకారము వుండదు. సత్ప్రవర్తన కలిగినవారు. న్యాయమును గౌరవించుట మొదటిపని. ఒకరిమీద సదాభిప్రాయము కలిగిన దానిని మార్చుట కష్టము. సహనంతో పనులన్నియూ నిర్వర్తించి, కావలసినవి సాధించగలరు. తనది అనుకొన్న వారిని, వారి విషయములందు అతి జాగ్రత్తగా, ప్రేమగా ఆలోచింతురు. వస్త్రధారణ చాలా అందముగానుండును. హుందాగా ప్రవర్తింతురు. మాట్లాడుట యందు కూడా, భిన్నమైనరీతి కనపరచగలరు. భోజనములందు శుచి, రుచి ఉండవలెను. యింటిని అందంగా వుండునట్లు చూచుకొందురు. అందమైన శయ్యాగృహమును కోరుకొందురు. ఆహారమునకు, వస్త్రములకు, యింటికి, శయన గృహమునకు ఎక్కువగా అలంకరణ కొరకు ఖర్చు చేయుదురు.

ఒకపనిని సాధించునేర్పు కలిగివుందురు. తన వారందరితో కాలక్షేపమునకు యిష్టపడిననూ, ఒంటరిగా వుండుటయే యిష్టము. శారీరకముగా, మానసికము

గానూ కూడా బలవంతులే. విశ్రాంతి లేకుండా శ్రమించగలరు. అందుకు తగినంత తిండిపుష్ఠి కూడా కలదు. వీరికి ఆహారఅలవాట్లలో అందరికన్ననూ కొంతెక్కువ వ్యయమగుననియే చెప్పవలయును. విషయలోలత్వము కలవారు. సుఖ విషయములలో కొంచెము అతిగా ప్రవర్తింతురు. దృఢమైన ఆరోగ్యమును కూడా ఈ అతివలన చెడిపోకుండా గమనించుకోవలయును. బంధువులను, మిత్రులను అభిమానించు వారుగానుందురు. అందము, ఆనందము, సుఖములకొరకు అతి వ్యయము చేయుదురు.

మిధునమున రవి

ఒక విషయమున స్పష్టమైన అభిప్రాయము కలిగియుందురు. చక్కని విమర్శ నాత్మకమైన ధోరణి. నిస్సందేహముగా, తొణకని స్ఫుటమైన వాక్కు. ప్రతి విషయమునూ, శాస్త్రపరంగా, మంచి చెడులను, లాభనష్టములను బేరీజువేసి తేల్చగలరు. గణిత శాస్త్ర ప్రవీణులు. వాణిజ్య శాస్త్రమునందు అతి ప్రావీణ్యత కలుగును. చెలాకీగా తిరుగువ్యక్తులు. వ్యక్తులమధ్య కొత్త సంబంధములు కల్పించి, అందరినీ, ఏకము చేయుటయందు నేర్పరులు, మంచి రాయ బారులుగా గుర్తింపబడుదురు. వాఖ్యానములు చేయుట, షద్విమర్శలు చేయుట వీరికి బాగా తెలియును. చతురతతో కూడిన సంభాషణలుండును. పరిస్థితులకు అనుగుణముగా ఒదిగిపోవుతత్వము కలవారుగా నుందురు. అందరిచేత ప్రశంసలు అందుకొందురు. ఎక్కడకు వెళ్ళిననూ రాణించగలిగిన సామర్థ్యమును కలిగియుందురు. అందరి దగ్గరా మంచితనముతో మెలగవలెనని ఆశించెదరు. విషయపరిజ్ఞానము అధికము. జ్ఞాపకశక్తి విపరీతము. ఎదుటివారిని ఒక విషయములో కార్యోన్ముఖులను చేయుటలో నేర్పుకలిగినవారు. అధికమైన మిత్రు లుందురు. ఎవరితోనూ శతృత్వము తెచ్చుకొనరు. అందరిలో గొప్ప వాడనిపించు కోవలెనను కోరిక ఎక్కువ. మెప్పులకు, పొగడ్తలకు పొంగిపోవుదురు. మాటలు హాస్యవంతములు, అనుకరించుట, నటనా చాతుర్యము కలవారు. చురుకైన వారు. చురుకైన ఆలోచనలు చేయువారు.

కర్కాటకమున రవి

చంద్రుని హెచ్చుతగ్గులవలె, కొన్నాళ్ళు లావైన శరీరము, కొంతకాలము చిక్కిపోయిన శరీరము కలిగియుందురు. కష్టపడలేనివారు. నడక వంకర టింకరలుగా వుండును పిరికితనము ఎక్కువ. ఎవరితోనూ కలివిడిగా వుండలేరు. ప్రక్కన ఎవరైననూ తోడ్పాటుయిచ్చిన ఎంతటిపనినైననూ చేయుటకు సాహసింతురు. ఒక్కరే వున్నపుడు ధైర్యము వుండదు. చాలా మొహమాటస్తులు. ఒకరితో కలసిపోయినచో వారితో చాలా చనువు తీసుకొందురు. అలాగే అంత చనువూ యిచ్చుదురు. తన క్రిందివారిని మాత్రము ఆజ్ఞాపించు ధోరణిలో వుందురు. బాధ్యతల విషయములో అతి నమ్మకమైన వారు. నమ్మిన వారికోసం పాటుబడు తత్వముకలవారు. సరైన ఆలోచనలేకుండా ఏ పనీ ప్రారంభించరు. నిర్ణయించి ప్రారంభించిన పనిని ఏ పరిస్థితులలోనూ ఆపరు. సాహసాలకు అతి దూరములో వుందురు. మనస్సునందు ఆందోళన అధికము. ప్రేమ, ద్వేషములు అతిగావుండును. తనవారిని పోషించుట, కాపాడుట తన బాధ్యత అను స్వభావము కలవారు.

సింహమున రవి

గంభీరమైన రూపము, దర్పము ఉట్టిపడునట్లు కన్పింతురు. డాంబికము ఎక్కువ. ప్రేమతత్వము. ఇతరులకు ఉపకారము చేయవలెనెడి ఆలోచనలు ఎక్కువ. ఇతరులను ఒక మంచి మార్గమున నడుపవలెనను ఆరాటము. ఇటువంటి సమయములో ఇతరులను ఆజ్ఞాపించుట, వారిపై అధికారము చెలాయించుటకు ప్రయత్నింతురు. ఎంతటి కష్టమునకైననూ ఓర్వగలరు. ఇతరుల బరువు బాధ్యతలను కూడా వీరు భరింతురు. బాధపడిననూ ఎవరితో చెప్పరు. ఓటమిని అంగీకరించలేని తత్వము. వీరు ఆశావాదులు. ఇప్పుడు కాకపోయినా, భవిష్యత్తులో ఆశించినవి జరుగునను ఆశతోనే జీవించుదురు. ఎదుటివారుకూడా తమవలెనే ప్రేమతత్వమునే అనుసరించవలయునని కోరుకొందురు. అందరూ, తనలా ఎందుకు ప్రవర్తించరు అని బాధపడుదురు.

ఆదర్శములు ఎక్కువ. వీరికి ఆకర్షణశక్తి కలదు. ఉత్సాహవంతులు. వారుచెప్పినట్లు అందరూ వినవలెనను తత్వము. కఠినముగా ప్రవర్తింతురు. కోపగించిననూ, ద్వేషించిననూ, మోసము మాత్రము చేయలేరు. వీరే ఆధిక్యతను చాటించుకొందురు. ఎక్కువ జ్ఞానము, జ్ఞాపకశక్తి కలిగియుందురు. తమ మాటలు, ఊహలు చాలాగొప్పవి, ఉన్నతమైన వను అభిప్రాయము కలిగియుందురు. కోపముతో ఇతరులను కష్టపెట్టు సందర్భములుండును. తమతప్పులను అంగీకరించు ఔన్నత్యముండును. మోసమును కనిపెట్టినయెడల హెచ్చరించి దూరముగా తొలగిపోవుదురు. పట్టుదల వచ్చినచో దేనినీ లెక్కించరు. 'అపకారికి ఉపకారము'అను రీతిలో ప్రవర్తించుందురు.

కన్యయందు రవి

అమితమైన తెలివి తేటలుకలవారు. విమర్శనాత్మక ధోరణి ఎక్కువ. తప్పులను తెలిసికొనుటలో సిగ్గుపడరు. ఒక నిర్ణీత విషయముపై నమ్మకము తక్కువ. తాను చేయలేనిపనిని యితరులచే చేయించవలయునన్న పట్టుదల కలవారు. నీతివంతులు. అందరినీ నీతిగా తయారుచేయవలయునన్న తాపత్రయము కలిగియుందురు. తమకు అనుకూలురైన వారికి గట్టిగా, ఆజ్ఞాపించగలరు. చెప్పిన విషయమును తాము ఆచరించకపోయినా, ఎదుటివారిచే ఆచరింపచేయ వలయునన్న తత్వముగలవారు. విమర్శించి ఎదుటివాగితో విరోధముకొని తెచ్చుకోగలరు. కొత్తపరిచయములు, స్నేహములు కొంతకాలము వరకే నిలుచును. అతి జాగ్రత్త కలవారు. ఆహార విహారములయందు అతి జాగ్రత్త వహించువారు. ఆరోగ్యసూత్రములను విధిగా పాటింతురు. చిన్న చిన్న వస్తువులను, చిన్న మొత్తములను అతి జాగ్రత్తగా భద్రపరచి, పెద్దవాటియందు అజాగ్రత్తగా వుండి నష్టపోవుదురు. భవిష్యత్తును గూర్చిన ఆలోచనలుండును. కష్టపడవలసివచ్చునేమో, లేక అనారోగ్యము కలుగునేమో అను భయము ఎక్కువగా వుండును. అనేక విషయములను తెలుసుకొనగలరు. కానీ లోక జ్ఞానము శూన్యము. మూర్ఖముగానే మాటలాడుదురు. తననుగూర్చి యితరులు

విమర్శించుదురని అనుమానము, తనకు సంఘములో గుర్తింపులేదను బాధకూడా వుండును. ఇతరులు తనను గుర్తించి, ప్రోత్సాహమునిచ్చి తనకొక ఉన్నత స్థానమునిచ్చి గౌరవింపవలెనను తత్వముతో బాధపడుచుండును. ఆరోగ్య పరముగా అనేక సమస్యలుండును.

తులలో రవి

ప్రతిపనిని మనోవాక్కాయ కర్మలతో చేయుట వీరికి అలవాటు. ఒక విషయమును నమ్మిననూ, ఆచరణలో పెట్టిననూ, కొత్తపనిని ప్రారంభించిననూ, హృదయ పూర్వకముగా, ఉల్లాసముగా మొదలు పెట్టుదురు. తమకు మనస్సున యిష్టపడని యెడల ప్రారంభించరు. ప్రారంభించిన తర్వాతనైననూ నచ్చనిచో మధ్యలోనైననూ కష్టనష్టములకు ఓర్చి దానిని విరమింతురు. ఇందువలన జీవితములో అనేక మార్పులు సంభవము. జీవితమును ఒకే పంథాలో నడపలేరు. అందుకే అనేక విధములైన అవరోధములు కలుగును. అనేక విషయములందు కష్టించిన దానికి ఫలితముపొందు సమయమునకు ప్రక్కకు తప్పుకొందురు. ఏ పనినైననూ, ఖచ్చితముగా చేయ వలయునను తత్వము వీరిది. ఈ తత్వము వలన వీరు కొన్ని తప్పులనుకూడా చేయుట సంభవము. లేక ఏ పనినీ పూర్తిచేయలేని పరిస్థితులు కలుగును. మనోప్రవృత్తి కొన్నిసార్లు ఉత్సాహముగా, ఆశయసాధనతో నిండి వుండును. అనుకోకుండా, అకారణమైన దిగులు, నిరాశ నిస్సత్తువ ఆవరించి ఏమీ చేయలేని స్థితికి వచ్చును. మనుష్యులపై కూడా యిదే భావములు ప్రకటితమగును. తులాదండములాగున వీరి ఆశయములు, ప్రవృత్తి ఊగిసలాడుచుండును. ప్రేమ, దయాస్వభావములు కలవారు. అతి త్వరగా వీరు మిత్రులను సమకూర్చుకొనగలరు. క్షణికమైన ఆవేశము, కోపము వెంటనే మాసిపోవును. సుఖపడవలెనను కోరిక వుండును. పరిశుభ్రత కలవారు. రుచులను ఆస్వాదించువారు. మంచి చెడులను చక్కగా గ్రహింపగలరు.

కుటుంబ జీవితమున సుఖము తక్కువ. కొందరికి ద్వికళత్రయోగముండును. కొందరికి దాంపత్యమార్గమునుండి బయటకువచ్చుట, బ్రహ్మచర్యము పాటించ వలయునను కోరిక, మరికొంతకాలము శయ్యాసుఖవ్యామోహములుండును. ఏమైననూ కుటుంబజీవితమున పెనుమార్పులు సంభవించును. ఆకస్మికముగా నిర్లక్ష ధోరణి అలవడును. విలాసాలకు దూరమగుట, శుభ్రత లేకపోవుట. కోరికలు నశించుట మొదలగు పరిణామములు కలుగగలవు.

వృశ్చికమున రవి

తీక్షణమైన వ్యక్తి, రూపము, ఇష్టములయినా, అయిష్టములయినా చాలా తీవ్రమైనవిగా నుండును. తీవ్రమయిన ప్రభావమును చూపును. ఇష్టపడినయెడల అతి చనువు తీసుకొందురు. ఇష్టపడని యెడల అలక్ష్యముగా, అమర్యాదగా ప్రవర్తించి, మాట్లాడుటకు కూడా విముఖత చూపుదురు. ఒక పనిని సాధించ వలెనను పట్టుదల వుండును. కానీ పట్టుదల వున్నంత నిపుణత వుండదు. శ్రమకు ఓర్చి పనులను సాధించగలరు. ఎవరినీ లెక్కచేయరు. తమకు యిష్టమైన వారి కొరకు తమనుతాము అర్పించుకునే స్థాయికి దిగిరాగలరు.

చేయసంకల్పించిన పనిని సూటిగా, నిర్మొహమాటముగా చేయగలరు. ఇందుకొరకు ఎవరినైనా ఎదిరించగలరు. ఇంకొకరితో వాదనకు దిగవలయు నన్ననూ, ఇంకొకరిని నిందించవలయుననిన వీరికియిష్టము. అల్లర్లు, అలజడులు మొదలగునవి జరిగినపుడు వీరి హస్తముండును.

ఒకరిలో తప్పులు పట్టుట, హేళన చేయుట, వారితో వ్యంగ్యముగా, పరుషముగా మాట్లాడుట వీరికి సరదా. యిది వీరిలోని ఒక లోపము. చిన్న వయస్సునుండియే స్వతంత్రముగా నిర్ణయాలు తీసుకునేతత్వం బలముగా నుండును. వీరికి ఆకర్షణ శక్తి హెచ్చుగా వుండును. ఊహాశక్తి అతిసూక్ష్మముగా నుండును. వీరి ప్రవర్తన వలన ఆప్తులను కూడా దూరము చేసుకొందురు.

మనస్సున స్త్రీపరమైన ఆలోచనలు వెంటాడును. శాస్త్రాస్త్రములు వుపయో గించుట త్వరగా అలవాటగును. వేటయందు నిపుణులు. దీనిని అదుపులో

నుంచని యెడల వ్యసనమగును. మద్యము, జూదము కూడా యిట్లే అగును. వీరు శస్త్రవైద్యులుగా పేరు గణింతురుకానీ, శస్త్ర చికిత్సకూడా వినోదముగా పరిణమించు పరిస్థితి కలుగును. వీరు యిటువంటి వాటియందు అతి జాగ్రత్తగా, తమను తాము నిర్ధేశించుకొననిచో అతి ప్రమాదములు కలుగును.

శరీరమున గాయములుండును. మధ్యవయస్సున మర్మావయ సంబంధమైన బాధలు కలుగును. స్వరపేటికకు సంబంధించిన వ్యాధులు కలుగును. స్వజనులన్న అభిమాన మెక్కువ.

ధనస్సున రవి

ఈతని ప్రవర్తన అందరికీ నచ్చి, అందరూ వీరిని అభిమానింతురు. సంతోషమయజీవితమును గడపగలరు. ఇతరులు వీరితో కలసి పనిచేయుటకు యిష్టము చూపుదురు. ప్రవర్తన సాహసములతో కూడివుండున్ను. ముక్కుకు సూటిగా మాట్లాడుట వీరి లక్షణము. ఎవరినీ లెక్క చేయని ప్రవర్తన, ఖర్చునకు వెనకాడని తత్వముండును. చట్టము, న్యాయము, ధర్మము అనువాటిని ఎక్కువగా గౌరవింతురు. ఆదర్శవంతమైన జీవితమును గడుపుదురు. నైతిక ప్రవర్తనమునందు యిష్టము జూపుదురు. ధర్మ, న్యాయశాస్త్రములకు బద్ధులు. ప్రాచీన సాంప్రదాయం ములనిన వీరికి మక్కువ. కార్యములను సాధించుకొనుటకు, అవకాశముకొరకు ఎదురుచూచుట, వ్యక్తులను మంచి చేసుకొనుట మొదలగునవి వుండును. దయా గుణముకలవారు. దాన ధర్మములు చేయువారు. వీరిని నమ్మినయెడల వారికి ఏ విధమైన లోటుపాట్లుండవు.కలహములకు దూరముగా వుందురు. అభిప్రాయబేధములకు తావివ్వరు. ఆశ్రితులకు చేయూతనిచ్చి కాపాడగలరు. ఆత్మాభిమానులు, ఆత్మ విశ్వాసము ఎక్కువ. తాను సుఖముగానున్నట్లు యితరులు భావించవలెనని అనుకొను స్వభావి. మంచి ఆదర్శములు పట్టుదల కలవారు.

మకరమున రవి

నిదానముగా పట్టుదలతో పనిచేసి, పనులను సాధించగల స్వభావము. వీరి మనస్సు చాలా నిదానముగా ఆలోచించును. కాబట్టి ఏ పనిని త్వరగా చేయలేరు. ఏ నిర్ణయమునూ త్వరగా తీసుకొనలేరు. కొత్తవారి దగ్గర బిడియము. పరిచయము పెరిగిన చొరవ,చనువు చూపగల తత్వము కలవారు. తమ యిష్టానుసారము పనులు చేయించుకొనుటకు పన్నాగములను, వ్యూహములను చేయగలరు. తక్కువ ఖర్చుతో ఎక్కువ పనిని సాధించగలరు. వీరు తప్పుచేసిన వారిని విడిచి పెట్టలేరు. వీరికి అపకారముచేసిన వారిని చిరకాలము గుర్తుంచుకొని, ఎదురు దెబ్బతీయగలరు. హితులను, నమ్మినవారిని జీవితకాలమున మరువరు. ప్రేమ, మమకారములు అధికము. తమ శ్రమ, గొప్పతనము, మంచితనము గుర్తింపబడి, తనకు మంచిపేరు రావలెనను ఆశ హెచ్చుగా నుండును. పరాజయాలను సహించిన విజయము పొందువరకూ పోరాడుదురు. ఎంత క్లిష్టపరిస్థితులలోనూ పట్టు విడవరు. ఆందోళనకు తోడు, రహస్యాలోచనములు చేయుట వీరితత్వము. అతి జాగ్రత్తపరులు. పన్నాగములు పన్నుటయందు నిపుణులు. వివాహ విషయమున వీరి అభిప్రాయములు భిన్నముగానుండును. సాధ్యమైనచో వివాహము లేకుండా గడపవలెనని కోరిక.

కుంభమున రవి

అతి సున్నితమైన మనస్కులు. మొహమాటస్తులు. చొరవచేయలేనివారు. సూక్ష్మమైన బుద్ధికుశలత సూక్ష్మ పరిశీలనా శక్తికలవారు. తమకు తాముగా ఆలోచించి, నిర్ణయించి పనులు ప్రారంభించి, పూర్తిచేయగలవారు. నిరాడంబరత గలవారు గొప్ప పరిశోధనలుచేసి రహస్యమైన విషయములను సేకరించి గొప్ప పనులు సాధించుట వుండును. తన స్వకుటంబములో ఆదర్శములను, మంచి సంస్కారములను పాటించునటుల చేయవలయునను ఆశయములుండును తనవారిపై, తన వస్తువులపై ఆపేక్షలెక్కువ. సౌమ్యమయిన ప్రవర్తన, తమకు అంగీకారములేని విషయములలో యితరులతో రాజీపడకపోయిననూ

కోపగించక, బాధపడక, వారితో కలిసిమెలిసి వుండగలరు. విద్యకలవారు. చాలా విద్యలందు ప్రావీణ్యత కలిగియుందురు. శాస్త్రపరిశోధకులు. తాత్విక విజ్ఞానము కలవారు. తలపెట్టిన పనులను నిదానముగానైననూ సాధించగలరు. అధికమైన మిత్రులను కలిగి, వారి ఆదరణను పొందగలరు. ఆత్మాభిమానులు. తమ తెలివితేటలపై అపారమైన నమ్మకము. ఇతరులు ఏమాత్రము విమర్శించిననూ బాధపడు స్వభావము. దిగులు, ఇతరులను గురించి ఆలోచన ఎక్కువ. తనను అనుసరించు వారికి చేయూతనిచ్చు స్వభావులు. మనుషులపై వీరికి ఒకసారి కలిగిన అభిప్రాయ ములు స్థిరములు. బాధలు కలిగినపుడు, వాతావరణములో తీవ్రమార్పులు సంభవించినపుడు ఆరోగ్యభంగములు కలుగును.

మీనమున రవి

పరిసర పరిస్థితులు, వ్యక్తులు, వాతావరణ ప్రభావము వీరిపై ఎక్కువ ప్రభావమును చూపును. ఆవేశపరులు. త్వరత్వరగా అభిప్రాయములను మార్చు కొనువారు. ఇతరుల యొక్కమాట, తీరుతెన్నులు వీరిపై ఎక్కువగా ప్రభావము చూపును. బాల్యమున మంచి నడవడికను అలవాటుచేయించని యెడల చెడు అలవాట్లకు బానిసలగుట జరుగును. క్రమశిక్షణ పాటించినయెడల మంచి అలవాట్లు, మంచి అభిప్రాయములు సత్‌సాంగత్యములు అలవడును. తమ అభిప్రాయములను వెలిబుచ్చలేని అశక్తులు. శ్రమకు ఓర్వలేని సోమరితనమునకు లొంగిన యెడల జీవితములో నష్టపోవుట జరుగును. మద్యపానమునకు దాసులు కాకూడదు. ఒక పనిని సాధించవలెననెడు లక్ష్యమును పెట్టకొన్నపుడు, యితరము లేవియూ యితనికి తట్టవు. పరోపకారము, ధర్మబద్ధమైన జీవితమును గడుపు స్వభావము. మోసముచేయు స్వభావము గిట్టదు. మర్యాదస్తులు, నాగరికముగా ప్రవర్తించుట లక్షణము. బాహాటముగా ఏ పనినీ చేయరు. పెద్దలు వీరిని అభిమానముతో చూచుదురు. యోగసాధనచే వీరు అతీంద్రియ శక్తులను సాధించు కొందురు. పూజ, పునస్కారములు, ఉపాసన, ధ్యానము మొదలగువానితో, భగవదనుగ్రహము, సకల సిద్ధులను పొందగలరు.

చంద్రుడు

మేషమున చంద్రుడు

సర్వస్వతంత్రుడు, స్వతంత్రముగా జీవితము గడుపుట వీరికి అతి మధురము. వీరి స్వంత నిర్ణయములకు కట్టుబడి కష్టసుఖములను వారే భరింతురు. దీనికి అడ్డు చెప్పినవారు వీరికి పగ అగుదురు. వీరిది ఆశావాదము. ముందు ముందు అంతా మంచి జరుగునను ఆశ. గొప్ప గొప్ప పనులను సాధించవలెననెడి ఆశ. అందుకే వీరు జీవితమున కష్టములను కొని తెచ్చుకుందురు. ధైర్యముకలవారు కనుక అపజయమునకు వెనుకంజవేయక తిరిగి ప్రయత్నింతురు. అందువలననే రాజకీయరంగమునందు వీరు రాణించగలరు. ఉద్యోగములో మార్పులుండును. ఎఱ్ఱటి, గుండ్రటి కన్నులుండును. శుచి, రుచి, వేడి పదార్థములను యిష్టపడుదురు. అతి కోపము వెంటనే తగ్గిపోవును. అతి తిరుగుడు వుండును. మోకాళ్ళనొప్పులు (ఆర్థ్రయిటిస్) కలుగును. శృంగారకాంక్ష కలవారు. ముసలి తనమున కూడా స్త్రీ సాంగత్యమును కోరుకొందురు. సంపదలను కోల్పోవుట సంభవము. పౌరుషవంతులు. మాట పట్టింపులు ఎక్కువ. అనుకోకుండగా, స్త్రీలను ఆకర్షించువాడు. వార్ధక్యమున స్త్రీకి దాసుడు.

వృషభమున చంద్రుడు

స్థిరమైన మనస్సుగలవాడు. తాను సుఖములను పొంది, యితరులకు సుఖములనుపంచి యిచ్చుస్వభావము. చంద్రునియొక్క ఉచ్ఛరాశి అయినందున, అందమైన వాడు, అందముగా అలంకరించుకొనువాడు. శుచియైన, రుచికరమైన పదార్థములను అతిగా భుజించువాడు. అలంకారమగు శయ్యా, గృహము కలవాడు. వాహనయోగము కలిగినవాడు. ధన ధాన్యములుకలవాడు.

వస్తు వాణిజ్యము, క్షీరము, పానీయముల సంబంధమైన వ్యాపారములందు రాణించువారు. చాలా సౌమ్యుడు. మృదువయినవాడు, వినయముగలవాడు, మధురముగా మాట్లాడువాడు, ఎవరినీ విమర్శించనివాడు, అందరియెడల

సంతోషమును పంచువాడు. ప్రతివిషయమును దూరదృష్టితో ఆలోచించువాడు. తప్పులు చేయనివాడు. యుక్తిపరుడు, పట్టుదల కలిగినవాడు. ఎవరితోనూ విబేధించక అన్ని కార్యములను సాధించుకొనువాడు. అవసరమైన విమర్శలకు దిగిననూ, అవి తర్కమునకు అనుగుణముగా, మధురముగా వుండును. కనుక శత్రురహితుడై నిశ్చింతగలవాడు. బంధువులను, మిత్రులను అమితముగా కోరుకొనువాడు. సంఘమున మంచిపేరు కలుగును. భోగవంతమైన జీవితమును గడుపును. తిండి అమితముగా భుజించును. మాటలయందు యతిప్రాసలు పొంగిపొరలును. మధ్యవయస్సున బంధుమిత్రులు, క్రొత్త వాతావరణము కలుగును.

మిధునమున చంద్రుడు

బుద్ధిమంతుడు, అతిసూక్ష్మగ్రాహి. అవసరమైనపుడు శ్రీఘ్రతత్వమును ప్రదర్శించువాడు. వ్యంగముగానుండు మాటలు, మధురముగానుండు మాటలు. చిత్రవిచిత్రములైన అర్ధవంతముగానుండు పలుకులు. తనున్న ప్రదేశమును, వ్యక్తులను గ్రహించి, తగినట్లుమాట్లాడుట, ప్రవర్తించుట అనెడి చాతుర్యము కలవారు. పెద్ద ఆపదలనుండి సునాయాసముగా తప్పుకోగల నేర్పు. బహుభాషల యందు ప్రవేశము. లలిత కళాప్రావీణ్యుడు. గణితమున రాణించును. గర్తులను తేలికగా వివరించగల నేర్పుకలవారు. వార్తాపత్రికలు, తపాలాశాఖ, రాయబారులు, మధ్యవర్తిత్వము మొదలగు వాటియందు రాణింతురు. అన్ని వస్తువులు కొనుట, అమ్ముట, వినియోగించుట వీరికి బాగా తెలియును. మనస్సు ఎప్పుడునూ వ్యాపార ధోరణిలోనే వుండును. వయసుపెరుగు కొలదీ విమర్శించుట, తర్కించుట అనుమానము, మొదలగునవి పెరుగును. వీటివలన నిర్వాహణా పటిమ తగ్గుట జరుగును. నరముల వ్యాధులు, నిద్రలేమి, వాతమునకు సంబంధించిన వ్యాధులు కలుగుటకు అవకాశము కలదు.

కర్కాటకమున చంద్రుడు

చంద్రుని స్వస్థానము. దయామయస్వభావము. సాధుతత్వము, సమస్త జీవుల యెడల కరుణ, ప్రేమ, నలుగురిలో మంచిపేరు, తెచ్చుకొనుట వుండును. సంకల్పబలము తక్కువ. సామర్ధ్యము వుండదు. చిన్నతనమునుండి క్రమశిక్షణలో పెట్టనియెడల సోమరితనము, ఆవేశపరుడు, ఇంద్రియలోలత్వము కలుగవచ్చును. పరిస్థితులకు అనుగుణముగా ప్రవర్తించలేక కాలనిర్ణయమునకు విడిచిపెట్టువారు. భ్రమలలో, కల్పనాలోకములలో విహరింతురు. అగోచరమైన శక్తులేవో వీరిపై ఎక్కువ పని చేయును. భూత, పిశాచ, గ్రహాదులు, ఆవేశము, పూనకములు వీరికి త్వరగా వచ్చును. భక్తితత్పరత అవలంభించిన త్వరగా సిద్ధిపొందగలరు. స్త్రీలకు భ్రాంతి, భయము కలుగును. చంద్రునకు శుభదృష్టియున్న యెడల దివ్యశక్తులు సిద్ధించుట, భవిష్యత్‌ను దర్శించుజ్ఞానము కలుగును. ఆధ్యాత్మికమైన జ్ఞానముతో అనేకములైన విశేషములను వీరు సాధించగలరు. వీరు మీడియాలుగా మాత్రమే ఉపయోగపడగలరు. మీడియా అనగా ఒక మహావ్యక్తి యొక్క సందేశమును మోసుకువచ్చు వాహకులని అర్ధము.

సింహమున చంద్రుడు

చాలా ధైర్యవంతులు. ఆత్మవిశ్వాసము మెండు, కార్యములను నిర్వహించు సామర్ధ్యము కలిగియుందురు. తన చుట్టూవున్న వారిపై వీరి ఆధిక్యత వుండును. పట్టుదలకల వ్యక్తులు. అనవసరసమయమునకు కోపించుట, అనవసర సంభాషణలు చేసి, శత్రువులను పెంచుకొనుట వీరి లోపములు. వృత్తులయందు అమరలేక, స్థిరపడలేక జీవితమున బాధలు పడుదురు. వాక్కుపరుషముగా నుండును. విమర్శించకూడని స్థలములలో విమర్శించుట వీరి అలవాటు. నమ్మకస్తులు, సచ్ఛీలురు, సత్‌ప్రవర్తన కలవారు, కపటము లేనివారు, విశాలహృదయులు. సదుద్దేశములు కలవారు. మంచి మనసుతో విషయములను అర్ధం చేసుకోగలవారు.

కన్యలో చంద్రుడు

సుకుమారమైన శరీరము, బుద్ధికుశలత, జ్ఞాపకశక్తి అధికము, సౌమ్యమైన ఆలోచనలు, పరిశీలనాజ్ఞానము కలవారు. పరిశోధనయందు అభిలాష. శాస్త్రీయమైన దృష్టికలవారు. ఆధ్యాత్మిక విషయములయందు అభిరుచి, వైద్య శాస్త్రము, ఆరోగ్యశాస్త్రము, సౌరశాస్త్రము, గణితము, చిత్రలేఖనము వీటియందు వీరికి ఎక్కువ అభిలాష వుండును. వినయశీలురు. కానీ చొరవచేయలేనివారు. పదిమందిలో మాట్లాడలేరు. అధికమైన సిగ్గు భుజములు వంగివుండును. సోమరితనము అలవడిన జీవితము కష్టముగా గడచును. పొగడ్తలు యిష్ట ముండదు. నిరాడంబర జీవులు. స్వతంత్రముగా రాణించలేరు. ఇతరుల దగ్గర పనిచేయుటకే ఎక్కువ యిష్టపడుదురు.

తులలో చంద్రుడు

మంచి పేరు ప్రతిష్టలు కలవారు. అధికమైన మిత్రులు. లలిత కళలయందు ప్రావీణ్యత, శుభ్రత కలవారు. సుఖవంతమైన పరిసరములు కలిగినవారు. మంచి విషయములను గ్రహించగలనేర్పు. ఒక పనిచేయుటకు కారణమేమిటో నిర్ణయించగల నిర్ణయాత్మక బుద్ధికలవారు. న్యాయ బుద్ధికలవారు. తనకు సంబంధించినవి, యితరులవి తేలికగా గుర్తుంచుకొనగలుగువారు. వీరియందు న్యాయమూర్తులు ఎక్కువగా వుందురు. అందమైన వారు, శుభదృష్టులు కలిగిన యెడల వీరు సమస్తమైన సద్గుణములను పొందగలరు. సంగీతమున అభిలాష వుండును. వీరియందు, ప్రఖ్యాత నటులు, గాయకులు, చిత్రకారులు, సంగీత విద్వాంసులు ఈ రాశియందు జన్మింతురు.

వృశ్చికమున చంద్రుడు

ఇది చంద్రునకు నీచస్థానము. వీరిది మొండి ధైర్యము. మొండిసాహసము. ఆలోచన లేక పనులయందు తలదూర్చు స్వభావము. అతి సమర్థుడు. బలమైన శరీరము. తిండిపుష్టి, కండపుష్టి కలవారు. ఎవరినీ లెక్కచేయరు. సంస్కారములేని మాటలు, కోపము, ఆవేశము ఎక్కువ. ఏ పరిస్థితులలోనూ ఎవరికీ లొంగని

స్వభావము. ప్రాణభీతిలేదు. కన్నులు ఎఱ్ఱగా వుండును. ఛాతీ ఉబికి వుండును. బలిష్టమైన తొడలు కలిగియుడును. చిన్నతనమున తల్లిదండ్రులలో ఒకరిని కోల్పోవుట జరుగును. చిన్నతనమున అనారోగ్యము కలుగును. తెలియని పాపములు చేయును. శక్తులను వశపరచుకొనుటకు మంత్ర, తంత్ర సాధనలు చేయువారు భూత, ప్రేతములను వశపరచుకొనువారు. స్త్రీలకు గర్భధారణ, ప్రసవ విషయమున కష్టమ్ములు కలుగగలవు.

ధనస్సున చంద్రుడు

విశాలదృక్పదముతో, ఆదర్శవంతమైన జీవితమును గడుపువారు, ఉన్నత మయిన ఆదర్శములను సాధించుటకు ఎప్పుడూ అభిలషించుచుందరు. కానీ పూర్తిగా సఫలీకృతులు కాలేరు. తల్లిదండ్రులు సూచించిన మతసాంప్రదాయ, ఆచార వ్యవహారములపై చక్కనిఅవగాహన పెంపొందించుకుని, గౌరవము, అభిమానము, ఆసక్తివుండును, ప్రయాణాసక్తి వుండును. త్వరత్వరగా గృహములను మార్చుదురు. మోహము ఎక్కువ. అతికాముకుడు. న్యాయబద్ధమైన జీవితమును అభిలషించువాడు, జ్యోతిషశాస్త్రమున అనుభవమును సంపాదించు వాడు. సదాచారపరాయణుడు. న్యాయవాదవృత్తిని అభిలషించువాడు.

మకరమున చంద్రుడు

అతి జాగ్రత్తపరుడు. మితముగా మాట్లాడుట, ముక్తసరిగా సమాధానము లిచ్చుట వీరితత్వము. నియమనిబంధనలను అమలు పరుచు నెపముతో తాను, యితరులు బాధపడునట్లు చేయు స్వభావము. కఠినుడు. దయా, జాలి లేనివాడు. చిన్న విషయములు కూడా తీవ్రముగా పరిగణించుపోడు. కర్మఫలి అని నమ్ము వాడు. అర్ధములేని విషయములతో, సంకుచితమైన స్వభావముతో ఆలోచించు వాడు. ధనము, ఆస్థి, వస్తువులపై ఆశ కలవాడు, వాటిని సాధించుటకు ఎవరినైనా, ద్వేషించుట వుండును. తనపై వారినుండి సహాయము పొందువాడు, తనచుట్టూ వున్న వారితో సత్సంబంధములులేనివాడు.

ఈ చంద్రునికి క్రూరగ్రహదృష్టి కలిగినయెడల నిందలు మోయుట. కీర్తి ప్రతిష్టలు నశించుట, దుష్ప్రచారములకు తలొగ్గుట, అజీర్ణవ్యాధిచే బాధపడుట. భవిష్యత్తునుగూర్చి చింత, పేరాశ, పిసినిగొట్టు వాడుగనుండును. ధనమును దొంగిలించుట, లంచములు పుచ్చుకొనుట జరుగును.

కుంభమున చంద్రుడు

మానవులకు అవసరములు, అనవసరము ఏదో తెలుసుకోగల జ్ఞాని. చక్ష విచక్షణ జ్ఞానము కలిగియుండును. అందరినీ మిత్రభావముతో చూచువాడు. అందరికీ ఒకే రీతిగా ఉపకారము చేయుతత్వము గలిగినవాడు, మార్గదర్శకుడు కాగలవాడు. వీరి యింటిలో ఆధ్యాత్మిక బోధనలు, సభలు, భజనలు జరుగును.

ఇతర గ్రహముల అశుభదృష్టి చంద్రునికి కలిగినయెడల, నాస్తికత్వము కలుగుట, ఆచారములను ద్వేషించుట, ఉన్మాదిగా మారుట, విప్లవాత్మక ధోరణి అలవడుట. చట్టమును ద్వేషించుట, శిక్షలు కలుగును.

మీనమున చంద్రుడు

మనస్తత్వము అతిసుకుమారము. సౌమ్యతత్వము, కష్టములను ఎదుర్కొనలేరు. సంఘపరిస్థితులకు తలొగ్గలేక మదనపడుదురు. పరిసరముల, వ్యక్తుల ప్రభావములు వీరిపై ఎక్కువగా పనిచేయును. ఒంటరితనమును కోరుకొందురు. ఆపదలలో దూరముగా తప్పుకొనుట, కనపడకుండా పోవుట. అధికావేశమున నవ్వు ఏడుపుల మిశ్రమము కలిగియుండును. భావకవులు ఎక్కువగా ఈ రాశికి చెందినవారే. సంగీత సాహిత్యములనిన అభిలాష. అనుకూల వాతావరణము కలిగిన యెడల భక్తి, దివ్యాను భూతి మొదలగు వాటిని సాధించగలరు. భగవంతుని దర్శనము, భగవంతునితో సంభాషణ, గురు సందర్శనము మొదలగు వాటిని సాధించగలరు. సూక్ష్మ దేహముతో అపరిచిత ప్రదేశ సందర్శన చేయగలరు. చంద్రునకు యింద్రుని శుభదృష్టి కలిగిన చిత్రవిచిత్రములను చేయగల నేర్పు కలుగును. ఇతర గ్రహముల అశుభదృష్టి వున్నయెడల వ్యాధులు, ఉన్మాదము, మద్యపానాసక్తత కలుగు అవకాశము కలదు.

బుధుడు

మేషమున బుధుడు

తెలివితేటలుగల వ్యక్తులు, ఎదుటివారికన్నా అభివృద్ధి సాధించవలెనని తపన. వాదోపవాదములు చేయుట, చేసి ఓడించుట, వితండవాదనలు చేయుట మొదలగువానియందు యిష్టము. నలుగురితో మాట్లాడి తనదే సరియైన మార్గ మనిపించుకొనుట, పదిమందిలో పేరు తెచ్చుకొనుట వీరికి యిష్టము. నిజాన్ని తెల్సుకోవటం వీరికి అంత ముఖ్యమేమీ కాదనిపించును. శీఘ్రమైన ఆలోచనలు వుండును. ఎదుటివారిలోని లోపములను వేలెత్తి చూపుతత్వము కలవారు. తీవ్రముగా విమర్శించుట వీరికొక సరదా. తీసుకొనిన నిర్ణయము సమంజసమా కాదా అని ఆలోచన వుండదు. వారి తెలివి తేటలపై వారికి అత్యంత నమ్మకము. తమకే అన్నీతెల్సుననే అహంకారం కూడా వుండుటకు అవకాశములు కలవు. ఏ మాత్రము ఆలస్యము చేయకుండా, వెంటనే ఒక విషయమున నిర్ణయానికి వచ్చుట వీరి నైజము. ఫలితములను ఆలోచించకుండా నిర్ణయాలు తీసుకొనుట వలన జీవితములో కొన్ని విలువైనవి కోల్పోవు అవకాశము కలదు. ఈ బుధునకు కేంద్రవేధలు కలిగినచో తత్వమునందు మార్పు లేకయుండును. మోసము చేసిననూ పనులు సాధించుకొందురు. చికాకుపడుట, ఎదుటివారి వున్నతి ఓర్వలేక పోవుట వంటితత్వపరమైన మార్పులుచోటు చేసుకొనును. వాచాలత్వము ఏర్పడును. ప్లీడరు వృత్తులయందును, చిన్న చిన్న వ్యాపారస్తులుగనూ వీరు స్థిర పడగలరు.

వృషభమున బుధుడు

సర్వజనుల హితోభిలాషులు. అందరికి పనికివచ్చు కార్యములను చేయుట వీరికి యిష్టము. ఆచరణ సాధ్యమయిన విషయములపైన మాత్రమే శ్రద్ధ వహించును. ధన, వస్తువులకు విలువ యిచ్చువారు. స్వతంత్రముగా ఆలోచించుట తక్కువ. త్వరగా ఏ విషయమునూ నిర్ణయించలేరు. ఒకే విషయముమీద ఆలోచనలన్నీ కేంద్రీకరించివుందురు. చిన్నచిన్న విషయము

లందు జయము, లాభము చేకూరగలదు. చూచువారలకు వీరు ఉన్నతులుగా కన్పించుట వీరి ప్రత్యేకత. వ్యాపారసంస్థలను నిర్వహించుటయందు వీరు అందెవేసిన చేయి. జీవితమంతా వీరు నమ్మిన కొన్ని సిద్ధాంతములమీదనే గడచిపోవును. ఎవరిమీద వీరు త్వరగా మంచిగాకానీ, చెడుగాకానీ అభిప్రాయములు ఏర్పరచుకొనరు. ముందుజాగ్రత్తలు తీసుకొందురు. స్థిరమైన అభిప్రాయములు కలవారు. ఒక పనిని సాధించుటకు నియమనిష్టలతో, కృషితో అలుపెరుగక పాటు పడగలరు. కానీ తప్పక విజయమును సాధించగల నేర్పరలు. మనస్సునందు పరిపరి వివిధములైన ఆలోచనలు చెలరేగు చుండును. కంఠస్వరము బాగుండును. లలిత కళలయందు చక్కని నేర్పు వుండును. సంగీతవిద్యయందు ప్రావీణ్యతలో ధనము, కీర్తి గడించగలరు. గణితము, వాక్యరణము, రచనలు, విజ్ఞాన సంబంధమైన రచనలుచేయుట వీరి అభిరుచి.

బుధునకు పాపగ్రహసంబంధములున్న యెడల మూర్ఖుడుగను, పనికిరాని నమ్మకములతో, నాస్తికుడుగామారి, ఈర్ష్య, అసూయ, ఆశలతో జీవితమును దుర్భరము చేసుకొనును.

మిధునమున బుధుడు

బుధుని స్వక్షేత్రము. చక్కని వాక్పటిమ. ఒక విషయమును, తర్కానికి అనుగుణముగా, వివరించు నేర్పుకలవారు. జ్ఞానముతో తన చుట్టూఉన్న వ్యక్తులను, పరిసరములను అర్ధంచేసుకోగల నేర్పు, ఒకరిని నొప్పించకుండా పనులు సాధించు కొనుతత్వము కలిగినవారు. ఏ శాస్త్రమును అయిననూ, తేలికగా అర్థం చేసు కోగలిగిన వ్యక్తులు, ఏ కళనైననూ అందముగా పూర్తిగా అభ్యసించగలరు. ఏ విషయమునైననూ ఊహించుట, కల్పించుట వీరికి వ్యతిరేకము. నిజనిర్ధారణ జరిగిన పిదపనే నిర్ణయానికి వచ్చుట వీరి ప్రత్యేకత. నిర్ణయించుకొన్న పనులను అవలంభించుట మాత్రమే చేయుదురు. ఎంతగొప్ప విషయములలోనైననూ కల్పననూ, నిజాన్ని విడదీసి నిర్ధారించగల నేర్పు కలవారు. కష్టమైన విషయముల నైననూ నేర్పుగా అందరికీ అర్థమగునట్లు

విశదీకరించగలరు. వీరు మాటలు రమ్యములై, చక్కగా వినిపించును. వీరు వాడు భాషపొందిక కలిగినదైవుండును. చురుకైన వ్యక్తులు. ఎప్పుడూ ఏదో ఒక విషయమును తన వారికి వివరించుట అనెడి అలవాటు గలవారు. ప్రయాణములు ఎక్కువ. సమస్యలు పరిష్కరించుట యందు నేర్పరులు. విడిపోయిన వారిని కలుపుట వీరి నేర్పు. వస్తు వినియోగము వీరికి తెలిసినట్లు వేరెవరికీ తెలియదు.

బుధునికి పాపగ్రహసంబంధములున్న యెడల, చిన్న విషయములను కూడా, పెద్దవి చేయుట, అనవసర ప్రసంగములతో చెడ్డపేరు తెచ్చుకొనుట. ఇతరులను మాటలతో బాధించుట. అనవసరమైన పనులు చేయుట. యితరుల వస్తువులపై ఆశపడుట వుండును.

కర్కాటకమున బుధుడు

ప్రసిద్ధకవులయొక్క యోగమని చెప్పవచ్చును. భావుకత ఎక్కువ. వ్యక్తులమీద కొంత ప్రత్యేక అభిమానముండును. అభిమానమున్న వారి యెడల ఒక విధము గనూ, లేనివారి యెడల ఇంకొక విధముగను ప్రవర్తన వుండును. పక్షపాతము కలిగిన వ్యక్తులుగా నిర్ణయించవచ్చును. ఈ దురభిమానమే వీరికి కష్ట, నష్టములను కొని తెచ్చును. అమితమైన జ్ఞాపకశక్తి వీరికి అభిమానమున్న విషయములు అతి చిన్నవయిననూ జ్ఞాపకముండును. పరిస్థితులనుబట్టి విషయములను సుళువుగా అర్థం చేసుకొనగల నేర్పు కలిగి వుందురు. ప్రక్కవారి ప్రభావము వీరి మనస్సుపై ఎక్కువగా పనిచేయును. ఈ కారణముననే నిర్ణయములను వెంటవెంటనే మార్చు కొనుట, అభిమానించిన వారిని కూడా తరచుగా ద్వేషించుట జరుగును. ఎదుటి వారు మాట్లాడుకొనుననది తన గురించియే అను అనుమానముండును.

బుధునకు అశుభదృష్టులున్నయెడల అయినవారిని అనుమానించుట, మోసగాళ్ళను నమ్మి బాధలుపడుట, బంధుమిత్రులను వారి అభిమానమును పోగొట్టుకొనుట కలుగును. ముసలితనమున తనను ఆదరించువారు లేక కష్టమును పొందుట జరుగును.

సింహమున బుధుడు

సంకల్పబలము ఎక్కువ. అందువలన జీవితమున తలపెట్టినవన్నీ సాధించుకొన గలరు. పట్టుదల ఎక్కువ. జీవితమున ఆదర్శములు వుండి, వాటిని అనుసరించియే జీవితమును గడిపెదరు. వారికి తెల్సిన శాస్త్ర ప్రమాణములను తప్పక అనుసరించెదరు. వీరి సంభాషణా చాతుర్యము అతి ఆశ్చర్యకరముగా, ఆకర్షణీయముగా, వినసొంపుగా ఎదుటివారిని ముగ్ధులను చేయును. ఆత్మ విశ్వాసము మెండు. ఎదుటివారికి ధైర్యము చెప్పుట, కార్యోన్ముఖులను చేయుట, సంతోషపెట్టుట వీరికి బాగుగా తెలియును. పెద్ద పెద్ద పథకములను ఆచరించుట వలన కొంత నష్టపోవుట జరుగును. ఆదర్శమనే బాటలో నడుస్తూ కర్తవ్య విముఖులుగా కూడా ప్రవర్తించిన నష్టపోవు అవకాశములు కలవు. వీరి ఆదర్శములు మాటలకే పరిమితమగునట్లు తెల్సుకొనవచ్చును. ఆదర్శములను అతిగా చెప్పుచూ అవసరములను అలక్ష్యపరుచుట వలన నష్టములు పొందుదురు. పసిపిల్లలకు బోధన చేయుటలో నిపుణత వుండును. తరచూ ప్రయాణములుండును. ప్రయాణములలో కలిగిన పరిచయస్తుల వలన లాభము పొందుదురు. వ్యాపారమున రాణించువారు. విద్యాశాఖయందు, మధ్యవర్తి వ్యాపారము, చలన చిత్రవ్యాపారము, ప్రచురణల వ్యాపారము ఎక్కువ లాభ సాటిగా వుండును.

బుధునకు కేంద్రవేధలున్నయెడల అబద్ధములతో, మోసములతో ఎదుటివారిని నమ్మించుట, ఇతరుల ఆస్తిని, ధనమును అపహరించుట, లెక్కలు తారుమారు చేసి ధనముసంపాదించుట ఈ యోగమువారియందు కలుగును.

కన్యలో బుధుడు

ఇది బుధునకు ఉచ్ఛస్థానము. సద్ విమర్శలందు నేర్పుకలిగివుందురు. హేతు వాదము, న్యాయవాదము, విమర్శ, పరిశీలనాత్మకతల యందు ప్రవేశము కలిగి మంచిపేరు తెచ్చుకొనగలరు. సూక్ష్మమైన గణితములను, కాల నిర్ణయములను నేర్పుతో చేయగలరు. కోడ్ భాషలను (సంకేతవిద్యలు)

సమగ్రముగా వివరించ గలరు. వ్యాకరణ శాస్త్రములు, లిపి ప్రమాణములు వీరికి బాగా తెలియును. వస్తువులను తయారుచేసి వినియోగించుట వీరికి బాగుగా తెలియును. వీరిది శ్రమించగల స్వభావము. ఎప్పుడూ మనస్సును పనులమీద కేంద్రీకరించి ఆలోచించుచుండును. వీరికి సుఖము తక్కువ. పనిఎక్కువ. వైద్యశాస్త్రము, పౌర శాస్త్రముల విజ్ఞానమధికము.

బుధునకు అశుభదృష్టులున్నయెడల, అనవసర విషయములందు కూడా తీవ్రముగా పరిశోధించుట, వేదాంతచర్చలు, ఊహించుకొనుట, కల్పనాత్మకమైన విషయములను గూర్చి నిష్ప్రయోజకములైన ఆలోచనలు చేసి జీవితకాలమును వ్యర్థముచేసికొందురు. అయోమయజీవితమును గడుపువారగుదురు.

తులలో బుధుడు

విశాలమైన హృదయముగలవారు, వివేకవంతమైన ఆలోచనాపరులు. అందరినీ ఒకే మంచి భావముతో చూడగలవారు. ఎదుటివారి మనస్తత్వమును తేలికగా ఆకళింపు చేసుకోగల నేర్పరులు. మనుష్యుల ఆలోచనా విధానము గురించి వీరికి విపులముగా తెలియును. శాస్త్రమందలి విషయములను సంగ్రహముగా, చిన్న చిన్న పదములతో అతి సులువుగా, అందరికీ అర్థమగురీతిలో తెలియజేయగల నేర్పు కలిగివుందురు. వ్యర్థమగు మాటలు వాడరు. వక్తృత్వము, ఉపాధ్యాయవృత్తి,న్యాయవాదవృత్తి, మంచి వ్యాపారములు వీరికి అనుకూలము. ఒకరితో కలసి పని చేయవలెననిన వీరికి సంతోషము, ఇద్దరి శత్రువులకు సఖ్యత కూర్చుట, కోపముతోనున్నవారిని ప్రసన్నులను చేయుట, సంకుచితస్వభావులను మారుస్తున్నట్లు చేయుట వీరికి సులువైన పనులు. అతి నమ్మకస్థులు.

మకరమున బుధుడు

ఇతరులకు లొంగకుండా పథకములు వేయుట తెల్సినవారు. చాలా గడుసరి. లౌక్యము తెల్సినవారు. వ్యవహారజ్ఞానము కలవారు. శ్రమపడి అభివృద్ధిని సాధించి, ముసలితనమున సుఖములను పొందువారు. మంచి తెలితేటలు

గలవారు. ఎదుటివారిని అనుమానించు స్వభావము. ధన సంపాదనయందు ఆసక్తి, అధికారము పొందవలెనను వ్యామోహము కలవారు. తప్పుచేయువారిని మంద లించి, అవకాశములను సద్వినియోగపరచుకొనుతత్వము కలవారు. ఒక విషయమున మనస్సు నిలిపి చేసినపని విజయవంతమగును. సంస్థలను నిర్వహించు నిపుణత వుండును. అతి త్వరగా ఒక నిర్ణయమునకువచ్చుట, అనేక విషయములను ఏకకాలమున నిర్ణయించుటకు కూడా నిపుణులే. శ్రమకు ఓర్వగలవారు. వ్యాపార, గణిత శాస్త్రములు తెలిసినవారు. పదార్థ విజ్ఞానశాస్త్రము, కరిణీకములందు బాగా రాణించగలరు. సాంప్రదాయసిద్ధముగనే జీవించువారు. సాంఘీక, రాజకీయ, మత వ్యవహారములందు మార్పులను అసహజములుగా పరిగ్గణింతురు. మానసికశ్రమతో నేర్చినవిద్యను వీరు గౌరవింతురు. ఒక విషయమును పలుకోణములలో వీక్షించి, భాష్యముచెప్పుట వీరి ప్రవృత్తి.

బుధునికి కేంద్రవేధలు కలిగినయెడల, శిరోభారములు, నరముల నిస్త్రాణత, నిద్రలేమి, తీవ్రమయిన విచారము. ఒకే అభిప్రాయముతో సతమతమగుట సంభవించును.

కుంభమున బుధుడు

క్రొత్త విషయములను గురించి మనసెప్పుడు పరిగెడుతూనే ఉండును. గొప్ప విషయములను సేకరించుటలో ఆసక్తి కలిగివుందురు. కేవలం సత్యమును మాత్రమే గ్రహించి విలువనిచ్చుట వీరికి సమ్మతము. సాంప్రదాయములపై వీరికి నమ్మకము తక్కువ. ఎప్పుడునూ కాలానుగుణముగా, క్రొత క్రొత విషయములను, పరిస్థితులను కల్పించుకొని అవలంభించుట యిష్టము. ప్రాచీన విషయములనిన వీరికి అయిష్టత. మతపరమైన విషయములయందుకూడా నమ్మకము తక్కువ. వీరికి అవగతమైన విషయములనే వీరు మన్నింతురు. అందరి అంగీకారము వీరికి అనవసరము. తమ అనుభవ సారమును క్రోడీకరించి, ప్రమాణముగా నిర్ణయించుకొని, ఎవరినైననూ, దేనినైననూ తిరస్కరించగలరు. ఏ అనుభవమున కైననూ చలించరు. తెలసుకోవలెనను

ఆశేకానీ, ఏది జరిగినా ఆశ్చర్యము లేదు. మానవాళి అభివృద్ధి, కులాతీత వ్యవహారము లందు ఆదరము వుండును. సూక్ష్మమైన శాస్త్ర రహస్యములు తేలికగా ఆకళింపు చేసుకొనగలరు. సాంకేతిక శాస్త్రములపట్ల వీరికి ఆసక్తి ఎక్కువ. అతీతమైన సత్యములు అప్రయత్నముగా వీరి వాదనకు అందును. నిద్రాహారముల లేకున్ననూ, రాత్రిపగలు అనకుండా పాటుపడగలరు. సృష్టియందలి ప్రాణశక్తి వీరికి అందుతూనే వుండును. అట్టి యోగము వీరికి కలదు. వీరికి స్వంత విషయములు, సంసార విషయములందు ఆసక్తి తక్కువ.

ఇట్టి బుధునికి కేంద్రవేదలున్న యెడల ఎప్పుడూ పరధ్యానముగా నుండుట. మరపుకలుగుట, తల, గొంతు, చెవికి సంబంధించిన వ్యాధులు కలుగును. ముసలితనమున చెముడు కలుగును.

కుజుడు

మేషమున కుజుడు

కుజునికి స్వస్థానము. ఎప్పుడూ తేనెటీగవలె పనిచేయుచూనే వుందురు. వీరి శారీరక, మానసికి శక్తి వీరిని కార్యరంగములోనికి పంపుతునే వుండును. వీరికి అవసరములేని విషయములలో కూడా వీరి ప్రమేయముండును. ప్రతి విషయము లోనూ కల్పించుకొందురు. కార్యసాధనకు వీరి సహాయము కోరుట ఉచితము. వీరికి పూర్తిగా ఒక కార్యముపైనే ఆసక్తి వుండదు. చాలాపనులు ఒకేసారి కల్పించు కొనుట, క్రొత్త ఆలోచనలతో పాతవాటిని మధ్యలో ఆపివేయుట వంటివి చేయుదురు. అందువలన వెంటనే పూర్తిచేయు పనులయందు వీరు నేర్పరులు. ఉత్సాహముతో పనులు చేయగలరు. కానీ తేలికైన మార్గములు వీరికి కానరావు. బలమున్నదని మొండిగా పనులు చేయుటలో నేర్పరులు. పోలీసుశాఖ, మిలిట రీలయందు బాగా రాణించగలరు. ఆయుధములు ఉపయోగించుట, ఆయుధ తయారీ, యంత్రములు నడుపుట, కర్మాగారములు, బరువు పనులు చేయుట, వాహనములు నడుపుటయందు రాణింతురు. వీరిని ఎదిరించి గెలుచుట కష్టము. జాలిగుండె కలవారు.

అయిననూ, అవసరమైన చాలా కాఠిన్యము వహించగలరు. జాలి నటించి వీరిని మోసము చేయ వచ్చును. పుష్ఠికరమైన శరీరము, మంచి తిండి కలిగినవారు. కామశక్తి అధికము. వీరికి లభించు కళత్రములు బలములేని వారు, అనారోగ్యముతో బాధపడువారుగా వుందురు. వీరి అనారోగ్యమునకు కారణము మేషరాశివారే. ఆవేశమున తెలియని దాన ధర్మములు చేయుచుందురు. దైవభక్తి మెండు. స్త్రీ వ్యామోహము ఎక్కువ. యవ్వనమున చిన్న వయస్సు గల స్త్రీల వలలో చిక్కి ధనాన్ని కోల్పోవుట జరుగును.

ఈ కుజునికి కేంద్రవేధలు కలిగినచో అహంకారత్వము, మాత్సర్యము, మదము, పొగరు కలిగియుండును. కోపములో తనను తాను సంభాళించుకో లేరు. భార్యాబిడ్డలని కనికరముకూడా చూపరు. జరిగిన తరువాత విచారించుట నైజము.

వృషభమున కుజుడు

ధనార్జనచేయు విషయము వీరికి చాలా తేలిక. ఖర్చుకూడా అంతే తేలికగా ఖర్చుపెట్టుదురు. ఆస్తి, గృహములు, అన్న ఆశ ఎక్కువ. సంపాదించవలెనని, దాచవలెనని ఆలోచన వుండును. కానీ ఆదా చేయుట జరుగదు. తన సంపాదనను వెంటనే వస్తురూపమునకు మార్చుకున్నయెడల కనీసం వస్తువులయినా మిగులును. కానీ ధనమును నిలువచేయుట జరగదు. ఎవరికైననూ బదుళ్ళిచ్చి ననూ వసూలు చేసుకోలేరు. సామాన్యముగా వీరు బద్ధకస్తులు. పనులు సామాన్యముగా మెదలుపెట్టరు. మెదలుపెట్టినచో ఎన్ని సంవత్సరములైననూ శ్రమించి పూర్తి చేయగలరు. కోపము తెచ్చుకొనరు. విసిగించిన యెడల వీరిని, వీరి కోపమును ఎవ్వరూ అడ్డుకొనలేరు. శిల్పములు చెక్కుట, వడ్రంగిపని, బంగారుపని తేలికగా అలవడును. ఏ యంత్రములనైననూ అతి తేలికగా వాడటం నేర్చుకోగలరు.

కుజునకు కేంద్రవేధలున్నచో ధనమును ఆర్జించవలయునన్న ఆశ అతి ఎక్కువగా వుండును. అందులకు అపరాధము చేయుట జరుగును. సంఘమునకు, మూత్రనాళములకు సంబంధించిన వ్యాధులు కలుగును.

బాల్యమున కోరింతదగ్గు, సర్పివ్యాధి కలుగును. ముసలితనమున మూలవ్యాధి, మూత్రబంధనము, కలుగును. ముఖము మీద గాయమై మచ్చ మిగలగలదు. ముందుపలువరుసలో పన్ను విరిగిపోవు అవకాశము కలదు. స్త్రీసంబంధమైన వ్యాధులు కలుగును. స్త్రీలవలన కలుగు ఈర్ష్యతో హత్యచేయ్యడమో, లేక హత్య చేయబడటమో జరుగగలదు.

మిథునమున కుజుడు

మానసికంగా ఎక్కువ వత్తిడికి గురిఅగుట సంభవము. తప్పులు పట్టుట. చిరాకు పడుచుండుట ఎక్కువగా జరుగును. ఎదుటివారిపై ఫిర్యాదులుచేసి వారిని కష్టముల పాలుచేయుట వీరి వింత లక్షణము. కావాలని వాదనలు పెంచుకొనుట వీరి ప్రవృత్తి. ప్రతిమాటను వ్యతిరేకించుట వీరి అలవాటు. మేధ అతివేగముగా పనిచేయును. జ్ఞాపకశక్తి మాత్రము తక్కువ. తమ అభిప్రాయ ములను, ఆచరణలను వెంటవెంటనే మార్చుకొందురు. కుజునికి పాపగ్రహ దృష్టులున్నయెడల ఇతరులను అనవసర ప్రసంగములుచేసి విసిగింతురు. అందరినీ అకారణముగా వేధించుట, వ్యతిరేకించుట, వెంటనే తప్పులను గ్రహించి బాధపడుట జరుగును. చేయవద్దని చెప్పిన పనులు వెంటనే చేయుచుందురు. సోదరులసంఖ్య తక్కువ. సోదరులలో అనారోగ్యము. అకాల మరణము లుండును. సామాన్యముగా సోదరులతో సరిపడదు. సంభాషణ ఎప్పుడూ వక్రమముగా, ఎదుటివారిని కించపరుచునట్లుండును.

కర్కాటమున కుజుడు

కుజునకు యిది నీచరాశి. ఆవేశములకు సంయమనముండదు. అకారణముగా కోపమువచ్చుట. ఎప్పుడూ దిగులు, చిరాకు కలిగియుండును. వీరికి ఎపుడు ఎవరిపై ఎందుకు కోపము వచ్చునో ఎవరికీ తెలియదు. ఇందువలన బంధుమిత్రులతో సంబంధములు లేకుండాపోవుట, విరోధములు ఏర్పడును. తల్లిదండ్రులతో సరియైన బాంధవ్యముండదు. మనస్సునందు దిగులు కలిగి నపుడు ఆరోగ్యముపాడవుట జరుగును. కుటుంబములోని వ్యక్తులపై ఆవేశము కలుగుచుండును.

ఈ కుజునకు కేంద్రవేధలున్నయెడల ధనము అన్యాయముగా ఆర్జించుట కల్తీ వ్యాపారములలో శిక్షింపబడుట జరుగును. తమకన్న పెద్దవయసున్న స్త్రీలతో, భర్తను వదలిన స్త్రీలతో, విధవాస్త్రీలతో, సంబంధములు ఏర్పరుచుకొందురు. ఈ కుజునితో శుక్రచంద్రులలో ఒకరు యతిపొందిన యెడల వివాహమైన తర్వాత, అనివార్య కారణముల వలన మరియొక స్త్రీని వివాహము చేసుకొనవలసిన పరిస్థితులుండును.

సింహమున కుజుడు

అంతులేని శ్రమపడగలరు. ఎండావానలకు లెక్కచేయకుండా రేయిపగలు శ్రమ పడగలరు. సంకల్పబలమెక్కువ. లలిత కళలయందు ప్రావీణ్యత వుండును. కీర్తి, ధనమును సంపాదింతురు. ఎటువంటి క్లిష్ట పరిస్థితుల యందైననూ, నిరాశని, నిస్పృహలు దరిచేరనీయరు. ధృఢమైన, స్థిరమైన మనస్సుండును. పారిశ్రామికులను వర్గములు విభజించి, నాయకత్వము వహిస్తారు. తన స్థానములో అనగా తాను నివశించు ఊరిలో ఏవి జరిగిననూ, వీరే ప్రముఖపాత్ర వహించ గలరు. వీరి అభిప్రాయములను, నమ్మకములను ఎవరూ మార్చలేరు. అందరూ ఏకమై నిందించిననూ వీరు భయపడరు. వీరికి శత్రువులు అధికము. కానీ వీరిని ఎవరూ అధిగమించలేరు. బట్టతల వుండును. కామము అధికము.

ఈ కుజునకు కేంద్రవేధలున్న యెడల అధికారము చెలాయించి యిబ్బందుల పాలగుట జరుగును. తనకు తోచినది మాత్రమే అసలైనది అని నమ్ముదురు.

కన్యలో కుజుడు

సంపాదన గూర్చిన కార్యదీక్ష ఎక్కువ. పట్టుదల గలవారు. యంత్రములపై పనిచేయు వారగుదురు. వడ్రంగము. కుమ్మరము మున్నగు వాటియందు నిపుణులు. కానీ ప్రతిచిన్న విషయమును గురించి, అధికప్రసంగములు చేసి విసిగించువారు. అనవసర విషయములలో పట్టుదల ప్రదర్శింతురు. అప్పుడప్పుడు యిటువంటి పట్టుదలల వలన అసలు విషయమును ప్రక్కక నెట్టివేయుదురు. కంటితో చూడనిది ఏదీ నమ్మరు. ఎదుటివారిలో తప్పులెత్తి

చూపుట, వారితోవాదించుట, భిన్నాభిప్రాయములు వ్యక్తపరచుట, అభిప్రాయములతో ఏకీభవించక పోవుట ఎక్కువగా యిష్టపడుదురు. పూర్తిగా ఒక విషయమును తెలిసికొనకుండా, ఆచరించుటకు యిష్ట పడరు. ఇంకొకరి మాట నమ్మి ఒక పని చేయుటకుగానీ, అప్పు యిచ్చుటగానీ చేయరు. శస్త్ర చికిత్సచేయు వైద్యులుగా నిపుణులగుదురు.

కుజునకు వేధలున్నచో, యితరులతో పోట్లాటలు, పొరుగువారితో కలహములు. తన క్రిందివారిని విసిగించుట, బ్రతకనీయకుండుట జరుగును. ఉదరముమీద, మర్మావయవములమీద శస్త్రచికిత్స కలుగును. జీవితమునకు అవసరమైన అప్పులుచేసి, తీర్చలేకపోవుట వుండును. తేలికగా అప్పులు చేయగలరు. ఉద్యోగములు స్థిరముగా చేయలేరు. కోర్టు వ్యవహారములందు అపజయములు కలుగవచ్చును.

తులలో కుజుడు

సంఘమునందు పేరు ప్రతిష్టలుండును. ఇతరులు ప్రతిపనియందు సహకరించగలరు. ఇతరులనుండి మెప్పుపొందవలెనను కోరిక విపరీతముగా నుండును. ఈ కారణముగా, ప్రతికార్యక్రమమును నిర్వహించుబాధ్యతపైన వేసు కొందురు. చిన్నవయస్సునుండియే వివాహముపై అధికమైన కోరికి కలిగి యుండును. కానీ ప్రేమించుట వీరికి ఒక శాపము. ప్రేమించుట యందు మోస పోవుదురు భంగపడుదురు. తన మనస్సునందు పుట్టు కోరికలు యితరులు తనపై యితరులకు కలిగినవని భ్రమపడి చింతను పొందుదురు. న్యాయము, ధర్మముల విషయమునందు మాత్రము అప్రమత్తులై వుందురు. తమకు అవసరమైనంత వరకు న్యాయమును ఆచరించుదురు. మంచి తీర్పులను యివ్వ గలవారు. తమకేదైన ముప్పు తప్పదనుకొనిని ఎదురుతిరుగు స్వభావము.

కుజునకు కేంద్రవేధలు కలిగినచో ఇతరులను పీడించుట, చట్టమును, న్యాయమును తనకు అనుకూలముగా మార్చుకొందురు. అబద్ధములను చెప్పి యితరులను మోసగించుట జరుగును.

వృశ్చికమున కుజుడు

కుజునికి స్వస్థానము. సంకల్పబలము ఎక్కువ. బలమైన కోరికలు కాంక్షలు వుండును. మొండిధైర్యముండును. ఒకక్రొత్తపనిని మొదలు పెట్టవలెననెడు ఆరాటము మనసునందుండును. ఆచరణలో ఒక క్రమమండదు. అర్థంలేని పనులతోతాము భంగపడి యితరులను చిక్కులలో పడవేయుదురు. కర్కాటకమున గురుడుండి పంచమ దృష్టితోకుజుని వీక్షించిన యెడల ఆధ్యాత్మిక ఆనందములు, మహోన్నతములైన స్థానములను సాధించు యోగులు. ధైర్య వంతులు. బలిష్టమైన శరీరము. అతి బలవంతులు. గుండె ధైర్యము మెండు. సాహసకార్యములలో అడుగిడి వాటినుండి బయటపడుట అనుదానిలో అతి ఉత్సాహము చూపెదరు. మృత్యువుకు కూడా భయపడని గుండె దిటవుకలవారు. తెలియని వారితో కూడా తలపడి చిక్కులు తెచ్చుకుందురు. కామము అధికము.

కుజునికి కేంద్రవేధలున్నయెడల ఈతని గొప్పతనమంతయూ అవినీతి యందు, కామపరమైన ఆలోచనలయందు వుండును. కరామదృష్టి లేకుండా, ఏ స్త్రీనీ వలుకరించలేరు కూడా చెడు శీలము. అనారోగ్యము, శస్త్రచికిత్సలుజరుగుట కలుగును. మోటు సంభాషణము, అసభ్యపదజాలమును ప్రయోగించుట కలుగును. సంవత్సరముల తరబడినున్న బాంధవ్యములను తెంచుకొనుట, పగబట్టుట వుండును. తమ నమ్మకములను యితరులపై రుద్దుదురు.

ధనస్సున కుజుడు

స్వమతమునందు విపరీతమైన అభిమానము. మతప్రచారము చేయువారు. మతమును మార్చుటయందు ప్రజ్ఞ కలవారు. మత విషయములపై విదేశములలో సంచరించువారు. తీవ్రమైతత్వపరమైన అవలోకనముకలవారు. దేశభక్తికి కొంత మొరటుతనముండును. భగవంతునికి తాము యిష్టమైన వారమని వీరి నమ్మకము. ప్రకటనలు, ఉద్యమములు, ఊరేగింపులు, ఉత్సవములు వీరికి యిష్టమైనవి. ఆదర్శములెక్కువ. సంఘములోని అజ్ఞానమును, అవినీతిని తీసి వేయవలెనను ఆరాటముండును. తీవ్రమైన

పద్ధతులను పాటింతురు. వీరు క్రమశిక్షణతో కూడిన ఉద్యమములందు బాగా రాణింతురు. క్రీడాకారులు. గుఱ్ఱపు స్వారియందు అధికయిష్టము. కుస్తీపోటీలందు మక్కువ. సాహసము, కుతూహలము రెండునూ వుండును. నాయకులుగా వుండుటకు ఎక్కువగా ప్రయత్నింతురు. ప్రాచీన సాంప్రదాయములందు అభిలాష ఎక్కువ. క్రొత్త విషయములకు కొంత ఏహ్యాభావముండును. వ్యక్తిగత విషయములను నిర్లక్ష్య పరుచుట వీరికున్న చెడులక్షణము.

మకరమున కుజుడు

తమ తమ వృత్తులను గూర్చిన భయముతో దానిని దక్కించుకొనుటకు అన్యాయ మార్గములను చేపట్టగలరు. అధికారదాహమెక్కువ. పదవీకాంక్ష గలవారు. కీర్తిపొందాలనే భావము మనసున స్థిరముగానుండును. చిన్నపనికి కూడా అధిక మొత్తమును కోరుస్వభావము గలవారు. కుటుంబమును, తన వారిని తనతో సమానముగా, గౌరవించి పోషించెదరు. ఆశ్రితులయందు గొప్ప ఔదార్యముండును. రాజకీయనాయకులు, పోలీసు అధికారులు, మిలిటరీ ఉన్నతాధికారులు వుందురు. బలిష్టమైన శరీరము. తిండిపుష్టి కలిగివుందురు. నిష్టాపరుల కుటుంబమున జన్మించిననూ, తేలికగా, మధ్యమాంస, మగువలనెడు దురలవాట్లు అబ్బును. దైవభక్తి ఎక్కువ. అనేకమంది జీవితములను సరిదిద్ద గలరు. నిస్సహాయులకు చేయూతనిచ్చుట, చదువు చెప్పించుట, వివాహములు జరిపించుటయందు పుణ్యముకలుగునని తలచుట వుండును. ఒక పనిని క్రమపద్ధతితో నియమనిష్టతో చేయగలరు. గర్వముకూడా వుండును.

కుజునకు కేంద్రవేధలున్న యెడల తమ విజయములకు, ధనసంపాదనలకు యితరులను మధ్యవర్తులుగా వుపయోగించుకొని వారిని పావులుగా చేయుదురు. ఇతరులు మానప్రాణములకు వీరి దగ్గర విలువ వుండదు. యితరుల హక్కులను త్రోసి పుచ్చగలవారు. స్వార్థపరులు, క్రూరత్వము, రాక్షసత్వము కలసివుండును.

కుంభమున కుజుడు

స్వేచ్ఛాభిలాషులు. ఆచారములు, సాంప్రదాయములు పాతపద్ధతులని తలచువారు. పదిమందికి మంచివి, సమ్మతమైనవి అయిననూ, వీరికి పనికిరావు. వారినుండి విడిపోయి తమ స్వంత అభిప్రాయములను, మార్గములను అన్వేషించి ఆచరించు దృష్టికలవారు. బుద్ధి కుశలత గలవారు. కార్యనిర్వాహణ సామర్ధ్యము గలవారు. శాస్త్ర పరిశోధనలయందు కష్టించినచో నూతన విషయములను కనుగొని సంఘమునకు పురోభివృద్ధి మార్గములను చూపగలరు.

సాంఘిక రాజకీయ మార్గములయందు తమదృష్టిని మళ్ళించిన దురాచారము, నాస్తికత్వము, ముందుతరములవారిని తప్పుమార్గమునకు మళ్ళించుట జరుగును. వ్యక్తిగతముగా, ఒంటరిగా ఆలోచించిన యెడల వీరు తప్పుడు త్రోవలు పట్టుట, పదిమందితో కలసి ఆలోచించి చేసినచో సన్మార్గమును అవలంభించుటయు జరుగును. సంఘసంస్కరణములు, చట్టసవరణలు చేయుటకు పనికి వచ్చువారు. ప్రాచీన సాంప్రదాయములు అనినగిట్టవు. బంధువులను ద్వేషించువారు. అవసరమునకు దరిచేరుట, అవసరానంతరము తిరస్కరించుట వుండును.

కుజునకు కేంద్రవేధలున్నచో, చట్టమును, ప్రభుత్వములను పడగొట్టు వివరములు, సూక్ష్మమార్గములు తెలియును. కుటుంబమును చిన్నాభిన్నము చేయుట, స్నేహితులను విడదీయుట జరపగలరు. సామాన్యముగా తమ స్థితిని కూడా చెడగొట్టుకొని అప్పులుచేయుట, కష్టములను అనుభవించుట చేయుదురు.

మీనమునకకుజుడు

వీరి ఆవేశము వీరివశము తప్పి వుండును. కామముహెచ్చు. కోపిష్ఠి, నరములు దౌర్భల్యము, రక్తపోటు, మానసిక వ్యాధులు కలుగును. ఒంటరి తనమున దిగులు పడును. ఇతరులువలన తమకు అన్యాయము కలుగునని దిగులుపడు స్వభావము. ధైర్యము లేనివారు, స్థిరస్వభావముండదు. ప్రతివిషయమునకు అనుమానములు కలుగును. ఒక పనికోసము పదిమంది

సహాయముకోరుట, తరుచుగా నివాసములు మారుట, అను చంచల స్వభావములుండును. ఏ విషయమును నిర్భయముగా చెప్పగలరు. అబద్ధములు చెప్పుట ఎక్కువ. అనవసర ధనవ్యయము వలన చిక్కులు పడుదురు. అప్పులు చేయుట ఎక్కువ. నియమనిబంధనలకు కట్టుబడరు.

కుజునకు వేధలు కలిగిన యెడల భయస్తుడగును. బాధ్యతే లేకుండా ప్రవర్తించుట, జూదమువంటి వ్యసనములు, మద్యపానము మొదలగు అలవాట్లకు బానిసలగుదురు. తీవ్రమైన బాధలు, మానసికముగా క్రుంగిపోవుట కలుగును.

గురుడు

మేషమున గురుడు

తను ఋజువర్తనుడు. ఇతరులను ఋజుమార్గమున నడిపించవలయునన్న కోరిక అతిగా వుండును. క్రమశిక్షణతో మెలగునట్లు చేయగలరు. మతప్రచార విషయములను, ఆధ్యాత్మిక విషయములకు, విద్యాసంస్థల నిర్వాహణకు బాగుగా పనికి వచ్చువారు. ఐహిక పరమైన జీవితమును, సుఖమయముగా, విజయ వంతముగా, చేయగలిగినటువంటి వివేకము, సాధించగలనేర్పు కలిగివుందురు. పురాతన సంస్కృతిలోని, సంస్కారములనుకూర్చి, నవీన సంఘమునకు అనువైన రీతిలో అర్ధవంతముగా తెలియజేయు సామర్థ్యము కలిగివుందురు. చక్కని ఆచరణ, కార్యములను సాధించగల సమర్థత, వలసిన గాంభీర్యము, ధైర్యము, నైపుణ్యము కలసివుండును. ఎదుటివారిపై మంచినమ్మకము కలిగియందురు. వీరు ఆశావాదులు. తప్పులు చేసిన వారిని మరల అటువంటి పొరపాట్లు చేయని విధముగా తీర్చిదిద్దగల సమర్థులు. వినియోగమునకు ధనమును ఆశింతురేగానీ, ధనాశవుండదు. ఇతరుల బాధలను గ్రహించి వారికి తగిన రీతిలో సలహాలను యివ్వగలరు. వీరి అభిప్రాయములను కార్యరూపములో పెట్టి ఆచరించుటలో ఆలస్యము చేయరు. ఎక్కువ వయస్సు వచ్చువరకు మంచి ఆరోగ్యముండును. అవసరమయినచో తన వారిని, తన పరిసరములను విడిచి, మంచి పనులు సాధనకొరకై జీవితాంతము పర్యటనలు చేయగలరు.

గురునకు అశుభదృష్టులున్న యెడల ప్రతివిషయమున మూర్ఖత్వము, నిర్లక్ష్యము, కలుగును. కష్టనష్టములు, తీవ్రసమస్యలను ఎదుర్కొనుట కలుగును. ఆత్మాభిమానముతో కష్టములపాలయినపుడు కూడా సుఖపడునట్లు డాంబికమును ప్రదర్శించును. అతి భోజనము, అజీర్ణవ్యాధులు కలుగును. అందరి దృష్టిలో గొప్పగానుండుటకు వ్యయమునుచేసి, అప్పులపాలగుట వుండును. వీరికి వ్యాపారము పనికిరాదు.

వృషభమున గురుడు

ధనము వినియోగమును, సంపాదించుటను బాగుగా తెలిసినవారు, మంచి మార్గమున ధనమును అభివృద్ధి చేయుట బాగుగా తెలియును. పదిమందికి పనులు కల్పించి వారికి జీవన మార్గమును కల్పించుట చేయగలరు. కుటుంబ, సంఘ శ్రేయస్సులు ఇతనికి ముఖ్యమయినవి. సంపాదన అంతయూ మానవుల సామర్థ్యమునకు ఋజువులని తెలియువారు. అప్పులిచ్చినచో తిరిగి వచ్చును. అదృష్టవంతుడు. శరీర సౌఖ్యము, మంచి ఆహారమునందు అభిలాష, చక్కగా తిన గలవారు.

ఇతర శుభగ్రహముల దృష్టివున్నయెడల అమితమైన భాగ్యశాలురు. భక్తి తత్పరులు. విద్యాసంస్థలయందు విరాళములిచ్చువారు. దైవకార్యములకు సద్వి నియోగము చేయువారగుదురు. కపట రహితులు. విశాలమైన హృదయము గలవారు. ఎల్లపుడూ సుఖ, సంతోషములతో నుండువారు అగుదురు. ఆచార పరాయణులు. జపతపాదులయందు, నియమనిష్టలయందు, దీక్షలయందు, తీర్థయాత్రలయందు అమితమైన ఆసక్తి కలవారు. శని కుజుల దృష్టివున్నయెడల స్వార్థ పూరితములయిన మాటలతో యితరుల అవకాశములను, శ్రమలను వినియోగించుకొని లాభించగలరు.

గురునకు కేంద్రవేధలు కలిగిన యెడల తిండిబోతుగా మారును. అజీర్ణవ్యాధి కలుగును. స్వార్థపరుడగును. నిష్ఠూరములు వేయువాడుగానుండును. విశ్వాసము లేనివాడగును. తన స్వజనులపై వ్యామోహం కలవాడగును. తినుట, రుచిగల పదార్థముల కోరుట, సుఖములు కోరుకొనుట, మున్నగు వాటివలన

ఆస్థిని పోగొట్టుకొనును. కుజుని వేధవలన మద్యపాన అలవాటు, శనివేధవలన స్త్రీ సాంగత్యదోషములు కలుగును. ఈర్ష్య అసూయలు పెరుగును. కుజుని వేధ వలన జీర్ణకోశ వ్యాధులు, మూత్రాశయ వ్యాధులుకలిగి శస్త్రచికిత్స జరుగును.

మిధునమున గురుడు

తత్వశాస్త్రమున పాండిత్యముగలవాడు. మతవిషయములందు వివరణలను చేయువాడు, మనస్తత్వశాస్త్రము, న్యాయశాస్త్రము, బోధనా విషయములకు ప్రాధాన్యమునిచ్చి పదిమందికి విద్యలను తెలియజేయువాడు. విద్యాబోధనల యందు నూతన మార్గములను, నూతన విషయములను కల్పించుటకు ఆలోచన చేయువాడు. వాఙ్మయము, వార్తాసేకరణ, ప్రయాణశాఖలు, వంటి శాఖలలో కూడా క్రొత్తమార్గములు ఆలోచించి, ప్రజలకు అనుకూలమైన విషయములు అందించుటయందు ఉత్సాహము,మనస్సుఎప్పుడూ ప్రశాంతంగా,ఆనందంగావుండును వ్రాత విషయములోనూ భాష విషయములోనూ,వివిధములైననూతనత్వములుండును. అతి చురుకుదనము మాటలయందు స్పష్టత, హాస్యరసము,వాక్పటిమ వుండును. తప్పుపట్టుటకు ఎవరికినీ అవకాశమివ్వరు. చిన్న తనమునుండియూ, చదువులందు ఎదుటి వారికన్ననూ వున్నతులని పేరు తెచ్చుకొనగలరు. విజ్ఞానము ఆర్జించుట యందునూ ఆసక్తి కలిగివుందురు ఎటువంటి కఠినమైన విషయమునయిననూ అతి సులభముగా అర్ధముచేసుకొనుట, సమస్యా పరిష్కారమునకు చక్కని సలహాలు యివ్వగలగిన నేర్పుగలవారు. బహుభాషల యందు నేర్పరితనముండును. ఎప్పుడూ ఆలోచనలు పాదరసమువలె పరు గిడుచూ నూతన ప్రక్రియలకు శ్రీకారమునిచ్చుచునే వుండును. నిద్రాహారాలు మితము. అందుకే ఆరోగ్యము బాగుండును. సంఘమున మంచి పేరు, గొప్ప తనములుండును. మిత్రులు ఎక్కువమంది క్రమశిక్షణతో అన్ని విషయముల యందు విజ్ఞుడనిపించుకొనును. ఇతని తెలివితేటలు యితరులకు ఎక్కువ వుపయోగపడగలవు. సలహాయిచ్చి తానాచరించలేకపోవట వలన, తన ఆర్థిక పరిస్థితిని మెరుగుపరచుకొను సామర్థ్యముకూడా లేకపోవచ్చును.

బృహస్పతికి కోణదృష్టి కలిగియున్నయెడల ప్రభుత్వ శాఖల్లయందు, ప్రభుత్వ ప్రతినిధిగా, అంతర్జాతీయ పరిశ్రమలయందు మంచి వున్నత పదవులు కలుగును. రాయబారులుగా, దేశప్రతినిధులుగా, అంతర్జాతీయముగా సలహాదారులుగా ప్రఖ్యాతిగాంచగలరు. అంతర్జాతీయ ద్రవ్యనిధులకు (I.M.F) సంబంధించి, అంతర్జాతీయ ప్రసారములకు సంబంధించు, అధికారయుతమైన పదవులు నిర్వహించు సామర్ధ్యము కూడా కలుగగలదు.

కేంద్రవేధలు కలిగిన యెడల ప్రతివిషయమున అనవసరముగా తలదూర్చి కష్టములు తెచ్చుకొనుట. తెలిసినది తక్కువ. ఆర్భాటము చేయుదురు. ఇతరులు రహస్యములను సంగ్రహించుటకు, రాత్రింబవళ్ళు శ్రమకోర్చి దుష్ట ప్రచారము చేయుటయందు సంతోషము కలుగును. అతిగా మాట్లాడుట, నిద్రలేమి,నరముల నిస్త్రాణత, పురుషత్వము నశించుట మొదలగునవి వుండును. బాధలలో వున్న వారిని ఆదుకొని, వృద్ధిలోనున్న వారిని పతనము చేయుట, అప్పులుచేసి, వారికి వ్యతిరేకముగా ప్రవర్తించుట, కోర్టు వ్యవహారములందు కల్పిత సాక్ష్యములను పెట్టి జయము పొందుట, లంచములు పుచ్చుకొనుట, యితర అన్యాయ మార్గముల ద్వారా ధనసంపాదన చేయుటవుండును.

కర్కాటకమున గురుడు

ఈతడు జన్మించిన కుటుంబ సాంప్రదాయబద్ధమయినది, చక్కని పెంపకము నందు పెరిగినవాడు. దయాదాక్షిణ్యములు కలవాడుగనూ, సత్వగుణము కలవాడు గనూ, సంస్కారవంతుడునూ అయివుండును. దైవభక్తి ఎక్కువ వుండును. తన మతమునందు ఎక్కువ అభిమానము కలవాడగును. తన కుటుంబమును పోషించుట, పాలించుట అను విషయములందు అధికశ్రద్ధ వహించువాడగును. అందరికీ నమ్మకస్థులు మరియూ అందరియందు నమ్మకముగల వారయివుందురు. విద్యా సంస్థలయందు, బోధనాలయముల యందు సమర్థత కలిగి, అధికారులై రాణించువారు, స్నేహధర్మమును చక్కగా పాటించగలవారు. అతిధులయందు అమితమైన ఆదరము చూపగలిగి వుందురు.

దేవగురునకు కోణదృష్టి కలిగిన యెడల అనేక గృహములు కలిగి బంధుమిత్రులకు ఆశ్రయము, ఆదరణలు కల్పించు స్వభావము కలిగి యుండును. ఉత్తమాభిరుచులు కలిగి, సద్వర్తనముతో, దాన గుణముతో వర్ధిల్లు వాడగును. మత విషయములందు, తత్వ శాస్త్రములందభిలాష కలిగియుండి, వారియొక్క ఆచార్యులను ఆదరించి, వారినుండి పరిపూర్ణత సాధించుటకు కృషి చేయుదురు. సాధారణముగా పితృభాగ్యము లభించు అవకాశము గలదు. లేనిచో వీరిని అభిమానించు వారివలన గానీ, దత్తత వలన గానీ, ధనము సమకూరును. జీవిత రెండవ భాగమున వ్యాపారముల వలన అధికముగా ఆర్జించగలరు. వార్ధక్యమున సుఖమయమైన జీవితముండును. భోజనపుష్టి కలిగినవారు. రుచికరమైన పదార్థములను కోరుకొందురు.

గురునకు కేంద్రవేధలు కలిగినచో సభలయందు మాట్లాడలేనివాడు, ఆవేశ వంతుడు. అమాయకుడు, లౌక్యము తెలియక తేలికగా మోసగింపబడు వాడు, ఆస్థినష్టము చేసుకొనువాడు. అప్పుల బాధలు పడువాడు. కుటుంబమును విడచి వుండలేక భంగపడు వాడుగానూ వుండును.

సింహమున గురుడు

గొప్ప గొప్పకార్యములను సాధించువాడు. విశాలమైన మనస్తత్వము కలవాడు. ఆత్మ విశ్వాసము అధికముగా కలిగియుండును. ఆత్మాభిమానము ఎకు&కవ. గట్టి పట్టుదల కలిగివుండును. ఏ పనినైననూ, ఆత్వ విశ్వాసముతో సాధించుట అను నేర్పుకలిగివుండును. దృఢమైన శరీరము.రేయింబవళ్ళు కష్టించి పనిచేయగల నేర్పు, ఓర్పు కలిగివుండును. తమను అభిమానించువారి యెడల అధికశ్రద్ధ చూపుదురు. ఎక్కువగా ఆర్జించి, ఖర్చుచేయుట వీరి స్వభావసిద్ధము. మతాభి మానులు, తమయొక్క సదాచారములు, సత్కృత్యములు పదిమందికి తెలియ జేయు నేర్పుకలవారు. దయామయమయిన మనస్కులు.

గురునకు కోణదృష్టి వున్నయెడల దేవాలయ నిర్మాణము, విగ్రహప్రతిష్టలు, యజ్ఞ యాగాది క్రతువులు చేయువారగుదురు. మత సంస్థలు స్థాపించి, మత ఉద్ధారణకు కృషి సల్పుదురు. అన్నదాన సమాజములను నెలకొల్పి బీదల కొరకై పాటుబడు దయాగుణము కలవారు. తమ పేరు ప్రఖ్యాతులను పదిమందికి

తెలియజేసుకొనగలవారు. ఒక మత సంస్థకుగానీ, ప్రభుత్వ ధనసంబంధమయిన సంస్థకుగానీ, న్యాయశాఖలకు గానీ, నాయకత్వము వహించి, అధికారముచేయు పదవి కలుగగలదు. పిల్లలపై ఆపేక్ష ఎక్కువ.

గురునకు కేంద్రవేధలు కలిగినచో డంబములు పలుకుట, డాబుసరిగా కనబడుటకు ప్రయత్నించుట, మోసములు చేయుట. చందాలు వసూలుచేసి కపట ప్రవర్తనమున తన స్వలాభమును కాపాడుకొనుట. జూదము, రేసులయందు యిష్టము కలిగియుండుట. వ్యాపారమునందు నష్టములు పొందుట. తిండి పోతుగా తయారగుట. అజీర్ణవ్యాధులు, గుండెజబ్బులు, ఆయాసము, ఉబ్బసములు కలుగును.

కన్యలో గురుడు

ఈ జాతకులకు సేవా, ధర్మపరాయణత్వముండును. శ్రమకోర్చి పనులను చక్కగా పూర్తి చేయగల నేర్పరులు. ఉద్యోగము ధర్మబుద్ధితో చేయగల సమర్థులు. విషయ గ్రాహ్యము గలవారు. ఒక పథకమునకు అవసరమగు వాటిని క్రమ బద్ధముగా సమర్ధవంతముగా, ఏర్పరచుకొనగలరు. అందులకే ఈ యోగజాతకులు ఎక్కువగా కార్యదర్శులు (సెక్రెటరీలు) గా రాణింతురు. పెద్దపెద్ద సంస్థలయందు, అన్నిశాఖలను తమ అజమాయిషీ క్రిందకు తీసుకుని సమర్ధవంతముగా నిర్వహించు సామర్థ్యము కలవారు. ఈ గురునకు శుభదృష్టులు ఉన్నయెడల ఋణసంబంధమైన ప్రణాళికలను, రచించగల సామర్థ్యము కలవాడు. విజ్ఞాన శాఖకు సంబంధించిన గ్రంథరచనలు చేయుట, వ్యవసాయశాఖకు సంబంధించిన విషయ పుస్తకములను, వ్యవసాయ శాఖలను నిర్వహించు అధికారులు కాగలరు. సాంకేతిక సంబంధమైన అర్ధముల చెప్పు గ్రంథములు, అనువాద గ్రంథములు, విద్యాశాఖలయందు అధికారుల కాగలరు.

గురునకు కేంద్రవేధలున్నచో అనవసరమైన విషయములతో కాలహరణము చేయుదురు. ముఖ్య విషయములను మరుగున పడవేయుట, వ్యర్ధ పరచుట అనునవి అవలంభింతురు. ప్రతి విషయమును అనవసరముగా వాదించి,

నియమములపేర చిక్కులు ఏర్పరచుదురు. చాదస్తముగా ప్రవర్తించుట, మాట్లాడుట వుండును. వీరితో కలసి పని చేయుట కష్టము. ఎదుటి వారిని విమర్శించుట, పరుషముగా మాట్లాడుట అనునవి వీరికి ఆనందము కలిగించును. తమ అద్వితీయమైన పాండిత్యమును, తప్పు లెన్నుటలో సరిపుచ్చుదురు. మనస్సునందు కోపముతో త్వరగా అలసి పోవుదురు. మానవాళిపై దయలేనివాడగును.

తులలో గురుడు

నీతి, న్యాయము అనువాటికి ఎక్కువ విలువనిచ్చి వాటికి కట్టుబడి వుండువారు. తాము భంగపడిననూ, న్యాయమును వదలరు. తన కుటుంబముపట్ల చక్కని అనురాగము కలవారు. దాంపత్య అనుకూలము, సౌఖ్యమును పొందగలరు. వీరు అదృష్ట వంతులు. మతమునకు సంబంధించిన లేక ఆధ్యాత్మిక సంబంధమైన అవగాహనల వలన తన భాగస్వామిని నిర్ణయించుకొనుట జరుగును. వివాహమయిన తర్వాత, ఆస్తికత్వము, నిష్టనియమములే, మొదలగునవి చక్కగా పాటించుట అలవాటగును. వీరి మతాభిమానము, సంఘమునందలి మూఢవిశ్వాసమును విడిపించి, అభివృద్ధి కలిగించు విధముగా నుండును. ఇతరులకు ఏ విధమైన బాధ కలగకుండా వారిచే సంఘమునకు ఉపయోగపడు మంచి పనులును చేయించగలరు.

ఈ జాతకులకు యితరుల అభిమానము అండదండలు మెండుగా వుండును. పేరు ప్రతిష్టలు తెచ్చుకోగలరు. వీరికి విద్యాధికులన్ననూ, పండితులన్ననూ అభిమానము. వారి కొరకు, వారి మంచి కొరకు పాటుబడుదురు. వేషభాషలందు వీరు అతి మనోహరముగా వుందురు. వీరు చాలా ఔదార్యము కలవారు. వీరు దేవాదాయ శాఖలలో వృత్తి నిర్వహించిన మంచి జరుగును. ఎల్లప్పుడూ శుచి, శుభ్రతలకు ప్రాముఖ్యము నిచ్చువారు. విశాలమైన ప్రదేశములందు మాత్రమే యిమడగలరు. చక్కగా వాదించగల పటిమ, బాగుగా న్యాయమును నిర్ణయించగలరు. మంచివేదాంతులు. ధర్మశాస్త్రమును చక్కగా వివరించగలవారు అగుదురు.

గురునకు కేంద్రవేధలు కలిగిన యెడల యితరుల విషయమున తామే నియమనిబంధనలు విధించుట. సంబంధము లేని వారి విషయములలో కల్పించుకొనుట. సంఘసంస్కర్తలమని తమకుతాము ప్రకటించుకుని భంగ పడుదురు. చేయలేని పనులు కూడా చేయగలమని ప్రగల్భాలు పలుకుట. అందరూ తనకు లొంగివుండవలయునని, తనకు ధనరూపమున లంచములు యివ్వవలెనను కోరిక కలిగియుండును. వీరి మధ్యవయస్సునందు ఉద్యోగ భంగముగానీ, భార్యనుండి ఎడబాటుగానీ, లేక భార్య ఎదురు తిరుగుట గానీ జరుగవచ్చును. స్త్రీల విషయమున కుట్రలవలన ఉద్యోగమునకో, ప్రాణమునకో ముప్పు కలుగవచ్చును. ఒకటిని మంచి ఎక్కువ గ్రహముల వేధలున్నచో ప్రజా ధనము హరించుట, కోర్టులందు శిక్షకు పాత్రుడగుట జరుగును.

వృశ్చికమున గురుడు

స్వతంత్రప్రతిపత్తి, స్వతంత్రహక్కులులేని. భాగస్వామ్య సంస్థలను వీరుచక్కగా, సమర్థవంతముగా నిర్వహించగలరు. భాగస్వామ్య సంస్థలయందును, సహకార సంస్థలను నడుపువారుగా ప్రాముఖ్యత వహించెదరు. ఆర్థిక ప్రణాళికలను విజయవంతముగా తయారుచేయువారు, అవలంభింపచేయు వారగుదురు. ప్రజోపయోగ కార్యాలు నిర్వహించుటకు వీరు అనేక మంచి పనులు నిర్వర్తించ గలరు. యోగ, ఆధ్యాత్మిక పరమైన సంస్థలలో పని చేయుగలవారు. దూరదృష్టి కలవారు. క్లైర్‌వాయన్స్, అదృశ్యశక్తులకు సంబంధించని విషయముల గురించి ఎక్కువగా చదువుట, సాధనచేయుట వుండును. మతమువిూద స్వతంత్ర భావములు, విశ్వాసముగలవారు. స్నేహములు రహస్య కారణములతో అనుసంధానమై వుండును. సహాయము చేయుటకు ఎటువంటి కష్టములనయినా తీసుకొందురు. కాబట్టి ఆపత్కాలమున వీరికి అనుకోని విధమైన అండలభించును.

గురువునకు కేంద్రవేధలు కలిగినచో, తండ్రివలన రావలసిన ధనమునకు ఆటంకములు. దాయాదుల మరణమువలన న్యాయస్థానపు చిక్కులు. వ్యాపారమున నష్టములు. వాహన ప్రమాదములు. అనేక కారణముల వలన

డబ్బు యిబ్బందులు కలుగును. మూత్రాశయమునకు, అండములకు సంబంధించిన వ్యాధులు, వాటికి శస్త్రచికిత్సలు వుండును.

గురువునకు కోణదృష్టివున్న యెడల జనాదరణ, మిత్రుల వలన వస్తు సంపదలు లభించుట, ఆధ్యాత్మికానుభూతులు, మతపరమైన విదేశీయానములు కలుగును.

ధనుస్సులో గురుడు

అనేక శాస్త్రములు తెలిసినవాడు. శాస్త్రాభ్యాసమునందు మిక్కిలి కోరిక గలవాడు, మతము, వేదాంత విషయములందు జిజ్ఞాస కలవాడు. విదేశీ నాగరికతను, విజ్ఞానములను తెలుసుకొని, వానిని పరిశోధించవలెనను అభిప్రాయము కలవాడు. సంఘమునందు అనేక మంచి మార్పులు చేర్పులు చేయుటకు మతమును, దైవభక్తిని, దేశాభిమానమును ఉపయోగించి పనులు చేయువాడు. జీవితమున క్రమబద్ధమైన పరిస్థితులను నెలకొల్పును. ఆచారములను, ధర్మశాస్త్రములను గౌరవించును. పెద్దలు పండితులయెడల గౌరవము, విధేయత చూపువాడు, తన ప్రవర్తనను జాగ్రత్తగా నియంత్రించుకొనును. దైవభక్తి కలవాడు. భయము కలవాడు. యోగ, ఆధ్యాత్మిక అభ్యాసము చేయువాడు. తమ బంధుమిత్రులను తమకు అనుకూలముగా మార్చుకోవలెనను కోరిక గలిగినవారు. చాలా లోతైన ఊహాశక్తి. స్పష్టమైనది. ఇతరులకు ఉత్తమ విషయములను బోధించుటకు, మార్గమును చూపుటకు వీరు పనిచేయగలరు. ఎక్కువ కాలము విదేశ ప్రయాణములు చేయుట జరుగును. వీరి మార్గమును యితరులు అనుసరించ వలయుననుట వీరి లక్ష్యము. అనుకోని విధముగా వ్యక్తుల యొక్క భవిష్యత్తు వీరికి గోచరించుచుండును.

గురువునకు కేంద్రవేధలు గలిగినచో సంకుచితమైన మనస్సు, అవిశ్వాసములు వుండును. వీరికి అనుగుణముగా లేనివారియెడల ద్వేషభావము పుట్టును. తమ ఉద్దేశ్యములను యితరులపై రుద్దుటకు వారితో తగాదాలకు దిగుట వుండును. గర్విష్టులు. పండిత తిరస్కారము, కలహప్రియత్వము వుండును. నీచసంభాషణ చేయును.

మకరమున గురుడు

ఇది గురునకు నీచస్థానము. మతసంప్రదాయములను త్రోసిపుచ్చుదురు. దైవభక్తి వీరికి చాదస్తమనిపించును. అప్రధనమైన విషయములకు విలువ యిచ్చుట చేయుదురు. సంకుచిత ప్రవర్తనవుండును. మొండినమ్మకము, ధైర్యము కలిగి వుందురు. అనుమానము, భయము కలుగుచుండును. ఏ పనినీ చిత్తశుద్ధితో చేయరు. ప్రతిదీ మ్రొక్కుబడిగాచేసి వదలివేయుదురు. అధికారము, హోదాలను కోరుకొందురు. కుటుంబమునందలి వ్యక్తులకు కూడా అనవసర విషయములతో విసిగించుట వుండును. లోకమును ఉద్ధరించుటకు అని అనవసరముగా తిరుగుచూ, కుటుంబబాధ్యతలు పట్టించుకోరు. ఆచారములనిచెప్పి యితరులను కష్టపెట్టుదురు. ఉపయోగపడని జాగ్రత్త, విషయశూన్యమైన పాండిత్యము, ఆచరణకు అనుకూలముకాని వేదాంతము. వీరికి అడ్డుగోడలు.

గురునకు కేంద్రవేధలు కలిగినచో తమ విశ్వాసముల వలననే తాము నష్టపోవుట. ధనార్జన అవకాశములను తన ప్రవర్తన వలన చెడగొట్టుకొనును. ప్రతి విషయమునకు కక్కుర్తిపడుట వుండును. పౌరహిత్యము. అర్చకత్వము, దానములు స్వీకరించుట మున్నగునవి జీవనోపాదులుగా వుండును.

కుంభమున గురుడు

మానవాభ్యుదయమునకు విశేషముగా కృషి చేయుదురు. మత, వేదాంత, శాస్త్రములకు అభ్యుదయభావాలు చాలని వీరి నమ్మకం. మతములు, వర్ణములు, జాతులను వాటిని వీరు విశ్వసింపరు. సకలజనుల భవిష్యత్తు, నమ్మకము వీరికి అవసరము. ఆధ్యాత్మికపరమైన విషయము కూడా, సామాన్యులకు పనికి వచ్చి నపుడే, ఆచరించవలెనను భావము కలవారు. ఎవరి విశ్వాసములు వారివే అని గట్టిగా నమ్మువారు. ఈ సృష్టియందు ప్రతిజీవికి ఒక ప్రత్యేకత కలదని, ప్రతి వ్యక్తినుండి నేర్వవలసిన విషయములు కలవని వీరి ఉద్దేశ్యము. జీవితమున ముఖ్య విషయములను గమనించి వాటిని

నెరవేర్చుకొనుటకు నిర్ణయింతురు. మిత్రులు అధికము. మిత్రులతో వీరి సంబంధము సోదరభావముతో నుండును. మనుష్యుల మధ్య అంతరములు సృష్టించు విధానము కూడదని వీరి వాదన.

గురునకు కోణదృష్టియున్నచో యోగమును సాధించుట, తత్వదర్శనము, జ్యోతిషము, కర్మసిద్ధాంతము, పునర్జన్మ విజ్ఞానము మొదలగు విషయములను తెల్సుకొను యోగము కలుగును.

గురునకు కేంద్రవేధలున్నచో, స్థిరమైన అభిప్రాయములుండవు. మాట నిలబెట్టు కొనుట అనునది విలువలేనిదని వీరి అభిప్రాయము. అసత్యము చెప్పుటకు, మోసము చేయుటకు భయపడరు. వివాహము, శీలము అను వాటిపై నమ్మకము వుండదు. మోసము చేయుటకు వెనుకాడరు. విప్లవాత్మక భావములతో సంఘములను ఏర్పాటు చేయుట, ప్రభుత్వ వ్యతిరేక కార్యకలాపములను చేయుట, చట్టమును ఎదిరించుట చేయుదురు.

మీనమున గురుడు

తమకన్నా తక్కువవారి యెడల ఆదరణ కలిగియుందురు. జాలిగుణము కలవారు. దయగలవారు, ఆవేశముకలవారు. పతితజనోద్ధరణ, రోగులసేవ, దీనజనసేవ అనిన వీరికి యిష్టము. వైద్యాలయములు, అనాధశరణాలయములు, జైళ్ళు మొదలగువాటి యందు వీరికి అనుకూల వృత్తులు కలుగును.

గురునకు ఇంద్రవరుణ, యముల కోణదృష్టి కలిగినయెడల యోగ సిద్ధులు కలుగును. వీరికి దూరదృష్టి ఏర్పడును. శాస్త్రములందలి నిజములు స్పష్టముగా అవగాహనకు వచ్చును.

గురునకు కేద్ర వేధలున్నచో ఆడంబరములకోరకు వ్యక్తి పూజలు చేయుంచుకొనుట, అహంకారము, గురువునని కొందరిచేత పిలిపించుకొనుట కలుగును. సంపాదన మాని వేసి ఇతరులు దయాదాక్షిణ్యములపై బ్రతుకు వెళ్ళదీయవలసి వచ్చును.

శుక్రుడు

మేషమున శుక్రుడు

మేషమున శుక్రుడున్నయెడల భావావేశము కలుగును. జీవితమును సరదాగా, సంతోషముతో, కాలమును డబ్బును విచ్చిలవిడిగా ఖర్చుచేయుదురు. ఉదార స్వభావము కలిగివుందురు. యితరుల తమను చూసి గొప్పవారను కోవలయు నను కోరిక వుండును. స్త్రీ దృష్టిలో గొప్పగా కన్పించవలయునన్న వారికి నచ్చ వలయుననే కోరిక తీవ్రముగా మనస్సులో వుండును. అందుకొరకు వేషమునకు అతిగా ఖర్చుచేయుట అలంకరించుకొనుట చేయుదురు. వ్యామోహమును ప్రేమ అనుకొని త్వరపడి వివాహము చేసికొని, తరువాత అభిప్రాయ బేధములతో సతమతమగుచూ, చింతించును. భార్యపై వ్యామోహము క్రమేపీ తగ్గుతూ వుండును. ప్రేమ వివాహములు ఈ యోగమునందు ఎక్కువగా జరుగును. దాంపత్య సుఖముగానీ, పరస్పర అవగాహనగానీ వుండదు. ప్రేమలుండిననూ, అప్యాయత లేనిచోట సహాయముచేసి మోసపోవుదురు. స్త్రీ జాతకముననున్ననూ యిట్లే జరుగును.

శుక్రునకు కేంద్రవేధలున్నచో, కాముకత వుండును. స్త్రీ లోలత్వము అధికముగా నుండును. స్త్రీ జాతకమున యిది శీలభంగమును కలిగించును. వివాహమునకు మునుపు యిది జరుగును. దేవగురునిదృష్టి కలిగిన యెడల అధిక వ్యామోహము న్ననూ, శీల భంగము కాజాలదు.

శుక్రునికి కోణదృష్టి కలిగెనేని లలిత కళలయందు ప్రసిద్ధులు, అధిక సంపదలను పొందువారు, వినోద విలాసములకు, జనాకర్షణకు పేరుబడ్డ వారగుదురు.

వృషభమున శుక్రుడు

శుక్రునికి స్వస్థానము, స్థిరచిత్తము, నిర్మలమైన ప్రేమ కలిగివుందురు. సర్వ ప్రాణులయెడల దయగలవారుగా వుందురు. ధర్మబద్ధముగా చరించుచూ,

సుఖములనుపొంది, యితరులకు సుఖమును, ఆనందమును పంచి యివ్వ గలరు. తమ శరణు కోరిన వారిని రక్షించుగుణము కలవారు. సౌఖ్యవంతమయిన కుటుంబమును గడుపువారు. విశ్వాసముగా ప్రవర్తన వుండును. ధన లోపము కలుగదు. సుకుమారమైన శరీరము గలవారు. భోజనము, వస్త్రములు, శయ్య. యిల్లు, వాహనములు అందముగా వుండవలెనను అభిలాష గలవారు. ఇంటిని అత్యంత సుందరముగా అలంకరించు కొనువారు. అందమైన వస్తువులనెప్పుడూ సేకరించి యింటియందు అలంకరించు కొనువారు. అలంకార సంబంధ వస్తువులకు సంబంధించిన వ్యాపారము బాగుగా కలసి వచ్చును. సంగీత విద్య యందు కీర్తి గడించెదరు. ఉద్యానవనములు పెంపకము కూడా ప్రావీణ్యము కలుగును. మధురమైన కంఠస్వరము వుండును లలితకళల యందు, ఏ కళ వలనైననూ ధనమును సంపాదించగల నిపుణత వుండును.

ఇతర శుభగ్రహకోణదృష్టి వున్న యెడల స్థిర చరాస్తులు బాగా సంపాదించి లక్షాధికారులు కాగలరు.

కేంద్రవేధలు కలిగినచో వక్రమార్గముల ద్వారా తేలికగా ధనార్జనము చేయుదురు. ఎక్కువ నష్టములు, ప్రభుత్వ దండన కలుగును. ప్రేమ విషయమున ఈర్ష్య, అసూయ ద్వేషము లుండును.

మిధునమున శుక్రుడు

వివిధ రంగములయందు ప్రావీణ్యతకలిగి వ్యాపారకాంక్షతో ధనమును సంపాదించువాడు. సంఘజీవితమునందు స్వతంత్రముగా, అతి చాతుర్యముగా, పనులను చేయుచూ, మంచిపేరు సంపాదించుకొనును. అనేకమైన శాస్త్రములలో, రంగములలో పరిచయము కలిగి, వాటియందు, ప్రావీణ్యము సంపాదించ వలయునను ఆశ కలవాడు. ప్రణయ రంగమునందు కూడా యిటువంటి ఔత్సుకత కలిగినందున వీరి జీవితమున అనేకరకములైన రహస్యవిషయములు వుండును. ఎదుటివారి స్వభావమునననుసరించి ప్రవర్తించుట వలన అందరికీ హితులు కాగలరు. ఇతరులను నమ్మరు. కానీ

అందరూ వీరిని నమ్మునట్లు చేసుకోగలరు. చతురత గల సంభాషణములు చేయగలరు. హాస్యానికి వీరు భాష్యం చెప్పగలరనిపించునంతటి హాస్యము, సభలయందు తమ వాక్కులతో జనస్థంబన చేయుగలరు.ఎవరినైనా సమ్మోహితులను చేయగల నేర్పుండును. విజ్ఞానసముపార్జనకు ప్రయాణములు ఎక్కువగా చేయుచుందురు. రస వత్తరమగు కవితలు వీరికలమునుండి ఉద్భవించగలవు. రచనలయందు వీరి పద ప్రయోగము బావనాశక్తి అతి రమ్యముగా నుండును. సంఘమున అందరూ మృదువుగా జీవితమును గడపవలెనని కాంక్షింతురు.

కేంద్రవేధలుకలిగిన యెడల ప్రణయరంగమున ప్రళయము కలుగగలదు. ప్రేమించిన వారిని తేలికగ మరచిపోగలరు. ప్రేమజీవితమున పవిత్రత వుండదు.

కర్కాటకమున శుక్రుడు

సుకుమారమైన మనస్తత్వము గలిగినవారు. తాము ప్రేమించిన వారిని గురించి భయము, అనుమానము గలిగి వుందురు. భవిష్యత్‌ను గూర్చి నిరంతర ఆలోచన వుండును. చంద్రుని కళలవంటి మనస్తత్వము కలిగియుందురు. ఒకప్పుడు మిక్కిలి సంతోషము, మరొకప్పుడు దిగులు కలిగియుంధురు. డబ్బు విషయమై, సుఖములను గురించి, కుటుంబ సుఖమును గురించిన దిగులు ఎప్పుడూ కలుగుచునే వుండును. తనను ప్రేమించు వారిచెంత నిర్భయముగా వుండగలరు. వీరి యిల్లు లలిత కళల నివాసమే. విందు వినోదములతో, బంధుమిత్రులతో గడుపుటకు వీరికాలమంతయూ వినియోగింతురు. ఆపేక్షకలవారు. అతిధి మార్యాదలు తెలిసినవారు. రుచికరమైన భోజనమును పెట్టుటలో తృప్తి కలవారు. ఒంటరితనమున వీరికి మనస్సు భారమగును. వీరిలో కొంత స్త్రీ మనస్తత్వము కలుగును. వీరిని యితరులు తట్టి ధైర్యము నేర్పరచవలసిన పరిస్థితి కలుగును.

శుక్రునకు కోణదృష్టి కలిగిన యెడల యితరులయందు దయ, ఔదార్యము, యితరుల కష్టములనుగ్రహించి, వారికి తగిన తోడ్పాటు అందించుట

చేయుదురు. వీరిహస్తవాసి మంచిని చేయును. యోగసాధనమున రోగనివారణ పద్ధతులను అభ్యసించిన మంచిది. అందరినీ వీరు అతి ప్రేమగా చూచెదరు.

శుక్రునకు కేంద్రవేధలు కలిగిన యెడల అకారణముగా బాధపడుట. దిగులుగా వుండుట. అవసరమైన పంతాలు, పట్టింపులు. యితరులు తననుగూర్చి చెడుగా తలంచెదరేమోనను శంఖ కలిగివుందురు. పిరికితనము, గొప్పవారిని కలయుటకు భయము. వార్ధక్యమున బాధలు పడుట కలుగును.

సింహమున శుక్రుడు

స్థిరమైన అనుబంధములు కలిగివుందురు. జీవితమును సుఖమయము చేసుకొని యితరులకు కూడా సుఖమును పంచియివ్వగలరు. ఆత్మాభిమానము. గర్వము కలవారు. సుఖములకు, దానములకు లెక్కజేయక ఖర్చుపెట్టగలవారు. ఇందులో వీరికి భోజనము, పానీయములు, ఇంటికి, వస్త్రములకు అలంకరణలకు, సుఖసౌఖ్యములకు ప్రాముఖ్యతనిచ్చువారు. ఈ యోగమున పుట్టిన స్త్రీలు మంచితనము, మన్ననలను పొందవలెనను తాపత్రయము కలిగివుందురు. అందరితో తమకు ప్రత్యేక గుర్తింపు కావలయునని తమను మెచ్చుకొనవలయు నను కాంక్షతీవ్రముగా నుండును. సభలు సమావేశములందు, అందరూ ఉమ్మడిగా కార్యక్రమములు నిర్వహించుచోటున ధన వస్తు సహాయములలో తమదే పైచేయిగా వుండవలెనను కాంక్ష కలవారు. ఇదికూడా పదిమందీ గుర్తించ వలెనను కోరికతోడనే. లేనియెడల మానసికముగా కృంగిపోవుదురు.

ఉత్తమ నటులయందు ఈ యోగము ఎక్కువగా కన్పించును. లలిత కళలయందు ఎక్కువ యిష్టము. ఎవరితో పరిచయమైనయెడల దానిని వీరు ఆపేక్ష క్రింద, ప్రేమ క్రింద మార్చి చూసుకొనగల తత్వముకలవారు. చిన్న పిల్లలన్నచో యిష్టము. దాంపత్యసౌఖ్యము మధ్యమము. కుటుంబమును చక్కగా పోషించగలరు. తమ ప్రేమకు వీరు తగుదురు అను నిర్ణయము కలిగిన యెడల వారిని ఆజన్మాంతము నమ్మివుందురు.

కేంద్రవేధలు కలిగినచో ఆత్మాభిమానము, గర్వము, స్వార్థము, అసూయలు కలిగి జీవితమంతా కష్టముల పాలు చేసుకొందురు. కామము అధికము.

కన్యలో శుక్రుడు

తమ ప్రేమలో చిక్కిన వారిని తీవ్రముగా పరిగణించుట, ఒక హద్దులో నుండునట్లు గిరిగీయుట, తప్పులను ఎత్తిచూపుట, ఆపేక్షలు ఖండించుకొనుట వుండును. అందమైన వాటిని ఆశించి అందక బాధపడుట నిందించుట కలవారగును. అందమైన వస్తువులను తమ స్వంతము చేసుకొనుటకు ఆతురత వుండును. దాంపత్య విషయమున కూడా, సంపాదనపరులను, ఎక్కువగా అభి మానించుట వుండును. ఇది శుక్రునికి నీచస్థానము. తనకన్ననూ భార్య తెలివి గలది. లోక జ్ఞానము కలది అని తెలిసిన సుఖమునిత్తురు. సాధు స్వభావమయి నచో బాధలు పెట్టుదురు. ఈ యోగమున దాంపత్య జీవనమునకు విముఖులు ఎక్కువ. వయసుమీరు వరకు వివాహము కానివారు పెళ్ళి అయినా సత్ సంబంధములు లేనివారు మరికొందరు వీరిలోనే ఎక్కువ. వీరికి ఆచారములపై ఆసక్తి ఎక్కువ. భోజన, వస్త్ర, గృహ విషయములలో చిన్న విషయములకు కూడా పనికిరాని నిబంధనలను కల్పించుకొని హద్దులు గీయగలరు. అనారోగ్యము కలిగినవారి యందు జాలిపడుదురు. కొందరు రోగులసేవకు అంకిత భావముతో పనిచేయుదురు.

పాపగ్రహ కేంద్రవేధలు గలిగినచో, శీలముండదు. వావివరుసలు, వయస్సు లేకనే విచ్చలవిడి ప్రవర్తన కలుగగలదు. స్త్రీలనాకర్షించుటకు వెకిలిగా ప్రవర్తించు దురు. సుఖవ్యాధులు, ప్రోస్టేట్ గ్రంథివ్యాధి, మూత్రాశయ వ్యాధి కాన్సరు మొదలగు జబ్బులు కలుగును.

తులలో శుక్రుడు

హుందాగానుండు ప్రవర్తన, సుఖపడుట, సుఖపెట్టగల ప్రవర్తన వుండును. వివాహము, దాంపత్యము చాలా అనుకూలముగానుండును. కుటుంబ పరమైన బాధ్యతలు పూర్తిగా తీసుకొని నిర్వర్తించుట బాధ్యతగా తెలిసిన వారు. చక్కని

సౌందర్యము. ఆకర్షణగల కన్నులు, చక్కని ముక్కు కలిగివుందురు. స్త్రీలు సులభముగా వశమైపోవు అందము ప్రవర్తన కలిగియుందురు. శీలము విషయమున పవిత్రముగా వుందురు. సాధారణముగా చిన్న వయసునందే వివాహము జరుగును. ఇతరుల కష్టసుఖములను గ్రహించగలిగి మంచి మిత్రులుగా మారుదురు. ఆపదలలో ఆదుకొను స్వభావము కానీ మిత్రుల మాటలు కూడా వినరు. ఇతరుల సంతోషముకొరకు వీరు మంచిపనులు చేయుదురు. విద్యాధికులను వివాహమాడుట వీరికి యిష్టము. దాంపత్యమున కూడా ప్రేమ ముఖ్యము, కామమునకు ప్రాధాన్యత తరువాతనే. జీవితమును గడుపు విధానమున ఒక పంధాను అలవరచుకొందురు. హుందాగా వుందురు. దుస్తులకు అతి ప్రాధాన్యతనిచ్చెదరు. స్వచ్ఛమైన మనస్సు. ధర్మమునందు విలువ నిచ్చువారు. జీవులయందు ప్రేమ. తమను యితరులు అత్యున్నతముగా గుర్తించి గౌరవించవలయునన్న పట్టుదల వుండును. వీరు తమకు తెలిసిన విద్య యందు ప్రఖ్యాతి వహింతురు.

శుక్రునకు కేంద్రవేధలు కలిగిన యెడల అతిగా గర్వము కలుగును. ఎవరితోనూ మాట్లాడనంత గర్విష్ఠి అగును. ఎవరినీ దగ్గరకు రానీయని తత్వము పెరుగును. దాంపత్య విషయమున కూడా యిది ప్రతిబింబించిన యెడల జీవితము బాధాకరముగా మారిపోవును. కొందరి విషయములో భార్య వెళ్ళిపోవుట, ఆత్మహత్య చేసుకొనుట, పిచ్చిపట్టుట, విడాకులు పొందుట జరుగును. ఆప్త మిత్రులను సహితము తృణీకరించి అవమానించుటలో తృప్తి చెందగలరు. కొంత సమయమువరకు ఎవరిమీదనైననూ, అనవసరపు ద్వేషము పెట్టుకొనుట కలుగును.

వృశ్చికమున శుక్రుడు

స్త్రీలవంక కామదృష్టిలేకుండా చూడలేరు. కామతృష్ణ కలవారు. ఈర్ష్య అసూయలకు లొంగివుండువారు. తమ సర్వమును కామము తీర్చుకొనుటకు వెచ్చింతురు. కామశాస్త్రమున వీరికి విజ్ఞానముండును. కామశాస్త్రగ్రంథరచన,

కామశాస్త్రాభ్యాసము, ఉపన్యాసములు, పత్రికలు నడుపుటయందు వీరు రాణించగలరు. జితేంద్రియులు కాలేరని వీరి వాదన బ్రహ్మచర్యము అసాధ్యమని వీరి అంచనా; ఇవన్నియూ ఎదుటి వారిని మభ్యపెట్టుటకని వీరి అభిప్రాయము. దాంపత్యమున అయినా వీరు ప్రేమను గుర్తించరు. తీవ్రమయిన శరీర కాకర్షణకు లొంగిపోవుదురు. ప్రేమలో ద్వేషాన్ని, ద్వేషములో ప్రేమను గుర్తించగల మేధ కలిగిన వారు. అభిప్రాయ బేధములు కలిగినచో వారితో బాంధవ్యమును త్రుంచివేసికొను స్వభావులు. రహస్యములు వినుట ఒకరి విషయములను రహస్యముగా తిలకించి, వారిని విమర్శించు చెడు లక్షణములు వుండును. ఇతరుల అభిప్రాయములను అసలు గౌరవించరు.

శుక్రునకు కేంద్రవేధలు కలిగినయెడల స్త్రీలను చెరచుట, నలుగురిలో అవమానము పొందుట, జైలుపాలగుట, ఆసుపత్రియందు నిర్బంధము. మదపిచ్చి కలుగు అవకాశములుండును.

ధనుస్సున శుక్రుడు

ఒక విషయముపై మనస్సులో ఏర్పడిన భావములను నిర్భయముగా, చక్కనైన భావములతో, నిష్కపటముతో, ఆపేక్షతో, మృధుమధురముగా ఎదుటివారికి చెప్పగల తత్వము కలిగియుందురు. రోజువారీ జీవితమున యితరులతో తమకు గల సంబంధములన్నింటిని వీరు మనస్ఫూర్తిగా, ప్రేమతో అనుభవింతురు. సంఘమునందలి సంబంధములలో ప్రేమ భావమునకు వీరు ప్రాముఖ్యత నివ్వగలరు. ఆధ్యాత్మికమైన ఆలోచనలు, మతపరమైన విషయములన్నియూ పుణ్యభావనతోనేకాక, గాఢమైన విశ్వాసముతో అమలు పరుచుట చేయుదురు. అందువలన వీరికి మంత్రసిద్ధి, ఉపాసనాశక్తులు తేలికగా అనుభవమునకు వచ్చును. వీరు ప్రేమించిన వారు, వీరిని ప్రేమించిన వారు యిరువురూ మంచి సుఖభోగమును అనుభవింతురు. సాంప్రదాయ సిద్ధముగా వివాహము చేసుకొనుట సుఖసంసారమునకు ఉత్తమ మార్గమని వీరు బలంగా నమ్ముదురు. లలిత కళలయందు వీరికి అధిక ప్రవేశము. కవిత్వ చిత్రలేఖనము

లందు వీరికి ప్రత్యేక అభిలాష. హృదయమునవున్న భావములను చక్కగా వ్యక్తీకరించగలరు. అందువలననే వీరు రమ్యమైన కవితలు సృష్టించగలరు. ఇంటిని, ఒంటిని నిర్మలముగా, అందముగా వుంచుకొనుట వీరికి యిష్టము. పురాణములు, ధర్మశాస్త్రములు వీరినెక్కువ ఆకర్షించును. క్రీడాకారులు, గుఱ్ఱపుస్వారీ వీరికి యిష్టము. పండుగలకు పూజాది కార్యక్రమములు భక్తితో ఆచరింతురు. ఒక పనిని అవలీలగా చేయు ఉత్సాహము, ధైర్యము కలిగివుందురు. నిరాశ అనునది వీరికి తెలియదేమో.

శుక్రునకు కేంద్రవేధలు కలిగినయెడల అర్థములేని ఆదర్శములను అవలంభించి జీవితమును దుర్భరము చేసికొందురు. గర్వము కలిగియుండుట. న్యాయము ధర్మము అను విషయములలో యితరులను హింసించుట మున్నగునవి అనుభవింతురు.

మకరమున శుక్రుడు

ఇహపరమైన విషయములపై, సంపదలపై అత్యంత విశ్వాసము, ఆశ వుండును. అవి పోవునేమో అను భయము వీరిని పీడించును. ఐహికపరమైన విషయములను అభివృద్ధి చేసుకొనుటకు జాగ్రత్త వహించగలరు. వివాహ బంధమును కూడా, ఆస్థిని పెంచుకొనుటకు ఒక మార్గమను అభిప్రాయము వీరికి వుండును. ధనవంతులైన వారికి ఏకైకపుత్రికను వివాహము చేసుకొనుటకు అమితమైన యిష్టము కలిగివుందురు. చిన్న వయస్సున కూడా యిదే విధమైన అభిప్రాయములతో విద్యార్థిగానున్నపుడు ఆస్థి అంతస్తు గలవారికోసమే వెంపర్లాడుట వుండును. తన స్థితి గతులపై అపారమైన ప్రేమ, అభిమానము, గర్వము, కలిగిన ప్రవర్తన వుండును. మితభాషులు. సౌమ్య గుణము, ఒకరిని గౌరవించు గుణములవలన యితరులను తేలికగా ఆకర్షింతురు. దాంపత్య జీవితమున చక్కని అవగాహనతో బాధ్యతలను సక్రమముగా నిర్వర్తించుచూ, చక్కని భర్తగా, చక్కని తండ్రిగా వుండగలరు. లలిత కళలకు సబంధించిన వ్యాపారములయందు బాగా ఆర్జించగలరు.

శుక్రునకు కేంద్రవేధలున్నచో ధనమును గూర్చి, అస్థిని గూర్చి భయము ఆతురత వుండును. స్వలాభాపేక్ష లేనిదే ఏ పనిని చేయరు.

కుంభమున శుక్రుడు

అందరికీ మిత్రుడు. అందరిమంచిని కోరువాడుగా నుండును. విశ్వాసము కలవాడు. ప్రేమస్వభావము గలవాడు. కానీ యీ ప్రేమలో మిత్రత్వములో వ్యక్తిగతా భిమానములు కలుగవు. బంధువులలోనైననూ, బయటివారికి చేసినట్లే మామూలు సహాయమే పరిమితం. చురుకైన బుద్ధి. విశ్వమానవ ప్రేమతత్వము. సోదరత్వమును అభిలషించే హృదయము. అధికులైన మిత్రులు. ఎప్పుడూ మనోల్లాసముతో, ఆకర్షణీయులై వుందురు. వీరు ఎక్కువ నైతిక విలువలను పాటింతురు. వివాహ విషయములలోనైననూ గుణమే ప్రధానమని, జాతి, మత, కులములు కావని, గాఢమైన విశ్వాసముండును. వీరు చేయుకార్యములు ఎంత స్వతంత్రములయిననూ, అర్థము కలవిగానూ పురోభివృద్ధికి తోడ్పడునవి అయి వుండగలవు. వెంటనే ప్రేమించి, ప్రేమించిన వెంటనే పెళ్ళి చేసుకొనుట జరుగును. ఒకోసారి దీనజనులను కోరి వివాహము చేసుకునే టటువంటి వ్యక్తిత్వము గలవారు. అసూయ, ఈర్ష్య, ద్వేషమువున్నచోట వీరు వుండుటకు ముళ్ళమీద కూర్చున్న అనుభూతికి లోనగుదురు. సంకుచిత స్వభావము గలవారు వీరికి కలసిన, వీరు మారుటయో లేక, అణగదొక్కబడుటయో జరుగును. భార్యనైననూ పరిత్యజించగల స్వభావముండును.

శుక్రునకు కేంద్ర వేధలు కలిగినయెడల మనోచాంచల్యాము, అడ్డూ, అదుపు లేకుండా కార్యములు చేయుట. శీలవిషయమున నియమములు లేకుండుట. వావివరుసలు పాటించకపోవుట కలుగును. స్త్రీ సుఖ విషయమున రోజు రోజుకూ క్రొత్త రుచులను కోరుకొనుట మొదలగునవి కలుగును.

మీనమున శుక్రుడు

ఇది శుక్రునకు ఉచ్ఛస్థానము. అతి పవిత్రమైన ప్రేమను కలిగియుండును. ఈ ప్రేమకు భౌతికపరమైన అవసరము లేదు. ప్రేమకోసమే వివాహమను

భావము వీరిలో వుండును. వీరి దృష్టిలో ప్రేమ ఆత్మకు సంబంధించినది మాత్రమే. కష్ట సుఖములను పంచుకొనుట అని మాత్రమే. ఎవరికీ ప్రత్యేకత, ఆధిక్యత లేదని వీరి అభిప్రాయము. వీరిదృష్టిలో లలితకళలుకూడా పవిత్రమైన అరాధన విశేషములు. ప్రేమ, సౌందర్యము. అనగా భగవంతుడని వీరి నిర్వచనము. జీవుల ఎడల దయా, కరుణ వీరి యందుండును. ఇతరులకు బాధకలగని ఏ పనినైననూ నిర్వర్తించవచ్చునని వీరి భావన. వీరు అప్రయత్నముగా, స్త్రీలను, మిత్రులను ఆకర్షింతురు. మోసమును, ద్రోహమును తట్టుకొనలేరు. అప్రయత్నముగా వీరి భవిష్యత్, సూక్ష్మలోక విషయములు, వింతలు వీరికి అనుభవమునకు వచ్చి నోటివెంట పలుకును. గొప్పసంగీత విద్వాంసులు, గొప్పచిత్రకారులు యీ యోగమున ఎక్కువ జన్మింతురు. వీరు యితరులకు సహాయపడుటకు తమ ఆస్తి మొత్తమును ధారపోయగల ఉదారస్వభావులు.

శుక్రునకు కేంద్రవేధలు కలిగినయెడల, తనకు సరిపోని వివాహము, మిత్రులచే మోసము చేయబడుట, ఎప్పుడూ విచారగ్రస్తుడయి వుండుట, పిరికి తనము. పదిమందిలో చిన్నతనము పొందుట, ఒకరిపై ఆధారపడుట, దుర్భలత్వము, సోమరితనము, మధ్యపానము, మాదకద్రవ్యములను ఉపయోగించుట. స్వస్థలమును వదలిఎవరికీ తెలియనిచోటున వుండుట, సన్యాసాశ్రమము పొందుట కూడా సంభవము.

శని

మేషమున శని

శనికి యిది నీచస్థానము. జీవులకు పూర్వజన్మ సంబంధ విషయములను గురించిన విషయ పరిజ్ఞానము, సంకల్పబలము తక్కువ అని దానిని గుర్తు చేయుటకు, ఈ జన్మమున అనేక బంధములు కలుగుననియూ, పరిస్థితు లన్నియూ, మనస్సునకు వ్యతిరేక భావములను ప్రసరించునని తెలియ వలయును. మనిషికి నిరాశ, ఈర్ష్య, కోపము సహజముగా కలుగును. కానీ

పరిస్థితుల ప్రాబల్యమువలన యితరులకు విధేయుడై బ్రతకవలసివచ్చును. జీవనోపాధి మార్గమును గురించి, వళ్ళువంచి పని చేయవలసిన అగత్యము కలుగును. బుద్ధిసూక్ష్మత, కల్పనాశక్తి వుండును. ఆపదలయందు భయము, దిగులు, నిస్సత్తువ, సోమరితనము, క్రమశిక్షణ తప్పనిసరియై, సంకల్ప బలముతో కలసి, ఉత్తమముగా, ప్రకాశించు సరికి వయస్సు సగము గడచిపోవును. ఒకే విషయముపై వీరు తమ కృషిని కేంద్రీకరించినచో లోకమును ఆదర్శవంతముగా ప్రకాశింప జేయుదురు.

శనికి కేంద్రవేధలు కలిగినయెడల, వీరు ఎవ్వరినీ విశ్వసింపక, తన స్వంత వారి యెడల కూడా సంకుచిత మనస్సుతో ప్రవర్తించెదరు. ఎల్లప్పుడూ అతి జాగ్రత్తగా వుందురు. ఎట్టి పరిస్థితలనుంచయిననూ సులభముగా తప్పించు కుందురు. ఇటువంటి వారిని ఓడించుట కష్టము. వీరితో వ్యాపారము కలసి చేయకూడదు. వీరికున్న అనుమానముల వలన, ఆర్థికపరమైన సందేహముల వలన, వీరు వివాహమునకు విముఖత చూపుదురు. శారీరకముగా కూడా వీరికి కామము తక్కువ. జ్ఞాపకశక్తి అధికము.

వృషభమున శని

వీరికి బాల్యము నుండియే క్రమశిక్షణ అలవడనియెడల వీరు ఆహార విహారములయందు, కామపరమైన విషయములందు, ధన విషయమునందు, అవధులు లేని వ్యామోహము ఏర్పరచుకొని, యింద్రియలోలత్వము కలిగి వీరు ఎందులకూ పనికిరానివారగుదురు. చేతికి నిండుగా ఏదైనా పని కల్పించిన యెడల వీరు చక్కగా ఆర్జించి, జీవనోపాధిని పొంది, వస్తువులను అమర్చుకోగలరు. ధన, విషయమును, భవిష్యత్తును గూర్చి వీరి ఆలోచనలు ఎక్కువ సోమరితనము అలవడిన దొంగగనో, దోపిడీదారుగనో తయారగును. పరిస్థితులకు ఎదురీదలేని సమయమున వీరు స్థిమితమును కోల్పోవుదురు. శరీరపుష్టి, ఓపికగలవారు, మనస్సున వ్యాపారపరమైన నిపుణత వుండును. వాణిజ్యమున రాణించగలరు. 20వ సంవత్సరమునందు జీవితమున స్థిరపడు ఆలోచనలు పట్టుకొనును. సామాన్యముగా వడ్డీవ్యాపారము, కమిషన్

వ్యాపారము, ఇన్సూరెన్స్ మొదలైన వృత్తులు వీరికి యిష్టము. వార్ధక్యమున వాడుకొనుటకు ధనమును ఆదా చేయుదురు.

శనికి కేంద్రవేధలు కలిగినచో, నమ్మకము వుండదు. నాస్తికత్వము కలుగును. పొగరుబోతుగా తయారగుదురు. నిర్లక్ష్యము అలవడును. లోభియగును. పొరపాట్లు చేయుటవలన కేసులవలనగానీ, పన్నులవలననో ధనము హరించుకొని పోయి ముసలితనమున బాధలు కలుగును.

మిధునమున శని

చక్కని క్రమశిక్షణతో ఎటువంటి పొరపాట్లూ లేకుండా చక్కగా వూహించిన దానిని అమలు పరుచుటలో ఆరితేరినవారు. అతిసూక్ష్మబుద్ధి, అత్యంత జాగ్రత్త పరులు. చక్కగా సహేతుకముగా వివరించగలరు. విమర్శించనూగలరు. వీరి నుండి వెలువడిన గ్రంథములు గానీ, పత్రములుగానీ ప్రామాణికములుగా నిలుచును. చక్కని తప్పుపట్టలేని సంభాషణ. తమకు తెలియని విషయములను, పరిశీలించి, వివరణఅడిగి తెల్సుకునిగానీ నమ్మరు. కొత్త శాస్త్రములను అధికారికముగా నిర్ణయించినయెడల హాటియందు నమ్మకము కలుగును. పురాతన సాంప్రదాయములు, శాస్త్రములు వీరికి గీటురాళ్ళు. వినుటకు ఇంపుగా నుండు ఎక్కువకంటే నిజమై నిలబడగలిగిన ఒక ప్రమాణికము వలన వుపయోగమని నమ్మును. ప్రతిపనినీ ప్రణాళికాబద్ధముగా చేయగలవారు. పాతవాటిని పునరుద్ధరించుట వుపయోగమని నమ్మకమున్నవారు. నిజా నిజాలకు ఋజువులు చూపని యెడల అంగీకరించరు. విశ్వాసము కలిగి, బాధ్యతలతో ప్రవర్తించుట వీరినైజము. వెంటవెంటనే నిర్ణయములు తీసుకొనలేరు రచయితలు, ఉపాధ్యాయులు, కార్యదర్శులు, గణితకులుగా వీరు రాణింపగలరు.

శనికి కేంద్రవేధలు కలిగిన యెడల, అతి ఆలస్యము, చాదస్తము, ఎల్లపుడూ సందేహములతో సతమతమగుట కలుగును. ఆలోచనలు వుండవు. నిద్రలేమి, అసంపూర్తిగా సంభాషణలు, నత్తికూడా కలుగవచ్చును. హృదయకోశ వ్యాధులు కలుగును. వార్ధక్యమున పక్షవాతము కలుగు అవకాశములు కలుగును.

కర్కాటకమున శని

సుకుమారమైన మనోప్రవృత్తి, ప్రతిచిన్నవిషయమునకు ఎక్కువగా ఆలోచించుట, బాధపడుట వుండును. కోపావేశములను గానీ, ప్రేమనుగానీ వ్యక్తము చేయలేరు. చిన్న విషయములకు కూడా భయము,కంగారు కలవారు. కోపము తెచ్చుకొనుట చేయువారు. వీరిలోని యీ విషయములను తొలగించు కొన్నయెడల వీరి జీవితము సుఖముగా సాగిపోవును. మనస్సునందు సంతోషము వుండును. వీరిలోని న్యూన్యతా భావములను తగ్గించుకొన్నయెడల ప్రశాంతముగా, ఇల్లు స్వర్గసీమగా, తన వారిని అతిప్రేమగా చూచుకొనగలరు. వయస్సు పెరిగిన కొలది, చిన్న తనమున వీరికి కలిగిన అనుభూతులను మననమునకువచ్చి, స్థబ్ధులుగా జీవితమును గడుపుదురు. కుటుంబ బాధ్యతలను సక్రమముగా తీర్చుకొనవలయునని ఆలోచనలతో బాధపడుదురు. కుటుంబమునందు అధికప్రేమ, ఆత్మాభిమానము ఎక్కువ. వీటికి అవరోధముకలిగిన మిగిలి చింతించుదురు. కుటుంబసుఖము లేకున్ననూ, వున్నట్లే కన్పింతురుగానీ బయట పడరు. వీరికి యితరుల ప్రోత్సాహముల వలన వీరిలోని మానసిక శక్తులు వికాసము కలిగి బయట పడగలవు. తమ చుట్టూ ఒక గిరి గీసుకుని తమ పరిధిలోనే జీవించుట వలన వీరికి మిత్రులు తక్కువ. ఒంటరితనము ఎక్కువగా బాధించును. తన స్వభావమునకు, కుటుంబసభ్యుల స్వభావమునకు ఎక్కడా పొంతన కుదరదు. జీవితములో స్థిరసంపాదన కష్టము. ఇంటియందు ఆశించిన సౌకర్యములు కలుగవు. స్వంతయిల్లు కొనుటగానీ, కట్టుకొనుటగానీ, వీలుపడదు. పిత్రార్జితము దక్కదు. ధన యోగమున కూడా సరియైన సమయమునకు విఘ్నములు కలుగును. జీర్ణకోశ వ్యాధులు కలుగవచ్చును.

శనికి కేంద్రవేధలు కలిగినయెడల అతిసోమరి, పనులు ఆలస్యముగా నిర్వర్తించుట, మధ్య వయస్సున శరీరము భారీగా తయారగుట మధుమేహ వ్యాధి కలుగును. లేకున్న ఆహారము తగ్గించుట వలన శరీరము శుష్కించగలదు.

నిద్రాహారములకు తగిన సమయములను పాటింపరు. ఉపవాసములుచేయుట వలన జీర్ణకోశము పాడగును. ఇతరులకు తనపై చెడు అభిప్రాయములు కలుగునేమో అను భయ ముండును.

సింహమున శని

వీరిని గౌరవించి, అర్థించనిదే సహాయ సహకారములను యివ్వరు. తమ యొక్క గొప్పదనమును గుర్తించవలయునను కాంక్ష ఎక్కువ. తన క్రింద పనిచేయువారిని, ఆఖరికి తన స్వంత కుటుంబసభ్యులపైన కూడా కఠినముగా ప్రవర్తించువారు. అధికారమును చెలాయించువారు. పదవీకాంక్ష వుండును. ఉన్నతస్థానములను సంపాదించి ధనసంపాదన, అధికారము చూపవలెననెడు ఆరాటము అధికముగా నుండును. కార్యసాధకులే అయినా, వీరికున్న అహంకారము వలన కొన్ని యిబ్బందులు పడుదురు. దీక్ష, సామర్థ్యమలు కలవారు. న్యాయబుద్ధికలవారు. న్యాయమును పాటించుటలో కష్టనష్టములను లెక్కచేయరు. అధర్మపరులకు శిక్ష తప్పనిసరియని వీరివాదన. ఇతరుల సహాయమును స్వీకరించి, వీరు సహాయపడవలసిన సమయమున నియమ, నిబంధనలను విధింతురు. భార్యా, బిడ్డలను కూడా తీవ్రమయిన క్రమశిక్షణకు గురి చేయుదురు. విద్యాశాఖలు, వ్యాపారములు, గాంబ్లింగ్‌నందు ఎక్కువ యిష్టము. అల్పసంతానవంతులు. తమ మనస్సును స్థిరముగా వుంచుకొనలేరు. తమ యొక్క అభిప్రాయములు సంఘానికి ప్రామాణికములని వీరి అభిప్రాయము.

శనికి కేంద్రవేధలు కలిగినచో, సంతానము కలుగకపోవచ్చును. పుట్టిననూ అనారోగ్యముతో బాధపడువారుగా నుందురు. దేనినీ లెక్కచేయక ధనసంపాదనకు అహర్నిశలు పాటు బడుదురు. ప్రభుత్వమునకు, చట్టమునకు ఎదురు తిరిగి చెడు పరిణామములను పొందుదురు. వీరికి ఎవరియందునూ సదభిప్రాయము కలుగుట కష్టము.

కన్యలో శని

రోజంతా శ్రమించి, యితరులను శ్రమింపజేసి కార్యసాధన చేయువారు. చక్కని సూక్ష్మబుద్ధి, కార్యసాధన సామర్ధ్యము, కలిగి వుందురు. ఏ చిన్న విషయములలోనూ, తేడాలు వచ్చినా సహించలేరు. వైద్యపద్ధతులు, ఆరోగ్య శాఖలు, లైబ్రేరియన్లు, పురాతన వస్తుశాఖ, చరిత్ర సంబంధమైన శాఖలయందు వీరు బాగుగా పనిచేయగలరు. ఏ కొద్ది సమయమును కూడా వ్యర్ధపరచుటకు ఇష్టపడరు. అతి ఆలోచనలు, అందువలన నిద్ర లేకుండుట, ఫలితముగా నరములకు సంబంధించిన దుర్భలత్వము కలుగును. ముద్రణారంగమున కూడా వీరు చక్కగా పనిచేయగలరు.

శనికి కేంద్రవేధలు కలిగినచో, ఇతరులను విమర్శించుట, క్రిందివారిని పనులకు నిరోధించుట కలుగును. తన క్రిందపనివారు తరుచుగా మారిపోవుదురు. కడుపునొప్పి, కాన్టిపేషన్, మూత్రపిండముల వ్యాధులు కలుగు అవకాశములు కలవు. మితాహారము ఔషధ సేవనము ఎక్కువ.

తులలో శని

ఇది శనికి ఉచ్ఛస్థానము. నిర్విరామముగా పనిచేసి గొప్ప గొప్ప కార్యములను సాధింతురు. ఇది చిరకాలము వుపయోగపడగలదు. వీరి వుద్దేశ్యములు ఏ పని చేసినా వ్యక్తులకుకాక సంస్థలకు వుపయోగపడవలెనను ఉద్దేశ్యము. న్యాయమును గౌరవించువారు. సచ్ఛీలురను తన ఆశ్రమములో వుండనిత్తురు. వ్యాపారార్జన ఎక్కువగానుండును. ధనమును అవసర వస్తువులను కొనుటకు ఖర్చుచేయుదురు. కాంట్రాక్టర్లుగా, పురపాలక శాఖ, నగర నిర్మాణశాఖలయందు వీరు వృత్తులుండును. పెద్ద బిల్డింగులు నిర్మించుట, యంత్రాగారములను నిర్మించుట వీరికి యిష్టము. పెద్ద పెద్ద వ్యాపార సంబంధాలను పర్యవేక్షించగలరు. వివాహము ఆలస్యముగా జరుగును. భార్య కార్యదక్షురాలుగా వుండును.

శనికి కోణదృష్టి కలిగినయెడల ఆర్జన అపరిమితము. నగరగ్రామాధికారము కలగ గలదు.

శనికి కేంద్రవేధలు కలిగినయెడల ఆపేక్షలు వుండవు. వివాహము జరుగక పోవచ్చును. తక్కువ ఖర్చుతో ఎక్కువ ఫలితమును రాబట్టుకొందురు. న్యాయమను విషయమును అడ్డుపెట్టుకొని అందరినీ వేధింతురు. వీరు న్యాయాధిపతులయినచో తీవ్రతరమయిన శిక్షలు వేయుటయందు ఒక విధమైన సరదా వుండును. వైద్యులందు శస్త్రచికిత్సలయందు సరదావుండును. తీవ్రమైన పదవీకాంక్ష, ఎట్లాగైన ధనము సంపాదించవలెనను కోరిక వుండును. వీరు తమ తోటి వారివలననే అణగద్రొక్కబడుదురు.

వృశ్చికమున శని

సహకార సంఘములు, భాగస్థులు, దేవాదాయశాఖలు, ఆదాయశాఖలు, దానధర్మాదాయములకు సంబంధించిన లెక్కలు నిర్వహించువారుగా తెలియ వలయును. ధన విషయమున ముఖ్యమైన బాధ్యతలు వుండును. బంధుమిత్రుల యొక్క అకాలమరణము వలన వారి ఆస్తులను సక్రమము వారి వారికి అందించు బాధ్యత వుండును. ఏ విషయముననైననూ చిన్న తప్పు కూడా జరగకకూడదని వీరి వుద్దేశ్యము. చేసినపని నచ్చక ఇంకా బాగాచేయుటకు తాపత్రయపడుదురు. ప్రతిరోజు నూతనత్వము కన్పించును. ఖచ్చితమైన మాటతీరు కలవారు. క్రమశిక్షణ వున్న యెడల దేనినైనా సాధించగలమని వీరి విశ్వాసము. సోమరితనము, పనులు ఎగ్గోట్టుట వీరికి నచ్చవు. సంకల్పబలమున వీరు ఏ కార్యమునైననూ సునాయాసముగా నిర్వర్తించగలరు. ఏ పనినీ మధ్యలో ఆపరు. అనుకూల సమయముననే ఏ కార్యమునైననూ ప్రారంభించుట వీరి లక్షణము. బాధ్యతలు స్వీకరించుట వీరికి సరదా. వీరు పనిలో ఎక్కువమంది కలవలేరు. తాము చెప్పినది సరియైనదని వీరి నమ్మిక. నిశ్శబ్ధముగా ప్రతివిషయమును ఓర్పుగా సహించి, ఓర్పు నశించిన తిరుగబడి న్యాయమును సాధించగలరు. వీరిది అతి నమ్మకము.

ధనస్సున శని

విద్యాభ్యాసమునాటినుండి ఏ సాంప్రదాయములు పాటించుట, తన తల్లిదండ్రుల నుండి అలవడును. తన సాంప్రదాయము, మతము, తను నమ్మిన విషయమల యందు స్పష్టమయిన, గాఢమైన పాండిత్యము కలుగును. వీరికి చాలా నియమ నిబంధనలుండి, వాటిని చక్కగా పాటించుట వుండును. కొన్ని ఆదర్శముల కొరకు జీవితాంతము కృషి చేయుదురు. సత్యము, న్యాయము, నీతి అనిన వీరికి ఆదరము ఎక్కువ. వీటిని అవలంభించుటకు తాపత్రయ పడుచూనే వుందురు. వీరి మార్గములు యితరులకు కష్టతరములయి వుండును. ఎంతటి అనుభవజ్ఞులైననూ, తన మార్గమును కాదననిచో వారిని తిరస్కరింతురు. ప్రతిపనినీ జాగ్రత్తతగా, పరిపూర్తిగా తప్పులు లేకుండా, ఎవరూ విమర్శించని పద్ధతిలో సకాలమునకు పూర్తి చేయు సామర్ధ్యము కలిగివుందురు. ప్రతి విషయమున లీనమైపోవుదురు. వీరి అర్హతననుసరించి వీరికి సంపత్తులు కలుగును. కీర్తి గలవారు. ఒక శాస్త్రమున పరిపూర్ణత కలిగి పేరు గడించగలరు. వీరిది చక్కని ఆత్మ విశ్వాసము. అందువలన వీరు యితరులను అనుకరించిననూ, చెడిపోవు భయము లేదు. సామాన్యముగా స్థితిపరులుగానే వుందురు. డబ్బు విషయమున జాగ్రత్త అధికము.

శనికి కేంద్రవేధలు కలిగినచో, నిబంధనలను వంకతో యితరులను కష్టపెట్టుదురు. పరమతములను విమర్శింతురు. తన మతమునకు మార్చుటకు ప్రయత్నము చేయుదురు. వయసు పెరిగిన కొలది ఆధ్యాత్మిక ధోరణి పెంచుకొని ఒంటిరితనము అభిలషింతురు.

మకరమున శని

ఇహపరమైన సంపదలకు, అధికారమునకు, పదవులు, పోటీలు యందు గెలుచుటకు అధికమైన కోరిక, పట్టుదల వుండును. వ్యాపారము, రాజకీయములు, పురపాలకశాఖ, ప్రభుత్వ ఆదాయ శాఖలలో వృత్తులు చేయగలరు. ప్రతిచిన్న విషయమును గర్తుంచుకోగల జ్ఞాపకశక్తి గలవారు. వీరితో

ఏ విషయములోనైననూ, గెలవలేరు. అనేక మంచి పనులు చేసి అధికారుల మన్ననలను పొందుదురు. ప్రజాదరణ వీరికి హెచ్చు. వీరికి ఆప్తులయిన వారిని ఆపదలయందు ఆదుకొందురు. మంచి ప్రణాళికలు తయారచేయుట. వ్యక్తులను నియమించి పనులు చేయుంచుట వీరికి బాగా తెలియును. తన అధికారులకు గౌరవము యిచ్చుట, తన క్రింది వారిని అదుపు ఆజ్ఞలలో వుంచుకొనుట వీరికి తెలియును. ధనము, కాలము, వస్తువుల విలువలను తెలిసికొని వినియోగించుకొనుట వీరి లక్షణము. వీరు సౌమ్యముగనే వుండుటకు యిష్టపడుదురు. కానీ మొండిపట్టుదల, తీవ్రమైన సమస్యలకు పరిష్కారములకై మనసెపుడూ ఆలోచించుచూనే వుండును.

కేంద్రవేధలు కలిగినయెడల భార్యాబిడ్డలను కూడా దారుణముగా శిక్షలకు గురి చేయుదురు. వీరికి బంధువులు చాలా తక్కువ. కోపము కలిగినయెడల కుట్రలతో వ్యక్తులను జయించగలరు. వీరికి దయాదాక్షిణ్యములుండవు.

కుంభమున శని

శాస్త్రపరమైన పరిజ్ఞానము అధికము. అందరికీ వుపయోగపడు పనులు చేయుదురు సత్వమును అన్వేషించు తత్వముకలవారు. సత్యమునే పలుకవలయునని అభిలషించువారు. సంఘసంస్కరణములు, బోధనా సంస్కరణల యందు విపరీతమైన కోరిక కలిగివుందురు. మనస్సునందు ఒకేసారి అనేక విషయములు స్ఫురించి, స్థబ్ధుగా అగుదురు. అశాంతిని పొందుదురు. దానిని తప్పించుకున్నచో గొప్ప విషయములను కనిపెట్టగలరు. ఒక శాస్త్రమునకు కొత్త నిర్వచనములీయగలరు. వింతవస్తువులను కనిపెట్టి వినియోగములోనికి తేగలరు.

కేంద్రవేధలు కలిగినచో ప్రతి విషయమున వీరు కల్పించుకొని భంగపడుదురు. ముఖ్యమైన వాటిని జారవిడచి బాధపడుదురు. ఆదర్శములను అను కలలు మిగిలి పోవును. క్రొత్త పనుల నిర్వాహణకు ధనమును వ్యయపరుచుకొందురు. ఋణములు, జూదములు ఆడి నష్టపోవుదురు.

మీనమున శని

క్రిందటి జన్మమునందలి కర్మము పరిపక్వము కాలేదని తెలియవలయను. క్రితము సాధించిన వాటిని జ్ఞప్తికి తెచ్చుకొని సంతోషము పొందుదురు. తన గత అనుభవములకు చింతించుట జరుగును. ప్రస్తుతమునకు కావలసినది తెలీక ఆరాట పడుచుండు చుందురు. సమస్యలు సృష్టించుకొని బాధపడుట జరుగును. ఎదుటివారి బాధలను చూసి ఓర్చుకోలేరు. పరిస్థితులను సరియైన అవగాహన లేక గుర్తించి కొన్ని కష్టములను తెచ్చుకొందురు. ఏకాగ్రత అలవరచుకొనినయెడల కొన్ని విషయములయందు జయము చేకూరును. రోజుకు కొంతకాలము ఒంటరిగా ఆలోచించి జీవితమును సరియైన మార్గమున గడపగలరు. నలుగురితో కలవకపోయిన యెడల విచారము వెంటాడి వేధించును.

శనికి కేంద్రవేధలు కలిగినచో ఆవేశముతో పనులు చెడగొట్టుకొనుట, అవకాశములను చేజార్చుకొనును. కుజుని వేధ కలిగినయెడల మధ్యపానాసక్తి కలుగును. పరులకి కేంద్ర వేధలు కలిగిన యెడల శీలముచెడి, మధ్యపానము, బంధనము కలుగును.

రాహు - కేతువులు

ఈ రాహు కేతువులను ఛాయా గ్రహములుగా జ్యోతిషము గ్రహించినది. అయిననూ రాహుకేతువులిరువురూ స్వతంత్రముగా ఫలములనిచ్చుటయందు అధిక శక్తిని కలిగివున్నారని అనుభవమున తెలియుచున్నది. లగ్నము నుండి వరుసగా ఈ గ్రహములు యిచ్చు ఫలములను తెలియజేయుదును.

మేషలగ్నమునకు రాహువు

మేషలగ్నమునందు రాహువు వున్న యెడల వానియొక్క దశయందు శరీర కష్టములు, దుష్ప్రవర్తన, దుఃఖము, శత్రువులనుండి బాధలు కలుగును. ద్వితీయమునందు బుధునితోగానీ శనితో గానీ కలిసి వున్ననూ, వీక్షణ కలిగిననూ మారక లక్షణములను కలిగి మారకమును యివ్వగలవాడగును. అష్టమభావము యొక్క బలమును అనుసరించియే చూడవలయును. తృతీయమున నున్నపుడు

మొదట శుభఫలములనిచ్చుటయూ, తృతీయము మిధునము అధిపతి బుధుడయినందున, బుధాంతర్దశయందు యోగభంగము కలిగించును. ఈ కారణముగ ఋణములు చేయుట, చెడుపేరు పొందుట, శత్రువులు అధికమగుట మొదలగునవి కలుగును. చతుర్ధమున వున్నపుడు చెడు ఫలములను కలుగజేయును. తల్లి గురించి, బెంగ, ఆలోచనలుండును. మారకమును కలుగజేయు స్థితి అని తెలియవలయును. పంచమమున వున్నయెడల సంతానమును గురించిన విషయమున దిగులు, వ్యవహార చిక్కులు, ధనము కోల్పోవుట, మనస్సున కామపరమైన కోరికలు ప్రకోపించుట జరుగును. షష్టమమున మంచి యోగమును కలిగించు వాడగును. ధనలాభమునిచ్చును. ముఖ్యముగా జ్ఞాతుల యొక్క ధనమును ఋప్పించును. సప్తమస్థానమున వున్న యెడల శరీరఅనారోగ్యము. కళత్రమునకు అనారోగ్యము. కళత్రమునకు ఆపదలు, ధనమును నష్టపరచు సంఘటనలు కలగును. అష్టమమున నానా విధములయిన కష్టములను కలిగించును. అన్యస్త్రీలతో పరిచయముల వలన కష్టములు. ధనమును నష్టపరుచుకొనుట కలిగించును. నవమమున తండ్రిని గురించి దిగులు, ఆలోచనలు, తండ్రికి అనారోగ్యములు కలిగించును. దశమమున గంగాస్నానాధి శుభములను, పుణ్యక్షేత్ర దర్శనములను కలిగించును. లాభస్థానము నందున్నపుడు అన్యాయముగా ధనమును ఆర్జించు మార్గములను కల్పించును. వ్యయస్థానగతుడుయిన రాహువు అనవసరపు చిక్కులు, ధనము వృధాగా వ్యయము, ఆయుషునకు అవరోధము కలిగించును.

మేషలగ్నమునకు కేతువు

మేషలగ్నమునకు లగ్నమందు కేతు గ్రహమున్న యెడల కేతు మహార్ధశలో శరీర ఆరోగ్యము, అంతుపట్టని స్వభావము, అర్ధము చేసుకోలేని ఆంతర్యము కలిగివుండును. ద్వితీయమునందున్న ధనక్షయము జరుగును. ఋణములు చేయవలసిన పరిస్థితులు. కఠినమైన వాక్కులు. తృతీయము నందున్న గొప్ప యోగముగ, భూములు కొనుట సంభవము. చతుర్ధమునందున్నపుడు తల్లికి ఆరోగ్య భంగము, సుఖము లేకపోవుట, వాహన ప్రమాదములు కలుగుట, విద్యయందు వెనుకబడుట జరుగును. పంచమమున సంతాననష్టము,

సంతానమునకు చిక్కులు కలిగించి, మనస్సున భక్తి భావము కలిగించును. షష్టమమున వున్నపుడు యోగమునిచ్చుచునే, శత్రువుల వలన కష్టములను, రోగమును కలగజేసి, ఋణభారమును పైనవేయును. సప్తమము నున్నపుడు అనారోగ్యము, కళత్ర వియోగమును కూడా కలిగించగల బలవంతుడగును. అష్టమమునందున్నపుడు శరీర అనారోగ్యము, కష్టముల పాలుచేయును. అన్ని విషయముల యందు నష్టములను కలిగించును. నవమమునందున్న యెడల పితృధనమును వ్యయపరుచుట, తండ్రి నుండి విడిపోవుట జరుగును. దశమమున వున్న యెడల తీర్ధయాత్రలు చేయించుట, గంగాస్నానాది పుణ్యములు కలిగించును. ద్వాదశస్థానమున వున్న యెడల పుణ్యకార్యములు జరుపుట వలన ధన వ్యయమును, తీర్ధయాత్రల వలన ధనమును ఖర్చు చేయించును. ఇదియునూ కేతు మహాదశయందు జరుగునని తెలియవలయును.

వృషభలగ్నమునకు రాహువు

వృషభలగ్నమునకు రాహువు లగ్నమునందున్నయెడల, రాహు మహాదశయందు ఆరోగ్యవంతమయిన శరీరము, మంచిపేరు, ప్రతిష్టలు, శుభయోగములు, విదేశీయానములు కలుగును. ద్వితీయమున వున్నపుడు తండ్రి సంపాదనను వ్యయపరచుట, పాపగ్రహయుతి కానీ, వీక్షణకానీ కలిగిన యెడల రాహు మహా దశయందు మారకమును కలుగజేయును. తృతీయమున వున్నపుడు సోదరులకు మంచిచెడుల మిశ్రిత ఫలము, జాతకునకు శుభమును కలుగజేయును. చతుర్ధమున వున్నపుడు తల్లికి అనారోగ్యము, సుఖనాశనము, విద్యాభంగము, భూనాశనము కలిగించును. పంచమమున నున్నపుడు పూర్ణ యోగమునిచ్చు వానిగ తెలియవలయును. సంతాన విషయమున కష్టములను కలిగించును. షష్టమమున వున్నపుడు శత్రువులను వృద్ధిచేయుట, అనారోగ్యము కలిగించుట, ఋణబాధలు కలిగించుట మొదలగుచెడు ఫలములను కలిగించును. సప్తమమున వున్నపుడు శరీరము కృశింపజేయును. కళత్రమును అనారోగ్యమును కలిగించును. నవమమందున్న బాల్యమునందలి అరిష్టములు లేనపుడు పితృమారకమును కలిగించగలడు. దశమమందున్నపుడు గంగాస్నానాది

పుణ్యమును కలుగజేయును. ఏకాదశస్థానమున అమిత ధనలాభమును, మంచివున్నతో ద్యోగమును, వాహనములను, ముద్రాధికారప్రాప్తిని కలుగజేయును. ద్వాదశ స్థానమున నున్నపుడు చెడు సహచరము వలన ధనమును నష్టపోవుట, అధిక కష్టములు, నష్టములు. శత్రువుల వలన అవమానములు రాహు దశయందు సంభవించును.

వృషభలగ్నమునకు కేతువు

వృషభలగ్న జాతకులకు లగ్నమున కేతువున్న యెడల కేతుదశయందు జీవితమును గురించిన దిగులును, శరీర రుగ్మతయు., శరీరము నిస్సత్తువుగా మారుట కలుగును. ద్వితీయమందున్న పుత్రుల గురించి విచారము, ధనమును నష్టపోవుట, శరీర కష్టములు కలుగును. తృతీయమునందున్న మంచి యోగమును, భూముల లాభములను, ధనలాభములు కలుగజేయును. చతుర్ధమునందున్నపుడు మాతృసౌఖ్యమును, విద్యయునూ, భూములును, వాహనములను కలిగించును. పంచమమున వున్నయెడల సంతానమునకు కష్టములు, కొంత లాభము, మరికొన్ని విషయములయందు నష్టము కలుగును. షష్టమమున యోగము నీయగలడు. కొన్ని నష్టములను కలిగించును. సప్తమమున శరీర పీడయును, కళత్రమునకు అనారోగ్యమును, కలిగించును. అష్టమమందు న్నపుడు శత్రువులను, రోగములను ఋణ బాధలను కలిగించును. నవమస్థానము నందు స్వల్పయోగమును, తండ్రికి అనారోగ్యమును కలిగించును. దశమమున వుండి తీర్ధయాత్రలు, పుణ్య ప్రదేశ సందర్శనములు, సత్కారములను కలిగించి, సత్కార్యములకు ధనమును వ్యయపరచును. ఏకాదశ స్థానమునందున్నపుడు ధనలాభమును కలిగించును, అన్యాయార్జితమును యిచ్చును. వ్యయస్థానము నందున్నపుడు పూర్వజన్మ స్మృతులను, భక్తి వైరాగ్యములను కలిగించును. మోక్షమునకు మార్గమును చూపించును. పురాణ శ్రవణమును కలుగజేయును. వ్యవహారములయందు కష్టములు, నష్టములు శరీర కష్టములను కలిగించును. ఇవి కేతు మహాదశ యందు సంభవించగలవు.

మిధునలగ్నమునకు రాహువు

లగ్నము మిధునమయి, మిధునమున రాహువు వున్నప్పుడు, రాహు మహాదశయందు దీర్ఘకాలిక రోగములు కలుగును. మేహరోగము, శరీర పీడ కలుగును. ద్వితీయమునందున్న యెడల అధిక దన నష్టము కలుగును. పాపగ్రహ సంబంధము కలిగిన యెడల మారకమును కలుగజేయును. తృతీయమును ఆశ్రయించినపుడు మంచి యోగమునిచ్చు శక్తి కలవాడగును. సోదరవృద్ధి, ధన లాభము, ఉద్యోగమునందు అభివృద్ధియూ కలుగును. చతుర్ధమునందున్నపుడు, మాతృసౌఖ్యము, విద్యాభివృద్ధియు, భూలాభము, వాహన లాభము మొదలగునవి కలుగును. పంచమమందున్న యోగమే. సంతాన నష్టమును కలుగజేయును. షష్టమమునయున్నపుడు యోగమునిచ్చును. నీచ వృత్తుల వలన లాభమును కలిగించును. ధనార్జన నిచ్చును. సప్తమమునందున్నపుడు అన్యస్త్రీ సంగమమును కలిగించును. కళత్రప్రేమయూ, శరీర అనారోగ్యమును కలిగించును. అష్టమమునందున్నపుడు వ్యవహారములయందు బాధలు, చిక్కులు, దననష్టము, శత్రువల వలన బాధలు, అధికమయిన ఋణములు, కర్మలు చేయవలసిన- అవసరము కలిగించును. నవమస్థానమందున్న యెడల చిన్న వయస్సున బాలారిష్టము, లేక తండ్రికి అరిష్టమును కలిగించును. కొంచెమయిన యోగమును యిచ్చును. దశమమున వున్నపుడు తీర్ధయాత్రలు అపుడపుడు ధనలాభమును కలిగించును. ఏకాదశమున వున్నపుడు మంచి యోగమును, అన్యాయముగా ధనార్జన, ధనలాభములను కలిగించును. ద్వాదశమందున్నపుడు ధననష్టమును, అనవసరపు వ్యయమును, చెడు సహవాసములను కలుగజేయును.

మిధునలగ్నమునకు కేతువు

మిధున లగ్నమున కేతువున్న యెడల కేతుమహాదశయందు, కపట స్వభావము, శరీర అనారోగ్యము, సౌఖ్యహీనత, బాల్యమున బాలార్టిమును కలిగించును. ద్వితీయ స్థానమున్న వున్నపుడు ధననష్టము, శరీరమునకు

అనారోగ్యము, అసౌకర్యము, జీవితమును గురించి దిగులును కలుగజేయును. తృతీయము నందున్నపుడు భూములను కొనుట, ధనలాభమును యిచ్చును. చతుర్ధమందున్న యెడల మాతృసుఖమునకు అవరోధము, తండ్రికి సంబంధించిన భూములను నష్టపోవుట జరుగును. పంచమమునందున్న యెడల సంతానమునకు సుఖము లేకపోవుట, సంతాన నష్టము, లాభనష్టము కలుగు చుండుట కలుగును. షష్టమమందున్నపుడు పూర్ణమయిన శుభములను యిచ్చును. శత్రువులు తొలగిపోవుట, జ్ఞాతుల వలన ధనము వచ్చుట జరుగును. సప్తమమున వున్నపుడు, కళత్రసౌఖ్యము కోల్పోవుట, శరీర కష్టములు కలుగును. అష్టమమున వ్యవహార కష్టములు, శరీర శ్రమయునూ, శత్రువుల వృద్ధియూ, ధన వ్యయమును, ఋణములు ఎక్కువగుటయూ జరుగును. నవమమున పితృసౌఖ్యమును కోల్పోవుట, ధన నష్టములు కలుగును. దశమము నందున్న యెడల పుణ్యకార్యములు చేయుట, తీర్ధయాత్రలను కలిగించును. ఏకాదశ మందున్నపుడు మంచి యోగమునిచ్చి, అన్యాయార్జనను పెంపొంద జేయును. వ్యయస్థానమునందున్న యెడల మంచి విషయములలో రోజులుశెళ్ళబుచ్చుట, ధననష్టమును కలిగించును.

కర్కాటకలగ్నమున రాహువు

కర్కాటక లగ్నమునందు రాహువున్న యెడల రాహుదశయందు, హృదయ కాఠిన్యము, దయాదాక్షిణ్య రహితముగా ప్రవర్తించుట జరుగును. మతిస్థిమితము లేకుండుట జరుగవచ్చును. ద్వితీయమునందున్న ధన వ్యయము అధికముగా నుండును. తృతీయమునందు పూర్ణయోగము కలిగి, భూ లాభము, ధన లాభములు కలుగును. చతుర్ధమందున్న యెడల మాతృపీడ, విద్యనాశనము, భూమి నశించిపోవుట, వాహనములు కోల్పోవుట జరుగును. పంచమమునందున్న యెడల సంతానమును కోల్పోవుట జరుగును. షష్టమమున వున్నపుడు శతృరోగ ఋణములు కలిగించును. సప్తమమందున్న యెడల కళత్రమును గూర్చి బాధయూ, శరీరమునకు కష్టమును, అష్టమ

మందున్న యెడల శత్రువులు పెరుగుట, రోగములు పెరుగుట, అప్పులు పెరుగుట, కష్టనష్టములను కలిగించును. నవమమందున్న యెడల మంచి యోగము నీయగలడు. కానీ తండ్రికి అనారోగ్యమును కలిగించును. దశమభావమున భూలాభమును, ధనలాభమును, కలిగించును. ఏకాదశమునందున్న యెడల వాహన యోగమునిచ్చును. ముద్రాధికారము కలిగించును. ద్వాదశమున వున్న యెడల చెడు సహవాసములు, ధనమును వ్యయము చేయించుట కలిగించును. ఈ రాహువు శని లేక కుజులతో యుతి కలిగిన యెడల వారి దశలయందు కారాగార వాసమును కలించగల శక్తిని కలిగియుందురు.

కర్కాటకలగ్నమున కేతువు

కర్కాటక లగ్నమై అందు కేతువున్న, ఆతని దశయందు బాలారిష్టములను కలిగించును. ద్వితీయ స్థానగతుడయిన యెడల ధనమును వ్యయపరచి, శరీర అనారోగ్యములను కలిగించును. తృతీయమున మంచి యోగమును యిచ్చును. కానీ సోదరిని వితంతు చేయు అవకాశము కలదు. చతుర్ధమందున్నపుడు కొంచెముగ విద్యనిచ్చును. మాతృసౌఖ్యమును, పిత్రార్జితమైన భూములను నష్ట పరుచును. పంచమమునందున్న కొంచెముగా సంతానము వలన సుఖమును కలిగించును. షష్టమమున కష్టములు కలిగించి, చివరకు తొలగించును. శతృవృద్ధి చేసి శత్రు జయమును కలిగించును. సప్తమమున శరీర పీడను కలిగించును. కళత్ర నష్టమును కలుగజేయును. అష్టమమందున్నపుడు శరీర అనారోగ్యమును కలుగజేయును, శతృవులను ఎక్కువ చేయును, ఋణములను అమితముగా పెంచును, వ్యవహార చిక్కులను కలిగించును. నవమమందు స్వల్ప పితృభాగ్యము నిచ్చును. తన సంపాదన ఎక్కువగును. దశమమందు ఆచార రహితమైన ప్రవర్తనను కలిగించును. ఏకాదశమమందు అన్యాయ మార్గముల దనార్జనము కలిగించును. వ్యయస్థానమున నున్నపుడు జీవితమును గురించి చింతను కలిగించును.

సింహలగ్నమున రాహువు

సింహలగ్నమయి లగ్నమునందు రాహువున్న యెడల రాహు- మహాదశలో కుత్సితమయిన స్వభావము, శరీర బలహీనత, సౌఖ్యము లేకపోవుట, అనవసర పట్టుదలను కలిగించును. ద్వితీయమున వున్న యెడల శరీరక బలహీనత, ధనము లేకపోవుట, కష్టములు పడుట జరుగును. తృతీయమునందున్నపుడు భూలాభము కలుగును. ధనలాభము కలుగును. చతుర్థమందున్నపుడు మాతృసౌఖ్యము లేకపోవుట, విద్యయందు విఘ్నములు, భూములు అమ్ముకొనుటయూ కలుగును. పంచమమందున్న యెడల సంతాన నష్టమగును. షష్టమమందున్న యెడల వారసత్వము వలన ఆస్థి లభించును. శతృ జయము కలుగును, వ్యవహార జయము కలుగును. సప్తమమందున్న యెడల కళత్ర నష్టము కలుగును. శరీరము అనారోగ్యమునకు గురియగును. అష్టమమందున్న యెడల శతృవులు, రోగములు, ఋణములు కలుగును. నవమస్థానమందున్న యెడల భూలాభము, ధనలాభములు కలుగును. కుటుంబమునందు కొంచెము సుఖసౌఖ్యములు ఉండును. దశమమున వున్నపుడు ధనలాభమును ఇచ్చును. ఏకాదశస్థానమున అన్యాయార్జనమున ధనలాభము కలుగును. ద్వాదశమందున్న యెడల యోగభంగమగును. పిత్రార్జిత నష్టము కూడా సంభవించును.

సింహలగ్నమున కేతువు

సింహలగ్నమై లగ్నమున కేతువున్న యెడల కేతు మహాదశయందు బాల్యదశయందు బాలారిష్టము కలుగును. ద్వితీయమునందున్నపుడు శరీర పీడయును ధననష్టమును కలిగించును. తృతీయమునందు భూలాభమును, ధనలాభములను కలుగజేయును. చతుర్థమున మాతృసౌఖ్యమును, కొంచెము విద్యను, కొంచెము భూమిని, వాహన సౌఖ్యమును యిచ్చును. పంచమము నందున్న సంతాన సుఖము లేకపోవుట, సామాన్య పరిస్థితులను కల్పించును. షష్టమమందున్నయెడల అనేక కష్టనష్టములను కలిగించును. సప్తమమునందున్న శరీర కష్టమును, కళత్రమునకు సౌఖ్యము లేకుండగ చేయును. అష్టమమునందు

కష్టములు కలిగించును. నవమమునందు ధన, భూలాభముల నిచ్చును. దశమమున ఆచారములు లేని వానిగా చేసి కొంచెము మంచిని కలిగించును. ఏకాదశ స్థానమున మంచి పేరు ప్రతిష్టలు, కుటుంబసౌఖ్యమును కలిగించును. ద్వాదశమమందున్న యెడల తీర్థయాత్రలు, పవిత్రస్థల సందర్శనములు, సత్కార్యములను కేతు మహాదశయందు చేయించును.

కన్యాలగ్నమున రాహువు

కాన్యలగ్నమయి అందు రాహువున్న యెడల రాహుదశయందు విశేష యోగము కలుగును. విశేష ధనము లభించును. ద్వితీయమునందున్న యోగము నీయజాలడు. యోగము భంగమయి, ఎప్పుడూ ధనము కొరకు విచారము, ఋణము చేయవలసిన పరిస్థితి కలుగును. తృతీయమునందు అన్యాయార్జితము ఎక్కువగును. నీచవృత్తులయందు జీవనము కలుగును. చతుర్థమందున్న యెడల మాతృవిచారము లేక తండ్రి గురించి దిగులు కలుగును. పంచమమున వున్న యెడల సంతాన నష్టము కలుగును. షష్టమమందున్న యెడల శత్రువులు లేక జ్ఞాతుల ధనము, ఆస్తి లభించును. సప్తమముననున్న కళత్ర పీడ, శరీరకష్టములు కలుగును. అష్టమమునందున్న దరిద్రమునననుభవించవలసి యుండును. అష్టకష్టములు పడవలయును. నవమమందున్న యెడల పితృకర్మ చేయవలయును. దశమమున తీర్థయాత్రలు చేయించును. ఏకాదశమున తీర్థయాత్రలు, సామాన్య జీవితమునిచ్చును. ద్వాదశమునందున్న యెడల అధిక వ్యయము కలిగించును. తండ్రి సంపాదించినది, తన సంపాదనతో పూర్తిగా రాహుమహాదశయందు వ్యయమగును.

కన్యాలగ్నమున కేతువు

కన్యాలగ్నమయి లగ్నమున కేతువున్న యెడల, బాలారిష్టము కలుగును. యోగము కలుగదు. ద్వితీయమందున్న ధనలేమితో బాధయు, కఠిన వాక్కును కలిగించును. తృతీయమున విశేష భూలాభములను కలిగించును. చతుర్థ మందున్న యెడల తల్లికి చిక్కులు, విద్యకు విఘ్నములు, భూములు అమ్మ

కొనుట జరుగును. పంచమమందున్న యెడల పుత్ర సంతానము కలిగి నష్ట పోవుదురు స్త్రీ సంతాన సుఖమునిచ్చును. షష్ఠమమున విశేష భూములను యిచ్చును. ధనలాభమును యిచ్చును. సప్తమమున దుష్టురాలయిన కళత్రము నిచ్చును. కళత్రము వలన బాధలు కలుగజేయును. అష్టమమున శత్రువులను, రోగములను, ఋణములను ఎక్కువచేసి బాధించును. నవమమున తండ్రిని గూర్చి దిగులును కలిగించును. దశమమున దేవబ్రాహ్మణుల యెడల గౌరవమును, సత్కార్యములు చేయుట కలిగించును. ఏకాదశమమున భూలాభము, ధన లాభములను కలిగించును. వ్యయస్థానముననున్నపుడు జీవితమును గూర్చి దిగులును, ధనవ్యయమును కేతుదశలో కల్పించును.

తులాలగ్నమున రాహువు

తులాలగ్నవైౖ లగ్నమున రాహువున్న యెడల రాహుదశయందు యోగమునీయజాలడు. శరీర అస్వస్థత కలుగజేసి దీర్ఘరోగిగా చేయును. ద్వితీయమున నున్న యెడల ధనము నష్టపోవుట, సంతానమును గూర్చిదిగులు, కళత్రమునకు అనారోగ్యము కలుగజేయును. తృతీయమునన్ను యెడల భూలాభమును కలిగించును. ధనలాభమును యిచ్చును. చతుర్థమందున్న యెడల విద్యయందు ఆటంకములు, తల్లికి కష్టములు, పితృసంపదలు వ్యయమగును. పంచమముననున్నపుడు సంతాన నష్టమును కలిగించును. షష్ఠమమున వున్నపుడు శత్రువులను జయించ గలుగుట, భూలాభము కలిగించును. సప్తమమునందున్నపుడు కళత్రమునకు అనారోగ్యము, జాతకునకు శరీరపీడయును కలుగును. అష్టమమందున్న యెడల దరిద్రమును కలిగించి, జీవితమును కష్టనష్టముల పాలగునట్లు చేయును. నవమమునందున్న యెడల తండ్రికి పీడను కలిగించి, పిత్రార్జితమును నష్టపరుచును. దశమమునందున్న యెడల తీర్థయాత్రలు చేయు అవకాశములు కలిగించును. ఏకాదశము నందున్నపుడు అతిగొప్ప యోగమును కలిగించును. ధన, ధాన్య సంపదలను, గొప్ప అధికారమును యిచ్చును. ద్వాదశమమునందున్న చెడు సహవాసములు, మిక్కిలి ధనవ్యయమును రాహుదశయందు సంభవించును.

తులాలగ్నమున కేతువు

తులాలగ్నమయి లగ్నమునందు కేతువు వున్న యెడల కేతుదశయందు బాలార్షిము కలుగును. ద్వితీయమునందున్న యెడల ధనహీనునిగానూ, సంతానము లేనివానిగానూ చేయును. తృతీయమునందున్నపుడు భూములను కొనిపించును. ధనలాభమును కలుగజేయును. చతుర్ధమందున్న యెడల తల్లిని గూర్చిన విచారమును, విద్యయందు విఘ్నములను, కొంత భూలాభమును యిచ్చు వాడగును. పంచమమున వున్న యెడల స్త్రీ సంతానమును నష్టపరుచును. షష్టమమునందున్నపుడు శత్రువులను జయించుట, ఆస్తి కలసివచ్చుట, విశేష ధనలాభములను కలుగజేయును. సప్తమమునందున్నపుడు కళత్రమునకు పీడయును, శరీర రుగ్మతలను కలిగించును. అష్టమమందు న్నపుడు కష్టములను కలిగించును. నవమమున వున్నపుడు తండ్రికి పీడను కలిగించును. దశమమున తీర్థయాత్రలు చేయించును. సామాన్య జీవితమునిచ్చును. ఏకాదశమందున్న పూర్ణయోగము కలుగును. ధనలాభమునిచ్చును. ద్వాదశమందున్న జీవితమును గూర్చిన చింతయును, మంచి పనులకు ధనవ్యయమును కలిగించును. తులాలగ్నమునకు కేతువు తృతీయ, షష్టమ స్థానములయందు విపరీతముగా యోగించును.

వృశ్చికమున రాహువు

లగ్నము వృశ్చికమయి, వృశ్చికమున రాహువున్న యెడల రాహు మహాదశయందు ఊరూ పేరూ తెలియని వ్యక్తిగా మిగిలిపోవుదురు. ద్వితీయము నున్న యెడల ధనమునిచ్చును. తృతీయమున వున్న యెడల విశేషమయిన సంపదల నిచ్చును. చతుర్ధమందున్న యెడల తల్లికి కష్టములును, విద్యయందు విఘ్నములు, ఋణములు చేయుట కలుగును. పంచమమందున్న సంతాన నష్టమును కలిగించును. షష్టమమునున్నచో జ్ఞాతుల ఆస్థి సంక్రమించుట జరుగును. సప్తమమున విశేష ధనలాభమును, కళత్రమునకు అనారోగ్యమును

కలిగించును. అష్టమమున వున్న యెడల మిక్కిలి కష్టములను కలిగించును. నవమమున వున్న యెడల భూములను కొనుట జరుగును.దశమమందున్న యెడల ధనము సంపాదించుట, ధనలాభము అనేక మార్గముల కలుగును. ఏకాదశమందున్న యెడల అమిత భాగ్యమును, మంచి పేరు ప్రతిష్టలును కలిగించును. ద్వాదశమమందున్న చెడు స్నేహముల వలన అష్టకష్టములు ప్రాప్తించును.

వృశ్చికమున కేతువు

వృశ్చికలగ్నమున కేతువున్న యెడల కేతు మహాదశయందు కష్టములను, నష్టములను కలిగించును. ద్వితీయమునందున్నచో ధనము వ్యయము చేయించుట, శరీర అనారోగ్యములను కలిగించును. తృతీయమునున్న యెడల భూములను సంపాదించుట, ధనలాభములనిచ్చును. చతుర్థమునందు పిత్రార్జితమును నష్టపరచును. పంచమమున వున్నయెడల సంతాన సౌఖ్యమును కలిగించును. షష్టమమున వున్న యెడల విశేషభోగభాగ్యములను కలుగజేయును. సప్తమమున వున్న యెడల కళత్రము వలన కష్టములను, కళత్రము వలన సుఖము లేకపోవుటను కలిగించును. అష్టమమున శత్రువులను రోగమును ఋణమును కలిగించును. నవమమందున్నపుడు తండ్రి వలన కష్టములు కలుగును. దశమమందున్న యెడల ఫలములు శుభ అశుభ మిశ్రమముగా నుండును. ఏకాదశమందు ఎక్కువ ధనమును యిచ్చును. ద్వాదశమునందున్న జీవితమును గూర్చిన చింత, ఎక్కువ ధనమును వ్యయము చేయించును.

ధనుర్లగ్నమున రాహువు

ధనుర్లగ్నమునందు రాహువు వున్న యెడల రాహుమహాదశయందు శరీరపీడ, చంచలమైన మనోప్రవృత్తి కలిగించును. లగ్నాధిపతి గురుడు షడ్బలుడయిన యెడల లగ్నమునందు రాహువు ప్రబల యోగ కారకుడగును. గురుడు షష్టాష్టమ వ్యయగతుడయినచో రాహువు బలములేనివానిగా యోగమునీయజాలడు.

రాహువు ద్వితీయ స్థానమునందున్న యెడల ధనములేని వాడగును. శరీరము కృశించి వుండును. తృతీయమునందున్న యెడల మంచి యోగకారిగనే తెలియువలయును. పూర్తిగా భాగ్యములు యిచ్చును. ఆయువును సంరక్షించును. ధైర్యవంతునిగా జేయును. చతుర్ధమునందున్న యెడల విద్యయందు ఆటంకములు, భూములను కోల్పోవుట, మాతృసౌఖ్యము లేకుండా చేయును. పంచమమున వున్న యెడల సంతానమును నష్టపరుచును. షష్టమ స్థానము నందున్న యెడల అఖండ ఖ్యాతిని యిచ్చువాడగును. కొలది శత్రువులను కూడా కలుగజేయును. అయిననూ శత్రువులను జయించు పరిస్థితిని కల్పించును. సప్తమమునున్న యెడల కళత్రమును నష్టపరచును. అన్యస్త్రీ సాంగత్యమును కలుగజేయును. అష్టమమునందు అనేక కష్టములు, అనారోగ్యము కలిగించును. నవమమున నున్నపుడు మిక్కిలి మంచి చేయును. పిత్రార్జితము దక్కును. దశమమునందున్న యెడల తీర్థయాత్రలు చేయించును. ధనమును కలిగించును. సత్కార్యములు చేయించును. ఏకాదశమున ధనరాబడి అధికము చేయును. అన్యాయార్జితమును పెంచును. ద్వాదశమందున్న యెడల అనేక కష్టములను కలిగించును. అనవసరపు వ్యయమును చేయించును. ఇవి రాహుదశయందు ఎక్కువగా కలుగును.

ధనుర్లగ్నమున కేతువు

ధనుర్లగ్నమునందు కేతువున్న యెడల కేతుమహాదశయందు జీవితమును గురించి దిగులు అధికకోపము, పట్టుదల వుండును. ద్వితీయమునందున్న యెడల శరీర అనారోగ్యము, ధనము లేకపోవుట వలన యిబ్బందులు కలుగును. తృతీయమున వున్న యెడల పూర్తి భాగ్యమును కలిగించును. ఆయువును కాపాడును. చతుర్ధమున తల్లి సుఖమున ఆటంకములు, విద్యయందు విఘ్నములు, కొంచెము భూలాభమును కలిగించును. పంచమమందున్న యెడల సంతాన సుఖముండదు. షష్టమమందున్న తల్లి తరపున బంధువులకు కష్టనష్టములు, సప్తమమందున్న శరీరపీడను కలిగించును. కళత్రమునకు కష్టములు కలిగించును. నవమమునందున్న మంచి ఆయువును,

సద్భాగ్యములను కలిగించును.దశమమునన్నుపుడు ఆచారములయందు ఎక్కువ నమ్మకముండదు. సత్కర్మలను చేయనీయడు. ఏకాదశమున ఎక్కువగా ధనము సంపాదించును. అన్యాయార్జితము కలుగును. ద్వాదశమందు జీవితమును గురించి దిగులు, ఎక్కువ ధనవ్యయమును కలిగించును.

మకరలగ్నమున రాహువు

లగ్నము మకరమై అందు రాహువున్న యెడల రాహుమహాదశయందు చెడ్డ స్వభావమును కలిగించును. ధనమును వ్యయము చేయించును. శరీర బాధలు కలిగించును. ద్వితీయమునందున్న ధనమును అనవసరముగా వ్యయపరచి కష్టముల పాలు చేయును. తృతీయమునందున్న యెడల పూర్ణాయువునిచ్చును. అమితమైన ధనసంపదలను కలుగజేయును. చతుర్థమునందున్న యెడల విద్యలో విఘ్నములు కలిగించును. భూములను కోల్పోవునట్లు చేయును. తల్లికి కష్టములు కలిగించును. పంచమమున సంతానమును గూర్చిన విచారమును కలిగించును. షష్టమమున పూర్ణాయువునిచ్చును. అమితమయిన సిరిసంపదల నిచ్చును. మధ్యలో శత్రురుణ రోగ బాధలను కలిగించుచుండును. సప్తమమున శరీర కష్టములను, కళత్ర నష్టమును కలిగించును. అష్టమమున అనేక కష్టములను, అధిక ధనవ్యయమును కలిగించును. నవమమున తండ్రికి అరిష్టము కలిగించును. దశమమున విదేశయానమును కలుగజేయును. తీర్థయాత్రలు చేయించును. మనోచాంచల్యమును కలిగించును. ఏకాదశమునందు నీచవృత్తుల వలన ధనార్జన కలుగజేయును. ద్వాదశమందున్న యెడల చెడువ్యక్తులయెుక్క సాంగత్యమునుకలిగించి, అనవసరపు వ్యయమును చేయించును.

మకరలగ్నమున కేతువు

మకర లగ్నమునందు కేతువున్నపుడు శరీరమునకు కష్టములను కలిగించి కృశింపజేయును. ద్వితీయమున వున్నపుడు అమితముగా ధనమును వ్యయపరుచును. జీవితమును గురించి ఆందోళన కలిగించును. తృతీయము

నందున్న పూర్ణాయువును కలిగించును. అమితమైన భాగ్యమును, సుఖ భోగములను యిచ్చును. చతుర్థమునందున్న యెడల కొంచెముగా విద్యను, స్వల్పభూమిని, మాతృసౌఖ్యమును కలిగించును. పంచమమున సంతానమునకు సుఖములు లేకుండా చేయును. షష్టమమున శత్రురోగ రుణబాధలను కలిగించును. సప్తమమున శారీరక రుగ్మతులు, కళత్ర నష్టమును కలిగించును. అష్టమమున శారీరక పీడను, ధనమును వ్యయపరచును, శత్రువులను ఎక్కువ చేయును. నవమమున వున్న యెడల పూర్ణాయువునిచ్చును. అఖండ భాగ్యమును యిచ్చును. తండ్రి వలన సుఖము లేకుండా చేయును. దశమమున ఆచారరహితునిగా చేయును. జీవితమును గూర్చి ఎక్కువ చింతను కలిగించును. ఏకాదశమమున పూర్ణాయువును. భాగ్యమును కలిగించును. ద్వాదశమున ధనములు అతిగా వ్యయపరచును, భవిష్య జీవితమును గూర్చి ఆలోచన కలుగజేయును.

కుంభలగ్నమున రాహువు

కుంభలగ్నమునందు రాహువున్న యెడల శారీరక రుగ్మతలను, ధనవ్యయమును, శత్రువులను కలుగజేయును. ద్వితీయమునందున్న యెడల ధనవ్యయమును, అప్పుడప్పుడు శారీరక కష్టములను కలిగించును. తృతీయము నందున్నపుడు పూర్ణాయువును యిచ్చును. భాగ్యమును కలిగించును. చతుర్థమునందున్న పేరుప్రతిష్టలు కలుగజేయును. పంచమమున సంతాన సౌఖ్య భంగములు కలిగించును. షష్టమమున శత్రువులను, రోగములను, ఋణములను కలుగజేయును. సప్తమమున కళత్ర కష్టములను, శారీరక బాధలను కలిగించును. అష్టమమునందున్న శారీరక పీడను, ధనమును వ్యయపరచును. నవమస్థానమున తండ్రి వలన యిబ్బందులు కలిగించును. దశమమున నీచ వృత్తుల వలన జీవనమును లాభమును కలిగించును. ఏకాదశమందున్నయెడల అన్యాయ మార్గముల ఆదాయమును కలుగజేయును. ద్వాదశమునందున్న చెడు స్నేహముల వలన అధిక వ్యయమును కలిగించును.

కుంభలగ్నమున కేతువు

కుంభలగ్నమునందు కేతువున్న శారీరక కష్టములు, ధనవ్యయములు కలిగించును. జీవితమును గురించిన దిగులు కలిగించును. ద్వితీయమునందు న్నపుడు శారీరక కష్టములను, ధనవ్యయమును కలిగించును. తృతీయమున పూర్ణాయువునిచ్చును. సకల భాగ్యములను కలుగజేయును. చతుర్థమున విద్యయందు విఘ్నములు కలిగించును. భూములను అమ్మించును. తల్లిని గూర్చి విచారమును కలుగజేయును. పంచమమున సంతానమునకు సౌఖ్యము లేకుండా చేయును. స్త్రీ సంతానమును యిచ్చును. షష్టమమునందున్న యెడల శత్రువుల ద్వారా ధనమును ఆర్జించు పరిస్థితులను కలిగించును. సప్తమమున కళత్రమునకు కష్టములు కలిగించును. అష్టమమున శత్రువులను, రోగమును, ఋణములను చేయించును. దరిద్రమును కలిగించును. నవమస్థానమున అమితమైన భాగ్యమును కలుగజేసి, తండ్రి వలన సుఖము లేకుండా చేయును. దశమమున అఖండఖ్యాతి తెచ్చిపెట్టును, విద్యయు, వినయములను, సంపదలను యిచ్చును. ఏకాదశమందున్నపుడు ధనార్జన కలుగజేయును. ద్వాదశమందున్నపుడు జీవితమును గూర్చి విచారమును కలుగజేయును. ఎక్కువ ధనవ్యయమును కలిగించును.

మీనలగ్నమున రాహువు

మీనలగ్నమునందు రాహువున్నయెడల శత్రురోగఋణబాధలు కలిగించును. ద్వితీయమందున్న యెడల శరీరమునకు కష్టమును, అమితముగా ధనమును ఆర్జించుటయూ, ధనవ్యయమును కలుగజేయును. తృతీయమున పూర్ణాయువును, అమితమైన భాగ్యములను కలిగించును. చతుర్థముననున్న యెడల తల్లికి సౌఖ్యభంగమును, స్వల్ప విద్యను, స్వల్ప భూమిని, వాహనమును కలిగించును. పంచమమున సంతానమునకు సుఖములు నీయడు. షష్టమమున పూర్ణాయువును కలిగించును. అమితమయిన భాగ్యములను కలిగించును. సప్తమమున కళత్రమును గురించి ఆలోచన, శరీర కష్టమును కలిగించును.

అష్టమమున శత్రురోగఋణములను కలిగించును. నవమమున కుటుంబమున చిక్కులు కలిగించును. దశమమున తీర్థయాత్రలు చేయించును. ఏకాదశము నందు అన్యాయమార్గముల ధనాదాయమును యిప్పించును. ద్వాదశమున చెడు స్నేహముల వలన అమిత ఖర్చులు, వ్యవహారరీత్యా యిబ్బందులు, ఊహించలేని పరిణామములను కలిగించును.

మీనలగ్నమున కేతువు

మీనలగ్నమునందు కేతువున్నయెడల జీవితమును గూర్చి చింతను కలిగించును. ద్వితీయమునందు శారీరక బాధలను, ధనవ్యయమును కలిగించును. తృతీయమునందు వితంతు సోదరి వలన ధనలాభమును కలిగించును. చతుర్థమునందు విద్యావిఘ్నములను కలిగించును. తల్లిని గూర్చిన విచారమును కలిగించును. ధనవ్యయము చేయించును. పంచమమున సంతానమును గురించి విచారమును కలిగించును. షష్టమమున ఎక్కువగా ఋణరోగ శత్రువులను కల్పించి బాధలపాలు చేయును. సప్తమమున శరీరమునకు కష్టము, కళత్రము గూర్చిన దిగులు కలిగించును. అష్టమమున అనేక కష్టములను, దరిద్రమును కలిగించును. నవమస్థానమున జీవితమును గూర్చిన దిగులు, ఆలోచనలను కలిగించును. పూర్ణాయువును, అధిక భాగ్యమును కలిగించును. దశమమున జీవితమును గూర్చి ఆందోళన కలుగజేయును. ఏకాదశమున అన్యాయ మార్గములయందు ధనార్జన కలుగజేయును. ద్వాదశము నందు తీర్థయాత్రలు చేయించును. అధిక ధన వ్యయమును కలిగించును. జీవితమును గూర్చిన విచారమును కలిగించును.

వరుణుడు

మేషమున వరుణుడు

ఒక శాస్త్రమునందు తన స్వంత అభిప్రాయములను మాత్రమే అనుసరించి మాత్రమే ఆ శాస్త్రమును అవగాహన చేసుకొనుట వీరి ప్రత్యేకత. సాంఘీక సంస్కరణలయందు కూడా తమ స్వంత అభిప్రాయములనే అనుసరింతురు.

ఈ వరుణ గ్రహముతో మిగిలిన గ్రహములకు గల మిత్రత్వము బలముగానున్న జాతకులు మాత్రమే తమ స్వతంత్ర అభిప్రాయములను ఆచరించుటకు ప్రయత్నించు సాహసము చేయుదురు. వరుణుడు కేంద్రములయందు వున్న జాతకులు మానవులపైన క్రొత్త క్రొత్త శాస్త్రములపైనా, అనూహ్యకరమగు మార్పు చేర్పులను కలిగించుటకు విశ్వప్రయత్నములు చేయుదురు. శాస్త్ర విషయముల యందు పరిశీలనాశక్తి, విద్యను అభ్యసించు విషయమున నూతన విధానములు అను విషయములలో వరుణుడు మేషరాశియందు గల వ్యక్తులు అధికంగా శ్రమించగలరు. వీరికి ధైర్యము, అతి సాహసము, నిర్మొహమాటము, ఎవరికినీ తలవంచకుండుట, ఏ విషయమునకు భయపడకుండుట అను ప్రత్యేక లక్షణములు కలిగియుందురు.

ప్రతి విషయమునూ అత్యంత వేగముగా, సులువుగా పరిష్కరించుట అవలంభించుట వీరి లక్షణములు. కాబట్టి వీరు మిలిటరీ రంగముల యందు బాగుగా రాణించగలరు. అతి ధైర్యవంతులగుట వలన వీరు క్షణములలో శక్తి యుక్తులతో వేలమందిని యుద్ధరంగమునందు నిర్మూలించగలిగిన సమర్థులు. పరిసరములే తెలియని ప్రదేశములలోనికి చొచ్చుకుని పోగల ధైర్యవంతులు. ఆపత్కర పరిస్థితులనయినా ఎదుర్కొనగల సమర్థులు. క్రొత్త ప్రదేశములను కనుగొని అందలి విజ్ఞాన సర్వమును గ్రహించగలిగినవారు.

ఈ వరుణునకు కేంద్రవేధలు కలిగిన యెడల ఆలోచన లేని పనులు చేసి, అకాల మరణములు, బంధింపబడుట, దివాళా తీయుట, దారిద్ర్యమును పొందుట, భిక్షగాళ్ళుగా అగుట, పోలీసులచే సంకెలలు వేయించుకొనుట మొదలయిన దుర్యోగములు కలుగును.

వృషభమున వరుణుడు

వృషభమున వరుణుడుండగా జన్మించిన జాతకుడు అర్థశాస్త్రమునందు కౌటిల్యుని వంటి జ్ఞానమును కలిగియుండుననుట అతిశయోక్తి కాదు. అంతర్జాతీయ వస్తువులయొక్క ఉపయోగములయందు నైపుణ్యతను కలిగి

యుండును. ధనము విలువను, దనము యొక్క వినియోగరీతులయందు, చిత్రమైన అభిప్రాయములను కలిగియుందురు. వ్యాపార విషయమున అభివృద్ధికరమైన పనులు చేయించుట, సహకార సంఘములు మొదలగు వాటి యందు వీరికి అభివృద్ధి వుండును. సంఘమునకు వుపయోగపడు క్రొత్త క్రొత్త సిద్ధాంతములుండును. స్వాతంత్రముగా ఉండవలయునను కాంక్షవలన ఏ విధమైన స్థిరత్వములేక జీవనముగడుపుట వుండును. దీని మూలకముగా కష్టములను కొనితెచ్చుకొనుట కలుగును. ఆధ్యాత్మికదృష్టి ఎక్కువ. సంఘమునందు ఆధ్యాత్మిక విషయ ప్రచారమునకు విశేషకృషి సల్పుట, విశేషముగా ధనము ఖర్చు చేయుట వుండును. విద్యుచ్ఛక్తి రంగమున, అణుశక్తి, ఎలక్ట్రానిక్ రంగములయందు అభివృద్ధిని సాధించు మార్గములు వీరికి బాగుగా తెలియును. లలిత కళలయందు వినూత్నమైన పద్ధతులను అన్వేషించుట వీరి అభిరుచి.

వరుణునకు కేంద్రవేధలు వున్న యెడల వీరు తమ శక్తి సామర్థ్యములను ఆలోచించకయే తమ యొక్క ఆస్తులను అనవసరముగా ఖర్చుజేసి నష్టపోవుదురు.తనవారని అందరినినమ్మి ఆస్థిమొత్తమును వ్యాపారములయందు పెట్టుబడిపెట్టి నష్టపోవుదురు.

మిధునమున వరుణుడు

జీవితమున ఒక వినూత్నమయిన పంధాను ఏర్పరచి, అందుండు శుభములను ప్రజలకు విడమరిచి చెప్పగల సమర్థులు. ఒక శాస్త్రమును సమూలముగా ఆకళింపుచేసుకుని అందు అనుభవమున వివిధమైన అభిప్రాయములతో విశిష్టమైన సిద్ధాంతములను తెలియజేయగలరు. రేడియో శాఖలయందు, విధ్యుత్ శాఖలయందు లేక గ్రంథ ప్రచురణల వ్యాపారముల యందు మిక్కిలిగా రాణించగలరు. కానీ క్షణికమైన అభిప్రాయముల వలన ఆచరణ యోగ్యము కాని తెలివి కలిగియుందురు. మనస్సుకు, బుద్ధికి శ్రుతి కుదరక విపరీతముగా ప్రయాణములు చేయుచుందురు. వ్యక్తి స్వాతంత్రమును అతిగా అభిలషించు వారు, మనస్సును స్థిరపరచుకొన్నచో వ్యాపారమున రాణించి, అనేకమందికి క్రొత్త క్రొత్త జీవనోపాదులు కల్పించగలరు.

కేంద్రవేధలు కలిగినచో, మనిషికి, మనస్సుకు, ఊహలకు పొంతన కుదరదు. ఎదుటివారి స్పందన లేకున్ననూ, అతిగా మాటలాడుచునే ఉందురు. మనో నిశ్చలత, మనుస్సును అదుపులో పెట్టుకొను శక్తి లేకుండుట వలన అప్రమత్తత లేకపోయి, విద్యుత్‌షాకులు, వాహనములకు సంబంధించిన ప్రమాదములకు ఎక్కువ గురిఅగుదురు. వీరు వాహనములు నడపకుండుట శ్రేయస్కరము. తన స్వంతవారితోగానీ, యిరుగుపొరుగువారితోకాని సామరస్యము లోపించి వుండును.

కర్కాటకమున వరుణుడు

వీరికి ఆవేశము అధికము. అధికావేశేమున పరిసరములను గమనింపరు. వీరికి అపేక్షలు ఎక్కువకానీ, వారికి యిష్టమయినవారు ఎటువంటివారైనా వారిని అదరించుదురు. కొందరు మంచివారని తెలిసినా లెక్కచేయరు. జీవితమును గొప్పగా తీర్చిదిద్దుకోవాలనే తపన వలన, స్వస్థలమును, బంధువులను, దూరము చేసుకొనుట సంభవము. తనకేమాత్రము సంబంధములేని వారిని బంధువులుగా ఆదరించవలసిన పరిస్థితులలో వుందురు. తన పూర్వీకుల ఆస్థిని చాలా వరకు నష్టపోవుదురు. గృహనిర్మాణమునకు సామాన్యముగా నోచుకోలేనివారు, కుటుంబ జీవితమును గురించి వీరి అభిప్రాయములతో వీరి బంధువులు, సన్నిహితులు అందరునూ విబేధింతురు. ఒక సమయమునకు కుటుంబమును అభివృద్ధిలోనికి తెచ్చుకోవలెనను తపనతో కుటుంబమును విడచి దూర ప్రాంతములకు వెడలుట కలుగును. తల్లిదండ్రులతోనూ, తన పిల్లలతోనూ అతి సామరస్యముతో కలిసి మెలిసి మనుగడ సాగించగలవారు.

ఈ వరుణునకు కేంద్రవేధలు కలిగిన యెడల యింటియందు కలతల వలన యిల్లు విడచిపోవుట, తల్లిదండ్రులయందు అయిష్టత వలన వారికి కీడు తలపెట్టుట, వీలయినంత ముందుగా ఆస్థిని పంచి తీసుకొని పోవుట కలుగును. తన సంతానమును కూడా వీలయినంత త్వరగా సంపాదనపరులుగాచేసి, స్వతంత్ర జీవనమునకు అలవాటుచేసి, యింటినుండి పంపివేయుట సంభవము.

ఈ వరుణునకు ఇంద్ర, రవి, చంద్రులయొక్క కోణదృష్టి కలిగిన యెడల యోగులుగామారి అతి శక్తివంతములయిన సిద్ధులను సంపాదించి నలుగురికి ఉపయోగపడు విద్యలు ప్రదర్శింతురు. దూరదృష్టి కలిగియున్నవారయి, జీవితమున ముందు జరుగబోవు మంచీ చెడులను విశ్లేషించి చెప్పగలవారు. దూరశ్రవణ యంత్రములయందు మంచి లాభము కలుగును. ఆధ్యాత్మిక సంస్థల నిర్వాహణ యందు, మిక్కిలి నైపుణ్యమును కలిగివుందురు. గురువులతో సన్నిహిత సంబంధముండుట వలన, మానసిక పరివర్తనతో దూరముగానన్ను పూజ్యులయిన గురువులతో సంభాషించు శక్తి అలవడును.

సింహమున వరుణుడు

ప్రేమపెళ్ళి అను విషయమున అతి వినూత్నమయిన ఉద్దేశ్యములుండును. వీరి ప్రేమకు, వివాహములకు జాతి, కుల, మతముల ప్రసక్తి కానరాదు. వీటిని అధిగమించి, వివాహము చేసుకొను సమర్థులు. వీరి ఆత్మబలము చాలాగొప్పది. వ్యక్తి స్వాతంత్ర్యమునందు అమితమైన ఆసక్తి కలిగియుందురు. వీరి సంకల్ప బలము అధికము. ఈ శక్తివలన వీరు ప్రతి విషయమును తమకు అనుకూలముగా మార్చుకొను శక్తి కలిగివుందురు. సంఘపరమైన సమస్యల విషయమున వీరి స్వాతంత్ర్య అభిలాషవలన కొన్నిచిక్కులు కొనితెచ్చుకొనగలరు. లలితకళలయందు క్రొత్త ఒరవడులు సృష్టించగల నేర్పరులు. నాటక రంగము, చిత్రసీమలయందు బాగుగా రాణించగలవారు. తమ శక్తికి మించిన పనులను పైన వేసుకుని ఎదుటి వారికి నష్టములు, కష్టములు కలిగించుచుందురు. ఒక వర్గము మొత్తమును తమ నమ్మకములు, తమదైన స్వంత మార్గమునకు తిప్పుకొని వారిని వివేక వంతులను చేసి ఆకర్షించుకోగలరు. పరిస్థితులు అనుకూలించని పక్షమున వీరు ప్రతిపాదించిన కార్యక్రమమును మధ్యలోనే వదలివేయుదురు.

ఈ వరుణనకు కేంద్రవేధలు కలిగినచో చెడు శీలము కలుగును. యువతీ యువకులయందు స్వేచ్ఛా ప్రణయభావములను రేకెత్తించుటకు సంఘములను

స్థాపించుట వుండును. పాపభీతి మచ్చుకైనా కానరాదు. తాను తలచినదే సత్యమని, ధర్మసమ్మతమని నమ్ముట, నమ్మించుటయేకాక, షదిమందిపై ఆపాదించుదురు. మధ్యవయస్సు వచ్చుసరికి వీరియొక్క పనుల వలన అప్రదిష్టపాలగు అవకాశములు కలవు. సాంఘీకముగా పతనమై దిగజారి పోవుట, సాంఘీక బహిష్కరణకూడా జరుగవచ్చును.

కన్యలో వరుణుడు

ఆచరణ ప్రధానమయిన స్వతంత్రభావములు కలిగియుందురు. ఇది యితరులపై ఆపాదించనంత వరకు వీరికి ఎటువంటి కష్టములు కలుగవు. తమ భావములను ఎదుటివారిపై మోపి ఆచరింపజేయించుట అనుసరికి వీరికి నష్టములు తప్పవు. యంత్రసామాగ్రికి సంబంధించిన విజ్ఞానులు. నిపుణత హెచ్చుగా నుండును. వీరు తమ ఆలోచనలతో స్వంతముగా యంత్రసామాగ్రిని రూపొందించుట, అందు నిపుణతతో వాటిని వాడుటయందు వుంచుట చేయగల సమర్ధులు, టైపు చేయుట యందు సమర్ధులు, ముద్రణ విషయమున అతి సులువైన నాణ్యమైన విధానములకు రూపకల్పన చేయగల నేర్పరులు. లోహములపైన, చెక్కలపైనా శిల్పములను చెక్కుటయందు నైపుణ్యము కలవారు. కుట్టుపని, అల్లిక పనియందు, ఎదురులేని పనితనమును చూపగలవారు. బుధునియొక్క శుభ వీక్షణలుండి, కన్య బుధునికి ఉచ్ఛస్థానము, స్వస్థానము అయినందువలన విద్యుత్, అణు, ఎలక్ట్రానిక్ పరికరములకు సంబంధించిన వ్యాపారములలో క్రొత్తగా వుపయోగపడగల యంత్రములను సృష్టించగలరు. తమ యొక్క క్రొత్త ఒరవడులచే పారిశ్రామిక రంగములందు నూతన చైతన్యమును సృష్టించగల సమర్ధులు. వ్యాపార విషయములయందు అప్రతిమానమయిన విజ్ఞత కలిగి, ఏ విషయముననయిననూ, సూక్ష్మగ్రాహ్యత వలన అభివృద్ధిని సాధించగలరు.

వరుణునకు కేంద్రవేధలు కలిగినచో ఆధునిక వైద్యశాస్త్రమునకు అందని విచిత్రమైన వ్యాధులు సంభవించును. జీవితాంతము, ఆహార నియమములు

పాటించవలసిన దుర్భరమైన పరిస్థితులు కలుగును. అనేకమయిన ప్రత్యేక శాస్త్రములయందు నిపుణత కలిగిననూ, స్థిరచిత్తము లేకపోవుట వలన దేని యందును స్థిరముగా ఉండలేకపోవుట సంభవించును. బద్ధకస్తులగుట వలన పని చేయలేక ఊహలయందు నివసించుట, విహరించుట వలన వీరి జీవితమున ఎక్కువ భాగము అనవసరముగా పాడయిపోవును.

తులలో వరుణుడు

వివాహ విషయములయందు వినూత్నపోకడలను అభిలషించువారు. అంతర్జాతీయ వివాహములు, అనగా దేశాంతరముగా, కులమత, బేధముల యందు పట్టింపులు లేనటువంటి వివాహవ్యవస్థలను ఆశించువారగుదురు. వివాహవ్యవస్థను గురించి, ఆసక్తికరమైన సంస్కరణలను ప్రవేశపెట్టవలయునను భావములుండును. సాంప్రదాయములు, పద్ధతులుఅను వాటియందు నమ్మకము తక్కువ గలవారు. సాంప్రదాయముకన్ననూ, నూతనమయిన పద్ధతులను ఆచరించుటకు యిష్టత చూపువారు. ఇటువంటి అభిప్రాయములను ప్రోత్సహించు సమాజమును స్థాపించుటకు అహర్నిశలు పాటుపడువారు. స్నేహమును ఎక్కువగా అభిలషించువారు. బంధువులన అమిత ఆసక్తి కనిపించదు. స్నేహితులు బంధువులకు పెద్ద తేడా చూపరు. వివాహ విషయమున, అనురాగము, శీలము ముఖ్యములుగానీ, సాంప్రదాయముల యందు నమ్మకము తక్కువ. వీరి ఉద్దేశ్యమున వివాహము అనునది వ్యక్తుల యొక్క గుణగణముల పరిశీలనపై ముఖ్యముగా ఆధారపడునని వీరి విశ్వాసము. అటువంటి సమాజ వ్యవస్థ స్థాపించవలననియే వీరి ఆరాటము. ఇది లేనటువంటి కారణముననే వివాహవ్యవస్థ నిర్ధిష్టముగా లేదని, వివాహ జీవితముయందు ఒడిదుడుకులు కలవని వీరి అభిప్రాయము.

వ్యాపార విషయములయందు వీరు అతి నైపుణ్యము ప్రదర్శించుదురు. చట్టములను కూడా మార్చునట్లు చేయువారు. భాగస్థులను అతి తేలికగా వశ పరుచుకొని, వారికి అనుగుణముగా మార్చుకొనువారు. జాతీయ, అంతర్జాతీయ

వ్యాపారములకు అన్వయించు సహకార సంఘములను వ్యాపారము కొరకు స్థాపించి, లాభనష్టములకు తావీయని విధముగా వాణిజ్యమును నడపగల సమర్థులు. నిత్యావసర వస్తువులను సరఫరాచేయు సంస్థలుండుట ఉత్తమ మయిన విధానమని వీరి అభిప్రాయము. వ్యక్తుల మానసిక తత్వములకు సంబంధించిన ఆసక్తికరమయిన అంశములను శాస్త్రమున చేర్చగల ప్రవీణులు. దూరశ్రవణము, దృశ్యముల వలన విజ్ఞానమును నెఱపు విషయమున మార్గమును అమలు పరచగలుగుటకు సూత్రముల నేర్పరచగలరు.

వరుణునకు కేంద్రవేధలు కలిగిన యెడల బహుకళత్ర యోగము కలుగును. తెలియలేని కారణముల వలన అనేకమంది భార్యలను వదలివేయుట లేక చంపుట జరుగును. లేక విడాకులిచ్చుట కూడా జరుగవచ్చును. అవినీతికరమైన సంస్థలను స్థాపించి, అసభ్యమైన ప్రణయ కార్యకలాపములను ప్రోత్సహించు చుందురు. పాపభీతిని వదలివేయుదురు.

వృశ్చికమున వరుణుడు

వీరు ఎక్కువగా మిలిటరీ సంబంధమయిన శాఖలలో వుండుట వలన వీరి జీవితమంతయూ, భయంకరమైన ప్రళయములు, యుద్ధములు, జననష్టములు, విధ్వంసకరములను అనుభవములతో నిండియుండును. పాత సాంప్రదాయములను కాలదన్ని కొత్తవాటిని అవలంభించవలయునన్న ఆలోచనలతో వుందురు. వీరితో ఎక్కువమంది యుద్ధములో జయాప జయములను కరుకదనమును చూచియుండుట వలన ధైర్యవంతులు మొరటుదనము గలిగినవారు. వీరు నూతన శకమును ప్రారంభించుటకు ప్రయత్నించువారు. వీరిది వయస్సుకు మించిన విజ్ఞానము. చిన్న వయస్సునందే పెద్దలయొక్క తత్వమును గ్రహించి మెలగుట వీరికి తెలియును. వీరిని కూడా పెద్దలవలె గౌరవించి, మెలగిన యెడలనే వీరు లొంగియుందురు. లేనియెడల స్వతంత్రించి వెళ్ళిపోవుట లేక పెద్దలనయిననూ చంపజూచుట అను గుణములు వీరియందు అంకురించును. యంత్రాగారములు, ప్రయోగశాలలు, నూతన

వాహనములు మొదలగు ప్రదేశములయందు రాత్రిపగలు బేధాలులేక పనిచేయ గలరు. ప్రజాసంస్థలయందుకూడా కష్టించి పనిచేయగలవారు. కుటుంబ జీవనమున వీరికి రహస్యములంటూ వుండనీయరు. అనగా కుటుంబ తగాదాలను పదిమందిలోనికి తెచ్చుకొందురు.

వరుణునకు కేంద్రవేధలు కలిగినచో అవినీతిమయమయిన జీవితము కలుగును. కుట్రలతో ఎదుటివారిని చంపుట వారి ధనమును అపహరించుట, అకారణమయిన కొట్లాటలు, హత్యలుచేయుట, వీటివలన ప్రత్యర్ధులు ఎక్కువయి దుర్మరణము పాలగుట జరుగవచ్చును. వీరికి మరణమనునది యంత్రములు నడుపునపుడు కానీ, విద్యుద్ఘాతముల వలనగానీ, పిడుగుపడుట వలనగాని, అణుశక్తి రేడియేషన్ వలనగానీ, కాన్సర్ వ్యాధి వలనగానీ కలుగుటకు ఎక్కువ అవకాశములు కలవు.

వరుణునకు కోణదృష్టి కలిగిన యెడల ఆత్మజ్ఞానశక్తి అధికముగా కలుగును. అందువలన మానవాతీత శక్తుల యొక్క రహస్యములు, యోగసిద్ధులు, కలుగును. సమస్తప్రాణులయందు ప్రేమ, సర్వమానవ కళ్యాణమునకు పాటుపడు అభిప్రాయములు కలిగియుందురు. కాలజ్ఞానమున శతాబ్ధముల ముందు జరుగునది బోధపడి అందులకు అనుగుణముగా, సంస్థాపనలు గావించు, అవసరమయిన ముందు జాగ్రత్తలు తయారుచేసుకొనుట వుండును.

ధనస్సున వరుణుడు

విద్యాశాఖలయందు మంచి సంస్కరణలను చేయుగల సమర్ధులు. మతపరమైన, వేదాంతపరమైన విషయములయందు పూర్తి అవగాహన కలవారు. మతానుభవసారములను, ఆధ్యాత్మిక విద్యానంస్థలను స్థాపించి, సమాజశ్రేయస్సుకై పాటుబడగలవారు. మతములకు, శాస్త్రములకు సిద్ధాంతరీత్యా సమన్వయపరచి ధర్మమును వివరించి చెప్పగల ప్రతిభావంతులు. పునర్జన్మలను విపులీకరించగల సమర్ధులు. కర్మసిద్ధాంతమును సులువుగా బోధించగల నేర్పరులు. జ్యోతిష శాస్త్రమును ప్రచారము చేసి వివరింపగల జ్ఞానులు.

వరుణునకు కేంద్రవేధలు కలిగినచో, మూఢ విశ్వాసములతో సమాజమును చెరుపువారగుదురు. వితండవాదములు చేయగల సమర్థులు. ఇటువంటివి నమ్మి జీవితమున సర్వము కోల్పోవుట, ఇతరులను నష్టపెట్టుట చేయుదురు. ఆచరణలోనున్న సిద్ధాంతములను విమర్శించి, అందరి విశ్వాసములను పోగొట్టుట చేయగలరు. మతములను మార్చుటకు ప్రోత్సహింతురు. పేరు మార్చుకొనుట, దేశమును విడిచి పోవుట అనువాటియందు ఆసక్తి ఎక్కువగా నుండును. బంధు మిత్రుల యెడల ద్వేషము, కొత్తవారియందు ప్రేమ మున్నగు చేష్టలతో అయిన వారిని పోగొట్టుకొనుట జరుగును.

మకరమున వరుణుడు

రాజకీయరంగమున సంచలనములు సృష్టించగలవారు. ప్రభుత్వముల యందు పెద్దమార్పులను తీసుకురాగలిగిన రాజకీయ చతురులు. నగర నిర్మాణమున నూతన మార్పులను, వినూత్న పంథాలను ప్రవేశపెట్టగల నిపుణులు. చిన్న పెద్ద అను తారతమ్యములను రూపుమాపి సమసమాజ, వయోబేధరహిత విధానమునకు ప్రాముఖ్యతనిచ్చు సంఘసంస్కర్తలు, మతము, ఆధ్యాత్మిక చింతనము అనునవి సంఘమును ఉద్ధరించలేవని, ఐహికముగనే సంఘమున మార్పులు తేవలయునన్న ధోరణి కలిగియుందురు.

వరుణునకు కేంద్రవేధలు కలిగినచో అర్థములేని ఆలోచనలు ఆదర్శములను అంటిపెట్టుకొని, అనవసరమైన అపోహలు కల్పించుకుని, జీవితమును నాశన మొనరుకొందురు. అవునన్న దానిని కాదనుట వీరి లక్షణము. ఒకరు చెప్పినది కాదనుట వీరినైజము. కానీ వీరు చెప్పగలిగినది కూడా వుండదు.

కుంభమున వరుణుడు

ఒక అనిర్వచనీయమైన అనుభూతిని దర్శించగలుగు జ్ఞానము కలవారు. ఆ అనుభూతిని, దర్శనమును రెండిటిని సమన్వయపరచి వివరించగల నేర్పు వుండును. క్రొత్తశాస్త్రముల పరిశోధనలు, ఆధ్యాత్మికతత్వ పరిశోధనలయందలి సారమును గ్రహించగల సమర్థులు. ఆకాశమునందలి అంతర్గతములైన రహస్యములను పరిశోధించుట, అణుపరిశోధన వీరికి అతి సులభమయిన

విషయములు. ఖగోళవిజ్ఞానము, గోళాంతర ప్రయాణములను వీరు సాధ్యపరచుకొనగలరు. అపారమయిన ఆత్మబలము వలన శాస్త్రములను ఆకళింపు చేసుకొను శక్తి వుండును. విఘ్నములను లెక్కించరు. నిబంధనలను, ఆపదలను పట్టించుకొనరు. ధనము అన్ననూ లెక్కించరు. మానవజాతి శ్రేయస్సునకు, సుఖమయమయిన మనుగడకు గట్టి కృషి చేయుదురు. ఎంతటి విషయమునకైననూ వీరికి ఏ విధమయిన అనుభూతి కలుగదు. వీరికి వివాహబంధమున అంతగా ఆసక్తి ఉండదు.

కేంద్రవేధలున్న యెడల చెడుపనులు చేయుట, మానవులకున్న స్వతంత్రమని నిర్వచించుకొందురు. తమ ఊహలే శాస్త్రసమ్మతమని తలుచుదురు. చెడు ప్రవర్తననే సంస్కరణలుగా అన్వయించుకొందురు. సరియైన మార్గములను వీడి తప్పు మార్గమున నడుచుటే ఉత్తమమను ధ్యేయము మనసున జనియించి, వీరిని కష్టముల పాలుచేయును. సంపదల కొరకు చేయరాని పనులు చేయుదురు. ఆత్మశక్తి లేనివారయి, ప్రతిచిన్న విషయమునకూ, పదిమంది మాటలను విని ఆలోచించుకోవలసిన అవసరము కలుగును.

మీనమున వరుణుడు

శాస్త్రజ్ఞానము అమితముగా కలిగివుందురు. అగమ్యమయిన, అగోచరమమయిన విషయములను దర్శించి పరిపూర్ణ అనుభూతిని పొందగలిగినవారు. అంతరంగము యొక్క విశేషమును పూర్తిగా తెలుసుకొని సాంప్రదాయములను చిత్తశుద్ధితో అవలంభించగలవారు. మతమును గౌరవించువారు. మతమును వీడినవారిని మరల మతమునందు నమ్మకము కలిగించి పునరుద్ధరింపగలిగిన ప్రతిభ కలిగినవారు. ఒక విషయమును శాస్త్రపరముగా విపులీకరించి చెప్పగలిగిన మేధసంపత్తిని కలిగినవారు. మనస్సు క్షణిక సుఖములనాశించు శరీరమును వేరుచేసి వేటి ధర్మములను అవి సంకల్పము చేసుకొనునట్లు చేయగల తత్వజ్ఞానులు. అధికములయిన గ్రంథములను చదివినవారు. విద్యాధిక్యత కలవారు. లలితకళలను ఆధ్యాత్మిక ప్రబోధమునకు అనుకూలపరచి వినియోగపరచగల సమర్థులు.

కేంద్రవేధలు వరుణునకు కలిగిన యెడల ఆదర్శములను ఆచరించ లేకపోవుట, ఊహలయందు బ్రతుకుచూ, విలువయిన కాలమును వ్యర్థము చేయుట వుండును. తను నమ్మిన వాటిని, తన స్వంత సిద్ధాంతముల ఆచరణయందు స్థిరత్వము వుండదు. వ్యక్తులతోగల సంబంధములు కూడా అస్థిరములే. వీరిని నమ్మి వీరిబాటలో నడిచిన కష్టములు తప్పవు. మద్యపానాసక్తులు అగుదురు.

ఇంద్రుడు

మేషమున ఇంద్రుడు

మత విషయములయందు నూతనమైన ఒరవడులను పెంపొందించగలరు. యోగసాధన విషయుములలో కూడా నూతన విధానములను పెంపొందించగలరు. ఆచార విషయములయందు ఆధ్యాత్మిక విషయములను మేళవించి బోధన చేయుటకు ప్రయత్నింతురు.

ఇంద్రునకు కేంద్రవేధలు కలిగిన యెడల తన స్వంతలాభములను గురించి, సాధనను గురించి గర్వముగా చెప్పుకొందురు. మతమును గురించి, సంస్థలగూర్చి గర్వపడుదురు.

వృషభమున ఇంద్రుడు

ఆర్థికశాస్త్రమునందు ప్రావీణ్యత కలిగివుందురు. వ్యాపారమున అధికముగా కలసివచ్చి అదృష్టవంతుడగును. లలితకళలయందు మంచి ప్రావీణ్యముండును. సంగీతమున మంచి ప్రవేశము కలుగును. వినోదమునకు సంబంధించిన పరిశ్రమలు, నాటకరంగము, చిత్రసీమ, వస్తుప్రదర్శన శాలలయందు ఉద్యోగము కానీ వ్యాపారము చేసికానీ అతిగా సంపాదించగలరు. నిర్మాణాత్మకమయిన పనుల యందు కాంట్రాక్టర్లు లేక ఇంజనీర్లుగా రాణించగలరు.

ఇంద్రునకు కేంద్రవేధలు కలిగినయెడల సులభముగా ధనమును సంపాదించు మార్గములను వెతుకుటలో కాలమును వెళ్ళబుచ్చుదురు. లాటరీలకు అధికముగా ఖర్చుచేయుదురు. అనేక విధముల్లుగా ధనమును సులభముగా ఆర్జించుటకు ప్రయత్నించి, చాలా నష్టములను పొందుదురు.

మిధునమున ఇంద్రుడు

సైకాలజీ, స్వప్నసంబంధమయిన శాస్త్రము మున్నగువాటియందు పరిశోధనాత్మక శక్తి కలిగియుండును. అగోచర విషయములను దర్శించుటలో వీరికి ప్రత్యేకత కలిగియుందురు. కవిత్వము బాగా వ్రాయగలరు. నవలలు, నాటకముల రచనలయందు ఆసక్తి కలిగినవారు, కల్పనాశక్తి అధికముగావున అందమైన కవితలు అల్లగలరు. ఊహాశక్తి అత్యధికము. వీరు వూహించినవి సత్యముగానే జరుగును. ప్రతివ్యక్తిని చూడగనే వారి మనస్తత్వమును చదవగలరు.

కేంద్రవేధలు కలిగినచో, ఊహలలో విహరించుట ప్రధమలక్షణముగా తెలియవలయును. పగటికలలు కనుచూ, కాలమును వృధా చేయుదురు. సోమరితనము అలవడును. కానీ గొప్పగొప్ప శాస్త్రములను పఠించి, గొప్ప విషయములను ఆకళింపు చేసుకొని, విషయములను చర్చించుచూ, కాలమును వృధా పుచ్చుదురు. మనోబలముతో ఆడు క్రీడలయందు మంచి ప్రవేశము కలిగి కాలమును వ్యర్ధము చేయుట గమనార్హము.

కర్కాటకమున ఇంద్రుడు

సుతిమెత్తని మనస్సు, అమాయకత్వము కుటుంబమంటే అంతులేని మమకారము. బంధువులయందు ఆప్యాయత, భుజించుటయందు అధిక ఆసక్తి కలిగివుందురు. ఇంటిని, పిల్లలను వదలి ఎక్కువరోజులు ఉండలేకపోవుట. సుఖ దుఃఖములకు త్వరగా లొంగిపోవుట. అతి భక్తివలన పూనకములు వచ్చుట. అవేశపూరిత మనస్సు, సులభముగా కన్నీరువచ్చుట, అతిగా మనస్సు సంతోష పడుట మున్నగునవి మనస్తత్వరీత్యా కలుగును. కళ్ళముందు లీలగా ఏవోకొన్ని రూపములు కనిపించుట కలుగును. ఇదియే కర్కాటకరాశి అధిపతి చంద్రునకునూ, మాయాజాలనికి పేరైన యింద్రునకును గల బంధము.

ఇంద్రునకు కేంద్రవేధలు కలిగినయెడల మతిభ్రమణము కలుగుట, హిస్టీరియాఅను జబ్బుకలుగుట, భూత, ప్రేత పిశాచాదులు ఆవేశించుట కలుగును.

రవిచంద్రబుధులయందు ఎవరిదైనా ఒకరికోణదృష్టి కలిగిన యెడల మంత్ర సిద్ధులు కలుగుట, దైవదర్శనము, అష్టసిద్ధులు లభించుట, కొన్ని మహత్తులు కలుగుట సంభవించును.

సింహమున ఇంద్రుడు

వీధికళాత్మక దృష్టి, కళాత్మక శక్తి ఆత్మసంబధమయిన ప్రకోపకతను కలిగియుండును. లలిత కళలయందు మంచి ప్రావీణ్యత కలిగియుందురు. నాటకములు రచించుటయందు, నటనయందు కౌశలము కలిగివుందురు. కళాత్మకమైన ఆత్మ కలవారు కావున రసరమ్యమయిన కావ్యములను రచించుట సంభవించవచ్చును. ప్రేమైక జీవితమున, వివాహబంధమున, కుటుంబజీవనము నందు ఆదర్శములు కలిగివుందురు.

ఇంద్రునకు కేంద్రవేధలు కలిగిన యెడల వివాహ విషయము, అర్హతలేని వారిని వివాహమాడి, ఆదర్శమనుపేర బాధాకరమయిన జీవితమును గడుపుదురు. అనవసరపు ఖర్చులకు ధనమును వ్యయము చేయుదురు. తన స్వంతవారి వలననే మోసగింపబడుదురు. తనవారికి, మిత్రులకు కొంతకాలము సహాయకారులుగావుండి, కాలవశమున వారిచే కోపగించుకోబడుట, ద్రోహములకు పాలుపడుట జరుగును.

కన్యలో ఇంద్రుడు

ఆదర్శములు మంచివి. ఆధ్యాత్మికతత్త్వము ఇవన్ని కలిగియూ ఇహపరమైన, విఘ్నములకులోనయి రాణించలేక పోవుదురు. ఋణవ్యాధుల ధనలేమి కారణముగా చాలాకాలము బాధలను అనుభవించుదురు. సున్నితమయిన మనస్తత్త్వము. ఏ విషయముననయిననూ చొరవచేయలేనితనము.

ఇంద్రునకు కేంద్రవేధలు కలిగిన యెడల జీవితము నిరాశ, నిస్పృహలతో దుఃఖమయమగును. జీవితమును త్యజించు ఆలోచనలు, సుఖములను తనంత తానుగా వదలుకొనుట, మానసికముగా కృంగిపోవుట, ఆహారదోషముల వల్లగానీ, ధనలేమి కారణమునగానీ నయముకాని అనారోగ్యములు సంభవించి, జీవితమును కష్టమయము చేయును.

తులలో ఇంద్రుడు

సాంఘీక పరమయిన విషయముగా వివాహమును మార్చుకొను ఆలోచన కలవారుగా తెలియవలయును. తాత్కాలిక వ్యామోహముగా ప్రేమ వివాహమును అతి సులువుగా పెంచుకొనుటగాని, విరమించుకొనుటగాని అతితేలికగా జేయగల వారు. వివాహ సంబంధమయిన సమస్యలను చర్చించగలరు. పరిశోధ నాత్మకముగా సమస్యలను పరిష్కరించగల నేర్పరులు. వివాహము, కలసి బ్రతుకుట అనునవి మనిషియందలి ఆవేశములే అను అభిప్రాయము కలవారు.

ఇంద్రునకు కేంద్రవేధలు కలిగినచో బలవంతపు వివాహములు జరుగుట. గాంధార వివాహములు, వివాహములు లేకుండా ఇరువురూ కలసి జీవితమును గడుపుట అను విషయములు ప్రాముఖ్యత వహించును. విడాకులకు అవకాశములు కలుగుట. తల్లీతండ్రీ తెలియని సంతానము కలుగుట మొదలగు విషయములు జరుగును. ఇట్లు వేధలు కలిగిన స్త్రీ పురుషులు సాంఘీకాచారముల పట్ల కొంతవయసు వరకు నియమనిష్టలతో వుండుట శ్రేయస్కరము.

వృశ్చికమున ఇంద్రుడు

కుజ ఇంద్రుల కలయిక వలన మనసులో కోరికలు చెలరేగిపోవును. దాంపత్య విషయములను, వాటికి సంబంధించిన సాహిత్యమును రచించుట, దాంపత్య విషయములయందు పరిశోధన సమాచార పద్ధతులను అనుసరించుట (ఇవి మంత్ర సంబంధమయిన ఉత్తర భారత ఆచారములు) వివాహము విషయమున పట్టింపులు లేకపోవుట. శీలమును గూర్చి కూడా పట్టింపులు లేకపోవుట అనునవి వుండును.

ఇంద్రునకు కేంద్రవేధలు కలిగిన యెడల మధ్యము సేవించుట. మత్తు పదార్ధములకు బానిసలగుట. వ్యభిచారమునందు ఎక్కువ యిష్టత కలిగివుండుట కలుగును. రవిచంద్రబుధుల యొక్క కోణదృష్టి కలిగినయెడల

అష్టసిద్ధులు కలిగి, దూరశ్రవణము, దృశ్యములు కనిపించుట, గుప్తవస్తువులు, లంకెబిందెలను గుర్తించగల శక్తి కలుగును. భూతప్రేతములను వశపరచుకుని పనులు చేయించుకోగల సిద్ధులు కలుగును.

ధనస్సున ఇంద్రుడు

మతపరమయిన విషయములకు, సంప్రదాయపరమయిన విషయములకు సరిఅయిన ఆధ్యాత్మిక పరమైన సంబంధమును ఏర్పరచగల సమర్థులు. దేశముల మధ్య సంబంధములు, మానవసంస్కృతి, నాగరికతలను చక్కగా అర్థము చేసు కొని వీటికి అనుబంధము కలిగించగల నేర్పరులు. కళాత్మకమయిన విషయముల ద్వారా, లలితకళల ద్వారా భక్తిని, ఆధ్యాత్మికతను, విజ్ఞానమును ప్రచారముచేయు మార్గములుగా వుపయోగించవచ్చునని తెలియజేయగల సమర్థులు. రాజ కీయములయందు అరాచకములను సృష్టించ గల వ్యక్తులను కూడా ఆధ్యాత్మిక పరమైన విషయములను ఆకళింపు చేసుకోగలిగినట్లు మార్చగలరు. రెండు దోషముల మధ్య సంబంధములు ఏర్పరచగలరు. విద్యాశాఖలయందు సైకాలజీ, వాఙ్మయమును సమన్వయపరచి బోధించగల సమర్థులు. ఆత్మబలము వలన మనస్సును, యింద్రియములను సమన్వయపరచి, జ్ఞానమును సాధనము చేయ గలరు. మానవులయందు నిబిడీకృతమయివున్న శక్తులను గురించి పరిశోధనలు చేయుట వీరికి యిష్టము.

ఇంద్రునకు కేంద్రవేధలు కలిగినచో క్రమశిక్షణ లేకుండుట. ఆదర్శములు లేకుండుట. ఇల్లువాకిలి లేక తిరుగుట. దేశదిమ్మరియై వ్యర్థముగా గడుపుట, మాదకద్రవ్యములకు బానిసలగుట, మధ్యమును మితిమీరి తీసుకొనుట. స్త్రీ పురుష స్వేచ్ఛా విహారములను నిజమయిన ప్రేమగా భావించుట మొదలగునవి కలుగును.

మకరమున ఇంద్రుడు

ఆర్థికరంగమున పెద్దనేరములకు పాల్పడువారు. రాజకీయ సంక్షోభములను సృష్టించగలిగిన మేధావులు. చెడు ప్రవర్తనము కలిగియుందురు. దురాచార

పరులయి వుందురు. సర్వసమానత్వము అను పేరిట ధనవంతులను పీడించుట, ఆస్తి మున్నగునవి హరించుటకు కారణములయిన వుద్యమములు నడుపుట యందు ముందుండగలరు. ఈ కారణమున వీరి జీవితమునకు ముప్పు వాటిల్లి నపుడు తమకు వేరే గత్యంతరములేక దారి మార్చుకుని క్రమమయిన జీవితమును కోరుకొనువారలు. మానవుడు జీవించుటకు అన్నపానీయములు, వస్త్రములు, నిలుచుటకు నీడచాలనియూ, ఆడంబరము, ఊహాలోకములలో విహరించి అందని ద్రాక్షకోసం అర్రులు చాచవద్దని ప్రబోధించి వాస్తవికతకు కొంత రూప మిచ్చువారు. మత ప్రసక్తి రానీయరు. దైవమనిన భక్తి ఉండదు. నీతిగా, ఆధ్యాత్మిక జీవనమును అలవరచుకొందురు. ప్రజారాజ్యము సర్వులకు అధికారప్రాప్తి కలదని వాదించువారు.

కుంభమున ఇంద్రుడు

కులమతజాతి రహితమయిన సంఘమును స్థాపించుటకు ముందుండు వారు. ఈ యుగలక్షణములకు వ్యతిరేక, త్రేతాయుగలక్షణములను యిపుడు ఆచరింప జూపు వ్యక్తి. విశ్వమానవ సామ్రాజ్యము స్థాపించవలయునను అభిలాష గల వ్యక్తులు. వీరి దృష్టిలో ప్రాంతములకు సరిహద్దులు ఏర్పరచరు. ఎల్లలు లేని రాజ్యముగా దేశము సుభిక్షముగా వుండవలెనను కోరిక గలవారు. మిత్రులకు బంధువులకు బేధము తీయరు.

విద్యుత్, అణుశక్తులను మానవుల సుఖశాంతులకే వినియోగించ వలయునన్న దృక్పధము కలిగియుందురు. రాజ్యాంగరక్షణ వీరి ముఖ్య ఉద్దేశ్యము. విద్యాశాఖ వలన సర్వమానవ సౌభ్రాతృత్వము కలిగించవచ్చునని వీరి ధృఢమైన నమ్మకము. రక్షణశాఖ కేవలము ఆత్మరక్షణకే అనే పరిధిని దాటి పోనీయుని నిర్వచనమిచ్చు వారు. మహిమలు, సిద్ధులు, యోగరహస్యములన్నియూ అతి సహజమయిన ప్రకృతి శక్తులని వీరి భావము. వీరి భావనాశక్తి అమోఘము.

మీనమున ఇంద్రుడు

భక్తి మయిమయిన జీవితమును గడుపువారు. భక్తిలో తన్మయత్వము చెందువారు. యోగసమాధియందు అప్రయత్నముగా అనిర్వచనీయమయిన అనుభూతులను దర్శించగలుగుదురు. ఆదర్శవంతమయిన జీవితమును అభిలషింతురు. సుఖదుఃఖములకు అతీతులు. ఇతరులతో సంబంధము పెట్టుకొనక తన పరిధిలో తాను జీవించు స్వభావము కలవారు. రవిచంద్రబుధుల యొక్క కోణదృష్టి వున్న యెడల గ్రహముల యొక్క విజ్ఞానము ప్రపంచ విజ్ఞానము, భౌతిక దేహముతోగానీ, లేక సూక్ష్మదేహముతోగానీ, గ్రహయానము చేయుట, ఇతర లోకములను దర్శించు మహిమలు కలిగియుందురు. సంకల్పబలము కలవారై వస్తువులను సృజించుట, జీవులను వ్యుత్పత్తి చేయుటవంటి మహిమాన్విత శక్తులను కలిగియుందురు. శారీరక వాంఛలు, భౌతికపరమైన కోరికలు, వివాహము పట్ల ఆసక్తి లేనివారు. గృహస్థ ధర్మమును కేవలము సాంఘీక ఆచారముగా అవలంభించు అభిప్రాయము కలిగి యుందురు.

ఇంద్రునకు కేంద్రవేధలు కలిగినయెడల ఎటువంటి ఆచారములు పట్టింపులు లేక స్త్రీ పురుషులు స్వేచ్ఛా విహారులయి, ఆర్యధర్మమును కాపాడలేకపోవుట కలుగును. మాదకద్రవ్యములకు అలవడుట, మధ్యసేవనమునందే కాలము గడపివేయుట అను అవలక్షణములు కలుగును. అసత్యము, మోసములను వాటిని అవసరములగుచోట వుపయోగించుట కలుగును.

ఈ ఇంద్ర వరుణ గ్రహములు జాతకములలో ఎట్లున్ననూ, అందరికీ అన్ని విషయములలో పనిచేయవని తెలియవలయును. రవిచంద్రబుధులతో కేంద్రకోణ దృష్టులు కలిగిన యెడల వీటియొక్క ప్రభావము కనిపించును. లగ్నాత్ కేంద్ర కోణములయందున్న యెడల పనిచేయును.

జాతక

శతమంజరీ యోగావళీ

1. కుసుమయోగము:

లగ్నాత్సప్తమగే చందే చంద్రాదష్టమగే రవౌ
గురుణాసంయులే లగ్నే యోగః సుమసంజ్ఞతః
కుసుమా ఖ్యేతు సంజాతో భూపాలో బంధురక్షకః
వింశత్యబ్దాత్పరంగ్రామపురక భ్రాభవిష్యతి

లగ్నమునందు గురుడును, సప్తమస్థానమందు చంద్రుడును, చంద్రునకు అష్టమమున రవియునువున్న యెడల కుసుమ యోగమనబడును. ఈ యోగమునందు బుట్టిన జాతకుడు దానము చేయువాడు, రాజపూజితుడు భూమిపైనున్న రాజుల వందనములు స్వీకరించువాడు, గొప్ప రాజవంశశ్రేష్ఠుడును, లోక కీర్తి కలవాడును, ప్రతాపవంతుడును, జనములకు నాయకుడును అగును.

స్థిరరాశియగు లగ్నమునందు శుక్రుడును, త్రికోణములందుగానీ, కేంద్రము లందుగానీ పాపులతో కూడిన చంద్రుడును, దశమస్థానమున శనియును వున్న యెడల కుసుమయోగమగును.

2. చక్రయోగ:

కర్మస్థానగతే రా హౌ కర్మేశీలగ్న సంయుతే।
లగ్నేశే భాగ్యరాశిస్థే చక్రయోగః ప్రకీర్తితః॥
బహుగ్రామాధినోధశ్చసేనాని జనవందితః
చక్రయోగేతు విఖ్యాతఏక వింశతివత్సరే॥

దశమస్థానమునందు రాహువు లగ్నస్థానమునందు దశమస్థానాధిపతియునూ, నవమస్థానమునందు లగ్నాధిపతియునూ వున్న యెడల చక్రయోగమని తెలియవలయును. ఇందుజాతకుడు 21 సంవత్సరముల తరువాత, దేశాధినేతగా కానీ, సేనాధిపతిగాకానీ, రాజపండితుడుగా కానీ అగును.

మేషలగ్నము లాభరాశిఅయి, అందు రవియును, కర్కాటకరాశి ద్వితీయమై అందు గురుడునూ, దశమస్థానమునందు శుక్రుడును వున్నపుడు, అనగా మిధునము జన్మలగ్నమయిన చక్రయోగమగును. ఇంకొక అభిప్రాయము ప్రకారముగా, మేషలగ్నజాతకునకు చక్రయోగము పట్టిననూ స్వల్పఫలమని చెప్ప బడినది. దశమాధిపతి లగ్నమందు నీచలో నుండుట వలన ఫలము స్వల్పమని చెప్పబడినది.

3. చాపయోగము :

బంధుకర్మ గృహాధీశా వన్యోన్యక్షేత్రమాశ్రితౌ।
ఉచ్ఛస్థోలగ్నపోయత్రి చాపయోగస్స ఉచ్ఛితే॥
న్నపనంసదివిఖ్యాతిః కోశాధీశో మహాబలః
జాతస్తుకార్ముకే యోగే భూయాదష్టాదశాబ్దతః

లగ్నాధిపతి ఉచ్ఛస్థానమందుండి, చతుర్ధదశమాధిపతులు పరివర్తన కలిగి యున్న చాపయోగమగును. ఈ యోగజాతకుడు సభాపతియుసు, రాజ లక్షణములు కలవాడును, సుఖజీవనమును చేయువాడును అగును.

లగ్నము లగాయితు దశమస్థానమునుండి వరుసగా ఏడు రాశులయందు ఏడు గ్రహములున్న చాపయోగమగును.

4. కాహళీయోగము :

విలగ్ననాధస్థితి రాశినాధస్తుంగశ్రితశ్చంద్ర మనస్తుకేంద్రే!
బలాధికాచ్చేద్బలవాన్ప్రదిష్టో యోగోమహన్కా హళికాభిధానః
యోగే కాహళికాఖ్యే విజయీభాగ్యాన్వితఃకామీ
భోగీఖ్యాతో విద్వానష్టావింశాబతిః పరంరాజాః

గురుడును చతుర్ధ కేంద్రాధిపతియునూ ఒకరికొకరు పరస్పర కేంద్రము లందుండి లగ్నాధిపతి బలవంతుడై వుండిన కాహళయోగమగును. మరియు చతుర్ధాతిపతి స్వోచ్ఛస్థానమునగానీ, స్వక్షేత్రమునగానీ వుండి దశమాధిపతి యొక్క సంబంధ వీక్షణములను పొందియున్నపుడు కాహళయోగమనబడును. ఇట్టి యోగమునందు బుట్టిన జాతకుడు తేజస్సు గలవాడును, సాహసుడును, మూర్ఖుడును, అన్నిరకములైన బలములతోకలసియున్న వాడును, చిన్నగ్రామానికి అధిపత్యము వహించువాడును అగును.

5. నాగయోగము :

కర్మేశస్థాంశ రాశీశేకర్మస్థానం సమాశ్రితే
లగ్నాధిపేన సంయుక్తే నాగయోగ ఇతీరితః
విధ్యావినయ సంపన్నోన్నపపూజ్యోధనాధిపః
నాగయోగేతు సంజాతః షోడశాబ్ధాత్ప్రి రంభవేత్॥

స్వనవాంశను పొందిన కర్మస్థానాధిపతి, లగ్నాధిపతితో కలసి లగ్నమందు న్నపుడు నాగయోగమేర్పడును. ఇందు జన్మించిన జాతకుడు విద్యావంతుడును, వినయము గలవాడును, సంపదలు గలవాడును, రాజుల మన్ననలను పొందు వాడును, ధనవంతుడును అగును.

6. నాభియోగము :

లగ్నాద్భాగ్యగతేజీవే తల్లాభేతదదీశ్వరే,
శుభచంద్రేణ సంయుక్తే నాభియోగ ఉదావృతః॥

జన్మలగ్నాత్ నవమస్థానమునందు గురుడున్న యెడల, మరియూ నవమ స్థానాధిపతి పూర్ణచంద్రునితో యుతినొంది గురువునకు ఏకాదశమందున్న యెడల నాభియోగమని చెప్పబడినది.

మేషకర్కట లగ్నములకు ఈ యోగము కలుగదు.

వృషభలగ్నమునకు వృశ్చికమున చంద్రునకు నీచస్థితి కావున ఈ యోగము అనుకూలించదు.

7. భేరీ యోగము :

లగ్నేశే పరమోచ్చ స్థే ధనరాశి సమన్వితే,
రాజ్యానాథేన సంధృష్టే భేరీ యోగము శంతితమ్॥

లగ్నాధిపతి ద్వితీయమునందు పరమోచ్చస్థితిని పొందినవాడై దశమాధిపతి వీక్షణ పొందిన యెడల భేరీయోగముగా తెలియవలయును.

1. లగ్నాధిపతి ద్వితీయమున పరమోచ్చస్థానమున వుండుట, మేషాధిగాగల ద్వాదశలగ్నములయందు ఏ లగ్నముయొక్క అధిపతికినీ సాధ్యము కానేరదు. కానీ యిచట ధనరాశి అని చెప్పబడినపుడు, సందర్భానుసారముగా ధనరాశులుగా చెప్పబడుచున్నటువంటి ద్వితీయ, పంచమ, నవమ, ఏకాదశస్థానములలో లగ్నాధిపతి పరమోచ్చస్థితిని పొందుటకు అనువగునో తెలిసికొనవలయును.

(లేక)

2. లాభస్థానాధిపతి తన పరమోచ్చను పొంది ధనరాశియందు ఆ రాశి నాధునితో కలసి యున్న యెడల భేరీ యోగముగా చెప్పబడుచున్నది. ఇందు జాతకునికి 36 సంవత్సరములు తరువాత 40 వ సంవత్సరము వరకు వాధ్యశబ్ధములతో కూడిన ఏనుగులు, అశ్వమునూ, వాహముల సుఖములను పొందును. గొప్ప పేరు గలిగిన రాజుగా 4 సంవత్సరములు సుఖములు పొందును.

మొదట చెప్పబడిన యోగస్థితిననుసరించి, వృషభమునకు అధిపతియైన శుక్రునకు ఉచ్ఛయయిన మీనమునందు పరమోచ్చగతుడయినపుడు మీనము వృషభమునకు లాభస్థానము కావున రాజ్యాధిపతియైన శనివీక్షణ పొందినయెడల యోగము ఫలించును.

కర్కాటక లగ్నమునకు అధిపతి అయిన చంద్రునకు ఏకాదశస్థానమైన వృషభము ఉచ్ఛ. అందు తన పరమోచ్ఛభాగాల యందున్న చంద్రుని కర్మ స్థానాధిపతియైన కుజుని వీక్షణ పొందిన యెడల యోగమగును.

సింహలగ్నాధిపతియైన రవి, సింహలగ్నాత్ భాగ్యస్థానమయిన మేషమునందు, రవి తన పరమోచ్ఛభాగాల యందున్నపుడు దశమాధిపతి అయిన శుక్రుని యొక్క వీక్షణ పొందినపుడు యోగము పట్టును.

కుంభలగ్నాధిపతియైన శనికి లగ్నాత్ భాగ్యస్థానమయిన శని తన పరమోచ్ఛస్థితి యందున్నపుడు దశమాధిపతియగు కుజుని వీక్షణ పొందిన యెడల యోగము పట్టును. ఇదే కుజుడు కుంభలగ్నమునకు తృతీయాధిపతి కూడా అయిననూ ఎక్కడనూ దీని వివరణ కనబడుటలేదు.

మీన లగ్నాధిపతియైన గురుడు తన పంచమ స్థానమునందు ఉచ్ఛను పొంది పరమోచ్ఛ భాగాలయందుండి, దశమాధిపతియునూ గురుడే అయినందున వీక్షణ కలుగనేరదు. కావున పంచమస్థానము, ఉచ్ఛ, ధనాధిపత్యము కలిగిన గురువు యివన్నీ కలిసి యోగమీయగలుచున్నవా? అని పరిశీలించవలసి యున్నది.

8. పద్మ యోగము :

లగ్నాద్భాభ్యాధిపోయస్తు చంద్రాద్భాగ్యాధిపశ్చయః
తౌశు క్రసహితౌ భాగ్యే పద్మయోగ ఇలీరితః॥

జన్మలగ్నాత్ భాగ్యాధిపతి, చంద్రలగ్నాత్ భాగ్యాధిపతుల్దిరునూ శుక్రునితో కలసి నవమస్థానమందున్న యెడల పద్మయోగము కలుగును. ఈ పద్మయోగము నందు పుట్టిన జాతకుడు గొప్ప మహారాజులచే గౌరవింపబడు వారుగను, గొప్ప రాజులకు ప్రతిభను తెచ్చిపెట్టగలవారుగనూ, సుఖభోగములు కలవారుగా తెలియ వలయును. వీరికి ఈ యోగము 20సం॥లోగా సిద్ధించును.

(లేక)

సింహరాశియందు గురుడుండి, గురువుయొక్క క్షేత్రమునందు శుక్రుడును

(ధనుస్సునందు) శుక్రక్షేత్రమునందు శనియున్న యెడల లేక కేంద్రముల యందయిననూ, ద్వితీయమునందయిననూ, ఉచ్ఛస్థానముల యందయిననూ, రవి, గురు, శుక్రులు ముగ్గురియందు ఎవరైననూ వున్న యెడల పద్మయోగమన బడును. ఈ యోగము పట్టిన జాతకుడు మహాపురుషుడగును.

9. వసుమ ద్యోగము :

భాగ్యాద్భాగేశ్వదాత్కర్మ నాధేతుంగే చధర్మభే।
కర్మాధి పేన సంయుక్తే వసుమద్యోగ ఈరితః॥

జన్మలగ్నాత్ భాగ్యభావమునుండి లేక భాగ్యాధిపతియున్న స్థానమునుండి గానీ, కర్మస్థానాధిపతి ఉచ్ఛయందుగానీ, భాగ్యభావమందుగానీ వుండి లగ్నాత్ దశమాధిపతి యుతి పొందిన యెడల వసుమద్యోగమనబడును.

ఈ యోగమున జన్మించినవారు శత్రువుల చేతకూడా గౌరవింౘబడువారు గనూ, రాజులుగనూ, ప్రజాసేవకులుగనూ, సంఘములకు అధ్యక్షులుగా తెలియ వలయును. వీరికి యోగఫలములు 40-50 సంవత్సరముల వయసులోపున జరుగును.

వసుమతి యోగమును యింకొక విధముగా వివరించుట జరిగినది. జన్మలగ్నము లేక చంద్రలగ్నమునుండి ఉపచయస్థానములయిన 3,6,10,11 స్థానములయందు శుభగ్రహములున్న యెడల వసుమతి యోగముగా వివరింప బడినది. ఇందుకు ఫలమును ఈ విధముగా తెలియజేయబడినది. ఈ యోగమున జన్మించినవారు ఎల్లపుడునూ, ధన, ధాన్య సుఖసౌఖ్యములతో స్వతంత్ర్యముగా జీవించువారగుదురు.

10. పర్వత యోగము :

విలగ్ననాథస్థితరాశినాథః
కేంద్రత్రికోణో పగతోయదిస్యాత్।
మూలత్రికోణేయ దివాస్వగేహే
యోగోమహాన్పర్వత నామధేయః

లగ్నాధిపతి ఏ రాశియందుండునో, ఆ రాశినాధుడు జన్మలగ్నమునుండి కేంద్రమునందుగానీ లేక తన మూలత్రికోణము లేక స్వక్షేత్రముల యందు ఎచటనున్ననూ అది పర్వతయోగమును కలిగించును. ఈ పర్వతే యోగమున జన్మించిన జాతకుడు ఒక గ్రామమునకుగానీ లేక ఒక పట్టణమునకు గానీ అధిపతి అగుదురు. సమాజమునందు పరువు ప్రతిష్టలు కలిగియున్న వారగుదురు. పేరు ప్రఖ్యాతులు కలిగియుందురు. దృఢమయిన వారు, మంచి ఆరోగ్యవంతులుగా నుందురు. వీరికి ఈ ఫలములు 35 సంవత్సరముల వయస్సు నందు కలుగునని తెలియజేయబడినది.

11. శ్రీ యోగము :

> *ధనభాగ్యాధిపౌ కేంద్రే స్వస్థానేశస మన్వితౌ।*
> *సురార్పితేన సందృష్టౌ చ్ఛ్రీ యోగస్తువిశ్రుతః॥*

ద్వితీయస్థానాధిపతి, నవమస్థానాధిపతి అనగా ధనభాగ్యాధిపతులు ఏదయిన ఒక కేంద్రగతులయి ఆ కేంద్రాధిపతితో కలసియుండి, గురువుయొక్క వీక్షణ పొందిన యెడల అది శ్రీ యోగమని చెప్పబడినది.

శ్రీ యోగమునందు పుట్టిన జాతకులు 22వ సంవత్సరమునుండి గొప్పస్థితికి రాగలవారని తెలియజేయబడినది. గొప్ప పదవులు లభించును. తన శత్రువులపై విజయము సాధించువాడుగను, వివిధప్రదేశములందు పలుకుబడి కలవాడని తెలియజేయబడినది. ఉన్నతస్థితికి రాగల జాతకులుగా తెలియజేయబడినది.

12. మృదంగ యోగము :

> *లాభేశే పరమోచ్చ స్థే భృగుపుత్రేణ సంయుతే,*
> *తదేశే కేంద్రగేయోగో మృదంగో నామసౌఖ్యదః॥*

లాభాదిపతి పరమోచ్చభాగలయందుండి శుక్రునితో కలిసివున్నపుడు లాభాధిపతి వున్నటువంటి రాశియొక్క అధిపతి ఏదేని ఒక కేంద్రమునందున్న యెడల మృదంగ యోగమనబడును.

దీనిని వివరించిన యెడల - 1. మేషలగ్నమునకు తులలో శని తన పరమోచ్ఛ భాగలయందుండగా శుక్రునితో కలసినపుడనూ 2. వృషభలగ్నమునకు గురువు కర్కటమునందు పరమోచ్ఛభాగల యందుండి, శుక్రునితో కలసినపుడు, చంద్రుడు వృశ్చికము తప్ప మిగిలిన కేంద్రముల యందున్నపుడునూ 3. మిధున లగ్నమునకు కుజుడు మకరమునందు పరమోచ్ఛభాగలయందుండి, శుక్రునితో కలసి శనికేంద్రమునందున్నపుడు ఈ యోగము. అయిననూ పంచమాధిపతి శుక్రునకు లాభాధిపతి కుజునకు అష్టమ దోషకారణమున యోగప్రాముఖ్యత వుండకపోవచ్చును. 4. కర్కాటకలగ్నమునకు శుక్రుడు మీనమునందు పరమోచ్ఛ భాగలయందుండి, గురుడు మకరముతప్ప మిగిలిన కేంద్రముల యందున్ననూ 5. సింహలగ్నమునకు బుధుడు కన్యయందు పరమోచ్ఛ భాగలలో శుక్రునితో చేరి, బుధుడు కేంద్రగతుడయిననూ 6. కన్యాలగ్నమునకు చంద్రుడు వృషభమున తన పరమోచ్ఛ భాగలయందుండి శుక్రునితోకలసిననూ, శుక్రునకు కేంద్రస్థితి లేకపోవుట వలన కన్యాలగ్నమునకు ఈ యోగములేదు. 7. తులాలగ్నమునకు మేషమున రవి పరమోచ్ఛ భాగలయందుండి శుక్రునితో కలసి, కుజుడు కర్కాటముతో సహా ఏ కేంద్రమున వున్ననూ యోగమే. 8. వృశ్చిక లగ్నమునకీ యోగము లేదు 9. ధనుర్లగ్నమునకు లాభాధిపతి శుక్రుడు మీనమునందు పరమోచ్ఛ భాగలయందుండి, గురుడు కేంద్రగతుడయినపుడు శుక్రునకు లాభాధిపత్యము కలదు కావున యోగము చెప్పవచ్చును. 10. మకరలగ్నమునకు కుజుడు మకరమునందు పరమోచ్ఛయందుండి శుక్రునితో కలసిన యెడల, శనికేంద్రగతుడయిన యోగము. 11. కుంభలగ్నమునకు కర్కాటకమున గురువు తన పరమోచ్ఛయందు శుక్రునితో కలసివున్నపుడు వృశ్చికము మినహా చంద్రుడు కేంద్రములయందు పూర్ణచంద్రుడయివున్న యెడల 12. మీన లగ్నమునకు శని తులయందు తన పరమోచ్ఛ భాగలయందు శుక్రునితో కలసి నపుడు, శుక్రుడు కేంద్రగతుడయిన - శుక్రుని అష్టమస్థితి కొంత యోగభంగ మీయగలడు.

ఈ యోగమునందు జన్మించినవారు రాజుగానీ, తత్సమానస్థితినిగానీ పొందును. ఒక గ్రామమునకు లేక పట్టణమునకు ఆధిపత్యము వహించును. ఇతరులకు హితమును బోధించుతత్త్వము కలిగివుండును. 23 సంవత్సరము లోపుగనే ఈ యోగము కలుగును.

13. శారద యోగము :

వర్గోత్తమగ తేలగ్ననాధేశుభసమన్వితే।
లాభాధి పేన సందృష్టై యోగశ్శారద సంజ్ఞితః॥

లగ్నాధిపతి వర్గోత్తమము చెంది శుభగ్రహములతో కలసివున్నపుడు లాభాధిపతి వీక్షణ పొందిన యెడల శారద యోగము కలుగును.

ఈ యోగమున జన్మించినవారు సుఖములను పొందగలరు. అధిపతుల గుదురు. అమితముగా భుజించువారు. ధైర్యవంతులు. శూరత్వము గలవారు. యుద్ధములయందు యిష్టముచూపు వారగుదురు. దానధర్మములు చేయుట యందు యిష్టము కలవారు. ఈ యోగము 30 సంవత్సరముల లోపున అనుభవమునకు వచ్చును.

14. సుఖ యోగము :

లాభేశే ధర్మేశ ధనేశ్వరాణామేక్కోపి చంద్రాద్యదికేంద్రవర్తీ।
యోగస్సు ఖాఖ్యః ఖలు తత్రజాతస్సుఖీ గుణీరాడపిషోడశాబ్దాత్॥

ద్వితీయ నవమాధిపతులు అనగా ధనభాగ్యాధిపతులలో ఎవరయినా ఒక్కరు చంద్రునకు కేంద్రగతులయిన యెడల సుఖయోగము పట్టును. ఈ యోగములు కల జాతకులు సుఖములను పొందువారుగను, గుణసంపన్నులుగనూ, ఆధిపత్యము వహించువారుగను తెలియవలయును.

కన్యాలగ్నమునకు ధనభాగ్యాధిపతి అయిన శుక్రుడు ధనస్సునందుండి అందు చంద్రునితో కూడియున్న యోగమందు ఈ సుఖయోగము కొంతవరకు ఫల మిచ్చినట్లు నా అనుభవమున కనిపించినది. పండితులు ఈ అంశముపై కొంత దృష్టి నిలుపగలరని ప్రార్థన.

15. సామ్రాజ్య యోగము :

ధర్మేశ సంయుక్తనవాంశనాథో
జీవేనయుక్తో ధనరాశి సంస్థః
కుటుంబ భాగ్యాధిపతిర్గురుశ్చేత్।
సామ్రాజ్య యోగో నరపాలకస్స్యాత్॥

నవమాధిపతియొక్క నవాంశాధిపతి గురునితో కలసి ధనస్థానమయిన ద్వితీయమున వున్న యెడల సామ్రాజ్యయోగమని తెలియవలయును. ఈ గురుడు ద్వితీయ ధనాధిపతి లేక నవమభాగ్యాధిపతి అయివుండవలయును. ఈ యోగ మందు పుట్టినవారు ప్రభువులతో సమానులగుదురు.

ఈ యోగమునకు నియమము చెప్పబడినందున మేషమునకు గురువు భాగ్యాధిపతి కర్కాటకమున గురువు (మీనము) భాగ్యాధిపతి. వృశ్చికమునకు (ధనస్సు) గురువు ధనాధిపతి. కుంభమునకు (మీనము) గురువు దనాధిపతులయి నందున ఈ మేష, కర్కట, వృశ్చిక, కుంభ లగ్నములకు మాత్రమే ఈ యోగము వర్తించునని తెలియవలయును.

16. దుర్గేశ యోగము :

రాహుస్థితాం శాధిపతౌ త్రికోణే
స్వోచ్ఛంగతే భూమిసుతే బలాఢ్యే।
ధర్మాధిపే సప్తమభావ సంస్థే
దుర్గేశ యోగో వనభూమినాథః॥

రాహువు యొక్క నవాంశాధిపతి లగ్నమునునుండి త్రికోణమునందు ఉచ్ఛరాశి గతుడయి వుండగా, కుజుడు బలవంతుడయి, ధర్మస్థానాధిపతి సప్తమమందున్న యెడల దుర్గేశయోగమనబడును. ఈ యోగమునందు జన్మించినవారు. అటవీ ప్రాంతమునకు అధిపతులుగానుందురు.

(లేక)

రాహువుయొక్క నవాంశాధిపతి కుజుడయి లగ్నమునకు కోణమునందు ఉచ్ఛ

స్థితిని పొంది, భాగ్యాధిపతి సప్తమమునందుండగా దుర్గేశయోగమగును. ఈ విధమునందు కన్యాలగ్నమునకు, వృషభలగ్నముకు మాత్రమే కుజునకు (మకరమునందు కోణస్థితి) ఉచ్ఛస్థితి కలుగును. వృషభలగ్నాత్ నవమాధిపతి (ధర్మభావాధిపతి లేక భాగ్యభావాధిపతి) శని సప్తమమునుండి లగ్నమును, కుజుని వీక్షించును. కన్యాలగ్నమునకు పంచమకోణము మకరమునందున్నపుడు భాగ్యాధిపతి అయిన శుక్రుడు మీనమందు ఉచ్చనుండి లగ్నమును వీక్షించును.

అయిననూ, కోణస్థితి పాపులకు అశుభమని తెలియునుగాన ఈ యోగము పూర్తిగా యివ్వగలుగునా అనునది యింకనూ లోతుగా పరిశీలించుట అవసరము.

17. అర్ధ యోగము :

భాగ్యేధనేశస్సుఖ పేనయుక్తో ధర్మేశ్వరో విత్తగతో బలాఢ్యః।
లాభేవిలగ్నాధిపతిశ్చతుంగే కోట్యేరోరాడపిచార్థ యోగే॥

భాగ్యస్థానమున, ధనాధిపతి వాహనాధిపతులును, నవమాధిపతి ద్వితీయమున నుండగా, లగ్నాధిపతి ఏకాదశస్థానమున ఉచ్చను పొందిన యెడల అర్థయోగ మనబడును. ఈ యోగమున జన్మించినవారు కోటీశ్వరులు, రాజపోషకుడును అగుదురు. ఈ యోగము వృషభలగ్నమునకు కర్కాట లగ్నములకు శుక్ర చంద్రుల వలన యోగవంతముగా ఫలించుచున్నది.

1. వృషభలగ్నమునకు భాగ్యభావమయిన మకరమునందు రవిబుధులు, దనభావమయిన మిధునమునందు భాగ్యాధిపతి శని వున్నపుడు లగ్నాధిపతి శుక్రుడు మీనమునందు ఉచ్చగతుడయిన యెడల ఈయోగము పరిపూర్ణముగా వర్తించును.

2. కర్కాటక లగ్నమునకు నవమభావమయిన మీనమునందు రవిశుక్రులు ఉండి, భాగ్యాధిపతిఅగు గురుడు ద్వితీయమగు సింహములోనున్నపుడు లగ్నాధిపతి చంద్రుడు వృషభమున ఉచ్ఛస్థుడయిన యెడల ఈ యోగము పూర్తిగా ఫలమిచ్చును.

18. త్రికూట యోగము :

లగ్నేస్థిరే దానవమంత్రి యుక్తే
లగ్నే చరే చేద్గురుణాసమేతే
లగ్నే ద్విదేహేయదివా ససౌమ్యే
జాతస్త్రీ కూటే భ్యు దుర్గనాథః॥

స్థిరలగ్నమునందు శుక్రుడున్ననూ, చరలగ్నమై అందుగురుడున్ననూ, ద్వి స్వభావలగ్నమయి అందు బుధుడున్ననూ త్రికూటయోగమని తెలియు వలయును. ఈ యోగమున జన్మించినవారు దుర్గమునకు అనగా కోటకు అధిపతులగుదురు. అనగా రాజు అగుదురు అని తెలియవలయును. మకర లగ్నము అయిన యెడల గురుని నీచ స్థితిననుసరించి ఈ యోగమును చెప్పరాదు.

19. చామర యోగము :

బంధుస్థానాధి పేతుంగే తదేశే ధర్మరాశిగే।
లగ్నేశే ధర్మ రాశిస్థే యోగశ్చామర సంజ్ఞితః॥

జన్మలగ్నమునుండి చతుర్థాధిపతి యుచ్చస్థితిని పొందినపుడు, ఆ ఉచ్ఛ స్థానాధిపతి మరియూ లగ్నాధిపతి కలసి భాగ్యస్థానగతులయిన యెడల చామర యోగమగును.

ఈ యోగమున జన్మించిన జాతకులు రాజపూజ్యులును, దేశాధిపతులును, ప్రజలందరిచే గౌరవింపబడువారు, సుఖసౌఖ్యములు కలవారు, సంపన్నులు, మంచిగా మాట్లాడువారు, పండిత ప్రముఖులును, గ్రంథములను రచించువారు అగుదురు. ఈ యోగము 35 సంవత్సరములపుడు కలుగునని తెలియజేయ బడినది. 70 సంవత్సరముల ఆయుర్ధాయము కలుగునని తెలియజేయబడినది.

మేషలగ్నమునకు చతుర్థాధిపతి అయిన చంద్రుడు వుచ్ఛస్థానమయిన వృషభము నందున్నపుడు, వృషభాధిపతి అయిన శుక్రుడు లగ్నాధిపతి అయిన కుజుడు, యిద్దరునూ భాగ్యస్థానమయిన ధనస్సున కలిసి వున్నపుడీ యోగము పట్టగలదు. కొన్ని లగ్నములకు యీ యోగము కలుగనేరదు.

లగ్నమునకు కేంద్రమునందు లగ్నాధిపతి ఉచ్ఛస్థితిని పొంది గురుని యొక్క వీక్షణ పొందిన యెడల చామరయోగమనియూ - లగ్నమునందు రెండు శుభగ్రహములుండి సప్తమము లేక నవమమునందు మరిరెండు గ్రహములున్న యెడల చామర యోగమగును.

ఈ చామర యోగమును గురించి, జాతకపారిజాతమునంధు, జాతకాదేశ మార్గమునందును వేరు వేరు విధములుగా తెలియజేయబడినది.

20. శివ యోగము :

పంచమాధిపతౌ భాగ్యే కర్మేశే పంచస్థితే।
భాగ్యేశే రాజ్యభావస్థే శివయోగ ఉదాహృతః
ప్రచండ వృత్తిర్బహు దేశనాథో
యుద్దేజ యీస్యాచ్చతరుంగనేతా।
జతేంద్రి యోజ్ఞానయుత శ్శివాఖ్య
యోగేతు జాతస్సతతంనృపాలః॥

మంత్రిస్థానాధిపతి అయిన పంచమాధిపతి భాగ్యస్థానమందును, కర్మస్థానాధిపతి పంచమమునందును, భాగ్యస్థానాధిపతి రాజ్యస్థానమునందును వున్న యెడల శివయోగమనబడును.

ఈ యోగమున జన్మించినవారు చాలా రాజ్యములకు అధిపతులుగను, యుద్ధమునందు విజయము కలవారును, నాలుగు విధములయిన బలమును (సేనలు) కలవారునూ, అధికమయిన కోపము కలవారునూ, ఇంద్రియములను జయించిన వారును, జ్ఞానసంపన్నులును అగుదురు.

శివయోగమును మరొకవిధముగా చెప్పబడియున్నది.

శుభగ్రహములు పాపగ్రహక్షేత్రములయందును, పాపగ్రహములు శుభగ్రహ క్షేత్రములయందును మరికొన్ని గ్రహములు శత్రుక్షేత్రములయందున్నపుడు శివయోగముగా చెప్పబడినది.

ఈ యోగజాతకుడు బాల్యమునుండియే సుఖభోగములను అనుభవించుచూ, ధనధాన్య సంపదలతో మహారాజుల సేవలో వుందురు.

21. విష్ణు యోగము :

భాగ్యనాథాంశపే కర్మనాథే ధన సమన్వితే।
భాగ్యాధి పేన సంయుక్తే విష్ణుయోగ ఇతేరితః
భోగీస్యాద్భహు దేశభాగ్యవిభవో
లక్ష్మార్థనాథోబలీ। విద్యావాదపటు
ర్వినోదరసిక శ్రీ విష్ణు భక్తోమహాన్॥
అన్యైర్భూపతిభిర్ది గంతరగతై స్సంస్తూయమానస్సదా
జీవత్యబ్దశతం నిరామయవపుర్విష్ణ్వాఖ్య యోగేప్రభుః

భాగ్యరాశ్యాధిపతియునూ, నవాంశాధిపతియునూ, కర్మస్థానాధిపతియునూ, ధనస్థానమున భాగ్యాధిపతితో కలిసివున్న యెడల విష్ణుయోగమనబడును.

(లేక)

నవమాంశను పొందిన దశమాధిపతి ద్వితీయాధిపతితో కలసి భాగ్యాధిపతితో కలసిన యెడల విష్ణుయోగము.

ఇందు జన్మించిన జాతకుడు భోగభాగ్యములతో, వినోద గోష్టులతో సర్వ జనులచే గౌరవింపబడువాడగును. విష్ణుభక్తి కలవాడగును. రసికుడు అగును. రోగములు లేనివాడగును. విద్యయందు అధికుడగును. 100 సంవత్సరములు ఆయువు కలవాడు అగును.

ఈ యోగమును మరొక విధముగా చూసిన యెడల-

దశమస్థానాధిపతి నవమస్థానమునందు ద్వితీయాధిపతితో కలసి వీరికి భాగ్యాధిపతి యొక్క వీక్షణకలిగిన విష్ణుయోగమని తెలియజేయబడినది.

22. చతుర్ముఖ యోగము :

భాగ్యేశాత్కేంద్రగేజీ వేలా భేశాత్కేంద్ర గే భృగౌ
లగ్న రాజ్యేశయోః కేంద్రేసౌయ్యే యోగశ్చతుర్ముఖః
మృష్టాన్న భోక్తాధరణో సురేడ్యః సత్కార్యకర్తాబహుశాస్త్రవేత్తా॥
జయీనృపాలో ధరణీ ప్రదాతా చతుర్ముఖే జీవతిపూర్ణమాయుః॥

భాగ్యాధిపతికి కేంద్రమునందు గురుడును, లాభాధిపతికి కేంద్రమందు శుక్రుడునూ, లగ్నరాజ్యాధిపతులలో ఎవరికైననూ కేంద్రమందు బుధుడున్న యెడల చతుర్ముఖ యోగమనబడును.

(లేక)

నవమస్థానమునుండి కేంద్రస్థానమున గురుడును, లాభస్థానమునుండి కేంద్రమున శుక్రుడునూ వుండి, ఈ స్థానములయందు పరివర్తన కలిగిన యెడల అనగా గరుడున్న స్థానము శుక్రరాశిగానూ, శుక్రుడున్న స్థానము గురుని రాశిగాను నున్న యెడల చతుర్ముఖ యోగము. వీనిని పూర్తిగా వివరించుచున్నాను. పరివర్తన అనగా, ధనుర్ మీనములలో శుక్రుడు, వృషభ, తులలయందు గురువుఅని తెలియవలయును.

ఈ యోగమున జనియించిన వారికి దేవబ్రాహ్మణ భక్తి యుండును. జయములు, ధనలాభములు కలుగును. అధికారము, పదవులు, గౌరవము కలుగును. భూలాభము, మృష్టాన్న భోజనములు మొదలగునవి కలుగును. నిత్యాన్నదానము చేయువారగుదురు. సద్గుణములు కలిగియుందురు. సత్కర్మలను ఆచరించువారు, పూర్ణాయుర్ధాయము కలవారగుదురు.

23. గౌరీ యోగము :

కర్మేశస్థనవాం శేశోలగ్నాత్కర్మణి తుంగగః
లగ్నధిపేన సహితో గౌరీ యోగ ఉదాహృతః॥

దశమభావాధిపతి యొక్క నవాంశాధిపతి దశమభావమునందు ఉచ్ఛ యందుండి, లగ్నాధిపతితో కలసివున్న యెడల గౌరీయోగమనబడును.

ఇందు జన్మించినవారు 30 సంవత్సరములనుండి 42 సంవత్సరముల వరకు గొప్ప నాయకులుగా లోకపూజ్యతను పొందగలరు. అనేక భూములను సంపాదించగలరు. కీర్తి కలుగును, భోగవంతుడగును, బ్రాహ్మణులచే సత్కరింప బడువాడగును.

మేషలగ్నమునకు దశమస్థానాధిపతియగు శని మేషనవాంశములలో నుండగా నవాంశాధిపతి అయిన కుజుడు దశమమయిన మకరమునందు ఉచ్ఛస్థితి

యందుండగా, ఈ యోగము కలుగగలదు. లగ్నాధిపతి కుజుడే కావున లగ్నాధిపతి కలయిక చెప్పనవసరము కానరాదు.

కన్యా, కుంభ, మీన లగ్నములకు ఈ యోగము పట్టదు. వృశ్చిక లగ్నమునకు కూడా వర్తించదు.

వృషభలగ్నమునకు దశమాధిపతియగు శనియొక్క నవాంశాధిపతి శుక్రుడు మీనము నందుండగా, లగ్నాధిపతి బుధుడు శుక్రునితో వుండుట వలన ఈ యోగము కలుగును. ఇందు మీనమున శుక్రబుధులకు నీచభంగ రాజయోగము కూడా గ్రహించవలయును.

కర్కాట లగ్నమునకు దశమాధిపతి కుజునియొక్క నవాంశాధిపతి రవి దశమమున మేషమందుండి లగ్నాధిపతి చంద్రునితోకలియుట వలన గౌరీ యోగము కలుగును.

సింహ, తులా, ధనుర్మకరములకు కూడా యీ యోగము చెప్పబడినది.

24. లక్ష్మీ యోగము :

భాగ్యేశస్థన వాంశే శోభాగ్యే తూచ్ఛంగతో యది
పుత్రోధి పేన సంయుక్తో లక్ష్మీ యోగఉదాహృతః॥
రాజభవే ద్భూవతి వంశజాతో
దిగంత విశ్రాంత యశాః పరంతతః
లక్ష్మ్యాఖ్య యోగే ధన వాంశ్చిరాయు
రాతస్సుఖీ మానయుతశ్చజీవేత్॥

భాగ్యస్థానాధిపతి యొక్క నవాంశాధిపతి భాగ్యభావములో ఉచ్ఛస్థితిని పొంది, పంచమ స్థానాధిపతితో కలిసివున్న యెడల లక్ష్మీ యోగమని చెప్పవలయును.

(లేక)

భాగ్యరాశి అధిపతి స్వనవాంశను పొందియున్నపుడు, ఆ అంశనాధుడు భాగ్యస్థానమునందు ఉచ్ఛగతుడయి పంచమాధిపతితో కలిసిన యెడల శ్రీమంతుడగును. రాజవంశమున జనియించినయెడల రాజగును. ప్రారంభమున కష్టములు కలిగిననూ రాజగును.

ఈ యోగమును మరొక విధమున తెలుపబడినది. లగ్నాధిపతి ఉచ్ఛస్థానమునవుండి, బలవంతుడయి, భాగ్యాధిపతి కేంద్రస్థానములో మూల త్రికోణస్థితిని పొందిన యెడల లక్ష్మీయోగము. ఉదా॥ వృషభలగ్నము, శుక్రుడు మీనమునందుచ్ఛ భాగ్యాధిపతి శని తన మూల త్రికోణమయిన కుంభము నందున్నయెడల లక్ష్మీయోగము కలుగును.

ఈ యోగ జాతకుడు అందమైన రూపము, మంచి గుణములు, విద్యా పాండిత్యములు, గృహము, సంపదలు, రూపసులైన భార్యాపుత్రులును కలిగి గౌరవ మర్యాదలను పొంది, కీర్తి గడించగలరు.

25. భారతీ యోగము :

వాగ్బుద్ధి లాభస్థానేశ నవాంశపతిభిస్త్రి భిః
స్వోచ్ఛ స్థైర్భాగ్యపయుతైర్భారతీ యోగ ఉచ్యతే॥
త్రివిధేపిచతద్యోగే సంపత్సారస్వతోదయః॥
కీర్త్యా క్రాంత జగత్త్రయో విజయతే సర్వజ్ఞ చూడామణి
స్సంగీత ప్రియఉత్తమ స్సురత్కృన్నా రీషుబహ్వీష్వపి
మృద్వంగో విమలాబ్జనే త్రయుగళోభూదేవ భక్తః కవి
ర్లఘ్వాశీవసు వేద వత్సరత ఊర్ధ్వం భారతీయోగజః

ద్వితీయము, పంచమము, లాభస్థానాధిపతులు ముగ్గురియందు ఎవరయిననూ, తమ ఉచ్ఛరాశిని పొంది, భాగ్యాధిపతితో కలసిన యెడల భారతీ యోగమని తెలియవలయును.

ఈ యోగమునందు జనియించిన వారు కీర్తివంతుడుగను, సకలశాస్త్ర పారంగతుడుగను, సంగీతాభిలాషుడును, ఉత్తమసంస్కారియునూ, అనేకమంది స్త్రీలతో భోగము చేయువాడును, సున్నితమైన శరీరము కలవాడును, కవియును అగును. ఈ ఫలములు 46 సంవత్సరముల అనంతరము అనుభవించును.

ఈ యోగమును - లాభస్థానాధిపతి వున్న నవాంశరాశ్యాధిపతి జన్మలగ్నము నందు ఉచ్ఛుడై భాగ్యాధిపతితో కలసిన యెడల భారతీ యోగము.

26. కలానిధి యోగము :

తృతీయలాభాధిపతౌచ కామేమదేశ్వరే
రిఃఫగతేచ తుంగే।
వ్యయేశ్వరే జీవయుతేచభాగ్యే
కలానిధిర్యోగ ఇతి ప్రశస్తః॥

తృతీయలాభాధిపతులలో ఎవరయిననూ, సప్తమమున వుండి, సప్తమాధిపతి వ్యయమందు ఉచ్ఛస్థానమున వున్నపుడు వ్యయాధిపతి గురునితో కలసి భాగ్య స్థానమునందున్న యెడల కలానిధియోగము.

లగ్నాత్ సప్తమాధిపతి వ్యయభావమున ఉచ్ఛయందుండుట ఒక్క మేష లగ్నమునకు మాత్రమే సాధ్యపడును. కావున ఈ యోగము యొక్క లక్షణములను మిగిలిన లగ్నములకు అన్వయించవు.

1. వృషభతులలకు సప్తమాధిపతి కుజునకు మేషము లేక కన్య ఉచ్ఛస్థానము కాదు.

2. మిధున కన్యలకు సప్తమస్థానాధిపతి గురువునకు వృషభము లేక సింహము ఉచ్ఛకాదు.

3. కర్కట సింహములకు సప్తమాధిపతి శనికి మిధునమునకు కానీ, కర్కాటకము గానీ ఉచ్ఛకాదు.

4. వృశ్చికమునకు సప్తమస్థానాధిపతి శుక్రునకు తుల ఉచ్ఛకానేరదు.

5. ధనుర్మీనములకు సప్తమాధిపతి బుధుడు, ఈతనికి వృశ్చికము లేక మకరము ఉచ్ఛకాదు.

6. మకర కుంభములకు సప్తమాధిపతులయిన చంద్రరవులకు ధనస్సు లేక మకరములు ఉచ్ఛస్థానములు కావు కనుక ఈ యోగము పట్టనేరదు.

ఈ యోగమును యింకొక విధమున తెలియజేయబడినది -

ద్వితీయ నవమాధిపతులు కలసి సప్తమమునందుండి, సప్తమాధి వ్యయమున తన ఉచ్ఛను పొందగా, అట్టి వ్యయాధిపతి గురువుతో కలసి భాగ్యస్థానమందున్న కలానిధి యోగము.

వీరికి 50 సంవత్సరములపైగా ఆయువు. సంపదలను కలిగియుండును. ధర్మబుద్ధి కలవాడయి వుండును. దేశాధికారియగును. ప్రసిద్ధి చెందిన వాడగును.

27. దేవేంద్ర యోగము :

లగ్నాధి పేలాభగతేధనేశే
కర్మస్థితే రాజ్యసతౌధనస్థే,
లాభేశ్వరే లగ్నగతే బలాడ్యే
దేవేంద్ర యోగః స్థిర ఖేచలగ్నే॥
ససుందర స్స్యాత్కిల సుందరీణాం
ప్రియస్సుకీర్తిర్బృహదుర్గ పాలః॥
సేనాధిపశ్శౌర్య యుతో బలీచ,
స్యాదూనషష్ట్యబ్ద వయాస్తధైం ద్రే॥

స్థిరరాశి లగ్నముగానుండి, లగ్నాధిపతి లాభమునందును, ధనాధిపతి ధశమ స్థానము నందును, దశమాధిపతి ధనస్థానముననుండగా, లాభాధిపతి లగ్నము నందున్న యెడల, బలవంతుడయిన యెడల దేవేంద్రయోగము అగును.

ఈ యోగమున జనియించినవారు అందమైన వారును, స్త్రీలకు యిష్టులు గను, కీర్తిగలవారుగానుందురు. సేనాధిపతులుగను, ధైర్యవంతులుగను, దుర్గములను జయించుశక్తి కలిగియుందురు. 60 సంవత్సరములు ఆయువు కలిగివుందురు.

ఈ యోగము లగ్న, ఏకాదశాధిపతులు, ద్వితీయ దశమాధిపతులయొక్క పరివర్తనముపై ఆధారపడి కలుగుట గమనింపవలయును. ఈయోగమును మేష, సింహ, కన్య, మకర, కుంభ, మీన లగ్నములకు సాధించలేము. ఈ యోగము మరొక విధముగా - కేంద్రస్థానములయందు ఉచ్ఛగ్రహములునూ, గురు, రవి, కుజ, శని, చంద్రులు జన్మలగ్నముననూ, పాపగ్రహములు మాత్రమే కోణ స్థానములను పొందియున్న దేవేంద్ర యోగము (లేక) స్థిరరాశిలగ్నమయి, లగ్న లాభాధి పతులు పరివర్తనచెంది, ధనాధిపతి దశమమునుండి, దశమాధిపతి ధనాధిపతియున్న స్థానమును జేరియున్న దేవేంద్రయోగ మనబడును. ఈ దేవేంద్ర యోగము అన్ని యోగములలోనూ ముఖ్యమయినది.

28. మదన యోగము :

రాజ్యనాథే విలగ్నస్థే భార్గవేణ సమన్వితే,
లాభే లాభేశ్వరే తుంగేయోగో మదన సంజ్ఞితః
మదన యోగ మనోహర లక్షణో
మను జనాయక మంత్రి విచక్షణః
పరవధూ జనమోహకరః పరం
పరత ఏతి సుఖంఖలు వింశతేః॥

రాజ్యాధిపతి శుక్రునితో లగ్నమందున్నపుడు లాభాధిపతి లాభమునందును లేక ఉచ్ఛలో వున్నచో మదన యోగము అగును.

ఈ యోగఫలములను - అందమైన రూపసులు, పరస్త్రీలను ఆకర్షించువారు, మంత్రిత్వము వహించగలవారు ఈ ఫలములను వీరు 20 సంవత్సరముల పిదప అనుభవించెదరు.

ఈ యోగమును మరో విధముగా- జన్మ లగ్నాధిపతి లాభస్థానమునందు ఉచ్ఛస్థితి పొంది, లాభస్థానాధిపతి భాగ్యమందు ఉచ్ఛయందు వున్నపుడు లగ్నము నందు నవమ, దశమాధిపతులు కలసి వుండిన మదన యోగము.

అనగా లగ్నము కర్కాటకమై అందు కుజగురులుండి శుక్రుడు మీనమున లగ్నాధిపతి చంద్రుడు తన ఉచ్ఛరాశి అయిన వృషభమున వున్న యెడల మదన యోగమగును.

29. మాలా యోగము :

ధనేశే ధనరాశిస్థే భాగ్యేశే భాగ్య సంయుతే,
లాభే శేలాభసంయుక్తే మాలాయోగ ఇతీరితః
రాజమంత్రి ధనాధ్యక్షః సేనాధీశో మహాయశాః॥
మాలాయోగేతు సంజాత్రసత్య స్త్రీంశాబ్దతస్సుఖీ॥

ధనాధిసతి ధనస్థానమున, భాగ్యాధిపతి భాగ్యస్థానమున లాభాధిపతి లాభ స్థానమున వున్న యెడల మాలా యోగమగును.

ఈ యోగమున జన్మించిన వారు మంత్రులు, ధనాధ్యక్షులు, సైన్యాధికారులు, కీర్తిగలవారగుదురు. 33 సంవత్సరమలు పిదప సుఖములను బడయగలరు.

మాలాయోగము మరొక విధమున - 1. గురు చంద్రులు కర్కాటరాశి యందున్న మాలా యోగము 2. మూడు కేంద్రముల యందు వరుసగా శుభగ్రహ లుండుట మాలాయోగమగును.

ఈ యోగమున పుట్టిన జాతకులు, స్త్రీలతో రతిక్రీడలయందు భోగములను అనుభవించువారు. పుత్రులు, మిత్రులు కలవారు అగుదురు.

30. విభావసు యోగము :

కర్మస్థితే భూమిసుతే స్వభేవా
దినేశ్వరేస్వోచ్చగతే ధనస్థే
సురార్చితే భాగ్యయుతే సచంద్రే
విభావసుర్నామ సయోగరాజః॥
విభావసౌయః పురుషః ప్రజాత
స్సవంశనాథో బహువిత్తదారః॥
రాజప్రియోభూమి పతిశ్చ జీవేత్
ద్విసప్తతిం సౌఖ్యయుతస్తథాబ్దాన్॥

కుజుడు దశమస్థానమునందు స్వక్షేత్రముననున్నపుడుగానీ, రవి ధన స్థానము నందు ఉచ్ఛస్థానగతుడయిన గానీ, గురుచంద్రులు భాగ్యస్థానములోనున్న యెడల విభావసు యోగమని తెలియవలయును.

ఇందు జన్మించినవారు వంశమునకు వన్నె తెచ్చువారగుదురు. అమితమైన సంపదలు కలవారు. ఎక్కువమంది కళత్రములు కలవారగుదురు. సర్వజనులకు యిష్టులగుదురు. 72 సంవత్సరములు సుఖముగా జీవనము చేయుదురు.

ఈ యోగము

1. కర్కాటక లగ్నమునకు మేషమునందు కుజుడునూ, మీనమునందు గురు చంద్రులున్నపుడు యోగమగును.

2. కుంభలగ్నమునకు దశమమందు కుజుడునూ, తులలో గురుచంద్రు లున్నపుడు యోగము కలుగును.

3. మీన లగ్నమునకు ద్వితీయమున రవి ఉచ్ఛయందు భాగ్యమున చంద్ర గురులున్న యెడల యోగము కలుగును.

ఇంకొక విధముగ : దశమాధిపతి దశమమునందు స్వక్షేత్రస్థితిలో నుండి, ద్వితీయాధిపతి ద్వితీయమునందు, స్వక్షేత్రగతుడయి, గురువు నవమమున చంద్రునితో కలసివున్న యెడల విభావసు యోగము.

ఈ యోగమున దశమము మేషవృశ్చికములయి వుండవలయును.

ఈ యోగ జాతకులు 35 సంవత్సరములు పిదప ఆధిపత్యములు వహింతురు. జనులను శాశించువారగుదురు. ఐశ్వర్యములను, కీర్తిని కలిగియుందురు. భోగ భాగ్యములను కలిగియుందురు.

31. నాళ యోగము :

భాగ్యనాథోయన్నవాంశే తన్నాథోతుంగ సంశ్రితః
లగ్నాధిపేన సంయుక్తో "నాళయోగ" ఉదాహృతః

భాగ్యాధిపతి యొక్క నవాంశరాశ్యాధిపతి ఉచ్ఛరాశియందుండి లగ్నాధిపతితో కలసియున్న యెడల నాళయోగమనబడును.

ఈ యోగమున జన్మించిన జాతకుడు భార్యకు సుఖమును చేకూర్చు వాడును, అందమైన వాడును, గురువులయందు భక్తి కలవాడును, సత్కర్మలయందు అభిలాష కలవాడును, మహారాజును, అభిమానవంతుడును అగును. 76 సంవత్సరములపైన ఆయువు కలవాడగును.

32. కార్ముక యోగము :

లగ్నాంశకస్థే కర్మేశేకర్మాంతస్థ్యే ఉ పి లగ్నపే।
జీవదృష్టియుతౌతౌచేద్యోగః కార్ముక సంజ్ఞితః॥
విద్వద్భిరన్వితోదక్షో ధైర్యవాన్ ప్రతిభానవాన్।
యోగేకార్ముక సంజ్ఞేతు నవమాబ్దాత్పరంసుఖీ॥
దాతాచశాస్త్ర విదోనీజగీకు లేశోరాజపూజితః॥

దశమాధిపతి నవాంశలగ్నమున, లగ్నాధిపతి దశమభావము యొక్క నవాంశమునందున్నపుడు వీరిరువురకునూ గురువీక్షణ కలిగిన యెడల కార్ముక యోగమని చెప్పవలయును.

ఈ యోగమునందు పుట్టినవారు పండితులతో సమానమైనవాడును, ధైర్యవంతుడును, ప్రతిభ కలిగినవాడును, తొమ్మిది సంవత్సరముల తరువాత సుఖములను పొందువాడును, దానము చేయుటయందు ఆసక్తి కలవాడును, శాస్త్రవేత్తయును, భోగములను అనుభవించువాడును, కులపెద్దగనూ, రాజులచే గౌరవించబడువాడును అగును.

కార్ముకయోగము మరొక విధమున :

చంద్రదృష్టిగల గురుశుక్రబుధులలో ఎవరయిననూ, లగ్న, ద్వితీయ, స్వక్షేత్ర, మిత్రక్షేత్ర, చతుర్థములయందు ఎచటనైననూ వున్నపుడు కార్ముక యోగముగా తెలియవలయును.

ఇందు జన్మించినవాడు సుఖవంతుడగును.

33. ఇంద్ర యోగము :

లాభేశే పంచమగతే లాభస్థే పంచమాధిపే,
సుతస్థేవా చంద్రయుక్తే ఇంద్రయోగ ఇతీరితః॥

లాభస్థానాధిపతి పంచమమునందుండగా, పంచమాధిపతి లాభమందుగానీ, పంచమమందుగానీ వుండి చంద్రునితో కూడిన యెడల ఇంద్ర యోగమనబడును.

ఇంద్రయోగమున జనియించినవారు శాశ్వతమయిన కీర్తిగలవాడు, అమితమయిన పరాక్రమశాలి. 36 సంవత్సరముల తరువాత రాజయోగము పొందగలవాడు. అమితమైన భాగ్యములను, భోగములను అనుభవించు వాడగును.

ఇంద్రయోగము మరొక విధము :

చంద్రుడున్న రాశినుండి మూడవరాశియందు కుజుడుండి, ఆ కుజునికి సప్తమరాశియందు శనియు, శనికి సప్తమమున శుక్రుడు, శుక్రునకు సప్తమమున గురువు వున్న యెడల ఇంద్రయోగము కలుగును.

ఈ యోగమునందు జనియించినవారికి మంచి శీలముండును. స్ఫుటమయిన వాక్కును, సాహసము, సద్గుణము, రాజులతో సమానమయిన గౌరవము, అనేక విధములయిన వాహనములు, అనేక ఆభరణములు, సకల సంపదలు కలిగి వుందురు.

ఇంద్రయోగము మరొక విధముగా:

లగ్నాధిపతి లాభస్థానమునందు, లాభాధిపతి లగ్నమునందును, ధనాధిపతి దశమస్థానమునందును, దశమాధిపతి ధనస్థానమునందును, ఈ విధముగా పరివర్తనము నందుండగా జన్మించిన జాతకుడు ఇంద్రయోగజాతకుడు.

ఇంద్రయోగమున జన్మించిన జాతకులు అందమయిన శరీరము, మృధువైన పలుకులు, కీర్తి, దుర్గాధిపత్యము, ధర్మకార్యాలయందు అభిలాష కలవాడు మొదలగునవి కలిగియున్నవాడు.

34. గదా యోగము :

ధనరాశిస్థితే చంద్రే గురుశుక్ర సమన్వితే।
భాగ్యాధి పేన సంధృష్టేగదా యోగ ఇతీరితః॥
లోకప్రధాన పురుషోభవితా గుణాఢ్యో।
మత్తే భవాజిభట సంఘ సమావృతస్స్యాత్।
షడ్వింశతేర్ద్వి గుణితాదపి చాబ్దసంఘాత్
ఊర్ధ్వం గదాఖ్యఫలమీరి తమింద్రవర్తైః॥

చంద్రునకు ద్వితీయమున గురుశుక్రులు కలసివుండగా, భాగ్యాధిపతి వీక్షణ కలిగినచో గదాయోగము కలుగును.

ఈ యోగమున పుట్టినవారు సకలసద్గుణవంతుడయి వుండును. 52 సంవత్సరముల తరువాత 14 సంవత్సరములు అమితమయిన ధనమును భోగములును అనుభవించును. సంఘమునందు అతి ముఖ్యునిగా గుర్తింపబడును. రథములు, గుఱ్ఱములు, ఏనుగులు, సేవకులను కలిగివుండును.

గదాయోగము మరొక విధముగా:

రవ్యాది నవగ్రహములు లగ్న చతుర్థములయందున్న యెడల గదా యోగము.

లగ్నచతుర్థములయందు రాహుకేతువులలో ఒకరు తప్ప ఎనిమిది గ్రహము లందుడుట సంభవము. కానీ లగ్న చతుర్థములయందు మాత్రమే వుండుట అసంభవము కదా? అట్లు ఎనిమిది గ్రహములే అనుకొన్నచో ఫలితములు -

అమితమైన ధన, ధాన్య సంపదలను కలిగివుందురు. ధర్మానుసారముగా ప్రవర్తించువారు, యజ్ఞయాగాది సత్కర్మలను ఆచరించువారని తెలియ వలయును.

35. రవి యోగము :

అజ్ఞాస్థానంగతే సూర్యేతదీశే విక్రమస్థితే।
రవిపుత్రేణ సంయుక్తే రవియోగ ఇతీరితః
భూమౌస్వాతిక్ష తినాధ వంద్యచరణ శ్శాస్త్రార్థ విద్ధార్మికః
చత్వార స్త్రీ గుణాస్సుమాస్స భవితా పంచాశదబ్రాత్పరమ్
మేధావీసురతప్రియోగనృపకులాదాక్రాంత భూమండలో
లఘ్వాశీకమలాయతాక్షియుగళః పీనోరువక్షారవౌ॥

లగ్నము లగాయితు దశమభావమునందు రవి వుండగా, దశమస్థానాధిపతి తృతీయమందు శనితో పూర్ణయుతి కలిగినచో రవి యోగమగును.

ఈ యోగమునందు పుట్టిన జాతకుడు అనేకులయిన మహామహులచే నమస్కారములను అందుకొనువాడును, మంచిమేధస్సు కలవాడును, స్త్రీల యందు ఆసక్తి కలవాడును, రాజులకు రాజును, మితముగా భుజించు వాడునూ, అందమైన, తీర్చిదిద్దినటువంటి చక్కని కన్నులు గలవాడునూ, బలమైన తొడలు కలిగినవాడనూ, విశాలమైన వక్షస్థలము కలవాడునూ అగును. ఇవి 50 సంవత్సరములనుండి 12 సంవత్సరముల వరకూ పూర్తిగా అనుభవమునన వుండును. 15 సంవత్సరముల వయసునుండియే మంచి పేరు ప్రతిష్టలు కలుగును. శాస్త్రముల యందు బాగా ప్రావీణ్యత కలిగియుండును. ఉద్రేకపూరిత స్వభావముండును.

ఈ యోగమునే మరొకచోట ఇట్లు చెప్పబడినది -

దశమస్థానమున రవివుండి, దశమాధిపతి శనితోకలసి తృతీయమందున్న రవి యోగమగును.

36. పారిజాత యోగము :

భాగ్యాధిపస్థాంశపతి స్థితాంశమ దారినాథాయ దితుంగసంస్థాః
లగ్నేశ్వరాత్కేంద్రగతౌయది స్సాచ్చు భేనయుక్తా స్సహిపారిజాతః
రాజాధర్మ పరాయణోన్నృపవరైర్వం ధ్యోధనీ శాస్త్రవి,
ల్కా అజ్ఞః కరుణానిధిర్వినయ వాంస్త్రీ పుత్ర విత్తాన్వితః
ఆచంద్రార్క యాశాః కృతీసభవితా ద్వా వింశదబ్దాత్పరం
యావజ్జీవమ పారజాతవిభవః శ్రీపారిజాతోద్భవః॥

భాగ్యస్థానాధిపతి యొక్క నవాంశాధిపతి వున్న నవాంశాధిపతి, షష్టమ, సప్తమాధి పతులు, తమయొక్క ఉచ్ఛస్థానములయందుండి, లగ్నాధిపతినుండి, కేంద్రముల యందు శుభులతోకలసివున్న యెడల పారిజాత యోగమగును.

ఈ యోగమునందు పుట్టిన జాతకులు ధర్మమునునమ్మి ఆచరించువారు, రాజులచే గౌరవింపబడువారు, ధనమును కలవారు, శాస్త్రవేత్తలు, త్రికాలజ్ఞానము కలవారు, కరుణామయులు, వినయము కలవారు, సంపదలు కలవారు, కీర్తి వంతులు, నేర్పుగలవారు, మంచి భార్యాబిడ్డలు కలవారగుదురు. వీరు 22 సంవత్సరముల వయసు నుండి జీవితాంతము పూర్ణవైభవములతో జీవితమును సుఖమయముగా గడుపువారు.

గమనించవలసిన విషయములు -

మేషలగ్నము, ధనుర్లగ్నములయొక్క షష్టసప్తమాధిపతులయిన బుధ శుక్రులును, మీనలగ్నమునకు షష్టసప్తమాధిపతులయిన రవి బుధులు ఒకే సమయమున తమయొక్క ఉచ్ఛరాసులయందుండుట అసంభవము. గ్రహించ వలయును.

37. గంగా ప్రవాహ యోగము :

రంధ్రే గురుర్భృగుసు తేనయుతో యదిస్యాత్
కామే బుధశ్శనిగృహే చరభేయదిస్యాత్॥
స్త్రీ పుత్రలాభభవనే షుతవీందుమందా।
గంగా ప్రవాహ ఇతి యోగవరః ప్రదిష్టః
తేజస్వీ బహువిత్తదార తనయః
కల్యాణయు క్తోనృపో
విద్యావాద వినోదగోష్టిషురతో గోవాజినాగాన్వితః
దీర్ఘాయుర్వీ జితేంద్రియో వినయవాన్గంగా ప్రవాహోద్భవ
స్సాకంమిత్రగణేన జీవతిపరం పూర్ణయురారోగ్యవాన్

జన్మలగ్నాత్ అష్టమస్థానమున గురుశుక్రులు, చరరాశియైన శనిస్థానము సప్తమమై అందు బుధుడును వుండి, సప్తమ, పంచమ, ఏకాదశభావముల యందు రవిచంద్ర శనులున్న యెడల అది గంగా ప్రవాహయోగమనబడును.

ఈ యోగమున జన్మించినవారు తేజోరూపముగలవారు, గుణవంతురా లయిన భార్య, మంచిపుత్రులు కలవారు, మంచివిషయములతో కూడినవారు, విద్యా వినోదములయందు ప్రవేశము కలవారు, దీర్ఘాయువు కలవారు, వినయము మంచి ఆరోగ్యము, మంచి మిత్రులు కలవారు,విశేష ధనము కూడబెట్టినవారు.

ఈ యోగము కర్కాటక లగ్నమునకు అన్వయించునది. కర్కాటక లగ్నమునకు చరరాశి, శనిక్షేత్రము, సప్తమము అగు మకరమున బుధుడునూ, అష్టమమున గురుశుక్రులును, సప్తమున రవి, పంచమమున చంద్రుడు, ఏకాదశమున శని వుండట వలన ఈ యోగము ఏర్పడినది.

పండితులు ఈ యోగమునందున్న గ్రహబలములను గ్రహించి, ఇందుగల దోషములను గుర్తెరిగి ఫలమును వూహించవలయును. అయిననూ ఇది ఒక విశేషయోగమని తెలియుట వలన దోషమునెన్నుట సరికాదని. దోషములను వివరింపకుంటిని.

38. గజ యోగము :

లాభేశాన్న వమాధీశస్సు చంద్రోలాభ సంస్థితః
లాభాధి పేన సందృష్టో గజయోగ ఇతీరితః
వింశత్యా బ్దాదూర్ధ్వం నవవత్సర మధ్యగస్సుగజయోగః
యావజ్జీవ సుఖార్థోగజవాజి యుతశ్చ పుణ్యాసుఖ వృద్ధః

ఏకాదశాధిపతి వున్న రాశినుండి నవమాధిపతి చంద్రునితోకలసి ఏకాదశ మందుండి, ఏకాదశాధిపతి వీక్షణ పొందినయెడల గజయోగమని చెప్పవలయును.

ఈ యోగమున జన్మించినవారు జీవితాంతము సుఖమును, ధనమును, ఏనుగులు, గుఱ్ఱములు వాహనములు కలిగి, విశేషమైన పుణ్యఫలములచేత సుఖజీవితమును గడుపును. ఈ ఫలములను జాతకుడు 20 సంవత్సరాలనుండి 29 సంవత్సరాలలోపుగా అనుభవములోనికి వచ్చును.

మేషలగ్నజాతకులకు లాభాధిపతియగు శని సింహమందున్నపుడు, శనినుండి భాగ్యాధిపతియయిన కుజుడు చంద్రునితో కలసి, లాభస్థానమగు కుంభము నందున్న శనీ వీక్షణ పొందినపుడు ఈ యోగము అనగా -

మేషలగ్నమయి పంచమమున శని, లాభమందు కుజచంద్రులుండ వలయును.

భాగ్యస్థానమైన ధనస్సునందు శని, లాభమందు రవిచంద్రులున్న యెడల ఈ యోగము సంభవము.

39. శుభ యోగము :

భాగ్యనాథ స్థితాంశస్యనాథః స్వోచ్చసమన్వితః
ధనేశో భాగ్యరాశి స్థోయది యోగశ్శుభాహ్వయః
విద్యావినయ సంపన్నః కులధర్మపరాయణః
ఆ సప్తత్యబ్ద జీవీస్యాచ్ఛు భయోగేసుఖీనరః

భాగ్యస్థానాధిపతి యొక్క నవాంశాధిపతి ఉచ్ఛరాశియందున్నపుడు ధనస్థానాధి పతి భాగ్యమందున్న యెడల శుభయోగము కలుగును.

ఈ యోగమునందు పుట్టిన జాతకుడు విద్యావినయములు గలవాడు, కులాచారములను, ధర్మములను ఆచరించువాడు, సుఖమయ జీవితము గడుపువాడని తెలియవలయును. 70 సంవత్సరముల ఆయువని తెలుపబడినది.

40. అమర యోగము :

> ***ముదశే ధర్మరాశిస్థే ధర్మేశే మదరాశిగే॥***
> ***తయోర్బలవతో ర్యాయాద్యోగోయమమరాహ్వాయః॥***
> ***ఆజానుబాహు రరవింద దళాయతాక్షో।***
> ***న్యాయాధికార నిపుణోమనుజైరుపాస్యః॥***
> ***తీర్థభిషేక రతిమానురుదారసౌఖ్యః॥***
> ***పంచాశదుత్తర సుఖీభవితా ఉ మరాఖ్యే॥***

లగ్నాత్ సప్తమభాగ్యాధిపతులు పరివర్తనచెంది బలవంతులయినచో అమర యోగమనబడును.

ఈ యోగమునందు పుట్టినవారు ఆజానుబాహువులు, పద్మములవంటి కన్నులు కలవారు, న్యాయాధికారులు, జనులచే ఆదరింపబడువారు, పుణ్యతీర్థ యాత్రలయందు, దేవతారాధనయందు ఆసక్తి కలవారు, జీవితకాలము కళత్ర సుఖము కలవారు అగుదురు. 50 సంవత్సరముల వయసునుండి జీవితాంతము సుఖమును పొందుదురు.

41. కామినీ యోగము :

> ***ధనేజీవేసుఖే సుక్రే కామేచంద్రే భవేకుజే।***
> ***లగ్నాధిపే శుభయుతే కామినీయోగ ఈరితః***
> ***నగరగ్రామనాథశ్చ భోగభాగ్యప్రతాపవాన్।***
> ***కామినీ యోగజో మర్త్యోమధ్య పూర్ణాయురుచ్యతే।***

ధనస్థానమున గురుడును, సుఖస్థానమున శుక్రుడును, సప్తమమున చంద్రుడు, ఏకాదశమున కుజుడు వుండగా, లగ్నాధిపతి శుభగ్రహములతో కలసి వున్న యెడల కామినీ యోగమగును.

ఈ యోగమున జన్మించినవారు ఒక గ్రామమునకు గానీ, నగరాధిపతిగానీ, అగును. భోగభాగ్యములు, పరాక్రమమముగలవాడగును. మధ్యమాయువు నందు పూర్ణాయువు కలవాడగును.

42. నాళీక యోగము :

పంచమాధిపతౌ భాగ్యేధనే చంద్రసమన్వితే।
లాభశాధి పేన సంయుక్తే యోగోనాళీకనామకః॥
రాజాధిరాజ మాన్యశ్చ వాగ్మీషోడశదానకృత్।
నాళీక యోగజోమర్త్యో జీవే త్పంచాక దుత్తరమ్॥

పంచమాధిపతి నవమస్థానమునందున్నపుడు, ధనభావము నందు చంద్రుడు లాభాధిపతితో కలసినచో నాళీకయోగమగును.

ఈ యోగమునందు జన్మించినవాడు ప్రభువులచే పూజలందుకొనును. మంచి వాగ్ధాటి కలవాడునూ, షోడశమహాదానములను నిర్వహించువాడును అగును. 50 సంవత్సరములపైన ఆయువు కలవాడగును.

43. విద్యుదోగము :

లాభేశే పరమోచ్చ స్థే భృగు ప్నుతేణ సంయుతే।
లగ్నేశాత్కేంద్రభావ స్థే విద్యుద్యోగ ఇతీరితః॥
త్యాగ భోగరతో నిత్యం ధనాధ్యక్షో మహాప్రభుః
విద్యుద్యోగేతు సంజాతో యోగాబ్దాద్దా యనాష్టకమ్॥

లాభాధిపతి తన పరమోచ్ఛభాగలయందుండి, శుక్రునితో చేరి, లగ్నాధిపతి వున్న రాశినుండి కేంద్రమునందున్న యెడల విద్యుద్యోగమనబడును.

ఈ యోగమున జన్మించినవారు త్యాగులు, అధికమైన భోగములు కలవారు, ధనమునకు అధిపత్యము గలవారు, ప్రభువులు. 31 సంవత్సరముల వయసు నుండి 8 సంవత్సరముల లోపు అనగా 39 సంవత్సరముల లోపుగా ఈ యోగ ఫలములను అనుభవింతురు.

44. భద్ర యోగము :

ధనేగురుయుతే చంద్రే ధనేశే లాభరాశిగే।
శుభయుక్తేచ లగ్నేశే భద్రయోగః ప్రకీర్తితః॥
పరేంగితజ్ఞో మేధావీ కార్యాధ్యక్షో మహాధనీ।
భద్రయోగ భవో మర్త్యో నీచాబ్ధా ద్వత్సరత్రయే॥

ధనభావమైన ద్వితీయమునందు గురునితో చంద్రుడు కలిసి వుండగా, ధనాధిపతి లాభమందున్నయెడల భద్రయోగమనబడును.

ఈ యెాగము 60 సం॥నుండి 63సం॥లోపు సిద్ధించును. ఇందు జన్మించినవారు మేధావులును, అమితజ్ఞాన సంపన్నులుగనూ, కార్యాధ్యక్షులుగానూ, మహా ధనవంతులుగనూ అవుదురు.

45. నృప యోగము :

లగ్నేశ స్థాంశరాశీశే సచంద్ర గృహపేఖగే।
మానాధిపేన సందృష్టైనృపయోగ ఇతీరితః॥
మంత్రీమాండలికో ధీరస్సే నానీర్భహు విశ్రుతః।
నృపయోగేతు సంజాతో విభ్వబ్దాద్వత్సరత్రయే॥

లగ్నాధిపతియున్న నవాంశాధిపతి చంద్రుడున్న రాశ్యాధిపతిఅయి, దశమాధిపతిచే వీక్షింపబడిన యెడల నృపయోగమనబడును.

ఈ యెాగమున జన్మించినవారు మంత్రులు, మాండలీకులు (మండలాధిపతులు) ధైర్యవంతులు, సైన్యాధికారులు, పేరుగలవారు అగుదురు. ఇది 44 సం॥నుండి 47 సం॥లోపుగా జరుగును.

46. ధూమ యోగము :

భౌమ స్థితాంశనాథస్య త్రికోణే గురుభార్గవౌ।
కర్మణిస్వోచ్ఛ గేమందే ధూమ యోగస్సుఖ ప్రదః॥
సుఖీధనీమహాశూరో నృపపూజ్యో మహాబలః।
ధూమ యోగేతు సంజాతో నవాబ్దం ధర్మవత్సరాత్॥

కుజనవాంశాధిపతి యున్న రాశినుండి భాగ్యస్థానమందు లేక పంచమస్థానమందు గురు శుక్రులు, దశమమున ఉచ్చరాశియందు శని వున్నయెడల ధూమ యోగము పట్టును.

ఈ యోగమునందు జన్మించినవారు సుఖమును, ధనమును, గౌరవమును, పరాక్రమమును, బలమును కలవారు. ఈ ఫలములు 59 సంవత్సరములనుండి 68 సంవత్సరములలోపున జరుగును.

కుజుడున్న నవాంశాధిపతి మకరమునందున్నపుడు, వృషభమునగానీ, కన్యయందుగానీ గురుశుక్రులున్న, తులయందు శని ఉచ్ఛస్థితిని పొందినపుడు ఈ యోగము అమలగును.

47. మృగ యోగము :

రంధ్రేశస్థాంశ రాశీశే శుభరేక్ష శుభసంయుతే।
శుభే శే స్వోచ్చరాశిస్థే మృగయోగ ఉదాహృతః॥
దానేకర్ణసమో మానే దుర్యోధన సమోబలీ।
మృగయోగే ధనాఢ్యశ్చ సప్తత్యూర్ధ్వం నవాబ్దకే॥

అష్టమాధిపతి యొక్క నవాంశాధిపతి నవమమున శుభగ్రహములతో కలసి వున్నపుడు, నవమభావాధిపతి ఉచ్ఛస్థానమును పొందిన యెడల మృగయోగమగును.

మృగయోగమునందు జన్మించినవారు దానమున కర్ణసముడునూ, అభిమానమున దుర్యోధన సమానుడును అగును. బలము కలిగినవాడు, ధనము కలిగినవాడు అగును. ఈ ఫలములు 70 సం॥నుండి 79 సం॥లోపుగా జరుగును.

శుభేషుడు నవమాధిపతి అని తెలియును. శుభరమనగా నవమభావమని తెలియవలయును.

48. గాంధర్వ యోగము :

కామత్రికోణేషు చరాజ్యనాథ।
స్సురార్చితో లగ్నపసంయుతిశ్చ।
దివాకరస్తుంగగతో బలాఢ్యో।
గాంధర్వయోగో నవమే శశాంకః
గాంధర్వ విధ్యా నిపుణో బలాఢ్యో।
భోగేసు వేషస్సు యశామనుష్యః
గంధర్వ యోగోద్భవ ఏషజీవే
త్షష్ట్యత్తరం చాష్టసువత్సరేషు॥

సప్తమభావమునుండి త్రికోణరాసులయందు దశమాధిపతి వున్నపుడు, గురుడు లగ్నాధిపతితో కలసివుండగా, రవి తన ఉచ్ఛరాశియందు, చంద్రుడు నవమమున వున్న యెడల గాంధర్వ యోగమని చెప్పబడినది.

ఈ యోగమున పుట్టినవారు గాంధర్వ విద్యలయందు నిపుణులు, బలము గలవారు, భోగము గలవారు, మంచిరూపము గలవారు, మంచి కీర్తివంతులునూ, 68 సంవత్సరములు ఆయువు కలవారు అగుదురు.

జన్మలగ్నమునుండి తృతీయ, ఏకాదశములయందు దశమాధిపతి వుండి, మేషమునందు రవి ఉచ్ఛలోఉండి, భాగ్యస్థానమున చంద్రుడునూ, లగ్నాధిపతి గురునితో కలసి వున్నపుడే యోగము కలుగును.

49. చండ యోగము :

ఉచ్ఛగ్రహే విలగ్నస్థే భూమిజేన నిరీక్షితే।
శౌర్యేభాగ్యాధిపయుతే చండయోగ ఇతీరితః॥
సేనానీర్వాహనాధ్యక్షో మంత్రిషు, ప్రవరోబలి।
చండయోగ భవోమర్త్యో ద్విషష్ట్యబ్దాత్పరం వసేత్॥

లగ్నమునందు ఒక ఉచ్ఛగ్రహమువుండి, కుజవీక్షణపొంది, భాగ్యాధిపతి తృతీయ మందున్నపుడు చండయోగము కలుగును.

ఇట్లు తెలియవలయును:

1. మేషమునందు రవి ఉచ్ఛయందుండగ, కుజుడు కన్య, తుల, మకరముల యందు ఎచటనయిననూ వుండి రవిని వీక్షించుచున్నపుడు, భాగ్యాధిపతియగు గురుడు తృతీయమున వున్నపుడు ఈ యోగము కుజునకు షష్టమస్థితి వలన యోగ బలక్షీణము.

2. వృషభమునందు చంద్రడు ఉచ్ఛలో నుండగ, తుల, వృశ్చిక, కుంభములలో ఒకచోట కుజుడుండి, చంద్రుని వీక్షించిన, భాగ్యాధిపతి శని కర్కాటకమున నున్న యోగము కలుగును.

3. కర్కాటకమునందు గురుడు ఉచ్ఛయందుండి, ధనుర్, మకర, మేషములలో ఎచటనైననూ కుజుడు వుండి గురుని వీక్షించగా, భాగ్యాధిపతి గురుడు తృతీయమందుండుట సంభవముకాదు కనుక ఈ యోగము పట్టదు.

4. కన్యాలగ్నమున బుధుడు ఉచ్ఛయందుండి, కుంభ, మీన, మిధునము లలో ఒకచోట కుజుడుండి బుధుని వీక్షించుచుండగా, తృతీయము నందు భాగ్యాధిపతి శుక్రుడు వున్నపుడు ఈ యోగము.

5. తులాలగ్నము అందు ఉచ్ఛశనియు ధనస్సునందు బుధుడు, మీన మేష కర్కటములతో ఎచటనైననూ కుజుడు వున్నపుడు ఈ యోగము చెప్పబడినది.

6. మకరలగ్నమునకీ యోగము కలుగదు.

7. శుక్రుడు మీన లగ్నమునందు ఉచ్ఛయందుండగా, భాగ్యాధిపతి కుజుడు తృతీయములోనున్న, శుక్రునికి కుజవీక్షణ కలుగదు కావున ఈ లగ్నమునకు కూడా ఈ యోగము అన్వయింపదు.

50. నాగేంద్ర యోగము :

1. సప్తమేశాద్భాగ్యరాశౌలగ్నే శాద్భాగ్యనాయకః
సురార్చితేన సందృష్టోయోగో నాగేంద్రనామకః
2. సుందరస్సుభగో విద్వాన్నాగేంద్రా హ్వాయ యోగజః।
ఆషడబ్దాత్తధాజీవం సుఖీ భవతి విజ్వరః

లగ్నాధిపతివున్నటువంటి రాశినుండి నవమాధిపతి, సప్తమాధిపతియున్న రాశినుండి భాగ్యరాశియందుండి గురుని వీక్షణ పొందిన యెడల నాగేంద్ర యోగమనబడును.

ఈ యోగమున జన్మించినవారు అందమైన రూపము గలవారు, భాగ్యవంతులు, విద్యాంసులును అగుదురు. 6 సంవత్సరముల వయస్సునుండి జీవితాంతము వరకు ఏ జబ్బులు లేకుండా సుఖముగా జీవితమును గడుపును.

51. మకుట యోగము :

భాగ్యేశాద్భాగ్యగేజీవే జీవాద్భాగ్య గతేశుభే।
మందేకర్మణి సంప్రాప్తే యోగోమకుట నామకః॥

భాగ్యాధిపతివున్న స్థానమునుండి భాగ్యస్థానమందు గురుడు, గురునకు భాగ్యస్థానమునందొక శుభ గ్రహము, లగ్నాత్ దశమస్థానమునందు శనియుండగా, మకుట యోగమని చెప్పవలయును.

ఈ యోగమున జన్మించినవానికి 31 సంవత్సరములనుండి 3 సంవత్సరముల లోపున వనములకు, కోటలకు ఆధిపత్యము వహించుటగానీ, ప్రభువగుటగానీ లేక కిరాతజాతులకు ప్రభువగుట సంభవించును. ఈతడు బలమయిన దేహము కలిగినవాడు, దుర్మార్గప్రవర్తన కలిగియుండువాడు.

52. చిత్ర యోగము :

ధనేశే భాగ్యరాశిస్థే భాగ్యేశే లాభసంయుతే॥
లాభేశే పరమోచ్చస్థే చిత్రయోగః ప్రకీర్తితః॥
చిత్రయోగే మహాబుద్ధిః కలాసుని పుణః కృతీ॥
రాజవంశ్యో ఉ ధరాజా వాజీవేత్స ప్రతి వత్సరాన్॥

ధనస్థానాధిపతి భాగ్యమందు, భాగ్యాధిపతి లాభమందున్నపుడు, లాభస్థానాధి పతి పరమోచ్ఛభాగలయందున్నపుడు చిత్రయోగ మేర్పడును.

ఈ యోగమున జన్మించినవారు, రాజవంశమునందు జన్మించినవారు, లేక ప్రభువులుగానీ అగుదురు. వీరు అతి బుద్ధిమంతులును, కలలవిశ్లేషణయందు నిపుణులును, నేర్పరులును అగుదురు.

దీనిని విశ్లేషించిన యెడల మేష లగ్నజులకు శుక్రుడు ధనస్సునందు, గురుడు కుంభమునందుండగా, శని తులయందు పరమోచ్ఛభాగలయందున్న యెడల ఈ యోగము పట్టును.

ఇచ్చట ధనాధిపతి భాగ్యములోనున్నపుడు లాభాధిపతి యొక్క తృతీయవీక్షణ, లాభాధిపతియగు శనికి, భాగ్యాధిపతి గురుని విశేషదృష్టి కలుగుట వలననీ యోగము ప్రశస్త ఫలమునివ్వగలవు. ఈ పన్నెండు లగ్నములయందు నీ యోగము సింహ, తుల, ధనస్సు, కుంభ, మీన లగ్నములకు వర్తించుట లేదు.

పైన చెప్పబడిని మూడు విశేషములు, అన్వయించిన యెడల పూర్ణయోగము కలుగును.

53. వృష్టి యోగము :

కర్మభావాంశపే మధ్యే తుంగే చంద్రసమన్వితే।
నిశాయాం చరలగ్నేచ వృష్టి యోగస్సమీరితః॥
కృషివాణిజ్యనిపుణో ధనవాన్వృష్టి యోగజః॥
పంచవింశాబ్ది తస్సౌఖ్యం యాత్యాజీవం చిరాయసః॥

జననము రాత్రియందు జరిగి, లగ్నము చరరాశియై వున్నపుడు, దశాధిపతి యొక్క నవాంశాధిపతి దశమమునందు ఉచ్ఛలో చంద్రునితో కలిసివున్న యెడల వృష్టి యోగమనబడును.

ఈ యోగము రాత్రియందు జననమైన చరలగ్న జాతకులకు మాత్రమే వర్తించును. ఈ యోగమున జన్మించినవారు వాణిజ్యమునందు నిపుణులు, కృషి యందు అనుభవజ్ఞులు, ధనము కలవారు అగుదురు. 25వ సంవత్సరము నుండి జీవితాంతము అనేకమయిన సుఖములను అనుభవించుదురు.

54. చండికా యోగము :

షష్ఠేశ సంయుక్తే నవాంశనాథో।
భాగ్యేశ్వరాంశే రవి సంయుత శ్చేత్॥
స్థిరేవిలగ్నేరివునాథ దృష్టే।
శ్రీచండికాయోగ ఇతి ప్రసిద్ధః॥
శూరోదాతాధనాధ్యక్షో మంత్రీ మాన్యోమహాయశాః।
చండికాయోగ సంజాతశ్శత వర్షాధికస్సుఖీ॥

జన్మలగ్నము స్థిరరాశిఅయి, షష్ఠాధిపతిచే వీక్షింపబడుచుండగా, షష్ఠాధిపతి యొక్క నవాంశాధిపతి భాగ్యాధిపతి యొక్క నవాంశమందు రవితో కలసిన యెడల శ్రీ చండికా యోగమేర్పడును.

ఈ యోగమునందు పుట్టినవారు, శూరత్వము కలవారు, దానగుణము కలవారు, కోశాధికారులుగనూ, మంత్రులుగనూ, మాన్యులుగనూ, గొప్పపేరు గలవారుగా శతవత్సరములు దాటి అనేకమైన సుఖములతో జీవితమును గడుపుదురు. ఈ యోగము స్థిరరాసులయందు జన్మించివారికే పరిమితము.

55. భూప యోగము :

రాముస్థితాంశ నాథస్యత్రికోణే సాధిపేయది।
భూమి పుత్రేణ సంయుక్తే భూపయోగః ప్రకీర్తితః
శత్రుహంతాసువల్లాసస్సే నానీరాజశేఖరః।
నృపయోగేతు సంజాతో రాజాబ్దాద్వేదవత్సరే॥

రాహువుయొక్క నవాంశాధిపతి యున్న రాశినుండి, త్రికోణమునందు ఆరాశ్యాధిపతి కుజునితో చేరియున్న యెడల నృపయోగము అనబడును.

ఈ యోగమునందు బుట్టిన జాతకుడు శత్రువులను నశింపజేయువాడునూ, చక్కగా మాట్లాడువాడునూ, సేనాధిపతిలేక ప్రభువు అగును. పదహారు సంవత్సరముల నుండి 4 సంవత్సరములలో ఈ యోగఫలములు కలుగును.

56. నాశీర యోగము :

లగ్నేశ్వరే దేవగురౌ సుఖస్థే,
చంద్రేయుతే సప్తమరాశిపేన,
విలగ్ననాథే శుభఖేట దృష్టే
నాసీరయోగం ప్రవదంతిసంతః॥
అన్నదానరతో భోగీస్థూలగాత్రో మహాధనః॥
నాసీరయోగసంజాతో గంగాబ్దాదబ్ద మాత్రకే॥

గురుడు లగ్నాధిపతియై చతుర్థస్థానమునందుండి, చంద్రుడు సప్తమాధిపతితో కలసివుండగా, విలగ్నాధిపతి శుభగ్రహదృష్టి గలవాడయినచో, నాసీర యోగ మనబడును.

ఈ యోగముకల జాతకుడు 33-34 సంవత్సరమలు మధ్యమము నుండి, అన్నదానముచేయువాడు, భోగియునూ, స్థూలదేహము కలవాడు, అమితమయిన ధనము కలవాడగును.

విలగ్నమనగా పరాశరమహర్షి చెప్పిన విశేషలగ్నములను వివరించిన వాటి యందు ఏదైననూ ఒక లగ్నశుభగ్రహవీక్షణను పొందవలయునని తెలియ వలయును. హోరాలగ్నము, ఘటికాలగ్నము, భావలగ్నము, అంశ లగ్నము, ద్రేక్కోణ లగ్నము, తారాలగ్నము మరియూ ఇందు లగ్నము అనునవి ఏడునూ విలగ్న సంజ్ఞ కలవని తెలియజేయబడినవి.

ధనుర్లగ్నమునకు ఈ యోగము పూర్ణముగాపట్టును. ఇతర లగ్నములకు ఈ యోగము అన్వయించలేము.

57. కంతుక యోగము :

కర్మేశే భాగ్యరాశిస్థే ధనేశే లగ్నసంస్థితే,
ధన కర్మగతౌ సౌమ్యాయోగః కంతుకనామకః
పాటువాక్య చతురోరివుహన్తా,
దానధర్మ ధనభోగయుతశ్చ॥
కంతుకే భవతి లాలితలోకః
పంచమాబ్దమవధిశ్శతవర్షాత్॥

దశమస్థానాధిపతి భాగ్యమునందు, ధనాధిపతి లగ్నమునందున్నపుడు ద్వితీయ, దశమములయందు రెండు శుభగ్రహములున్న యెడల కంతుక యోగమన బడుచున్నది.

ఈ యోగమున జన్మించినవారు ప్రియవాక్యములు పలుకుటయందు నేర్పు గలవారు, శత్రువులపై విజయము సాధించువారు, దానధర్మములు చేయువారు, ధనము కలవారు, భోగములను అనుభవించువారు, తమ కోరికలను తీర్చుకోగల వారు, 105 సంవత్సరముల వరకు ఆయువు కలవారు.

58. ముసల యోగము :

కర్మస్థానగతేరాహౌ కర్మ పేస్వోచ్చ రాశిగే
రవిపుత్రేణ సంధృష్టెయోగో ముసల సంజ్ఞీతః॥
పద్మపత్ర విశాలాక్షః ప్రసన్నవదనోబలీ,
మంత్రీ వాణిజ్య ధనవాన్ ముసలే రామజీవనః॥

జన్మలగ్నమునుండి దశమస్థానమున రాహువున్నపుడు, దశమాధిపతి తన ఉచ్ఛ రాశియందుండి శనివీక్షణ పొందినయెడల ముసలయోగమని తెలియవలయును.

ఈ యోగమునందు జన్మించినవారు విశాలమైన నేత్రములు కలవారు, శాంతమైన ముఖము గలవారు, బలవంతులు, మంత్రులు, వ్యాపారదక్షులు, ధనమును సంపాదించువారు, ఆలోచనాపరులు, 52 సంవత్సరములు ఆయువు కలవారు అగుదురు.

59. చంద్రికా యోగము :

భాగ్యేశస్థిత రాశీశో భాగ్యాత్పంచమగోయది
లగ్నాత్పంచ మగోభౌమశ్చంద్రికాయోగ దాయకః।
బహు స్త్రీ రమణో భూత శ్చంద్రికాయోగ సంభవః।
స్త్రీ ప్రజః పుత్రదుః ఖీచ సమాబ్ద సుఖజీవనః॥

భాగ్యాధిపతియున్న రాశినాధుడు భాగ్యస్థానాత్ పంచమమందు (అనగా

లగ్నమునందు) వుండగా, లగ్నాత్ పంచమమున కుజుడున్న యెడల చంద్రికా యోగమని చెప్పబడినది.

ఈ యోగమున జన్మించిన జాతకులు అనేక జీవకళత్రములు కలిగి యుందురు. స్త్రీసంతతి కలవారు పుత్రులకొరకు చింతకలిగినవారు. 57 సంవత్సరములు సుఖమయ జీవనము చేయువారని తెలియవలయును.

60. దండ యోగము :

విక్రమాధిపతే స్వోచ్చేవిక్రమే గురుసంయుతే
భృగుపుత్రేణ సంధృష్టై దండయోగ ఇతీరితః
గోభూధన సమృద్ధశ్చ బహుగ్రామాధిపః ప్రభుః
దండయోగేతు సంజాతో జీవే దానాభివత్సరమ్॥

విక్రమాధిపతి ఉచ్ఛరాశియందున్నపుడు, విక్రమస్థానమున గురుడుండి శుక్రునిచే వీక్షించబడినయెడల దండయోగమని తెలియవలయును.

ఈ యోగజాతకులు ఆవులు, భూములు, ధనము, ఎక్కువగా కలవారు. అనేక గ్రామములకధిపతులు, ప్రభువులు అగుదురు. 40 సంవత్సరములు పూర్తగు వరకు జీవించుదురు.

ఈ యోగము వృషభము, మిధునము, కన్య, వృశ్చిక, ధనస్సు, కుంభ లగ్నములకు మాత్రమే పరిమితము. మిగిలిన మేష, కర్కటక, సింహ, తులా, మకర, మీనములకు ఈ యోగము కలుగనేరదు.

61. రసాతల యోగము :

వ్యయేశే పరమోచ్ఛస్థే వ్యయస్థే భృగునందనే
సుఖాధిపేన సంధృష్టై రసాతల ఇతీరితః
యోగీరసాత లేజాతో భౌమానిక్షేప కృద్ధనీ
ఆసప్తత్యబ్ద జీవీచరాజావా రాజసన్నిభః

వ్యయాధిపతి పరమోచ్ఛ భాగలయందుండి, వ్యయభావమునందు శుక్రుడుండి, సుఖాధిపతిచే వీక్షింపబడిన యెడల రసాతల యోగమగును.

ఈ యోగమున జన్మించినవారు భూమియందు నిక్షేపము కావింపబడిన ధనము గలవారు, ధనవంతులు, ప్రభువులు లేక రాజసమానులు, 70 సంవత్సరములు జీవించువారు అగుదురు.

ఈ యోగము మేషము, సింహము, తులా, ధనస్సు, మకరలగ్నములకు మాత్రమే కలుగునని తెలియవలయును.

62. యుగ్మ యోగము :

> *సుఖేశే శుభారాశిస్థే శుభగ్రథమసమన్వితే ।*
> *సురార్చితేన సంధృష్టెయుగ్మయోగః ప్రశస్యతే॥*
> *ప్రాప్నోతి రాజవాల్లభ్యం రాజ చిహ్నాని భోగవాన్।*
> *యుగ్మయోగేతు సంజాతో యావజ్జీవ సుఖీనరః*

సుఖభావాధిపతి లేక చతుర్థాధిపతి లేక వాహనాధిపతి భాగ్యభావమందు శుభగ్రహయుతుడయి, గురుని వీక్షణ పొందిన యెడల యుగ్మ యోగమగునని తెలియ వలయును.

ఈ యోగమున జన్మించినవారు ప్రభువుల సాన్నిహిత్యము కలవారు, రాజ చిహ్నములు గలిగినవారు భోగము కలవారు, జీవితాంతము సుఖములను పొందు వారగుదురు.

63. అంగుళ యోగము :

> *బుద్ధినాథ నవాంశేశస్సుబుధస్తుంగ సంస్థితః*
> *కర్మాధి పేన సంయుక్తో భవేదంగుళయోగవాన్॥*
> *వస్త్రాభరణ సంయుక్తోగోభూధనసమన్వితః*
> *చోరాన్వేషీచ మధ్యాయు శ్రీ మానంగుళ యోగజః*

పంచమాధిపతియొక్క నవాంశాధిపతి బుధునితోకూడి, ఉచ్ఛస్థితినిపొంది, దశమాధిపతితో కలసివున్న యెడల అంగుళయోగమగును.

ఈ యోగమున జన్మించినవారు వస్త్రాలంకారములయందు అభిలాష కలవారు, ఆభరణ ధారణ కలవారు, దొంగలను పట్టుకొనుటకు అన్వేషించు వారు, మధ్యాయువు కలవారు, శ్రీమంతులుగా నుందురు.

64. భవ్య యోగము :

రాజ్యస్థానగతే చంద్రే చంద్రాం శేశేతు తుంగగే
భాగ్యేశే ధనసోపేతే భవ్యయోగః ప్రకీర్తితః
మానధనైశ్వర్యయుతం ప్రాజ్ఞం బహుభాగినం కురుతే
యోగోభవ్యాఖ్యోయం సుగణం జాతం కలాసునిపుణంచ

చంద్రుడు దశమమునందు, చంద్రనవాంశాధిపతి ఉచ్ఛయందున్నపుడు, భాగ్యధనాధిపతులు కలసివున్న యెడల భవ్యయోగమేర్పడును.

ఈ యోగమునందు బుట్టినవారు అభిమానమును, ధనమును, ఐశ్వర్యమును కలిగియుందురు. విశేష జ్ఞానము కలిగియుందురు. అధికమైన భోగ భాగ్యములను కలిగియుందురు. మంచి గుణములు కలవారు. కళలయందు నేర్పరులు అగుదురు. ఈ యోగమునందు చంద్రుడు పరిపూర్ణుడుగను శుభుడయి వుండ వలయును.

65. భోగి యోగము :

భాగ్యాధిపస్య ద్రేక్కాణే రాజ్యనాధేస్థితే సతి
రాజ్యాంగతే సురాచార్యే భోగియోగస్సుఖప్రదః॥
రాజరాజుసమో భోగీ స్త్రీణాం నేత్రోత్సవ ప్రదః
భోగియోగేతు సంజాతో జీవేద్రం ఛాబ్దతఃపరమ్॥

రాజ్యాస్థానాధిపతి, భాగ్యాధిపతి యొక్క ద్రేక్కాణమును పొందియున్నపుడు దశమభావమునందు గురుడున్న యెడల భోగియోగము పట్టును.

ఈ యోగమున జన్మించిన జాతకులు, విశేషమైన సుఖములను పొందగలరు. రాజసమానులుగనూ, భోగులుగనూ, స్త్రీలకు నేత్రపర్వముగా కన్పించువారును, అనగా అందమైనరూపము గలవారు అని తెలియువలయును. 24 సంవత్సరముల జీవించువారు. ఇందు ఆయువును అతి తక్కువ చెప్పుట వలన జాతకుని ఆయువును వ్యక్తిగత జాతకమునందు ఆయువు యోగమును పరిశీలించవలసి యున్నది.

66. గారుడ యోగము :

> **చంద్రస్థిత నవాంశేశస్తుంగస్థః పూర్వపక్షు కే।**
> **దివాజన్మనియోగో యం గారుడోనామ సౌఖ్యదః**
> **సత్పూజ్యోమృదుభాషీ చ శత్రుహంతా బహుబలః**
> **యోగేతుగారుడేజాతో వేదాబ్దో విషవర్జితః**

శుక్ల పక్షమునందు పగలు జననమైన జాతకునికి చంద్రనవాంశాధిపతి తన ఉచ్ఛరాశి గతుడయిన యెడల గారుడయోగమని తెలియవలయును.

ఈ యోగమునందు జన్మించినవారు సుఖములు గలవారు, సత్పురుషులచే పూజలందుకొనువారు, మృదువయిన వాక్యములను చెప్పువారు, శత్రువులపై జయమును పొందువారు, మహాబలవంతులుగ నుండెదరు. విషవర్జితుడును, 84 సంవత్సరములు జీవించువాడగును.

గారుడ యోగమగుట వలన విషవర్జితుడు అనగా, విషమును వర్జించువాడు అని అర్థము. అనగా విషప్రయోగాదులందు విషమును గ్రహించగల శక్తి పరుడని తెలియవలయును.

67. దేవ యోగము :

> **లగ్నాధిపస్య ద్రేక్కాణే భాగ్యేశస్తన్న వాంశపః।**
> **తిష్టతశ్చేద్ది వాజన్మ దేవయోగ ఇతీరతః**
> **నానావిధమథైశ్వర్యం కీర్తిర్బుద్ధిర్యశోబలమ్।**
> **దేవయోగేతు జాతస్య ద్వాత్రింశద్వత్సరావధి॥**

భాగ్యాధిపతి, భాగ్యాధిపతియొక్క నవాంశాధిపతి యిద్దరునూ లగ్నాధిపతి యొక్క ద్రేక్కాణమునయున్నపుడు, పగటియందు జన్మించినయెడల దేవయోగమని తెలియవలయును.

ఈ యోగమున జన్మించిన జాతకులు అనేక విధములయిన సంపదలు కలవారు, బుద్ధిమంతులును, తేజోవంతులును, బలవంతులును, కీర్తివంతులును అగుదురు. 32 సంవత్సరముల అనంతరం ఈ యోగఫలములు అనుభవమునకు వచ్చును.

68. ధర్మ యోగము :

జీవేన శుక్రే భాగ్యస్థే లాభనాథేన సంయుతే।
ధనాధి పేన సంధృష్టే ధర్మయోగ ఇతీరితః॥
సేనాధికారీ ధన వాన్యుద్ధ కాంక్షీ మహాబలః।
ధర్మయోగేతు నంజాతో దాతా భవతి ధార్మికః॥

శుక్రుడు గురునితోను, లాభాధిపతితోనూ కలసి భాగ్యభావమునందున్నపుడు, ధనాధిపతి వీక్షణ పొందిన యెడల ధర్మయోగమగును.

ఈ యోగమున జన్మించిన వారు సైన్యాధికారులు, ధనవంతులు, యుద్ధము నందు ఉత్సాహము కలవారు, బలముకలవారు, దాతలు, ధర్మకార్యములు చేయువారగుదురు.

1. మేషలగ్నజాతకులకు నవమస్థానమున శుక్రగురు శనులుండుట వలన ఈ యోగము పట్టుచున్నది. శుక్రుడు ధనాధిపతి గురువు భాగ్యాధిపతి శని రాజ్యాధిపతి కావున ధనభాగ్యరాజ్యాధిపతులు భాగ్యభావమందుండుట చేత ఈ యోగము.
2. వృషభలగ్నజాతకులకు భాగ్యభావము మకరమై లాభాధిపతి గురునకు అది నీచస్థానమైనందున, ధనాధిపతి బుధునియొక్క వీక్షణలేనందున ఈ యోగము సరిపోవదు.
3. మిధునలగ్న జాతకులకు భాగ్యభావము కుంభము అందు శుక్ర గురు, కుజులుండుటచే శుక్రునకు గురులాభాధిపతుల సంబంధము కలుగును. సింహరాశియందు ధనాధిపతి అగు చంద్రుడు శుక్రకుజ గురులను వీక్షించును. చంద్రునకు సప్తమ భావముననున్న గురుశుక్రుల వలన మరొక యోగము దశమాధిపతియగు గురువునకు భాగ్య స్థితి పంచమాధిపతి యొక్క సంబంధము కారణమువలన రాజయోగము అందువలన మిధున లగ్నమునకు ఈ యోగము చెప్పబడినది.
4. కర్కాటక లగ్నమునకు శుక్రుడు భాగ్యమందు ఉచ్ఛను పొందును. మీనము గురుని క్షేత్రము. ధనాధిపతి రవి వీక్షణము మాత్రము కల్గుగదు.

5. సింహలగ్నమునకు మేషము భాగ్యస్థానము అందు శుక్రగురుబుధులుండుట యోగము కానీ బుధుడు ధనాధిపతి కూడా అయినందున ద్వితీయాధిపతి వీక్షణ కుదరదు. మూడు గ్రహములు భాగ్యస్థానమునందుండుట శుభము కాన ఇది కొంత యోగము.

6. కన్యాలగ్నమునకు నవమస్థానమగు వృషభమున శుక్ర గురు చంద్రుల కలయిక వలన ఈ యోగము సంభవించును.

7. తులాలగ్నమునకు శుక్రుడు గురునితో కలసి నవమస్థానమగు మిధునము నందు వున్నపుడు లాభాధిపతి రవితో కలసినప్పుడు గురుశుక్రులు అస్తంగతులు కాకూడదు. కుజవీక్షణ కుజుడు వృశ్చిక ధనుర్, మీనముల యందున్నపుడే కలుగును.

8. వృశ్చిక లగ్నమునకు నవమమునందు బుధగురు శుక్రులు చేరుట వలన ఈ యోగము కలుగును. గురునకు ద్వితీయాధిపత్యము ఉచ్ఛస్థితి కూడా కలుగును.

9. ధనుర్లగ్న జాతకులకు నవమస్థానమగు సింహమున శుక్రుడు గురులు ఉన్నపుడు ధనాధిపతి అయిన శనివీక్షణ పొందినపుడు ఈ యోగము సంభవించును. శని వృశ్చిక, కుంభ, మీనములయందు ఎచటినుండి అయిననూ వీక్షించగలడు. కానీ సప్తమ వీక్షన మాత్రమే ఈ యోగ ప్రాబల్యము నీయగలదని తెలియవలయును. అనగా శని కుంభమునందుండవలయును.

10. మకర లగ్నముకు కన్యారాశియందు శుక్ర గురు కుజులుండి శనివీక్షణ పొందినపుడే యోగము కలుగును. శని సప్తమవీక్షణ యోగఫలములకు సరి యైనది పైగా కన్యారాశి శుక్రునకు నీచకావున యోగమునకు గమనించతగినది.

11. కుంభలగ్నమునకు తులయందు శుక్రగురువులుండుట ఈ యోగమునకు మూలము. కానీ దేవగురువే ధనలాభాధిపత్యము కలిగియుండుట యోగము బలము తగ్గియుండును.

69. క్రోధ యోగము :

లాభేశ్వరే దృగాణీతు సరాహౌ బుద్ధినాయకే,
భూమ్యాత్మజేన సంధృష్టే క్రోధయో గో ఒ పిసౌఖ్యదః

ఫలము

పాపవిత్తార్జన పరో దానధర్మపరాయణః
సాహసీ క్రోధయోగేతు క్రోధహర్షభయాన్వితః

పంచమాధిపతి, ఏకాదశాధిపతి యొక్క ద్రేక్కాణమునందు రాహువుతో కలసి కుజవీక్షితుడయ్యెనేని క్రోధయోగమగును.

ఈ యోగమున పుట్టినవారు సుఖము కలవారు, సాహసవంతులు, పాపపు పనుల ద్వారా ధనమునార్జించువారు, దానధర్మములు చేయువారు, సాహసులు, కోపము, సంతోషము, భయములను కలిగియున్న వారగుదురు.

70. రజ్జు యోగము :

భాగ్యాధిపద్వాదశాంశే పంచమాధిపతౌస్థితే,
పూర్ణచంద్రేణ సంయుక్తే యోగస్స్యాద్రజ్జునాయకః

ఫలము

విశాలాక్షో ధనీమానీ కీర్త్యాక్రాంత జగత్త్రయః
రజ్జుయోగేతు సంజాతో మధ్యాయుర్బహుపుత్రవాన్॥

పంచమాధిపతి, భాగ్యాధిపతియొక్క ద్వాదశాంశములోనుండి పూర్ణ చంద్రునితో కలసివున్న యెడల రజ్జు యోగమగును.

ఈ యోగజాతకులు విశాలమైన కన్నులు గలవారు, ధనవంతులు, అభిమాన వంతులు, విశేషమైన ఖ్యాతి గలవారు, బహుపుత్రులు కలవారు, మధ్య ఆయువు కలవారు అగుచున్నారు.

మేషలగ్నమునకు ఈ యోగము పట్టదు

వృషభలగ్నమునకు ఈ యోగములు లేదు.

మిధునలగ్నమునకు ఈ యోగము అన్వయించదు.

కర్కాటక లగ్నమునకు పంచమాధిపతి అయిన కుజుడు భాగ్యాధిపతి అయిన గురుని ద్వాదశాంశమునందుండగా చంద్రునితో కలయుటకు వీలు కలుగును కాన వీరికే యోగము చెప్పబడుచున్నది.

సింహము, కన్యా, తులా, వృశ్చిక, ధనస్సులకు ఈ యోగము కలుగును.

మకర, కుంభ, మీనములకు ఈ యోగ అవకాశములు కానరావు.

71. అంగ యోగము :

కేంద్ర త్రికోణ నాధానాం త్రింశాం శేశాశ్శుభాయది।
అంగయోగ ఇతిఖ్యాతః సర్వదా సుఖ జీవనః

కేంద్రత్రికోణాధిపతుల యొక్క త్రిశాంశాధిపతులు శుభులయినయెడల అంగ యోగమని తెలియవలయును.

ఈ యోగజాతకులు సుఖజీవనమును సాగించగలరు.

72. గోళ యోగము :

సంపూర్ణచంద్రే భాగ్యస్థే గురుశుక్ర సమన్వితే
లగ్నాంశకే బుధయుతే గోళయోగః ప్రకీర్తితః॥

పూర్ణచంద్రుడు నవమస్థానమునందు గురుశుక్రులతో కలసి వున్నపుడు లగ్నము బుధ నవాంశమును పొందినయెడల గోళయోగము కలుగును.

గోళయోగ జనితులు విద్యావినయసంపదలు గలవారు. కొన్ని గ్రామ సమూహములకు నాయకులు. దీర్ఘాయువు కలవారు. మృష్టాన్న భోజనము చేయుట కిష్టపడువారు.

గురు శుక్రులు చంద్రునితో కలియుటన చంద్రుడు పూర్ణ చంద్రునిగానుండ వలయును.

రవిస్థితినుండి తృతీయ, ఏకాదశస్థానముల శుక్రుడుండుట అనగా చంద్రుడు కూడా అదే రాశుల యందుండుట సంభవించును. ఈ స్థితిని అనుసరించి చంద్రుడు పూర్ణ చంద్రుడు కాదా? అని తేల్చుకోవలయును. రవినుండి 120 డిగ్రీల అంతరముననున్న చంద్రుడు శుభుడు అనగా శుద్ధదశమి తరువాత చంద్రుడు శుభుడని శాస్త్రవివరణ.

73. గో యోగము :

మూలత్రికోణే వాగీశే సబవేచధనేశ్వరే
లగ్నేశేస్వోచ్చరాశిస్థే గోయోగ ఇతి విశ్రుతః॥

గురుడు తన మూలత్రికోణరాశి యందున్నపుడు ధనాధిపతి బలవంతుడయి లగ్నాధిపతి తన ఉచ్ఛయందున్న యెడల గోయోగమగును.

గో యోగమునందు జన్మించినవారు గొప్పవంశజులని తెలియును. అందమైన వారు, భోగము కలవారు, ప్రభువులు, ధనము కలవారు అగుదురు 50 సంవత్సరములు ఆయువు కలుగును.

74. మారుత యోగము :

రాహుస్త్రిషష్టలాభస్థోలగ్నం సౌమ్యయుతేక్షితమ్
యోగోయం మారుతోనామ దురితాని వినాశయేత్॥

రాహువు తృతీయ, షష్టమ, ఏకాదశములందుండగ లగ్నము శుభగ్రహయుతిని, వీక్షణను పొందినచో మారుత యోగముకలుగును.

యిందు జన్మించిన వారికి పాపకర్మల యొక్క ఫలములు అంటవు.

75 శ్రీమద్యోగము

ధర్మకర్మధినేతారా వన్యోన్యన్యచ కేంద్రగౌ।
జీవదృష్టో సలగ్నే శే శ్రీమద్యోగస్సుఖ ప్రదః
యోగేశ్రీమతి సంజాత శ్రీమాన్కార్య విచక్షణః
భోక్తాదాతా మహామానీ చిరాయుర్భవతిధ్రువమ్॥

ధర్మ, కర్మస్థానాధిపతులు పరస్పర కెంద్రముల యందున్న వారలు, గురు దృష్టిగలవారయినను, లగ్నాధిపతితో కూడియున్ననూ శ్రీ మద్యోగము అగును.

ఈ యోగజాతకులు సుఖవంతులు, శ్రీమంతులు, కార్యములయందు విచక్షణ కలిగిన వారు, భోగులు, దాతలు, అభిమానము గలవారు, దీర్ఘాయువు గలవారగుదురు.

నవమ దశమాధిపతులు ఒకరికొకరు కేంద్రములయందుండి ఒకరు గురునితో మరియొకరు లగ్నాధిపతితో కలసిననూ, ఒకరు గురునితోనూ లగ్నాధిపతితోనూ కలసి మరియొకరిని వీక్షించిననూ శ్రీమద్యోగమగును.

తులాలగ్నమునకు భాగ్యాధిపతి బుధుడు చతుర్థమయిన మకరమునందు న్నపుడు, రాజ్యాధిపతి చంద్రుడు గురునితో కలసి బుధుని వీక్షించిననూ, లగ్నాధిపతియైన శుక్రుడు బుధునితో కలసివున్నపుడు గురునిచే వీక్షజంప బడిననూ ఈ యోగము పట్టును.

ఇందు భాగ్యరాజ్యాధిపతులకు కేంద్రస్థితి, గురుదృష్టి, లగ్నాధిపతి సంబంధము ముఖ్యములు.

76. సులాభ యోగము :

చంద్రలగ్నాద్ధనే తారాగ్రహః కోపిబలీయది।

సులాభనామకోయోగోధీధన ఖ్యాతి దాయకః

చంద్రునకు ద్వితీయమున కుజ, బుధ, గురు, శుక్ర, శనులలో ఏ ఒకరైననూ వున్న యెడల సులాభ యోగమగును. ఇదియే సునఫా యోగముగా తెలియ వలయును.

ఈ యోగ జాతకులు బుద్ధిబలము, ధనము, ఖ్యాతి గలిగియుందురు.

77. అధిలాభ యోగము :

చంద్రలగ్నాద్వ్యయే కశ్చిద్బ్రః తారాగ్రహోయది

యోగ్యోయమధి లాభశ్చసుఖప్రభురు నామయః॥

చంద్రునకు వ్యయభావమునందు కుజ, బుధగురు, శుక్ర, శనులలో నెవరైననూ ఒకరున్న యెడల అధిలాభయోగమగును. ఇదియే అనఫాయోగముగా తెలియ వలయును.

ఈ యోగజాతకులు సుఖముగలవారు, ప్రభువులు, రోగము లేనివారు అనగా ఆరోగ్యవంతులుగా వుందురు.

78. *దురంధరా యోగము :*

అనస్తగేషుబలిషు చంద్రాదుభయపార్శ్వ యోః
తారాగ్రహేషు సత్సూక్తో యోగోనామ దురంధరః
సుతవాహన సంయుక్తస్స్యా గీస్వార్జిత విత్తవాన్
దురంధరాహ్వయే యోగేజాతః కార్యదురంధరః

చంద్రునకు ద్వితీయ వ్యయభావములయందు అస్తంగతులుకాని బలమయిన కుజ, బుధ, గురు, శుక్ర, శనులున్న యెడల ధురంధర యోగమని తెలియవలయును.

ఈ యోగజాతకులు పుత్రులు కలవారు, వాహనములు కలవారు, సంపదలు కలవారు, త్యాగశీలము కలవారు, స్వార్జితమయిన ధనవంతులునూ, కార్యదీక్షా పరులని తెలియవలయును.

ఈ యోగము గ్రంథాంతమున మరికొన్ని చోట్ల ధురధూరా యోగమను పేరున చెప్పబడ..చె. ఈయో .ము సామాన్యముగాచాలా తక్కువమంది జాతకులలోనే కనిపిస్తుంది. కొన్నిజాతకములలో అనఫా, సునసాయోగముగా తెలియుట సంభవము.

ధురధరాయోగము పట్టినపుడు చంద్రునికి బలము కలిగివుండవలయును. చంద్రునకు ద్వితీయ, ద్వాదశములందున్న గ్రహములు బలము కలిగివుండ వలయును. అస్తంగత దోషరహితులుగా వుండవలయును. చంద్రునకు రెండవరాశిలోని గ్రహముకానీ, పన్నెండవ రాశియందలి గ్రహముకానీ, చంద్రునికి 30 భాగలుదాటివున్న యెడల మాత్రమే ద్విద్వాశములయందు అని చెప్ప వీలు కలుగును.

1. మేషమునందు చంద్రునకు 2,12 రాశులయందు అస్తంగతంకాని కుజాధి పంచగ్రహములు, వృషభమున శుక్రుడు, మీనమున గురువు ఉచ్ఛను పొంది యున్న ఈ యోగము బలముగానుండును.
2. వృషభమునందు చంద్రునకు 2,12 రాసులయందు కుజాధిపంచగ్రహములు 12నందు కుజుడు 2నందు బుధుడున్న యెడల ఈ యోగము సఫలమగును.

3. మిధునమున చంద్రుడు, 2వ ఇంట గురుడు 12వ ఇంట శుక్రుడునూ వున్న ఈ యోగము ఉత్తమముగా ఫలించును. శుక్ర గురువులు అస్తంగతులు కాకుండుట ముఖ్య విషయము.

4. కర్కాటకమునందు చంద్రుడు, మిధునమున బుధుడు, వృషభమున రవి, సింహమునకు కుజుడు గలిగిన జాతకులకు ఈ యోగము మంచి ఫలముల నిచ్చును. ఇందు అనేక విశేషమగు దోషములున్ననూ, అనుభవమున ఫలములను గ్రహించుట ఎరిగి వుంటిమి.

5. చంద్రుడు సింహమున, గురుడు కర్కాటకమున, బుధుడు కన్యలో, రవి తులలో, చంద్రునియొక్క రాశ్యాధిపతి అయిన రవికి నీచ వలన యోగబలము క్షీణముగా వుండును.

6. కన్యయందు చంద్రుడును, ద్వితీయమున శుక్రుడు (స్వస్థానము) 12వ స్థానమున (సింహము) కుజుడున్న యెడల యోగబలము కలుగును.

7. తులయందు చంద్రుడునూ, వృశ్చికమున కుజుడు, కన్యలో ఉచ్ఛబుధుడు వున్నపుడే యోగము బలమైనదిగా ఫలితములను యిచ్చును.

8. వృశ్చికమున చంద్రుడు, కుజుడు మకరమునవున్న, చంద్రునకు ద్వాదశమున శుక్రుడు (స్వస్థానము) ద్వితీయమున గురువు (స్వస్థానము) వున్న యెడల పూర్ణ యోగము సంప్రాప్తమగును.

9. ధనస్సున చంద్రుడు, 2 ఇంటిలో కుజుడు, 12వ యింటియందు గురుడున్న యెడల బలము చెప్పవలయును.

10. మకరమున చంద్రుడున్నపుడు, కుంభమున శుక్రుడు, ధనస్సున గురుడు, శుక్రునకు మిత్రక్షేత్రము, గురునకు స్వక్షేత్రము బలములయి ఈ యోగము బలవంతమగుచున్నది.

11. కుంభమునందు చంద్రుడు, మీనమున గురువు, మకరమందు శుక్రుడున్న విశేషమైన యోగమని చెప్పవలయును.

12. మీనమునందు చంద్రుడు, మేషమున గురువు, కుంభమున శుక్రుడు శుభములను ఎక్కువగా యిచ్చువారగుదురు.

ఈ ధురాధురయోగమునందు రెండు మూడు గ్రహములు ద్వితీయము నందును, రెండు మూడు గ్రహములు ద్వాదశమమునందునున్నపుడు, ఆయా గ్రహములయొక్క స్థితిని అనుసరించి ఫలితములను గ్రహించుట అవసరము.

79. అధ్యక్ష యోగము :

లగ్నాదరిమదమృత్యుషు బలినస్సర్వేశుభాస్సితాః ఖేటా
అధ్యక్ష నామయోగః ప్రాభవ, ధనకీర్తిదస్సతతమ్॥

లగ్నములగాయితు షష్ట, సప్తమ, అష్టమములయందు అన్ని శుభగ్రహములు వున్నపుడు అధ్యక్షయోగము ఏర్పడును.

ఇందు జన్మించినవారు ప్రాభవము, ధనము, కీర్తి కలవారగుదురు.

ఈ యోగము మరికొన్ని గ్రంథములయందు అధియోగముగా వివరింప బడినది. లగ్నముకన్ననూ, చంద్రలగ్నమునుండి యీ యోగమునకు బలము చెప్పబడినది.

80. ఇష్టాపాల యోగము :

సర్వేగ్రహయస్యచ జన్మకాలే
అపోక్లిమాదన్యగృహేషు తస్య।
రాజ్యప్రదస్సౌఖ్య కరశ్చపుణ్యో
యోగస్సదాయం కలితేష్టపాలః॥

రవి ఆదిగాగల సర్వగ్రహముల ఆపోక్లీమరాశులయందుకాక యితర రాశుల యందున్న యెడల ఇష్టపాలయోగము కలుగును.

ఈ యోగజాతకులు రాజ్యములను పాలించువారు, సుఖసౌఖ్యములను పొందువారు, పుణ్యకర్మలను చేయువారు అగుదురు.

కేంద్రఫణపరములయందుననే రవ్యాది గ్రహములు స్థితినొందవలయును. అపుడే ఈ యోగము ఫలమునకు వచ్చును.

81. రాజయోగము :

తుంగస్థితై స్త్రుత్ర్యధికైః ఖేచరైర్భూపతిర్భవేత్।
చతుర్భిః పంచభిర్వాపి నీచగైర్వామహీపతిః
రాజన్వతీ వసుమతీ శుభతుంగయోగే
రాజాభవేదథచ తుంగగతైశ్చ పాపైః॥
స్యాద్రాజవాంశ్చ విషయః ప్రభుణీతిభేదో
దీర్ఘాయురర్థ సుఖవాహన రాజ్యదాయీ।
నీచస్థితై ర్వాఖచరైశ్చరాజా
భవేత్పృధి వ్యాం బహుకంటకశ్చ।
జాతశ్చిరంజీవతి విత్తవాంశ్చ
భంగం సమాప్నోతి తథాంతకాలే।

ఏ జాతకుడయిననూ, 3 లేక 4 లేక 5 గ్రహములు ఉచ్ఛస్థితిని పొందిన లేక నీచను పొందిననూ రాజయోగము. మూడు శుభగ్రహములు చంద్ర, గురు, శుక్రులు ఉచ్ఛగతులయిన రాజగును. వీరు సాత్వికులు, దీర్ఘాయువు కలవారు, ధనము, సుఖము, భోగములు కలవారగుదురు. పాపులయిన రవి, కుజ, శనులు ఉచ్ఛలో నున్నపుడు రాజగును.

పాపులయిన నీచను పొందిననూ రాజగును. కానీ ప్రజాకంటకుడగునని చెప్పబడినది. దీర్ఘాయువు కలిగియుండును. ధనవంతుడయికూడా చివరి దశయందు దుఃఖములను కలిగియుండును.

82. రాజపద యోగము :

చంద్రలగ్నేశ్వరౌయస్సవర్గోత్తమగతౌశుభౌ।
చతుర్భిఃఖేచరైర్దృష్టౌ యోగో రాజపదాహ్వయః
యోగీరాజపదేజాతో రాజావారాజసన్నిభః
మంత్రీప్రధానః ప్రబలో గ్రామణీర్వాభవిష్యతి॥

చంద్రుడు లగ్నాధిపతి యిరువురునూ శుభలయి, వర్గోత్తమాంశను పొంది, నాలుగు గ్రహముల వీక్షణ బడసినచో, రాజపదయోగము కలుగును.

ఇందుపుట్టినవారు మంత్రులు, ప్రధానులు, గ్రామాధిపతులు, బలసంపన్నుల గుదురు.

చంద్రుడు పూర్ణబలము కలిగినవాడుగా, లగ్నాధిపతి నైసర్గిక శుభుడు అయిన యోగబలము పూర్తిగ కలుగును.

83. అమోఘ యోగము :

ఉచ్ఛమూల త్రికోణ స్థైర్బహుభిశ్శుభ ఖేచరైః
అమోఘనామా యోగో ఽయంరాజ్యమూల మహాధనః

ఎక్కువ శుభగ్రహములు తమతమ ఉచ్ఛస్థానంలయందు, మూలత్రికోణముల యందు వున్నచో అమోఘ యోగమగును.

ఈ యోగమునందు జన్మించినవారు రాజుల వలన బహుధనమును సంపాదించు వారగుదురు.

బహు శుభగ్రహములని చెప్పుటవలన మూడు శుభగ్రహములని ఎంచి చూడవలయును.

చంద్ర గురు బుధులకు ఉచ్ఛయునూ, శుక్రునకు తులయందు మూలత్రికోణ స్థితి కలుగును.

కన్యయందు బుధుడునూ, తులయందు శుక్రుడునూ వున్నపుడు గురు చంద్రుల ఉచ్ఛలేక మూలత్రికోణస్థితి యుండుట వలన యీ యోగము కలుగ గలదు.

84. శృంగాట యోగము :

లగ్నపంచమ భాగ్యేషు సగ్రహేషు శుభేషుచ
యోగశ్శృంగాటకో నామసుఖదశ్చోత్తరాయుషి॥

లగ్న, పంచమ, నవమములయందు శుభగ్రహములున్న యెడల శృంగాట యోగము అనబడును.

ఈ యోగము పట్టిన జాతకులు జీవితమున రెండవభాగమున సుఖములను పొందగలరు.

85. త్రిలోచన యోగము :

సూర్యాంగారక చంద్రాణాం మిథః కోణస్థితిర్యది।
బలినాంపంక్తి వృత్తిర్వం యదివాస్యాత్రిలోచనః
యోగేత్రిలోచనేజాతో మహదైశ్వర్యసంయుతః
హతౌ మిత్రశ్చ మేధావీ భవితా చింజీవనః

గ్రహములన్నియు, వరుసగానున్నపుడు రవిచంద్రకుజులు మాత్రము లగ్నము నుండి కోణరాశులయందున్నయెడల త్రిలోచన యోగమనబడును.

ఈ యోగమున జన్మించిన జాతకులు విశేషమయిున్న మహా ఐశ్వర్యములను కలిగియుందురు. శత్రురహితులు, మేధావులయినవారు, దీర్ఘాయువును కలిగిన వారగుదురు.

రవిచంద్రకుజులు ముగ్గురునూ, లగ్న పంచమ, నవమముల యందు కలిసి కానీ, విడిగాకానీ ఒక కోణరాశియందు లేక రెండు కోణరాశలుయందుగానీ వుండక, మిగిలిన గ్రహములు వరుసగా వున్న యెడల ఈ యోగము కలుగునని తెలియవలయును.

ఉదాహరణముగా, పంచమకోణమునందు కుజరవులు, భాగ్యకోణమునందు చంద్రుడుండగా చతుర్థమున బుదుడు, షష్టమమున శుక్రుడు, సప్తమమున గురుడు, అష్టమమున శనియున్నచో గ్రహములన్నియూ వరుస క్రమములో వున్నట్లగును.

మరొకవిధముగా, అష్టమమున శని, నవమమున రవి, దశమమున బుధుడు, ఏకాదశమున శుక్రుడు వ్యయమందు గరుడునూ లగ్నమునందు చంద్రకుజులు వున్న యెడల త్రిలోచన యోగమునకు అన్వయించును. లగ్నము కేంద్రము, కోణముకూడా కాబట్టి లగ్నమునుకూడా కోణరాశిగా గ్రహించ వలయును

86. క్షేమ యోగము :

లగ్నాయుర్భాగ్యకర్మేశాః స్వక్షేత్రేషుస్థితాయది।
క్షేమోనామమహయోగః కుటుంబ క్షేమదాయకః

లగ్న, అష్టమ, భాగ్య, దశమాధిపతులు నలుగురు వారి వారియొక్క స్వక్షేత్రములందున్న యెడల క్షేమయోగమగుచున్నది. ఈ యోగమున జన్మించిన జాతకులకు కుటుంబము ఎల్లప్పుడునూ క్షేమముగా వుండును.

ఈ యోగమును పరిశీలించినపుడు కొన్ని లగ్నములకు మూడు భావాధిపతులనే గ్రహించవలసివుండును. కొన్ని లగ్నములకు మాత్రమే నాలుగ భావముల అధిపతులను గ్రహించవలయును.

మేష తులా లగ్నములకు లగ్నాష్టమాధిపతి కుజుడు, శుక్రుడు, వృషభ లగ్నమునకు భాగ్యాధిపతి శని, మిధునలగ్నమునకు అష్టమ భాగ్యాధిపతి శని, కన్యాలగ్నమునకు లగ్నదశమాధిపతి బుధుడు, మీనలగ్నముకు లగ్న రాజ్యాధిపతి గురువు అవుట వలన అనగా ఈ పైన చెప్పిన భావముల రెండిటికీ ఒక్కడే అధిపతి అగుట వలన, ఈ లగ్నమువారికి మూడు భావాధిపతులు మాత్రమే స్వక్షేత్రమును పొందగలరు. మిగిలిన లగ్నాలకు లగ్నాష్టమ, భాగ్యరాజ్యాధిపతుల స్వక్షేత్ర స్థితి కలుగును కాబట్టి ఈ యోగము కలుగును.

ఇచ్చట మేషలగ్నమును ఉదాహరణగా పరిశీలించిన యెడల-

లగ్నాష్టమాధిపతి కుజుడు, భాగ్యరాజ్యభావములకు గురుశనులు అధిపతులయిరి. గురుడు భాగ్యమునందు శని రాజ్యమునందు వున్న యెడల, కుజునియొక్క స్థితి లగ్నముకానీ అష్టమమునగానీ వుండవలసి వచ్చును. లగ్నమున అష్టమాధిపతి వున్ననూ, అష్టమమున లగ్నాధిపతి వున్ననూ దోషమేనని చెప్పవలయును. అందువలన కొంత చెడు ఫలములు కలుగును. ఇదే విధముగా మిగిలిన లగ్నములకు కూడా యోచించవలయును.

87. యూప యోగము :

లగ్నేద్వితీయే సహజేచతుర్థే
యధాయధం సర్వఖగాయదిస్సుః
యూపాఖ్య యోగః కిలతత్రజాత
స్త్యాగాత్మవాన్ కీర్తియుతశ్చయాజీ॥

లగ్న, ద్వితీయ, తృతీయ, చతుర్థభావములందన్ని గ్రహములూ యిమిడివున్న యెడల యూపయోగమని చెప్పబడినది.

ఈ యోగమున జన్మించినవారు త్యాగబుద్ధి కలిగియుందురు, కీర్తివంతులు, యజ్ఞాది క్రతువులను నిర్వహించువారని తెలియవలయును.

88. ఛత్ర యోగము :

ఆరభ్యసప్తమం లగ్నపర్యంతం సప్తరాశిషుః
సప్తగ్రహః క్రమేణస్స్యుర్యోగో ఽ యం ఛత్రసంజ్ఞకః॥
ఛత్రయోగభవోమర్త్యోచత్రచామర యోగవాన్
స్వజనేష్టకరోంత్యేతు వయస్యధిక సౌఖ్యవాన్ః

సప్తమభావమునుండి లగ్నము వరకు ఏడురాశులయందు ఏడు గ్రహములు వున్న యెడల ఛత్రయోగమేర్పడును.

ఈ యోగమున జన్మించినవారు సర్వజనులకు క్షేమమును కలిగించగలవారు, చివరి వయస్సునందు విశేషమయిన సుఖములను పొందగలరు.

89. సముద్ర యోగము :

ధనసుఖరిపు మృత్యుకర్మరిః ఫే
ష్వఖిలఖగాస్సకలేషు సప్తషట్సుః
సరిదధిపతి సంజ్ఞతశ్చయోగో
నరపతిభోగకరస్తు జాతకస్య॥

ద్వితీయ, చతుర్ధ, షష్ట, అష్టమ, దశమ, ద్వాదశభావములను ఆరుభావముల యందు సప్తగ్రహములుండుట వలన సముద్రయోగము కలుగును.

ఈ యోగమున జన్మించిన జాతకులు రాజభోగములను అనుభవింతురు. ఈ యోగమున ఒక భావమును విడచి తరువాత భావములో గ్రహములుండ వలయును.

90. చక్ర యోగము :

తను సహజ పుత్రమన్మథగురులాభేషు స్థితాగ్రహస్సర్వే
సర్వేషు చక్రయోగోనరపతి చూడామణిర్భవతి॥

లగ్న, తృతీయ, పంచమ, సప్తమ, భాగ్య, లాభభాగములయందు సర్వగ్రహము లున్నపుడు చక్రయోగమేర్పడును.

ఈ యోగమున జన్మించినవారు రాజశ్రేష్టులవగలరు.

విషమభావములయందు గ్రహములుండుట వలన ఈ యోగము కలుగు చున్నది. దీనియందు విశేషఫలము కలదు. సమభావములయందు గ్రహము లున్నపుడు సముద్రమోగము ఏర్పడుచున్నది. దీనియందు తక్కువ ఫలమని తెలియవలయును.

91. కేదార యోగము :

యస్యరాశిచతుష్కేతు భేటస్సర్వేయధాయధం
కేదారియోగస్సభవేత్కృషి నిత్తసుఖోదయః

ఏ జాతకునకైననూ సర్వగ్రహములు నాలుగురాశులయందున్న యెడల కేదార యోగమనబడును. ఈ యోగజాతకులు వ్యవసాయము వలన అధిక ధనమును, సుఖమును పొందగలరు.

92. కేసరి యోగము :

బృహస్పతిశ్చంద్ర కేంద్రేయస్యజన్మనివిద్యతే
యోగఃకేసరినామాయం జాతకస్య సుఖప్రదః॥

చంద్రునకు కేంద్రమునందు గురుడున్నచో కేసరి యోగమనబడును. ఈ యోగజాతకులు సుఖము పొందగలరు.

ఈ యోగమునందు చంద్ర గురువులు బలవంతులయి వుండవలయును.

93. ఆయుర్యోగము :

లగ్నేశ జీవశుక్రాస్తుయస్య జన్మనికేంద్రగాః
ఆయుర్యోగస్తు జాతస్యకురుతే చిరజీవనమ్॥

లగ్నాధిపతి గురుడు, శుక్రుడు కేంద్రములయందున్న యెడల ఆయుర్యోగమని తెలియవలయును. ఈ యోగజాతకులు పూర్ణాయువు కలిగియుందురు.

94. ఉత్తమ యోగము :

అర్కాదాపోక్లిమే చంద్రేబలిన్యుత్తమ యోగవాన్
వినీతో విత్తవాన్ జ్ఞానీ కార్యేషునిపుణోభవేత్

రవినుండి బలవంతుడయిన చంద్రుడు ఆపోక్లీపరాశులుయందున్న యెడల ఉత్తమయోగమని తెలియవలయును.

ఈ యోగమున జన్మించినవారు నీతిగలవారు, ధనము కలవారు, జ్ఞానులు, కార్యదక్షులు అగుదురు.

రవినుండి 3,6,9,12 రాసులలో చంద్రుడున్న యెడల మంచి యోగము కలుగును. అందునా 6,9 రాశులయందు చంద్రుడున్న యెడల ఇంకా మంచి ఫలములు కలుగునని తెలియవలయును. చంద్రుడు బలవంతుడయి వుండ వలెనని చెప్పుటవలన రవికి 6 లేక 9 రాశులయందును చంద్రునకు బలము కలగును.

95. ధనాకర్షణ యోగము :

ఆయే లగ్నేదాయే సౌభాగ్యగశ్చేత
భాగ్యేట్కామే కామపః పంచమేచ
పుత్రాధీశోవిక్రమే విక్రమేశో
లగ్నే విత్తాకర్షణోనామయోగః
విత్తాకర్షణ యోగేతు జాతకోయత్ర మందిరే,
అర్థాస్తిరఖిలోపాయైర్భవేత్త ద్గృహవాసినామ్॥

లగ్నాధిపతి లాభమునందు, లాభాధిపతి భాగ్యమునందును, భాగ్యాధిపతి సప్తమమున, సప్తమాధిపతి పంచమమున, పంచమాధిపతి తృతీయమున, తృతీయాధిపతి లగ్నమున ఏ జాతకమునందుండునో అది ధనాకర్షణయోగమని తెలియవలయును.

ఈ యోగమున జన్మించిన జాతకుడు జన్మించినవారి గృహమున గలవారికి అనేక విధములగా ధనము లభించును.

లగ్న, తృతీయ, పంచమ, సప్తమ, భాగ్య లాభాదిపతులు, వీరు తమ యొక్క భావములకు లాభస్థానమునందుండుట వలన ఈయోగమునకు కారణమవుతుంది.

96. ఉపచయ యోగము :

త్రిషష్టకర్మలాభేషు యస్య సర్వే శుభ గ్రహాః
యోగస్తూపచ యోనామ జాతస్యశుభదాయకః
ఉపచయ యోగేజాతశుక్లశశీ వాన్వహం వృద్ధిమ్
సము పైతి సర్వసూన్య స్సుందరమూర్తి స్సుఖీధనిమాని॥

తృతీయ, షష్ట, దశమ, లాభభావములయందు సర్వశుభగ్రహములున్న యెడల ఉపచయ యోగమని తెలియవలయును. ఈ యోగజాతకులు శుక్లపక్ష చంద్రుని వలె క్రమేణ అభివృద్ధిని పొందుదురు. అందరిచే గౌరవింపబడుదురు. అందమైన శరీరము కలవారు, సుఖము,ధనము,అభిమానము గలిగియుందురు.

97. కులవర్ధన యోగము :

చంద్రార్క లగ్న స్థానానాం పంచమేషు శుభ గ్రహాః
సర్వేషుబలిః స్సర్వే యోగో ఽ యంకుల వర్ధనః
కులవర్ధన యోగేతుజాత స్స్యాత్ కులవర్ధనః
పుత్రపౌత్ర ప్రపౌత్రాయురారోగ్య దనసౌఖ్యభాక్॥

లగ్న, రవి, చంద్రులనుండి పంచమభావములయందు శుభగ్రహములున్న యెడల కులవర్ధన యోగమని తెలియవలయును.

ఈ యోగమున జన్మించినవారు పుత్ర, పౌత్ర, ప్రపౌత్ర సుఖములను పొందగలరు. ఆయువు, ఆరోగ్యము, ధనము, సుఖము కలిగియుందురు.

లగ్నము, రవి, చంద్రులనుండి పంచమస్థానములు పుత్రస్థానములు మరియూ పంచమకోణ రాశులు లక్ష్మీస్థానములు అగుట వలన, ఈ స్థానములందు శుభ గ్రహములయిన బుధ, గురు, శుక్రులు ముగ్గురు ఎచ్చటనున్ననూ ఈ యోగము కలుగునని చెప్పవలయును. మూడు స్థానములనుండియూ, పంచమమున శుభులుండుట అతి ముఖ్యము.

98. వాహన యోగము :

చంద్రసూర్య విలగ్నేషు బలవద్గ్రహతశ్శుభే
పాపాయుక్తేచ సశుభే యోగోవాహన సంజ్ఞితః
అగ్నేయ మర్కే శకటం చసాశ్వం
చంద్రేత్వధాప్యంసవృషంచ వాహనమ్
భౌమోయధార్కశ్చసితోయదేందుః
బుధేతు మిశ్రంచ గజాదికంగురౌ।

లగ్న రవిచంద్రులలో ఎవరు బలవంతులో వానినుండి భాగ్యభావము పాపగ్రహము లేకుండా శుభులతో కూడిన యెడల వాహన యోగము ప్రాప్తించును.

వాహనములను నిర్ణయించుట, రవికుజుల వలన గుఱ్ఱపు శకటము కలుగును. చంద్రుడుగానీ శుక్రుడు గానీ వున్న యెడల వృషభముతో కూడిన వాహనము కలుగును. బుధుడున్న యెడల మిశ్రమ వాహనముండును. గురుడున్న యెడల గజాధివాహనములు చెప్పబడినవి.

99. జయ యోగము :

శత్రు స్థానపతౌ నీచే రాజ్యేశేతుంగ సంశ్రితే।
తౌబల్యే బలినే యస్య లగ్న వీర్యేజయీభవేత్

శత్రు స్థానాధిపతి నీచయందున్నపుడు, రాజ్యాధిపతి యుచ్ఛరాశిలో నుండి బలవంతులయిననూ, కాకపోయిననూ, లగ్నముబలము కలిగినచో జయ యోగము అనబడును.

ఈ యోగమున జన్మించిన జాతకులు అన్ని వేళలయందునూ జయమును పొందగలవారని తెలియవలయును.